'झोंबी'स मिळालेले पुरस्कार

प्रियदर्शनी अकादमी
सर्वोत्कृष्ट साहित्य-पुरस्कार १९८८

महाराष्ट्र राज्य शासन
उत्कृष्ट साहित्य-पुरस्कार १९८८-८९

दे. भ. पद्मश्री डॉ. रत्नाप्पा कुंभार
साहित्य-पुरस्कार १९८९

मारवाडी संमेलन
साहित्य-पुरस्कार १९९०

भारत सरकार
साहित्य अकादमी पुरस्कार १९९०

दि फेडरेशन ऑफ इंडियन पब्लिशर्स
उत्कृष्ट ग्रंथनिर्मिती पुरस्कार १९८९

प्रवरानगर - विखेपाटील पुरस्कार
(चांदीच्या रथाची प्रतिमा) १९९१

संजीवनी साहित्य पुरस्कार
सहजानंद नगर, कोपरगाव १९९४

झोंबी संघर्षाची हकिकत

खेड्यातल्या शिकू पाहणाऱ्या पहिल्या पिढीची ही लढाई आहे. शेतकऱ्याच्या घरात भरपूर मुले, अन्नाची दशा,शिक्षणाबद्दल अनास्था, दुष्काळातले अभाव, कष्ट-यातना हे सारे असते. शिकू पाहणाऱ्या पिढीतला 'आंदा' याचा नायनाट करण्यासाठी धडपडतो आहे. निर्मितीसाठीचे जीवनसंबद्ध निर्माणक्षम आणि कष्टाळू मन या आंदाच्या उभारणीत ऊर्जेचे काम करते. एक निखळ ग्रामजीवनातील ही संघर्षाची हकिगत गतकाळाला, शेतकरी कुटुंबाला, खेडेगावाला जिवंतपणा देणारी ललितकृती ठरली आहे.

गांवकरी, २९/८/२०१०

झोंबी : एक प्रत्ययकारी आत्मकथन

सामना, ११ जून, १९८८

'जीवघेण्या' साहित्य प्रकाराची मीमांसा

महाराष्ट्र टाइम्स

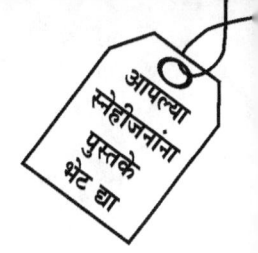

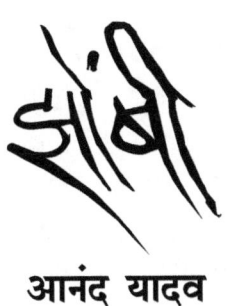

झोंबी

आनंद यादव

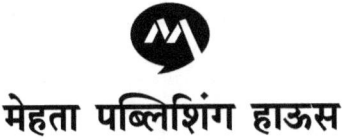

मेहता पब्लिशिंग हाऊस

ZOMBI by ANAND YADAV

झोंबी : आनंद यादव / आत्मचरित्र

Email : author@mehtapublishinghouse.com

© स्वाती आनंद यादव

प्रकाशक : सुनील अनिल मेहता, मेहता पब्लिशिंग हाऊस,
१९४१ सदाशिव पेठ, माडीवाले कॉलनी, पुणे – ४११०३०.

अक्षरजुळणी : इफेक्ट्स, २१/६ब, आयडिअल कॉलनी, कोथरूड, पुणे.

मुखपृष्ठ : चंद्रमोहन कुलकर्णी

प्रकाशनकाल: डिसेंबर, १९८७ / ऑक्टोबर, १९८९ / मार्च, १९९१ /
जुलै, १९९२ / नोव्हेंबर, १९९४ / जानेवारी, १९९९/
जानेवारी, २००१ / एप्रिल, २००३ / एप्रिल, २००४ /
ऑगस्ट, २००५ / जुलै, २००६ / एप्रिल, २००७ /
एप्रिल, २००८ / जानेवारी, २००९ / सप्टेंबर, २००९
जून, २०१० / जुलै, २०११ / जुलै, २०१२ /
ऑगस्ट, २०१३ / जानेवारी, २०१५ / ऑगस्ट, २०१६ /
ऑक्टोबर, २०१७ / पुनर्मुद्रण : मे, २०१९

P Book ISBN 9788177663921
E Book ISBN 9788184986389

E Books available on : play.google.com/store/books
https://www.amazon.in/b?node=15513892031

माझ्या गावच्या मायमातीस...

सातव्या आवृत्तीच्या निमित्ताने

'झोंबी'च्या सातव्या आवृत्तीस चार शब्द लिहिण्याची आवश्यकता वाटते.

प्रस्तुतची आवृत्ती अधिक देखण्या अशा नव्या टाईपात प्रसिद्ध होत आहे. या आवृत्तीच्या निमित्ताने तिच्यावर काही किरकोळ संस्कारही केले आहेत. माझी बहीण धोंडूबाई हिच्या विवाहाचा उल्लेख अनवधानाने 'झोंबी'मध्ये आला होता. तो वगळला आहे. वास्तविक तिचा विवाह 'झोंबी' मधील काळाच्या नंतर झाला आहे. 'नांगरणी' या नंतरच्या खंडात त्याचा उल्लेख आला आहे.

तसेच पूर्वी 'झोंबी' मधील लेखनाचे तीन भाग केले होते व त्यांतील प्रकरणेही स्वतंत्रपणे दाखविली होती. वास्तविक हे तीन भाग करण्याची फारशी आवश्यकता नाही, असे 'झोंबी' प्रथम प्रसिद्ध झाल्यानंतर मला जाणवले, म्हणून सातव्या आवृत्तीतून तीनही भागांचे उल्लेख काढून टाकले आहेत. त्यामुळे प्रकरणांचे अंकही आता सलग अनुक्रमाने मांडले आहेत.

'झोंबी'मधील माझ्या घरातील माणसांची जन्म साले शेवटी एका परिशिष्टात दिली आहेत. दुसऱ्या परिशिष्टात माझ्या शिक्षणाची एस. एस. सी. पर्यंतची सालेही दिली आहेत. त्या दोन्ही परिशिष्टांमुळे 'झोंबी'तील घटनांचा ऐतिहासिक संदर्भ वाचकाच्या मनात अधिक ठळक व्हायला मदत होईल, असे वाटते.

रसिक वाचक-समीक्षकांनी 'झोंबी'ला आजवर प्रचंड प्रतिसाद दिला. आतापर्यंत 'झोंबी'ची हिंदी, कन्नड, बंगाली भाषात भाषांतरे झाली. नव्या अधिक देखण्या बाह्यरूपात 'झोंबी' आता प्रसिद्ध होत आहे.

'झोंबी'चे पालन-पोषण करणारे प्रकाशक श्री. सुनील मेहता आणि त्यांचे कर्मचारी, रसिक, वाचक, समीक्षक, अनुवादक या सर्वांचा मी मनापासून ऋणी आहे. सर्वांना धन्यवाद!

आनंद यादव

कृतज्ञता (पहिली आवृत्ती)

'झोंबी'चे हस्तलिखित वाचून श्री. गं. ना. जोगळेकर, श्री. अरविंद वामन कुलकर्णी, श्री. सुधाकर के. भोसले, श्री. शरद फटांगरे या माझ्या सुहृदांनी काही मौलिक सूचना केल्या. मला त्या संस्करणासाठी खूपच उपयुक्त ठरल्या.

'झोंबी'तील काही अंश, 'रसिक' (१९८० व ८१) व 'बागेश्री' (१९८२) या नियतकालिकांच्या दिवाळी अंकांतून पूर्वी प्रसिद्ध झाले होते. श्री नंदकुमार भागवत यांचा आपुलकीने आणि काळजीपूर्वक मुद्रणदोष तपासून लेखन निर्दोष करण्याचा प्रयत्न, कल्पना मुद्रणालयाची सुबक छपाई, श्री. अनिलकुमार मेहता यांची प्रकाशनविषयक आस्था या गोष्टी लाभल्या नसत्या तर 'झोंबी'च्या बहिरंगात निश्चितपणे उणिवा राहिल्या असत्या. या सर्वांचा मी मनापासून ऋणी आहे.

तीर्थरूप भाई (श्री. पु. ल. देशपांडे) आणि सौ. सुनीताताई यांच्या ऋणातून मला कधीच मुक्त होता येणार नाही. माझ्या बाबतीत ते सतत वाढतच जाणारे घटित आहे.

— आनंद यादव

झोंबी : एक बाल्य हरवलेलं बालकांड

आनंद यादव हे नाव मराठी साहित्याशी मैत्री असणाऱ्या वाचकाला नवीन नाही. महाराष्ट्रातल्या ग्रामीण जीवनाचं दर्शन घडवणाऱ्या कथा, कादंबऱ्या आणि कवितांचा लेखक म्हणून त्याचे कर्तृत्व गौरवाला पात्र ठरलेले आहे. समीक्षेच्या क्षेत्रातही त्याने चांगले लेखन केलेले आहे. पुणे विद्यापीठाच्या मराठी विभागात तो मोठ्या पदावर आहे आणि गेली काही वर्षे ग्रामीण साहित्यविषयक चळवळीचा तो सूत्रधार आहे. साहित्यात ग्रामीण-नागरी वगैरे काही भेद नसतो, असं म्हणणाऱ्यांचा एक वर्ग आहे आणि ग्रामीण जाणिवाच निराळ्या असल्यामुळे ग्रामीण आणि नागरी जीवनाप्रमाणे साहित्यातही भेद असणं अपरिहार्य आहे, असं म्हणणाऱ्यांचा दुसरा एक वर्ग आहे. साहित्यातल्या ह्या वर्गयुद्धात आनंद यादव ग्रामीण फळीचे नेतृत्त्व करीत असल्यामुळे, आपला मुद्दा अधिक परिणामकारक करण्यासाठी तो विशिष्ट पवित्र्यातही उभा राहिल्यासारखा वाटतो. हा पवित्रा पुष्कळांना रुचत नाही.

मात्र ह्या वादात सापडलेला आनंद यादव पटणारा किंवा न पटणारा असला तरी, ललित साहित्यातल्या त्याच्या कसदार लेखनामुळे आणि समीक्षात्मक लेखनात दिसणाऱ्या व्यासंगी वृत्तीमुळे, आजच्या मराठी साहित्यातल्या यशस्वी लेखकांत आनंद यादवच्या नावाचा अंतर्भाव सहजपणाने होतो.

अशा लौकिकार्थाने यशस्वी ठरलेल्या लेखकाने 'झोंबी' असे नाव देऊन आपल्या बाळपणाची कथा सांगितली आहे. तो आपले बालपण आठवत गेला आहे आणि एखाद्या गवयाने राग आळवावा तसा आळवीतही गेला आहे. ह्या कलापूर्ण आळवण्यामुळे, हा केवळ बालपणातल्या नाना प्रकारच्या कडूगोड घटनांचा अहवाल न होता ही एक सुंदर ललित कलाकृती झाली आहे. ललित साहित्यात घटना केवळ सत्य आहे म्हणून भागत नाही. सत्य हे कल्पनेहून अद्‍भुत असते हे जरी खरे असले तरी, त्यातला अद्‍भुतपणा किंवा त्या घटनेतले नाट्य वाचकाला जाणवायला त्या घटनेच्या कथनाला मिडासच्या स्पर्शासारखा कलेचा स्पर्श घडावा लागतो. उदाहरणार्थ, 'मी जिथे जातो तिथे तू माझ्या सोबत असतोस, आपल्या हाताला धरून चालवतोस' हा अनुभव

सत्य असेल. पण 'जेथे जातो तेथे तू माझा सांगाती । चालविसी हाती धरोनिया' असे छंदाचे चाळ बांधून, अभंगाची ओळ होऊन ते सत्य प्रकटले की मनाला आनंद देत मनात झिरपत जाते. कवितेतल्या छंदाप्रमाणेच प्रतिभावंताने गद्यात कल्पनेने भरलेले रंगदेखील अशीच किमया करतात. मात्र हे रंग नुसतेच वरवर थापलेले नसून फुलांच्या रंगांसारखे अंगभूत असल्यामुळे प्रकटले आहेत, याचा वाचकाला अनुभव यावा लागतो. सत्याला कलेतून मिळणारे सौंदर्याचे लेणे सहजभावाने लाभावे लागते. ते लेणे डोळ्यांत भरावे, पण खुपू नये. इथे अकृत्रिमतेला फार महत्त्व आहे. मराठीत लक्ष्मीबाई टिळकांच्या स्मृतिचित्रांचा अकृत्रिम लेखनाबद्दल सदैव गौरव होत आलेला आहे. ही अकृत्रिमता, चरित्र वाचनीय करावे म्हणून लक्ष्मीबाईंनी हट्टाने सांभाळलेली नाही. कधी कधी हा सहजतेच्या भासाचा अट्टाहास कमालीचा कृत्रिमही झालेला दिसतो. लक्ष्मीबाईंच्या व्यक्तिमत्त्वातच सहजता होती. लेखनात तो फार मोठा गुणधर्म ठरला. तीच गत बहिणाबाई चौधरींची. आपण आता चांगलीशी उपमा देऊया म्हणजे ही कवितेची ओळ अधिक कलापूर्ण होईल, असा संकल्प सोडून त्यांनी त्यांच्या ओव्यांमध्ये वाचकांना चकित करणाऱ्या, मुग्ध करणाऱ्या किंवा काळजाला हात घालणाऱ्या उपमादृष्टान्तांची योजना केली नाही. एखादा अनुभव त्या सांगायला लागल्या की, फुलाभोवती फुलपाखराने झेप घ्यावी तितक्या सहजतेने त्या अनुभवावर साहित्य कलेतली लेणी चढायची. साहित्यात ही किमया होते म्हणून तर, ज्या यातनांची पुन्हा आठवणसुद्धा नको असते त्या यातनांची गाणी होतात. साहित्यनिर्मिती ही वास्तवाचा अनुभव आणि त्यात घोळून आलेले कल्पनेचे रंग ह्यांच्या संगमातून प्रकटते. केवळ सत्यकथन हे रुक्ष वार्षिक अहवालासारखे असते. पण मनाला गुंगवून ठेवणाऱ्या त्या कथनाला कलेचा स्पर्श कुठे झाला, ते कधी कधी जाणवतही नाही. तरीही वाचकापुढे जे उभे राहते ते कधी स्वस्थ करणारे, कधी अस्वस्थ करणारे, कधी सुखावणारे, तर कधी खूप दुखवून जाणारे- नाना प्रकारच्या भाववृत्तींचा कल्लोळ उत्पन्न करणारे एक शब्दशिल्प.

आनंद यादवची आत्मकथा ही अशीच सत्य आणि भावना यांच्या उभ्या- आडव्या धाग्यांच्या ताण्याबाण्यांत विणलेल्या वस्त्रासारखी आहे. मात्र विणले गेले आहे ते सुबक, झुळझुळीत, मऊ-मुलायम वस्त्र नव्हे. हा वाण निराळा आहे. याचा पोतही निराळा आहे. मराठी साहित्याच्या सुदैवाने हा भाषेचा घोंगडीसारखा पोत मराठीला आता नवा नाही. सुबक, आणि शारीरिक कष्टांनी आणि भयानक दारिद्र्यामुळे जिथे पदोपदी कातडी सोलली जाण्याचे भय नव्हते अशा जीवनातल्या सुखदुःखांची आणि आशा-आकांक्षांची वस्त्रे विणत आलेल्या

साहित्यिक परंपरेच्या आशय आणि अभिव्यक्तिविषयक रूढ कल्पनांना जबरदस्त तडाखे देणारे असे एक वादळ ग्रामीण साहित्याच्या रूपाने मराठी साहित्यात आले. जी ग्रामीण भाषा नाटकाबिटकातून विनोदापुरती वापरली जायची, ती आपल्या जीवनाच्या वाताहतीची कहाणी समर्थपणाने सांगताना आढळायला लागली. उपेक्षेच्या अंधारात ठेचकळणाऱ्या आणि ज्यांच्या लेखी जगणे याचा अर्थ, दैन्य-दारिद्र्यापोटी क्षणाक्षणाला कोसळणारे आघात सोशीत किंवा सारे बळ एकवटून तात्पुरते टाळीत; मरणाच्या तिथीपर्यंतचा प्रवास करणे एवढाच होता, अशा माणसांचे ओझरते दर्शनही साहित्यात होत नव्हते. सुखवस्तू जीवनात साहित्याची निर्मिती आणि आस्वाद ह्या दोन्ही क्रियांकडे फावल्या वेळातली करमणूक म्हणूनच पाहिले जायचे. शिवाय अशा उपेक्षितांचे आणि शोषितांचे जीवन कंठणाऱ्या सत्तरऐंशी टक्के प्रजेची, साध्या शब्दांच्या सहानुभूतीपुरती देखील दखल घेतल्याशिवाय, समाजातल्या एका वर्गाला शतकानुशतकं सुखवस्तू पद्धतीने जगता येत होतं. त्यातून दैन्य, दारिद्र्य, उपासमार, शोषिताच्या कुळात जन्माला येणे वगैरे; पूर्वजन्मातल्या कर्माची फळे असल्याची शिकवणही देण्यात येत होती ती देखील मोठ्या चतुराईने आणि वेळी प्रसंगी दंडुक्यांचा वापर करूनही ह्या समाजात एक उच्चनीचतेची उतरंड करून ठसवण्यात आली होती. त्यामुळे जीवन फुलवणाऱ्या, आनंद देणाऱ्या, सौंदर्यपूर्ण अशा गोष्टी भोगण्याचा आपल्याला मुळात हक्कच नाही अशी, ही विपन्नावस्था भोगणाऱ्या समाजाचीही पक्की धारणा होती. मालक पुढ्यात टाकेल त्या कडब्याचेच काय ते आपण धनी, असे गोठ्यातल्या बैलाने मानून तो घास पोटात ढकलावा, तितक्याच असहायतेने भाकरीचा जो ताजा किंवा शिळा तुकडा पानात पडेल तोच आपल्या नशिबी लिहिलेला आहे असे मानून, वर्षांनुवर्षे जगत- म्हणजे मालकासाठी राबत आलेला- असा संख्येने प्रचंड असणारा एक वर्ग होता. आजही आहे. शतकानुशतके दारिद्र्यामुळे शोषण आणि शोषणामुळे दारिद्र्य अशा यातनाचक्रात असंख्य माणसांची आयुष्ये फिरत राहिली आहेत. वयाच्या कुठल्याही वर्षी मरण आले तरी 'सुटला' किंवा 'सुटली', खायला मागणारे एक तोंड कमी झाले- ह्या खेरीज भोवतालच्या माणसांची दुसरी कुठलीही प्रतिक्रिया होऊ नये, अशा अवस्थेत जगणाऱ्या माणसांच्या दुःखाचा हुंदकाही कालपरवापर्यंत मराठी साहित्यातून उमटलेला ऐकू आला नव्हता. ही असंख्य माणसे आपल्या दुःखाच्या कथा पोटातच ठेवून, माटे मास्तरांच्या सावित्रीसारखी मुक्यानेच मेली. पोराला शाळेत पाठवणे ही गोष्टच मुळी जिथे न परवडणाऱ्या चैनीत जमा होत होती; तिथे हाती लेखणीच आली नाही. परंपरागत संस्कारांचा पगडा इतका

जबरदस्त होता की, आपले हात हे देवाने नांगर, खराटा किंवा असलीच सतत अपार कष्टांची मागणी करणारी अवजारे धरण्यासाठीच निर्माण केली आहेत आणि लेखणी धरणारा हात देवानेच आपल्याला नाकारलेला आहे, ही दृढ समजूत होती. दिवसभर अन्नाच्या शोधात फिरणारी जनावरे आणि ही माणसे ह्यांच्या जगण्यात फरक नव्हता. जगण्याचं सारं प्रयोजन भूक भागवायला हव्या असलेल्या भाकरीभोवती साठलेलं होतं. हे जळजळीत वास्तव, एखादा पडदा टर्रकन फाडून त्या मागचे भयानक दृश्य प्रेक्षकाला दाखवावं तसे; 'शेतकऱ्यांचा आसूडा'त म. ज्योतिबा फुल्यांनी शिक्षित समाजाला दाखवले. वास्तविक ज्योतिबा हे काही ललित लेखक नव्हेत. पण त्यांनी शेतकऱ्याच्या झोपडीतल्या दारिद्र्याचे शब्दांनी जे चित्र काढले आहे त्याला तोड नाही. त्या खोपटातली प्रत्येक जीर्णशीर्ण, फुटकी-तुटकी वस्तू आणि गाडगीमडकी जर वाचा फुटून बोलायला लागली तर शेतकऱ्याच्या दुरवस्थेचे महाभारत सांगून जातील असे वाटायला लागते. इथे त्या लेखनामागल्या ज्योतिबांच्या उत्कटतेतून त्या वर्णनाला कवितेसारखी गती आली आहे. त्या गद्य ओळीसुद्धा ओवीसारख्या मनात पाझरत जातात आणि वस्तीला राहतात. 'समाज' ह्या शब्दाबद्दलची पांढरपेशा समाजाची सारी संकुचित आणि आत्मतुष्ट धारणा कोसळून टाकण्याचे सामर्थ्य असलेले, हे दिसायला छोटेसे असणारे पुस्तक आहे. एखाद्या युद्धाआधी रणशिंग फुकावे तसे 'शेतकऱ्याचा आसूड' हे समाजप्रबोधनाच्या युद्धाआधी फुंकलेले रणशिंग आहे असे मला वाटते.

सतत सहन कराव्या लागणाऱ्या दारिद्र्यातून निर्माण झालेल्या हालअपेष्टांमुळे मनाची सारी उभारी नष्ट झालेल्या बहुजनसमाजात, 'आपले जीवन हे असे का झाले?' ह्याचे कारण सांगून, एक नवा आत्मविश्वास निर्माण करण्याचे कार्य म. फुल्यांपासून महाराष्ट्रात सुरू झाले. 'विद्या नसल्यामुळे सारे आयुष्य नासल्याची' त्यांनी जाणीव करून दिली. आणि जी हाती न धरल्यामुळे ही दुरवस्था प्राप्त झाली ती लेखणी आणि नाना विषयांचे ज्ञान हाती आणून देणारे पुस्तक स्वत:च्या हातात घ्यायला त्यांनी शेतकरी आणि शरीरश्रम करणाऱ्या समाजाला उद्युक्त केले. स्त्रिया आणि शेतकऱ्यांची पोरे ह्यांना शाळेची वाट दाखवण्याचे कार्य करणे ही केवढी प्रचंड क्रांती होती याची आज कल्पना येणार नाही. पण शेतकऱ्याच्या झोपडीत पाटी-पेन्सिलीने ज्या क्षणी प्रवेश केला तो खरा क्रांतीचा प्रारंभ मानायला हवा.

अशाच एका दारिद्र्याचे आसूड खात जीव जगवीत ठेवणाऱ्या कुटुंबातल्या एका पोराच्या हाती 'पाटीपेणशिल' आल्यापासून ते तो मॅट्रिकची परीक्षा पास

होईपर्यंत करीत राहाव्या लागणाऱ्या झोंबीची आनंद यादवने ही कहाणी सांगितली आहे. ज्या समाजात मुलाने शाळेत जाणे ही नैसर्गिक घटना मानली जाते त्या ब्राह्मण किंवा तत्सम वर्गातल्या मुलाने 'मॅट्रिक' होणे आणि ज्या समाजात 'शाळा शिकणे' म्हणजे कुळाला बुट्टा लावणे असे मानले जायचे त्या समाजात जन्माला आलेल्या आनंद यादव सारख्या मुलाने मॅट्रिक होणे; ह्यात जमीन-अस्मानाचा फरक आहे. अर्थात, ब्राह्मण समाजातील सगळीच मुलं काही फार मोठ्या श्रीमंतीत वाढलेली असायची असं नाही. गावातल्या ब्राह्मण आळीतही, पाचवीला दारिद्र्य पुजलेली अनेक घरे असायची. रानात शेत नाही आणि गावात घर नाही अशा अवस्थेतली अनेक अनाथ, पितृहीन मुलं भिक्षा मागून भूक भागवीत; पण शाळा करीत. ह्या भिक्षेला 'माधुकरी' असे मोठे गोंडस नावही दिलेले होते. पण माधुकरी मागायला उपाशी पोट एवढीच अर्हता उपयोगाची नव्हती. त्यासाठी तो मुलगा ब्राह्मण असण्याची अट होती. आणि ब्राह्मण असली तरी एखाद्या अनाथ, गरीब मुलीला माधुकरी मागायचा अधिकार नव्हता. चतुर्थवर्णीयांबरोबर तिलाही शाळेचे दरवाजे बंद करून टाकून माधुकरीची गरजही ठेवलेली नव्हती. अशा सामाजिक वातावरणात शाळेत जाऊन शिकायची इच्छा बाळगणे, हे आपण होऊन शारीरिक आणि मानसिक यातनांना निमंत्रण देण्यासारखे होते. आनंदच्या मनात ही इच्छा निर्माण झाली आणि दोन वेळची भाकरी देखील मिळण्याची शाश्वती नसलेल्या शेतकरी कुटुंबातला आन्द्या प्राथमिक शाळेची पायरी चढला. त्याच्या हालात भर पाडणारे पुस्तकाबद्दलचे प्रेम त्याच्यात उत्पन्न झाले. पोराची पाठ ही मायेने हात फिरवण्यासाठी नसून काठीने फोडून काढण्यासाठी आहे आणि बायको हे चोवीस तास घरागोठ्यात आणि शेतात राबणारे आणि एकामागून एक मुले जन्माला घालणारे यंत्र आहे असे मानणारा आणि 'हम करे सो कायदा' ह्या वृत्तीने वागणारा रतनू जकाते नावाचा शेतकरी त्याला बाप म्हणून लाभला होता. शाळेतले बहुतेक 'गुर्जीही'; विद्यार्थ्यांशी मायेने वागले तर जगबुडी सुरू होईल, अशा थाटात वागत. चार अक्षरे आणि दोन पाढे पोरांच्या पदरात टाकायच्या मोबदल्यात त्या अर्भकांचा काटा काढत वर्ग हाकीत. कुठल्याही दिशेने काही सुखाचा, आनंददायक, प्रसन्नतेच्या वाऱ्याचा स्पर्शही घडू नये अशी परिस्थिती. असल्या ह्या प्रतिकूल अवस्थेत शिकायची हौस टिकवून धरणाऱ्या आनंदाला, त्या शिक्षणासाठी किंमत द्यावी लागली ती त्याच्या बाल्याची. ज्या बालपणीचा काळ सुखाचा असल्याची गाणी गायली जातात, जे बालपण रम्य असतं म्हणतात ते त्याला कधी भेटलंच नाही. शाळेच्या दाखल्यावर बाल्याचा फक्त लेखी पुरावा होता.

रोजचा दिवस नवी यातना देण्यासाठी उगवायचा, ही शिक्षा ह्या कोवळ्या भावंडांना भोगायला लागावी असा गुन्हा कोणता? दारिद्र्य. आर्थिक दारिद्र्य आणि त्या दारिद्र्यासोबत येणारं मानसिक दारिद्र्य. आनंदा वाढत होता तो ह्या दुधारी दारिद्र्याचे चटके खात. हे सारे सहन करत असताना त्याला पुस्तकांची गोडी निर्माण झाली. त्याच्या शेतकरी बापाची पक्की धारणा होती की, शेतकऱ्याच्या पोराचे हात शेणामातीत राबण्यासाठी म्हणूनच देवाने दिले आहेत. बुके वाचणे, शाळा शिकणे हे त्याच्या लेखी भिकेचे डोहाळे होते. दोन वेळचा घास पोराबाळांच्या तोंडी पडेल इतक्याही वकुबाची त्याची शेती नव्हती. तरीही पोटापाण्याचा अन्य व्यवसाय करावा असंही त्याला वाटत नव्हतं. भाराभर पोरांना जन्म देण्यात आपण खाणारी तोंड वाढवून सगळ्यांनाच उपाशी टाकतो आहो याची त्याला खंत नव्हती. कदाचित गुलामासारखे राबणारे काही हात वाढवल्याचे समाधानही असेल. हे आनंदाचे आत्मचरित्र असले तरी, ह्या कथेचा नायक, खलनायक आणि विनोदी पात्र त्याचा बाप रतून हाच म्हणायला हवा. बसता बुक्की आणि उठता लाथ हेच कुटुंबप्रमुखाचे बायकोपोरांच्या बाबतीत धोरण असायला हवे, ह्या सिद्धांतावर त्याची अढळ श्रद्धा होती. त्याच्या मनाला कशाहीमुळे पाझर म्हणून फुटायचा नाही. ह्या साऱ्या कथेत हा रतनू एक दोन ठिकाणी किंचित गलबलल्यागत झालेला दिसतो. तेवढ्या अनुभवानेही आन्द्याच्या बाल्याच्या वाळवंटात अकस्मात पावसाची सर येऊन गेल्यासारखे वाटते. स्वत:ला शेतकरी म्हणवणारा हा माणूस सदैव अंगमेहनत टाळायचा. थोरामोठ्यांच्या बैठकीत बसायचा मिळावे म्हणून धडपडायचा. आणि सतत राबराबून आपण कसे हैराण झालो आहोत असा उलटा कांगावा करीत राहायचा.

आनंदाच्या बाळपणी रात्रंदिवस चालणाऱ्या ह्या झोंबीची सुरूवात घरापासूनच होते. कारण घर हे मुळी मुकाट राबणाऱ्या आणि आसूड खाणाऱ्या बैलांच्या गोठ्याला चिकटलेल्या वास्तूसारखं होतं. वडीलधाऱ्यांच्या पोटात पोरांविषयी मायासुद्धा परवडत नव्हती. झोपडीभोवतालची झुडपं आपसूक उगवावी, आपसूक वाढावी, तशीच सुकावी-एखादं दुसरं मरून जावं अशीच जिथे कुटुंबात जन्मलेल्या पोरांची अवस्था होती; तिथे बालपण, किशोरवय, तारुण्य ह्या जीवनाच्या विविध देशांचं त्या त्या वेळी योग्य ते कौतुक करायचा विचारही कुणाला शिवत नव्हता. जिथे बापाला कधी माया लावावी असे वाटले नाही आणि आईला युक्त्याप्रयुक्त्या केल्यावाचून पोरांच्या पोटात अर्धामुर्धा शेवेचा गुळमट लाडू ढकलता आला नाही, तिथे गहिवरून सांगाव्या अशा वात्सल्यसिंधू

आईच्या आणि बाबांच्या आठवणींनी बालपणातल्या कहाणीला रंग कुठून भरायचा? ह्या आत्मकथेच्या पहिल्या वाक्यातच, माया-ममतेला संपूर्णपणाने पारख्या असलेल्या आनंदाच्या बालपणाची कहाणी बीजरूपाने आढळते. आनंद सांगतो, "ताराचं लग्न झालेलं ताराला माहिती नाही. ती एक वर्षाची असताना तिचं लग्न झालं. रतनू त्यावेळी आठ नऊ वर्षांचा होता." ही तारा म्हणजे आनंदची आई आणि रतनू बाप. 'मातृदेवोभव, पितृदेवोभव' हे ऐकण्याची सवय झालेल्या कानांना जन्मदात्या आईवडिलांचा असला उल्लेख सहन होणार नाही. मला हा आईवडिलांविषयीचा इतका अलिप्त आणि कोरडा उल्लेख वाचताना, आल्बर्ट कामूच्या 'आऊटसाइडर' मधल्या पहिल्या वाक्याची आठवण झाली. त्याने म्हटले आहे - "Mother died today or may be yesterday, I can't be sure." (आई आज वारली. कदाचित् काल असेल. मला नक्की नाही सांगता येत.)

असले लेखन वाचकाला त्या कादंबरीच्या नायकांचे सारे उपरेपण सांगून जाते. मातृप्रेम-पितृप्रेम, कुटुंबातल्या माणसांचा जिव्हाळा ह्या अनुभवांचा ज्या जीवनात स्पर्शही झाला नाही अशा जीवनाची कहाणी कोरडेपणानेच सांगितली जाणार. ज्याच्या वाट्याला माणसामाणसांतला जिव्हाळा कधी आलाच नाही, तो आपली चित्तरकथा दोन प्रकारांनी सांगतो. एक म्हणजे, ऐकणाराच्या मनात कणव उत्पन्न करण्यासाठी किंवा कथनाची दुसरी पद्धत म्हणजे, विलक्षण कोरडेपणाची.

पण कुठेही स्वत:ला भावविवश होऊ न देता, वाचकाच्या डोळ्यांत सहानुभूतीचे अश्रू उभे करण्याच्या फंदात न पडता, त्याच्या मनाला जडलेला सारा सुखवस्तूपणा आणि आत्मसंतुष्टता उखडून टाकायची शक्ती असलेला हा कोरडेपणा; शोषितांच्या जगाचे दर्शन घडवणाऱ्या लेखकांनी केवळ एक शैलीचा प्रकार म्हणून स्वीकारलेला नाही. त्या मागे 'आम्हाला कुणाची दया नको. चांगल्या रीतीने जगण्याचा आमचा प्राथमिक हक्क हिरावून घेणारी आजची समाजपरिस्थिती, आमच्या जीवनाची काय परवड करून गेली आहे ते पहा. ही समाजव्यवस्था आम्ही बदलल्याशिवाय राहणार नाही.' हे सांगणारी फुले-आंबेडकरांची प्रेरणा आहे. आर्थिक शोषणावर आणि ते शोषण व्यवस्थितपणाने चालू रहावे म्हणून त्या शोषितांना धर्म-रुढी, स्वर्ग-नरक वगैरे कल्पनांच्या दलदलीत रुतवून ठेवायला साहाय्य करणाऱ्या परंपरांवर आधारलेली, ही पृथ्वीवरच निर्माण केलेली नरकवासासारखी परिस्थिती आहे. सतत दयेवर तरी किंवा टाचेखाली रगडून घेत खाली मान घालून तरी जगायची शतकानुशतके

सवय झालेल्या समाजाला आपल्या हक्काची जाणीवच नव्हती. म. फुले आणि डॉ. आंबेडकर यांनी 'दया' हा शब्दच उखडण्यापासून लढ्याला सुरूवात केली आणि अश्रूंची हकालपट्टी झाली. त्यातूनच सत्यपरिस्थितीच्या दर्शनात हा वाचकाच्या मनात टोकदार सळीसारखा शिरणारा कोरडेपणा आला. 'मला काय त्याचं?' अशा आत्मसंतुष्ट वृत्तीनं डोळ्यांवर कातडे ओढीत जगणाऱ्या समाजाला जोरदार हादरा देणे आवश्यक होते. फुले, आंबेडकरांचे लेखन आणि भाषणे हा एक वैचारिक भूकंप होता. त्या धक्क्याने सुखवस्तू समाजातलीही संवेदनाशील अशी जी मने होती ती हादरली, त्या भीषण वास्तवाच्या दर्शनाने कधी मनोमन ओशाळली; तर कधी एक नवी दृष्टी लाभल्याबद्दल त्या साहित्याकडे कृतज्ञतेच्या भावनेने पाहायला लागली.

ग्रामीण जीवनातल्या ह्या दु:स्थितीच्या दर्शनाचे दार मराठी साहित्यात प्रथम कोणी किलकिले केले असेल तर ते श्री. म. माट्यांनी. आज ग्रामीण विभागातून आलेल्या उपेक्षित समाजातल्या लेखकांच्या साहित्यकृती माट्यांनी पाहिल्या असत्या तर, 'याचिसाठी केला होता अट्टाहास' असेच त्यांनी म्हटले असते. ललित साहित्यात भर घालावी म्हणून माट्यांनी उपेक्षितांच्या कथा लिहिल्या नाहीत; तर उपेक्षेच्या अंधारात वर्षानुवर्षे खितपत पडलेल्या एका प्रचंड मराठी समाजाची साहित्यात नोंद न घेता वापरलेल्या; महाराष्ट्र, मराठी, मराठी जीवन वगैरे शब्दांची व्याप्ती किती संकुचित समाजापुरती आहे, याची जाणीव करून देणे हे त्यांना अधिक अगत्याचे वाटले होते. पांढरपेशा समाजाचे त्यांनी उपेक्षितांच्या जीवनाकडे लक्ष वेधून घेतले. पण माट्यांना संघर्षापेक्षा सुधारणेची तळमळ अधिक होती. उपेक्षित समाजाला आधी शिकवून शहाणे करायला हवे, अशी त्यांची विचारसरणी होती.

त्याच काळात ग्रामीण भागात कर्मवीर भाऊराव पाटलांनीही खेडोपाडी शाळा नेण्यासाठी जिवाचं रान केलं.

लेखणी आणि शब्द ह्यांच्या असामान्य सामर्थ्याचा जिथे यत्किंचितही अनुभव नव्हता अशी ठिकाणी राहणाऱ्या, भौगोलिक आणि मानसिक अशा दोन्ही दृष्टीने सांस्कृतिक चळवळीच्या केंद्रस्थानापासून दूरदूरच्या कोपऱ्यात राहणाऱ्या लेखकांनी, अंगात नव्या चैतन्याचा संचार व्हावा अशा उत्साहाने लेखन करायला सुरुवात केली. ग्रामीण विभागातून येणाऱ्या ह्या साहित्याच्या लोंढ्याने प्रथम जर काही वाहून नेलं असेल, तर केवळ विरंगुळा किंवा करमणूक एवढ्याच माफक अपेक्षेने पुस्तकाकडे पाहाणाऱ्या वाचकाची आत्मसंतुष्टता. आजवरचे ललितसाहित्य तुरळक अपवाद सोडले तर त्याला सुखवीत होते.

त्या कथातली पात्रे दुःखे भोगीत असली तरी, ती दुःखे हळुवार फुंकरीने विसर पडणारी होती. तिथे आईचं दर्शन घडायचं ते प्रेमस्वरूप आईचं. आनंदच्या आत्मकथेत: आईला एका आडदांड, विवेकशून्य पुरुषाशी संसार करताना काय विलक्षण यातना भोगाव्या लागत, पस्तिशी ओलांडायच्या आत जिला अनेक बाळंतपणाच्या यातनांतून जावे लागले- त्यातली जी आठ मुले वाचली त्यांच्या चोचीत पुरेसा चारा आणून देण्याची ज्याला ताकद नव्हती- अशा माणसाशी संसार करताना- तिचा जीव रडकुंडीला कसा येई याचे चित्र आहे. एकटीच बसून ती आनंदच्या वडिलांना शिव्या देई. '...बसून नुसती पोरं काढायला पाहिजेत. राबायला नग. आयतं बसून खायला पायजे. ह्येच्या त्येच्यावर डोळं वटारलं, दणकं दिलं की झाला ह्येंचा बापईपणा.' असं ती म्हणे. 'अंधाराला सांगत बसल्यागत ती दिसायची.' एकदा "आईला दादानं बाजल्यावरच धरून बडवली. ओली बाळंतीण. जुळ्यांना जन्म देऊन अशक्त झालेली. तिनं खुंट्याला बांधलेल्या जनावरासारखा मार खाल्ला. सकाळी बाळा सणगरीण पोरींना न्हायला घालायला आल्यावर आई तिच्याजवळ म्हणाली, "व्हंजी, मला ही पोरं नगं नगं झाल्यात बगा. ह्यास्नी अफू घालून थंड करावीत नि कष्टाला मोकळं व्हावं असं वाटतंय." आयुष्य ही ज्यावेळी एका अन्यायी समाजपरिस्थितीतून निर्माण झालेली यातनांची साकळी होऊन जाते त्यावेळी वात्सल्य, मातृत्व वगैरे जीवनातल्या सुंदर मूल्यांबद्दल पुनर्विचार करायची आवश्यकता तीव्रतेने भासायला लागते. आणि पर्यायाने ह्या कष्टमय जीवनाचे चित्रण करणाऱ्या साहित्याच्या समीक्षेबद्दलही!

आनंदचं आणि रात्रंदिवस शारीरिक कष्ट करून दोन वेळची भाकरी न मिळणाऱ्या त्या आर्थिक स्तरातल्या हजारो मुलांचं आयुष्य, ह्याच काट्याकुट्यांनी भरलेल्या वाटेने गेलं. आजही परिस्थितीत फार प्रचंड फरक नाही. ती वाट आनंदच्या कोवळ्या पावलांनी कशी तुडवली याची ही आत्मकथा आहे. आत्मचरित्रात पुष्कळदा आत्मप्रौढी आणि आत्मसमर्थन डोकावते. सुदैवाने ह्या कथेत हे दोन्ही दोष नाहीत. एकतर हे बाल्यच इतके क्लेशदायक होते, की तिथे आत्मप्रौढीला स्थानच नव्हते. शक्यता होती ती बाल्यातल्या त्या क्लेशांच्या स्मरणाने भावविवश होण्याची. लेखनात कटुता येण्याची. पण ह्या बाबतीतला आनंदाचा संयम लेखनाचा तोल बिघडू न देणारा आहे. हे जगणे सर्वस्वी परिस्थितीच्या हाती असल्यामुळे, आत्मसमर्थन करावे अशी स्वनिर्मित घटनाही नव्हती. होती फक्त मॅट्रिकपर्यंतची चढण संपवून ती परीक्षा पास होण्याची ईर्षा. वर्गात आजूबाजूला सुखवस्तू कुटुंबातली मुले होती. कधी त्यांच्या घरी जाण्याचा

योग आला तर तिथला सुबकपणा पाहून आपल्या परिस्थितीचे दुःख अधिक जाणवत होते. तरीही ते दुःख गोंजारीत राहण्यापेक्षा, घरातल्या विरोधाला न जुमानता आन्द्या आपली वाट कापीत मॅट्रिकच्या दिशेने निघाला होता. अभ्यासाशी झोंबी घेत होता आणि शेतात बेसुमार शारीरिक कष्ट करीत होता. दरिद्री जीवनात आपल्या बालवयातल्या ज्या काही हौसा मौजा होत्या, त्या पुरवायला कधी जो जुगाराच्या अड्ड्यावर रंगला, कधी विड्यांची थोटकं गोळा करून फुंकली, कधी फिरत्या सिनेमाच्या तंबूच्या कापडाच्या फटीतून चोरून सिनेमे पाहिले, तर कधी पुस्तकं विकत घ्यायला चक्क चोऱ्या केल्या.

आज ह्या साऱ्या बालपणाकडे आनंद आयुष्यातल्या एका निराळ्या उंचवट्यावर उभा राहून पाहतो आहे. ज्या कागलात चतकोर भाकरीला तो आणि त्याची भावंडे महाग होती, तिथे आता एखाद्या समारंभाला प्रमुख पाहुणा म्हणून त्याला मानाचे बोलावणे येते. तिथल्या वाटेवर एखाद्या शेताच्या तुकड्याकडे पाहून, त्या मातीत गळलेल्या आपल्या घामाच्या आठवणीने तो अस्वस्थही होत असेल. 'हे असलं बालपण मला कां भोगावं लागलं?' हा प्रश्न त्याला छळत असेल. आपण सतत प्रतिकूल वातावरणाशी झगडत शिकत गेलो, पुस्तके वाचायला मिळावी म्हणून दारोदार हिंडलो, सुस्थित मित्रांशी सलगी केली, एखाद्या सहृदय शिक्षकाच्या शाबासकीच्या अनुभवाने फुलून आलो- गोडापेक्षा कडूच जास्त गिळावे लागले... आता आपण लिहिलेली पुस्तके लोक वाचताहेत, पण आपल्यासारख्या कितीतरी मुलांना परिस्थितीने पुन्हा त्या शरीर आणि मन पिळून टाकणाऱ्या, रखडत्या आणि रखरखीत जीवनातच रुतवून ठेवलेले आहे, याचीही त्याला जाणीव आहे. आणि ह्याच जाणीवेने, ग्रामीण विभागातले एखादे पोरगे साहित्याच्या ओढीने तळमळत असेल, आपल्या अनुभवांना कथाकादंबरीतून, एखाद्या कवितेतून आकाराला आणत असेल तर त्याची वाट सोपी व्हावी, त्याला हात देऊन वर घ्यावा, त्याला मार्गदर्शन करावे ह्यासाठी तो धडपडत असेल. आज आनंद यादव कुठल्याही प्राध्यापकासारखा नागरी संस्कृतीत वाढतो आहे. त्याचे आणि त्याच्या कुटुंबीयांचे शेताशी तितके घनिष्ठ नाते उरलेले नाही. पण आजही लेखणी हातात घेतली की ती गावाच्या दिशेने धावायला लागते. मात्र आता तो शहरातून खेड्याकडे जातो तेव्हा; 'झाडाची समदी मुळं आता तुटाया लागल्यात' हे त्याला तीव्रतेने जाणवते. एकेकाळी शोषणाच्या एका पद्धतीची बळी ठरलेली ग्रामीण जनता, आता कारखान्यांनी आणलेल्या एका सुबत्तेचा आभास निर्माण करीत चाललेल्या निराळ्याच मृगजळाची बळी ठरते आहे. आनंदच्या 'गोतावळ्या'त ह्या आक्रमणाची सूचना त्याने

अतिशय परिणामकारक रीतीने केलेली आहे. पुष्कळदा त्याच्या लेखनात 'कृष्णाकाठी कुंडल आता पाहिले उरले नाही' हा सूर उमटताना दिसतो. हे अपरिहार्य आहे. काळाबरोबर ग्रामीण प्रदेशाचा चेहरामोहरा बदलला तर नवल नाही. शेत आणि शेतीचा माल, शारीरिक श्रमातून तयार होणाऱ्या गाडग्यामडक्यासारखी, पायताणासारखी, किंवा हातमागावरच्या एखाद्या सणंगासारखी उत्पादने- एवढ्यातच गुंडाळले गेलेले खेडे, आता छोट्या मोठ्या कारखान्यांचा धूर सोडताना दिसते आहे. शेती जशी आपली संस्कृती घेऊन आली तसेच हे कारखाने आपली संस्कृती घेऊन येणारच तिथे संस्कृतिसंघर्ष होणे आणि नव्या जोमदार संस्कृतीने जुन्याच्या उरावर बसून ती नष्ट करणे अपरिहार्य आहे. आसपास कारखान्यांचा घेराव पडल्यानंतर पुण्यासारखं शहरसुद्धा गेल्या वीस-पंचवीस वर्षांत ओळखता येऊ नये असं बदललं. ज्यांचा वर्षानुवर्ष अभिमान बाळगला ते ऐतिहासिक वाडे, नव्या उंच उंच इमारतींच्या शेजारी अंग चोरून तरी उभे राहिलेले दिसतात किंवा भुईसपाट होऊन नव्या कॉलन्यांचे रूप लेवून मिरवतात. हे बदल घडवणारे वारे खेड्यांपर्यंत पोहोचल्याशिवाय कसे राहणार? आता तर तिथे टेलिव्हिजनही पोहोचला. ज्या पिंपळाच्या पारावर किंवा चाबडीत 'औंदा पावसानं दगा दिला' किंवा वडगावच्या जत्रेतल्या कुस्तीच्या फडात कोण बाजी मारेल याची चर्चा चालायची, तिथे आता सुनील गावसकरची सेंचुरी थोडक्यात हुकल्याची हळहळ व्यक्त होताना दिसेल. चित्रहारमधलं कुठलं गाणं फक्कड आहे आणि कुठचं कंडम आहे यावर मतं व्यक्त होतील. इतकेच कशाला, ग्रामीण जीवन आणि नागरी जीवन ह्यातल्या अनेक भिंती अशा काही कोसळून पडतील; की एकेकाळी नुसतं मॅट्रिक व्हायला शेतकरी कुटुंबातल्या पोराला कसल्या हालअपेष्टा सोसायला लागायच्या, ते आनंदची ही आत्मकथा वाचून प्रथमच उमगल्यावर उद्या त्याच ग्रामीण भागातल्या नव्या यंत्रसंस्कृतीत वाढणाऱ्या मुलाला नवल वाटेल. प्रगत देशात ग्रामीण परिसरात राहणारी माणसे आणि नागरी माणसे ह्यांच्यात आता भेद राहिलेला नाही. आता शेती ही देखील 'इंडस्ट्री' झाल्यामुळे, औद्योगिक संस्कृतीचे सारे गुणदोष शेती-उद्योगातही आले. जमीन हाही धान्य उत्पन्न करणारा कारखाना झाला. भूमाता, काळी आई वगैरे काव्य हळुहळू लुप्त होणार. पिठाच्या गिरणीने नुसती जात्यांची घरघर संपवली नाही; तर त्या दळणाच्या जोडीने उमटणाऱ्या ओव्याही संपवल्या. लोकवाङ्मयाचा अभ्यास करणाऱ्या किंवा पी.एच.डी. मिळवण्यासाठी प्रयत्न करणाऱ्यांखेरीज, ओवी हरवल्याचं खेड्यात तरी कुणाला दुःख दिसत नाही. ओवी गेली आणि देवाची भजने आणि भूपाळ्यांनी, शहरे आणि खेडी

यांचा रामप्रहर एकसाथ साजरा करणारा रेडियो आला. मानवी समाजाच्या प्रवासाचा सारा इतिहास, काही मिळवायचे आणि काही गमवायचे अशाच सूत्राला धरून चाललेला दिसतो. आनंदचे बाळपण ज्या खेडेवजा गावात गेले ते गाव त्याला पुन्हा भेटणार नाही. त्याचे कमालीच्या कष्टांचे बाळपण त्याने लेखनात नोंदवून ठेवले आहे म्हणूनच त्या गावात आणि त्या ग्रामीण परिस्थितीत त्याला आणि आपणा सर्वांनाच पुन्हा पुन्हा डोकावता येईल.

माझ्या डोळ्यांपुढे, तीसएक वर्षांपूर्वी मला रत्नागिरीला भेटलेला आनंद उभा राहतो. गोगटे कॉलेजच्या पहिल्या वर्षात होता. त्याचे प्राचार्य य. द. भावे स्वत: कवी. त्यांनी गरीब परिस्थितीतल्या ह्या मुलाला, त्याच्यातला कवी त्यांना दिसला म्हणून, कॉलेजात फीची खूप सवलत देऊन प्रवेश दिला होता. त्यांनीच मी रत्नागिरीला गेलो असताना त्याला माझ्या भेटीला पाठवला होता. साधा घरी धुतलेला पायजमा आणि सदरा घातलेल्या कोवळ्या वयाच्या ह्या लुकड्या मुलाने भीत भीत माझ्या हाती स्वत:च्या कवितांची वही दिली होती. एखाद्या होतकरू कवीने आपल्या हाती कवितासंग्रह देऊन अभिप्रायाच्या अपेक्षेने आपल्याकडे पाहणे, हे एक करूण दृश्य असते. कित्येकदा धर्मसंकटही असते. मी 'तिरंगी झेंड्यास प्रणाम', 'माझी भारतमाता', 'शिवप्रभूंचे चरणी त्रिवार वंदन' किंवा हळूच त्यात चोर पावलांनी शिरलेली 'तू पुनवेची चांदणी...' अशा मथळ्यांच्या अपेक्षेने वही उघडली. पाहातो तर; पु. शि. रेग्यांच्या कवितांच्या मापाच्या मिनीसाईझच्या कविता होत्या. एक एक कविता वाचत गेलो आणि एक प्रतिभावान कवी अचानक हाती लागल्याबद्दल 'युरेका' म्हणून ओरडावे असे मला वाटले. मी वही ठेवून घेतली. मी आणि माझ्या पत्नीने सगळ्या कविता पुन्हा वाचल्या. त्यानंतर आमचे ह्या कवितांसाठी स्थलसंशोधन सुरू झाले. ते हस्तलिखित श्री. पु. भागवत, म. वि. राजाध्यक्ष यांना वाचायला दिले. राजाध्यक्षांना तर ही कविता त्यातल्या अस्सल ग्रामीणपणामुळे, इंग्रज ग्रामीण कवी रॉबर्ट बर्न्स ह्याच्या कवितांची आठवण करून देणारी वाटली. अशी ही कविता सुस्थळी पडावी असे फार वाटे. शेवटी, त्या काळात ग. पां. परचुरे यांनी 'परचुरे' नावाचं मासिक सुरू केलं होतं, त्यात 'तळची भाकर' ही कविता छापून आली. मासिकाच्या पानावर स्थानापन्न झालेली आनंदची ही पहिली कविता.

ऐकलं काय हो । उशीर करूनच न्याहारीला जावा ।
जेवू द्यात दीर-मामाजी आदी । त्यांस्नी वाढत्यात थोरल्या जावा ।

कोणबी न्हाई वागत । जिवाभावानं माझ्यासंगं ।
खाऊ द्यात ती दाल्ला-बायकू । सोन-रूपं आनंदानं ।
जाऊन शिस्तीनं जेवायला तुम्ही । हळूच उचला तळची भाकर ।
आणि तिच्या पापडाखालचं । लोणी, सांडगं खावा अदुगर ।
ठाव न्हाई कुणाला गुपीत । सासूबाईलाबी हे नका बोलू ।
त्याबी घालत्यात दिरा-नणंदास्नी । 'आणता न्हवं मला दिवाळीत शालू?'

दिवाकरांच्या एखाद्या नाट्यछटेसारखी ही कविता आहे पण आनंदच्या कवितेकडे चोखंदळ वाचकाचे खरे लक्ष गेले, ते त्यानंतर काही वर्षांनी त्याची कविता सत्यकथेत छापून आली तेव्हा. एकेकाळी, संस्थानात पंक्तीला वाड्यावरचं निमंत्रण येण्याला जे महत्त्व होतं, तेच सत्यकथेत आपल्या कथा-कवितेला पान मिळण्याला होतं. आनंदच्या साहित्यिक आयुष्याचे पुढले टप्पे त्याचे कवितासंग्रह, कथासंग्रह, ललितलेखनसंग्रह, कादंबऱ्या दाखवून देतच आहेत. पण मला भेटलेला, नुकताच मॅट्रिक पास झालेला आनंद यादव नावाचा मुलगा सामाजिक, कौटुंबिक आणि आर्थिक परिस्थितीचे किती प्रचंड घाव सोसून तिथंपर्यंत आला होता याची कल्पना आता हे त्याच्या चरित्रातले बालकांड वाचताना आली. यातनांचा एवढा मोठा अदृश्य गठ्ठा ह्या मुलाच्या पाठीवर असेल, ह्याचा मला अंदाजही आला नव्हता. शिवाय मी ज्या वातावरणात लहानाचा मोठा झालो, त्यात गरिबीशी आमची तोंडओळख होती; पण दारिद्र्याच्या असल्या दशावतारांशी मी सर्वस्वी अपरिचित होतो.

आनंदचे बरेचसे साहित्य हे त्याच्या स्वानुभवाच्या बीजातून फुललेले आहे. त्यातला अनुभव जितका बावनकशी तितकेच त्याचे फुलून आलेले साहित्यरूपही बानकशी. लेखनाची सुरुवात त्याने 'कवी' म्हणून केली. कडूगोड अनुभवांचे गाणे करावे असेच त्याला वाटले. त्याच्या गद्य लिखाणातही ही गाणेपण आढळते. ते त्याच्यातल्या कविप्रतिभेला टाळता येणार नाही. त्यामुळे त्याने लिहिलेले हे आत्मचरित्र आहे की आत्मचरित्रपर कादंबरी आहे ही चिंता मला पडत नाही. साहित्यिक ताळेबंदाच्या तत्त्यात नोंद करायची माझ्यावर जबाबदारी नसल्याने, 'लेबल' लावायची मला आवश्यकता भासत नाही. इथे मला लुई पाश्चरच्या उद्गारांची आठवण येते. त्याने म्हटले आहे, "मी तुमचा धर्म काय आहे ते जाणून घेऊ इच्छित नाही. तुमची मते काय आहेत तेही जाणून घेऊ इच्छित नाही. तुमची दुःखे काय आहेत ते मात्र मी जाणून घेऊ इच्छितो."

सुखवणारे पुस्तक मला आवडते. पण हे असे अस्वस्थ करणारे पुस्तक

वर्षांनुवर्षे माझी सोबत करीत असते. मला ही 'झोंबी' वाचल्यावर ओढ लागली, ती आनंदच्या यापुढल्या आयुष्याची कथा वाचायची. ही कथा एक ग्रामीण आनंदा आणि एक नागरी आनंद यादव यांच्यातल्या संघर्षाची असेल. फार वर्षांपूर्वी आनंदने 'धुणे' नावाची एक कविता लिहिली होती. एका सुटीत कॉलेजात शिकणारा आनंद आपल्या खेड्यातल्या घरी आला होता. आईने पोरांचे कपडे धुवायला काढले होते. आनंदाचे कपडे मात्र इतर भावंडांच्या कपड्यातून निराळे काढून ठेवलेले पाहिल्यावर ही कविता स्फुरली होती. त्यातल्याच ह्या काही ओळी :

कशापायी आणलंस । माझं वेगळून धुणं?
रुमालात बांधल्यास । घड्या त्येंच्या का करून ।
चड्ड्या कुडती झग्यांचं । चोळ्या लुगड्याचं पिळं
भावंडाच्या वाळलेलं । का ग धडुत्यांचं बोळं ।
....
त्याच फाटक्या धडप्यात । बांध आई माझं धुणं
रिठं बेलफळं लाव । सदा त्येला साऱ्यासंगं
जरी शिकलो मी आई । नको टाकू वेगळून
बघून ह्यो भेदभाव । तुटे तटातट मन ॥

मला ही कविता खूप सूचक वाटली. आपला आनंदा एका निराळ्या, पांढरपेशांच्या संस्कृतीत शिरल्याची चाहूल त्या अडाणी माउलीला प्रथम लागली होती. डॉ. आनंद यादव ह्या नावाने साहित्यक्षेत्रात बोलबाला झालेल्या लेखकाने आपली आई, वडील, ढीगभर भावंडे, आप्त, शाळूसोबती, बरेवाईट शिक्षक ह्या साऱ्यांना आपल्या स्मृतिकोषात किती कसोशीनं जपले होते, याचे प्रत्यंतर त्या बालजीवनातले बारीक-बारीक तपशील पाहिल्यावर येते. हा आलेख केवळ आन्द्याला भोगाव्या लागलेल्या दुःखाचा म्हणून वैयक्तिक पातळीवर राहत नाही. सतत दारिद्र्याशी झगडणाऱ्या शेतकरी जीवनाचे चित्रही त्यातून उभे राहाते. त्या आर्थिक पातळीवर जगणारांचे कौटुंबिक संबंध दिसून येतात. असंख्य पोरे हे हाल सोसत जगात येत होती. आजही येतात. त्यातून त्यांचे सारे बालपण होरपळून जाते. आनंदाला त्या होरपळीची कथा लिहिण्याचे देणे लाभले. सारी दुःख भोगत असताना, अंगावर माराचे वळ उमटत असताना आपण कविता लिहावी, शाळेत उत्तम निबंध लिहावा, कथा लिहाव्यात-

थोडक्यात म्हणजे; ग्रंथांच्या जगात वावरावे असे वाटायला लावणारी ही एक प्रकारची भूतबाधाच असते. आनंदला ती जडली. ग्रंथ नावाच्या वस्तूला जिथे अजिबात थारा नव्हता, अशा वातावरणात त्याला ही साहित्यनिर्मितीची भूतबाधा झाली. आणि झाड फुलून आले. आज आनंद, साहित्यानिर्मितीमुळे लाभलेल्या यशाच्या एका उंच पायरीवरून; साहित्याच्या भुताने झपाटलेल्या आणि उपेक्षेच्या अंधारातून प्रकाशाकडे झेपावणाऱ्या, ग्रामीण भागातल्या मुलांना हात देण्याच्या कार्यात गुंतलेला आहे. त्या साऱ्यांच्या कथा-कादंबऱ्या वाचकांना अस्वस्थ करून जाणाऱ्याच असणार. कारण आजच्या आर्थिक आणि सामाजिक परिस्थितीत अस्वस्थ होऊन धुमसणे हाच तिथल्या जीवनाचा स्थायीभाव आहे. त्या अस्वस्थपणाचा स्फोट मराठी साहित्यात सुरू झालाच आहे. हे व्हायला हवेच होते. शिवाय, साऱ्या जगातलं साहित्य समृद्ध केलं आहे ते ह्या 'झोंबी' सारख्या वाचकाला अस्वस्थ करणाऱ्या ग्रंथांनीच!

पु. ल. देशपांडे

या पुस्तकाचा अनुवाद
हिंदी, बंगाली, कन्नड भाषांत झालेला आहे.

महाराष्ट्रातील आकाशवाणीच्या सर्व केंद्रांवर
'झोंबी'चे नाट्यरूपांतर प्रसारित

'झोंबी' नंतरचे
'नांगरणी',
'घरभिंती',आणि
काचवेल
हे खंड प्रसिद्ध
झाले आहेत.

$$\boxed{१}$$

ताराचं लग्न झालेलं ताराला माहीत नाही. ती एक वर्षाची असताना तिचं लग्न झालं. तिच्या पाळण्यालाच बाशिंग बांधलं होतं. रतनू त्या वेळी आठ-नऊ वर्षांचा होता. ''वरातीच्या वक्ताला लगाम धरून एकटाच घोड्यावर बसलो हुतो; त्येची आठवण हाय.'' असं सांगत होता. त्याला तेवढंच आठवतं.

रतनूचा बा आणि ताराचा बा हे दोस्त. रतनूच्या बाऽला दहा-बारा पोरं झाली. त्यांत आठ मुलगे झाले. पण ते लहानपणीच एक-दोन एक-दोन वर्षांचे होऊन मरत असत.

नवरा-बायकोला संशय यायचा. त्यांना वाटायचं भाऊबंदच पोरांना बाध्या घालतात किंवा लिंबू मंतरून मारतात. भाऊबंद म्हणजे रतनूच्या बाऽचे सख्खे चार भाऊ आणि त्यांच्या बायका. हे पाचीही भाऊ, त्यांचा बा मेल्यावर वाली-सुग्रीवासारखे एकमेकांत भांडू लागले. भांडणं, माऱ्यामाऱ्या, खून हे ह्या घराण्याच्या पाचवीला पुजलेलं.

ह्या घराण्याचा मूळ पुरुष कर्नाटकातून आपल्या बहिणीसह एका रात्रीत पळून कोल्हापूर संस्थानात– कागलला आला होता. पळून येण्याचं कारण; त्यानं कर्नाटकातल्या आपल्या राहत्या गावच्या पाटलाचा खून केला होता. पाटलानं याच्या विधवा बहिणीला ओढण्याचा प्रयत्न केला होता. कागल भाग हा कर्नाटकाच्या सीमेवर आहे. सीमा अगदी दोन मैलांवर चालू होते. त्या मुलखात खेड्यापाड्यांत खुनांचे प्रमाण भरपूर.

त्या कानडी खेड्यात आमच्या मूळ पूर्वजाचा पिंड पोसलेला. त्याचा स्वभाव संतापी, भांडखोर आणि आडव्या डोस्क्यानं वागण्याचा. या घराण्याच्या मूळ पुरुषापासून रतनूच्या बाऽची पाचवी पिढी होती. या पाचव्या पिढीचे पाच सख्खे भाऊ. त्यांचा बाऽ असेतोपर्यंत ते एकजुटीनं राहिले. हूमदांडगे, दादागिरी करणारे म्हणून ते गावात प्रसिद्ध. त्या पाच जणांच्या बाऽला, कागलला होणाऱ्या गुरांच्या बाजाराची जकात गोळा करण्याची कामगिरी असे. तीच कामगिरी या पाच मुलांकडं आलेली. महाराष्ट्र आणि कानडी मुलूख यांच्या सीमेवरचा हा भाग असल्यानं, जकात गोळा करणं फार जिकिरीचं काम होतं. अडाणी माणसं जकात चुकवत. न देता दांडगाईनं निघून जाण्याचा प्रयत्न करत. कमी देण्याची धडपड करत. पुष्कळ वेळा भांडत, मारामाऱ्या करत. त्यात हे पाच जण तयार झालेले. याच काळात ते 'यादवां'चे 'जकाते' झाले.

पुढं; बाऽ मेल्यावर हे पाचजण भाऊ स्वतंत्र झाले. त्यांतील एकाला मूलबाळ नव्हतं, म्हणून त्याला बाकीचे चौघेजण भाऊ वाटा देण्यास तयार नव्हते. पण त्यानं तो भांडून घेतला. नोटांपेक्षा चांदीचे रुपये जास्त वापरात होते. मुलंबाळं असलेल्या भावांवर चिडून, त्यानं वाटणीला आलेले सगळे पैसे एका फाटक्या पोत्यात घालून, ते पोतं एका रेड्यावर लादलं नि रेडा गावभर उधळवला. गावाला पैसे खिरापत म्हणून विस्कटून दिले. ''मी माझ्या गावाला सारी इस्टेट देईन. पर ह्या मांगाच्या बोड्याच्या भावांस्नी एक पै बी देणार न्हाई.'' अशी त्याची प्रतिज्ञा. जकातीचा पैसा भरपूर आलेला.

पुढं; कागलचा गुरांचा बाजार बंद झाला आणि कोल्हापुरास गेला. त्याबरोबर ह्यांचं जकातीचं काम बंद पडलं. मागं फक्त 'जकाते' हे पड-नाव राहिलं. मग ह्या पाच भावांचा सगळ्या गावालाच त्रास होऊ लागला. पाचांतील दुसरा भाऊ जळितं करण्यात प्रसिद्ध. तिसरा मग सरकारी रानं लिलावात घेऊन, तीच निम्मीनिम्मी वाटून, जास्त पैसे घेऊन पोटवाट्यानं देऊ लागला. चौथा शेती करत असे. पाचवा; म्हणचे रतनूचा वडील, शेती बघता बघताच लांबलांबच्या गावांना जाऊन, तेथून धान्य खरेदी करून दुसऱ्या मुलुखाला नेऊन विके. असा उद्योग करण्यासाठी मनगटात भरपूर सामर्थ्य लागे. वाटा आडरानांतल्या. रानांत लुटालूट, दरोडे नेहमी होत. परक्या गावात आलेल्या माणसाजवळची नगद रक्कम लुटली जाई. त्यामुळं बरोबर ताकदीची माणसं घेऊन, सानेचे विळे, भाले, कुऱ्हाडी घेऊन खरेदीला जावं लागत असे. रतनूही आपल्या बाऽ बरोबर पुष्कळ वेळा खरेदीला जाई. पण पुढं रतनूच्या बाऽला वाटलं; एकुलतं एक पोरगं. अशा जोखमीच्या धंद्यात घालण्यापेक्षा त्येला शेतकरीच करावा.

...पाची भाऊ आपापल्या घरात सवते होते; पण एकमेकांचे वैर विसरले

नव्हते. एकमेकाच्या वैरणी जाळायचे. कापणीला आलेली पिकं कापून न्यायचे, चोरून गवतं कापायचे. अधनं मधनं एखादं जनावर टाचा खुरडून मरायचं नि प्रत्येकाच्या पोटात संशयाचा गोळा उठायचा... रतनूच्या आई-वडलांना वाटायचं; ह्या भाऊबंदकीत आपलं एकबी पोरगं जगणार नाही. म्हणून रतनूच्या वडलानं लांब जाऊन मांगवाड्याशेजारी जागा विकत घेतली नि तिथं तीन जप्त्यांचं साधं घर बांधलं. त्या घरात त्याची तीन पोरं जगली. त्यांतला थोरला रतनू. त्याच्या खालच्या दोन बहिणी; कंबळा नि आकणी... ह्या तिघांतही घराण्याचे गुण उतरलेले.

अंगातली शक्ती कमी होईल, वय वाढत जाईल तसं रतनूच्या वडलाचं ध्यान शेतीकडं जास्त लागलं. गावात मिळेल त्याची पाच-सात एकरांची जमीन तो फाळ्यानं करायचा. त्यातच ऊस, माळवं, मिरची, गहू-हरभरा पिकवायचा. फाळा भागवून मिळेल तेवढ्यात तो दर साल गुदरायचा. सुगी झाली की, कधीमधी जवळपासच्या खेड्यावरच जायचा नि जोंधळ्या-तांदळाची खरेदी करायचा. कोल्हापुरात गाडीनं नेऊन विकायचा. कधी चार पैसे उरायचे, कधी जेवढ्यास तेवढंच व्हायचं. चार दिसाचं पोटपाणी बाहेर पडायचं. "निदान बैलभाडं नि आमची पोटं तरी बाहीर पडली. बसून घरातलंच खाण्यापेक्षा हे काय वंगाळ न्हाई." अशी तो स्वत:ची नि बायकोची समजूत घालायचा. पण हळूहळू त्यानं हा व्यापार बंद करून टाकला नि पोराबाळांसह शेतावरच कष्टपाणी करू लागला... तरी भाऊबंदकीची भुणभूण अधनंमधनं चालूच होती. हाडवैरी असलेल्या मधल्या भावानं त्याच्या शेजारीच मोकळी जागा घेऊन, इर्षेला पडून टोलेजंग घर बांधलं.

ताराला दोन भाऊ. एक मोठा आणि एक धाकटा. रामा आणि लिंगाप्पा. रामा तारापेक्षा सहासात वर्षांनी मोठा आणि लिंगाप्पा बऱ्याच वर्षांनी लहान. ताराचा बाऽ शिवाप्पा जाधव वाळली शेती फाळ्यानं करायचा. मृगापासनं संक्रान्तीपर्यंत त्या शेतात राबायचा. उन्हाळ्यात मोलमजुरी करायचा. घाण्यागुऱ्हाळात गुळव्याच्या हाताबुडी आडसोडी म्हणून काम करायचा. सालाच्या बेजमीचा गूळ मिळवायचा. सुगीच्या दिसांत आपली सुगी झटक्यासरशी घरात आणून, कुणाकुणाच्या इथं भात-जोंधळा कापायला जायचा. त्याचं शेर-पायली मिळत राहायचं. पावसाळ्याचं दीस जवळ आलं की, भटाबामणांची घरं शाकारायचा. ह्या सगळ्या कामांना साध्या रोजगारापेक्षा दोन आणे जास्त मजुरी असायची. ती उन्हाळभर पदरात पाडून घ्यायचा. त्या वरच्या दोन आण्यांची रोज रात्री गुत्त्यावर जाऊन नेमानं दारू प्यायचा.

ताराचा बाऽ शिवाप्पा आणि रतनूचा बाऽ आप्पाजी हे कधीतरी, रानाकडेला रान आल्यानं एकमेकाचे दोस्त झाले. एकमेकाला बारीसारीक गोष्टीत मदत करू लागले, आधार देत गेले.

रतनू आता आठनऊ वर्षांचा पोरगा झाला होता. एकुलता एक जगल्यामुळं

लाडात वाढत होता. घरातलं म्हशीचं दुभतं एकटा खात होता. भाऊबंदांच्या इर्षेवर वाढत असणारं पोरगं. सातव्या वर्षीच तालमीत जाऊ लागलं. भोकरी रंगाचं पाणीदार डोळं. कट्यारीच्या आकाराचं धारदार नाक. फुगवट नाकपुड्या. गुटगुटीत अंग. तांबूस गोरा रंग. उन्हात तापला की गाजरासारखा दिसे. शाहूमहाराजांच्या तांबड्या मातीत लोळू लागल्यावर तर, तांब्याच्या घासलेल्या घागरीसारखा दिसू लागे. बोलताना रागात, आक्रमक पवित्र्यात बोलल्यागत वाटे. त्यात पुन्हा आवाज मोठा. ओरडला की जनावरंही मागं फिरत असत. आता तर तालमीमुळं त्याच्या अंगात खुमखुमीची पैदास होऊ लागली.

कागल हे शाहूमहाराजांचं औरस गाव. वर्षाला गैबीच्या उरुसात जंगी कुस्त्यांचं मैदान व्हायचं. बैलगाड्यांच्या शर्यती, रेड्या-बकऱ्यांच्या टकरी, ताकदीनं अवजड वस्तू ओढण्याच्या पैजा व्हायच्या. शाहू महाराजांचा हात पाठीवरनं फिरायचा. प्रत्येक शेतकऱ्याला वाटायचं; आपल्या पोराच्या पाठीवरनं तो फिरावा. बैलांच्या पाठीवर महाराजांची थाप पडावी. बकऱ्याच्या तोंडात महाराजांची मूठभर डाळ स्वहस्ते जावी... वर्षभर गाव घुमू लागायचं. प्रत्येक गल्लीच्या तिकटीला तालीम. पहाट झाली की, बारकीसारकी पोरं घुमायची नि अंगं तांबड्या मातीत घुसळायची. गावाच्या उगवतीच्या माळाला कायमचाच बैलगाड्यांच्या शर्यतीचा राऊंड केलेला. त्या राऊंडवर, पावसाळा झाल्यावर रोज एखाद-दुसरी गाडी सरावासाठी पळतेली दिसायची. माळाला पोरंटोरं दीसभर बकऱ्यांच्या, रेडकांच्या टकरी लावून चुरस करायची. तांबूळ रानात हीच पोरं कुस्त्या लावून बटनं, पैसा-दोन पैसे जिंकून घ्यायची. असा कायमचा शाहू महाराजांचा वारा प्यालेलं गाव.

रतनूलाही तोच नाद लागला. त्याच्या बाऽलाही वाटलं, पोरगं नाद करतंय तर करू दे. म्हणून बाऽनं त्याला मळ्यातच एक आखणी तालीम घालून दिली. शिवाप्पा जाधवाचा राम, पलीकडच्या वस्तीवरलं माळ्याचं गणप्या, मिसाळाचा लक्षू अशी कुणीबुणी पोरं त्या तालमीत घुमू लागली.

गावात भाऊबंदांची पोरं ताठर होत चालली होती. त्यांच्याकडं बघून रतनूच्या बाऽलाही वाटायचं– तोडीस तोड पोरगं झालं पाहिजे. अंगात रग ऱ्हायली तर जगंल; ऱ्हाईतर जाईल मातीत मिसळून बघता बघता... म्हणून त्यानं मळ्यात तालीम घालून दिली.

पण दुसऱ्या वर्षी गावात कसलातरी रोग आगीसारखा पसरला. माणसांना भडाभड उलट्या होऊ लागल्या. तांदूळ धुतल्यावरच्या पाण्यासारखे पांढरे जुलाब पिचकाऱ्या मारल्यागत होऊ लागले. हातापायांत गोळे येऊन अंगातली शक्ती एकदम गुंडाळल्यागत होऊ लागली. डोळे पांढरे करत, गरागरा फिरवत माणसं पडायची. त्यांच्या तोंडाला कडक कोरड पडायची. त्यातनं मग उठायचीच नाहीत.

रतनूचे दोन चुलते त्यात होत्याचे नव्हते झाले. धाकट्या चुलत्याची बायको मरता मरता वाचली. रोगराई आली नि चांगली तीन-चार महिने राहिली. गावभर कसलीबसली औषधं मारली.

पावसाळा आला नि रोगराई धुऊन गेली. पण रतनूच्या बाऽनं हाय खाल्ली. पावसाळा आला की, दम्यासारखा असलेला त्याचा खोकला वाढू लागे. त्या वर्षी तो जास्तच वाढला. त्याला वाटू लागलं; आता काय खरं न्हवं. आज हाय तर उद्या न्हाई. देवाची खैर म्हणून घरादारावर मरगाईचा फेरा फिरला न्हाई... पर भाऊबंद असं वायटावर. आपल्या अंगात तर आता पैल्यागत रग न्हाई. पोटाला पोरगं एकटंच. आपल्या मागं ह्या पोराला कुणाचा दुमाला मिळणार? निदान पिंड द्याय पुरता तरी माझा वस ह्या भाऊबंदाच्या नि रोगराईच्या तडाख्यातनं वाढला पाहिजे... मी असा फटक्यासरशी गेल्यावर मागं पोराचं लगीन कोण करणार?...

नवरा-बायकोची बोलणी झाली. विचार करून करून त्यांनी बेत ठरविला. "पोराचं लगीन आवंदा करून टाकूया. साताठ वर्सांचं हाय. अजून त्येचा बापय व्हायला बारा-चौंदा वरसं तरी लागतील. त्यो बापय हुयाला नि पोरगी पदराला यायला गाठ पडावी, अशीच पोरगी कराय पाहिजे."

शेजारी असलेल्या शिवाप्पा जाधवाशी बोलणं झालं. रतनूच्या बाऽला वाटलं; शेजारी हाय नि जातीगोतीचाबी हाय. ह्येलाच इवाई करून घ्यावा. बांधाला बांध भिडून रानं हाईत. रानं टिकतील तवर टिकतील; पर दोन्ही घरं एक हुतील. पोरांत पोरं मिसळून वाढतील... शिवाप्पाचा थोरला पोरगा रामा. तो रतूनच्या जवळजवळ वारगीचा होता. दोघं एकमेकासंगं कुस्त्या खेळायचं.

शिवाप्पालाही वाटलं, आप्पा जकात्यासारखा वाघ आपल्या दावणीला आपण होऊन येतोय. गावात आता आपल्याकडं वाकडा डोळा करून बघायची कुणाची टाप न्हाई. आपली दोस्ती घट्ट हुईल नि एकमेकांची एकमेकाला येळपर्संगाला मदतबी हुईल.

लग्न ठरलं. मुलगी धड एक वर्षाचीही नव्हती.

या लग्नात मुलामुलीच्या आईबापांनीच आपली हौस भागवून घेतली. रतनूला, आपलं लग्न होतंय याचीच गंमत वाटली.

... सबंध लगीनभर, तारा आपल्या पाळण्याला बांधलेल्या रंगीत बाशिंगाकडं काजळभरल्या डोळ्यांनी कौतुकानं बघत, हातपाय हलवत, हाऽ हूऽ करत पडलेली.

अधनंमधनं; तिची ऐनपंचविशीतली चुलती तिला पाळण्यातनं हळूच उचलत होती नि हळदी-आंघोळीसाठी मांडवात नेत होती... एक वर्षाच्या ताराच्या गळ्यात बांधलेलं काळ्याभोर मण्यांचं मंगळसूत्र, डोरलं मोठं चमत्कारिक दिसत होतं. पुढं वीस एक वर्षांनी तरुण अंगाला लावली जाणारी हळद, तरुण चुलती न्हाऊ

घालताना मांडीवर घेऊन डाळीचं पीठ लावावं तशी लावत होती. चिमुरड्या पोरीला तीटकाजळ करता करताच, कुंकू-मळवटही भरत होती. तिची सुरकी बदलतानाच, तिच्यासमोर वरातीचा शालू आणून त्याची घडी पाळण्यावर ठेवत होती. ती घडी पुढं वीस वर्षांनी मोडली जाणार होती... हातात; मंगळसूत्र घातलेला एक तांब्या धरून, रतनूची एकट्याचीच घोड्यावरून वरात निघाली, वर्षाची पत्नी इकडं पाळण्यात गाढ झोपी गेलेली. तिला यातलं काहीही माहीत नव्हतं. तिकडं तिची नियती परस्पर ठरविली जात होती. सासू-सासरे, विहीण-व्याही आपापली हौस भागवून घेत होते.

◆

२

कळू लागलं तसं ताराला नांदायला जावं लागलं. एके दिवशी लांबून तिला तिचा नवरा दाखवून देण्यात आला.

''ह्यो बघ तुझा न्हवरा.''

त्यालाच का 'न्हवरा' म्हणायचं, हे तिच्या बालबुद्धीला कळलं नाही. पण ती आपल्या आईनं दाखवून दिलेल्या मुलाला नवरा मानू लागली.

मात्र दाखवून दिलेल्या घरात ती पहिल्या दिवशी राहायला तयार नव्हती. ध्यानात आल्याबरोबर, ती हळूच सोडून जाणाऱ्या आईच्या पाठोपाठ ''आई, मी येणार; आई, मी येणार.'' करत जाऊ लागली. मग तिच्या सासूनं अचानक तिच्या दंडाला हात घालून, एखादं कोकरू खाटिकखान्यात नेतात तसं तिला अल्लादी उचलून स्वैपाकघराच्या अंधारात आणून ठेवलं नि घराचं दार झाकून टाकलं. त्या दिवसापासून चिमुकल्या ताराचं नांदणं सुरू झालं. ती सहासात वर्षांची होती.

नांदायच्या घरात तिला आई नि बाप कुणीच नव्हतं. सासू हाताखाली घेऊन कामं करून घेत होती. थोरली नणंद नि धाकटी नणंद भांडणं काढत होती. तारा त्या घरात गेल्यापासनं सगळीजणं सटरफटर, बारकीसारकी कामं तिलाच सांगत. ती मोलकरणीच्या मुलीसारखी, सांगतील ती कामं करू लागली. त्यामुळं ती कैंगटून जाऊन, संधी मिळेल तेव्हा अधनंमधनं आपल्या आईच्या घराकडं पळून जाई.

पळून जायचं आणखी एक कारण होतं. तिच्यात आणि तिच्या नवऱ्यात

आठनऊ वर्षांचं अंतर होते. नवरा पैलवान, त्यामुळं; तिला कळू लागलं तेव्हा तो तिच्या नजरेला मोठ्या पुरुषासारखा दिसू लागला. तशात तो तापट स्वभावाचा. लाडाचा. त्यामुळं त्याचा रागलोभ आई-बाऽपुढं चालत असे. त्याची तिला भीती वाटे. ती पळून गेली की तिला परत आणायला त्याला पाठवीत असत. तो तिला हाताला धरून फरफटत आणी. कित्येक वेळा, हातात लिंगडीची छडी काढून तिला बडवत घरी नेई. त्यामुळे; तो डोळ्यांसमोर असला की, तिच्या पोटात उगीचच भीतीचा गोळा फिरत राही.

हळूहळू वर्षभरानंतर, त्याची न्याहारी घेऊन सकाळी तिला मळ्याकडं जावं लागे. मग ती वाटेवर लागणाऱ्या आपल्या आईच्या घरी थोडा वेळ जाई. पोटभर रडून घेई. परकराच्या ओट्यात आईनं दिलेला शेंगागूळ खात खात मळ्यावर जाई.

तिथं वेगळंच वाढून ठेवलेलं असे.

"एवढा का उशीर न्ह्यारीला?" नवऱ्याचा पहिला सवाल झडे.

"भाकरी लवकर झाल्या न्हाईत."

"तुझ्या आयला तुझ्या! एवढ्या उशीरपतोर भाकरी हुईत न्हाईत? खरं सांग, तुझ्या आईकडं जाऊन बसली हुतीस का न्हाई?"

"न्हाई."

"खोटं बोलतीस!" म्हणून काड्दिशी खांद्यावरच्या चाबकाची वादी तिच्या पाठीवर फुटे... नवरा मोट मारत असे.

ती एका चाबकाच्या वादाड्यातच परकरात मुते. खरं बोलल्यावर पुन्हा वादाडा बसणार नाही, म्हणून ती "आता पुन्ना जाणार न्हाई" असं ओरडली की, "मग आदूगर का सांगितलं न्हाईस तुझ्या आयला! खोटं बोलतीस?" असं म्हणून पाचसात वादाडे बसून ती आडवी पडल्यावरच नवऱ्याचा हात थंड होई.

न्याहारी घेऊन गेली की, तिला उंच उसात पाण्याची दारं मोडावी लागत. रानडुकरं, कोल्ही उसातून हिंडत. ऐनवेळी समोरून रानडुक्कर दिसला की तिच्या काळजाचं पाणी होई नि ती घाबरून रडत, ओरडत बाहेर येई. पुन्हा तिला आत जायची भीती वाटे.

"मी न्हाई उसात जाणार पाणी पाजायला." ती बाहेर येऊन म्हणे.

"का गं?"

"मला भ्या वाटतंय. आत रानढुकरं आल्यात."

"उगंच भिऊ नगं. कळ काढली न्हाई तर ढुकरं काय तुला खाईत न्हाईत." रतनू धावंवरनंच ओरडून म्हणे.

त्याचा आवाज ऐकल्यावर नि हातात चाबूक बघितल्यावर, ती जीव मुठीत धरून, डोळे दाही दिशांनी फिरवत, पाणी पाजायला पुन्हा उसात जाई. पण जरा

जरी काही खसफसलं की बाहेर पळत येई आणि पळून आली की, ''एवढं कशाला घाबरतीस?'' म्हणून चाबकाचा मार मिळे.

त्यामुळं पाणी पाजायला उसात जायचं तिच्या जिवावर येई नि सांजचं घरी परत जायच्या वेळी ती आपल्या आईकडंच जाऊन, ''मी न्हाई जा जाणार. मला रानढुक्कार फाडून खाईल.'' म्हणून हटून बसे.

दुसरे दिवशी सकाळीच तिची आई तिच्या सासूकडं जाऊन विनवणी करी, ''घरचं काम लावा. लेकरू अजून बारकं हाय; संभाळून घ्या.'' म्हणून सांगे. ''हो हो'' म्हणून प्रसंग निभावला जाई नि दुसरे दिवशी न्याहारी घेऊन गेली की, ''तुझ्या आयला तुझ्या! पळून जातीस; थांब तुझा पायच मोडून ठेवतो.'' म्हणून नवरा हिसकीनं नाहीतर ठेंग्यानं, तिच्या पायांच्या नळ्या गवसून मार देई... अशी नांदणूक चालली होती.

ताराचं रानडुकराचं भय वाढतच होतं. ती बाहेर पळून येत होती. नवऱ्याचा मार खात होती. सासूला तिच्या आईनं सांगितलं तरी त्याचा उपयोग होत नव्हता. मळ्यात नवराच राजा होता. सासरा कधी असे आणि कधी नसे. त्याला अधनंमधनं व्यापाराची लहर येत असे. उगीच परगावी जाऊन धान्यांच्या भावाची चौकाशी करून तो येत असे. दोन्ही नणंदा; तारा घरात आल्यावर कामं लावीत असत. घरात आणि रानात, दोन्हीकडं तिला कामाचा चाप लागत असे. न झेपणारी कामं ओढावी लागत. तंगून तंगून जाई.

शेवटी कावकिक्क येऊन ती आपल्या आईकडं पळून गेली; ती पुन्हा नवऱ्याकडं जायला तयारच होईना. तिच्या आईबाऽच्याही लक्षात आलं की, बारक्या पोरीचा जीव केवढा ते लक्षात न घेता तिला रातध्याड कामानं चिंबिवली जातीय. त्यांनीही लावून द्यायची नाही, असं ठरवलं.

तशात शिवाप्पाचं रान तीन वर्षांपूर्वी सुटलं होतं. त्याच उन्हाळ्यात त्याची तिथली खोप जळाली होती. सगळी जनावरं खुंट्यांलाच मरून पडलेली. संसार रसातळाला गेलेला. तरी वर येण्याचा तो प्रयत्न करीत होता. पण रेटत नव्हतं. त्यातनंच दारूचं व्यसन वाढलेलं. यातनं लोकांची रानं फाळ्यानं करण्याचं त्यानं सोडून दिलेलं. तो आता नुसती मजुरीच करू लागला होता. विहीण-व्याहीपणातलं नवेपण जाऊन कधीच जुनेपण आलं होतं. त्याचे चार दोन टवके उडाले होते. दीस पालटल्यासारखे झाले होते.

तारा माहेरातच होती. पाच-सहा महिने झाले तरी लावून दिली नाही. एकदा तिचा बाऽ आणि थोरला भाऊ कामाला गेले होते. त्यांची भाकरी बुट्टीत घेऊन ती चालली होती. राम मंदिराच्या कोपऱ्यावर आली नि तिच्या नवऱ्यानं एकदम तिला अडवली. अगोदरच डाव आखून दबा धरून तो बसला होता. त्याच्याबरोबर त्याच्या

मळ्यातला गडी.

नवरा चाबूक घेऊन आलेला. त्यानं तिच्या डोईवरची बुट्टी गटारात फेकून दिली नि एका हातानं बुचडा धरून, दुसऱ्या हातानं चाबकाचे वादाडे देत तो तिला मळ्याकडं घेऊन गेला. मरूस्तवर बडवून काढली. चाबकाचे कोयंडे डोईत मारल्यानं, चोळी परकर रक्तात न्हाऊन निघालं. शेवटी सासूनं सोडवून घेतली नि हुईच्या जखमा धुऊन त्यात दातवण भरलं.

"आता फिरून जर पळून गेलीस तर तुला ठारच मारतो का न्हाई, बघ तू. मग येऊ दे तुझा बाऽ आणि आई."

दिवस जात होते. ती कष्ट उपसत होती. दरम्यान तिची आई आजारपणात वारली. गावठी औषधांचा काही उपयोग झाला नाही. धाकटा भाऊ त्यावेळी वर्षाचासुद्धा नव्हता. आईच्या मढ्यावरच तो तिचं शेवटचं दूध प्याला. बायका ताराला म्हणाल्या; "पाज पोरी त्येला. हे शेवटचंच आता." त्याला पाजवलं नि मढं हलवलं. अशी तऱ्हा.

तिची आई मेल्यावर, तिच्या बाऽचे आणि भावांचे फार हाल होऊ लागले. शिवाप्पालाच स्वैपाक करावा लागे. पुढं पुढं थोरल्या भावानं स्वैपाक शिकून घेतला. तेव्हापासनं ताराला माहेरचा ओढा जास्तच लागला. बाप-भाऊ स्वत: हातानं करून खातात, त्यांचे पोटासाठी हाल हाल चाललेत, हे तिला बघवेना. तिचं आतडं तुटू लागलं. मळ्याकडं जाता येता ती चोरून-मारून भावांना मूठपसा देऊ लागली. लहानग्या लिंगाप्पासाठी तिच्या जिवाची सारखी कालवाकालव व्हायची. पण फारसं काही करता येत नव्हतं.

दिवस चालले. तिच्या बाऽचं दारू पिणं जास्तच वाढलं. तो कुठंही झिंगून पडू लागला. पोरं उपाशी मरू लागली. त्यांचे चुलता-चुलती त्यांना कधीमधी अर्धीचतकोर भाकरी देऊ लागले. कुठं तरी ती रोजगाराला जाऊ लागली. दरम्यान; ताराच्या लग्नात तिला घातलेल्या पुतळ्या तिच्या बाऽनं विकून टाकल्याची बातमी तिच्या सासऱ्याला कळली. त्यानं त्या पुतळ्या त्याच्याकडं मागितल्या. पण देणार कुठून?

ताराचा बाऽ असाच एकदा दारू पिऊन आपल्या लेकीकडं भाकरी मागायला आला. झिंगत कोलमडत आलेला शिवाप्पा बघून रतनूच्या बाऽचं टाळकं सरकलं. नुकताच तो मळ्याकडनं आला होता. 'देवा' म्हणून तंबाखू ओढत बसला होता. विकलेल्या पुतळ्या मागून मागून त्याचा जीव वैतागला होता. सगळे मार्ग संपले होते. वर्ष झालं तरी तो परत देण्याची भाषा बोलत नव्हता. पुतळ्या विकून गावभर दारू पीत हिंडतोय याची त्याला माहिती होतीच. अधनंमधनं कुठंही बाजारात गाठ पडला की, 'चार पैसे उसनं दे' म्हणायचा. आप्पाजीला चार लोकांत काहीच करायला येत नव्हतं. शरमेनं मान खाली घालावी लागत होती. पाव्हणा केला एका

इराद्यानं आणि झालं भलतंच... त्याचा संताप झाला.

शिवाप्पानं उंबऱ्यात पाऊल घालताच तो म्हणाला, "का आलाईस रं हितं घोड्याचा मूत पिऊन?"

"का म्हंजे? माझ्या लेकीकडं आलोय. तू कोण इच्चारणार?" पाय ओढत जड जिभेनं तो बोलला. तसाच आत चालला.

"कोण इच्चारणार? खज्जाळीच्या! मागं फीर आधी." त्यानं शिवाप्पाला मानगुटाला धरून बाहेर ढकलला. तो रस्त्यात जाऊन कोलमडला. "पुन्ना घरात पाय टाकलास तर पाऽपायताणानं ठोकीनं."

"कोऽण मला ठोकणार हाय? माझ्या लेकीच्या घरात मी येणार– तारा, मला वाढ गं. कालपासानं माझ्या पोटात काय न्हाई." तो आत येऊ लागला.

"तुझ्या आयला तुझ्या! दीसभर दारू पिऊन हितं भाकरी मागायला आलाईस! सगळं घरदार ढांकला लावून आता माझ्या घरावर गाढवाचा नांगर फिरवाय आलाईस व्हय? पुतळ्या काढ माझ्या आधी."

"माझ्या लेकीच्या पुतळ्यांचं मी काय वाट्टेल ते करीन. तू इच्चारणार कोण?"

आप्पाजीचं डोसकं भणभणलं. अनेक दिवस साठलेला राग उसळला नि त्यानं सरळ पायातलं काढून त्याला दणकायला सुरुवात केली. तो रस्त्यातच आडवा पडला तरी सोडला नाही. नालाच्या पायताणासकट लाथा घातल्या.

ताराच्या डोळ्यांदेखत हे चाललेलं. तिनं तोंडात बोळा कोंबून हे सगळं पाहिलं. त्या बारक्या जिवानं गल्लीला हाका मारून माणसं जमवली. "या होऽ कुणी तरी. माझ्या बाऽला एवढं सोडवून घ्या. मी तुमच्या पाया पडतो. तेवढं त्येला त्येच्या घरात घालवून या. माझा बाऽ मरतोय गंऽऽ बाई आता... सोडा होऽऽ मामाजी त्येला. नका मारू. दारू प्यालाय त्यो. त्येला काय कळतंय?" तिनं सासऱ्यासमोरच भोकाड पसरलं. हातापाया पडून सोडवून घेतलं.

पाचसात महिने पुन्हा गेले. पुतळ्या मागून मागून आप्पाजी कंटाळला. पण त्या काही परत मिळायचं चिन्ह दिसेना. हाकनाक आपण अडीच तोळ्यांच्या पुतळ्यांना बुडालो असं त्याला वाटू लागलं.

मग दुसरा उपाय सुरू झाला. त्यांनी सुनेचा छळ सुरू केला. तिच्यावर कामाचा रंटा पडू लागला. घरात खायला भरपूर असूनही तिच्या नशिबी शिळं येऊ लागलं. बारीक सारीक गोष्टीसाठी तिचा नवरा तिला मारू लागला. तिच्या पाठीवर कोयंड्याचे वळ उठू लागले. प्रत्येक वेळी "जा म्हायारला नि आण माझ्या पुतळ्या." म्हणून नवरा कुचलू लागला.

त्या पोरीनं आपल्या लग्नातल्या पुतळ्या कधी पाहिल्याच नव्हत्या. ती लहान

होती तोवर ''कुणी तरी हिसका मारून न्हील'' म्हणून तिच्या अंगावर घातल्या जात नव्हत्या. जरा जरा कळू लागलं तेव्हा त्या गहाण टाकल्या होत्या. पुढं त्या विकल्या गेल्या. पण त्या आणण्यासाठी मात्र जन्मभर मार खावा लागला. मार देणं ही दाल्लेपणाची खूण होती. रतनूचे हात मारायला शिवशिवत असत. बहिणींना मनासारखं मारता येत नसे. त्या नुकतीच लग्नं होऊनही गेल्या होत्या. घरच्या स्वैपाकपाण्याचा ताण तारावरच पडत होता.

ती बारातेरा वर्षांची झाली नि तिचा बाऽही वारला. उपासमारीनं नि दारू पिऊन पिऊन खंगून गेला होता. ही तीनही पोरं आता पोरकी झाली. ताराचं माहेर संपलं. चुलता चुलती नावाला होते. आता तिला मेलं तरी सासरात राहणं जरूर होतं. दोघेही भाऊ रोजगार करून, कोणाची तरी ढोरं राखत पोटं भरू लागले. कधी कधी चोरून ताराकडं येऊन भाकरी खाऊ लागले. पाटलाची ढोर राखत हिंडणाऱ्या चिरमुड्या लिंगाप्पासाठी तिचा जीव अधिक ओढ घेत होता. पण तिला फारसं काही करता येत नव्हतं. रामा तसा स्वत:चं पोट भरण्याइतका ताठर झालेला. कुठंही कामाला जाऊन तो पोट भरत होता.

पंधरा-सोळाव्या वर्षी तिला पदर आला. अठराव्या वर्षी तिला मुलगी झाली. तिचं नाव अनसूया.

म्हातारपणामुळं थकलेले सासूसासरे उत्सुकतेनं नातवाची वाट बघत होते. पण पहिली नातच झाली.

दुसरं बाळंतपण पहिल्या मुलीनंतर दोन वर्षांनी आलं. ते करायला शेजारची बाळा सणगरीण आली होती. सगळ्या गल्लीची ती सुईण होती. रतनूच्या आईची मैत्रीण. परड्याकडंच्या खोलीतलं बाळंतपण आवरून बाळा स्वैपाकघरात आली नि रतनूच्या आईनं मनातल्या मनात देवाचं नाव घेत तिला विचारलं; ''पोरगा का पोरगी गं?''

''नात झाली नात! झेकास जोडी झाली तुझ्या लेकाच्या पोटाला.'' ती म्हणाली. पण मैतरणीला भडभडून आलं. तिनं सूरच धरला, ''आता माझ्या लेकाच्या पोटालाऽ पोरींचंच लेंढार लागणार गंऽऽ बाई! एकुलता योक रत्नासारखा जपलेला माझा ल्योक; त्येचा वस बुडणाऽर!... आधीच ही सून म्हणणारी रांड बिरकुंडागत वाळली- कोळ. ना रूप, ना रया. रंग तर काळा सजुगरा बरा. अंग घोरपडीगत खरबुडं, चेहऱ्यावर नाकाचा पत्त्या न्हाई. हिला असल्याच लेकी हुणाऽर. माझ्या रतनूच्या खणीत कोळसं मिसळणार गंऽ बाळाऽ.'' म्हणून ती भडभडून रडू लागली.

आत ताराच्या काळजाचं पाणी झालं. तिच्या जिवानं ठाव सोडला. नुकत्याच जन्माला आलेल्या नि अजून डोळेही न उघडलेल्या वळवळत्या जीवाकडं ती बघू

लागली. त्याच्या कोवळ्या जावळाखालच्या कपाळावरची रेघ न्याहाळू लागली... खरं तर, दोन्हीही लेकी रंगानं बाऽसारख्या गोऱ्या, देखण्या झाल्या होत्या.

बाहेर बाळाबाई सासूची समजूत काढत होती. "गऽप बस. हे काय मांडलंस नसत्या येळंला. उगंच काय तरी भकू नगं. तुझ्या दोन्ही नाती तुझ्या लेकासारख्याच हाईत. अगदी देवाम्होरच्या दिव्यासारख्या हाईत. तुला न्हाई त्यास्नी खपवायची काळजी पडायची... नवा जीव देवानं घरात धाडलाय; त्येला पदर पसरायचा सोडून हे काय कुत्र्यागत केकटाय लागलीयास? ऊठ नि पाणी तापवत ठेव सुनंच्या आंघुळीला."

पण तिची समजूत निघाली नाही. सासऱ्याचीही निघाली नाही. त्या दोघांनी हाय खाल्ली. त्यांच्या पोटचे सात-आठ मुलगे दैवानं मातीआड केले होते. त्यांतला एक दिवा कसाबासा वाचलेला. त्याला त्यांनी धोंड्या दुखळात, रोगराईत काळजाचा पाळणा करून जपलेला. त्याच्या पोटी आता लेकींचीच रांग लागणार, असं त्यांच्या अडाणी मनाला वाटू लागलं.

म्हातारा म्हातारीजवळ बोलून गेला. "आपल्या पोटाला सलग आठ लेकांची रांग लागली. त्येच्यामागनं तुला दोन सलग लेकीच झाल्या. आता रतनूच्या पोटाला लेकींचीच रांग लागणार बघ. कवा साताठ लेकींवर ल्योक हुईल तवा खरं. तवर आपल्या ध्यायीचं खत होऊनबी जाईल... आपल्या नशिबात नातवाचं दर्शेन नसावं..."

दोघांची वयं झाली होती. उतार वय लागेल तसा आप्पाजीचा कायम खोकला दम्यासारखा झाला. त्यानं तो खूपच आयाला आला. दीड-दोन वर्षांत एकामागं एक सांगितल्यागत दोघेही निघून गेले.

रतनूची आंब्याचिंचेची सावली दोन वर्षांत हरपल्यागत झाली. त्याला वाटलं; बायकूच्या पोटाला दोन्ही पोरीच आल्या, म्हणूनच माझ्या आईबाऽचं हातपाय वट्यात आलं नि ते जिवाला मुकलं... ही रांड माझ्या आईबाऽला गिळून बसली. तो तिच्याकडं, झडप घालायला टपलेल्या लांडग्यासारखा बघू लागला.

आता त्याच्या हातात सगळा संसार आला होता. बाऽपाठीमागं तोच कर्ता झाला. दीडदोन वर्षांतच आईबाऽ गेल्यामुळं गावातले लोक रतनूविषयी कळकळू लागले. आस्थेपोटी त्याची चौकशी करू लागले. चौकशी करता करता विषय निघत होता.

"पोटाला पोरंबाळं किती हाईत रं?"

"दोन."

"ल्याकच काय?"

"ते कुठलं? पोरीच हाईत दोन्ही."

"आरंऽऽ देवा!" माणूस नकळत हनुवटीला हात लावी.

रतनूचं मन काळ्या ढेकळागत होऊन जाई. तरी पण कुणी म्हातारं माणूस त्याची मन:स्थिती बघून त्याला धीर देई. "हुतील घे ल्याक. अजून वय गेलंय का काय तुझं?"

रतनूला वाटायचं; गाव नुसती आपली समजूत काढतंय.

खाऊन पिऊन रानमाणसासारखा वाढलेला रतनू ऐन तरुणपणात पोरका झाला. रातध्याड मळ्यात असल्यामुळं त्याला गावव्यवहार फारसा कळत नव्हता. पंचविसाच्या पुढं मोजता येत नव्हतं. अशा वेळी संसाराचं सगळं ओझं त्याच्यावर पडलं. त्यानं तो येडबडून गेला.

सासूसासरा वारल्यावर ताराचाही नाही म्हटलं तरी आधार तुटला. म्हातारपणी ते रतनूच्या माराखालनं तिला काढून घेत होते. घर-प्रपंच सांभाळत होते. पण आता तो धबडगा तिलाच बघावा लागणार होता.

संसाराची पडलेली जबाबदारी पार पाडता पाडता, आता तिच्या मनातल्या काट्याकुट्यात एक स्वप्न उमललं... कसंबी झालं तरी आता मीच संसाराची मालकीण. म्हेनत्याला आता माझ्याबगार सत नि गत. आता त्यो कुठं जाईल? आईबाऽच्या जिवावर उड्या मारत हुता. बापईपणा घरातल्या घरात दावायसाठी आईबाऽसमोर मला मारत हुता. आता मारलं तर खाईल काय?

तिच्या पोटातलं भय हळूहळू नाहीसं झालं होतं. मार खाऊन अंग मोंड झालं होतं. अधनंमधनं तिला सोडून देण्याची नि दुसरं लग्न करण्याची भाषा रतनू बोलत होता; ती आता बंद होईल, असं तिला वाटू लागलं... आईबाऽ नसलेल्याचं दुसरं लगीन आता कोण करणार? ...ती काहीशी निर्धास्त होत चालली होती. अनसूया आणि बारक्या शेवंतीला सुखानं वाढवत होती.

तोवर रतनूच्या नांदत्या बहिणीवर संकट कोसळलं. त्याच्यापेक्षा दोन वर्षांनी लहान असलेली कंबळा आपल्या एकुलत्या एका मुलाला घेऊन दीस काढीत होती. तिचा तरणाताठा नवरा कुठल्यातरी चोरीत सापडला. त्याला तीन-चार वर्षांची शिक्षा झाली. तो तुरुंगात गेला. मागं या मायलेकरांचं हाल होऊ लागलं.

रतनूनं जाऊन ते उघड्या डोळ्यांनी बघितलं. आपल्या नवऱ्याला शिक्षा झाली, म्हणून गावातही तिला वर तोंड करून रोजगार मिळवायला जागा राहिली नाही.

रतनू तिला म्हणाला, "आता भाऊजी कवा तुरुंगातनं सुटतोय, कुणाला ठावं? तवर का तू या भिकार गावात एकटीच ऱ्हाणार? ना वतन; ना उत्पन्न. रोजगारच करून खावा लागंल. त्येच्यापेक्षा कागलला चल. मलाबी पाठीमागं कुणाचा दुमाला न्हाई. संसाराचा अनुभव न्हाई. हाय फाळ्याचा मळा; तिथं समदीजणं राबून काय मिळंल ते खाऊ या. आईबाऽ हुतं तवर मला कसली काळजी नव्हती.

आता दाही दिशांनी पाणी फुटल्यागत झालंय. एकटा किती आवरू?"

बहीण उठली नि रतनूच्या संसाराला हातभार लावायला म्हणून, चारपाच वर्षांच्या लेकाला बरोबर घेऊन आली.

बहीणभाऊ एका विचारानं वागू लागली. कंबळा घरची कारभारीण झाली नि रतनू मळादळा सांभाळू लागला. तालीम कधी सुटली त्याचा पत्ताच लागला नाही.

ताराला नणंदेच्या रूपानं घरात नवी सासू उगवली... सकाळी उठून घर लोटणं, हौदाचं पाणी आणणं, पाच-सहा माणसांच्या भाकरी थापटणं, दोन्ही पोरींचं करणं, ही कामं तिला करावीच लागू लागली. न्याहारीच्या वक्ताला हे सगळं आटपून मळ्याकडं न्याहारी, जेवण एकदमच घेऊन जावं लागू लागलं. बरोबर दोन्ही पोरी. एक काखेत आणि दुसरी मागोमाग फरफटत येतेली. ताराच्या डोईवर जेवणाची बुट्टी.

कंबळा नि कंबळाचा मुलगा घरात. कंबळानं त्याला मिरगाच्या टिपणाला शाळंत घातला. घरात सावलीला बसून मायलेकरं सुखानं खाऊ लागली. ताराच्या दोन्ही लेकी मात्र उन्हातान्हात तिच्याबरोबर वाळू-सुकू लागल्या. घरात ठेवल्या तर त्यांचं वेळेसरी खाणंपिणं होईनासं झालं. ताराला तर दीसभर मळ्यात राबावं लागत होतं. पोरींची आबाळ होऊ लागली.

कंबळा आपल्या पोराला दूध-भात, लोणी-भात घालत होती. 'पोरीची जात' म्हणून ताराच्या पोरींना कधी भात घातला, तर कधी नाही, असं होऊ लागलं. तारा खरीखुरी घरची मालकीण असूनही, तिच्या पोरी अन्नाभोवतीनं तारताळ्या देऊ लागल्या नि आईगत सुकलेल्या बिरकुंडासारख्या होऊ लागल्या.

त्यावरनं नणंद-भावजयांची भांडणं होऊ लागली. कंबळा ताराविरुद्ध रतनूला तक्रारी सांगू लागली. त्यातनं ताराला पुन्हा अधनंमधनं मार मिळू लागला. पण ती आता आपल्या थोरल्या पोरीला, स्वैपाक करतानाच जेवायला घालू लागली नि कंबळा जास्तच तिच्याविरुद्ध संतापू लागली. रतनूला ताराचं वागणं, तिच्या चुका तिखटमीठ लावून सांगू लागली. कधी रतनूसंगं मायावी बोलू लागली.

"दादा, रांडंला आता सोडून देऊ या. खरं सांगायचं तर तुला ही बुरकुंडी बायकू सोभूनच दिसत न्हाई. वाळक्या लाकडागत दिसती नुसती. शिवाय हिला पोरींचं लेंढार लागणार. तुझ्या गळ्यात दगूड पडलाय ह्यो. चारी बाजूंनी तुला ही खड्ड्यात घालणार बघ. ना हिला आईबाऽ, ना म्हायर, ना रूप, ना वसाला पोरगा; काय म्हणून तरी हिला पाळायची?"

घरातच लहानाची मोठी झालेली बायको, पूर्वीपासनंच रतनूच्या मनात फारशी भरत नव्हती. आईबाऽच्या दाबाखाली, घराण्याच्या अब्रूसाठी तो तिला मुकाट राबवून घेत होता. पत्ता नाही ते त्यानं बाहेर दोन मैतरणी केल्या होत्या. एका

माळ्याची वांझोटी बायको आणि दुसरी शेजारच्या बोळातली एक जोगतीण. आईबाऽ मरून गेल्यावर त्याचा तिकडचा ओढा विशेष वाढला होता. त्यात आता कंबळा हे असं कान भरवत होती.

ह्या धुडगुसात ताराला पुन्हा दिवस गेल्याचं कळलं. रतनूला हे कळल्यावर, एखादा पाटील जसा गावच्या कुंभाराला सांगतो, त्या सुरात बोलला, ''तुझ्या भणं! जर का आता पोरगीच झाली तर तुला तिथल्या तिथंच सोडचिठ्ठी देतो का न्हाई बघ. माझं घर बुडवायच्या इराद्यानंच तू ह्या घरात घुसलीयस, रांडं.''

त्याच्या आवाजातली जरब ओळखून पोरकी तारा अधिकच घाबरून गेली. तिची खात्री झाली की ह्यो डाव पोरगीच झाली तर आपली धडगत न्हाई. म्हेनत्याचं मनगाट धरून इचारायला आता माझं कुणी न्हाई. एक भाऊ तर पोटाच्या मागं लागून आत्तीकडं गेला. धाकला; पाटलाची ढोरं राखत बसलाय. कुणी एक झपाटा देईल तर ठार हुईल, एवढा त्येचा जीव. कोण ऐकणार ह्येचं?... मग सोडचिठ्ठी दिल्यावर दोनतीन पोरी घेऊन जायचं कुठं मी? धड चतकुर भाकरीबी मिळायची न्हाई मला...

देवाजवळ ती मुलग्यासाठी नवससायास करू लागली. कुलदैवत जोतिबाचा ऐतवार करू लागली. दिवसदिवस नुसती पाणी पिऊन राहू लागली. मुलगा व्हावा म्हणून देवाजवळ तिनं आकांत मांडला... देवा, माझ्या नशिबाच्या कष्टाचं, छळाचं, माझ्या वनवासीपणाचं मला काय वाटत न्हाई. पर ह्या खेपेला माझ्या पदरात पोरगी बांधू नगं. न्हाईतर मी तिन्ही पोरींसकट तुझ्या गायमुखाशेजारी डोस्कं फोडून घेऊन जीव देईन– गावातल्या महादेवाला ती साकडं घालत होती.

ह्या हालाखेलातही तिचा जीव धाकट्या भावावर लिंगाप्पावर होता. त्याला मागं बघायला कुणीच नव्हतं. आत्ती आपली मुलगी बायको म्हणून आपल्याला देणार आहे, म्हणताना ताराचा थोरला भाऊ रामा आत्तीच्या गावीच तिला मदत करायला नि पोट भरायला निघून गेला होता. ताराला वाटायचं, आता एवढाच धाकटा भाऊ आपल्याला खरा आधार हाय. ह्येलाच दांडगा केला पाहिजे. आपल्याबगार त्येला कुणीच न्हाई...

ती त्याला जाता येता काहीबाही, शेंगा-गूळ, कधी एखादी अर्धी भाकरी देत होती. घर मळ्याच्या वाटेवर असल्यानं तिथं ठेवून ती जायची.

पण एकदा अशीच गावली. कंबळाला याचा कसा पत्ता लागला काही कळलं नाही. तिनं एक दिवस ताराला न कळत भाकरी मोजून दिल्या. तिच्या मागोमाग, तिला न कळत, दुसऱ्या वाटंनं लगालगा मळ्यात जाऊन बसली. रतनूला सांगितलं; ''नऊ भाकरी बुट्टीत हाईत का बघ.''

रतनूनं तारा मळ्यात आल्यावर भाकरी मोजल्या. त्या आठच भरल्या.

"घरातनं भाकरी किती आणल्या हुत्यास गं?" त्यानं विचारलं.

पत्ता नाही ते मळ्यात आलेली कंबळा, पाटावर धुणं धूत बसल्याचं सोंग करीत होती. ताराच्या लक्षात सगळा प्रकार आला.

"नऊ हुत्या."

"एक कुणाला, तुझ्या सोयऱ्याला दिलीस?"

"भावाला दिली."

"अशी किती दीस देतीस?"

"ते कुठलं? आजच दिली."

"खोटं बोलतीस तुझ्या आयला तुझ्या." पाठीत काडकन् चाबूक वाजला. मग सगळं रामायण निघालं. तिच्या बाऽनं पुतळ्या खाल्लेल्या पुन्हा निघाल्या... पाठीवर चाबकाच्या वाद्या कडाकड वाजत होत्या नि भोवतीनं दोन्ही पोरी विंचू चावल्यागत किंचाळत होत्या.

कुणीच सोडवायला नाही. इतकी बेदम मारली की बेशुद्ध पडली.

सांज करून परत घराकडं आली तेव्हा अंग वादीगणिक काळंनिळं पडलं होतं. ताराला ना आई, ना बाऽ. तिनं ते सासूची मैत्रिण असलेल्या आणि आईसारख्या वाटणाऱ्या, शेजारच्या बाळा सणगरणीला दाखवलं. सगळा इतिहास सांगितला. का छळतोय, कसा छळतोय, नणंद काय काय करती, हे सगळं सांगितलं.

बाळाबाईनं पोरक्या ताराला आपल्या घरात ठेवून घेतली. तिच्या अंगाला रक्तचंदन उगाळून लावण्यासाठी म्हणून, तिच्या अंगातली चोळी काढ म्हणून सांगितलं. पण चोळी काही केल्या निघेना. अंग सुजून डम्म झालेलं. शेवटी बाळाबाईनं रतनूला नि कंबळाला लाख शिव्या देत चोळी कातरीनं कातरून काढली. सगळ्या गल्लीतल्या बायकांनी ताराचा तो अवतार पाहिला. सासुरवासिणी कळवळल्या. रतनूला सगळ्याजणींनी बोटं मोडून शिव्या दिल्या.

रतनू रात्री जेवायला आल्यावर बाळा सणगरीण ताराला घेऊन घराकडं आली. रस्त्यानंच तारानं रडायला घातलं होतं.

"मला कुठल्या तरी हिरीत ढकलून द्याऽऽ, मला ह्यो संसार नगंऽऽ!" म्हणून ती घराकडं येताना रडत होती. पुन्हा गल्लीतल्या बायका रतनूच्या घरात जमल्या.

त्या सगळ्या बायकांच्या देखत बाळानं रतनूला शेलक्या पुरुषी शिव्या देऊन चांगलं सुधरून सांगितलं. बायकोला कसं वागवावं, हे सांगितलं. तारा तेव्हा सहा महिन्यांची गरोदर होती. नवरा-बायकोनं कसं गुण्यागोविंदानं राहावं, आज ना उद्या मुलगा कसा होईल, ताराचा भाऊ कसा एकटा आहे, त्याला एखादी भाकरी देऊन काय घरातलं संपणार नाही, पडून-पाखडून तेवढं वाया जात असेल, भाऊ परदेशी झाल्यामुळं त्याला ताराशिवाय बघणारं दुसरं कुणी कसं नाही, बायकोला मारतोय

हे सगळ्या गावाला कळल्यावर दुसरी बायको कुणीच कसं देणार नाही, बायकोमुलांवाचून भीक मागायची पाळी शेवटी त्यालाच कशी येईल, हे नाना परीनं समजून सांगितलं. गल्लीतल्या बायकांनी त्यात भर घातली. रतनूला तोंड उघडायला जागा मिळाली नाही. तो आपला; आपलं झालेलं हासं बघत गप्प.

रतनूला बाळा सणगरीण आईसारखीच होती. पुरुषासारखी शिव्या देऊन ती बोलायची. गल्लीत तिच्या शहाणपणाचा आणि सुईणपणाचा दरारा होता. शेजारपाजाऱ्यांना मदत करण्यामुळं, आब आणि दाब राखून ती होती. बाळाबाईच्या सांगण्याचा त्याच्या मनावर कुठंतरी परिणाम झालेला दिसला. पुढं आठपंधरा दिवस ताराचं भातडं उडालेलं भेसूर शरीर त्याच्या समोरनंच जाताना येताना त्याला दिसत होतं नि आपल्या पाच-सहा महिन्यांच्या गरोदर बायकोला आपण एवढं मारल्याची जाणीव होऊन शरमल्यासारखं होत होतं.

ताराचे ऐतवार चाललेच होते. ते बघून रतनूही एकदोन अमावाश्याला हलसिद्ध आप्पाच्या वाडीला जाऊन आला. त्याच्या बाऽची ह्या देवावर मनापासनं भक्ती होती.

पहिल्या मुलीनंतर तीन वर्षांनी ताराला मुलगा झाला. आता सोडचिठ्ठी मिळणार नाही, याचा तिला अतिशय आनंद झाला. रतनू जकात्यानं तिला आपली बायको करून घेऊन तिच्यावर फार मोठे उपकार केले होते. त्या उपकाराच्या ओझ्याच्या मोबदल्यात तिनं जकात्याच्या घराण्याला एक मुलगा दिला नि ती उभ्या जन्मावर गुदरलेल्या संकटातनं बचावली. तिच्या नशिबातलं दुःख तात्पुरतं तरी कमी झालं.

आपल्याला मुलगा झाला याचा अतोनात आनंद रतनूला झाला. बाऽ मेल्यावर नवसानं मुलगा झाल्यामुळं त्याला वाटलं, आपल्याला पोरगा न्हाई म्हणून आपला बाऽच आपल्या पोटाला जन्माला आला. हलसिद्ध आप्पानं माझं गाऱ्हाणं ऐकलं. माझ्या बाऽची पुण्याई म्हणून देवानं त्येला नातू दिला.

रतनूनं गल्लीभर गुळाची आख्खी ढेप फोडून वाटली. अंगात हलसिद्ध आप्पा आल्यागत तो गावभर नाचला.

"काय झालं?" गुळाचा खडा घेताघेता गड्याला माणसं विचारायची.

"पोरगा झाला."

"कुणाला?"

"रतनू जकात्याला."

"झ्याक झालं!" तोंड गोड झालेली माणसं खूश.

तारा मनातल्या मनात म्हणत होती... शेवटाला रतनू जकात्यालाच पोरगा झाला. मी नुसती गाडग्यांची मालकीण.

हलसिद्ध आप्पा नवसाला पावला म्हणून रतनूनं लेकाच्या बारशात 'भंडारा' घातला. दहा मैलांवर आप्पाची वाडी. तिथनं हलसिद्ध आप्पाचं देव पालखीत

घालून गाडीवर ठेवलं नि गावाकडं आणलं.

गावाच्या वेशीबाहेर छत्रचामरं, चौऱ्या-अब्दागिऱ्या उभ्या केल्या. पालखीत देवाचं मानाचं असलेलं जावळाच्या लोकरीचं घोंगडं घातलं नि त्यावर देवाची गादी घातली. पांग ढिम् पांग, ढिम ढिम पांग, टिपांग. ढोल नि करताळ वाजू लागलं. गावातली माणसं 'सकाळी सकाळी काय आलं?' म्हणून वेशीच्या अंगाला पळू लागली. "हलसिद्ध आप्पाची पालखी आली... हलसिद्ध आप्पाच्या नावानं चांऽगभलंऽऽ!" देवाच्या नावाचा जयजयकार वेशीत घुमला.

पुजारी काखेत भंडाऱ्याचा बटवा घेऊन, सगळ्यांच्या पुढं, अनवाणी पायांनी चालू लागला. त्याच्या खांद्यावर रंगीत गोंडं लावलेलं देवाचं दुसरं काळं घोंगडं. पालखीच्या गड्यांवर नि वाजपं वाजवणाऱ्याच्या अंगांवर प्रथम त्यानं "हलसिद्ध आप्पाच्या नावानं चांऽगभलंऽऽ!" म्हणून भरपूर भंडारा उधळला नि सगळ्यांना पिवळं करून टाकलं. बायका काखेत पाण्याच्या घागरी घेऊन धावल्या. देवाच्या पायांवर त्यांनी पाणी ओतलं. पदर हातात धरून पुजाऱ्याच्या पायांवर डोकी ठेवली. आजारीपाजारी पोरांना पायांवर घातलं नि भंडारा लावून घेतला.

म्हातारी कोतारी भंडारा लावून घेऊन विचारू लागली,

"देव कुठं चालला?"

"रतनू जकात्याच्या नवसाला पावला. त्येला पोरगा झाला. त्येच्या हितं आज भंडारा हाय... हलसिद्ध आप्पाच्या नावानं चांऽगभलंऽऽ!"

मागून गाडी घेऊन येत असलेल्या रतनूचं काळीज सुपाएवढं झालेलं. पालखीतलं पितळेचं चकचकीत, मोठ्या डोळ्यांचं देव बघून त्याचं डोळं भरून येत होतं. लांब नाकाचे, मिशांचे कंगाल वळलेले पिवळेहडूळ सोन्यासारखे देव.

ह्या हलसिद्ध आप्पाचा आसपासच्या पाचपंचवीस गावांवर दबदबा होता. त्याच्या शब्दांपलीकडं तिथलं कुणी जात नव्हतं. वर्षाला हा देव 'भाकणूक' सांगत होता आणि त्याप्रमाणं सालभर माणसं वागत होती.

रतनूच्या घरात 'भंडाऱ्या'ला सगळी गल्ली, गोरगरीब शंभर-दोनशे माणसं जेवली. नुकत्याच आलेल्या हरभरा-गव्हाची चारपाच पोती संपून गेली.

गणगोतांची पोटं भरली. आनंदीआनंद झाला. सगळ्यांना आनंद झाला, म्हणून नाव 'आनंद' ठेवलं. शाळेत लागलेलं जन्मसाल नोव्हेंबर १९३५ – घरात त्याची नोंद कुठं नाही.

◆

३

रतनूच्या धाकट्या बहिणीचं– आकणीचं– नांदणं अगोदरपासनंच नीट लागत नव्हतं. तिला अजून मूल झालेलं नव्हतं. तिचा बाऽ मेल्यावर ती सारखी माहेराला पळून येऊ लागली. रतनू तिला दमदाटी करून पुन्हा सासरला घालवून येत होता. घालवून आला की पुन्हा ती पंधरा दिवसांत परत येत होती. तिचं म्हणणं, ''मला सासरात पोटाला घालत न्हाईत. रातध्याड कामं लावत्यात. शिळी एक भाकरी एक वक्ताला खायला मिळती. सासू उठल्यासुटल्या टोचणं देती.''

''तू तिथंच नांदलं पाहिजेस. लेकीची जात हाईस. सासुरवास हुणारच. सासूच्या मागं घरदार तुझंच हाय.''

''मला ती उपाशी मारती. मी जाणार न्हाई.''

मग तिला मार बसे. सासरला नेऊन सोडली जाई. तिच्या सासूला आणि नवऱ्याला एकदा-दोनदा रतनूनं तिथं जाऊन दम दिला आणि बहिणीला सोडून परत आला.

कुणाकडं दोष होता काही कळत नव्हतं, पण आकणी सारखी पळून यायची. एकदा रतनू तिला सासरला घालवून देऊन, परस्परभारी, जत्रेला म्हणून दोन दिवस गेला. परत गावात येऊन बघतोय तर पुन्हा आकणी घरात. रतनूचं डोसकं भिरमिटलं नि त्यानं तिला ढोराला बडवावी तशी बडवली. तरी ती नांदायला जायला तयार नव्हती.

''थांब तुझ्या आयला, तुला हातपाय बांधून हिरीतच टाकून देतो. मर बुडून.

माझं नाक वर व्हाऊ देईना झालीयास.'' त्याला वाटत होतं; पोरीच्या जातीनं कायबी झालं तरी सासरातच राह्यलं पाहिजे. न्हवऱ्यानं जीव दे म्हटलं तर, जीव दिला पाहिजे. सासू-सासऱ्यानं मारलं, उपाशी ठेवलं तरी त्येंची शेवा केली पाहिजे. नांदणूक चांगली करून आई-बाऽची नामना केली पाहिजे– वाडवडलार्जित जे चालत आलं होतं, तेच त्याला वाटत होतं.

त्याच्या पोटात दुसरीही एक भीती होती. कंबळा माहेराला आली होती. वर्ष-दीड वर्षातच तिच्या नवऱ्याला धनुर्वात होऊन तुरुंगातच मरण आलं होतं. त्यामुळं ती आता कायमची माहेरात राहिलेली. पुन्हा त्यात दुसऱ्या बहिणीचंही असं व्हायला नको. तिनं भावाचं नाक वर ठेवावं.

पुन:पुन्हा तो तिला पळून आल्यावर सांगत होता. पण तिच्यावर त्याचा काही परिणाम होत नव्हता. म्हणून चिडून जाऊन त्यानं तिला गावाशेजारच्या विहिरीकडं फरफटत नेलं. तिथं तिच्या कमरेला सोंदूर बांधून तिला मोटेच्या चाकावरनं विहिरीत सोडली. विहीर खोल, काळोखी. तिला आत सोडताना ती ओरडू लागली. हातपाय हवेत उडवू लागली. ठो ठो ठो बोंबलू लागली. पण रतनू काही तिला सोडायला तयार नव्हता. तिला पाण्यात बुडवून पुन्हा वर काढी आणि वरूनच तिला विचारी, "येशील का पळून?'' ती नुसताच ओरडा करी... ही गंमत बघायला तिच्या आणि रतनूच्या मागोमाग सगळं गाव आलेलं.

शेवटी दोन शहाण्यासुरत्या बायकांनी तिच्याकडून 'नांदायला जातो' म्हणून वदवून घेतलं. चार शहाणपणाचे शब्द सांगितले. एवढं केलं; पण रतनूला 'असा गाढवपणा करू नको' म्हणून सांगायला आडवं कुणी गेलं नाही; की त्याच्या हातातली आकणी कुणी काढून घेतली नाही. तरुणपण त्याच्या अंगात मुसमुसत होतं. हातातल्या सत्तेचा तो मनाला येईल तसा वापर करत होता.

पुढं आकणी नांदायला गेली; पण पुन्हा दोनतीन महिन्यांनी पळून आली. मग तिला हातापायाला उलथण्यानं डागली नि पुन्हा नेऊन सासरला घालवली. त्यानंतर सासरच्या माणसांनीच तिचा छळ चालवला. त्यांच्या लक्षात आलं असावं की, तिला माहेरात थारा नाही.

ती थोडी आडदांड होती. तिला फारशी संसारीपणाची, प्रौढपणाची समज नव्हती. बुद्धी सर्वसाधारण. मनाची शहाणी नव्हती. खुळचटासारखी वागे. सासूला तर ती 'लेकाच्या गळातला धोंडा' वाटत होती. तिनं मग तिला जनावरासारखी कामं लावायला सुरुवात केली. भाकरी आणखी कमी केली. ती आता निम्मीशिम्मी उरली. तशातही ती पळून येताना, तिच्या नवऱ्यानं तिला गावाबाहेरून घराकडं चाबकानं बडवत नेली नि घरात एका खोलीत कोंडून टाकली. दोन दिवस अन्नं दिलं नाही. रतनूला सांगावा पाठवला की, "माझ्या लग्नाचा सगळा खर्च लावा, दागिनं

घातलेलं हातात द्या नि तुमच्या भणीला घेऊन जावा. चार दिसांत आलासा तर बरं, न्हाई तर तिच्या जिवाचं बरं-वाईट झालं तर आम्ही जबाबदार न्हाई.''

ह्या सांगाव्यानं रतनूचा संताप उसळला. तो आकणीच्या गावी गेला. बराबेर एक गडी. तिथं जाऊन भांडणं काढली. पण ह्या वेळी त्याला वेगळा अनुभव आला. दहाबारा माणसं त्याच्या अंगावर धावून गेली. पोरगी कशी येडसार आहे, हे सांगितलं. ''आमच्या गावच्या पोराला फशिवतोस व्हय?'' म्हणून रतनूलाच दम दिला.

आकणी जोंधळ्याच्या धाटागत रोडावली होती. तिला चार दिवस खोलीत उपाशीच ठेवलं होतं. खोलीच्या बाहेरूनच रतनूला बहिणीशी बोलायला मिळालं. तिचा आत ओढलेला आवाज, तिची मरणाची इच्छा, तिचे निर्वाणीचे शब्द, तिचा आक्रोश ऐकून रतनूच्या काळजाचं पाणी झालं.

तो सरळ त्या गावच्या तालुक्याला गेला नि त्यांन पोलिसात वर्दी दिली. ''माझ्या भणीला कोंडून, उपाशी ठेवून मारायचा घाट घाटलाय.'' पण पोलिसांनीही फारशी काही डाळ शिजू दिली नाही.

शेवटी परत येऊन त्यानं तिच्या नवऱ्याच्या मागणीप्रमाणं, लग्नाचा खर्च, तिचे त्यांनी घातलेले दागिने नेले नि पंचात सोडचिठ्ठी घेतली. अर्धमेली झालेली, आज मरती का उद्या मरती अशी झालेली बहीण गाडीत घालून रतनू परत आला. तेव्हापासनं त्यानं बहिणीला हात लावला नाही.

एकदोन वर्षांत तिला सिद्धनेर्लीची जागा आली. तिथं दिली. नवरा गरीब. तीनदा विचारलं की एकदा बोलणारा. शिवाय थोडी शेती. त्यामुळं रतनूच्या स्वभावाला स्थळ जमणारं होतं. आकणीचा हा गरीब नवरा रतनूच्या शब्दाबाहेर जाणारा नव्हता.

पोरगा जन्माला येऊन आठदहा महिन्यांचा झाल्यावर कंबळाची आणि ताराची भांडणं विकोपाला गेली. तारा वयानं वाढत चालली होती. पोरगा जन्माला आल्यावर तिचा उत्साह वाढला होता. तिचं नांदणं पक्कं झालं होतं. रतनूचाही उत्साह वाढला होता. त्याचा ओढा पोराकडं विशेष लागलेला. ताराला आता कामातून थोडी सवड द्यावी, लेकाला अंगावरचं भरपूर दूध मिळावं, म्हणून तिनं दूधदुभतं, खारकाखोबरं भरपूर खावं, पोराला रडवून तिनं कामं करू नयेत, असं त्याला वाटू लागलं.

तारालाही वाटू लागलं की आपला पोरगा तान्हा आहे, नणंदेनं आता घरादारातली कामं करावीत, मळ्याकडं बाप्यांची जेवणं घेऊन जावं, मळ्यातली ढोरागुरांची शेणं लावावीत, माणसांची कापडं धुवावीत, भाकरीला बसावं, जरा लोटून झाडून काढावं... पण हे तिच्याकडनं होईना झालं होतं. तारा सून म्हणून घरात आल्यापासनं

आणि जाणती झाल्यापासनं कंबळाला असं करायची कधी सवय नव्हती. आता ती तसं करणं शक्य नव्हतं. त्यामुळं दोघींच्या मनात एकमेकींबद्दल गाठी बसत चालल्या.

तारा रतनूकडं तक्रार करू लागली. "तान्ह्या पोराला खायला आणलेलं, नणंदंचा ल्योक सगळं खाऊन टाकतोय. नाव तान्ह्या पोराचं नि गाव सगळं 'थोराचं' झालंय." असं सांगू लागली. रतनूलाही ते आतनं सोसेना.

तारानं रतनूच्या दोन्ही मैत्रिणींना गाठायचं ठरवलं. मळ्याच्या वाटेवर, मूल न होणारी एक माळ्याची बाई होती. तिथं रतनू पुष्कळ वेळा जात असे. उठत बसत असे. तसंच; रतनूच्याच गल्लीत, एका बोळात रखमा नावाची एक जोगतीण होती. जोगतीण असली तरी, ती नेहमीच्या जोगतिणीसारखी वागत नसे. प्रत्येक शुक्रवारी आंघोळ करून पदरातच फक्त पाच घरं निमित्ताला मागत असे. तिनं ठेवलेला सोयराही साधा कोरडवाहू शेतकरी होता. तो पाच-सहा महिने कोरडवाहू शेतात राबे नि वर्षाची बेजमी गोळा करी. सालभर बसून दोघंजणं खात. त्यांनाही मूल नव्हतं. रतनू तिथं जाऊन पुष्कळ वेळ गप्पा मारत बसे.

तारापेक्षा या दोघीही मोठ्या होत्या. रतनूच्या ऐन तारुण्यात ही मैत्री जमली होती. आपल्या मैतराची बायको म्हणून त्या ताराला खूश ठेवण्याची धडपड करीत. तारानं ही वस्तुस्थिती पत्करली होती. ह्या दोघींनाही तिनं घरातली सगळी तऱ्हा सांगितली. नणंदेचा जाच तिला आणि तान्ह्या पोरालाही कसा होतो हे सांगितलं. एवढंच नव्हे तर, तारा मळ्याकडं गेल्यावर, नणंद घरातलं धान्य, शेणकुटं, मिरच्या, दूध, ताक, लोणी, शेंगा चोरून कसं विकते आणि 'गठळं' करून कसं ठेवते, याचाही सुगावा तिला गल्लीतल्या इतर बायकांकडनं लागला होता. तेही तारानं ह्या मैत्रिणींना सांगितलं.

मैत्रिणींनी रतनूला हे सगळं हळूहळू, थोडं थोडं सांगितलं. रतनूला या सगळ्या गोष्टींचा राग येऊ लागला. त्याला आता संसार 'आपला' वाटत होता. वंशाला मुलगा झाला होता.

तो हळूहळू कंबळाला सांगू लागला, "कंबळे, अंग, तू सकाळी जरा सैपाकाला बसत जा की. तिला थानचं मूल हाय. चुलीफुडं बसून बसून धगीनं बाई माणसाचं दूध आटतं म्हणं."

"आतापतोर पोरं झाली, तवर काय झालं न्हाई, नि आत्ताच दूध आटाय लागलं व्हय? काय कळत न्हाई मला?"

"आगं, पर पोटाला पोरगा झालाय. एवढं हेलपाटल्यावर तिच्या अंगावर दूध ऱ्हाईल काय?"

"न ऱ्हायला काय धाड भरलीय? कष्टानं कुणाचं दूध कमी हुईत न्हाई."

"एवढं सांगूस्तवर तू सैपाकाला बसलीस नि तिला वरची कामं सांगितलीस तर काय तुला धाड भरणार हाय?"

"हांऽ ! मला कामाला जूप नि तिला पुजून ठेव देव्हाऱ्यावर. माझं आई बाऽ हुतं, तवर मी कवा चुलीम्होरं पाय ठेवला न्हाई, नि आता मला त्येंच्या मागं कामाला जुपतोस व्हय?... वा ऽ ऽ रं बायल्या ऽ !"

"बसून खायाला हे काय वतनदाराचं घर न्हवं. कष्टं केल्याशिवाय कुणाला खायला मिळणार न्हाई हितं. तुझी तू आपली न्ह्यारी घेऊन सकाळच्या पारी मळ्याकडं येत जा. ती घर संभाळंल, तू मळ्यातली कामं संभाळ."

"बरं सांगतोस की. कुणी कान फुकल्यात तुझं हे? हिकडं तू आणि मी मळ्यात बसूया नि ती रांड तिकडं घरातलं किडूक मिडूक इकून चैन करू दे. तिच्या गणगोतांस्नी घर धुऊन देऊ दे. काय काय ढंग सांगायचं तुला तिचं? उगच आपलं, छे देवा; भावाच्या प्रपंचाचं वाटूळं नगं म्हणून मी गप्प बसतोय, न्हाईतर कवाच तुलाबी इकून खाल्ला असता तिनं... आणि आता तूच त्या नोडीला सामील होऊन घरदार ढांकंला लावायला निघालाईस व्हय?"

कंबळाची आणि रतनूची अशी वरचेवर बोलणी होऊ लागली. तो दुग्ध्यात पडू लागला. त्याला वाटे की बायकोचा ह्यात डाव आहे. नणंदेला बाहेर काढून घरदार, प्रपंच आपल्या मालकीचा करून घेण्यासाठी, आपल्या गणगोतांस्नी मूठपसा देताना आड येणारा नणंदेचा काटा बाजूला काढण्यासाठी ती कारस्थान करीत आहे. कित्येक वेळा त्याला वाटे की, आपल्या पोरग्याला सुख मिळालं पाहिजे. पोराला सुख म्हणजे पोराच्या आईला सुख मिळालं पाहिजे... भणीचं पोरगं काय आपल्याला जलमभर पोसणार हाय? ते आज हाय तर उद्या न्हाई. आणि दांडगं हुईस्तवर घरात ऱ्हाईल नि उद्या येगळं हुईल. मग त्येचं काय घ्या?... आपल्या पोराच्या जल्माचं आपल्यालाच बघितलं पाहिजे.

रतनूच्या मैत्रिणीही हाच विचार त्याच्या मनात भरवून देत होत्या. त्याच्या बायकोला खूश करण्याची ही संधी दोघींनाही मिळाली होती. कंबळा स्वैपाक करत नाही, मळ्यातली कष्टाची कामं करत नाही, घरातली सगळी मालकी तिच्याकडं आहे, ती खरंच चोरून विकत असेल आणि वेगळं होण्याच्या विचारानं 'गठळं' साठवून ठेवत असेलच; अशी मैत्रिणीच्या सांगण्यावरून रतनूची खात्री पटू लागली... पोटाला पोरगा झाल्यावर बहीण त्याला दूरची वाटू लागली.

त्याचा हा विचार हळूहळू बळावत चालला. ताराही हळूहळू सासूमागं निर्ढावत चालली. ती जोंधळं, तांदूळ, मिरच्या कमी झाल्याबद्दल नणंदेला विचारू लागली. कंबळाही तरुण होती. तारापेक्षा मोठी होती. तिलाही कधी ना कधी स्वतंत्र राहावंच लागणार होतं, याची खात्री होती. तिच्याकडं कोण येतं, कोण जातं, कोण काय

काय नेत असतं, गठळं कुणाकडं ठेवलंय, याची चौकशी कुणी करण्याचं कारण नाही, असं तिला वाटे.

तिला अनेक तरुण पुरुष प्रत्यक्ष-अप्रत्यक्ष स्वतंत्र राहण्याबद्दल सुचवू लागले. “तुला भरपूर काम देऊ, कोरडं शेत करून देऊ. म्हशीच्या दुधाचा धंदा कर. येपारटापार कर.” असं सांगू लागले.

यातून कंबळा स्वतंत्र झाली. तिला रतनूनं, गल्लीतल्या चार वडीलधाऱ्या माणसांच्या सांगण्यावरनं, जुनं घर लिहून दिलं. वर्षाच्या बेजमीचं धान्य दिलं. खर्चाला म्हणून तिला चारशे रुपये दिले. एक म्हैस घेऊन दिली.

कंबळा आता अधनंमधनं कामाला जाऊ लागली. म्हशीचं दूध काढून विकू लागली. म्हारकीतली एक पट्टी तिनं आगाऊ पैसे देऊन फाळ्यानं केली. साठवलेली पुंजीही तिनं आपल्या बरोबर नेली. तिनं एक लोखंडी ट्रंक केली होती. रतनूच्या घरातनं तिनं ती न उघडताच आपल्या घरात नेऊन ठेवली होती. तिची किल्ली कायम तिच्या कमरेला असे.

एवढं रामायण झालं. दोन्ही नणंदा घराबाहेर गेल्यावर घर ताराच्या मालकीचं झालं. तिला कामंधामं करायला उत्साह वाटू लागला. बारकी पोरं घेऊन ती लौकरच स्वैपाक करून मळ्याला जाऊ लागली. मुलं वाढवायला निर्धास्त झाली. हळूहळू पोरं मोठी होऊ लागली. ताराच्या काखेतून खाली उतरून आंदू चालू लागला. घरातून दारात खेळू लागला. रतनूच्या खांद्यावर बसून गावातनं हिंडू लागला. हळूहळू गल्लीत जाऊ लागला.

देसायाच्या मळ्याची वाट तारा आन्दूला काखेत घेऊन तुडवतानाच, त्याला हळूहळू कळू लागलं. त्याला शब्द फुटू लागले. ताराला ‘आई’ ‘आई’ म्हणू लागला. रतनूला ‘दादा’ म्हणू लागला. कंबळा, आकणी, कंबळाचा पोरगा बाबू त्याला ‘दादाच’ म्हणत होते. तोही ‘दादा’ म्हणू लागला. ‘मला’ ‘तुला’ तो करू लागला. देसायाच्या मळ्यापासून त्याला पुढचं सगळं आठवतं. घरदार नि घरचा कुणबावा. घरातली माणसं नि रीतीभाती. माणसांचं बोलणं चालणं नि वागणं-वागवणं. त्यातनं जगत भोगत गेलेला तो. त्याच आठवणींच्या नाबट्यांनी वळलेली ही कहाणी. माणसं माणसाला सांगतात तशी सांगितलेली.

‘आन्दू’ म्हणजे मी.

देसायाच्या मळ्याला पावसाळ्यात मोटारीच्या रस्त्यानं जावं लागायचं. मधली वाट रानातनं होती. पावसाळ्यात त्या रानातनं, पांदीतनं चिखल झालेला असे. तशात मला दुधासाठी एक काळी कोयी शेळी घेतलेली होती. तिलाही बरोबर मळ्याकडं न्यावं लागे. त्यामुळं पिकातनं कुणी जाऊ देत नसे.

त्यावेळचा एक प्रसंग आठवतो. मी आणि माझी थोरली बहीण आनशी, आईबरोबर चाललेलो. मला फारसं कळत नव्हतं तेव्हाच कधी तरी माझी दुसरी बहीण शेवंता मरून गेलेली. आईच्या डोईवर जेवणाची बुट्टी. आनशीच्या हातात शेळीची दोरी. मी आईच्या हाताला धरून चाललेलो. तोवर मोटारीच्या रस्त्यानं खाकी रंगाच्या गाड्यांची एकामागं एक अशी माळच्या माळ सुरू झाली. नाना आकाराच्या, पुष्कळ चाकांच्या गाड्या. आत खाकी रंगाचाच पोशाख घातलेल्या माणसांची दाटी. त्यांच्या हातात जाड जाड बंदुका.

"ह्या मोटरी कसल्या गं आई?"

"लढाईच्या. लढाई सुरू झालीया आता!"

"लढाई म्हंजे?"

"मारामारी. हातात त्या बंदुक्या घेऊन माणसं माणसांस्नी मारत्यात."

"का?"

"दुसऱ्या मुलखाची माणसं आपल्या मुलखात येत्यात म्हणून. तिकडंच चालल्यात ही माणसं."

"तिकडं म्हंजे कुठं?"

"त्यो जर्मल-जपान हाय तिकडं."

"कुठं?"

"कुठंबुठं सगळ्या जगभर हाय म्हणं."

"जगभर माणसं मरत्यात?"

"हां! बारकी पोरं रडाय लागली की त्यांस्नीबी धरून न्हेत्यात." आईनं संधी साधून मला दम दिला.

"कशाला?"

"कशाला म्हंजे? त्यांस्नी थोरलं करायचं नि बंदूक घेऊन लढाई करायला लावायचं."

मी त्या गाडीतल्या माणसांकडं डोळे मोठे करून बघू लागलो, तशी ती माझ्याकडं बघू लागली, हात हलवू लागली, खुणा करू लागली. कुणी रोखून बघू लागली.

मला त्यांची भीती वाटू लागली. ती धरून नेतील असं वाटू लागलं नि मला रडू येऊ लागलं. आईनं समजूत काढण्याचा प्रयत्न केला, तरी ती निघेना. शेवटी आईनं मला काखेत घेऊन पदराखाली झाकलं नि मी तिच्या पदराच्या तंबूत सुरक्षित बसलो. खांद्यावर मान टाकून निपचित पडलो. तरी कानात त्या मोटारींचा राँ राँ राँ आवाज घुमत होता. छातीत धडकी भरत होती. तेव्हापासनं आईबरोबर त्या रस्त्यानं जायचं मी नाकारलं... पोटात भीतीचा गोळा उठू लागला.

पुढं अनेक गोष्टी कळल्या. गावात पुष्कळ वेळा लढाईची भरती येई. तरणी

पोरं जबरीनं भरती करून नेली जात, म्हणून तीन तीन दिवस बेपत्ता होत. रानामाळात दडून बसत. धाकटा मामा असाच तीन दिवस आमच्या खोपीत, शेणकुटाच्या हुडव्या मागं दडून बसला होता. सातआठ दीस गेलं की, कुणाकुणाची पोरं गावली नि भरती करून नेली, त्याची बोलणी गावभर सुरू होत. त्यातनंच लढाईच्या गोष्टी निघत. माझा जीव घाबरा होई. तरी त्या गोष्टी ऐकाव्याशा वाटत. डोळे नि कान मोठे करून मी ऐके.

कधी कधी गावाबाहेरच्या रानात मिलटरीच्या मोटारींचा तळ पडे. गावात गोरे साहेब येत. त्यांच्याबरोबर मिलटरीची माणसं असत. साहेब कोंबड्या, अंडी, मटन, फळं विकत घेत. त्यांच्या तळावर जोगतिणी जाऊन गाणं म्हणून येत. महारवाडा, मांगवाडा इथल्या तरण्या पोरी जाऊन त्यांना तीन दगडांच्या चुली मांडून स्वैपाक करून देत. त्यांना दोन-तीन दिवसांसाठी भरपूर बिदागी मिळे. कधीमधी जोगतिणींना गोरी गोरी पोरं होत. एका जोगतिणीला तर आवळ्या जावळ्या दोन गोऱ्या पोरी झाल्या होत्या... त्या गोऱ्या सायबा सारख्या दिसायच्या. पण मराठी बोलायच्या. मला त्याची गंमत वाटे.

आईनं मला कल्लं ठेवली होती. मुलीचे केस कापत नसल्यामुळं त्यांच्या वेण्या घालता येतात. त्यांना चांदीचे गोंडे, सोन्याची फुलं गुंफता येतात. मुलांनाही दोन्ही कानांच्या वरच्या बाजूला वीतवीत लांब केसांचा झुबका ठेवत. त्याला कल्ले म्हणत. त्यांच्या बारीक वादीसारख्या वेण्या घालून त्यांत सोन्याची फुलं गुंफत. मला तशी दोन फुलं केली होती. आई माझ्या कल्ल्यांच्या वेण्या घालून त्यांत ती गुंफत असे. पण हे सणासुदीलाच होई. एरवी कल्लं मोकळी. टाळूही होती. 'टाळू' म्हणजे टाळूवर चार बोटांच्या जागेत चार बोटे लांबीचे ठेवलेले केस. तेही मला ठेवलेले. माझ्या कानांत मुद्याही होत्या. आई माझ्या वेण्या घालून त्यांत ती फुलं घाली. पण मला ती नको वाटत. गल्लीत दुसऱ्या कुठल्या पोराच्या अशा वेण्या घालत नसत. ही पोरं मला चिडवायची. 'आन्द्या, येण्या घालायला पोरगी हाईस व्हय रं?' 'आरं, ते पोरगीच हाय. त्येच्या कानांत बघ मुद्या कशा बायकागत हाईत.'

मी ओशाळून जाई.

एकदा माझ्या कानातली एक मुद्दी नाहीशी झालेली बघून, आईच्या पोटात भीतीचा गोळा उठला. तिला वाटलं; मला कुणी तरी खायला देऊन माझ्या एका कानातली मुद्दी काढूनच नेली. हे जर दादाला कळलं तर "कुठं सोडलं हुतंस एकल्या पोराला?" म्हणून दादा तिला मरूस्तवर मारंल, असं वाटलं. म्हणून तिनं मला धाटानं, खाली लोळेपर्यंत बडवलं. "मुद्दी कुणी काढून नेली सांग."

कुणी काढूनच घेतली नव्हती तर मी काय सांगणार? "मला ठावं न्हाई." मी आरडाओरडा करत नाचत होतो. रडून रडून कधी झोपलो याचा पत्ता नाही.

सकाळी उठून नेहमीच्या जागी पोत्यावर खेळायला गेलो. मुद्दी तिथंच पोत्यात अडकलेली. मी ती आईच्या हातात नेऊन दिली.

"आई, हे बघ मुद्दी."

"कुठं हुती?"

"पोत्यात अडकली हुती."

"आरंऽ देवा! उगंच मारलं माझ्या लेकराला." म्हणून तिनं मला उराशी धरलं.

बिगरीत जाईपर्यंत माझ्या कानात मुद्या होत्या. माझी इच्छा नव्हती; तरी आई 'असू देत.' म्हणायची. कधी मधी पोरं शाळेत दंगा करत. वरच्या वर्गांतली पोरं खालच्या पोरांना येऊन मारत. तेव्हा त्यांचा डोळा माझ्या नवलाईच्या टाळूवर आणि कानांवरच्या कल्ल्यांवर असे. ती माझी टोपी उडवून कल्लं दोन्हीकडं दोघं धरून ओढत. मला खूप कळा येत. कधी कधी माझी टाळू पकडून ओढली जाई. एरवी मी मारामारीत कमी पडत नव्हतो. पण कल्लं, टाळू पोरांनी धरल्यावर मी जखडबंद होई. माझं काहीच चालत नसे. मला रडू येईपर्यंत पोरं ती ओढत असत. कधी कधी दोन चार लांबसडक केस पोरांच्या हातात येत. माझी केसं त्या पोरांच्या हातात बघून पाय उपटलेल्या झुरळासारखा मी तळमळे...शेवटी पहिलीत गेल्यावर आईला सांगून सांगून मी टाळू, कल्लं नि मुद्या काढून घेतल्या... त्यामुळं निर्मळ वाटू लागलं. चिडवाचिडवी बंद झाली. निर्धास्तपणे पोरांत बसू लागलो. त्यांच्या खोड्या काढताना भय वाटेनासं झालं.

देसायाच्या मळ्यात तीन विहिरी होत्या. खालतीकडची विहीर खूप काळोखी. तिच्या भोवतीभोर मेसाचं बेट. कसलीबसली झाडं नि घाणिरड्याची झुडपं वाढलेली असत. विहिरीवर चारी बाजूंनी सावली पडे. तिच्यात वाकून बघितलं की तिचं पाणी काळंभोर दिसे. ती विहीर खूप खोल होती. उन्हाळ्यात तिच्यात दगड टाकला की खूप उशिरा 'डुबुक' असा आवाज येई. ती जमिनीत आरपार खोल गेली असल्यागत वाटे. तिच्या पाण्याचं मला भय वाटे. तिच्यावर वाकलेलं, कुबड्या म्हाताऱ्यासारखं एक जांभळीचं झाड होतं. घोसच्या घोस, मोठी मोठी जांभळं त्याला लागत. तसाच कुणी चढणारा धीट, पट्टीचा असल्याशिवाय जांभळं हाताला लागू शकत नसत. बहुतेक वेळा ती विहिरीत पडून जात. काळीभोर, बारीक बियांची मोठी मोठी जांभळं! जणू खालचं पाणी वर येऊन एक एक जांभळ झाल्यासारखं वाटे. किंवा विहिरीत ही सगळी जांभळं पडत असल्यामुळं पाणी काळंभोर झाल्यासारखं वाटे. जांभळांचा नि त्या पाण्याचा काही तरी गूढ अबोल संबंध मला जाणवत असे. पाण्याची नि जांभळांची मतामत असल्यागत वाटे.

काठावरच्या झुडपात पडलेली दोन-तीन काळी पिकी जांभळं एकदा दिसली, म्हणून हळूच ती वाकून घ्यायला गेलो... पाय घसरून खाली सरकलो. इतक्यात

हातात कसं झुडूप आलं कळलं नाही. त्याला धरून 'आई, आई' म्हणून ओरडलो. पाणी तुंबवलेल्या पाटाच्या पाण्यात आई धुणं धूत होती. ती धावत आली नि तिनं हळूच हाताला धरून, मला वरती ओढून घेतलं.

"आरं, माझ्या कर्मा तू!" म्हणून तीच मला उराशी धरून रडत बसली... एकुलता एक. नऊ नवसानं झालेला. विहिरीत पडलो असतो तर दादानं आईला जिवंत ठेवली नसती. तेव्हापासनं आई मला विहिरीकडं एकटा कधी सोडेनाशी झाली. जांभळीचं झाड कायमचं माझ्यापासनं दूर गेलं. मनात ती विहीर कायमचं घर करून बसली.

मधल्या विहिरीचा माणसं गाळ काढत होती. मधली विहिर पन्नासभर हात खोल असावी. पण ती खोल असली तरी, भोवऱ्यागत खाली तळाला निमुळती आणि वर गोल गोल होत पसरट झालेली. गाळ काढताना दादाच्या काखेत बसून मी विहिरीत डोकावलो. तिथं लोक काहीतरी करताना दिसत होते. विचारलं तर दादा म्हणाला,

"जिवाळा मोठा कराय लागल्यात."

"जिवाळा म्हंजे काय?"

"जमिनीच्या पोटातनं पाणी येतंय ते बिळूक. ते मोठं कराय लागल्यात."

"मला दाखीव चल"... मला त्या बिळकाची गंमत वाटली.

"नगं. हीर खोल हाय. तुला उतरायला यायचं न्हाई."

मी हट्ट धरला. शेवटी दादाच्या काखेत बसून खाली खाली गेलो. खाली खाली खोलात उतरत जाण्याचा मजेशीर अनुभव आला. आपण जमिनीच्या पोटात मुंगी-सापासारखं घुसत चाललोय, असं वाटू लागलं.

खाली गेल्यावर नवलाईचा जिवाळा बघितला. त्याच्या झुळझुळत्या पाण्यात हात घातला. हाताला भूळभूळ गुदगुल्या झाल्या. बरं बरं वाटलं. मग वर बघितलं. जग वरच राहिलेलं. त्यावर आभाळ डब घातल्यागत दिसू लागलं. पाण्यात वळवळणारे मासे त्या गढूळ पाण्यात बघितले. दगडांतनं झिरपणारे बाकीचे झरे बघून पाण्यालाही जीव आहे, जमिनीच्या पोटातनं वाट हुडकत हुडकत ते या विहिरीत येतंय असं काही तरी वाटू लागलं.

माणसांनी कामं करताना गढूळ केलेल्या गाळाच्या पाण्यात, जिवाळा आपलं पाणी सोडून ते सारखं निवळू बघत होता. तरी माणसं सारखं ते गढूळ करत होती. तरीही जिवाळा ते सारखं निवळू करू बघत होता. गंमत गंमत वाटली.

एके दिवशी बिसुऱ्या म्हाताऱ्याचा गणपा धावत धावत घराकडं आला. वरच्या विहिरीत थोरली बैलं पडल्याचं सांगू लागला. माझ्या काळजाचं पाणी पाणी झालं. आता आपली बैलं मरणार असं वाटू लागलं.

दादा घरात होता. तो झटक्यासरशी उठला नि शेजारच्या मांगवाड्यातनं पळत पळत मांगांना बोलवत मळ्याकडं गेला. मीही मळ्याकडं पळालो. बरोबर कंबळाआत्तीचा बाबू होता.

पाचपन्नास माणसं विहिरीवर जमलेली दिसली. खाली जाऊन साताप्पानं बैलांची नाडाशिवाळ सोडून काढली. बैलांना धरून कडेला आणलं होतं. विहिरीत उतरण्यासाठी छोटी पायवाट होती. पण त्या वाटेनं बैलं वर येणं शक्य नव्हतं. बैलं पालखी सारखी मोठी होती. त्यांच्यासाठी वाट रुंद करायचं काम चाललं होतं. बैलं सारखी वर बघत पाण्यात पोहत होती. मी न राहवून गर्दीत रडायला लागलो. मला वाटू लागलं, आता आपली बैलं लौकर वाट तयार झाली नाही तर भेंडाळून बुडतील... पण लोक वाट तयार करण्याच्या उद्योगात जोरात होते. माझा चुलत चुलता म्हणाला, ‘‘न्हाई गप. बैलं मरत न्हाईत. आता इतक्यात वर येतील बघ.’’

तासा-दीडतासात वाट मोठी केली नि हळूहळू बैलं वर आणली. माझा जीव भांड्यात पडला. ही बैलं माझ्या जन्माच्याही अगोदरपासनं आमच्यात होती.

देसायाच्या अर्ध्या मळ्यात चिखल्याची माणसं कष्ट करत नि अर्ध्या मळ्यात आम्ही कष्ट करत असू. चिखल्याच्या माणसांत धोंड्या होता. माझ्यापेक्षा पाचसहा वर्षांनी मोठा. त्याच्याबरोबर मी खूप खेळत असे. झाडावर चढायला मला त्यानं शिकवलं. जून व्हायच्या अगोदर चोरून ऊस खायला शिकवलं. तिथंच वाकुऱ्याचा बोद उकरून त्यात चिमक्यावाडं झाकून टाकायला त्यानंच देख शिकवली. हा धोंड्या; चिखलाची बैलं उत्तम करून देत असे. म्हणून मी त्याच्या मागोमाग पुष्कळ वेळा हिंडत असे.

मधल्या विहिरीच्या काठावर एक खोप बांधून चिखल्याच्या माणसांनी वस्ती केलेली. तिथं धोंड्या रात्री झोपत असे. त्याला झोपेत चालायची सवय होती. एकदा तो मध्यरात्री झोपेत चालत चालत विहिरीच्या काठानं, अवघड वाटेनं, धावेवरून उसाच्या फडात गेला. उसाच्या फडात गेल्यावर पाल्याचा आवाज कसला येतोय, म्हणून अलीकडील खोपीतला आमचा गडी; बिसुऱ्याचा गणपा उठला. बाहेर येऊन त्यानं ‘‘कोण हाय ते?’’ म्हणून हाळी दिली. हाळीमुळं उसात अडकून पडलेल्या धोंड्याला जाग आली होती. त्यानं ‘‘मी हाय गणपुदा.’’ म्हणून आवाज दिला. मग त्याला हुडकून काढून पुन्हा खोपीत आणला. चिखल्याच्या तुकानं आतनं कडी घालून, ती गच्च बांधून त्याला झोपवला. धोंड्याची टिंगल करायला मला ही गोष्ट पुष्कळ दिवस पुरली... धोंड्या निजत कसा चालत असंल? पायवाटंनं नीट कसा गेला असंल? हिरीच्या काठानं चालत जाताना त्यो आत कसा पडला न्हाई? पडला असता तर बुडाला असता नि मेला असता, का पवत काठाला आला असता?– असले अनेक प्रश्न माझ्या मनात उठले.

मळ्यात मी रामफळं, सिताफळं, भोकरं, जांभळं, कोवळे नारळ, गाभुळलेल्या चिंचा रगड खाल्ल्या. रायवळ आंब्यांच्या किती तरी जाती चाखल्या. नारळाएवढ्या नारळी आंब्यापासून सगळ्यांत छोट्या साखरगोटीपर्यंत सगळे आंबे चाखले. रायवळ आंब्यांत नाना चवी, नाना प्रकारचे वास, केसराच्या कोयांपासनं ते टक्कल पडलेल्या कोयांपर्यंत सगळ्या कोया चोखल्या, घट्ट घट्ट गुटळ्यांच्या रसापासनं पाण्यासारख्या पातळ रसापर्यंतच्या तऱ्हा रायवळ आंब्याच्याच. पिवळ्या पोपटी रंगापासनं केशरी, लाल, मधाळी रंगापर्यंतच्या नानाविध छटा रायवळालाच. एकदम सगळा आंबा तोंडात घेता येईल एवढ्या साखरगोटीपासनं दोन्ही हातांनाही जड, मोठे वाटणारे आकारही रायवळचेच. मळ्यात बांधावर, धावेवर, पाटाकडेला, विहिरीवर, खोपीमागं, ओढ्याच्या दोन्ही काठावर झाडंच झाडं होती. मळा झाडांनी सावलीदार झालेला. हा मळा सोडला नि पुढं मला देशी ऊसच खायला मिळाला नाही. सगळ्यांत आवडणारा काळाबाळा ऊस तर मला त्यानंतर बघायलाही मिळाला नाही. जन्मभराचे आंबे ह्या मळ्यात खाल्ले.

हा मळा वयाच्या सातव्या वर्षी सोडला तरी, या मळ्याच्या उशानं वाहणारा ओढा, मनात पाट करून सतत झुळझुळतो. ओढ्याच्या काठांवर दोन्ही बाजूंना देवनळ्यांची बेटं, चिंचा, आंबे यांची झाडं दाटकिर्र होती. देवनळ्याच्या बासऱ्या मला धोंड्या करून देत असे. चिंचा, आंबे यांची गाभूळलेली नि पाडांची पड खाऊन खाऊन दात आंबून जात. ओढ्याच्या निवांतात देसायाच्या कुलपुरुषांची उंच उंच थडगी देवळासारखी बांधलेली होती. तिथं दडूनमडून खेळलो. शाळा शिकताना. पुढं कितीतरी वर्षांनी बालकवींची 'निर्झर' ही कविता शिकलो. तरी तो निर्झर म्हणजे मी भोगलेला तो ओढाच माझ्या मनात जागा होई नि वाहू लागे.

◆

४

शाळेत जाण्याचा पहिला दिवस चांगला आठवतो. त्याची तयारी घरात गुढीपाडव्याच्या अगोदर पंधरा दिवस चालू होती. कल्लूअण्णांकडं माझी कुडतं-चड्डी शिवायला टाकली होती. नवी रंगीत पट्ट्यांची पिशवी विकत आणली होती. दादाच्या हाताला धरून बाजारात जाऊन, कटक्याच्या दुकानातनं कोरी करकरीत पाटी आणि पेन्सिल आणली होती.

पाडव्याच्या आदल्या दिवशी नारळ आणला. पिशवी भरून भेंडबत्तासू आणलं. त्याचं गठळं खोलीसमोरच्या खुंटीला अडकून ठेवलं. नवी कापडं आईनं पेटीत आणून ठेवली होती. उद्याचा पाडव्याचा दिवस कधी उजाडेल असं होऊन गेलं होतं. यांतल्या एकाही वस्तूला आई आणि दादा हात लावू देईना झाले होते. कधीतरी, वर्षातून एखाद्या वेळेला नवी कापडं मिळायची. ती शिंप्याच्या दुकानातच अंगावर घालून उड्या मारत घराकडं यायचं. पण यावेळी तसं करता आलं नाही. भेंडबत्तासू घरात क्वचित कधी चार-पाच महिन्यांतनं एकदा यायचं. ते कधीच पोटभर खायला मिळायचं नाहीत. आणल्या-आणल्या त्यांचा बुकणा उडून जायचा. चुकून जोंधळ्याएवढा पडलेला तुकडाही वेचून खायचा. ते आता कारण नसताना उंचावर खुंटीला टांगून ठेवलं होतं. पाटी पेन्सिलीचं नवं कौतुक, नव्या, खास माझ्या मालकीच्या रंगीत पिशवीत असंच टांगून ठेवलेलं. "आताच मिळायची न्हाई; फोडशील." म्हणून पिशवी खुंटीला अडकलेली. माझ्या मालकीची ती पहिली पिशवी. तिच्यात माझीच मालमत्ता ठेवलेली... त्यामुळं जाता येता मी तिच्याकडं सारखं बघत होतो.

भेंडबत्तासू कधी खाईन, नवी कापडं कधी घालीन, पाटी-पेन्सिल कधी घेऊन तिच्यावर चित्रं, रेघोट्या काढीन, असं होऊन गेलं होतं. पाडव्याच्या आदला दिवस जाता जाईना झाला होता.

पाडव्याच्या दिवशी सकाळी लौकरच आईनं उठवून आंघोळ घातली. डोक्याला पचपचीत तेल लावून, त्याच तेलाचे हात माझ्या तोंडावरनं, हातापायांवरनं फिरवले. नवी कापडं घातली. डोक्याला काळी टोपी घातली. तोपर्यंत दादाचं गुढी उभी करणं संपलं होतं. मी अधीरतेनं ते संपण्याची वाट बघत होतो.

मला घेऊन दादा शाळेकडं चालला. पाटी-भेंडबत्तासूची पिशवी मात्र त्याच्याच हातात. ती सारखी मागंपुढं झुलत होती. दादाचा चेहरा खूश दिसत होता. त्याच्या मनात काय तरी मजेदार असावं असं वाटत होतं.

"लई शिकायचं बरं काय?"

"हांऽ!" मी खूश झालेला.

"दिवाणजी व्हायला पाहिजेस बघ."

"हांऽ!"

गल्लीत विठोबा सणगर म्हणून दादाचा एक दोस्त होता. तो पाचवी शिकला होता. देवनागरी नि मोडी लिपीतले कागद फडाफडा वाचत होता. घरातलं काही चिठोरं, जुनी कागदं, शेतं केल्याच्या कबुलायती, नोकरनामे, मुनसीपालटीच्या पट्ट्या वाचायच्या असतीलच तर, दिवाणजीला बोलवावं लागायचं. सगळ्या गल्लीची कागदपत्रं तोच वाचायचा. म्हणून सगळी गल्ली त्याला दिवाणजी म्हणत होती.

दादाला असं काहीच वाचायला येत नव्हतं. घराण्यात तसं कधी कुणालाच वाचायला येत नव्हतं. पण आता काळ बदलत चालला होता. गल्लीतल्या दादाच्या वारगीच्या ज्या लोकांना पोरं होती; त्यांनी ती शाळेत घातली होती. सगळी गल्ली सणगरांची... जलमभर घोंगड्याच्या खड्ड्यात बसणारी सणगरं ते आपल्या पोरास्नीं शाळंत घालत्यात, मग आपल्या पोरानं का शिकू ने? शावू म्हाराजानं गावची पोरं शिकावीत म्हणून एवढ्या दांडग्या, राजवाड्यागत शाळा काढल्या. बघू तरी चार यत्ता शिकवून. पोरगं कुठंतरी दिवाणजी झालं तर चार मोठ्या माणसांच्या वळखी हुतील. त्यातनं चार चांगलं मळं फाळ्यादळ्यानं करता येतील... दादाचं मन पिशवीबरोबर झुलत होतं. मलाही काहीतरी नवं घडतंय, असं वाटत होतं.

आम्ही जायच्या अगोदर शाळा सुरू झालेली. राम मंदिरात शाळा. तिथं मी पहिल्यांदा जात होतो. मोठ्या दरवाज्याचा प्रचंड दगडी उंबरा. मी त्याच्यावर चढून, मग बसून, मग पलीकडं हळूच पाय सोडून उतरलो. वर चढताना लागणाऱ्या काळ्याभोर दगडाच्या तीनचार पायऱ्याही असाच; वरच्या पायरीचा हातानं आधार

घेऊन, खालच्या पायरीवर एक-एक पाऊल ठेवून चढत वर गेलो. वर गेल्यावर एक मोकळी विस्तीर्ण जागा दिसली. मधेमधे लाकडाचे चौकोनी फूटफूटभर रुंदीचे खांबच खांब दिसले. त्या जागेच्या एका कोपऱ्यात मास्तरांची टेबल-खुर्ची. समोर मुलांची एक रांग भिंतीकडेला दुसरी रांग मधे. आणि तिसरी खांबांची रांग साधून बसलेली. कसलातरी गलका चालला होता. मुलं हातात पाट्या घेऊन काही तरी म्हणत होती. भिंतीवर एक रंगीत चित्रांचा कापडी पट लोंबकळत होता. एक शेलाटा, कुबडात किंचित वाकलेला, काळ्याकबऱ्या रंगाचा, पट्ट्यापट्ट्याचा मातकट कोट घातलेला, पांढऱ्या धोतरातला मास्तर या तिन्ही रांगांमधनं हातात एक हिरवी लिंगडीची छडी घेऊन हलवत हलवत हिंडत होता.

शाळेत माझ्यासारखी नवी आलेली दहापंधरा पोरं दोन भिंतींच्या कोपऱ्यात ओक्साबोक्शी रडत बसलेली. मेंढ्या रानात गेल्यावर कोकरं जशी डालग्यात कोंडून ठेवताना ओरडतात, तशी त्या पोरांची अवस्था. मला मात्र रडू आलं नाही; कारण दादा माझ्या बरोबर होता.

नाव घातलं. पाटीवर 'श्री ग' काढून दिलं... 'श्री' काढणारा मास्तराचा हात खरखरीत दिसत होता. त्यानं आपल्याला, आपल्या पेन्सिलीला हात लावू नये, असं वाटलं. तरी त्यानं माझी पाटी-पेन्सिल काढून घेतलेलीच होती. कारण नसताना मोठ्यानं 'श्रीऽऽ' म्हणत होता. त्याचे डोळे गोलगोल मोठे होते. कपाळावर आठ्या घालून चाळशी नि कपाळ यांच्यामधनं तो पोरांकडं बघताना भीती वाटत होती.

दादानं रामाला नारळ फोडला. पुडीतली साखर सोडली. चिरमुऱ्यात भेंडबत्तासू मिसळले. साखर-खोबरं, थोडं चिरमुरं, भेंडबत्तासूची एक कांडी मला देऊन, तो बाकीचं मुलांना वाटू लागला. मग मला रडू फुटलं. कारण हे जेव्हा घरात आणलं त्या वेळी मी मागताना आई म्हणाली होती, 'उद्या तू शाळेत गेलास की मिळंल.' ते ऐकून मी शाळेला जायला हरखून पाणी झालो होतो. दादाच्या हातातल्या पिशवीवर नजर ठेवून मी शाळेत गेलो होतो. पण दादा आता ते सगळं पोरांना फुकट वाटत होता. आणि मी रडताना बघून मास्तर माझी भलत्याच गोष्टीनं; म्हणजे खडूच्या कांडीनं समजूत काढत होता. ती भेंडासारखी दिसत होती, पण खाता येणार नव्हती.

त्या दिवशी बिगरीची शाळा मुद्दाम चालू ठेवली असावी. अजून बिगरीच्या परीक्षा झालेल्या नसाव्यात. त्या कधीतरी एप्रिलमध्ये घेऊन, शाळेला उन्हाळ्याची सुटी दिली जाणार असावी. गुढीपाडव्याला नवी मुलं शाळेत येतात, म्हणून दुसऱ्या दिवशी सुटी दिली जात असावी. कारण मला दुसऱ्याच दिवशी शाळेला सुटी मिळाली. त्यानंतर मग मी पावसाळ्याच्या टिपणालाच शाळेत जाऊ लागलो.

दिवस चालले होते.

साकेकर मास्तर हातात हिरवी छडी घेऊन, नकाशावरची रंगीत चित्रं दाखवत, 'अननसातला अऽ, आगगाडीतला आऽ, इटीदांडूतला इऽ, ईडलिंबूतला ईऽ' असं मोठ्यानं ओरडत. त्यातली एकही वस्तू मला कळत नव्हती. 'अननस' म्हणजे काय हे मला माहीत नव्हतं, आगगाडीचं पुढचं तोंड कोणचं नि मागचं कोणचं, ती आपल्याकडं येतेय का पुढं चाललीय, याचा मला पत्ता लागत नव्हता. मी त्या वेळपर्यंत जन्मात कधी ती बघितली नव्हती. 'इटी-दांडू' हा मला 'छत्री-दांडू' सारखा दिसत होता. 'ईडलिंबू' लोणच्याच्या लिंबवागत दिसत होता. त्यामुळं मास्तर कशाला काय म्हणतोय हे वर्षभर कळलं नाही. पण हे शिकायचं म्हणजे शाळा शिकायची, एवढी समजूत पक्की झाली.

वर्षभरातल्या इतर गोष्टी मात्र स्पष्ट आठवतात. आम्ही जिथं बसत होतो तिथली भुई शेणानं सारवलेली असायची. ती बहुतेक; वर्षातनं एकदा उन्हाळ्यात कधीतरी सारवली जात असावी. त्यामुळं तिथं धूळ भरपूर असे. शाळा सुटली की, ती धूळ; माळाला ढोरं उधळल्यावर जशी वावटळीगत उडते, तशी लोटच्या लोट उडत असे. घंटा झाल्यावर मास्तर लगेच नाकाला धोतर लावत. घरी गेल्यावर आई माझे रोज चुन्यासारखे पांढरे-शुभ्र झालेले हातपाय पाण्यानं धूत असे. काही दिवस गेल्यावर, तिनं मला एक छोटं पोत्याचं तापूक बसायला दिलं. रोज त्याची सुरळी करून, काखेत घेऊन मी शाळेला जात असे. तरी हातपाय धुण्याचं काम चालूच होतं.

त्या वर्षभरात रामासमोरची घंटा कधी तरी एकदा वाजवावी अशी इच्छा होती. घंटा मोठी ढणढणीत होती. पहिल्यांदाच तेवढी मोठी घंटा बघत होतो. तिच्या शेजारी असलेल्या खांबावर मोठी पोरं मिठी मारून चढायची. वर गेल्यावर डाव्या हातानं नि दोन्ही पायांनी खांबाला गच्च चिकटायची आणि उजव्या हातातल्या आखायच्या पट्टीनं हात लांब करून घंटेचा लोळगा हालवायची. तो हललाच नाही तर घंटेवरच पट्टीचे दणके द्यायची. घंटा घणघणत राही. बराच वेळ घुमे. जमिनीवर उभं राहून ती घंटा आमच्या पट्टीच्या टप्प्यात उड्या मारूनही येत नसे. पंधरा मिनिटांच्या सुट्टीत किंवा मधल्या सुट्टीत खांबावर चढून घंटा वाजवणं, हा एक पराक्रमाचा भाग होता. मला तो कधीच जमला नाही. एक तर खांबावर मिठी मारून चढता यायचं नाही. कुणीतरी खालून माझं ढुंगण वर ढकलावं लागे. आणि वर गेल्यावर दातातली पट्टी खांबाचा एक हात सोडून घ्यायला गेलो, की खाली पडतोय की काय असं वाटे. त्यातही हात सोडून पट्टीला घातला तरी फार लांब करण्याचं धाडस होत नसे. आणि धाडस केलं तरी सरसरसर खाली घसरत येत असे.

बिगरीतनं इन्फंट्रीत गेलो तरी ती घंटा वाजवताच आली नाही. आपण काढलेला घंटानाद एकदा तरी त्या प्रचंड राममंदिरात घणघणत घुमत राहावा अशी इच्छा होती. राममंदिर कसलं ते, तो एक जुना प्रचंड चौसोपी वाडा होता.

बिगरीतनं इन्फंट्रीत गेलो. बिगरी कधी पास झालो ते आठवत नाही; पण 'आता वरच्या वर्गात बसा' असं एक दिवस मास्तरांनी सगळ्यांना सांगितलं. वरचा वर्ग म्हणजे माडीवरचा वर्ग एवढंच माहीत होतं. दोन भिंतींच्या मधून एक चिंचोळा जिना होता. एकाच माणसाला साधारणपणे वर जाता येत असे. दुसरा माणूस वरनं आला की, खालच्याला भिंतीबरोबर अंग चिकटून उभं राहावं लागे. बिगरीत गेलो तेव्हा भिंतीतल्या दारातनं कधी कधी हळूच आत जाऊन मी वर बघत असे आणि काळोख बघून दन्नाट पळून येत असे. पण आता त्याच जिन्यानं वर जावं लागू लागलं. एक एक पायरीवर दप्तर आणि दोन्ही पाय ठेवत, मग वरची पायरी गाठत वर चढावं लागे. पहिल्यांदा मला एकट्याला त्या काळोखात चढायला भीती वाटत होती. पण पुढं एकटा जाऊ लागलो.

जिन्याच्या वरच्या टोकाला, समोरच्या वावभर रुंद असलेल्या भिंतीत एक दीड फूट लांबी रुंदीची खिडकी होती. ती खिडकी जिन्यावर प्रकाश येण्यासाठी असे. पण ती उंचावर होती. तिच्यापासून जिन्यापर्यंत भिंतीतच तिरकी घसारती होती. त्यामुळं खिडकीपर्यंत कुणाला जाताही येत नसे... तरी पहिलीतली निर्ढावलेली पोरं त्या तिरक्या घसारतीवर पालथी पडून तशीच घोरपडीगत वर सरकत, चिंचोळ्या खिडकीला असलेले दोन्ही गज धरत नि त्या उंचावरून खाली मोटारीच्या रस्त्याकडं पाहत. खिडकीजवळ तोंड नेऊन पालथं पडून खाली बघण्यात मजा येत असावी... बरीच पोरं वर जात. ज्यांना जाता येत नसे त्यांना पाठीमागनं मुलं उभं राहून पुढं ढकलत. वरती चढवून मजा पाहायला देत. दोघाचौघांचं एकएक टोळकं येऊन जिन्याजवळ हा उद्योग करीत असे.

इन्फंट्रीत गेल्यावर काही दिवसांनी मीही एका टोळक्यात सामील झालो. चौघेजण खिडकीजवळ गेलो. प्रत्येकाची वरती अगोदर जाण्याची घाई. बाकीची पोरं कधी ना कधी तरी एकदा दोनदा खिडकीत जाऊन मजा बघून आली होती. मला ती या अगोदर कधीच मिळाली नव्हती पण मला पहिल्यांदा कुणी चढूच देईना. प्रत्येकानं बघून घेतल्यावर माझा नंबर आला.

खिडकीत घसारतीवर मी आडवा पडलो. हळूहळू वर चढण्यासाठी रेटा देऊ लागलो. मागनं पोरं माझ्या पायाखाली आपल्या हाताचा आधार देऊ लागली. मला वर रेटू लागली. मी आपोआपच वर चाललो. वर जाताना जरा भीतीही वाटू लागली. कारण खिडकीत चढल्यावर परतून खाली येता येणार नव्हतं. तसंच घसरत खाली यावं लागणार होतं. एकाच माणसाला वर सरकता येण्याइतकं भोक

होतं. चुकून आपण अडकलो तर काय घ्या?... तरी चढत होतो. बाकीची पोरं जाऊ शकतात, बघू शकतात, घसरत उतरू शकतात मग आपणच कसं अडकणार?— असंही वाटत होतं. तसाच चढत होतो.

चढता चढता दोन्ही गज हाताशी आले नि ते धरले. धरले नि त्यांना धरूनच मी वर सरकलो. खालच्या पोरांचे हात आपोआप मोकळे झाले... त्या खिडकीतनं दृश्य दिसत होतं ते विलक्षण होतं. पहिल्यांदाच मी तेवढ्या उंचावर चढलो होतो. रस्त्यानं जाणाऱ्या माणसांचे पटके वरून दिसत होते. जाणाऱ्या म्हशींच्या पाठी नजरेला पहिल्यांदा दिसत होत्या. मोटारींचे टप दिसत होते. घरावरच्या खापऱ्या खालच्या बाजूला दिसत होत्या. झाडांच्या शेंड्याकडचा पसारा प्रथम दिसत होता. सगळं मजेशीर वाटत होतं. तेवढ्या उंचीची भीतीही वाटत होती... झाडावर राहणाऱ्या माकडांस्नी समदी दुनिया अशीच दिसत असंल...

हातांना कढ येऊ लागले. खाली उतरावंसं वाटू लागलं. खाली आवाज दिला, ''उतरतो रे.''

पण खाली कुणीच नव्हतं. माझ्या पायांना तर आधार असल्याशिवाय मला उतरता येणं कठीण होतं. दोन तीन हाका मारल्या तरी कुणी 'ओ' देईना की कुणी येईना... माझं पाणी झालं. हात सोडले तर एकदम गडगडत जिन्यावरून खाली जाण्याची भीती वाटत होती. खूप उंचावर टांगल्यासारखं वाटत होतं. हात सोडले तर खाली पडून मरीन असंही वाटत होतं. भोकात अडकल्यामुळं खाली वळूनही पाहता येत नव्हतं... मी 'आई, आईऽ!' म्हणून खूप ओरडलो नि विंचू चावल्यासारखा मोठ्यानं रडू लागलो. तोपर्यंत माझ्या टोळक्यातल्या तिघांनी जाऊन, ''मास्तर, जकात्याचा आन्द्या जिन्याजवळच्या खिडकीत चढलाय बघा. अडकून बसलाय.'' अशी मास्तरांना बातमी दिली.

जिन्याजवळची खिडकी प्रसिद्ध होती. तिथनं मुलं जिन्यात पडून गडगडत खाली जाण्याची भीती होती. म्हणून तिथं चढताना मुलं दिसली की, मास्तर त्यांना जबर शिक्षा करीत. मी तर आता खिडकीत चढून बसलेलो मास्तरांना आयता सापडलो होतो.

निंबाळकर मास्तर हातात लिंगडीची छडी घेऊन धावत आले. त्यांच्या मागोमाग बघायला मिळणाऱ्या तमाशासाठी मुलांची झुम्मड धावलेली. मास्तर जिन्यात आले आणि त्यांनी अगोदरच वर असलेल्या माझ्या ढुंगणावर पाच-सात छड्या झपाझप ओढल्या. ढुंगणाला इंगळ्या डसल्यासारख्या झाल्या, त्या गडबडीत माझे गजाचे हात कधी सुटले आणि कसे सुटले याचा मला पत्ताच लागला नाही. सर्रर्र करून घसरून मी मास्तरांच्या पुढ्यातच पडलो. मग पाठीत छडीचे तीन-चार वार बसेतोवर दन्नाट पळून गेलो... हे बघ, ते बघ करण्यासाठी जीव तडमडत असे,

त्याचं झणझणीत फळ मिळालं.

आमचा इन्फंट्रीचा वर्ग जिथं भरत होता त्याला लागूनच डाव्या हाताला पहिलीचा वर्ग भरे. उजव्या हाताला राममंदिराच्या वाड्याचा अर्धाअधिक भाग बंद होता. त्या भागाला चार दरवाजे होते. चारीही दरवाजे जुनाट, लाकडी, कुऱ्हाडी मोळे ठोकून फळ्यांचे तयार केलेले. अखंड एकच दार. एका बाजूनं उघडता येणारं. त्या दारांना मोठ्या मोठ्या कड्या होत्या. कुलपं घातलेली असत. पण कुलपातनं हळूच त्या कड्या काढता येत असत; इतक्या त्या कड्या मोठ्या होत्या. त्यांना तशीच मोठी कुलपं असणं जरूर होतं; पण तकलुपी छोटी कुलपं घातली होती. ती असून नसल्यासारखी झालेली. खूप-खूप वर्षं तो वाडा बंद असावा. दाराजवळच्या गजांच्या जरनेलातनं, आतल्या काळोखात पाकोळ्या उडताना दिसत. आत गार काळोख. त्याला एक कुबट वास. जरनेलातून जो थोडाबहुत आत प्रकाश जात असे त्याच्या उजेडात खूप कोळिष्टकं दिसत. जुनं लाकूडसामानही भरपूर पडलेलं दिसे. आतल्या भिंतींना, कशाबशाला पाकोळ्या उलट्या फुलपाखरासारख्या चिकटलेल्या दिसत. चिकचिक आवाज करत त्या उडत आणि पुन्हा बसत.

वाड्याच्या या बंद दारांच्या पलीकडं भुतं राहतात, अशी समजूत पोरांमध्ये होती. तिथल्या भुतांविषयी नेहमी चर्चा होत असे. गाव भुतांसाठी म्हाजूर. पडक्या वस्त्या, विहिरी गावात बऱ्याच आहेत. या सर्व ठिकाणी भुतांची वस्ती असे. भुतं काढणारे चार-पाच मंतरे गावात होते. बायकांच्या अंगात भुतं येत. त्यांना झाडांना बांधून घालून, बेदम मार देऊन हकलून दिली जात. सालणे पडत. भुतांच्या गप्पा होत. त्याचं वर्णन केलं जाई. ऐकताना गंमत वाटे. अंगावर शहारे येत. भीती वाटून अंग थंड पडल्यागत होई.

त्यातल्या एक दोन गोष्टी माझ्या लक्षात राहिल्या होत्या. भुतं काळी असतात. त्यांचे डोळे पांढरे शुभ्र असतात, त्यांचे पाय उलटे असतात. पुष्कळ वेळा माणसाचं रूप घेऊन ती माणसात वावरत असतात आणि चांगली बाई बघून तिला लागीरतात. माणसं कशीबशी दिसली, वाट्टेल तशी वागू लागली की मला ती भुतं असल्यागत वाटत.

मला मारणाऱ्या निंबाळकर मास्तरांचे पाय किंचित वाकडे होते. पायांचे अंगठे सरळ पुढं न येता किंचित तिरपे होते आणि त्यांच्या हातापायांची बोटं भुईमुगाच्या शेंगेच्या बोटकासारखी पुढं मोठी होती. त्यांच्यावर रूंद वाकडी नखं होती. कधीही शाळेत गेलो तरी ते खुर्चीत काहीतरी करत बसलेले असत. ते त्या अंधाऱ्या वाड्यातनंच आल्यासारखे वाटत. किलकिल्या डोळ्यांनी ते बघू लागले की त्यांचे ओठ विलग होत नि मोठमोठे दात दिसू लागत... मला त्यांची शंका येई की ते भूतच असावेत. माणसाचं रूप घेऊन येत असावेत आणि रूप घेता-घेता हातापायांच्या

बोटांना, दातांना माणसाच्या बोटांचा, दातांचा आकार द्यायला विसरले असावेत... पहिले काही दिवस तर मला त्यांची फार भीती वाटली. मी वर्गात गपचूप बसून त्यांच्याकडं बिटबिट्या डोळ्यांनी बघत राही.

वरच्या वर्गात माळ्याचं एक काळं पोरगं होतं. त्याचं तोंड घोड्यागत होतं. त्याचे डोळे बाहेर आल्यागत पांढरेशुभ्र होते. पोरगं अतिशय वांड होतं. वर्गातल्यापेक्षा वर्गाच्या बाहेरच जास्त वेळ असे. मुलांबरोबर बटनांनी, पेन्सिलींनी, कण्हेऱ्यांनी सतत खेळत असे. कायम त्याचे खिसे भरलेले असत. मारामारी करताना, प्रथम ते आपल्या घोडतोंडानं चावण्याचाच प्रयत्न करी... भुताच्या गोष्टी निघाल्या की ते आम्हाला "भुतं माझी दोस्त हाईत." म्हणून सांगे. बंद केलेल्या मोठ्या दारांच्या कड्या काढून, ती दारं ते गडगडत उघडी. आत कुठं तरी जाई नि बराच वेळ गडप झाल्यावर दुसऱ्याच दारानं बाहेर येई. बरोबर त्यानं एखादी पाकोळी पकडून आणलेली असे... "ही भुतंच हाईत बरं का. मानसं भुतं झाली की दिवसा पाकुळ्या होऊन अशी अंधारात बसत्यात... हे बघ ह्यंचं दात, हे बघ ह्यंची तोंडं, हे बघ ह्यंचं कान." ते दाखवत असे. आणि ते बघताना खरोखरच त्यांचे दात, तोंड, कान हे पूर्वजन्मी माणसाचे असल्यागत वाटत. पाकोळ्यांचे डोळे बघताना तर, माणसाला जादूनं बाहुली सारखा बारीक करून ठेवल्याचा भास होई... त्या पोरापासनं मी नेहमी लांब असे. मला ते भुताचंच पोरगं वाटे.

त्या वर्षी भुताच्या गोष्टी इन्फंट्रीच्या वर्गात फार पिकल्या. पोरं शाळेला यायला भिऊ लागली. निंबाळकर मास्तरांनीच एके दिवशी "शां ऽऽ त् बसा ऽऽ" म्हणून, आम्हाला बरंच काही देव अणि भुतं यांच्याविषयी सांगितलं. फक्त त्यातलं आता एवढंच आठवतंय की, "देवाला भुतं भितात. आणि 'रामा'चं नाव घेतल्यावर तर भुतं पाऽर पळून जातात. आणि हे तर 'रामा'चं मंदिरच आहे. इथं भुतांना थारा नाही. भुतं रामापासनं शंभर हात लांब असतात. म्हणून भुताबद्दल भिण्याचं मुळीच काही कारण नाही."– मास्तरांच्या या बोलण्यानं आम्हाला खूप धीर आला होता.

घरातही मी आईला त्या पोराबद्दल नि निंबाळकर मास्तरांच्या पायांबद्दल बोललो नि माझी शंका सांगितली. पण आईनंही ती हसण्यावारी नेऊन, ती माणसंच कशी आहेत हे मला पटवून दिलं. निंबाळकर मास्तरांबद्दल ती म्हणाली, "ती माणसं लई चांगली हाईत. तुझ्या जल्माच्या आधी मी तिथं दूध घालाय जायची. त्येंची बायकू ही आमच्याच तिकडच्या गल्लीच्या मानेरावसाबाची भण हाय." ... निंबाळकर मास्तरांविषयीचं माझं भय कमी कमी होत गेलं.

राममंदिरापासनं जवळच फर्लांगभर; मोटार-अड्डा होता.

"कुठं गेला हुतास?" तर "अड्ड्यात गेलो हुतो." असं लोक म्हणत. खाजगी मोटारींची सर्विस 'कागल-कोल्हापोर,' 'कागल-निप्पाणी' अशी असायची. ह्या

अड्ड्याच्या भर मध्यावर पिंपळाचा प्रचंड वृक्ष होता. वर कायम सळसळत असे. उंचच उंच. त्याला भोवतीभोर उंच पार. त्या पारावर कणसं भाजून विकणारी एक म्हातारी, नेहमी तट्ट्याचा पंखा हलवत कणसांना वारा घाली. जवळच 'खारे शेंगदाणेऽ, गरम चिरमुरेऽ,' असत. ''पैशाचं चिरमुरं शेंगदाणं द्या'' म्हटलं की, तो कुडत्याचा ओटा भरून घाली. संपता संपत नसत. बरोबर आलेल्या पोरांना मूठमूठभर द्यावे लागत. तरी खाऊन पाणी प्याल्यावर पोट भरल्यागत होई मधल्या सुट्टीत. कणसं खाण्यात गंमत वाटत नव्हती. ती मळ्यात भरपूर होती.

पिंपळाच्या वृक्षाखालोखाल तीन चार अच्चुक्याची झाडं होती. दोन विस्तीर्ण चिंचांची झाडं होती. पिंपळावरच्या वाघळा अच्चुक्याची फळं खाऊन बिया टाकत. त्या बियांनी खेळणं म्हणजे अचाट आनंद होता. त्या गोळा करण्यासाठी सुट्टी मिळेल तेव्हा अड्ड्यात जात होतो. जवळच फुलाचा ओढा होता. त्या ओढ्याला कायम पाणी वाहत असे. त्या ओढ्यावर कधी कधी जेवण जास्त झाल्यावर जावं लागायचं. पोट मोकळं करून, पुन्हा ताजंतवानं होऊन परत येत होतो. मोटार अड्ड्यातले बहुतेक लोक तिथंच जाऊन कुचंबणारं मन आणि पोट मोकळं करून येत. नाव फुलाचा ओढा. पण वास भलताच येत असे! 'फुलं' तिथं कुठंच नव्हती. मावळतीच्या बाजूला फर्लांगभर अंतरावर, ओढ्याच्या काठा काठानं, जिथं तारेचं कुंपण सुरू होई तिथं मात्र पिवळ्या केवड्याची झाडं होती. गावात खास देवपूजा, सत्यनारायण, लग्नसमारंभ असला की, त्या केवड्याची घमघमणारी कणसं टांगलेली दिसत. ब्राह्मणांच्या बायकांच्या अंबाड्यात बाणासारखी पानं त्रिकोणी घड्या करून खोवलेली दिसत... पण फुलं मात्र त्या ओढ्याला कुठंच नव्हती. मला पुढं कधी तरी कळलं की, फुलाचा ओढा म्हणजे 'पुला'चा ओढा होता. आणि अच्चुक्याची झाडं म्हणजे 'अशोकाची झाडं' होती.

मोटार अड्डा 'अड्डा' असूनही शांत होता. चारी बाजूंनी झाडांची गार सावली. पिंपळाचा वृक्ष राजासारखा मधी बसलेला. त्याच्या अंगावर; आमच्या परीक्षा जवळ आल्या की तुकतुकीत तांबूस कोवळी पालवी यायची. ही पालवी उन्हात रेशमासारखी चमचम करायची. त्याच्यावर वाघळांचं रानच्या रान असे. गावात त्या वेळी तीन मोठे उंच पिंपळ होते. अड्ड्यात, विठोबाच्या देवळासमोर आणि कचेरीत. या तीनही पिंपळांवर वाघळांचं तांबूस काळं विश्व. उन्हामध्ये घातलेले कपडे वाऱ्यानं फडफडत हालतात, तशा त्या वर पारदर्शी पातळ पंख हलवत, स्वतःशी वारा घेत, खाली डोकी करून सर्वांकडं बघत बसलेल्या; नव्हे टांगलेल्या असायच्या. 'असा छान बंगला, त्येला उफराटा शिपाय टांगला' असा एक उखाणाही गावात मोठ्या माणसाकडनं आम्हा छोट्यांना घातला जायचा. त्याचं उत्तर होतं, ''अड्ड्यातल्या पिप्पळावरची वाघूळ.'' बऱ्याच वाघळा औषधी तेलासाठी मारल्या जायच्या.

या वर्गात असतानाच कधी तरी, दादा गाडी घेऊन; त्यात मला नि घरच्या सर्वांना घालून हलसिद्ध आप्पाच्या वाडीला गेला होता. त्या वेळी गाडी अशी माळरानातून जात असताना, हरणांचा एक कळपच्या कळप मला दिसला होता. लांब असा चरत होता. जन्मात पहिल्यांदा त्या वेळी हरणं पहिली. नाही तर एरवी देसायाच्या मळ्याच्या मालकाच्या वाड्यात भिंतीला लावलेली त्यांची मुडकीच पाहत होतो...

देसायाचा मळा सुटेपर्यंत घर जुनंच होतं. दुपाखी बैठं घर. गावात बहुतेक सगळी भुईबरोबर असलेली बैठीच घरं. आमच्या गल्लीच्या आसपास ज्या भागात हिंडत-खेळत होतो, तिथं फक्त दोनच माडीची घरं मला दिसली. माडीची घरं ही गावात हौस होती. एक घर दत्तू सावकराचं नि दुसरं यल्लू जोगतिणीचं. यल्लू देखणी जोगतीण होती. तिला तिच्या 'आप्पानं' ते बांधून दिलं होतं. दत्तू सावकारानंही आपल्या माडीच्या घरातनं पुढं पुढं आपली बायकामुलं हाकलून दिली होती आणि एक नायकीण आणून ठेवली होती. या नायकिणीची आई आणि पाच भाऊ तिच्याबरोबर या घरात होते. घराला समोर दोन खिडक्या नि एक दार. वर माडीलाही दोन खिडक्या आणि एक दार होतं. त्या खिडक्यांना रंगीत फुलांचे पडदे. वाऱ्यानं ते झुळझुळायचे. सकाळी बाहेरच्या गटारात मोरीतनं येणारं पाणी सुगंधी असायचं. बाहेर आम्हा खेळणाऱ्या पोरांना त्याचा वास यायचा... ती नायकीण क्वचित दिसायची. माझ्या जन्मात मी पहिल्यांदाच स्वच्छ लुगडं नेसलेली ती बाई पाहिली. तिच्या कपाळावरचं बारीक ओलं गंध, दंडाच्याही वर चार बोटं असलेली झालरीची चोळी, रंगीत डिझाईनचं पातळ, केसांचे कानावरनं फुगे पाडून मागं घातलेली तिची वेणी पाहिली. अशाच बायकांचे फोटो कागदावर छापत असतात याची खात्री झाली. वर्तमानपत्राच्या कागदांच्या पुड्या बांधून जेव्हा आमच्या घरात येत असत, तेव्हा कागदावरचे स्त्रियांचे फोटो किंवा क्वचित कुणाच्या दुकानात, हॉटेलात पाहिलेले स्त्रियांचे फोटो बघून मला वाटे, असल्या सुंदर बायका कधी असतात काय? पण जेव्हा नायकिणीला पाहिलं तेव्हा खात्री पटली.

ह्या नायकिणीचा थोरला भाऊ आम्हा पोरांकडनं ओंजळ-ओंजळभर शेंगा आणि गुळाचा एक एक खडा घेऊन गुलबकावलीच्या गोष्टी सांगे. मी त्या गोष्टींच्या जगात भान हरपून तरंगत राही. गुलबकावली, तो पिंजऱ्यातला पोपट, माणसाचा झालेला दगडी पुतळा, आपोआप सुटणारा तीर, रत्नाचं भुयार, हे सगळं मला दिसू लागे. त्या देशाला आपण गेलं पाहिजे, आपणाला तसलं काहीतरी गवसलं पाहिजे, असं वाटू लागे.

तरुण यल्लू जोगतीणही अशीच नायकिणीगत नटत असे. तिचा आप्पा (ठेवलेला पुरुष) एक डॉक्टर होता... पण या डॉक्टराला दिवसा कधीच यल्लूमावशीच्या

घरात मी पाहिलं नाही. दवाखान्यात मात्र तो तोंडात सतत पेटती सिगारेट ठेवून, आलेल्या आजारी माणसांना तपासताना मी पाहिला होता... इतका देखणा, गोरा, स्वच्छ माणूस; धनगर गल्लीतल्या, मूळच्या धनगर समाजातल्याच एका जोगतिणीला ठेवतो नि तिला घर बांधून देतो, याची मला गंमत वाटत होती.

ह्या गल्लीत चार-पाच म्हातारे होते.

'बापूचा म्हातारा' म्हणून एक म्हातारा ओळखला जाई. त्याच्या मिशा सबंध तोंड लपवून, वळणदार होऊन खाली हनुवटीवर टेकलेल्या असत. सतत तो आपल्या घराच्या दाराशेजारी दमेकरी होऊन बसलेला. तोंडानं आऽ करून तो खूप श्वास आत ओढायचा नि तोंड मिटून ओठानं फुर्रर करत तोच श्वास सोडायचा. चवड्यावर बसलेला असे. दोन्ही हात डोक्याला लावलेले. त्याचं त्याला नेहमी पुरं झालेलं असे. कायम तोंडासमोरच्या जमिनीवर तो बघत असे. या म्हाताऱ्याला मी भिंतीशेजारी बसवलेल्या अवस्थेत मरत असताना पाहिलं.

खेळता-खेळता आम्हाला बातमी लागली, "बापूचा म्हातारा मराया लागलाय, पळा." आम्ही पळालो. भोवतीनं बायकांची गर्दी फार दिसत होती. आम्ही पुढं पुढं जाऊन बघत होतो. नाक-तोंड दाबून धरल्यागत तो घुसमटत होता. हळूच त्याच्या जिवणीच्या दोन्ही कडा खाली आल्या. चेहऱ्यावरचा ताण ढिला पडत गेला. शांत शांत झाला... कुणी तरी म्हणालं, "त्याच्या नाकाला सूत लावा." कुणी तरी ते लावलं. सूतही शांत शांत... मग त्याचा धाकटा भाऊ 'दादा', 'दादा' म्हणून रडू लागला. मग बायकापोरं सगळी रडताना बघून मलाही भडभडून आल्यागत झालं. मला तो अधनंमधनं वावडी डकवायला फुकट खळ द्यायचा... मनात हळूच एक विचार येऊन गेला... देव आपल्यालाबी एक दीस असंच म्हातारं करील नि असंच आपूणबी मरून जाऊ... पर देव आपल्याला म्हातारं करणारच न्हाई. आपूण त्या देवाचं कायबी वाकडं केलं न्हाई. – मग मला तिथं थांबवेना. मी गल्लीत खेळायला पळून गेलो. कशाची तरी भीती वाटली.

सिद्धू माळकर हा धनगर म्हातारा. दारात बसून बटव्यातलं पान खाणारा नि खोकून-खोकून दारातच पानांचे रंगीत बेडके थुंकणारा. दारात त्यामुळं माशा घोंगावणाऱ्या. कमरेला नेहमी बारीक लंगोटी. ती काटकुळ्या झालेल्या दोन्ही पायात सैल अडकलेली. दारात बसून हा म्हातारा बायकोला नेहमी कर्ता, कर्म, क्रियापद सर्व घालून इरसाल शिव्या देत असे. दीसभर एकटाच दारात जखख होऊन बसलेला. त्याच्या घरासमोरून जाता येता त्याची सैल लंगोटी आम्हा पोरांच्या डोळ्यात भरे. आम्ही एकमेकांकडं बघत खी खी करत हसत जायचे. म्हातारा आम्हालाही आपल्या बायकोसारख्याच शिव्या द्यायचा. भांडणाच्या वेळी मला अशा शिव्यांचा फार उपयोग होत होता. आठवून-आठवून मी या शिव्या बाहेर

काढत असे. त्यामुळं माझ्या तोंडाला फारसं कुणी लागायचं नाही.

लक्ष्मू म्हातारा हा माझ्या वडिलांचा चुलता. तो समोरच्या बोळात राहत होता. बोळातून बाहेर पडून तो आमच्या घराच्या वळचणीला बसे. त्याच्या अंगात अतिशय ढगळ असा एक फाटका कोट. दाढी नेहमी बोट-बोटभर वाढलेली. डोक्याला चिंध्या झालेला पटका. पायाच्या तुरकाट्या उचलत तो येऊन सकाळी जो वळचणीला बसे ते बारा वाजताच उठे. तोवर मी घरात असलो, तर नेहमी त्याच्या चिलमीवर ठेवायला विस्तू आणण्यासाठी आमच्या घरात तो मला पिटाळी. आई मग त्याच्याजवळ एक पेटतं खांड नेऊन ठेवी. ते धुमसत धुमसत त्याला बारा वाजेपर्यंत पुरे. ऊन झालं नि जेवायची वेळ झाली की तो उठून आपल्या बोळात जाई... स्वत:शीच काही तरी मोठ्यानं बोलायची त्याला सवय होती. त्याच्या मनात त्याच्या पूर्वायुष्यातील बऱ्याच व्यक्ती असाव्यात. त्यांच्याशी तो चिलीम ओढत ओढत नेहमी बोले. त्यांना मधूनच त्यांच्या चुकांबद्दल शिव्या देई. दादा कधी संध्याकाळी दारात बसलाच तर त्यालाही ‘‘मळा सोडून गावात एवढ्या लवकर का आलास?’’ म्हणून शिव्या देई. दादा ते हसण्यावारी नेत असे. हा म्हातारा नेहमी उन्हातच का बसतो याचं मला गूढ असे. खेळायला कुणीच नसलं की मी त्याच्याजवळ जाऊन बसे.

‘‘काय आज्या, इस्तू हाय का आणून देऊ?’’ मी विचारी.

‘‘नगं. हाय तारानं आणून दिलेला.’’

काही तरी विषय मी काढी. बोलता बोलता तो मग सगळ्या जुन्या गोष्टी सांगे. त्याच गोष्टी पुन:पुन्हा रंगवून रंगवून सांगे. मला त्यातनं आमच्या घराण्याच्या बऱ्याच गोष्टी कळत गेल्या. आजाआजीचं वागणं कळत गेलं. ताराच्या बाऽला मारलेलं कळलं. आकणीला, ताराला रतनू कसा छळत होता, हे कळत गेलं. ते पाचजण भाऊ एकमेकांच्या उरावर कसं बसायचं, हे तो फारच रंगवून सांगे. माझ्या मनात ते सगळं साठत होतं. दीसदीसभर ती माणसं जित्ती होऊन मनासमोर फिरत होती.

हे सगळे म्हातारे अगदी जख्ख होते. एकटे एकटे असायचे. तरणी माणसं कशी भराभर इकडून तिकडं जात असत, एकमेकांशी बोलत असत, कामं करताना दिसत असत... पण हे म्हातारे-म्हाताऱ्या गिधाडासारखे दिसायचे. सावल्यांसारखे हिंडायचे. ते इतके म्हातारे होते की, ते कधी तरुण असतील असं वाटायचंच नाही.

... घरंही जुनी जुनी होती. गाव या घरांचं आहे, माणसाचं नाही असं वाटे. ह्या घरांच्या अधेमधे बोळबोळकांडी होती, मागच्या बाजूला परडी होती, पुढच्या बाजूला मोकळ्या जागा होत्या, वाकड्यातिकड्या गल्ल्या होत्या, पडकी भिंताडं होती, मोठमोठ्या ओसाड बखळी होत्या... बोळबोळकाड्यांचा उपयोग माणसं

मुतण्यासाठी करत. शेजारच्या घराला त्याचा कायमचा वास. पण तक्रार कुणी करत नसे. याच बोळकांड्यात घरातला कचरा, शेंगाची फोलं, फुटक्या बाटल्या, बादल्या, घमेली, आंब्याच्या कोया टाकल्या जात, आम्हा बारक्या पोरांना त्या जागा खेळताना लपायला होत. लपता-लपता तिथं मी तो कचरा, फोलं, कोया यांचा ढीग उचकटत बसे. पुष्कळ वेळा मला कोयांनी खेळायला कोया लागत. मागच्या परड्यात उकिरडे असत. त्या उकिरड्यावर उगवलेल्या कोया फोडून त्यांच्या वाजवायच्या पिपाण्या; कोया घासून आम्ही करत असू. कोवळ्या पानांचा देठ ठेवलेली पिपाणी फारच सुरेख दिसे... 'कुयी वाजवत' मी दिवस दिवस हिंडत असे.

चोरून बिड्या ओढायला ही परडी उपयोगी पडत. मला बिड्या ओढण्याचा नाद सातव्या वर्षी लागलेला. शिर्प्या एकदा असाच चोरून बिड्या ओढताना बघितला होता. शिवाय माझा धाकटा मामा बिड्यांचा फार नादिष्ट. तो मला नेहमी बिड्या आणायला सांगे. आमच्या गावातच बिड्या तयार होत. तिथंच त्यांना शेक दिला जाई. त्यांना शेक दिल्यावर त्यांचा वास छान येई. बिड्या आणताना त्यांचा वास घेत घेतच मी आणी. मामाही अशा रीतीनं बिड्या ओढी, की ते बघून मलाही बका बका धूर गिळून नाकातून काढावासा वाटे. एकदा बिड्या आणताना धाडस करून, बंडलातली एक बिडी काढून खिशात ठेवली. बिड्यांचा बंडल मामाला देऊन टाकला. घरात कुणी नाहीसं बघून चुलीपुढं जाऊन ती पेटवली. दोन झुरके मारले नि चरचरून पेटवली नि पळत परड्यात जाऊन ओढली. धूर गिळून नाकातून काढण्याचा प्रयत्न केला. ठसक्यावर ठसके लागले. डोळे चुरचुरून पाणी आलं; ते चोळतच बिडी थोडी थोडी पुन्हा ओढली. कडवट धुराची चव काही बरी लागत नव्हती, पण मोठ्या माणसाचं एक कृत्य आपण करतोय याचा आनंद होत होता.

बिडी ओढताना मी मोठ्या पुरुषाची पोझ घेऊन बसत असे; मिशीवरनं हात फिरवत असे; मोठ्या पुरुषासारखंच तोंडातली बिडीच्या धुराची कडवट लाळ पचकन लांब थुंकत असे...

पुढं पुढं हा आनंद एकट्याला पुरे होईना; म्हणून गल्लीतली चार-पाच पोरं जमवून बिडीचा आनंद घेऊ लागलो. तेव्हा मात्र मामाची एकुलती एक बिडी पुरे होईना. बाजारपेठेत जाऊन मग पडलेली थोटकं गोळा करून आणण्याचा नि ओढण्याचा छंद लागला. हा छंद बरेच दिवस चालू होता. मित्रमंडळी गोळा केल्यावर त्यातल्याच कुणी तरी दादाला कागाळी केली.

दादानं दोन-तीन वेळा दरडावून विचारलं;

"चोरून बिड्या वडतोस व्हय, रे आन्द्या?"

"न्हाई बा."

"गल्लीतली पोरं मला सांगत्यात ते काय खोटं?"

"न्हाई गा. पोरं उगंच मला मार बसावा म्हणून काय तरी खोटं सांगत्यात. तीच पोरं वडत्यात. मी नुसतंच बघत बसतोय. मी वडत न्हाई म्हणताना त्यांस्नी वाटतंय मी त्येंच्या बाऽला सांगीन, म्हणून माझ्याआधी तीच तुला मी बिड्या वडतोय म्हणून सांगत्यात."

माझं डोकं अशा वेळी चांगलं चालत होतं.

कशानं कळत नाही; पण खोटं बोलणं माझ्या चांगलंच अंगवळणी पडलं होतं. त्याशिवाय मनासारखं वागताच यायचं नाही.

काही दिवस गेले. दादा नुकताच जेवून सोप्यात चिलीम ओढत बसला होता. मी गल्लीत खेळून दमल्यावर उनाचं घराकडं परत आलो. सरळ आत चाललो. उंबरा ओलांडून आत येताना दादानं माझ्याकडं बघितलं. त्याला कसला तरी संशय आला.

"हिकडं ये रे जरा."

"काय?" मी सरळ गेलो.

"चड्डीला काय लागलंय ते?"

"कुठाय?" म्हणत मी जवळ गेलो.

त्यानं सरळ माझं बखोटं धरलं नि माझ्या चड्डीच्या खिशात हात घातला. खिसा चांगला फुगलेला होता. त्यातनं पंचवीसभर बिड्यांची थोटकं आणि एक काड्याची पेटी बाहेर पडली.

"काय हे?"

"तंबाखूची राखुंडी करायला आणल्यात तुझ्यासाठी."

दादाला तंबाखूची मिसरी लागत होती. त्याचा फायदा घेऊन मी काही तरी उत्तर दिलं.

"खोटं बोलतंस, तुझ्या आयचं कार्टं तुझ्या." म्हणून त्यानं; चोरून भाकरी पळवणारं कुत्रं एकदा तडाख्यात सापडल्यावर जसं बडवतात, तसं मला बडवलं. तेव्हापासनं बिडीचं नाव नाही.

या वाकड्या-तिकड्या गल्ल्यांत वयाच्या सातव्या वर्षापर्यंत मी भरपूर खेळलो. चकरी-सळी गावभर घुमवत हिंडणं, पुड्या बांधून आलेल्या कागदाच्या वावड्या करणं नि त्या उडवणं, हा तर गल्लीतला नेहमीचा खेळ होता. गल्ली सणगरांची होती. त्यामुळं घोंगड्याला लावण्यासाठी खळ नेहमी केली जात असे. ती चोरून मारून नेहमी मिळायची. कित्येक वेळा घरात वावडी उडवण्यासाठी दोरा दिला नाही किंवा दोरा विकत घ्यायला पैसे दिले नाहीत; तर मग सणगरांनी उन्हात घराच्या भिंतीला वाळत घातलेली 'वई' पळवायची नि वावडी उडवायची. ही वई म्हणजे

– वाकळेच्या जाडसर दोऱ्याला पुन्हा खास पीळ घालून त्याला खळ पाजली जाई. त्यामुळे ही 'वई' अतिशय टणक नि न तुटणारी असे. तिला प्रत्येक घोंगडं विणण्याच्या वेळी खळ पाजून वाळवावी लागे नि मगच नव्या घोंगड्याच्या विणण्याच्या वेळी ती वापरता येई. ती उन्हात घातली की, मला पळवण्याचा मोह होई. भोवतीनं माणसं असत, पण त्यांचं भान नसे.

ही वई मी एकदा पळवली होती. आता कोण बघतंय; म्हणून मी आपला ज्याची वई पळवली त्याच बापू सणगराला एक शेणकूट देऊन त्याच्याकडनंच खळ आणली नि वावडी केली नि तिला शेपूट बांधून उडवू लागलो. कसा कुणास ठाऊक; त्याला माझ्या वईचा दुसऱ्याच दिवशी पत्ता लागला. ओसाड घरांच्या पडक्या जागेत मी वावडी उडवत असताना, त्यानं माझ्या बगलेला धरून माझ्या घरी फरफटत नेलं नि दादाला सांगितलं. दादाचा पाठीत दणका बसला. वई तर गेलीच; पण त्याचं काहीही गेलं तरी तो तेव्हापासनं पहिला माझ्यावरच संशय घेऊ लागला.

आंब्याच्या कोयांचा आणि खजूर-खारकीच्या बियांचा खेळ ठराविक दिवसांत; पण जोरात चाले. भट गल्लीला कोया आणि खजूर-खारकीच्या बिया भरपूर मिळत. कागल तसा मोठा गाव. खेड्यापाड्यांतली वतनदार ब्राह्मणमंडळी कागलात राहत. खेड्यांवरचे त्यांचे वतनी आंबे साऱ्या भट-गल्लीत गोळा होत. शिवाय ब्राह्मणांची पोरं कोयाबियांनी कधीच खेळत नसत. आंबे, खजूर खाऊन खाऊनच त्यांची पोटं भरत. त्यामुळं रस्त्यांवर कोया नि बिया भरपूर पडत. त्या गोळा करून बाकीच्या जातींची पोरं न्यायची. श्रावणात किंवा अधल्यामधल्या उपासाच्या दिसात, खजूर-खारकीच्या बिया भरपूर पडत... या कोयांना आणि बियांना इतका चांगला वास असे की, त्या अधनंमधनं कळत न कळत तोंडात घातल्या जायच्या. त्यांनी तोंडाला पाणी सुटलं की तेवढ्यावरच समाधान मानायचं. गटारीत, रस्त्यावर टाकलेल्या या वस्तू आमची धनदौलत व्हायची. त्यांनी खेळून-खेळूनच आमची पोटं भरायची.

काड्याच्या पेटीच्या चित्रांनी, अच्चुक्यांनी, कण्हेऱ्यांनी, पेन्सिलीच्या तुकड्यांनी, कोपरी बटनांनी भरपूर खेळलो. अच्चुक्याला बारकी फळं आली की, ती खाऊन वटवाघळे त्यांच्या बिया टाकत असत. त्या गोळा करण्यासाठी पहाटे मोटार अड्ड्यात जावं लागे. त्या बियांचा गावात भरपूर खेळ चाले. गावाबाहेरच्या खासबागेत, तुळजाबागेत, सात मोटेच्या विहिरीवर, नदीकाठावर फळ-कण्हेरींची झाडं भरपूर होती. त्याच्या बिया– म्हणजे कण्हेऱ्या काढून त्यांनी खेळ मांडला जात असे... ह्या काला आम्ही गंड्यात मोजत असू. एक गंडा म्हणजे चार काला. आडी पाडून, आडीच्या अलीकडे एक आडवी रेघ ओढून, तिला 'म्हारोडा' असं नाव दिलं जाई. महारवाड्यात तिला ''मांगोडा' असं नाव दिलं जाई, नि मांगवाड्यात तिला

'म्हारोडा' असंच म्हटलं जाई. आडीपासून दोन अडीच वावांवर एक फज्जा करून, तेथून आडीकडं प्रथम एक एक काल टाकली जाई. ती आडीत बसावी, निदान आडीच्या जास्तीत जास्त जवळ जावी अशा बेतानं टाकण्याचा प्रयत्न होई; त्याला 'चकणे' असं म्हटलं जाई. सगळ्यांचं चकून झाल्यावर, आडीपासून सगळ्यात जो लांबचा त्यानं शेवटी खेळायचं; त्याला 'ढोक' असे म्हटलं जाई. तर आडीतला किंवा आडीच्या सगळ्यात जवळचा पहिला खेळला जाई. यामध्ये दुसरा, तिसरा, चौथा असा क्रम असे. ह्या खेळात तहानभूक हरपे. खेळातल्या काला म्हणजे आम्हा पोरांचं वैभव. कुणाकडं किती काला आहेत यावर कुणाच्या दारात खेळायचं ते ठरवलं जाई. रात्री जेवणाच्या अगोदर, या काला आल्या-गेल्याचा हिशोब एखाद्या सावकराच्या हिशोबाप्रमाणं एकान्तात, दिव्याच्या उजेडात होई. यातल्या नवशा काला ठरवल्या जात असत. त्या फक्त चकण्यांच्या वेळीच वापरल्या जात. काला फार जाऊ लागल्या किंवा डाव लागेना झाला तर, जीव रडकुंडीला येई. घाम फुटे, हृदय धडधडून गतिमान होई... जणू इस्टेट चालल्याचं दुःख एखाद्या जप्ती आलेल्या माणसाला व्हावं, तसं आमचं दुःख खरं खरं होतं... तो सुखदुःखाचाच खेळ असे. त्यात देवाचा मनोमन धावा करून 'काला' मारण्याचा प्रयत्न केला जात असे.

◆

५

पहिलीचा वर्ग जोरात सुरू झाला. मंदिर आता ओळखीचं झालं होतं. तिथल्या लपण्याच्या जागा माहिती झाल्या होत्या. पहिलीच्या वर्गातनं दुसरा एक अंधारा जिना खाली गेलेला होता. त्या जिन्याचं दार खालून बंद होतं. दार जरी बंद होतं तरी, त्याच्या कठड्याला मारलेल्या उभ्या लाकडी पट्ट्या वीत वीत अंतरावर होत्या. माळ्याच्या पोरानं त्यातली एक जुनी पट्टी कधी तरी त्या अंधारात बसून मोडून काढलेली होती. दडून-मडून खेळताना तो तिथं जाऊन बसे. त्यामुळे त्याच्यावर डाव कधी येत नसे. पहिलीच्या वर्गात आम्ही थोडे निर्ढावलो होतो. वर्गातनं खेळायला पळून जायचं असेल तर, वर्गातल्या त्या जिन्यानं, 'हजरी' झाल्यावर तीन चार वांड मुलं, मास्तर पाठमोरे झाल्यावर पुटुकदिशी खाली उतरून निघून जात. बाकीच्या मुलांवर या मुलांचा दाब असे. त्यांच्या विषयी मास्तरांना कुणी सांगितलं तर, इतर मुलांकडून त्याची बित्तंबातमी या पळून जाणाऱ्या मुलांना समजे. ''थांब तुझ्या आयला, तुला शाळा सुटल्यावर दावतो.'' असं म्हणून पंधरा मिनिटांच्या सुट्टीत पुन्हा वर्गात परत येऊन बसलेली ही वांड मुलं हातात पट्टी घेऊन दाब देत असत. संध्याकाळी शाळा सुटल्यावर त्या पोराचा 'खुदबा' होई.

शाळेला यायला उशीर झाला की, मी हळूच या जिन्यानं वर जाई. हळूच डोकं वर काढून मास्तर कुठं आहेत ते पाही. ते 'अंक' सांगता सांगता पाठमोरे झाले की मग, पटकन वर जाऊन मुलांत बसे. पण हे दोन-तीन वेळाच जमलं. एकदा मास्तरांच्या समोरनंच वर्गात गेलो. ते पाठमोरे झाल्यावर वर्गाच्या शेवटच्या

टोकापर्यंत जातील असं वाटलं होतं; पण मध्येच परतले नि मी अगदी उघड उघड सापडलो. सबंध वर्गाच्या देखत मार मिळाल्यावर दिवसभर तोंड वर काढता आलं नाही.

या वर्गात असताना माझी चड्डी अगदी ढुंगणावरच फाटलेली होती. चड्ड्या दोनच असल्यामुळं मला ती घालावीच लागे. ढगळशी होती. ती अशी तशी शिवता येणार नव्हती; तिला ठिगळंच लावणं जरूर होतं. पुन्हा ''तिला तसल्याच कापडाची ठिगळं लाव.'' म्हणून माझा आईजवळ हट्ट होता. शिवाय 'ती शिप्याकडनं शिवून आण; वाकळंच्या दोऱ्यानं शिवलीस तर मी ती घालणार न्हाई' असंही बजावलं होतं... कारण वेगळ्या कापडाची ठिगळं लावली की, ती 'ठिगळं' ओळखू येणार होती. 'आरं, आन्द्यानं ठिगळाची चड्डी घाटलीय' असं पोरांनी चिडवलं असतं. वाकळंच्या दोऱ्यानं शिवली असती तर 'ठिगळं' शिवल्यात हेही कळलं असतं... नवी कापडं फक्त पाडव्याला किंवा दसऱ्याला करण्याचीच वहिवाट होती. मध्ये नवी कापडं घेतात याची मला कल्पनाही नव्हती. कुणीतर मधेच नवी कापडं घालून आलं तर, 'मुसूलमान हाईस व्हय रे?'' असं मी विचारी. मुजावराची, पिरजाद्याची पोरं 'खुदब्या'ला नवी कापडं घालून येत. तो खुदबा मध्येच कधी तरी येई.

पहिलीच्या वर्गात मुली होत्या. पुष्कळ वेळा त्या मुलांनाही आपल्या खेळात घेत. वर्गात 'सोना' नावाची एक गोरटेली मुलगी होती. तिचं नाव आणि तीही मला फार आवडे. तिच्या गळ्यात टपोऱ्या मण्यांची माळ होती. सोन्याचे उजळ, झळझळीत मणी. तिचा रंग तुकतुकीत, कपडे स्वच्छ, चेहरा नुकताच आंघोळ करून आल्यासारखा ताजा. मुख्य म्हणजे ती माझ्याशी बोलायची, थट्टा करायची. खेळात दडायला घेऊन जायची. मी दडताना खाली बसलो किंवा खेळताना एरवीही खाली बसलो की, ढुंगणावर फाटलेल्या चड्डीचा भाग सरळ पुढच्या बाजूवर यायचा.

''आन्दा, ते बघ तुझी चड्डी फाटलीय; काय दिसतंय ते?'' म्हणून ती थट्टा करी. 'आईला शिवून द्यायला सांग.' म्हणून उपदेशही करी. कधी पेन्सिल नसेल तर, ती आपली पेन्सिली मोडून अर्धी मला देई. तिच्या अंगाला एक सुगंध येत असे. मला तो धुंद करी. ती रोज आंघोळ करून येत असावी. 'रोज' आंघोळ करतात याची आमच्या कुणब्याच्या घराला कल्पना नव्हती. खरं म्हणजे आमची तशी रीत नव्हती. माझी तीन दिवसांतनं एकदा आंघोळ होई. दादाची चार दिवसांनी होई. आणि सुंगधी साबण तर कधीच मिळत नसे. फारतर दगडानं अंग घासावं लागे.

शुक्रवारी सरस्वती-पूजनाचा कार्यक्रम शाळेत होत असे. महिन्यातनं एकदा प्रत्येकाला एक एक पैसा आणायला सांगितला जात असे. मला तो पन्नास वेळा

आईजवळ मागितल्यावर मिळे. तोही मास्तरांना देऊन टाकायचं माझ्या जिवावर येई. त्याचं चिरमुरं-फुटाणं घेऊन खावेत असं वाटे. पण तो दिला नाही तर मास्तर हकलून काढत. 'घरी जा नि पैसा घेऊन ये' म्हणून सांगत. म्हणून तो द्यावा लागे.

सरस्वती-पूजनाच्या दिवशी मुली फेर धरून गाणी म्हणत. 'गोरस घागर डोईवरती, बाजाराला गवळण जाती' असं ते गाणं होतं. या मुली छान, गोड सुरावर नाचत, अभिनय करत ते म्हणत. सोनाचा आवाज मला त्यात उठून दिसे. हसताना तिचे दात स्वच्छ पांढरे दिसत. मुलांना 'फुटाणं' वाटण्याचं काम मुलींकडेच असे. ते काम तिच्याकडं आलं की, मला ती चार दाणे जास्त देई. कुणी मुलांनी मला कळ काढून मारलं की, 'का रे मारतोस त्याला? थांब आता मास्तरांनाच तुझं नाव सांगते.' असं म्हणून ती त्यांना दटावे.

मला हे सगळं नवीन होतं. माझी थोरली बहीण एवढ्या प्रेमळपणानं वागवीत नसे. ती नेहमीच्या बहिणीप्रमाणं वागे. भांडाभांडी पुष्कळ वेळा होत असे. आमच्या गल्लीतल्या पोरी 'गौरी'ला फेर धरून झिम्मा खेळताना गाणं म्हणत असत. पण त्यांचा सूर वेगळा वाटे. तो तेवढा गोड नसे. आमच्या पोरींच्या खेळात घाई, ओबडधोबडपणाच जास्त जाणवे. पण या पोरी नाजूकपणानं अभिनय करत, फेर धरत, नाचत असत. त्या हसतही नाजूकपणानं. सोना त्याचाच एक नमुना. मला वाटायचं; ती आपली मोठी बहीण होऊन आली असती तर बरं झालं असतं– तिनं आपली चड्डी शिंप्याकडनं लगेच शिवून आणली असती. आपल्याला न येणारे अंक आणि 'झडती' काढून दिली असती.

पहिलीची मुलांची शाळा नि मुलींची शाळा वेगळी झाली नि आम्ही 'शाळेपाठीमागच्या शाळेत' गेलो नि मुली मुलींच्या शाळेत गेल्या– त्या दिवसापासनं आमचं सुंदर सरस्वतीपूजन संपलं. समोरील मुलींची चिवचिवाट करणारी रांग नाहीशी झाली. सोनाही त्या चिमण्यांतनं उडून गेली. सोना माझ्या वर्गात असती तर मी नीटनेटका वागायला शिकलो असतो. वर्गात पोरी होत्या तेव्हा पोरं प्रमाणात दंगा करत. पण वर्गातनं पोरी गेल्या तेव्हा 'केवळ मुलांचा वर्ग' राहिला नि दंगाही 'केवळ मुलांचा' झाला. त्यात शिव्या, मारामाऱ्या, अचकटविचकटपणा खूपच आला. आम्ही हिंस्र झालो, नुसता धुडगूस एवढंच आमचं काम राहिलं. त्यात मी कुणब्याचा पोर. रानवट. कसलाही संस्कार नाही. दादाच्या मारापुढं मास्तरांचा मार हा सपक वाटे.

शाळेपाठीमागच्या शाळेत पाहिलीचं अर्धं वर्ष सुरू झालं. शाळेपाठीमागची शाळा म्हणजे, आमच्या मुख्य शाळेच्या इमारतीच्या पाठीमागे दोन उभ्या खोल्या होत्या. त्या खोल्यांत आमचा वर्ग भरू लागला. मुख्य इमारतीत दुसरीपासून ते सातवीपर्यंतचे वर्ग भरत असत. या दोन शाळांच्यामध्ये त्या वेळी आम्हांला

खेळायला पुरेल एवढं पटांगण होतं. त्यात सबंध शाळेची प्रार्थना, स्काउटचे ड्रिल, शाळेच्या वाढदिवसाचे कार्यक्रम होत असत. मधल्या सुट्टीत आणि लघवीच्या घंटेत, आम्ही मुलं तिथं आट्यापाट्यानं खेळत असू. पहिलीच्या वर्गातली पोरं 'मास्तर' असं म्हणून, करंगळी वर करून लघवीला म्हणून, पाणी प्यायला म्हणून बाहेर पडत नि मुख्य शाळेच्या तळमजल्यावरील वर्गांच्या खिडक्यांत जाऊन 'आत काय चाललंय' म्हणून डोकावून बघत... मीही डोकावून बघत असे. खिडक्या मोठ्या. त्यांचे गजही मोठे. आत एका ओळीत गप्प बसलेली पोरं. वर्गात एवढी गप्प बसणारी पोरं बघून त्या मास्तरांची मला भीती वाटली... मास्तर लई मारत असणार. वाकून आंगठं धरायला लावत असणार. असे काही तरी विचार येत असत. तोपर्यंत आतून डोळे मोठे करून, आवाज वाढवून, हातातली छडी हलवून, मास्तर 'जातो का नाही रे खिडकीतून?' म्हणून दरडावे. मी पटकन पळून जाई... ती शाळा मला प्रत्येक वेळी वर्ग भरल्यावर तुरुंगासारखी दिसे. आतली मुलं कैद्यासारखी शिक्षा भोगत बसलेली वाटत.

कागलला जुन्या वाड्यात मोठा तुरुंग होता. तुरुंगात असणारे सगळे कैदी आम्हांला 'चोर' वाटत. हे चोर मोठमोठ्या चोऱ्या करताना, दरोडे घालताना, झोपलेल्या बायकांचे अंगावरचे दागिने पळवताना सापडलेले असत; अशी आमची कल्पना होती.

जुन्या वाड्यात पाण्याचा एक हौद होता. गावात हौद बांधून पाणी पुरवलं जाई. आमच्या गल्लीजवळच्या हौदाला पाणी नसल्यावर, कधी कधी आईबरोबर कळशी घेऊन मला या जुन्या वाड्यातल्या हौदाचं पाणी आणावं लागे. त्या वाड्यात बायका जात नसत. कारण समोरच पोलिस कचेरी होती. पोलिस कचेरीसमोरच तुरुंग होता. तुरुंगाच्या एका बाजूला मोठी बाग होती. त्या बागेत कैद्यांना त्यांच्या पाय-बेड्यांसकट सोडून कामं करवून घेतली जात. त्यामुळं बायका तिथं जायला संकोचत. कधी कधी एखादा फौजदार; 'भरू नको इथं पाणी' म्हणून उगंचच बायकांना दटावीत असे. आई मग मला पुढं सारून, ''कळशी भर जा आदुगर. कुणी दटावलं, बाहीर आलं तर ये. न्हाई तर भर जा. तू भरलीस की मी मागूमाग येतोच.'' असं सांगे. मला कळशी बिनबोभाट भरू दिली की आपण येई. कधी कधी एक एक घागर मलाच आत जाऊन भरायला लावून, हळूहळू दोन्ही हातांनी उचलून बाहेर आणायला लावी.

ही घागर भरेपर्यंत मला तो तुरुंग, त्या तुरुंगाचे मोठे काळे उंच गज, आतला काळोख, तरी गजापाशी बसलेले आणि बेड्या तशाच पायात घेऊन बागेत काम करणारे कैदी दिसत. त्यांच्या वाढलेल्या आठ आठ दिवसांच्या दाढ्या बघून भीती वाटे... तिथं असलेल्या उंच पिंपळावरच्या वाघळाही खाली डोकी करून, भ्यालेल्या

डोळ्यांनी त्या कैद्यांकडं बघत असायच्या.

शाळा अकरा वाजता सुरू होई. जुन्या वाड्यावरनं शाळेला जायची वाट सरळ होती. शाळेजवळच कागल गावचा सरकारी दवाखाना होता. तिथं दाखवायला, औषधोपचार करायला रोज दहा-बारा कैदी तरी नेत असत. तुरुंग मोठा होता. गांधी महाराजाच्या चळवळीतले काही कैदी तिथं आणून ठेवलेले होते. त्यामुळं शाळेला जाताना पुष्कळ वेळा; चार कैदी मध्ये नि दोन बंदूकधारी पोलिस दोन्ही बाजूला. सगळ्यांना बांधलेल्या काढण्या हातात धरून एकजण मागनं किंवा त्या नसतील तर; पायबेड्यांतून जाणाऱ्या कैद्यांच्या मागोमाग नुसतेच मोठे सोटे घेऊन हे पोलिस जात असत ते बघत बघत, कैद्याला जवळून न्याहाळत... ह्येला किती वर्सांची शिक्षा झाली असंल? ह्येला फाशी देतील काय? ह्येचं हातपाय तोडतील काय? ह्येच्या पोटात डॉक्टर औशीद म्हणून ईख तर घालत नसंल? ह्यांस्नी असंच आजारी ठेवनू खंगून खंगून ठार मारत असतील काय? का हे पळून जाऊ नेत म्हणून ह्यांस्नी मुद्दाम आजाराचीच औशीदं देत असतील?... असले अनंत प्रश्न शाळा येईपर्यंत माझ्या मनात चालत. जन्मात आपण चोरी कधी करायची नाही, असा मी पुन्हा पुन्हा त्या वेळी मनाशी निर्णय घेऊन टाकला.

मोठ्या शाळेच्या खिडक्या मला त्या तुरुंगासारख्या दिसत नि आतली पोरं त्या कैद्यांसारखी वाटत. त्यामुळं मला शाळेच्या पाठीमागची आणि राममंदिरातलीच शाळा फार आवडत होती.

पहिलीच्या वर्गातले आमचे माने मास्तर जाड होते. थोडेसे स्थूल, पैलवानासारखे वाटत.

कधी कधी मुलांची मारामारी सुरू होऊन कुस्ती लागली की, आम्ही त्यांची पाटी दप्तरं संभाळत असू.

या कुस्तीत वरचढ पैलवान हा नेहमी माने मास्तर असे. रड्या पैलवान नेहमी साकेकर मास्तर असे.

एकदा मी माने मास्तरांना ते खुशीत आल्यावर म्हटलं,

"मास्तर, तुमचं अंग एवढं दणकट कसं?"

"अरे, रोज मी पहाटे उठून व्यायाम करतो. साध्या सुपारीचंही मला व्यसन नाही. मी चहाला स्पर्शही करत नाही. सांज-सकाळ दूध पितो... तूही असंच करत जा; म्हणजे तुझी प्रकृती दणकट होईल."

मी मान हलवली नि मास्तरांना मनातला मूळ प्रश्न विचारला.

"मग तुम्ही कुस्त्या का करत नाही?"

"अरे, शिक्षकांनी कधी कुस्त्या करायच्या असतात का?... जा जागेवर बैस. उगीच काही तरी विचारू नको."

मला कोडं पडलं; की मास्तर कुस्त्या करत नाहीत तर मग एवढा व्यायाम कशाला करतात? एवढ्या पैलवानी धिप्पाड अंगाचा उपयोग काय?... व्यायाम केला की कुस्ती ही केलीच पाहिजे; कुस्तीसाठीच व्यायाम करायचा असतो असं मला वाटत होतं.

माने मास्तरांचे केस पांढरे शुभ्र होते. ते दाढीही चार चार दिवस करत नसत. त्यामुळे त्यांच्या दाढीमिशाही पांढऱ्याशुभ्र दिसत. एकदा त्यांच्याबरोबर त्यांचा मुलगा शाळेत आला. मला तो आवडला. माझ्यासारख्याच मुद्या त्याच्या कानांत होत्या. आणि माझ्या आणि त्याच्या टोपीचा रंगही एकसारखाच होता. मुलगा नुकताच शाळेत जाऊ लागला होता. तो मास्तरांच्या बरोबर आमच्या वर्गात येऊन बसला. आमच्याशी खेळला. मी त्याला एक छोटीशी पेन्सिल बक्षीस दिली. माझ्याजवळ असलेली एक रंगाची कांडी अर्धी मोडून दिली. पण मला एक कोडं पाडलं. माने मास्तरांच्या प्रकृतीकडं आणि त्यांच्या पिकलेल्या पांढऱ्याशुभ्र केसांकडं बघून असं वाटे की, त्यांची मुलं खूप मोठी असावीत. पण हा तर एवढा एवढासा.

त्या दिवशी नाही, पण पुढं कधी तरी माने मास्तर खुशीत आल्यावर मी त्यांना विचारलं. माने मास्तर असे खुशीत आल्यावर गंमतीला येत. वाट्टेल त्या विचारलेल्या प्रश्नांची उत्तरे देत.

"मास्तर, तुमचे केस एवढे कसे पिकले?"

"अरे, आता मी म्हातारा झालोय, पन्नाशीत आलो की मी आता."

"मग मास्तर, तुमचा मुलगा एवढा ल्हानगा कसा? तुम्ही एवढे म्हातारे नि?"

"गाढवासारखे वाट्टेल ते काय विचारतोस?" म्हणून त्यांनी माझ्या पाठीत कमका घातला. मला हूक भरली. माझं काय चुकलं ते मला कळलंच नाही. मला फक्त एवढंच म्हणायचं होतं की, मास्तरांचा मुलगा 'मोठा' असायला पाहिजे होता, तो एवढा लहान कसा? पण मास्तरांनी निराळाच अर्थ घेतला असावा.

वर्गातल्या कदमाच्या शिर्प्याबद्दल मला नेहमी ओढ असे. तो आपल्या बाऽचा कोट घालून येई. त्याचा बाऽ मेलेला होता. आई मजुरी करायला दिवसभर रानात जाई. पोरगं शिकून शहाणं व्हावं म्हणून ती सारखी धडपडत होती. शिर्प्याच्या अंगात फाटकं कुडतं आणि चिंध्या लोंबणारी चड्डी असे. हे सगळं झाकावं म्हणून ती त्याला आपल्या नवऱ्याचा कोट घालायला देत असे. तो चांगला त्याच्या गुडघ्यापर्यंत येई. त्या कोटाचे खिसे मला दप्तराच्या पिशवीसारखे दिसत. दोन्ही बाजूचे दोन्ही खिसे खेळानं भरलेले. त्यात पुष्कळ नवलाच्या वस्तू असत. तो पाटीचे तुकडे फोडून खाई. त्याला ती एक चमत्कारिक सवय लागलेली. वर्गात बसून तो सुपारीसारखे ते तोंडात टाकी. लघवीच्या घंटेत इतर मुलं खेळत; पण हा पाटीचं तुकडं हुडकत पटांगणभर खाली मुंडी घालून हिंडे... ते कुडूम कुडूम

खाताना बघून माझ्या तोंडाला पाणी सुटे. कधी जवळ बसला तर तुकडे खाण्याचा मोह मला अनावर होई. एकदा मी त्याच्याकडनं एक तुकडा मागून खाल्ला. पण बेचव वाटला.

"चांगला लागत नाही, रे शिर्प्या. तुला कसा काय खावासा वाटतोय?"

"कवा तरी खाल्ला म्हंजे चव लागत न्हाई. सलग आठ दिस खाऊन बघ; नुसता मेवा लागतोय."

मी पाटीचं तुकडं जमवू लागलो. खिशात ठेवून खाऊ लागलो आणि मला त्यांची चटक लागली. पण धुणं धुताना खिशातलं तुकडं आईच्या हाताला कधीतरी लागलं.

"कशाला ठेवलं हुतंस रे ह्ये?"

मी गडबडलो... काही तरी बोललो, "लिवायला पेन्सूल न्हवती. म्हणून तुकड्यानं लिवत हुतो."

तिनं विश्वास ठेवला नि तुकडे फेकून देऊन मला पेन्सिल दिली. पुन्हा ते तुकडे जमवणं झालं नाही. सवय सुटली ती सुटलीच.

शाळेत कदमाच्या शिर्प्यानं एकदा कुठल्या तरी पोराचा पैसा चोरला. ते पोर आकान्त करून रडू लागलं. त्यानं शिर्प्याचं नाव मास्तरांना सांगितलं.

शिर्प्यानं सांगितलं, "मी त्याचा पैसा चोरला न्हाई. बघा माझ्याजवळ."

त्याच्या कोटाला एवढे खिसे होते की, त्यात तो पैसा सापडणं कठीण होतं. फाटक्या कोटाच्या शिवणीतही तो काहीतरी सारून ठेवत असे. ते कुणालाच सापडत नसे.

मास्तरांनी त्याच्या खिशातल्या सगळ्या चीजवस्तू बाहेर काढायला सुरुवात केली. त्याला कल्पना नव्हती, की मास्तर स्वत: हात घालून त्या वस्तू काढतील. इतर सटरफटर अनेक वस्तूंबरोबर, त्यातनं दोन महत्वाच्या वस्तू निघाल्या. बाहेरच्या खिशातनं पाटीचं थोर-मूठ तुकडं आणि आतल्या खिशातनं पंचवीस-तीस बिड्यांची थोटकं.

"ह्या कशाला रे?" मास्तरांनी विचारलं.

तो काहीच बोलला नाही.

"काय रे? कशाला ह्या?" मास्तरांचा आवाज चढला.

"राखुंडीला... त्यातल्या जळक्या तंबाखूची राखुंडी करून लावायला येतीया."

मास्तरांनी त्याच्या थोबाडात एक दणकून मारली. त्याची टोपी उडून गेली.

"खोटं बोलतोस? कार्टं खुंट्याएवढं नाही तर बिड्या ओढतंय." मास्तर पुन्हा त्याचं खिसं तपासू लागलं. "आणि हे पाटीचे तुकडे कशाला?"

तो माराच्या भयानं काहीच बोलेना. गप्पच बसला. आता शेजारी बसलेल्या

मला भीती वाटू लागली. मास्तर खूप खवळलं आहेत. उगीच बडवून धुळ्ळा पाडतील. म्हणून मीच खालच्या आवाजात सांगून टाकलं,

"पाटीचं तुकडं खायची सवं हाय त्येला, मास्तर.''

"काय सांगतोस?''

"खरंच. आमच्याच गल्लीत ऱ्हातोय त्यो.''

त्याला मग मास्तरांनी आणखी दोन लगावल्या. पुन्हा ते कोट आतनं बाहेरनं चांगलाच चाचपू लागलं... शेवटी चड्डीच्या नाडीच्या शिवणीतनं पैसा निघाला.

... मास्तरांनी मग त्याला फोडूनच काढला. तो तिथंच जागेवर मुतला; तरी मास्तरांनी त्याला सोडला नाही. शेवटी हातात 'पाटी' देऊन त्याला घरी हाकलून दिला. जाताना आमच्या लक्षात आलं; की त्याची चड्डी पण घाण झालेली आहे.

त्या दिवशी सगळा वर्ग दिवसभर गप्प होता. माने मास्तरांचा पैलवानी हात पहिल्यांदाच सगळ्यांना कळला होता... त्या दिवशी शिर्प्या घराकडं गेला तो पुन्हा फिरून आलाच नाही. त्यानं कायमची शाळा सोडली... त्याची आई, "माझ्या पोराला चड्डीत हगूस्तवर मारलं,'' म्हणून गल्लीत पंधरा दीस तळमळली. "माझ्या फुटक्या नशिबात एवढंच पोरगं हाय. तेबी ह्या मास्तराच्या मारानं दानाला जाईल. जळू दे ती शाळा. गरिबाच्या नशिबात कुटली आलीय ती?'' म्हणून मुकाट बसली.

शिर्प्याच्या संगतीमुळं मी काही दिवस पाटीचं तुकडं खाल्लं. चोरून बिड्या ओढायला शिकलो. चोरी केलेला पैसा चड्डीच्या नाडीच्या शिवणीत ठेवायला शिकलो.

रोजगाऱ्याच्या बाकीच्या पोरांसारखा, शिर्प्या हळूहळू माळाचं शेण धरून आणू लागला नि आईला मदत करू लागला.

◆

६

पहिली पास झालो नि त्याच उन्हाळ्यात धाकट्या मामाबरोबर आनसाचं लग्न झालं. ती दहा-अकरा वर्षांची होती. मामा आनसापेक्षा चौदा-पंधरा वर्षांनी मोठा. जोडा जमण्यासारखा नव्हता. साऱ्या गल्लीनं आईला सांगितलं...

बाळा सणगरीण म्हणाली, "तारा, अगं, पोरगी नाजूक, देखणी हाय, कुठंबी खपंल. एवढ्या दांडग्या लिंग्याला कशाला देतीस तिला? भाऊ असला म्हणून काय झालं?"

"न देऊन काय करू सांगा? त्येचा पाय थारी न्हाई. आज हितं तर उद्या तिथं गडी म्हणून जातोय. जोगतिणी, देवरसणी हुंगत गावभर हिंडतोय. संसाराला कवा लागायचा त्यो?"

"आगं, मग दुसरी एखादी ताठर पोरगी बघ त्येला."

"कोण देणार? जल्माचा पोरका. त्येच्या गळ्यात पोरगी बांधण्यापेक्षा हिरीत ढकलून देऊ म्हणत्यात. उळाक पोरींच्या मागं लागून हिंडतोय; हे का गावाला ठावं न्हाई? असल्याला कोण आपल्या पोटचा गोळा देईल?"

"म्हणून तू तुझ्या पोरीचा घात करतीस व्हय? वाऽग वा!" बाळा सणगरीण म्हणाली.

"न्हाई बाळाव्हंजी! किती केला तर त्यो माझा भाऊ हाय. लेकीच्या व्हात्यानं त्येला मी येसण घालीन. शेजारीच लेकीला सवतं ठेवून मळ्यादळ्यात दोघांस्नीबी कामं देईन नि भावाला ठिकाणावर आणीन."

"रतनू तरी तयार हाय काय गं?" बाळाबाईनं हळूच विचारलं.

"न असायला काय झालं? लेकीला द्याज देणार हाय लिंगू. न्हाई फिटलं तर सालभर राबणार हाय मळ्यात... बाळाव्हंजी, तुम्हाला आतलं सांगतो, माझा थोरला भाऊ तर आपल्या आत्तीकडं उदगावला जाऊन तिचा जावाई होऊन ऱ्हायला. तिला तिकडं दुमाला मिळाला. आता तिची धाकटी लेकबी लग्नाला आलीया! ती म्हणाली; 'तारा, तुझी लेक देतीस, का माझी लेक लिंगाप्पाला देऊ?'– त्येला जर आत्तीनं दुसरीबी पोरगी दिली असती, तर लिंगूबी गाव सोडून उदगावला गेला असता नि माझा ह्या गावातला आधार कायमचा तुटला असता. मी हितं पोरकी झालो असतो."

"तुझं कल्याण हुईल गं. पर रतनू नुसता देजावर पोरगी द्यायला तयार झाला. ते तर पोरीला बघून कुणीबी द्यायला तयार झालं असतं."

"झालं असतं की. पर माझ्या न्हवऱ्याला तरी मागं कोण दुमाला हाय? भाऊबंद माजूरी हुईत चालल्यात. ह्यो तर आई-बाऽच्या पोटाला एकटा दिवटा. कुणी धरून बडीवला, तर ह्येच्या मदतीला कोण येणार हाय? म्हणून त्येलाबी पटवून सांगिटलं, 'माझ्या भावाचा दुमाला हुईल; लिंगूला आनशी देऊन त्येला आपल्या दावणीला बांधू या;' म्हणून बोललो. म्हणून तयार झाला."

आई बाळाबाईला विश्वासात घेऊन सांगत होती.

दादाच्या गावातल्या दोस्तांना बातमी लागली होती.

"काय रतनू, लेकीचं लगीन काढलंय जणू?"

"हां."

"कुणाला दिली?"

"लिंग्यालाच. परदिशी हाय. कोण त्येचं तरी बघणार? आई बाऽच्या पाठीमागं उजवून देतो झालं. तेवढाच एक जीव पर्पंचाला लागंल."

"कर कर. शिवाप्पा जाधवाला तिकडं सर्गात बरं वाटंल." समोरचा मळेकरी हासत बोलायचा. "नुसता दारू पिऊन मेला त्येच्या आयला. पोरं सोडली तशीच वनवाश्यागत."

"बाऽचा दोस्त हुता. दात-व्हट आपलंच म्हणायचं गा."

"कुठं करणार? वाडीला का रामाच्या देवळात?"

"खुळा का काय? माझ्या दारात करून देणार. लिंग्या जाधवाचा असला तरी लेक माझी हाय."

... लेकीचं लगीन आपल्या दारात, आपण स्वत:च्या खर्चानं करून देणार आहोत, याचं दादाला मोठं भूषण वाटत होतं. लोक त्याची रीत म्हणून चौकशी करत होते. दादाचा उत्साह वाढला होता. तो बघून आईचा जीव पाच घागरींच्या

हंड्याएवढा मोठा झाला होता.

दोन दिवस माणसं मांडव घालत होती. कुणाबुणाच्या इथलं खांब, वेळकाठ्या, मेसकाठ्या मागून आणल्या जात होत्या. सणगराचा विठोबा दिवाणजी त्यांवर त्यांच्या त्यांच्या मालकांची नावं लिहून चिठ्ठ्या चिकटवण्याचं काम करत होता. केनवडेकर इनामदाराच्या वाड्यातनं, खांबाला गुंडाळायचं लाल, हिरवं कापडाचं पट्टं, पडदं नि वरचा छत दादानं स्वत: जाऊन आणला होता.

केनवडेकर इनामदारांच्या वाड्यावरनं जाता येता; इनामदार दिसले की, तिथल्या तिथं दादा पायताण बाजूला काढून ठेवून मुजरा घालत होता; त्याचं हे फळ होतं. आपली ओळख इनामदाराशी आहे, इनामदार आपल्याला मैतर मानत्यात, ह्याचा त्याला त्या दिवशी केवढा आनंद झाला होता, ''आरं ऽ कुळंबी असलो तरी आब राखून जगणारी ही औलाद हाय. उगंच न्हाई इनामदार दिवाणात बसवून पान खायला देत... माझं वाडवडील दरबाराचं मानकरी हुतं. इनामदाराचं राखणारदार हुतं ह्या तसरीला.'' छत बांधता बांधता तो बोलत होता.

समोरची माणसं 'हां हां' करून मान डोलावून कामाला लागत होती.

मांडव घालायला सगळं गणगोत आलेलं. कुणी आलं नाही, असं झालं नाही. प्रत्येक घरातलं कुणी ना कुणी येऊन एखादा खांब रोवून, एखादं वेळकाठ बांधून, एखादं काम करून हजरी लावून जात होतं. कुणी झटून करत होतं, तर कुणी समाजाचा मान राखायचा म्हणून हात लावून जात होतं. दादाच्या सगळं ध्यानात येत होतं, पण लगीन आणि मयत ह्या दोन्ही वेळा अशा; की कुणालाच काही उलटं बोलता यायचं नाही.

तीनचार दिवस केळवणं येत होती. चोळीचे खण, नारळ, चिरमुरे, भेंडबत्तासू, केळाच्या फण्या भराभर साठत होत्या. आपल्या पोराबाळांसह गावातल्या ओळखीच्या बाया येऊन आनसाचं कौतुक करून जात होत्या. आईशी घटकाभर बोलून तोंड गोड करून घेत होत्या... केळवणं येताना बघून आईचं ऊर फुगून येत होतं. गावात आपण किती माणसं जोडली आहेत, आपणाला बायका किती मोठेपणा देतात याचा तिला मनोमन आनंद होत होता. तिच्या बोलण्यातनं तो बाहेर सांडत होता.

लग्नाच्या अधल्या दिसापासनं आईचा गोतावळा नि दादाचा गोतावळा असं दोन्ही कडचं पाव्हणं येत होतं. दहाबारा गाड्या परड्यात सोडल्या. गावंदरीकडंला आमचं घर. त्यामुळं गाड्यांना भरपूर जागा होती. आसपासच्या साताठ खेड्यांवरची पाहुणं मंडळी आली. त्याच वेळी दादाचा मामा, मावशी, त्यांची मुलं मी बघिटली. आईच्या आत्तीची मुलं-मुली बघिटल्या. त्यांची चुलत भावंडं बघिटली. आईचा मामा, दादाचं चुलत भाऊ, सगळ्यांची बायका पोरं गावातच होती.

दारात लांबलचक मांडव घातलेला. खांबांना रंगीत कापडाचे पट्टे गुंडाळून

पडदे बाधलेले. कैऱ्यांसह आंब्याचे ढाळे बांधलेले. मळ्यातल्या नारळीच्या झावळ्या कापून आणून दोन्ही बाजूला त्यांच्या कमानी केलेल्या.

लग्नाच्या दिवशी आमचं आणि आत्तीचं अशी दोन्ही घरं पाहुण्यांनी भरून गेली... आमचं एवढं पाव्हणं मी पहिल्यांदाच बघत होतो. त्या गर्दीतनं कौतुक करून घेत हिंडत होतो. सगळी बायका-पोरं नटलेली. नवी धडोती अंगावर घालून इकडं-तिकडं करणारी. सोन्या-चांदीचं अलंकार ज्या त्या बाईच्या अंगावर दिसणारं. "ताराक्का, ताराक्का" म्हणत जी ती आईसंगं कौतुकानं बोलत होती.

मीही डोईला काळी टोपी घालून, चड्डी-कुडत्यात नटून हिंडत होतो. कुठं काय चाललंय, कुठं काय चाललंय ते लगीनघरभर हिंडून, मांडवात हिंडून बघत होतो. नवरा-नवरीला कळसात पाणी घालताना, बायकांच्या गर्दीतनं वाट काढत कळसात शिरत होतो. हळदीच्या वेळी वाटीतली हळद घेऊन पळत होतो नि पोराटोरांच्या गालाला लावत होतो. रुखवत उघडायच्या वेळी बायकांची आणि हौशी पुरुषांचीही गाणी, उखाणं ऐकत होतो. ते उघडल्यावर कानोले, बुंदीच्या कळ्यांचे रंगीत लाडू, रव्याचे लाडू, शेवेच्या ताटल्या, भेंडबत्तासू-चिरमुरे, केळांच्या फण्या, गुलाबी रंगाचे पापड आणि कुरड्या यांच्या भरलेल्या दुरड्या उघड्या झाल्यावर माझे डोळेच फाटले... आईनं एवढं कधी केलं होतं याचा पत्ता लागला नाही. केळं, चिरमुरं, भेंडबत्तासू, हे बायकांनी केळवणातनंच आणलेलं होतं. पण लाडू, शेव, कानोलं कधी केलं होतं याचा पत्ता नव्हता...

खूश होऊन मांडवातनं इकडंतिकडं उड्या मारत होतो. लग्नाच्या मांडवात मला पोरं भरपूर मान देत होती. माझ्या परवानगीनंच त्यांना झावळीचं एक एक पान तरवार करण्यासाठी मिळत होतं. गल्लीतल्या पोरांना; माझ्या मनात आलं तर मी मांडवातनं हाकलून काढत होतो. आपल्याला हाकलून देऊ नये, म्हणून ती माझ्या सांगण्याप्रमाणं वागत होती. ऐटीत वागावं असं वाटत होतं.

... आनसाच्या लग्नात घुगोळ काढला होता. हा घुगोळ बिरुबाच्या माळाला नेताना, माझे अनवाणी पाय त्या उन्हात चांगलेच होरपळत होते. तरी धनगराचा रामा आणि मिसाळाचा लक्ष्मू घुगोळ नाचवताना मी थरारून जात होतो. जळकी खापरं हातात धरून, ते ताल धरून उंचच्या उंच उड्या मारत होते. जमीन हादरल्यागत वाटत होती. घाम्याघूम होऊन नाचत होते. ताशा नि ढोलकं फुटेपर्यंत बडवलं जात होतं.

आंघोळ केलेली नि केस मोकळे सोडलेली, दोन्ही हातात हळदीचं कापड ओली भाकरी धरल्यागत धरून मामाबरोबर जातेली आई. तिच्यावर आणि मामावर; दादाचं धोतर दुहेरी करून, त्याच्या चारी कोपऱ्यांना वावभर लांबीच्या चार काठ्या बांधून चौघांनी सावली धरलेली.

आनसाला लग्नातलं काहीच कळत नव्हतं. मांडवातनं ती सुखानं नटून हिंडत होती. गोरीगोमटी, पिंगट घाऱ्या डोळ्यांची, नाजूक आवाजाची आनसा. भारी पातळ नेसून, दागिनं घालून, अंगाला हळद लावून बाहुलीसारखी नटली होती, कामानं रापलेल्या, काळपट, खडबडीत हाताचं मामाचं चरबरीत बोट; तिच्या कोवळ्या कर्दळीसारख्या गोऱ्या हाताला शोभा देत नव्हतं... तरी आनसा कुणीतरी बोलू लागलं की गुबगुबीत गाल भरून लाजायची.

... तिच्यावर अक्षता पडताना आई तिला डोळं भरून बघत उभी राहिली होती. काखेत दीड-दोन वर्षाचा शिवा. बघता बघता तिच्या डोळ्यांतनं घळाघळा धारा वाहू लागल्या. ती मग हमसून हमसून रडू लागली.

दादाचा नि तिचा थोड्याच वेळापूर्वी काहीतरी कारणावरनं खटका उडाला होता, पहिल्या लेकीच्या अंगावर अक्षता पडताना आईबांऽनी ते बघायचं नसतं, असा काहीतरी रिवाज होता. तेवढं निमित्त घेऊन दादा कंबळा आत्तीच्या घरात जाऊन बसला होता.

"चल बघू, तिकडं मांडवातनं बाहीर." आईच्या उदगावच्या आत्तीनं रडणाऱ्या आईला घरात आणून मधल्या सोप्यात बसवली. तरीही आईचं रडणं थांबेना. मला ते चमत्कारिक वाटत होतं. तिच्याबरोबर तीनचार वर्षांची हिराही कुंईकुंई करून रडू लागली.

रडण्याच्या ओघात आई तिच्या आत्तीजवळ भडभडून आपल्या संसाराविषयी, दादानं केलेल्या आपल्या छळाविषयी, आणखी कशाबशाविषयी बोलत होती.

मला एवढंच कळलं; की लग्न म्हणजे काय हे तिनं कधीच अनुभवलं नव्हतं. स्वत:च्या लग्नाविषयीच्या तिच्या हळुवार भावना आनसाच्या लग्नाच्या निमित्तानं वर उफाळून आल्या होत्या. पण त्या मुग्ध भावनांचं कोळसं ती एक वर्षाची असतानाच झालेलं होतं.

आत्ती तिची समजूत काढण्याचा प्रयत्न करीत होती नि तिकडं अक्षता पडून आनसा सौभाग्यवती होत होती.

मामाच्या नि आनशीच्या वरातीच्या निमित्तानं मला पहिल्यांदा टुरिंग गाडीत बसायला मिळालं. गावच्या पाटलाची गाडी. पेट्रोलाचं पैसे देऊन दादानं आणलेली. पाटलानंही; माझा मामा त्यांच्या इथं ढोरं राखायला होता, ह्याची जाणीव ठेवून ती ड्रायव्हरसकट वापरायला दिलेली.

त्या गाडीत मामाच्या पुढ्यात बसून कधी झोपलो त्याचा पत्ता लागला नाही.

अचानक आईनं हलवून हलवून उठवलं. उठवलं नि थंडगार पाण्यानं माझं तोंड धुतलं.

"आन्दा, आरं ऊठ. वरात घरात आली."

“न्हाई, मला नीज आलीय.”

“मग नीज म्हणं. ते बघ तिकडं. लिंगाप्पा, आनशी बलवाय लागलीय बघ तुला.”

“का?”

“ते आता मला काय ठावं... तिथं जायचं नि देव्हाऱ्याच्या खोलीच्या दारात हुबं ऱ्हायाचं... आनशीला नि मामाला म्हणायचं; तुमची पोरगी मला देणार असशील तर दार सोडतो.

“मी न्हाई बाई. मला लाज वाटती.” मी खुदकन लाजलो.

“आरं, नुसतं म्हणायचं. मग तुला कुडतं-चड्डी, टोपी मिळणार हाय.”

लग्न संपलं नि बाशिंगं आढ्याला बांधून ठेवली. नवरा-नवरीचे लग्नातले रंगीत जोडे पाखाड्यात खोवून टाकले. एकएकजण आपल्या कामाला लागलं.

मामा वर्षभर आमच्या मळ्यातच राबत होता. लग्नात दोनशे रुपये द्याज द्यायचे होते, ते त्यानं फेडलं.

लग्न झालं तरी आनसा मामाला मामाच म्हणत होती. आम्ही मग तिची थट्टा करायचे. मामालाही ती इतकी लहान वाटायची की तिला बायको म्हणायला तो लाजायचा.

... आईचं नाव न घेता दादा आईला हाक मारी. आईही दादाचं नाव न घेता त्याला ‘आवं? ऐकू आलं काय?’ म्हणून हाक मारी. पण तसं मामाचं नि आनशीचं नव्हतं. ‘मामा’ म्हणूनच आनसा हाक मारी नि ‘आनसे’ म्हणून मामा हाक मारी.

वर्षभरात मामा मळ्यात राबायला कंटाळला. दादाच्या तापट स्वभावाला आणि बारा नि बारा चोवीस तास नुसतं मळ्यात पडून राहायला नि ढोरागत काम करायला तो शिणून गेला. गुजराच्या मळ्यात इंजीनवर ड्रायव्हर म्हणून कामाला लागला.

◆

७

मृगाचा पाऊस पडला नि आमच्या शाळा सुरू झाल्या. मी दुसरीत जाऊन बसू लागलो.

या वर्गात मी ध्यानात राहील असा काजी मास्तरांचा मार खाल्ला. काजी मास्तरांच्या जवळ वेताची बारीक घोळीव छडी होती. ती वाकत असे पण मोडत नसे. मास्तर ती चटकन मारत. मला पाचसहा छड्या मास्तरांनी तळहातावरच घ्यायला लावल्या. एरवी मास्तरांकडं पाठ करून उभं राहिलं की त्या कुठंही बसत. निरनिराळ्या जागी बसत. त्यामुळं त्याचं दुखणं फारसं वाटत नसे. पण एकाच हातावर वेताच्या लपकणाऱ्या छडीचं तीन दणकं मी पहिल्यांदाच खात होतो. हात लालबुंद झाला. भगभगू लागला. लाल हात आणि काखेपर्यंत गेलेल्या वेदना यांनी मी बेशुद्ध व्हायच्या पाळीला आलो. दरदरून घाम सुटला. एका खोपड्यात रडत बसलो.

"नुसता रडत काय बसलास. हिशोब घे."

मला लिहून घ्यायला जमेना. पेन्सिल हातात घेता येईना. बोटांनी ती रेटता येईना. गल्लीतला माझा मित्र काशीनाथ शेजारी होता. त्याला माझी ही दुर्दशा बघवेना. त्यानं मला हळूच सांगितलं, "घराकडं जा नि बाबाला बलवून आण."

मी त्या सणकेत उठलो नि घराकडं गेलो.

दादाला घेऊन आलो. माझा हात बघून माझ्यापेक्षा दादा जास्त लाल झाला.

"चल; त्या मास्तराचं मानगूट खुर्चीतच कोंबतो."

दादाबरोबर शाळेत पुन्हा परत आलो. मास्तरांची आणि दादांची चांगलीच भांडाभांडी झाली. दादाचं तोंड म्हणजे तोफखाना होता.

त्यानंतर मास्तरांनी कधी मारलं नाही. मीही त्यांच्या माराला भिऊन शिर्प्यासारखी शाळा सोडली नाही... दादाही खमक्या होता. ''पुन्ना मारलं तर सांग. न्हाई त्या मास्तराला माडीवरनं खाली टाकला; तर मिशी ठेवणार न्हाई. मग काय व्हायचं ते होऊ दे.''

तिसरीच्या वर्गात मोठ्या आकड्यांची बेरीज-वजाबाकी शिकल्याचं आठवतं. आधल्या दिवशी मी शाळेत गेलो नव्हतो. त्याच दिवशी मोठ्या आकड्यांची बेरीज-वजाबाकी शिकवली होती. दुसऱ्या दिवशी तिची उदाहरणं मास्तर घालत होते. मला ती कळेनाशी झाली होती. पहिली दोन्हीही उदाहरणं माझी चुकली. तिसरंही चुकल्यावर कांबळे मास्तरांनी माझ्या थोबाडात अशी दिली; की कानात किऽन्न असा आवाज होऊन, मला बराच वेळ कानानं ऐकायला येईनासं झालं. तरीही बेरीजवजाबाकी ही काय भानगड आहे हे कळेना.

घराकडं आल्यावर कंबळा आत्तीच्या बाबूकडनं समजून घेतली. तो पाचवीत होता. त्यानं 'वजा' म्हणजे काय करायचं, 'बेरीज' म्हणजे काय करायचं, हे समजून सांगितलं.

मग भराभर मोठ्या संख्येची बेरीज-वजाबाकी मला येऊ लागली. तसं करताना गंमत वाटू लागली. आपणाला खूप मोठा हिशोब झटकन येतोय असं वाटू लागलं... कांबळे मास्तर हजारापर्यंतचेच आकडे घालून बेरीज-वजाबाकी करायला सांगत. पण मी लक्ष, कोटीपर्यंतचे आकडे माझ्या मनाने लिहून, त्यांच्या बेरजा, वजाबाक्या करू लागलो... दोनतीन दिवसांत माझी झालेली प्रगती बघून कांबळे मास्तरांनी मला शाब्बासकी दिली. पुन्हा त्यांनी कधी मारलं नाही.

अडलंनडलं तर बाबू मला समजून सांगत होता. तो मात्र पाचवीत दोन वर्षं बसला होता. शाळेत त्याचं फारसं लक्ष नव्हतं. आईचा त्याला धाक नव्हता. पैशांनी खेळण्याचा नाद त्याला लागला होता. पैसे लावून इस्पिटांनी तो खेळत असे. आत्तेभाऊ असल्यामुळे पुष्कळवेळा मी त्याच्याबरोबर असे. त्याची आई दिवसभर कामाला जायची. गावात हा एकटाच. खेळायला पैसे कमी पडले की, आपल्या घरात जाऊन पैसे चोरी. दाभणानं घरातल्या खिडकीचं कुलूप निखळताना मी त्याला दोनदा पाहिलं. माझी मदत घेऊन त्यानं ते कर्म केलं होतं... आईचा भरपूर मार खाई. पण मोंड होत चालला होता.

चौथीचं वर्ष घाटगे मास्तरांच्या स्वभावामुळं लक्षात राहिलं. कागलच्या घाटगे घराण्याशी त्यांचा संबंध होता. घाटग्यांच्या लेकुरवाळ्यांपैकी ते एक होते. त्यामुळं त्यांच्या घरात सगळ्यांची नावं इतिहासातल्या व्यक्तींची असत. मास्तर चांगल्या

आवाजात गायचे. मन्वंतर वाचनातील एखादी कविता शिकवताना किंवा धडा शिकवताना स्वत:च रंगून जायचे. नाट्यपूर्ण आवाजात संवाद म्हणून दाखवायचे. हातवारे करायचे. इतिहास शिकवताना साभिनय शिकवायचे. वर्गाचं दार झाकून; काल्पनिकरीत्या त्यांनीच मनात तयार केलेले ऐतिहासिक पुरुषांचे संवाद; काल्पनिक तलवारीला हात घालून म्हणून दाखवायचे.

त्यांचं सगळं औरच होतं. ते मांडीवर गुडघ्यापर्यंत फुगीर असलेली आणि गुडघ्याखाली पिंढरीबरोबर गच्च असलेली सरदारी विजार घालीत. शाळेत काही कार्यक्रम असला की, दरबारी कोल्हापुरी रंगीत पटका उत्तम रीतीनं बांधत. आमच्या शाळेत बिड्या ओढणारे तेवढेच मास्तर होते आणि मुलांना उत्तम शिव्या देणारेही तेवढेच आदर्श शिक्षक होते. जीव लावून सगळं शिकवत. गावातनं हिंडता-फिरताना मुलांच्या वडिलांशी संबंध ठेवत, गप्पा मारत. घरात पुष्कळ वेळा दारात बसून कुऱ्हाडीनं लाकडंही फोडत. त्यांच्या गल्लीला आई मला रोजगाराच्या बायका सांगायला लावून द्यायची. तेव्हा ते लाकडं फोडताना दिसत. वर्गात त्यांनी प्रत्येक गोष्टीला मार्क्स ठेवले. वेळेवर येणाऱ्या मुलाला मार्क्स देण्यापासनं ते वर्गात बडबड केली तर मुद्दलातले मार्क्स कमी करण्यापर्यंत त्यांनी प्रथा ठेवली. त्यामुळं प्रत्येक महिन्यातला कुणाचा नंबर पहिला लागला हे पाहण्याची उत्सुकता पराकोटीला जाई. वर्गात मन लावून अभ्यास करून जास्तीत जास्त मार्क्स मिळवणं, गैरहजर न राहणं या सवयी मला लागल्या. वर्गालाही त्या लागल्या. तोवर घरी अभ्यास करायचा असतो, हे मला माहीत नव्हतं. गंमत म्हणून घरी काहीतरी पाटी-पुस्तकं घेऊन चाळा करायचा एवढचं माहिती होतं.

एखाद्या वांड पोरावर घाटगे मास्तर खूप संतापत. पांडू काटकर आणि गजानन मुजुमदार ही दोन पोरं चौथीत नापास होऊन मागं राहिलेली. अतिशय दंगेखोर. मुख्य म्हणजे खोडकर होती.

घाटगे मास्तर एकदा महाराणा प्रतापची गोष्ट सांगत होते. रंगात आले होते. बाहेर आवाज जाऊ नये म्हणून वर्गाची दारं बंद केली होती. तरी एक-दोन पाचवीची पोरं दाराच्या काचांतून मास्तरांचा अभिनय बघत उभी होती. त्यावरून कोणती ऐतिहासिक कथा चालली आहे याचा अंदाज बांधत होती. आम्ही सर्व विसरून कानांत प्राण आणून ऐकत होतो. हळदी घाट, राणाप्रतापाची घोडदौड, त्याची अकबराच्या मुलाशी होणारी लढाई हे सर्व मनासमोर दिसत होतं, चुर्रर म्हटलं तर कुठं आवाज होत नव्हता. मुलं बाहुल्यांसारखी खिळलेली. मास्तर टेबलापुढं स्टेजवरल्याप्रमाणं इकडं-तिकडं जात संवाद म्हणत असलेले, माहिती सांगत असलेले.

अशा वेळी गजा आणि पांड्या आपआपसांत काहीतरी बोलत कॅचमॅच करत

होती. त्यांचं वर्गात लक्ष नव्हतं. मागच्या वर्षी त्यांनी या कथा ऐकल्याही असाव्यात. मास्तरांच्या लक्षात आलं; की या दोन पोरांचं लक्ष नाही. ते सबंध गोष्टीचा ओघ तोडून त्यांच्याकडं बघत क्षणभर उभे राहिले आणि व्यथित झाले... आपण घसाफोड करून एवढं सांगत असतानाही या दोन कार्ट्यांचं लक्षच नाही. क्षणभर तसे उभे राहून ते म्हणाले,

"गोष्ट सांगायची बंद. मी सांगणार नाही." असं म्हणून रुसल्यासारखे होऊन खुर्चीत जाऊन बसले.

आम्ही चार-पाच पोरं मास्तरांच्या टेबलाजवळ गेलो.

"सांगा की मास्तर गोष्ट. आम्ही कुठं दंगा केला?"

"गोष्ट बंद. सांगणार नाही. आता गणितं घ्या, जावा जाग्यावर."

गणित म्हटल्यावर तर माझं पाणी झालं.

"नाही नाही मास्तर. गोष्ट सांगितली पाहिजे. आम्ही काय बी केलं नाही; मग आम्हांस्नी शिक्षा का?"

मग मास्तर खवळून खुर्चीतनं उठले. "इच्या आयला; हे काटकराचं कार्टं नि हे भटुर्गे उगंऽच मधी बोंबलत असतंय." असं म्हणून त्या दोघांनाही दणकं आणि दोन दोन लाथाही बसल्या. ती पोरं मार खाण्यात नेहमी तयार होती... मास्तरांनाही ते माहीत होतं. तरी त्यांनी संताप त्यांच्यावर काढून पुन्हा गोष्टीला सुरुवात केली... पण पुढं गोष्ट काही रंगली नाही. गोष्ट संपवून मास्तर पुन्हा त्या दोघांकडं गेले.

"गजा, किती रे मार खाशील माझा तू? अरे, तू ब्राह्मण, निदान तुझ्या जानव्याला शोभेल असा तरी वाग. चांगला गुंड होत चाललायेस, भडवीच्या. थोडं तरी आई-वडिलांना स्मरून शिक्षण घे." म्हणून तळमळून त्याच्याजवळ जाऊन बोलले.

शाळेत काहीतरी कार्यक्रम होता. मुलांना शाळेत बोलावलं होतं. पण वर्ग चालू नव्हते. मास्तर मंडळीही रुबाबदार पोशाख घालून वर्गात मुलांना थोपवून धरत होती. पांडू काटकर वर्गात नव्हताच...

अचानक मुलांनी बातमी आणली; की पांडू काटकर जिन्याच्या कठड्यावरून पडला. मास्तर इथं एक टांगडी, तिथं एक टांगडी टाकत पळाले. दणा दणा दणा खाली गेले. जिन्याखालच्या फरशीवर पांडू रक्तात न्हात बेशुद्ध पडला होता. मास्तरांनी त्याला अलगद उचलून दोन्ही हातात घेतला नि तसेच धावत सरकारी दवाखान्यात पळाले. आम्ही मुलं त्यांच्या मागोमाग धावलो. भसकन दवाखान्यात घुसून ड्रेसिंग टेबलवर त्याला ठेवून म्हणाले, "डॉक्टर कुठं आहेत?"

"घरात."

घर दवाखान्यामागंच होतं. मास्तर तसेच धावत गेले. आम्ही मुलंही. 'डॉक्टर,

चला लौकर; माझं पोर जायबंदी झालंय.' मास्तरांचा त्या दिवशी सगळा दरबारी पोशाख रक्तानं माखला होता. तो नंतर वायाच गेला. असं काहीतरी मास्तर करत. यामुळं जवळचे वाटत.

प्लेगची साथ आली. सगळं गाव बाहेर पडू लागलं. आम्ही आमच्या मळ्यात रहायला गेलो. रोज तिथनं शाळेला यावं लागायचं. 'उंदीरपडीची साथ' असं या रोगाला नाव होतं. खरं म्हणजे गावापेक्षा रानात उंदरं जास्त. पण गावातली उंदरं आढ्या-पाखाड्यांत राहत. ती मेली की पटकन खाली पडत; त्यामुळं ती मेल्याची माहिती लागे. पण रानातली उंदरं ही रानात बिळं करून राहतात. म्हणून मेली तरी बिळातच मरतात; त्यामुळं ती पडल्याचं कळत नाही; पण मरत मात्र असावीतच, असं मला वाटे. रानात रहायला मजा येत होती.

घाटगे मास्तरांना गावाबाहेर कुठंतरी झोपडी बांधणं जरूर होतं. त्यांच्याजवळ झोपडीसाठी लागणारं लाकूडसमान नव्हतं. त्यांनी वर्गातल्या मुलांना विचारलं, ''अरे, सगळं गाव बाहेर पडू लागलं आहे. आमची मंडळीही गावात राहायचं नाही म्हणते. पण माझ्याजवळ झोपडी बांधायला काहीच सामान नाही. मला प्रथम हे सांगा; मला कुणी मेढकी देऊ शकेल काय? ज्यांचे मळे आहेत, झाडे आहेत त्यांनी उद्या आपल्या वडिलांना विचारून या. प्रत्येकानं एक एक मेढकं दिलं तरी पुरं.''

मास्तरांचं हे मागणं कधी नव्हं ते होतं. दुसऱ्या दिवशी बऱ्याच पोरांनी आपल्या बाऽकडनं निरोप आणले. आमच्या दादानं; झोपडीवर घालायला थोड्या शेवऱ्या आणि शेकारायला पाला देतो म्हणून सांगितलं. पिंपळगावच्या मगदुमाची दोन पोरं शाळेला येत होती. त्या दोन पोरांनी एक एक मेढकं देतो म्हणून सांगितलं.

कागलपासनं तीन साडेतीन मैलांवर पिंपळगाव. तिथनं मेढकी आणायची. एक एक मेढकं आणायला दोन-दोन पोरं तरी पाहिजे होती. अशी चार मुलं.

घाटगे मास्तरांनी विचारलं, ''अरे, पिंपळगावला जाऊन मेढकी आणायची आहेत, ज्यांना ओझं वाहण्याची सवय आहे, अशी चार ताठर मुलं पाहिजेत. कोण जाऊ शकेल त्यांनी हात वर करा पाहू.''

मी हात वर केला. हात वर केला तो मेढकी आणायची हौस होती म्हणून नव्हे; किंवा घाटगे मास्तरांचं काम केलं पाहिजे या भावनेनंही नव्हे. मी चौथीत येईपर्यंत मला एकही गाव बघायला मिळालं नव्हतं. दोन-तीन मैलांवर असलेली सिद्धनेर्ली तेवढी एकदा उभ्या उभ्या बघायला मिळाली होती. घाण्यासाठी जळण नव्हतं, ते सिद्धनेर्लीला खरेदी केलं होतं; म्हणून त्या निमित्तानं गाडीत बसून धाकट्या आकणी आत्तीला भेटायला गेलो होतो तेवढाच. आता अनायासं दादाला माहिती न होता पिंपळगाव बघायला मिळणार होतं. आपल्या गावासारखंच दुसरं गाव असू शकतं, तिथली माणसं वेगळी, देवळं वेगळी, वाटा वेगळ्या, झाडं वेगळी असू शकतात

याची मला अपूर्वाई होती.

मधल्या वाटेनं अनेक मळे ओलांडत, त्यांची नवीनवी रचना बघत, झाडांच्या सावल्यांतनं, पांदीतनं आम्ही तासा-दीडतासात पिंपळगावला जाऊन पोचलो. निरनिराळ्या गप्पा मारत चाललो होतो. मगदुमाचा मळा कसला आहे, तिथं काय काय आहे, याची माहिती विचारत होतो. आमच्या मळ्याच्या रचनेपेक्षा एखाद्या मळ्याची रचना वेगळी असली की मला गंमत वाटत होती. तीच गंमत आता बघायला मिळणार होती. आई किंवा दादा हे कोणीही बरोबर नसताना मित्र-मित्र परगावला जात होतो. एक प्रौढपणाचा अनामिक आनंद होत होता. मनात येईल ते मुक्तपणे बोलता येत होतं; त्यावर आई-दादांच्या ठराविक उत्तरापेक्षा किंवा 'काय तरी बडबडू नगं, गप्प बसावं.' या बोलण्यापेक्षा, माझ्यासारखंच मन असलेले आम्ही चार-सहाजण होतो. त्यामुळं एकमेकांची बोलणी, उत्तरं ऐकताना मजा येत होती. एक अनोळखी विश्व समोर उलगडत जात होतं.

त्या तंद्रीत कसे गेलो नि कसे परत आलो त्याचा पत्ता लागला नाही. परत येऊन शाळेच्या दारात दोन्ही मेढकी ठेवली नि शाळेत गेलो तर शाळेत कुणीच नव्हतं. वर्ग मोकळाच होता. शाळा सुटून गेली होती. आणि मुख्य म्हणजे वर्गात माझं पाटीदप्तर नव्हतं. मी घाबरलो.

''आरं, माझं पाटीदप्तर न्हाई.''

''आमचं बी कुणाचं न्हाई. मास्तरांनी कपाटात ठेवली असतील. उद्या मिळतील.''

तरीही मला काळजी लागली. कारण घरात ''पाटी-दप्तर कुठं हाय?'' म्हणून विचारलं तर ''शाळंत मास्तरांच्या कपाटात हाय.'' म्हणून उत्तर द्यावं लागेल. आणि आई दादाला शंका येणार. मग ते विचारणार, ''शाळंत का? शाळा सोडून कुठं गेला हुतास?'' तर मग मी जर ''पिंपळगावला गेलो हुतो,'' असं उत्तर दिलं किंवा त्यांना मी पिंपळगावला गेल्याचं कळलं, तर माझ्या अंगाची सालटं निघणार; याची रंगीत चित्रं माझ्या मनासमोर उभी राहिली.

त्या धडधडत्या हृदयानं आम्ही मेढकी नेऊन मास्तरांच्या दारात टाकली.

मेढकी टाकल्याबरोबर मास्तरांना विचारलं; ''मास्तर, माझं दप्तर कुठं ठेवलं?''

''अरे, मला काय माहीत? मला कुठं सांगून गेला होतास तू दप्तर ठेवा म्हणून?''

''मला वाटलं शाळा सुटायच्या आत आम्ही पिंपळगावासनं येऊ.''

''असेल कुणी तरी नेलेलं. काळजी करू नको. उद्या आपण वर्गात चौकशी करू. किंवा तुझ्या मित्राबित्रांनी नेलंय काय याची तू चौकशी कर.''

''बरं.''

माझ्या काळजात आता धडकी भरली. मला समोर दादाचा रागावलेला चेहरा

दिसू लागला. आत्ताच्या आत्ता जाऊन मित्रांना विचारून दप्तर घेऊन घराकडं जायचं ठरवलं...

मास्तरांचं चुकलंच होतं. खरं म्हणजे; शाळा सुटल्यावर, पिंपळगावाला गेलेल्या मुलांची दप्तरं ठेवली पाहिजेत, याचं त्यांच्या लक्षात नव्हतं. म्हणून आम्ही चौघेही हवालदिल झालो होतो. पण ''उद्या सगळ्यांना विचारू. दप्तरं कुठं जाणार नाहीत.'' असं मास्तरांनी आश्वासन दिल्यामुळं तेवढाच आधार झाला.

माझे तीन-चार मित्र होते. त्या सर्वांकडे मी लगेच गेलो. माझं दप्तर कुणाकडंही नव्हतं. माझ्या हातापायातलं बळ गेलं.

घराकडं जाताना मला घाम फुटला. दिवेलागणी झाली होती. घराकडं तर गेलंच पाहिजे. उशीर झाला तर पुन्ना आई-दादा बडवतील... आता त्यांस्नी दप्तराचं काय सांगायचं?...

कसाबसा जाऊन पोचलो. आई सोप्यात तांदूळ निवडत होती.

''एवढा का रं उशीर? आणि मोकळाच आलास?''

''दोस्ताकडं अभ्यास करत बसलो हुतो. दप्तर त्येच्याकडंच ठेवून आलो. उद्या सकाळी पुन्हा अभ्यासाला जाणार हाय.''

त्यावेळी जे सुचलं ते दणकून दिलं. शाळेजवळ राहाणारा ब्राह्मण दोस्त आहे असं सांगितलं, तरी आई मला बोलली. दप्तर बरोबर आणावं म्हणून तिनं बजावलं. 'ब्राह्मणाचं घर' असल्यामुळं दप्तरातलं काय जाणार नाही याचा तिला विश्वास वाटला. पण मला रात्रभर झोप लागली नाही.

दुसरे दिवशी शाळेत गेलो तरी माझं दप्तर कुणाजवळच नाही. मी आतल्या आत अगदी रडकुंडीला येऊन गेलो. दुसरी घंटा झाल्यावर मास्तर आले. लगेच त्यांना विचारायला सांगितलं. त्यांनी विचारलं. पण कुणीच दप्तर नेलं नसल्याचं सांगितलं. प्रत्येकजण 'मी नेलं नाही' असंच म्हणत होता.

आदल्या दिवशी आलेली दोन-तीन मुलं गैरहजर होती. त्यांनी नेलं नसल्याची माझी खात्री झाली होती. पण मास्तर म्हणाले, ''अरे, त्यांनी नेलं असेल. ती आल्यावर चौकशी करू.''

पण मला धीर नव्हता. मास्तरांच्या या थंड स्वभावाचा मला रागही येत होता. त्यांना माझ्या दप्तराची फारशी काळजीही वाटत नव्हती, असं दिसलं. माझ्या मनातनं ते उतरले. मुलं पुस्तकं वाचत होती. गणितं सोडवत होती. आपापसांत गप्पा मारत होती, बोलत होती, मी मात्र खुळ्यासारखा चिंतागती होऊन नुसताच बसलो होतो. मास्तरांना माझ्या दप्तराची काळजी नाहीच.

पंधरा मिनिटांच्या सुट्टीत गजा मुजुमदार माझ्याजवळ आलं नि मला म्हणालं, ''तू असं कर; घराकडं जाऊन एक नारळ घेऊन ये. तुला दप्तर मी मिळवून देतो.''

"खरं?"

"शप्पत."

"कुठं हाय दप्तर?"

"ते बरोबर मी हुडकून काढतो. त्याची नको तुला काळजी. तू फक्त घरी जाऊन नारळ घेऊन ये. पुढचं मी बघून घेतो."

मला मोठ्ठा धीर मिळाला. गजा सगळ्यात वांड असल्यामुळं गैबीचं नाव घेऊन नारळ फोडेल नि प्रत्येकाला खायला खोबरं देईल असं मला वाटलं. जो कुणी खोटं बोलून खोबरं खाईल; त्याला देव 'हगवण' लावील, अशी आमची बालंबाल खात्री असे. कागलचा गैबी हा जागृत देव होता. त्याच्या नावानं नेहमी शपथा घेऊन खरं खोटं तपासलं जात असे. गावात तशी रीत होती. मी तसाच घराकडं चाललो.

...घराकडं जाऊन आईला काय सांगायचं? तिच्याकडं पैसे मागितल्यावर सगळंच बेंड बाहेर पडंल. मी पिंपळगावला गेल्याचं दादाला कळलं तर, मला मरूस्तवर झोडपंल. माझं पाटी दप्तर सांभाळलं न्हाई म्हणून मास्तरासंगट भांडाण काढंल. मग मास्तरबी माझ्यावर दात धरतील...

तसाच घरात जाऊन पोचलो.

"का रं आलास?"

"परसाकडं लागलंय म्हणून आलो."

खरं म्हणजे; हा विधी शाळेत करण्याची इच्छा झाली; तर आम्ही पुलाच्या ओढ्याला जात असू. पण याचा पत्ता आईला नसावा.

"आणि मला आई भूकबी लागलीय गं."

"सकाळी जेवायला येत नव्हतं का पॉट भरून? जा परसाकडला आधी."

मी जाऊन नाटक करून आलो. परत आलो नि आईला वाढायला सांगितलं. आई मला वाढून परड्यातल्या दगडावर लुगडं धूत बसली. मी पटकन खोलीत गेलो नि अंधारात कायम अडकवून ठेवलेल्या दादाच्या काळ्या कोटातले, हाताला लागतील ते पैसे उचलले. चड्डीच्या नाडीच्या शिवणीत ठेवले.

जेवणाचं सोंग केलं नि जायला निघालो. आईनं माझ्या खिशात मूठभर शेंगाही घातल्या. आता दप्तर मिळणार या आनंदात उड्या मारत शाळेकडं चाललो. वाटेवर कटके आण्णाचं दुकान होतं. तिथला मोठा नारळ घेतला. दोन आणे उरले होते ते तसेच ठेवले.

परत येईपर्यंत मधल्या सुट्टीची घंटा नेमकी माझ्या डोळ्यांसमोरच झाली. वर्गात जाईपर्यंत मास्तर वर्गातनं ऑफिसात गेले. हा कार्यक्रमही मास्तरांच्या पाठीमागंच उरकायचा होता. मी वर्गात गेल्या-गेल्या गजाजवळ नारळ दिला. गजानं तो आपल्या ताब्यात घेऊन, पटकन बाहेर जाऊन, दुसऱ्या वर्गातल्या त्याच्या

मित्राच्या ताब्यात दिलेलं माझं दप्तर मला आणून दिलं. आणि मधल्या सुट्टीत; त्या पाचवीतल्या वांड मुलांच्या आणि चौथीतल्या गजासह त्याच्या साथीदारांच्या टोळक्यानं, शाळेपाठीमागच्या पटांगणात जाऊन हसत, माझी कशी गंमत केल्याचं खुलवून-फुलवून बोलत, नारळ फोडून खाल्ला.

मला त्यातला एक तुकडाही दिला नाही. माझा बावळटपणा असा की, मी हे मास्तरांनाही सांगू शकलो नाही. कारण गजानं मला पट्टी दाखवून माराचं भय घातलं होतं. पुन्हा; मास्तरांना सांगितलं तर एखाद्या वेळेस मास्तर ''नारळ घरातनं कसा आणलास?'' म्हणून, नसती अडचण निर्माण करणारा प्रश्न विचारतील असंही वाटलं. मी गप दप्तर घेऊन शाळा सुटल्यावर घराकडं गेलो.

तेव्हापासनं घाटगे मास्तर माझ्या मनातनं उतरले ते उतरलेच. दप्तर सोडून मी कुठंच पंधरा मिनिटांच्या किंवा मधल्या सुट्टीतही जाईनासा झालो. वर्गातच बसून राहू लागलो.

मास्तरांना आपल्याबद्दल काही वाटत नाही, वर्गातली पोरं आपणाला फसवतात, आपले दोस्त आपलं दप्तर सांभाळत नाहीत, आपल्याला फसवल्याची टिंगल मात्र सगळेच करतात, गजा मुजुमदारानं आपल्यावर 'डाऊट' घेतल्यावर; आपलं खरं असूनही मास्तरांना आपले 'मार्क्स' खरे वाटत नाहीत; यातनं मी एकटा होत गेलो. त्यातनं पंधरा मिनिटांच्या नि मधल्या सुट्टीच्यावेळी दप्तर सांभाळत वर्गात बसण्याची सवय लागली.

अशी सुट्टीच्या वेळेत वर्गातच बसून राहणारी तीन-चार मुलं होती. त्यांतल्या तिघांशी माझी मैत्री जमली. त्यांतला एक बापू कोळी. सुटीत गणितं सोडवत बसायचा. आमचा जो 'बाळुगडी' नावाचा मळा होता तिथनं तो जवळच गावाबाहेर राहत होता. मळाही तसा गावापासनं जवळ होता. दुसरा चंद्रकांत मेरवाडे आणि तिसरा सुरेश माने. ही दोन्ही मुलं वाचनवेडी होती. सुटी झाली रे झाली की; ती आपल्या पत्र्याच्या बॅगांतनं गोष्टीची पुस्तकं हळूच काढायची नि वाचत बसायची. त्या दोघांच्याही 'पत्र्याच्या बॅगा' हे वैभव होतं. वर्गात तेवढीच दोन मुलं बॅगा आणायची. आमच्या कापडी पिशव्या असायच्या. कुणाची दप्तरं ही जाड पांढऱ्या चौकोनी कापडात बांधलेली असायची. मला एक पांढरी पिशवीच होती. पण या दोघांच्या रंगीत बॅगा असत. एकाचा बाप हा डॉक्टरांचा भाऊ होता. पण हा चंद्रकांत डॉक्टरांकडंच शिकायला होता. दुसरा तसाच एका चांगल्या सुस्थितीत असलेल्या घरचा. ही दोन्हीही मुलं देखणी आणि गोंडस. त्यांचे कपडेही व्यवस्थित. माझी चड्डी कुडतं चार चार दिवस बदललेलं नसे. चार चार दिवस आंघोळ नसे. मी उन्हातानातनं दिवसभर भटके. डोक्याला तेल नसे. टोपी वरनं दाबून कानापर्यंत घातलेली. पण ही दोन्ही मुलं रोज आंघोळ करणारी, तुकतुकीत, स्वच्छ कपड्यांतली. मी गावठी.

कसाबसा वागणारा.

हळूच मी चंद्रकांतकडनं एक पुस्तक थोडा वेळ मागून घेतलं नि मधल्या सुट्टीत वाचून काढलं... गोष्ट फार चांगली होती. मी त्यांच्याशी मैत्री वाढवली. पहिल्यांदा मला ती पोरं जवळ करत नसत. पण मी त्यांना चिकटून वागे. त्यांनी सांगितलेली बारीक सारीक कामं करी. मग चंद्रकांत एखादं वाचून झालेलं पुस्तक मला वाचायला देई. मला कालांनी खेळण्याचा नाद होता. पुष्कळ वेळा मी काला जिंकत असे. चंद्रकांत खेळात पुष्कळ वेळा हरत असे. मग मी त्याच्या कालांनी खेळून त्याला काला जिंकून देऊ लागलो. त्यांतनं मैत्री वाढवली नि त्यांची मिळतील ती पुस्तकं वाचू लागलो.

चंद्रकांतकडं गोष्टींची शंभरावर पुस्तकं होती. तो शाळेशेजारी दवाखान्याच्या पाठीमागं राहत होता. चुलते तिथं डॉक्टर. दवाखान्यामागं बऱ्याच खोल्या रिकाम्या होत्या. त्यातली एक खोली चंद्रकांतला दिली होती. तिथं त्याचा भरपूर खेळ होता. इस्पिटांची भरपूर कॅट्स होती. नुकत्याच आलेल्या सिनेमा थिएटरातनं तो अनेक तुटक्या फिल्मा आणत होता. त्याच्या जवळ फिल्मा पाहण्याची एक दुर्बीण होती. बहिर्गोल मोठं भिंग होतं. त्या भिंगाजवळ फिल्म धरून, तो आरशानं भिंगावर ऊन पाडून खोलीच्या आतल्या भिंतीवर फिल्ममधील चित्र पाडी. ते चित्र एकदम मोठं दिसे. मला त्याचं आश्चर्य वाटे. कधी कधी मधल्या सुटीत हा खेळ आम्ही करत असू. पुष्कळ वेळा इस्पिटांनी जोड्या लाऊन कालांनी खेळत असू. त्यात ही दोन्ही पोरं तरबेज होती. मी काला हरवून बसे. पण त्या मोबदल्यात मला पुस्तकं वाचायला मिळत. तो माझा आनंद विलक्षण होता. पुष्कळ वेळा मी खेळात हरून त्यांना काला जिंकू देत असे. त्यांना जिंकल्याचा आनंद मिळू देत असे.

हळूहळू तिथली सगळी पुस्तकं वाचून संपली. मग पुन्हा तीच पुस्तकं वाचली. कुणाकडं मिळतील ती गोष्टीची पुस्तकंच मी वाचू लागलो. 'अभ्यास केला का?' म्हणून मला विचारणारं घरात कुणी नव्हतं. विचारलं तरी 'केला' म्हणून सांगत असे. कारण कुणाला त्यातलं काही कळत नव्हतं. सगळी अडाणी होती. मी मारलेल्या थापा सहज चालत होत्या.

पुस्तकं दोन दोनदा वाचली नि तिसऱ्यांदा वाचू लागलो की, पुढचं सगळं वाक्य नि वाक्य, शब्द नि शब्द आठवत जाई. मग दोनदा वाचलेली पुस्तकं तिसऱ्यांदा वाचण्यात आनंद वाटेनासा झाला. वाचनाचं वेड मात्र आगीसारखं भडकत चाललं.

उंदीरपडीच्या साथीत बरंचसं गाव बरेच दिवस बाहेर पडलं होतं. त्यात आम्हीही काही दिवस मळ्यात जाऊन राहिलो होतो. त्यावेळी घरातले दागिने आणि पैसे दादानं मळ्यात आणून ठेवले होते. मी एकदा रात्री कट्ट्यावर झोपलो असताना

दादा आणि आई बोलत बसले होते. त्यांनी हळूच; मी ज्या कट्ट्यावर झोपलो होतो त्या कट्ट्याच्या धगटीत हात घालून एक डबा काढला. त्यांच्या बोलण्यानं मला नकळत जाग आली होती आणि पाहतो तर; कट्ट्याच्या धगटीत पुरलेला डबा काढून कंदिलाच्या उजेडात दादा आणि आई पैसे मोजत बसलेले. ते डोणीत बसलेले असल्यानं कट्ट्यावर अंधार पडला होता. त्या अंधाराचा फायदा घेऊन मी ते पैसे कट्ट्यावरून हळूच डोळे उघडून बघत पडलो होतो. नंतर मी झोपलो. पण एक गोष्ट कळली; की दहा दहाच्या नोटांचं एक बंडल डब्यात ठेवलेलं आहे आणि ते आपण झोपतो त्या कट्ट्याच्या धगटीत ठेवलेलं असतंय.

दुसऱ्या दिवसापासनं माझ्या मनात ती गोष्ट सारखी वळवळू लागली... पैसे आपल्या अंगाबुडी हाईत, पैसे आपल्या अंगाबुडी हाईत... माझ्याजवळ एक फार मोठं गुपीत असल्याचं मला वाटू लागलं. त्याचं काय करायचं मला कळेनासं झालं.

आई कधीतरी महिन्या-दोन महिन्यातनं एखाद्या वेळेस एखादा पैसा देत असे. त्यासाठी मला तिची फार फार कामं करावी लागत किंवा आकाशपाताळ तरी एक करावं लागे. दादा फार रागीट. त्यानं मला कधीही पैसा दिला नाही. उलट पैसा मागितला तर, "लाथ पाहिजे का पेकाटात? खायला कमी हाय व्हय तुला? पैसा कशाला पाहिजे? घरात-मळ्यात रग्गड पडून हाय, खा की ते. बाजारातलं आणि काय खातोस?" असं तो म्हणे.

त्याच्या त्या म्हणण्याला माझ्याजवळ उत्तर नसे. फार हट्टबिट्ट केला तर कडक मार मिळे. त्याचा पैलवानी हात लाकडाच्या फळीसारखा थाडदिशी लागे. म्हणून पैसा मागण्याची किंवा कोणताही लाड करण्याची त्याच्या समोर माझी ताकद नसे. मनातनं दादा मला कधी आवडत नसे. सदा न कदा तो मला काही ना काही काम लावी नि आपण इतरांबरोबर गप्पा मारी. दादाची आणखी एक गोष्ट म्हणजे; त्याला फक्त वीस ते पंचवीसापर्यंतच मोजता येई. वीस झाले की, रुपयांचा तो एक ढीग करी. असे पाच ढीग झाले की शंभर म्हणे. कुणाला किती पैसे दिले याचा हिशोब तो 'इसावर पाच दिले, इसावर दहा दिले, इसावर आठ दिले, दोन इसा दिले, तीन इसा पंधरा दिले' असाच सांगत असे.

या सगळ्याचा परिणाम माझ्या मनावर होत होता. एक दिवस सुटीच्या दिवशी दुपारी, खोपीत कुणी नाही असं बघून मी धगटी उकरली. तिच्यातला छोटा चौकोनी डबा हळूच काढला नि त्या नोटांच्या बिंड्यातली दहाची एक नोट अलगद काढून घेतली नि अलगद पुस्तकात ठेवली. चटकन डबा झाकून धगटीत होता तसा झाकून ठेवला. त्याच्यावर माती, राख होती तशी दडपून टाकली. खोपीच्या तोंडाला येऊन पुस्तक वाचत बसलो. दादा, आई जवळच उंबराबुडी उपडलेल्या भाजीच्या पेंढ्या बांधत गड्याबराबेर बसले होते.

दुसऱ्या दिवशी शाळेत जाताना ती नोट पिशवीतनं माझ्याबरोबर येत होती. मोठं ब्रह्मांड माझ्याबरोबर येत होतं. अनेक वस्तूंच्या कल्पना माझ्या मनात विलसत होत्या. 'शहा ॲन्ड सन्स' या दुकानात आडव्या दोऱ्या बांधून त्यावर चिमट्यात अडकवलेली अनेक गोष्टींची पुस्तकं मला रोज जाता येता बोलावत होती, ती आता माझ्या पिशवीत येणार होती.

शाळेला जाताना मी प्रथम तीन पुस्तकं खरेदी केली. 'गोष्टीचा तास– भाग दुसरा', 'उंदीरमामाच्या गोष्टी' आणि 'चतुर बिरबल– भाग चौथा' ही पुस्तकं. त्या पुस्तकांवरली चित्रं आणि चित्रांचे रंग अजून स्पष्ट आठवतात.

पुस्तकं घेतली नि पिशवीतल्या पुस्तकातनं मी दहा रुपयांची नोट काढली. गांधी टोपीवाले शहा माझ्याकडं एकदम बघायला लागले. एक रुपया अडीच आण्याची पुस्तकं झालेली– म्हणजे त्या गांधीवादी कार्यकर्त्यानं किंमतीत केलेली खाडाखोड धरून– आणि एवढ्या पैशासाठी, हे फाटक्या कुडत्यात आलेलं एवढंसं चिमुरडं पोरगं दहा रुपयांची नोट काढतंय. नक्कीच काहीतरी वेगळा प्रकार असला पाहिजे, असं त्यांना वाटलं. गाव तसं लहान. गावातला प्रत्येक माणूस एकमेकाला ओळखत असे. एकमेकांची आर्थिक कुवत, एकमेकाचा स्वभाव एकमेकांना चांगला परिचयाचा असे. त्यामध्ये 'दादाचा स्वभाव आणि आर्थिक कुवत लक्षात घेता, माझ्या हातात दहा रुपयांची नोट' हे गणित शहांच्या डोक्यात बसेना.

"रत्नाप्पा जकात्याचाच पोरगा नव्हं तू?" त्यांनी नक्की करून घेतलं.

"व्हय!"

"मग हे दहा रुपय कुठनं आणलंस?" त्यांनी डोळे मोठे केले. माझी पाचावर धारण बसली. काय बोलावं आता...

"मामानं दिलं पुस्तकं घ्यायला." मी ठोकून दिलं.

"लिंगाप्पा मेस्त्रीनं?" त्याचीही कुवत शहांना माहीत होती.

"व्हय."

"मग तुझ्या मामाकडं उरलेले पैसे देतो. तू ही पुस्तकं घेऊन जा. सांग तुझ्या मामाला माझ्याकडनं उरलेले पैसे घेऊन जायला."

"बरं." मी आणखी गोत्यात आलो.

पायऱ्या उतरून शाळेच्या दिशेनं जाऊ लागलो. वाटलं होतं, "कुणी दिलं हे पैसे?" या प्रश्नाचं उत्तर दिल्यावर पैसे परत मिळतील. फार तर "दहा दहा रुपये एवढ्या लहान वयात बरोबर ठेवत जाऊ नको." म्हणून शहा सांगतील. पण सगळाच अंदाज चुकला...

जाता जाता एक विचार नक्की केला; की मामाला सांगायचंच नाही. गेलं तर

जाऊ देत पैसे. मामाला सांगितलं तर सगळंच बिंग बाहीर पडंल...

पाच-सात दिवस मी दुकानाच्या बाजूनं मी शाळेला गेलो नाही. दुसऱ्या वाटेनं जाऊ लागलो. त्या गोष्टीचा विसर पडल्यासारखा झाला.

खळ्यावर मी संध्याकाळ करून बसलो होतो. नुकता शाळेतनं आलो होतो. हळूच मामा माझ्यासमोर आला.

''शहाच्या दुकानात धा रुपयाची नोट घेऊन गेला हुतास?''

''व्हय.'' नाही म्हणायची सोयच नव्हती. फुटून निघालो असतो.

''कुठली ती?''

''कोळ्याच्या पोराची.'' माझा डोकेबाजपणा.

''आणि मग तू कशाला घेऊन गेला हुतास?''

''ते म्हणालं, 'मला गोष्टीची पुस्तकं घ्यायची हाईत. पर मला चांगली कोणती वंगाळ कोणती ते कळत न्हाई. तू मला घेऊन दे.' मी म्हटलं, 'बरं.' म्हणून घेऊन दिली.''

''मग शहाला 'मामानं पैसे दिल्यात' असं कशाला सांगितलंस?''

''कोळ्याच्या पोराची तिथं वळख नव्हती. त्येच्यावर उगाच आळ घेतील म्हणून, पैसं माझंच हाईत, मामानं मला दिल्यात, असं मी सांगितलं.''

''आणि अजून ते पोरगं गप्प बरं बसलंय; एवढं पैसं शहाकडं ठेवून?''

''त्येला मी रोज सांगतोय की मामांनी मला पैसे दिल्यावर तुला देतो म्हणून. शहा म्हणालं, 'तुझ्या मामाकडं पैसे देतो.' म्हणून गप्प बसलंय.''

''पुन्हा असा उद्योग करू नकोस. हे घे पैसं नि त्या पोराच्या घराकडं झटक्यासरशी जाऊन देऊन ये जा.''

''बरं.''

मी पैसे हातात घेऊन दन्नाट किल्ल्याच्या दिशेनं पळालो. हे कोळ्याचं पोरगं म्हणजे बापू कोळी. पंधरा मिनिटांच्या आणि मधल्या सुट्टीत वर्गातच बसून अभ्यास करणारा. अतिशय गरीब स्वभावाचा होता. मी पुष्कळ गणितं त्याला विचारून करीत असे. मीही त्याला सांगत असे. त्यातून आम्हा दोघांची मैत्री जमलेली. तशात तो आमच्या मळ्याच्या जवळ असलेल्या किल्ल्यापाशी राहत होता. त्यामुळं पुष्कळ वेळा सकाळी तो अभ्यासाला आमच्या मळ्यात येत होता. तो आणि मी खळ्यावर बसून अभ्यास करत होतो. खळ्यावर काही ना काही नेहमी राखणीला पडलेलं असे. त्याची राखण करत, कोंबड्या हुसकत अभ्यास करायला मिळत असे. आणि तो आल्यामुळं तर अभ्यासाला उत्साह वाटत असे. त्याचा स्वभाव मनमिळाऊ होता.

त्याच्याकडे दन्नाट पळालो. मळ्यात दादा नव्हता. तो यायच्या आत हा

मामला मिटवून टाकायला पाहिजे होता. नाही तर त्याला माझा नको तो संशय आला असता आणि त्यांनी या प्रकरणाचा छडा लावायचा ठरवलं असतं. कारण दहा रुपयाची नोट गेल्यावर चार-पाच दिवसांतच दादा आईला म्हणाला होता, ''डब्यातली धा रुपयाची नोटबीट तू घेतलीस काय ग?''

''न्हाई बा. का?''

''त्यातली धा रुपयाची एक नोट कमी झाल्यागत वाटतंय.''

''पुन्ना एकदा मोजून बघा. न्हाईतर खर्चाला घेतली असशीला; आठवून बघा.''

''बघिटल्या गं. एक कमीच वाटती. खर्चबी कुठं केल्यागत वाटत न्हाई.''

त्यांचं हे बोलणं मी ऐकलं होतं. अशा वेळी माझ्याजवळ धा रुपयाची नोट आहे याची बातमी त्याला लागली असती तर, माझी चोरी उघडी पडायला वेळ लागला नसता.

सुटीचा दिवस असल्यामुळं बापू घरात होता. तो सोप्यात अभ्यास करत बसला होता.

''बापू.'' मी दारातनं त्याला बाहेर बोलावलं.

''का रे?''

''जरा बाहेर ये.''

तो बाहेर आला.

''हे बघ; आठ रुपय बारा आणे तुझ्याजवळ ठेवायला देतो.''

''कुठले रे?'' तो एकदम दचकला.

''मला आईनं दादाला माहित नाही ते धा रुपय गोष्टीची पुस्तकं घ्यायला दिलं हुतं. त्यातली दोन-तीन पुस्तकं घेटल्यात. तुला वाचायला दिलेलं 'गोष्टीचा तास' हे पुस्तक त्यातलंच. जर का दादाला कळलं, की आईनं मला पुस्तकं घ्यायला पैसे दिल्यात म्हणून, तर दादा मला आणि आईला फोडून काढंल. म्हणून तुझ्याजवळ हे पैसे ठेव.''

''माझ्याजवळ एवढं कशाला रे?''

''ठेव तू. मामालाबी मी सांगिटलंय की, 'ही नवी घेतलेली पुस्तकं माझी नव्हंत, बापू कोळ्याची हाईत' म्हणून. शहांनाही मी तसंच सांगून पुस्तकं घेटली.'' बापूला शेवटी बजावून ठेवलं, ''हळूहळू आपूण गोष्टीची पुस्तकं घेऊ या या पैशाची नि वाचू या. तुलाबी वाचायला मिळतील.''

''बरं. पण लवकर घेऊन टाकू या. मी एवढं पैसे जवळ कसं ठेवणार?''

''काळजी करू नको. आपूण वसंत पेंटरच्या दुकानातनं चार-चार दिसाला एक एक पुस्तक घेऊ या. आता एकदम पुस्तकं नको घ्यायला.''

''बऽऽरं.''

तो कबूल झाला नि मी निर्धास्तपणे येऊन कामाला लागलो. गोष्टीची पुस्तकं कोणकोणती विकत घ्यायची याचे इमले मनात रचू लागलो.

पुढं महिनाभर पुस्तकंच पुस्तकं खरेदी केली. बारीक मोठी पंचवीस-तीस पुस्तकं माझ्याकडं जमली. चौथीच्या वर्षात मी, चंद्रकांत मेरवाडे, सुरेश माने अशा तिघांनी मिळून, एखादी फिल्म किंवा पेन्सिल किंवा कोपरी बटन घेऊन, मुलांना एकेक दिवस पुस्तकं वाचायला देण्याची प्रथा पाडली. सगळा चौथीचा वर्ग गोष्टीची पुस्तकं तेव्हा वाचू लागला. मुलं गोष्टीची पुस्तकं खरेदी करू लागली. अभ्यास सोडून वाचू लागली. त्यामुळं मास्तरांचा मार खाऊ लागली. शहाच्या आणि वसंत पेंटरच्या दुकानात नवी नवी गोष्टीची पुस्तकं भराभर येऊ लागली. बरीच मुलं एकमेकांत गोष्टीची पुस्तकं अदलाबदल करून वाचू लागली. मीही त्यात सामील झालो. त्यामुळं नवी पुस्तकं घेण्याचा झपाटा कमी झाला. दहा रुपयांचं भांडवल संपलं होतं. वाचनाचं वेड मात्र वाढतच गेलं.

चोरी करायचंही वेड वाढतच गेलं. मला आठवतंय की, पुढं पाच-सहा वेळा तरी दादाच्या कोटाच्या खिशातले चार-आठ आणे मी हात घालून पळवले असतील.

पुढं माझी ही चोरी एकदा उघडकीला आली. एकदा मामानंच पुस्तकं घ्यायला पैसे दिले असं म्हणालो नि चोरी उघडकीला आली.

त्याचं असं झालं. प्लेग संपल्यावर आम्ही गावात राहायला गेलो. मामा गुजराच्या मळ्यात मेस्त्रीपण करण्यासाठी कामाला जाऊ लागला. तिकडंच जेवूखाऊ लागला. पंधरा पंधरा दिवस आमच्या घराकडं फिरकेनासा झाला. वाटलं होतं; त्याचं नाव सांगितलं तर फायद्याचं होईल. समजा मधे पंधरा दिवस गेले नि मामा गावात आला व दादाची त्याची गाठ पडली तरच माझ्या पैशाची चौकशी होईल. त्यात पुन्हा दादाच्या लक्षात राहिलं तर. ते काय बहुधा राहणार नाही; म्हणून मामाचं नाव सांगितलं. पण मामा तिसऱ्याच दिवशी संध्याकाळी सणाचं जेवायला घराकडं आला. त्याची, दादाची नि माझी जेवतानाच एकत्र गाठ पडली. सगळं उघडकीला आल्यावर ताटावरच दादानं मला लाथाळलं. आई-मामा मध्ये पडले तरी उपयोग झाला नाही.

पुढंही मी पैसे पळवले असते; पण आता दादानं खोलीला एक खिडकी करून घेतली. तिला कुलूप घालण्यास सुरुवात केली. किल्ली त्याच्या कमरेला जाऊन बसली नि माझी 'चोरी' थांबली. आईचे पैसे चोरणं मला शक्य नव्हतं. एक तर तीच दादापासनं चोरून आपले पैसे कुठं ठेवत होती याचा पत्ता नव्हता. मुख्य म्हणजे ती मला अधनंमधनं एखादा पैसा खायला घ्यायला द्यायची.

तिच्याबरोबर बाजारला माळव्याची बुट्टी घेऊन जावं लागायचं, शेणकुटाचं

तिरडं घेऊन जावं लागायचं, दूध घालून यावं लागायचं. रेशनवर साखर स्वस्त मिळत असे आणि काळ्या बाजारात ती महागानं विकली जात असे. आमच्या कुपनावर मिळणारी साखर आम्हाला लागत नसे. घरात गूळ भरपूर असे. गुळाचा चहा आमच्या घरात होत असे. त्यामुळं आई साखर एका दुकानदाराला दिडीनं विकत असे. तिचा हा व्यवहार मी तिला नेहमी करून देई नि पैसा दोन पैसे मिळवे.

एकदा अशीच साखर विकायला गेलो नि दुकानदार इतर वजनं शोधत असताना, त्याचं अधपावाचं वजन पारड्यात टाकून त्यावर माझी साखर ओतली. त्यामुळं मला दोन-तीन आणे चढ आल्यासारखे वाटले. म्हणून मी ते चड्डीच्या नाडीच्या शिवणीत सरकवून दिले.

घरात जाऊन आईला पैसे दिले. ''एवढंच आलं.'' म्हणून सांगितलं. जेवायला बसलो तोवर दुकानदार मागोमाग आलाच. त्यानं माझी करामत आईला सांगून माझं बिंग उघडं पाडलं नि माझ्या चड्डीच्या शिवणीचा 'चोरकप्पा' कायमचा उघडा पाडला.

घरातलेच पैसे चोरण्याची ही सवय मला आमच्या कंबळा आत्तीच्या बाबूमुळं लागलेली. मात्र त्याच्यासारखी कुलपं फोडणं मला शक्य नव्हतं. फोडली असती तर दादानं ठार मारलं असतं. म्हणून मी सहीसलामत जेवढी चोरी करता येईल तेवढी करत असे.

चोरलेले बहुतेक पैसे मी गोष्टींची पुस्तकं विकत घेण्यात घालवत असे. या गोष्टीचं मला अतोनात वेड होतं. गोष्टी वाचताना एका वेगळ्या जगात गेल्याचा, मला हव्या असलेल्या जगात मी वावरत असल्याचा भास होत होता.

चोरी करताना ऐनवेळी डोकं लढवलं जाई, ऐनवेळी उत्तरं सुचत. आईचा, दादाचा, मामाचा, बापू कोळी यांचा स्वभाव लक्षात घेऊन, प्रसंग ओळखून मी उत्तरं देत होतो. कुठं तरी या माणसांचे स्वभाव माझ्या सुप्त मनात मला कळलेले होते. घाटगे मास्तर ऐतिहासिक गोष्ट सांगताना; जी माणसं अभिनयानं, संवादानं उभी करत होते, ती माणसं मला गोष्टीची पुस्तकं वाचताना, मनासमोर उभी राहिलेली स्पष्ट दिसत असत. मनातल्या मनात दिवस दिवस हा अनुभव चाले नि मी भोवतीचं जग विसरून जाई.

◆

८

मी पहिलीत असताना आम्ही देसायाचा मळा सोडला आणि 'बाळुगडी' केली. या दोन मळ्यांत जमीन-अस्मानाचं अंतर होतं. पहिले मळेवाले दत्ताजीराव देसाई वतनदार होते. संस्थानच्या घाटगे घराण्याशी त्यांचा जवळून नातेसंबंध होता. गावात त्यांचा वाडा होता. कोल्हापूरच्या सरकार-दरबारी त्यांना मान होता. दत्ताजीराव हे दादाच्या वयाचे. त्यांच्या वडिलांनी माझ्या आज्याला हा मळा फाळ्यानं करायला दिलेला. तेच संबंध पुढं दादा आणि दत्ताजीराव यांच्यात चालत आलेले. दत्ताजीराव सुखवस्तू. येणारं उत्पन्न खात घरी बसलेले असायचे. कोल्हापुरासही त्यांची थोडी इस्टेट होती. तिकडंही जा-ये करायचे. त्यांना कागलात मान होता. लोक जाता-येता मुजरा करत होते... दत्ताजीरावांना बसून गप्पा मारायला, गावातनं फिरताना, कोल्हापूरला कामासाठी जाताना बरोबर कोणी तरी लागायचं. त्यांची ही भूक दादा पुष्कळ वेळा भागवत असे. त्यांच्याबरोबर बोलत-बसत असे; हिंडत फिरत असे.

त्यांचा हा मळा मला मनापासनं आवडत होता. पण 'बाळुगडी'चा मळा माळाच्या कडेला. तांबूळ जमीन. झाडं नुसती धावंवरच आणि ओढ्याकडंला एक-दोन. फळझाडं काहीच नाहीत. नुसती उंबराची दोन झाडं.

उंबरं मी भरपूर खाल्ली. खूप गोड होती. त्यांच्यात किडेही भरपूर असत. गावात समजूत अशी होती की, ते किडे खाल्ले की डोळे येत नाहीत. त्यामुळं येणारी-जाणारी पुष्कळ पोरं किड्यांसह ती उंबरं खात. किड्यांसह उंबरांची चव अधिक गुळचट असे. किडं काढून टाकण्यासाठी उंबरांचा आतील गर बराच

काढून, खरवडून टाकावा लागे. त्यामुळं कधी कधी मलाही किड्यांसह उंबरं खाण्याचा मोह अनावर होई आणि मी बकाबका ती गुळमाट उंबरं खाई. दुसरं त्या मळ्यात काहीच नव्हतं. एकुलती एक विहीर; तीही खोल खोल. पुन्हा ती गावंदरीकडंला असल्यामुळं, साधारणपणे एक वर्षाआड; कुणी तरी जन्माला कंटाळलेली सासुरवाशीण तिथं जीव द्यायची नि तिचं भूत होऊन नेहमी स्वप्नात यायचं. मात्र हा मळा घरापासनं जवळ असल्यामुळं जायला यायला बरा वाटत होता.

हा एका शिंप्याचा वतनी मळा होता. कागलकर महाराजांनी, राजघराण्यातील नवजात बालकाला भरजरी वस्त्र शिवणाऱ्या, उघड्या बाळावर पांघरूण घालणाऱ्या शिंप्याला हा दिलेला. म्हणून याचं नाव 'बाळ-उघडी'चा मळा. गावातली माणसं मात्र त्याला 'बाळुगडी' म्हणायची.

मळ्यात तसं काही उत्पन्न फार येत नव्हतं. पण दादानं तो केला. त्यानं इतरांची केलेली दोन कोरडवाहू रानंही सोडून दिली. त्याच्या स्वभावात पैलवानकीमुळं आळस मुरलेला. गप्पा मारत बसण्यात त्याला आनंद वाटे. घरात कुणी कर्ती माणसं नव्हती. सगळी बारकी बारकी. चारीकडं चार शेतं असल्यानं व एकटाच माणूस करणार असल्यानं एवढी शेतंही झेपणार नव्हती. सुगीच्या वक्ताला तारांबळ उडाली असती, चोऱ्या झाल्या असत्या म्हणून नुसती बाळुगडीच केली. तिच्यात पोटापुरतं पिकणार होतं. उसाचाही थोडा पैका येणार होता.

देसायाचा मळा सुटल्या सुटल्या दादानं दुसरी एक गोष्ट केली. त्याच्या बाऽकडनं आलेली सावकारकी बंद करून टाकली. बाहेर दिलेले पैसे व्याजात थोडी सूट देऊन, कधी मुदलात थोडी सूट देऊन, कधी चुलत्याचं पोर म्हणून तसाच स्टांप फाडून दादा त्यातनं मोकळा झाला. घरामध्ये मांग-महार भांडीकुंडी गहाण टाकत असे आणि सोडवून न्यायच्या वक्ताला भांडणं काढीत असे. एखादा शेतकरी धान्याचं पोतं गहाण ठेवी आणि त्यावर पैसे नेई. पावसाळ्यात त्या पोत्यात सोंडे किडे होऊ लागले; तरी तो ते पोतं सोडविण्याचा विचार करत नसे. त्यामुळं पोतं ठेवावं तर, किड्यांनी धान्य खाऊन ते पूर्णपणे वाया जाईल नि पैसाही बुडेल. बरं; विकावं तर, गहाण ठेवलेला दुसऱ्याचा माल असे. त्यामुळंही भांडणं होत. गल्लीतले सणगरही आपली घोंगडी गहाण ठेवत व सोडवून नेत असत. पण त्यातही हिशेबाचे अनेक घोटाळे उडत. कित्येक वेळा दादा मला हे हिशेब घाली. मी तर दुसरीत असेन. मला ते जमत नसत. त्यामुळं मलाही शिव्या खाव्या लागत. त्यामुळं सगळी सावकारी मोडीत काढावी लागली. खेडेगावची ही सावकारी. ती मोडीत काढली तेव्हा दादाला तिचे सगळे मिळून आठनऊशे रुपये मिळाले.

मी तिसरीत असताना गुळाला धारण भरमसाट लागली. महाराष्ट्र-कर्नाटकाच्या सीमेवर कागल. कागलपासून दोन मैलांवर कर्नाटकाची हद्द सुरू होते. त्या वर्षी महाराष्ट्रात गुळाला धारण नव्हती, पण कर्नाटकात खूपच होती. कागलातील बराच गूळ; चोरून कर्नाटकात नेला जाई नि विकला जाई. त्यामुळं कागलच्या आसपासच्या शेतकऱ्यांची त्या वर्षी चंगळ झाली. बाळुगडीचा फाळाही कमी होता. दोन वर्षं फायदा झाला. वाड-वडिलांनी केलेले थोडे दागिनेही जवळ होते.

मी चौथीत होतो. दिवाळी तोंडावर आली होती. आई बाळंत झाली. तिला ह्या डावाला आवळ्या-जावळ्या दोन पोरी झाल्या. आतापर्यंत आम्ही घरात पाच पोरं होतो. सहा असती; पण शेवंता चार-एक वर्षांची होऊन वारली होती. पाचात अचानक दोन पोरांची भर पडली नि एकदम सात पोरं झाली. सगळी गल्ली आई-दादाला हसू लागली. दादाला वर मान काढायची सोय उरली नाही.

"आरं काय रतनू, आवळ्या-जावळ्या दोन पोरी झाल्या म्हणं."

"व्हय. देवाघरचं देणं. ते का आमच्या हातात हाय व्हय?" दादा असाहाय्य होऊन बोले.

विचारणारा आणखी हासे. "काय मर्दा! हे पुन्ना आणि देवाच्या डोस्क्यावर वझं ठेवतोस व्हय? सात पोरांचा बा झालास की आता. आता देव काय करणार त्येला! तूच जरा इचार केला पाहिजेस."

दादाला काही बोलायला सुधरत नसे. त्याच्याबरोबर कधीमधी मी असलो नि कुणीतरी असं विचारलं की, मलाही शरमल्यासारखं होई. आपला बा पोरांना सारखं जन्माला घालतोय म्हणून गाव त्याला हासतंय, हे मला कळे. मनातल्या मनात दादाचा राग येई... तो घरात वस्तीला राहू लागला की, माझा राग आतल्या आत धुमसत राही. पण मी काही बोलू शकत नव्हतो. आईचे हाल मला दिसत होते. त्यातच मी चौथीची परीक्षा दिली.

आवळ्या-जावळ्या पोरींना जन्म दिल्यावर आईनं रागराग केला. तिला पस्तिशीच्या आतच आठ मुलं झालेली. त्यामुळं ती चिपाडासारखी दिसत होती. तिला दूध पूर्वीसारखं येत नव्हतं. दूध कमी येऊ लागल्यानं, दोन्ही थानांच्या पिशव्या लगेच मोकळ्या होत. मग दोन्ही पोरींचा टाळा सुरू होई. आईची पंचाईत होई. तारांबळ उडे. एकाला पाजेपर्यंत दुसरं रडू लागे. कुणाला पाजू नि कुणाला नको असं होऊन जाई. तिचा जीव रडकुंडीला येई. एकटीच बसून दादाला शिव्या देई... "... बसून नुसती पोरं काढायला पाहिजेत. राबायला नगं. आयतं बसून खायाला पाहिजे. ह्येच्या-त्येच्यावर डोळं वटारलं, दणकं दिलं, की झाला ह्येचा बापईपणा," असं ती म्हणे... अंधाराला सांगत बसलेल्या सीतामाईगत ती दिसायची.

एके दिवशी आई-दादाची कडक्याची भांडणं झाली. मी रातचा बाहेर गल्लीत

गेलेलो. आईला दादानं बाजल्यावरच धरून बडवली. ओली बाळंतीण. दोन पोरींना जन्म देऊन अशक्त झालेली. तिनं खुंट्याला बांधलेल्या जनावरासारखा मार खाल्ला... मला दादाचा संताप आला. पण काहीच करता येईना.

सकाळी बाळा सणगरीण पोरींना न्हायला घालायला आल्यावर आई तिच्याजवळ म्हणाली; "व्हंजी, मला ही पोरं नगंनगं झल्यात बघा. ह्यांस्नी अफू घालून थंड करावीत नि कष्टाला मोकळं व्हावं असं वाटतंय... किती हाल मी सोसायचं?" तिनं बाकीचं काहीच सांगितलं नाही.

"असू देत घे! देव देतोय एकेकाला नि परक्षा बघतोय. पोरी लाटंसारख्या धडधाकट हाईत नि रूपानंबी देखण्या हाईत. कुठंबी खपतील रांडा. कशाला काळजी करतीस? त्येंचं त्या हातपाय घेऊन आल्यात. राबतील नि खातील. तुला काय वझं हुणार न्हाई त्येंचं... पोरींची तर जात हाय."

पोरींच्या रडण्यावर आईनं जुना रामबाण उपाय काढला. पोरी पाचसहा महिन्यांच्या झाल्यावर, ती अर्ध्या अर्ध्या जोंधळ्याएवढी अफू दोघींच्या नरड्यात घालून, वरनं चमचा चमचा दूध घशात ओती. घटकाभर पोरी मेल्यागत गप्प होत.

दोघींची काळीभोर जावळं, उठावदार नाकं, पाणीदार काळे मासोळीसारखे डोळे बघून दृष्ट लागे. एकीची चण बारीक तर दुसरीची-सुंदराची-चण किंचित मोठी. दोघीही गोऱ्यागोमट्या आणि सुंदर दिसत होत्या... आईला त्या नकोशा झाल्या होत्या. पण आम्हा पोरांना त्या हव्याहव्याशा वाटत होत्या.

दोन्ही पोरी सातआठ महिन्यांच्या झाल्या नि आई त्यांना मळ्याकडं घेऊन येऊ लागली. मी आणि थोरली आनसा सोडली तर, सगळी पोरं दहा वर्षांच्या खालची होती. सुंदरा-चंद्रा जन्माला यायच्या अगोदर आईचं वेगळं होतं. ती जेवण घेऊन मळ्याला येई. डोईवर जेवणाची बुट्टी, काखेत एखादं मूल, दुसऱ्या हाताशी दुसरं मूल आणि पोटात एक मूल. आणि मागनं तिसरं चालत, रडत, शेंबूड वर ओढत येई... आता त्यांत एकदम दोनांची भर पडली.

ही भर पडल्यावर आईची तारांबळ उडू लागली. आम्ही दोघं जाणती पोरं सोडली तर; आईला ह्या पाची पोरांची उसाभर करणं, त्यांच्यासाठी स्वैपाक करणं, म्हसरांच्या धारा काढणं, दूध घालणं, सगळा पसारा घेऊन वेळसरी जेवणं घेऊन मळ्याला जाणं जमेनासं झालं.

त्यामुळं तिनं आनसाला ढोराकडनं काढून घरात आपल्या हाताबुडी स्वैपाकात घेतलं. साताठ वर्षांची हिरा टाळ्या वाजवून दोन्ही पोरी सांभाळू लागली, दोन वर्षांच्या धोंडूबाईचं हगणं-मुतणं, खाणं-पिणं बघू लागली. नाळरोगी असलेला पाच-सहा वर्षांचा शिवा उसाच्या पाटाकडनं शेळी नि तिची करडं चारू लागला नि चहापुरतं शेळीचं दूध तयार करू लागला. अशी सगळी ताग्याला लागल्यामुळं,

माळाला म्हसरं चारायला मला शाळा सोडून राहावं लागू लागलं. पडेल ते काम उचलणं भाग पडू लागलं. पाचवीत जाऊन दोन महिनेसुद्धा झाले नव्हते; तोवर हे नशिबाला आलं. त्यात दादानं घर बांधायला काढलं. जुनं घर उलगडून, त्याच्याच मधल्या भिंती वाढवून, माडीचं घर बांधायचं ठरवलं.

या बांधाबांधीत अनेक गोष्टी घडत गेल्या. बांधकामाचा खर्च वाढत गेला. जवळची पुंजी संपली. घराला तीन साडेतीन हजार रुपये खर्च आला. जवळचे पैसे संपून, होतं ते सोनं विकावं लागलं. त्याचे फक्त सातशे रुपये आले. तरीही दुसरा मजला झाला, पण दुसऱ्या मजल्याला कडीपाट आणि जिना करताच आला नाही. सगळा पैसा गेला नि उतरती कळा लागू लागली.

माझ्या बाबतीत एक गोष्ट घडत गेली. दहा-अकरा वर्षांचा झालो होतो. घराचं काम रेंगाळलं होतं. दादाला घराच्या कामासाठी गावात जावं लागायचं. आईलाही गावातच देखभाल करावी लागायची. सगळं घर वरून उलगडलेलं. माणसं घरातनं सारखी इकडं-तिकडं जात येत. त्यामुळं घरातल्या सगळ्या पसाऱ्याच्या राखणीला आईला बसावं लागे.

मला मळ्याच्या राखणीला दिवसभर बसावं लागू लागलं. उन्हाळ्याची सुटी होती तोवर सगळं सुरळीत होतं. पण जून महिना उजाडला नि शाळा सुरू झाली. दादा एखाद्या दिवशी गडबडीनं घराकडं जाताना म्हणू लागला, "आन्द्या, आजचा दिस शाळा ऱ्हाऊ दे, पाण्याची दारं मोड. मी जरा गावात जाऊन येतो." मला 'हूं' म्हणावं लागे. कधी मग नुसत्या मळ्याच्या राखणीसाठी, तर कधी माळाला ढोरं चारण्यासाठी माझी शाळा बुडू लागली.

दादाच्या लक्षात येऊ लागलं; की पोरगं मळ्यातलं कामं करायजोगं झालंय. मग काहीही निमित्त झालं की, माझी 'शाळा ऱ्हाऊ दे' असं दादा म्हणू लागला. कधी तर आठवड्यातनं एखाद्या दिवशी जाऊ लागलो. कधी दोन दिवस जाऊ लागलो.

पहिले दोन महिने पाचवीच्या वर्गावर रणदिवे मास्तर होते. त्यांनी लळा लावला होता. त्यांनी शाळा सुरू झाल्या झाल्या अवघड पाढ्यांची उजळणी सुरू केली. चौथीत पावणं, सव्वं, दीडं, अडचं झालेलं नव्हतं. ते शिकवायला सुरू केलं. निरनिराळ्या विषयांवर निबंध लिहायला सांगू लागले. कोल्हापूरच्या राजघराण्यानं गादीचा वारस म्हणून देवासच्या शहाजी महाराजांना दत्तक घेतलं होतं. त्यांचा सत्कार कागलच्या घाटगे घराण्यानं कागलच्या नव्या राजवाड्यात केला होता. सगळं गाव त्या समारंभात सामील झालं होतं. गावानं वेशी, तोरणं, गुढ्या उभ्या केल्या होत्या. गाड्या जुंपून मिरवणुका काढल्या होत्या. मिरवणुकीपुढं अनेक वाद्ये आणि अनेक मर्दानी खेळ खेळले गेले होते. नुकताच हा समारंभ घडून गेलेला.

त्यावर रणदिवे मास्तरांनी निबंध लिहायला मुलांना सांगितलेलं. इतरांबरोबर मीही तो लिहून आणलेला.

रणदिवे मास्तरांनी त्या निबंधाचं वर्गात खूप कौतुक केलं. त्यातले अनेक नाट्यमय बारकावे त्यांनी मुलांना वाचून दाखविले, "हा जकाते असाच अभ्यास करत राहिला तर उद्या मोठा लेखक होईल. कागलच्या लेखकांची परंपरा राखील." असं म्हणाले.

कागलाशी ज्यांचा संबंध होता असे तीन कवी होते. कवी रेंदाळकर, कवी सुमन्त व कवी रणदिवे. नंतरचे दोन तर खुद्द कागलचे. त्यांतील कवी रणदिवे यांचा मुलगा म्हणजे आमचे मास्तर. त्यांना वाङ्मयाची बरीच आवड होती.

रणदिवे मास्तर पाढे देत असताना, चकित करणारी एक गोष्ट माझ्या हातून घडत होती... सव्वं, अडचं, औटं यांचे पाढे त्याचं काही तंत्र लक्षात आल्यामुळं मी भराभर काढू लागलो. हे तंत्र; दोन आकड्यांमधील नेमकं अंतर आणि त्यांच्यावर असलेल्या पावकीच्या रेघांचा वाढता किंवा उतरता क्रम, हे लक्षात घेतल्यामुळं मला आत्मसात झालं होतं. मास्तरांनी एक सव्वं सव्वा पासून दहा सव्वं साडेबारापर्यंत काढून दिलं की, पुढचे सर्व पाढे मी भराभर काढून दाखवू लागलो. 'वीस ते तीस' पर्यंतच्या पाढ्यांतही अशीच काही तंत्रं मला आत्मसात झाली नि रणदिवे मास्तरांच्या लक्षात माझा 'स्वतंत्र डोक चालवणेपणा' आला. मुलांचे पाढे म्हणवून घेण्याचं नि काढून आणलेल्या सवाइकी, दीडकी, अडीचकी तपासण्याचं काम मला दिलं. "जकाते हुशार मुलगा आहे. स्वतंत्र डोकं लढवतो." असं म्हणत. मला मोठी फुशारकी वाटे.

पण एक दीड महिन्यातच रणदिवे मास्तरांची दुसऱ्या वर्गावर बदली झाली. त्यांनी रुजू घातलेली साहित्याची आवड तशीच अर्ध्यावर राहिली.

रणदिवे मास्तर गेल्यावर गस्ते मास्तर पाचवीवर आले. ते चिडखोर होते. माझी शाळा अधनंमधनं चुकू लागली तसं ते माझ्यावर चिडू लागले.

अधेमधे गेलो की अभ्यासातलं मलाही काही समजेनासं होऊ लागलं. गस्ते मास्तर प्रत्येक चुकीला सूड घेतल्यागत छडी मारू लागले. आमच्या मळ्याजवळच या मास्तरांच्या शेतीची पट्टी होती. बांधाला लागूनच बांध होता. त्यांचं म्हणणं असं पडायचं की, आमच्या बांधाला आम्ही गुरं चारतो तेव्हा त्यांच्याही बांधाला ती चरतात आणि त्यामुळं त्यांच्या बांधावर कापणीला गवत येत नाही. वास्तविक माळाकडचा बांध. गवत मोठं येणं अशक्य होतं. म्हणून ढोरांना आम्ही तिथं चारत होतो. पण यात दादाची नि त्यांची भांडणं झाली होती. त्याचं उट्टं माझ्यावर निघतंय असं मला वाटत होतं. त्यामुळं शाळेत जाताना मास्तरांची छडी मनासमोर सारखी दिसू लागे.

मळ्यात राखणीला बसावं लागल्यामुळं आणि दिवसभर दादा गावात असल्यामुळं मळ्यात कुणाचा माझ्यावर अंकुश नसायचा. अभ्यासाचीही कटकट नसायची. मळ्यात पाणी पाजायला माझ्याच वारगीचं; एक दिन्या नावाचं घाटग्याचं पोरगं होतं. त्याच्याशी मैत्री जमली. त्याच्याशी खेळ मांडून खेळू लागलो. जीव कसा तरी रमवत होतो; तरी शाळेला जाण्याची ओढ आतून कायम होती. पण दादा माझं काही चालू देत नव्हता. गस्ते मास्तरही आड येत होता.

सगळ्या शेतकऱ्यांना हाताबुडी येणाऱ्या आपल्या पोराबद्दल जे वाटत होतं, तेच दादालाही वाटत होतं. शेतीचा धंदा परंपरागत होता. दुसरा धंदा घराण्याला माहीतच नव्हता. ''शेतकऱ्याचा पोर शेतकरी'' ही वर्णव्यवस्थेनं, जातिव्यवस्थेनं घालून दिलेली परंपरा पाळली जात होती. तशी पाळण्यात प्रतिष्ठा मानली जात होती. दादानं तेच केलं. आमच्या घराण्यात पूर्वी कुणीच शिकलेलं नव्हतं. शिकण्याचा कुणी विचारसुद्धा केला नव्हता. दादानं तो मोठ्या उत्साहानं केला. दोन मुलींवर त्याला मुलगा झाला होता; त्याचं पुरेपूर कौतुक त्यानं मला शाळंला घालून केलं. 'चौथी पास' पर्यंत शिकवलं. हिशेबापुरतं मला येत होतं. गल्लीत अशी चौथी पास, पाचवीतनं शाळा सोडलेली दोन-तीन पोरं होती. टगळ झाल्यावर पोटापाण्याचं मिळवत होती. हिशेब करत होती. मीही हिशेब करू शकत होतो. रोज संध्याकाळी घराकडं जाऊन, घराच्या कामाला आलेल्या माणसांची हजरी मांडत होतो. आठवड्याचा बटवडा करत होतो. एखाद्याला लागली तर उचल देऊन मांडून ठेवत होतो. दादाचा एखादा कागद रऽ टऽ फऽ करत वाचून दाखवू शकत होतो... एवढं दादाला पुरं होतं. आता मी वाडवडिलार्जित चालत आलेली शेती करावी अशी त्याची रास्त अपेक्षा होती; म्हणून मला त्यानं शाळेतनं काढून ढोरं राखायला घातलं... पण हे सगळं मला त्या वेळी नको वाटत होतं. मी शाळेत जाण्यासाठी धडपडत होतो.

माझी पाचवीतली शाळा साधारण ऑक्टोबरपासनं पूर्ण बंद झाली. दरम्यान घराचं बांधकाम पूर्ण झालं. मग सगळेच मळ्यात येऊ लागले. मळ्यातल्या ढोर-कष्टाला, उनाताणातल्या तंगवणुकीला, दादाच्या शिव्यांना नि माराला मी कंटाळून गेलो होतो. माझ्या बालबुद्धीनं मग पुन्हा शाळेत जाण्याचा लकडा लावला. बापू कोळीही अधनंमधनं शाळेतला अभ्यास काय काय झाला हे सांगू लागला. मी मळ्यात रातचं बसून अभ्यास करू लागलो. दादाला सांगितलं, ''दादा, मी नुसता परक्षेला बसतो. आयता पाचवी फास हुईन आणि मळ्यातली कामंबी करीन.''

दादानं 'हूं' म्हटलं.

पाचवीच्या वार्षिक परीक्षेचे दिवस कळले होते. पहिल्या दिवशी दहा वाजेपर्यंत

मळ्यात काम करून मी कोरे पेपर पिशवीत घालून शाळेला गेलो. वर्गात जाऊन बसलो नि शाळा सुरू होण्याची घंटा झाली. गस्ते मास्तर वर्गात आले.

"काय जकाते, उगवलास वाटतं? काय उजेड पाडणार आता पेपरात?"

मी गप्प बसलो. पेपर सुरू झाले. मास्तरांनी हजेरी घेतली. मी 'हजर' म्हणालो. कितीतरी दिवसांनी तो शब्द तोंडातून बाहेर पडला. मुकाट लिहू लागलो. गस्ते मास्तर जवळ आले नि म्हणाले, "सहा महिन्यांची बारा आणे फी तटली आहे. ती दुपारी आणलीस तर परीक्षेला बसू देईन; नाही तर नाही?"

"दुपारी नाही मास्तर; उद्या आणतो."

"का?"

"घरात कुणी नाहीत. सगळी मळ्याकडं गेल्यात."

"ठीक आहे. उद्या नाही आणलीस तर पेपरला बसू देणार नाही."

"बरं."

त्यांनी पहिल्या पेपरालाच माझ्या पायात साप सोडला. मी दिवसभर चिंतेत दोन्ही पेपर लिहिले. दादा पैसे देणार नाही याची खात्री होती. त्या वेळी पाचवीपासनं महिन्याला दोन आणे फी होती. घर बांधायला काढल्यापासनं माझी शाळा बंद केलेली; तेव्हापासनं सगळी फी तटलेली. गस्ते मास्तर तर माझ्यावर दात खाऊन बसलेले.

त्या दिवशीचे पेपर देऊन मी घराकडं गेलो नि रातचं दादाला म्हणालो, "दादा, शाळंची सा महिन्यांची फी तटलीया. मास्तर म्हणालं फी दिलीस तर परीक्षेला बसू देईन. मला बारा आणं दे."

"मूत त्या शाळंवर. तुला मी परवादिशी काय सांगितलं हुतं, आपणाला शाळा नगं म्हणून. आता बारा आणे म्हंजे दोन बायकांचा पगार. ते देऊनबी नापास झालास तर, तेवढा पैसा त्या मास्तराच्या मढ्यावर घाटल्यागत हुईल. नगंच जाऊ उद्या पेपराला. उसाची उकटणी चाललीया, चल मळ्याकडं. तेवढंच चार चिरं झालं तर एक माणसाचं काम हुईल."

मला काही बोलता येईना. बोलायला काय सुचेचना. मी बोललो; "नुसतं बारा आणेच पाहिजे."

"ते पायताण बघिटलंस काय दारामागं पडलेलं? मूत म्हटलं न्हवं त्या शाळंवर. तुझं वाडवडील काय शाळा शिकून मेलं न्हाईत. झाली तेवढी शाळा हिशेबापुरती रग्गड झाली. गप मळ्याकडं चल. शेतात राब. गाडीभर गूळ चढ झाला, मळ्याची राखण झाली तर, एका गड्याचा पगार पडंल मला. तेवढाच पैसा तुझ्या जल्माला लावता येईल."

मी कुत्र्यासारखा गप्प बसलो. दादाचा राग माहीत होता. बारीकसारीक गोष्टीसाठी तो हातात असेल त्या वस्तूनं मारत असे.

ती माझी परीक्षा बारा आण्यांसाठी बुडाली... जीव आतल्याआत तळमळला. काहीच करता आलं नाही.

दादानं साधा हिशेब घातला... पोरगं आता असंबी शेतात काम करणार नि तसंबी शेतातच काम करणार. ते काय भटाबामणावाणी नोकरी कराय जाणार न्हाई. मग चौथी फास काय आणि पाचवी फास काय; सगळं सारखंच. उगंच कशाला दवडा बारा आणं!

◆

१

शेण काढणं, उसाला पाणी पाजणं, घराकडं दूध पोचतं करणं, कुळवकाठी करणं अशी वरकड कामं करावी लागू लागली. दिन्याची संगत होतीच. त्याच्याबरोबर मी रमण्याचा प्रयत्न करी. त्याची आई त्याला आठ-पंधरा दिसांतनं एखादा खाडा करून घराकडं आंघोळीला नेत असे. त्याची कापडं धुवून, त्याला तेल लावून, खळणा करून दुसऱ्या तिसऱ्या दिवशी परत आणून सोडत असे. त्या एक-दोन दिवसांत तो एखादा सिनेमा बघून आलेला असे. मग त्यांच्या कथा तो सांगे. त्या ऐकून तो सिनेमा बघून यावं असं सारखं वाटे. त्यामुळं माझ्या आईजवळ मी पैशासाठी हट्ट करी. आई एखाद्या वेळी एखादा आणा देई. पण एकदम तीन आणे सिनेमासाठी देऊ शकत नसे. मग मी रडे.

"दिन्याची आई बघ त्येला सिनेमाला पैसे देती आणि मी मळ्यातली कामं करूनही, ढोरं राखूनबी मला पैसे देत न्हाईस... न्हाई तर मला शाळंला जाऊ दे."

"तू ढोरं राखत राखत माळाचं श्याण गोळा कर. त्येचा सवता ढीग करून ठेव. त्येच्या मी तुला शेणी लावून देईन. त्या वाळवून तू ईक. त्यातनं येतील ते पैशे साठीव. त्यातनं खायला घेत जा, कापडं घेत जा, एखाद्या वक्ती शेनेमाला जाईत जा."

मला आईचं हे बोलणं पटलं. मी ढोरं राखता राखता, माळाला येणाऱ्या गावातल्या ढोरांची शेणं गोळा करू लागलो. ढोरांकडं नसलो तर दुपारच्या इस्वाट्याच्या वक्ताला शेणाची बुट्टी घेऊन, माळाला जाऊन एक फेरी सगळीकडं

टाकून येऊ लागलो. त्याचा ढीग सवता ठेवू लागलो.

ढीग साठेल तसा कधी आई, तर कधी आनसा मला शेणी लावून देऊ लागली. भट गल्लीत नाही तर नायकिणींच्या मोहल्यात जाऊन शेणी विकू लागलो. येतील ते पैसे सवते साठवू लागलो.

मला ही शेणी विकायची चटकच लागली. माळाला लांबलांब जाऊन शेणाची बुट्टी भरून आणू लागलो. कुणाच्याही कामाचा खोळंबा न करता गावात दुपारी, नाहीतर साजंचं मोटा सुटल्यावर शेणी घालून येत असे. त्यामुळं कुणीच काही बोलू शकत नव्हतं.

माझ्याकडं पाचसहा रुपय साठले. पंधरा दिवसातनं एकदा तरी सिनेमा बघून येई. आईला माझ्या पैशाची काळजी वाटू लागली. तिला वाटलं; माझं पैसे असेच कशाबशाला खर्च होतील.

"आज बाजारचा दीस हाय. तुझ्या अंगावर कुडतं-चड्डी न्हाई. मी माळवं इकायला पुढं जातो. तू मोटा सुटल्यावर घराकडं ये. तवर मी माळवं इकून घराकडं येईन. मग तुला कुडत्या-चंड्डीला कापाड आणू या."

"बरं."

मला आनंद झाला. कधी नव्हे ते आई मला आपण होऊन कुडतं-चड्डी घेत होती. एरवी महिनामहिनाभर तिच्या पाठीमागं लागावं लागे. मग कुठला तरी सण तोंडावर आल्यावर ती नवी धडोती अंगावर घेई. विशेषत: पाडवा, दसरा, दिवाळी.

मोटा सुटल्यावर मी भाकरी खाऊन धावतच घराकडं गेलो. आईनं माळव्याचं पैसे आलेलं, माझ्यादेखत मोजलं.

"थोडं कमी पडतील असं वाटतंय."

"आँ?"

"व्हय, माळव्याला ह्या डावाला किंमतच आली न्हाई."

"मग आता?"

"आता असं करू या. माझ्याजवळ हाईत एवढं मी घालतो. वर जे लागतील ते तू घाल. म्हंजे तुझ्या मनासारखं कापाड घेता येईल. चार पैसे चढ गेलं तरी हरकत न्हाई. म्हंजे मग मालकालाबी काय बोलायला जागा ऱ्हाणार न्हाई. मी त्येला सांगतो; आन्दाच्या पैशानंच कापडं आणली म्हणून."

"चालंल." मला ती कल्पना एकदम पसंत पडली.

माझ्या मनासारखी कापडं मला पहिल्यांदाच मिळाली.

हळूहळू ती माझ्याकडं अधनंमधनं पैसे मागू लागली. बाजारदिशी मला खायला आणायला म्हणून माझ्याकडनं पेसे घेऊ लागली... पण काही जरी झालं तरी, माझ्या जवळ पैसे साठू लागले. अधनंमधनं मी सिनेमाला जाऊ लागलो.

त्याच सिनेमातली गाणी माळाला म्हणत ढोरं राखत हिंडू लागलो... धुंदीत राहू लागलो. पुस्तकांची जागा आता सिनेमानं घेतली होती.

बाळुगडीचा माळ आटंगण पटंगण पसरलेला. खरं म्हणजे तो सगळा माळच मधभागाला आणि माळाच्याकडंनं थोडी थोडी शेती होती. कागल गावाची शंभर-दोनशे म्हसरं या माळाला पावसाळ्यात चरायला येत होती. पावसाळ्यात या माळाकडं लाबंनं बघितलं तर, पावसानं धुतलेली नि हिरव्या चाऱ्यानं जोगवलेली म्हसरं, माळभर काळ्या छत्र्या पसरल्यागत दिसत. भरपूर विस्तीर्ण माळ असल्यामुळं, ढोरंराखी पोरं आपली म्हसरं माळाला आणून दीसभर खुशाल खेळत. टंब्यानं, अट्टीनं, बैदुलांनी, काठी कोलावण्यानं, पैशांनी, बटनांनी कशा वाटेल त्यानं खेळत. खेळून दमली की तिथंच माळाला भाकरी खाऊन, आसपासच्या मळ्यातनं पाणी पिऊन येत.

या माळावर पावसाळ्यात गोसाव्यांची शंभरभर पालं पडत. ती पावसाळाभर तिथंच असत. सबंध पावसाळ्यात हे भिकारी-गोसावी कागलात नि कागलच्या आसपास खेड्यापाड्यात भीक मागून खात. ससे, खोकडं, घोरपडी, रानमांजरं यांच्या शिकारी करत. त्यांना चिरत, सोलत, खांडोळी करत उघड्यावरच बसत. कधी कधी ते बघण्यात वेळ कसा निघून जाई ते कळत नव्हतं. गोसाव्यांच्या म्हशी आमच्या म्हसरांपेक्षा जातवान. पावसाळ्यात त्या माळाला खुशाल चरत होत्या. हे गोसावी कुणाबुणाच्या बांधाचं गवत, झाडोरं, शिपाटलपाट ओरबाडून आणून त्या म्हशींना घालत. आमच्या बैलांना जी वैरण मिळे ती त्यांच्या म्हसरांना मिळे. पुष्कळ वेळा त्यांची घोडी आमच्या पिकात घुसत. दादानं वैतागून त्यातल्या एका घोड्याचा पायच मोडला होता. ती बातमी कळताच सगळ्या गोसाव्यांनी आमच्या खोपीला गराडा घाटला. शंभरभर गोसावी आला होता. तास दीड तास भांडला नि "घोड्याचा पाय मोडला ते घोडं किंमत करून विकत घे" म्हणू लागला. त्यांना लंगड्या घोड्याचा उपयोग नव्हता. आम्हालाही घोड्याचा उपयोग नव्हता. शेवटी होय ना करता करता दहा रुपये घोड्याच्या मालकाला देऊन ते प्रकरण मिटवलं होतं. गावात भीक मागणारे हे गोसावी; रानात मात्र कायम त्रास देत असत. दसरा झाला की, ते त्यांच्या देवाची जत्रा करत असत आणि मग पालं मोडून गावोगाव भटकत असत. पण मृग निघाला की महिनाभरात हमखास माळाला येत. या माळावर धनगरांचा मोठा मेंढवाडा पावसाळ्यात घातला जाई. तिथलं लेंडीखत सोन्याच्या दरानं शेतकरी विकत घेत.

माळावर मी लोळलो, माती माखून घेतली, भिजलो, कोरडा झालो. म्हसरं राखली, शेणं गोळा केली. म्हसरांच्या अंगावर विजा पडताना डोळ्यांदेखत बघितल्या. माळावरची अनेक भुतं रात्री माझ्या स्वप्नांत आली. त्यांना सालने दिले. उन्हाळ्यात,

पावसाळ्यात, हिवाळ्यात, गाड्यांच्या शर्यतीच्या वेळी, रात्री, दिवसा, चांदण्यात माळाची अनेक रूपं बघितली.

माळाच्या उतरणीला जिथं आमचं रान होतं तिथं जरा भरपूर चारा येत असे. त्या ठिकाणी मेखा मारून, म्हशी सोंदाराला बांधून मी पाण्याकडं जात होतो. सोंदराला म्हस बांधली नि सोंदर मेख रोवून मेखेला बांधला की, आसपासच्या दोन खळं जागेत म्हस आरामात चरू शके. तिला राखत बसण्याची गरज नसे.

म्हशीला नेऊन मी कशीबशी बांधली. मग परत येऊन तिच्या दीड वर्षाच्या रेडीला नेण्याची तयारी केली. कारण दोन्ही म्हशींना एकदम नेऊन बांधता येणं मला शक्य नव्हतं. रेडी फळकर होती. ती फार पळायची. म्हणून तिच्या आईला प्रथम जागेवर माळावर नेऊन बांधलं. मग गोठ्यात बांधलेल्या रेडीच्या दोन्ही शिंगांच्या बेचक्यातून सोंदर घेऊन गच्च बांधला. त्या सोंदराची कोपरी माझ्या खांद्याला अडकवली नि रेडीच्या गळ्याचं दाव्याचं बिरडं फोडलं. खोपीपासनं फर्लांगभर अंतरावर म्हस बांधली होती. मध्ये नुकताच जोंधळा कापलेलं सडांग. त्यात सडाचे खोंबारे टीचटीचभर. मग माळाच्या उतरणीची खड्डे-खबदाडं, दगड-धोंडं. रेडी गोठ्यातनं जी बाहेर आली ती अनपेक्षितपणं जोरानं चौखूर पळू लागली. हातातला सोंदर आवरता आवरेना. ओढ जोरात बसू लागली, म्हणून सोंदर सटकन सोडून दिला नि खांद्याला अडकलेली कोपरी काढूकाढूस्तवर हातात अडकली नि मी आडवा झालो. खड्डे-खबदाडं, दगड-धोंडें, यातनं फरफटत ओढला जाऊ लागलो.

'हो हो' म्हटलं तरी रेडी थांबायला तयार नाही. म्हशीच्या दिशेनं ती चौखूर सुटलेली. मी नुसता ओरडत होतो. 'धावा धावा, पळा पळा.' म्हणत होतो. तोवर माझी फेसाटी होऊन रेडी म्हशीपर्यंत गेलीही.

म्हशीपाशी जाऊन रेडी थांबली त्या वेळी माझ्या अंगावरच्या कापडाच्या चिंध्या झाल्या होत्या. पोट आणि मांड्या खरचटून रक्तबंबाळ झाल्या होत्या. डोकं दगडधोंड्याला बडवून फुटलं होतं. ओठाला काही तरी लागलं होतं. दोन्ही हात निखळल्यासारखे काखांतून दुखत होते. दादानं गावातनं सांजचं परत आल्यावर रेडीला पोटभर बडवलं. निवांत चरून येऊन दावणीच्या खुंट्याला बांधल्यावर अचानक मार का मिळतोय, याचा तिला पत्ता लागला नाही. पुढे पंधरा दिवस घरात बसून काढले; तेव्हा कुठं चालता-फिरता येऊ लागलं.

माझी पाचवीची परीक्षा अर्ध्यातनंच सुटली नि दादाची खात्री झाली की; आता माझी शाळा कायमची बंद झाली. त्यानं मग दिन्याला काढून टाकलं नि दिन्याची जागा मला दिली. गणपा निंबाळकर नावाचा मोठा गडी मोटक्या म्हणून ठेवला. दादाला काही गावात काम लागलं, कुठं परगावाला जायचं असलं, कोर्टात काही काम असलं, तर मोटक्या रोजावारी सांगितला जायचा. पण आता माडीचं घर

बांधलं म्हणून की काय कोणास ठाऊक, दादानं मोटक्या सालगडी म्हणून ठेवला. मोटक्या मळ्यात असला की मळ्याची सगळी चिंता वाहतो. औतअवजारांची सगळी कामं करतो. जनावरांची देखभाल करतो. त्याच्या हाताबुडी ढोरांची शेणं काढायला, गोठा लोटायला, पाणी पाजायला, औत धरल्यावर बैलांना दबवायला, उसातला हिरवा पाला काढून जनावरांना घालायला बारकं एक पोरगं असलं की, कुणब्याचा एका मोटेचा मळा चालतो. आमच्या मळ्याची कुवत तेवढीच. एकुलती एक विहीर. तिच्यावर चार गाडी गुळाचं रान पिकतेलं. त्यामुळं गणपा मोटक्या आणि मी पाणक्या असा हिशेब घालून, दादा आता मळेकरी म्हणून कामाच्या निमित्तानं गावात हिंडायला मोकळा झाला.

गावात असे बरेच शेतकरी हिंडत. बाजारपेठेत कुणाच्या तरी दुकानात, न्हाव्याच्या दुकानात, कुणातरी मोठ्या शेतकऱ्याच्या घरात यांच्या गप्पा चालत. असं गावातनं हिंडणं, गप्पा मारणं ही त्यांची सुखाची कल्पना असे. कष्टाळू गावात तेवढीच सुखाची कल्पना. आपली पोरं शेतात राबताहेत आणि आपण गावातनं 'कारभारी' होऊन हिंडतो आहे, यात त्यांना कुणब्याच्या जन्माचं सार्थक झाल्यासारखं वाटत होतं.

माझी शाळा संपल्याचं माझ्या लक्षात आलं नि मी गुदमरल्या मनानं मळ्यात, मळ्याच्या भोवतीच्या वातावरणात रमण्याचा प्रयत्न करू लागलो. रातचं घराकडं गेल्यावर गल्लीतल्या पोरांशी बोलत बसू लागलो. बरोबरीची होती ती सहावीत गेली होती. ती सहावीतल्या गंमती-जंमती सांगू लागली. बाकीच्याही शाळेतल्या गप्पा निघत. त्या ऐकताना काही तरी हरवल्याची जाणीव होई. अशा वेळी सहावीचं मराठी मन्वंतर वाचन उगीचच वाचून काढलं. वाचता वाचता शिकायला काय मिळालं असतं याची स्वप्नं रंगवली. पोरांनी आणलेली गोष्टींची पुस्तकंही चिमणीच्या उजेडात बसून वाचू लागलो. माझी गोष्टींची पन्नासभर पुस्तकं घर बांधताना कुठं तरी गायब झाली. त्यांचे दोन-तीन गठ्ठे बांधून मी दिवळीत ठेवले होते. ते बांधकामावरच्या लिहायला-वाचायला येणाऱ्या माणसांनी पळवले. मला त्याचा कधी पत्ता लागला नाही.

इस्वाट्याची वेळ होती. दादा नुकताच जेवून कट्ट्यावर घोरत उताणा पडला होता. आई वळचणीच्या सावलीत रेडकाच्या अंगावरची केसं कातरीनं कापत होती. तिथंच मी पाचवीचं इतिहासाचं पुस्तक चाळा म्हणून वाचत कुडाला टेकून अर्धा पडलो होतो. दप्तर मळ्यातच पडलेलं. त्यातली पुस्तकं अधनं-मधनं उगंच काढून वाचत बसत होतो. शिवाजी महाराजांची कारकीर्द पुन:पुन्हा वाचणं हा आवडीचा छंद. तेच त्यावेळी चाललं होतं... शहाजी, शिवाजी आणि संभाजी यांची चित्रं बघता बघता एक गोष्ट लक्षात आली. तिघांचेही चेहरे एकसारखे वाटू लागले.

बापासारखाच मुलगा दिसत होता आणि मुलासारखा नातू. सगळेच स्वाभिमानी आणि धर्माला जागणारे. परंपरेनं हे गुण चालत आलेले.

"रतनू हाय का?" झुलत झुलत सांगावचा तुकदेव पाटील खोपीकडं घाम्याघूम होऊन येत होता.

"हाईत की, या." आई म्हणाली.

माझ्या मनात चाललेला विचार तुटला. दादाला मी उठवलं. तुकदेव पाटलानं प्यायला मातीच्या घागरीतलं गारगार पाणी मागितलं. दादाबरोबर चिलीम भरता भरता गप्पा सुरू झाल्या.

तुकानानाच्या धिप्पाड, आडव्या हाडाच्या शरीराकडं बघत मी त्यांच्या गप्पा ऐकत बसलो.

"उनाचंच दौड दिली?"

"पोराचं दूध पोचतं करून आलो कागलच्या स्टँडवर." पुढ्यात ठेवलेल्या दोनतीन शेरांच्या जर्मल बादलीकडं बघत तुकानाना म्हणाला.

... गप्पाला रंग भरत चालला. तुकानानाच्या पोराला कोल्हापूरच्या मोतीबाग तालमीत शिकायला ठेवला होता. सतरा-आठरा वर्षांचा पोरगा; पण हत्तीच्या पिल्ल्यासारखा दिसू लागला होता. जिल्ह्यात नाव मिळवेल असं वाटत होतं. रोज तीन मैलांची वाट पायी चालून तुकानाना कागलला येत होता नि तिथनं सर्व्हिस-मोटारनं कोल्हापूरला दूध नि बाकीचं कायबाय लावून देत होता.

पोराच्या शिकण्याचं, डावपेचाचं कौतुक झालं. मग दादाच्या नि तुकानानाच्या वेळच्या कुस्त्यांकडं, त्या वेळच्या मोठमोठ्या पैलवानांच्या खेळाकडं मोहरा वळला.

जायच्या वक्ताला पुन्हा घटाघटा तांब्याभर पाणी पिऊन तुकानाना उठला.

मी पुन्हा कुडाला टेकून पुस्तक वाचत बसलो. आईचं रेडकू कातरून झालं. घटकाभर इकडं-तिकडं गेला नि सगळी दुपारचा तुकडा चावायला बसली.

"चल, रं आन्द्या." आईची हाक.

मी पुस्तक घेऊनच कट्ट्यावर बसलो.

"कित्ती पुस्तकं वाचायची ती? टाक तिकडं नि खा घासभर चवीनं." आई.

मी हळूच पुस्तक मिटलं नि मांडीबुडी घेटलं.

घास चावता चावता दादा म्हणाला, "आता मळंकरी झालाईस. घरात एकाला दोन म्हसरं हाईत. लागंल तेवढं दूध पीत जा नि तालमीत जाईत जा. आपून धड तर सगळी दुनिया धड. खावं-प्यावं नि रेडकागत ताकद बाळगून ऱ्हावं. मग कुणा भाऊबंदाची वाकडी नजर करून बघण्याची ताकद न्हाई. कुणी 'कारं' म्हणून झिंजाडणार न्हाई का चोर-दरोडा येणार न्हाई... रोज सांजचं जरा जाईत जा तालमीत." दादाच्या मनावर तुकानानाच्या पोराचा परिणाम झालेला दिसला.

मला हा विचार बरा वाटला. गावाला तालमीचं वेड होतं. शाहू महाराजांनी ते या भागाला कायमचं लावलेलं. तिकटी तिकटीवर तालीम होती. प्रत्येक तालीम रात्री आठ-नऊ वाजेपर्यंत नि पहाटे पाच ते सकाळी सात वाजेपर्यंत घुमताना ऐकायला येत होती. कधीकधी नुसताच तिथं जाऊन बसत होतो. उरसाच्या निमित्तानं गावात कुस्त्या होत. त्या झाल्या की पाच-सहा महिने गावावर त्यांचा असर असे.

मला परवानगी अनायासे मिळाली नि मी तालमीत जाऊ लागलो.

तालमीत जाऊ लागलो पण अंगाला लावायला खोबरेल तेल मिळत नसे. घरात खोबरेल तेलाचा नेहमीच तुटवडा. ते डोक्याला नाही लावलं तर डोक्याचं फारसं काही अडत नाही, असं सगळ्यांच्या लक्षात आलेलं. त्यामुळं कधी तरी महिन्याभरातनं एकदा चमचाभर तेल आणलं; की सगळ्या पोरांना आई थेंबथेंबभर लावत असे. शिवाय उरवून ठेवून तेही अधनंमधनं बारक्या पोराला लावलं जात असे.

'तेल' लावून मेहनत करायची रीत असल्यामुळं, कधी कधी मग मी येशेल तेलच घेऊन जात असे. दुधाची तहान ताकावर भागवीत असे.

साताठ महिने गेले. दोन-चार डाव येऊ लागले. डावांपेक्षा ताकतीचा वापर करूनच कुस्ती करत होतो. धुडगूस चालला होता. दमेपर्यंत जोर-बैठका काढत होतो. त्याला नियम नव्हता.

उगंचच पैलवानासारखं काखा फुगवून चालायची सवय लागली. ओठावर मोठमोठ्या पैलवानासारख्या मिशा कधी येतील असं होऊन गेलं. कुणीतरी सांगितलं की, ओठावरनं वस्तरा फिरवल्यावर लवकर येतात. म्हणून एकदा चोरून दादाचा वस्तराही ओठावरनं फिरवला. पण मिशा काही आल्या नाहीत.

मिशा नाहीत तर नाहीत; पण आपण मोठ्या माणसासारखं दिसावं, म्हणून मी आणि आई मिळून महिनाभर इकड-तिकडची कामं करून, माझी शेणकुटं विकून मला एक धोतरजोडी आणि एक पटका विकत घेतला. मग मी पैलवानी धोतर नि वर लांब शेमल्याचा पटका बांधून मळ्याकडनं गावात येऊ लागलो. गावातनं तसाच हिंडू लागलो... आईलाही आपलं पोर आता मोठं झाल्याचा भास झाला. दादालाही वाटलं; पोरगं आता पुरतं शेतकरी होऊन गेलं.

एके दिवशी घडू नये ते घडलं. फाळक्याच्या शिर्प्याबरोबर कुस्ती रंगात आली होती. मिळेल तो अवयव धरून त्याला ओढत होतो. तोही ओढत होता. त्या गडबडीत त्यानं माझ्या गळ्यातल्या पेटीचा दोराही एकदा धरला. मान करकचून आवळली. माझी मान आवळल्यावर त्याच्या लंगोट्याच्या नाडीचा माझा हात ढिला पडला. शिर्प्या सुटून गेला. पुन्हा झटापट सुरू झाली.

अर्धा तास दमल्यावर दोघेही वर आलो नि अंग पुसू लागलो. गळ्यातल्या काळ्या दोऱ्याची माती पुसता पुसता माझ्या लक्षात आलं की, माझी गळ्यातली सोन्याची पेटी तुटून पडली आहे. नुसताच काळा दोरा गळ्यात आहे... माझ्या काळजाचं पाणी झालं.

मी लगेच हौद्यात उतरून, जिथं खेळलो तिथं मातीत पेटी हुडकू लागलो. रॉकेलच्या चिमणीच्या उजेडात उगीच थोडं थोडं अंधूक दिसत होतं. त्यात पुन्हा बाकीची पोरं खेळत होतीच. माती सारखी इकडची तिकडं, खालची वर, वरची खाली होत होती... दोघा-तिघांनी पेटी हुडकायला मदत केली. पण ती गावली नाही. मी तसाच धडधडत्या छातीनं घराकडं निघालो.

पेटी पडल्याचं कुणालाच सांगायचं नाही असा निश्चय केला नि जेवून झोपलो.

दुसरे दिवशी मळ्यात कट्ट्यावर जेवायला बसलो तेव्हा आईच्या ध्यानात आलं.

"गळ्यातली पेटी रं?" तिनं एकदम प्रश्न विचारला.

"हाय न्हवं गळ्यात." मी एकदम चमकल्यागत करून दोऱ्याला हात लावला. दोरा चाचपल्यागत केला. "कुठं पडली की काय गं?"

"आरं माझ्या कर्माऽ!" आईनं कपाळावर हात बडवून घेतला.

गळ्यातल्या दोऱ्याला पेटीचा नुसताच फासा बघून, दादानं बसल्या जागीच माझ्या पाठीत कुमका घातला. गिळत असलेला माझा घास पुन्हा तोंडात आला.

"सुक्काळीच्या, गळ्यातली पेटी कवा पडली त्येचा तुला पत्त्या न्हाई. गांजा वडतंस का अफू खातंस! पावली भाराची पेटी आता कुठं हुडकू?" तो मला एकामागोमाग एक दणके लगावू लागला.

"कुठं पडली तुला कसं रं न्हाई कळलं?" आईनं काळजीनं विचारलं.

"रात्री कुस्ती खेळताना तालमीत पडली असंल. फाळक्याचं शिर्प्या गळ्यातल्या दोऱ्याबरोबर लई झोंबत हुतं."

"ऊठ! ऊठ!" दादानं लाथ घातली. "ठेव ती भाकरी. चल त्या तालमीत."

मी तसाच उठून दादाबरोबर तालमीत गेलो. तालमीला नुसती बाहेरनं कडी होती ती काढली नि आत घुसलो.

एका कडंनं माती धुंडाळली. मग पुन्हा घराकडं मी एकटा पळत गेलो नि तुरी चाळायचा घोळणा घेऊन आलो. त्यानं माती चाळली. सगळा दीस दोघेही तालमीत माती चाळत होतो. दादा अधनं मधनं नको त्या शिव्या देत होता. मी मुकाट्यानं ऐकत होतो. मी मुकाट बसल्यानं दादाचा राग चढत होता नि मला अधनंमधनं त्याच्या दणक्याचा, मधेच लाथेचा प्रसाद मिळत होता.

शेवटी तीनएक तास माती चाळल्यावर दोघांच्याही लक्षात आलं की, पेटी

गावत नाही. मग दादानं त्याच मातीत मला इतकं लाथललं; की कपड्यासकट घोळसून निघालो... तालमीच्या तांबड्या मातीत ते शेवटचं लोळणं...

पुढं अधनंमधनं दादाला आठवण होईल तसा तीन-चार दिवस मार खाल्ला. तालीम कायमची बंद झाली.

शेणी विकून रुपयाभर आला होता. थिएटरात आधल्याच दिवशी मारामारीचा सिनेमा लागलेला. गणपा दोन दिवस पाव्हण्याच्या गावाला काही कामासाठी गेला होता. त्यामुळं दादाला मळ्याकडं वस्तीला जावं लागत होतं. मी घरात झोपत होतो.

नुकताच जेवून दादा मळ्याकडं गेला होता.

"आई, मी सेनेमा बघून येतो गं." मी टोपी घालता घालता आईला म्हणालो.

"आन्द्या, सारखा किती सेनेमाला जातोस रं? जरा पोट्यापाण्याला खाईत जा पैसे."

"पोटापाण्यालाबी खातोयच की. चलतो मी."

"दादा, मीबी सेनेमा बघाय येणार." सहा-साडेसहा वर्षांचा शिवाजी पटकन अंथरुणात उठून बसला.

"न्हे जा त्येलाबी." आई म्हणाली.

"नगं. पैसे न्हाईत माझ्याजवळ. त्याला अर्धं तिकीट घेत्यात."

"आजच रुपाया आलाय न्हवं शेणकुटाचा? तुला बघायला पैसे हाईत नि त्येला बघायला न्हाईत व्हय? भाऊच हाय न्हवं तुझा त्यो?"

"माझ्याजवळ न्हाईत बघ पैसे, तू देणार असशील तर न्हेतो."

"माझ्याकडं न्हाईत गड्या."

"मग बस तर." म्हणून मी जायला निघालो तर शिवा आलाच. "जातोस का न्हाईस घराकडं? ह्यो हातात धोंडा बघिटलास काय? आईकडनं पैसे आण; मग ये माझ्यासंगं." रस्त्यावरचा एक धोंडा उचलून मी शिवाला दाखवला. तो रडत मागं वळला.

"बस; मी दादाला सांगतो की न्हाई बघ."

"सांग जा, जा." म्हणून पुढं सटकलो.

प्रत्येक वेळेला त्याची पाठीमागं पिरपिर होती. त्यामुळं घरात कुठं जातोय हे सांगायची सोय नव्हती. शिवा लगेच पाठीमागं लागत होता.

पण सकाळी उठून शिवा न्याहरीच्या वक्ताला मळ्याकडं आला नि धावंवर त्यानं; मी रात्री सिनेमाला गेल्याची चहाडी दादाजवळ केली. दादा मोट मारत होता. मी पाण्याकडं होतो. मोटा सुटल्यावर सगळेजणं जेवायला एकाजागी, कट्ट्यावर बसलो.

जेवता जेवता दादा म्हणाला, ''राती सिनेमाला गेला हुतास व्हय रं आन्द्या?''

''हां! माझ्या मी पैशानं गेलो हुतो.''

''कुठनं आणलंस पैसे?''

''आगा; त्येनं काल एक रुपयची शेणकुटं इकल्यात.'' शिवानं दादाला सांगिटलं.

''व्हयं रं?''

''व्हय. माझं मी माळाचं श्याण गोळा करतोय नि आईकडनं शेणकुटं लावून घेतोय.''

''सुक्काळीच्या. सेनेमा दोन तास बघून पैसे फुकट घालीवण्यापेक्षा त्येचं काय तरी घेऊन खाईत जा की. कित्ती येळा तुला सांगायचं? सेनेमानं काय पॉट भरतंय! भिकारचोट नाद हाय त्यो.''

मी नुसतं 'हूं' म्हटलं नि जेवून मोकळा झालो.

आई-दादाचा सिनेमाला विरोध होता. त्यांना कायम पोटापाण्याचा प्रश्न पडलेला. तरीही मी सिनेमाला जात होतो. महिन्यातनं दोन-दोन, तीन-तीन वेळा जात होतो. माझं असं सिनेमाला जाण्याच्या पाठीमागं शेणकुटाचं पैसे आहेत, हे दादाच्या ध्यानात आलं होतं. गावात आलेला सिनेमा गोरगरिबांचे, पोरा-सोरांचे पैसे गोळा करत होता हे खरंच. माझी ती चटक सुटत नव्हती.

दादानं एक दिवस मला दम दिला. ''रांडंच्या! घरातलं फुकटचं खाऊन माळाचं श्याण धरतोस नि त्येचं पैसे सवतं ठेवतोस व्हय? उद्यापासनं; गोळा केलेलं सगळं श्याण ढोरांच्या शेणाच्या ढिगात टाकत जा. आणि तूबी गतकाळे, त्येला असली काय थेरं शिकीवलीस तर खबरदार; तुला सांगतो.''

तेव्हापासनं दादा मला ढोरांमागं हिंडतानं शेण गोळा करून घरच्या ढोरांच्या शेणाच्या ढिगात टाकायला लावू लागला... मला मग शेणकुटाचं पैसे मिळेनात. त्यामुळं सिनेमा खूपच कमी झाला... पण वेड मात्र कमी झालं नव्हतं. बघण्याची इच्छा आभाळाएवढी दांडगी झालेली.

वाट्टेल त्या युक्त्या करून सिनेमा बघण्याचा मी प्रयत्न करू लागलो. थिएटरात पिटात खुर्च्या नव्हत्या. खालीच बसावं लागे. त्यामुळं कितीही माणसं बसवली जात. कधी कधी गर्दीचा फायदा घेऊन, मी एखाद्या शेतकऱ्याच्या खांद्यावरच्या घोंगड्याच्या आडोशानं थिएटरात शिरे. कधी कधी सिनेमा सुरू होईपर्यंत नुसताच इकडं तिकडं हिंडून वेळ काढी आणि दारं बंद झाल्यावर, चौकटीच्या सांदरीतनं थोडं दिसत असे; तिथं एक डोळा लावून उभा राहून पाही. पण डोअरकीपर मागनं हळूच येऊन ढुंगणावर कधी कधी खोक्याचं फळकूट ओढी नि मला पिटाळून देई. त्यामुळं चुटपुटता दोनतीन चित्रांचा भागच पाहायला मिळे.

दुसरी एक खास युक्ती म्हणजे; दुसरा खेळ दहा वाजता सुरू होई. आणि त्याचं 'मध्यंतर' सव्वा अकरा ते साडे अकराच्या दरम्यान होई. मध्यंतरात माणसं लघवीला बाहेर येत. त्यावेळी त्यांना; गर्दी असेल तर किंवा डोअरकीपरला कंटाळा आला असेल तर, अर्धी तिकिटं दिली जात नसत. मग गर्दी बरोबर मी हळूच आत जाई नि दाराकडं पाठ करून, कुणाच्या तरी आडोशाला बसून अर्धाच सिनेमा पाही. नऊ वाजता मी घरातनं बाहेर पडे; मग नऊ ते अकरापर्यंत डोअरकीपरला आपला चेहरा न दाखवता कुठंतरी अंधारात बसून काढे. दुसरा खेळ सुरू झाल्यावर मी जर डोअरकीपरला बाहेर दिसलो; तर तो मध्यन्तरात चेहरा ओळखून आत सोडणार नाही, अशी भीती वाटे. पण तरीही तो कधी कधी मला बरोबर हेरून माझं मानगूट धरून मला टिपून काढी. कधी कधी दुसऱ्या खेळाच्या मध्यंतराला तो अर्धी तिकिटं देई. त्यामुळं मी बाहेरच निराश होऊन खुळ्यासारखा राही. मग नऊ ते बारापर्यंत उगंचंच थिएटरातली चित्रं बघत बसून राही किंवा हताश होऊन घरी परते.

दिवाळीचे दिवस होते. दिवाळीनिमित्त 'भगवा झेंडा' हा मराठी ऐतिहासिक बोलपट लागला होता. शिवाजीमहाराजांचा बोलपट आला की, तो मी जिवाचा कान करून नि डोळ्यात सगळ्या शक्ती आणून पाहण्यासाठी धडपडे. 'भगवा झेंडा' आला होता आणि काही केल्या मला सिनेमासाठी तीन आणे मिळेनासे झाले होते. चार-पाच दिवस थिएटरवर तिकिटाच्या खिडकीजवळ उगंचंच सिनेमा सुरू व्हायच्या वेळी उभा राहिलो. मनात खुळी आशा होती की, कुणी तरी ओळखीचं भेटेल नि तिकीट काढील. एखाद्या वेळेस गुजराच्या इथं मिस्त्री असलेला मामा सिनेमा बघायला येईल किंवा त्याच्या हाताखाली काम करणारे ड्रायव्हर सिनेमाला येतील नि मला घेऊन जातील. कधी कधी तसं व्हायचं. मामा किंवा मामाचे ड्रायव्हर भेटायचे नि बरोबर घेऊन जायचे. पण या वेळी तसं काहीच घडेना.

मग त्या दिवाळी-थंडीच्या दिवसात उगंचंच उघड्या गटारीकडेला अंधारात बसून राही मध्यंतराची वाट पाहत. पण गंमत अशी की, एकही दिवस असा येईना; की दुसऱ्या खेळाच्या मध्यन्तरात डोअरकीपरनं अर्धी तिकिटं दिली नाहीत. दिवाळीचे दिवस होते. दिवाळीला लागूनच कागलचा उरूस असतो. उरसाची माणसं रात्रभर इकडं-तिकडं निरनिराळ्या कार्यक्रमाला जात असत. त्यामुळं डोअरकीपर दुसऱ्या खेळाच्या मध्यन्तरात तिकिटं देऊनच माणसं बाहेर सोडत असे.

एक ना एक दिवस कधी तरी डोअरकीपर तिकिटं देणार नाही, या आशेवर रोज थिएटरवर नऊ ते साडेअकरा रेंगाळत होतो. एके दिवशी असं लक्षात आलं की, थिएटराच्या बाहेर पडद्याच्या विरुद्ध दिशेला पडक्या घराची एक भिंत उभी आहे. त्या भिंतीवरून सिनेमा दिसण्याची शक्यता आहे. कारण थिएटर कामचलाऊच होतं. तात्पुरतं उभं केलं होतं. त्याची डावी बाजू उघडीच होती. पण केबिनची भिंत

उंच असल्यामुळं त्या बाजूनं रस्त्यानं जाताना कुणाला आतलं दिसणं शक्य नव्हतं.

मी विचार करून त्या पडक्या घरात हळूच घुसलो. पडक्या भिंतीचा अंदाज घेतला. तर तिच्या दिवळीत दोन्ही पाय ठेवून, वर भिंतीला धरून उभं राहाता येणं शक्य होतं. म्हणून तसा प्रयत्न करून पाहिला तर, चित्रं दिसू लागली. चित्रं दिसू लागली पण त्यांचं बोलणं ऐकू येईना. त्यामुळं चित्रं ही का येतात नि का जातात ते कळेना. आणि भिंत पडद्यापासनं बऱ्याच अंतरावर असल्यामुळं, नुसती चित्रं बघण्यातही काही आनंद वाटेना. तरीही दुसरा खेळ मध्यन्तराच्या अगोदर पंधरावीस मिनिटं बघितला नि मध्यन्तराला पिटाच्या दाराजवळ गेलो तर; डोअरकीपर अर्धी तिकिटं देतेला.

कुणी तरी बातमी आणली की, उरसात जी टुरिंग टॉकीज आलेली आहे तिचा सिनेमा 'गोरा कुंभार', यंत्रातल्या बिघाडामुळं चालेना झालाय. तिकिटाचे पैसे लोकांना परत करू लागले आहेत. अशी बातमी कळताच धंदेबाज मालकाने कर्णा घेऊन एक माणूस माझ्यासमोरच पाठवला नि त्याला 'आज रात्री साडेबारा वाजता तिसरा खेळ होणार आहे- भगवा झेंडा : ऐतिहासिक मराठी चित्रपट' असं कर्ण्यातून तिथं पुकारत थांबायला सांगितलं.

बाराच्या दरम्यान गर्दी होऊ लगाली. मी तसाच तिष्ठत उभा. कारण दिवळीत पाय देऊन हातांनी भिंताडाचा आधार घेऊन उभं राहिल्यानं पाय अवघडून गेलं होतं. पण तिसरा खेळ साडेबाराला सुरू होणार म्हणताच माझ्या तोंडाला पाणी सुटलं. तिसऱ्या खेळाच्या मध्यन्तराला डोअरकीपर अर्धी तिकिटं नक्कीच देणार न्हाई. फुकटात मिळतोय म्हणून एवढ्या रातचं- म्हणजे जवळ जवळ दोन वाजता- कोण सिनेमा अर्धाच बघायला येणार आहे?– माझी खात्री झाली.

वाट बघत तिष्ठत मी अंधारात बसलो. जांभयावर जांभया येत होत्या. थंडी अधिकाधिक वाजेल तसं दोन्ही हात दोन्ही खांद्याला आवळून धरत, तिसऱ्या खेळाच्या मध्यन्तराची वाट बघू लागलो.

पावणेदोनच्या सुमाराला मध्यन्तर झालं नि डोअरकीपरनं खरोखरचं तिकिटं दिली नाहीत. माणसं बाहेर येताना दारातच कुणी नव्हतं. माणसं गटारीकडंला लघवीला बसली. मीही हळूच त्यांच्यात जाऊन लघवीला बसलो. थिएटरातनं बाहेर लघवीला आल्याचा भाव चेहऱ्यावर आणला नि सहजपणे, बाजूला उभ्या असलेल्या डोअरकीपरकडं दुर्लक्ष करत, माणसांच्या गर्दीबरोबर आत जाऊन बसलो... संपूर्ण अर्धा सिनेमा बघितला नि धन्य होऊन तीन साडेतीन वाजता घराकडं परतलो.

घराच्या वाटेवर चालताना लक्षात आलं; की भूक कडाडून लागली आहे. रात्री जेवलो नव्हतो. सिनेमाला जायच्या रात्री जेवण मिळायचंच नाही. जेवून जायचं म्हणजे दादाच्या तावडीत गावायचं. गावलो की मग सिनेमा नाही. आठ-साडेआठच्या

सुमाराला दादा मळ्याकडनं येत असे. मी दीस बुडतानाच म्हशीची वैरण वगैरे घेऊन आलेला असे. कधी आईबरोबरच ढोरं घेऊन, डोक्यावर म्हशीची वैरण घेऊन जाई. घरात आईचं लहान मूल असेल, ती बाळंतीण झालेली असेल किंवा अवघडलेली असेल; तरच म्हसरं मळ्यात असत. नाही तर दोन्ही म्हशी गावातच रात्री असत. सकाळी धारा काढल्यावर त्या मी घेऊन येई नि दीस बुडताना मळ्यातली त्या दिवशीची कामं झाली की त्या घेऊन मला घराकडे जावं लागे. म्हशी घराकडं नेण्यात आईची सोय असे. तिचं म्हणणं पडे, "सकाळी धारा लौकर पिळून, दूध घालून येऊन स्वैपाकाला लागायला बरं पडतं. रातचंबी धारा पिळल्याबरोबर ताजं ताजं दूध लोकास्नी घाटलं म्हंजे गिऱ्हाक खूस असतं... गडी धारा बरोबर काढत न्हाईत. ढोरांस्नी मारत्यात. रातचं उठून दुभत्या जनावरांस्नी चारा टाकत न्हाईतं. मग सकाळचं ढोरं दूध कमी देत्यात... एखाद्या वक्ताला गडी मापभर दूध पिऊनबी टाकत्यात, तवा आपली ढोरं आपल्यासमोर असलेली बरी." तिचं म्हणणं खरं होतं. दादाही मोटक्या ठेवल्यापासनं बहुधा घरात वस्तीला राही. एखाद्या वक्ती मळ्याकडं जाई. पुष्कळ वेळा उशिरा येई. त्यामुळं गड्याच्या ताब्यात दुभत्याची म्हसरं जात. आणि दादानं जरी म्हसरांची धार काढली तरी, म्हसरांचं हालच फार होई. म्हशीनं लौकर पान्हेव घाटला नाही की, दादा तिची थानं घसाघसा ओढी; हिसके मारी. धार काढताना अवघडलेल्या म्हशीनं जरा जरी पाय हलविला तरी तो ओरडे. अगोदरच त्याचा मोठा आवाज; त्यात ओरडला की म्हस घाबरून जाई. त्यामुळं ती पुष्कळ वेळा पान्हेव चोरे. दूध जास्त देईनाशी होई.

अशी अडचण असल्यामुळं आणि आईच्या काखेत नेहमी तान्हं मूल व डोईवर जेवणाच्या भांड्यांची बुट्टी असल्यामुळं, मला पुष्कळ वेळा तिच्या बरोबर म्हसरांना घेऊन घराकडं जावं लागे. मी घराकडं गेलो की गल्लीत खेळायला जाई. दादा येईपर्यंत बहुधा तिथं खेळे. दादा आला की किंवा स्वैपाक झाला की, हिरा किंवा शिवा बोलवायला येत असत.

पोरं बोलवायला येताना म्हणत, "दादा, आईनं जेवायला बलीवलंय."

मी विचारी, "दादा आलाय?"

ती 'हो' किंवा 'न्हाई' म्हणून सांगत. त्यांच्या होकारा-नकारावर मी घराकडं यायचं की नाही ते ठरवीत असे. जर सिनेमाच्या थिएटराकडं सिनेमा बघायला मिळण्यासाठी खटपट करायला जायचं असेल, तर मग मी पोरांना 'आलो चला' म्हणून सांगून धूम ठोकत असे. कारण घरात जर दादा आलेला असेल आणि पोरं जर तशीच परत गेली नि "दादा, 'आलो चल' म्हणाला" म्हणून सांगू लागली, तर दादा स्वत:च मला बोलवायला येई नि पुढं घालून घेऊन जाई. म्हणून त्याची चाहूल लागायच्या आत मला गल्लीतनं पळावं लागे. पुष्कळ वेळा पोरांना न

पाठविता दादा स्वत:च मला बोलवायला येई नि पुढं घालून घराकडं नेई. त्यावेळी मात्र सिनेमाला जाता येत नसे. कधी कधी रात्रीचा स्वैपाक लौकर झालेला असेल तर मी पटकन "आई मला भूक लागली" म्हणून जेवायला बसे. पण कधी जेवण पूर्ण होई तर कधी जेवत असतानाच दादा मळ्याकडनं येई नि माझ्या सिनेमाचा घात होई.

त्यामुळं न जेवताच सिनेमाच्या थिएटराकडं जाणं सोईचं पडे. दिसभर मळ्यातली कामं ओढायची आणि रात्री पुन्हा उपाशीच. त्यामुळं पोटाकडनं माझे हाल व्हायचे. पण सिनेमापुढं त्यांचं काही वाटायचं नाही. त्या दिवशी 'भगवा झेंडा' अर्धा तरी बघायला मिळाला, या आनंदात मी घराकडं जात होतो.

पहिलं कोंबडं ओरडलं नि मी दाराची कडी हळूच वाजवली. पण ती वाजण्यापूर्वी हळूच दादाची चाहूल घेतली. तो आतल्या बाजूला दारातच झोपलेला असे. कधी घरात असे, कधी मळ्यात झोपायला जाई, तर कधी माझी वाट बघत घरातच झोपे. झोपलेला असला की तो बारीक बारीक घोरे. त्याच्या उशाला बारीक करून ठेवलेला कंदील असे. दाराला कान लावला की त्याचं घोरणं ऐकू येई. किंवा दाराच्या चिरोंडीतनं आतला मिणमिणता कंदील दिसे, नि त्याच्या मंद उजेडात तोही दिसे.

तो घरात दिसला की चटकन चोरपावलांनी काढता पाय घेई नि जिवावर उदार होऊन रातचाच बारा बारा वाजता मळ्याकडं एकटा वस्तीला जाई. मळ्यात जाऊन मग गणपा नि मी झोपून जाई. मी उपाशीच. मग सकाळी काय असेल तो दादाचा मार खाऊन कामाला लागायचं.

पण त्या दिवशी दादा घरात नव्हता. आईनं घरात घेतलं नि दाराला कडी लावली. कडी लावली नि हातातल्या ढोराकडच्या ठेंग्यानं मला तिनं बडवायला सुरुवात केली. ती खूप चिडलेली दिसली. दार उघडायला येतानंच तिनं हाताततनं ठेंगं आणलं होतं याचा मला अंधारात पत्ता नव्हता. रात्रभर ती जागीच असावी. कोवळ्या पहाटेचं पहिलं कोंबडं ओरडलं तरी माझा पत्ता नाही, याची तिला खूप काळजी लागली असावी आणि संतापही आला असावा.

तिनं बडवायला सुरुवात केली नि मी पाळण्याभोवतीनं पळू लागलो. तरी ठेंगी पाठीवर, डोक्यात बसतच होती. "कित्ती उशीर ह्यो, कित्ती उशीर ह्यो! कित्ती वाट बघायची मी, आं? कित्ती वाट बघायची मी! रातभर तुझ्या काळजीनं माझ्या डोळ्याला डोळा न्हाई. कित्ती तरास देशील मला!" असं म्हणून वाक्यागणिक तिची ठेंगी माझ्यावर पडत होती. मी ती हातांनी चुकविण्याचा प्रयत्न करीत होतो. पण शेवटी माझं एक बकोटं आईच्या हाताला लागलं नि तिनं मला पुरता ताब्यात घेऊन गुडघ्यांवर भरपूर दणके दिले. "जाशील काय सारखा वऽन वऽन भटकायला?"

म्हणून माझे गुडघे सणकून काढत होती. भरपूर मार खाल्ला.

कंटाळून आईच्या हातातलं ठेंगं पडलं नि तिनं माझ्या रडण्या-ओरडण्यानं उठलेल्या मुलाला पाजायला घेतलं. मी खाली पटकार टाकून वर वाकळ पांघरून पोरांच्या आंथरुणाकडेला पडलो. जेवायला मिळालंच नाही.

रात्री बारापर्यंत माझी वाट बघून दादा मळ्याकडं झोपायला गेलेला. तो सकाळी लौकरच परत आला. "आलाय काय गं आन्द्या?" म्हणतच तो दारातनं आत आला. मी परसाकडंला जाऊन येऊन तोंड धूत होतो. आईनंच लाथ घालून उठवलं होतं.

"आलायं की, कुठं जातंय?" आईनं म्हटलं नि माझ्या काळजाचं पाणी झालं. आता दादाच्या हातात ठेंगं गेलं होतं.

"कुठं गेलतास राती?"

"सेनेमाला." मी बचावण्याचा पवित्रा घेत, हात संरक्षणासाठी वर करत बोलू लागलो.

"पैशे कुठलं?"

"कुठलं न्हाई. मध्यन्तरासनं फुडं फुकट बघिटला."

"तुला पन्नासदा सांगिटलंय न्हवं; जाऊ नको म्हणून? काय?" त्यानं ठेंगं उगारलं.

"व्हय." माझी कबुली.

"मग का गेलास?" म्हणून दादानं तटलेल्या बैलाच्या पाठीत चाबकाचे कोयंडे ओढावेत, तसे माझ्या पाठीवर ठेंग्याचे तडाखे दिले... मरणाच्या कळा आल्या. रडताना आवाजही फुटेना झाला. दादाच्या एका ठेंग्यातच मी अर्धमेला होत असे. आता तर पाऊस पडू लागला.

"अई, सोडा. राती त्येला भरपूर ठेंगी वडल्यात." म्हणून आई मधी पडली; तरी दादा थांबेना; पण ती संधी साधून मी पळालो नि मळ्याकडं गेलो... पोटात सकाळचा चहाही नाही नि न्याहारीही नाही.

दादा-आई माझ्या ह्या सिनेमाच्या वेडानं आणि उपाशी-तापाशी रातभर भटकण्यानं वैतागून गेले होते. त्या दोघांनी ठरवून बडवलं. मला चांगला सरळ करण्याचा त्यांचा विचार असावा.

मला बघून गणपानं मोटंला बैलं जोडली.

"लई रडलेला दिसतोस? बापूनं दिलं वाटतं खर्चाला भरपूर?" मला त्यानं हासत विचारलं.

दुपारचे बारा वाजले. सकाळपासनं पाण्याची दारं मोडून नि वरचं ऊन खाऊन कडकडून भुका लागल्या होत्या. खूप भुका लागल्यानं हातापायांतलं बळ गेलं होतं.

दारं मोडतानाही उभं राहण्याची ताकद नव्हती. कसाबसा वाकून दार मोडत होतो नि मटकन बोदावर बसत होतो. दादा नि आई एकदमच बारा वाजता मळ्याकडं आले. गणपानं मोट सोडली. आनसा ढोरं घेऊन मळ्याकडं आली होती. पाटाकडंनं ढोरं चारत होती.

पाण्याला आट आल्यावर खोपीकडे आलो, तर दादा खोपीच्या दारातच बसलेला. ''ते खुरपं घे नि तसाच उसात जा. पाल्याच्या चार पाती काढून बैलांस्नी घाल. मग जेवायचं. तुला सरडागत वाळीवतो का न्हाई बघ, तुझ्या आयला.''

ते ऐकून कट्ट्यावर पेटीत जेवणाची भांडी ठेवणारी आई गप्पच बसली. मला रडू कोसळलं. भूक कडाडून लागली होती. पोटात तुकडा पडला असता तर मी चाराला आठ पाती दीसभर काढल्या असत्या. पण आता उपासपोटावर चार पानंही काढायला जमली नसती. रडक्या तोंडानं डोळ्यातनं पाण्याची टिपं गाळत मी मातीच्या घागरीतलं गार पाणी घटाघटा दोन तीन झाकण्या प्यालो आणि खोपड्यातलं खुरपं घेऊन दणादणा बाहेर पडलो. आई नुसती माझ्याकडं बघत बसली. तिला माहिती होतं; की मी काल दुपारी बारा वाजता जेवलोय आणि ढोरासारखी कष्टाची कामं दोन दिवस करतोय. पण दादाच्या रागापुढं तिला काही बोलायला येईना.

चार पाती काढायच्या म्हणजे दोन तासांची बेजमी... म्हंजे दोन वाजणार. मरणार तवर आपूण. मेलो तर बरं हुईल. खरं असल्या आई-बाऽच्या पोटाला जल्माला यायला नगं. कवा पोर म्हणून खेळायला सोडत न्हाईत. कवा अंगावर हौसंनं रंगीत कापडं न्हाईत, कवा गावाच्या पोरागत सेनेमाला सोडत न्हाईत का कौतुक न्हाई. जलमभर ह्येंच्यासाठी गड्यागत मरावं लागणार; तवा कुठं ते नुसतं पोटाला घालणार माझ्या. त्येच्यापेक्षा गावाच्यात रोजगार केला तर काय वंगाळ हुणार हाय? कुणा डाक्टराकडं, वकिलाकडं झाडलोट करायला ऱ्हायलो तरी निदान खायाला चांगलं मिळंल. त्येंची पोरं सांभाळता सांभाळता त्येंच्यासंगं खेळायला मिळंल, तिथंच बसून मोकळ्या वक्ताला गोष्टीची पुस्तकं वाचायला मिळतील, सेनेमालाबी जायाला मिळंल.

असे विचार मनात येत होते. कुणाच्या तरी चांगल्या माणसाच्या पोटाला मी गेलो असतो तर त्यांच्या मुलांसारखं जगायला मिळालं असतं असं वाटे. चौथी-पाचवीला असताना चांगल्यांची पोरं शाळेत येत, आपल्या आई-वडिलांविषयी खूप चांगलं बोलत; तेव्हा सगळं कळे. आपलं आईबा असलं नाहीत याचं वाईट वाटे.

रडत रडत स्वत:शीच मोठ्यानं दादाविरुद्ध बोलत पाला कापू लागलो... काय व्हायचं ते होऊ दे, चार पाती झाल्याशिवाय जायचंच न्हाई. मग दुपारचा मोटा धरायचा वकूत झाला तरी होऊ दे; हितंच बसायचं; म्हणून मी सावकाश पाला काढू लागलो. पण अर्धी-अधिक पात झाली असेल तोवर हाक आली.

"आन्दा.'' आई खांडपाटाला आली होती. तिला माझ्याविषयी प्रेम वाटू लागलं की मला ती 'आन्दा' म्हणून हाक मारी. एरवी मी 'आन्द्या'च असे. दादानं 'आन्दा' ही हाक मारल्याचं कधीच आठवत नाही. त्यामुळं गल्लीतली पोरं मला 'आन्द्या'च म्हणत.

माझ्या लक्षात आलं; की आईला माझ्याविषयी पान्हेव फुटलाय. मला जास्तच रडायला आलं नि मी हमसाहमशी रडू लागलो. ती हातात पाण्याचा तांब्या नि भाजी भाकरी घेऊन आली होती.

"खा हे आदूगर.''

"नको मला. मला भूक न्हाई.''

"आरं, खा रं बाबा. कालधरनं उपाशी हाईस.''

"तुझ्या त्या म्हेनत्याला दे जा खायाला. बारा नि बारा चोवीस तास बसून त्येला भूक लागली असंल बघ.''

माझा राग तिच्या लक्षात आला. दादा स्वत: काही काम न करता घरातल्या पोराबाळांना कामं लावतो याचीही कल्पना तिला होती; पण ती त्याला काही बोलू शकत नव्हती.

शेवटी तिनं मिणत्या मिणत्या केल्या; परोपरीनं सांगितलं नि भाजीभाकरी खायला लावली. आतून खूप भूक लागलेली असल्यामुळं मला ती हवीच होती. टिपं गाळत मी ती खाऊ लागलो. आई माझ्याकडं बघत मला सांगत होती :

"काय म्हणून एवढं जिवाचं हाल हाल करून सेनेमाला जाईत असशील? एवढं मालक मारतोय, मला तुझ्या अशा वागण्याचा कावकिक्क येतोय, रोज दिसभर राबतोस नि रातचं उपाशीच पळतोस. एवढं काय मिळतंय तुला त्या सेनेमात?''

... मला सिनेमात काय मिळतंय ते सांगता येत नव्हतं. पण एवढा मार खाऊनही, उपाशी राहूनही मला सिनेमाला जावंसं वाटत होतं; हे अगदी खरं खरं होतं.

सिनेमाला पैसे मिळवायच्या सगळ्या वाटा बंद झाल्या होत्या. आई तर महिन्या-पंधरा दिवसांतनं दोन पैसे, एक आणा देत होती. त्याच्या आधारानं पैसे मिळविण्याचा दुसरा एक नाद मला लागला. मोटा बारा वाजता सुटल्या की जेवणं करून सगळी घटकाघटकाभर उन्हाचं पडत. उन्हाचा भर कमी झाल्यावर उठून पुन्हा उद्योगाला लागत.

या दीड-दोन तासांच्या वेळात मला झोप लागत नसे. सिनेमा बदललाय किंवा काय याची जिज्ञासा असे. मळा तर गावंदरीकडंला. पळत गेलं तर पंधरा मिनिटांत थिएटर येई. म्हणून हळूच मी दुपारी जो तो सावलीला पडल्यावर; ओढ्याकडं

गाढवं आल्यात का बघून येतो म्हणून; कुणी जागं असेल तर त्याला सांगत होतो नि तसाच गावात धूम ठोकत होतो... सिनेमा बदललेला असला तर त्याचं पोस्टर पोटभर बघत होतो. पोस्टरातला प्रसंग मनात जिवंत करत होतो. कल्पनेनं संवाद घडवत होतो. त्यातल्या माणसांच्या हालचाली मग मनासमोर जिवंत होत होत्या. त्या तंद्रीत परतत होतो. पण परतताना पळत येण्याची घाई नसे.

वाटेवर शेखशेराचा दर्गा होता. शांत जागा. जराशी उंचावर. पायऱ्या चढून वर जावं लागे. चारी बाजूंनी चिंचेची झाडं वर दाही दिशांनी पसरलेली. जातायेताना तिथं पडलेल्या चिंचा हमखास मिळायच्या. म्हणून तिथं माझी एखादी फेरी असे. एखादं बुटूक तोंडात टाकून चोखत चोखत जायला बरं वाटे. तिथं कमानीच्या आत 'चांद-साहेब बिडी'च्या कारखान्याला बिड्या पुरवणारे अनेक मुसलमान लोक बिड्या वळत बसलेले असत. एखाद्या आडोशाच्या कमानीत उन्हात इस्पिटांचा जुगार चाललेला असे. कुणी दुसऱ्या बाजूला आडीनं पैशांनी खेळत असत. तो खेळ बघण्यात, त्यातली हारजीत बघण्यात वेळ कसा जाई ते कळत नसे. भान हरपून मी ते बघे.

...आता ह्येचा डाव कसा पसरतोय, ह्येला आडीत पैसे किती भरतील, ह्येला अडचणीतला पैसा कसा मारायला सांगतील, आता ह्येचा बच्चा कसा पडंल, आता ह्यो डाव कसा मारंल, पैसा नेम धरून मारायचा कसा चुकला, ह्येला डाव कसा लागायला पाहिजे हुता, ह्येचं पैसं गेल्यात म्हणून ह्येचा चेहरा कसा रडवा झालाय; हे सारं मी माझ्या मनातल्या मनात कल्पना करत, त्यांचा हुरहुरता आनंद घेत बघत होतो.

जवळ एखादी गिन्नी असे. दोन तीन सुटे पैसे असत. विशेषत: पोरं आडीनं खेळताना बघून असं वाटे की, आपणाला तो डाव अचूक लागेल. एखादा जरी डाव लागला तरी एका सिनेमाचे पैसे मिळतील... देव आपणाला डाव जितून देईल. आपूण एवढं हाल सोसतोय, कष्टानं एखादा आणा मिळवतोय; तर देव आपला एक आणा घालवणार न्हाई. उलट आपल्या मनातलं त्याला कळंल नि त्यो एखादा डाव आपल्याला देईल. तेवढाच घेऊन आपण मळ्याकडं पळायचं. असा काही तरी मनात विचार येऊन मी एखादा डाव खेळू लागलो. एखादा डाव मिळू लागला. पुष्कळ वेळा पैसे जाऊच लागलं.

तरीही पैसे मिळवण्याचा हा सोपा मार्ग दिसू लागला. पुष्कळ वेळा गेलं तरी एका डावात तीन-चार आणे मिळतात आणि त्यात एखादा सिनेमा बघून होतोय. मग तीन- चार डाव एक एक आणा गेला तरी हरकत न्हाई; एक एक आण्यात काही सिनेमा होत नाही; असं गणित घालून मी खेळू लागलो. हळूहळू खेळण्याचा सराव झाल्यावर डाव बरोबर लागतील, असंही वाटू लागलं.

नाद वाढत चालला. कधी माळाला ढोरं राखताना, उन्हाचं सावलीला सगळी

पडल्यावर, मी एकटाच कोणत्या तरी कालांनी; जवळ सुटे दोन-तीन पैसे असतील तर त्यांनी खेळू लागलो. या एकट्या खेळण्यानं माझा टप कालांवर बरोबर बसू लागला. तीन-चार वावांवरून 'मारत्या'नं अचूकपणे 'काल' उडवता येऊ लागली. हे जसं वाढत चाललं तसं माझं खेळणं वाढत चाललं. पुष्कळ वेळा पैसे मिळू लागले नि सिनेमा बघणं पुन्हा वाढू लागलं. कधी कधी इस्पिटानंही खेळू लागलो. पण त्यात मला गती मिळवता येईना. पैसे फार जात. हळूहळू 'इस्पिटं ज्याची आहेत त्याच्या ओळखीची पानं असतात.' ही समजूत खरी वाटू लागली नि माझा तिकडचा कल कमी झाला.

मी एवढा एवढासा असूनही आडीनं खेळण्यात तयारी मिळवली याचं कौतुक शेखशेरातल्या अनेक मोठ्या माणसांनाही वाटू लागलं. कधी उरसात 'पटा'चे जुगार येत. भिंगरी, चक्र यांचे जुगार येत. त्यावरही पैसे लावून खेळू लागलो. पण हे क्वचित येत. नेहमीचा खेळ म्हणजे 'आडी'चा खेळ. हा नाद इतका लागला; की रोज दुपारी मी; आडीनं कुणी खेळतं किंवा काय याचा शोध घेत गावातनंही हिंडू लागलो. ढोरं राखतानाही बटनांचा, कण्हेऱ्यांचा, इतर कशाबशाचा खेळ, खेळून त्या काला पोरांना 'पैसे' घेऊन विकू लागलो नि पैसे साठवू लागलो. त्याचं वेड लागलं.

सिनेमा सुटत नव्हता. आवडलेला सिनेमा तीन-तीन वेळा बघत होतो. मात्र पैसे जवळ असल्यावर मी एक करी. गावात आल्या आल्या 'आलो' म्हणून सांगत होतो नि पहिल्या साडेसातच्या खेळालाच जात होतो. म्हणजे उशिराच्या जेवायच्या वक्ताला "कुठं न्हाई; गल्लीतच बोलत बसलो हुतो. जरा उशीर झाला" म्हणून परत येऊन सांगत होतो. जेवायला बसत होतो.

पण माझ्या या पैशांनी खेळण्याच्या नादाचाही दादाला पत्ता लागला. मी रतन जकात्याचा पोरगा याची प्रसिद्धी माझ्या या नादामुळं; आडीनं खेळणाऱ्या सगळ्यांना झाली होती. अधनं-मधनं दादाला हे कुणीतरी सांगे. दादा मला विचारे; पण मी दाद लागू देत नसे. "दुसऱ्याचे पैसे घेऊन त्याला जितून देत हुतो" म्हणून सांगे. किंवा आणखी काहीतरी सांगे; नाकबूल करी.

"एकदा कवा तरी खेळलो हुतो; तेच ही माणसं सारखी तुला सांगत्यात" असं म्हणे.

हे पोरगं खेळेनासं झालं की आपल्याला डाव मिळू लागतील या कल्पनेनंही बरेच जण म्हणत, "रतनूदा, तुझ्या पोराला काय भिकारचोट नाद लागलाय ह्यो! ईळभर नुसतं पैशानंच खेळतंय. पैसे लई झाल्यात व्हय तुला?"

"न्हाई रं. पोरगं दीसभर मळ्यातच असतंय."

"अंऽ कल दुपारी मी शेखशेरात बघिटलं नि." दादाला हे खरं वाटत नसे.

कारण मी मळ्यातच दीसभर असे. दुपारी उन्हाचं इस्वाट्याच्या वेळी जाऊन येतोय, त्याचा त्याला पत्ता नसे. म्हणूनही ''मी न्हाई बा पैशांनी खेळत.'' ही माझी थाप पचत असे.

उरूस संपून गेला होता. तरी गावात एक जुगाराचा पट मुक्काम ठोकून होता. जवळ चार आणे होते ते घेऊन सकाळीच मळ्याकडं जायचं ते पटाकडं जाऊन खेळत होतो. डाव इतका रंगला होता की, मी पैसे टाकेल त्या घरावर जीत येत होती. सरासर पैसे गोळा करत होतो. तयारीच्या खेळ्याप्रमाणे पैसे समोरच ठेवत होतो. माझा तो डाव बघत बरीच माणसं भोवतीनं बसली होती. एका चमड्याच्या डबड्यात 'बदाम, इस्पिक, चौकट, टोपी, नांगर' असलेले चौकोनी गोळे घालून पुन्हा पुन्हा हलवले जात होते आणि ते डबडं पालथं घातलं जात होतं. मग आम्ही त्या चित्रांवर पैसे लावत होतो. डबडं पालथं घातल्यावर दोन घरांवर मी अंदाजानं पैसे लावे. त्याचं गणित कसं जमलं होतं मला माहीत नाही; पण एखादा डाव मी हरत होतो; एरवी फक्त पैसेच गोळा करत होतो. माणसं चित्रासारखी बघत होती. डबडंवाला मालक जेरीला आला होता. दहा-बारा रुपयांचा खुर्दा मी गोळा केला होता. मला त्याची दारू चढल्यासारखी झाली होती. आठ आठ आणे मी खेळू लागलो. आठ आणं मिळवायला एका बाईला दीसभर मजुरी करावी लागे आणि मी तर सहज आठ आणे लावत होतो. माणसं बघतच होती. मी ज्या घरावर पैसे लावे त्याच घरावर आपण पैसे लावत होती.

हे बघून, शेजारी चिंताग्रस्त बसलेला डबडेवाल्याचा धाकटा भाऊ वैतागला नि गोळे खुळखुळायला तो बसला. एकदोन डाव त्याच्या खेळीवर मी खेळलो- तर माझे पैसे जाऊ लागले. मला भीती वाटली की आता माझे पैसे जातील. मला हळूहळू काळजीनं घाम येऊ लागला. दोनतीन डाव पुन्हा खेळल्यावर लक्षात आलं की आता उठावं. मळ्याकडंही जायला उशीर झाला होता. कदाचित दादा हुडकत येईन नि सगळेच पैसे जातील...

''जातो बाबा, मळ्याकडं जायचं हाय.'' म्हणून मी पैसे गोळा करू लागलो.

''अजी. खेळो दोन डाव. काय कू गडबड करतंय. तगदीर का खेळ है.'' असं काही तो बोलला.

मी जाणार म्हटल्यावर इतरांनाही जे खेळताना पैसे मिळत होते; त्यांनाही वाटू लागलं की मी दोन डाव खेळावेत.

मी पुन्हा खेळू लागलो. जाणं-येणं सुरू झालं. पुन्हा पैसे जाऊच लागले. मग चिडून रुपाया रुपाया लावू लागलो.

पाठीमागनं पेकाटात एक लाथ खच्चू बसली नि मी पुढं बदाककरून पडलो. दादा पाठीमागं आला होता. माणसं अनपेक्षितपणे हे सगळं बघू लागली. चारपाच

रुपयांचा तरी खुर्दा माझ्या पुढ्यात होता. तो उचलून खिशात घालणंही मला शक्य नव्हतं; कारण दुसरी लाथ पेकाटात बसली होती.

"ऊस मराय लागलाय की तिकडं. पाणी कुणी पाजायचं?" म्हणून दादा चिडला होता. लोकांनी त्याला आवरला. मी दन्नाट घराच्या दिशेनं पळालो. दादानं माझा खुर्दा गोळा केला होता. आपल्या खिशात घालून मागोमाग येत होता. दहा वाजून गेले होते. न्याहारीचा वकूत होऊन गेला होता... मला वाईट वाटत होतं. "उठावंसं वाटलं होतं त्याच वक्ताला उठलो असतो तर बरं झालं असतं. निदान पैसं तरी आपल्या ताब्यात मिळालं असतं." असा पश्चात्ताप झाला. पण पैसे गेले ते गेलेच. दादाकडं मी ते कधीही मागू शकलो नाही. त्याला वाटलं होतं मी त्याचे पैसे चोरूनच जुगार खेळायला गेलो होतो. पण ते खरं नव्हतं... खरं नव्हतं; पण त्याला ते पटतही नव्हतं. माझाही सिनेमाचा नाद कमी होत नव्हता.

दिवस जात होते. शेतातल्या कामाला चोवीस तास जुंपला गेलो. दुसऱ्या दिवशी मी काय काय करायचं; गणपानं काय करायचं, हे आधल्या रात्री ठरलेलं असे. मी आणि गणपा रातचं घराकडं जेवायला गेलो की गणपा जेवून आमच्या घराकडं येई; त्याच वक्ताला उद्याची कामं नेमून दिली जात.

शाळेचा विषय आता जुना होत चाललेला. पुन्हा तो उकरून काढण्याइतकी धमक माझ्याजवळ नव्हती. नुसता माराचा धनी झालो असतो.

गणपाबरोबर मळ्यात वस्तीला जाताना मधूनच वाटे; की सिनेमा बघून यावं. हळूच मी गणपाला म्हणे, "गणपा, तू हो फुडं. मी जरा सेनेमाची पोस्टरं बघून येतो."

"नगं, गऽप चल मळ्याकडं. न्हाईतर सकाळी बापूला सांगून टिप्पिरं द्यायला लावीन."

गणपा मला असा दम देई. सिनेमाच्या थिएटराकडं फिरकायलाही परवानगी देत नसे. दादानं माझी सगळी जबाबदारी त्याच्यावर सोपवलेली. मला काही रात्रीचं कमीजास्त झालं; तर दादाची त्याला बोलणी खावी लागणार होती.

आठ-पंधरा दीस गेले.

दिवसभर गणपा नि मी कामं करत होतो. दुपारी मोटा सुटल्यावर बैलांना मीच वैरणी टाकल्या. सगळ्या जनावरांना मीच अर्ध्या-पाऊण करत बारड्या भरून पाणी दावलं. सांजची वैरण मीच मोट सुटल्यावर तोडली. बैलांची धावंवरची शेणं भरून आणली. – ही सगळी गणपाची कामं. त्यानं न सांगता मी केली. दीसभर त्याला खूष ठेवला.

रात्री जेवणं करून गावातनं मळ्याकडं येताना विषय काढला, "गणपा, आपूण सेनेमाला जाऊया? लई चांगला हाय."

"नगं रं बाबा. बापू अचानक रातचं मळ्याकडं कवा येईल त्येचा पत्त्या नसतोय. एखाद्या वक्ती आलाबिला म्हंजे माझ्या डोस्क्याचं क्यास पायताणानं काढंल. गऽप चल मळ्याकडं."

"मग तू जा मळ्याकडं. मी जाऊन येतो. तुला न्हाई ते न्हाई; निदान मला तरी गुमान सेनेमा बघू देत जा."

"आन्दा, गुमान मळ्याकडं चल. रातचं इरंचं रानावनातली सापकिरडुकं बाहीर पडत्यात. अंधारात तुझा कशावर तरी पाय पडला; तर हुत्याचा न्हवता हुशील. बापूला, वैनीला काय वाटंल? जरा तरी आई बाऽचा इचार करत जा. तू असं रातचं इरचं हिंडताना किती काळजीत ठेवतोस त्यांस्नी? पत्त्या तरी असतोय काय तुला?"

"आजचा दीस जाऊ या गा. तुझं तू तिकीट काढ, माझं मी तिकीट काढतो."

"खुळा हाईस. मला न्हाई परवडायची असली थेरं."

"का?"

"आता काय सांगू तुला? दीसभर राबतोय तवा कुठं मला बारा आणं मिळत्यात. त्यातलं दाण्णदिशी तीन आणं सेनेमाला जायचं म्हंजे बाई माणसाचा अर्ध्या दिसाचा पगार जायचा. परवडायचं कसं हे माझ्या सारख्याला?"

माझ्या ध्यानात आलं की आपण सिनेमाला जातोय हे गणपालाही पसंत नाही.

आम्ही रात्री पुढं आल्यावर तासा-दीड तासानं दादा कधी कधी अचानक मळ्याकडं वस्तीला येई. दादाचा राग गणपालाही माहीत होता. माझं वयही पोरकटाचं. अशा वेळी मला एकटं सिनेमाला सोडणं जोखमीचं होतं. मळ्यातनं गावात जायचं नि गावातनं पुन्हा मळ्याकडं यायचं म्हणजे माझ्या वयाच्या दृष्टीनं जोखमीचं होतं. मळा आणि गाव यांत दोन तीन फर्लांगाचा भाग मोकळा. तिथं वस्ती नव्हती. वाटेवर जुना किल्ला आणि 'पांद' ही दोन्ही ठिकाणं भुताखेतांची. आठपंधरा दिवसाला भुताखेतांचे सालणे तिथं पडायचे. अशा वेळी मला एखादं भूत लागीरलं, मी भिऊन गेलो तर नसती बलामत व्हायची. याचीही भीती गणपाच्या पोटात होती.

पण एखादा सिनेमा चांगला येई. त्याची गल्लीतल्या दोस्तांनी सांगितलेली कथा मनाला भिडलेली असे. तो सिनेमा पाहिल्याशिवाय मला चैन पडायचं नाही. त्याचा विचार करत रात्री बारा वाजेपर्यंत मी जागाच राहायचा.

'संत ज्ञानेश्वर' हा प्रभातचा सिनेमा लागला होता. त्याच्याविषयी खूप ऐकलं होतं. मन उडून गेलं होतं. दिवसभर गणपाजवळ सिनेमाचा विषयच काढला नाही. रात्री जेवणं करून लौकर मळ्याकडं परत आलो. जवळ पैसे होते ते वाजू नयेत अशा बेतानं धोतराच्या गाठीत बांधून ठेवले होते. मळ्यात आलो नि "कट्टाळा आला बाबा, मी निजतो आता." म्हणून निजल्याचं सोंग केलं. गणपानंही हातरी

आंथरून तिच्यावर वाकळ टाकली. पायशाला घोंगडं टाकून, तो बैलांना वैरण घालून चिलीम ओढायला बसला. चिलीम ओढणं म्हणजे झोपण्याच्या अगोदरचा त्याचा रोजचा कार्यक्रम. मी उगंच एक डोळा त्याच्यावर ठेवून पडून राहिलो.

तो अंथरुणावर पडला. उशाचा कंदील विझवला. खोपीत अंधार झाला. सामसूम झालं. हळूहळू पाखाड्यातली उंदरं चिरचिर करत, भांडणं काढत पाखाड्यातनं, डोणीतनं, कट्ट्यावरनं हिंडू फिरू लागली. पांघरूणावरनं इकडं तिकडं जाऊ लागली. तरीही गणपा गप्पच. म्हणजे निजला असणार असं समजून मांजराच्या पायांनी मी उठलो. हळूच बाहेर गेलो. घटकाभर चाहूल घेतली. तरीही गणपा गपगार... हळूहळू पांदीला लागलो. दोन कासरं खोपीपासनं लांब गेल्यावर वाऱ्यागत सन्नाट पळालो नि थिएटर गाठलं.

सिनेमात रमून गेलो. बघताना भान हरपून गेलं. माझ्या वयाच्या मुलांमुलींचे हाल बघवेनात. मी हमसाहमशी रडू लागलो. ज्ञानेश्वरांच्या गावाला जावं, त्या पोरांबरोबर आपणही राहावं, हिंडावं, त्यांना मदत करावी असं वाटू लागलं. सिनेमा कधी संपला याचा पत्ताच लागला नाही. गदगदल्या मनानं डोळं पुसत बाहेर पडलो... आपलंबी असंच व्हावं. दादा आपल्याला असाच त्या भटजी-पंडितासारखा छळतोय. आपूनही अशीच निवांत समाधी घ्यावी. जिवाचा जाळ तरी न्हाईसा हुईल. न्हाईतर ज्ञानेश्वरांच्या आई-बासारखं नदीत, हिरीत पडून जीव द्यावा... त्या आई-बांऽनी पोरांसाठी जीव दिला नि मी आई-बाऽच्या जाचाला कट्टाळून जीव देतोय. काय हे माझ्या नशिबाला आई-बाऽ आल्यात. त्येच्यापेक्षा आणखी कुणाच्या तरी पोटाला आलो असतो तर बरं झालं असतं. निदान त्या आई-बाऽ नी माझं शिक्षेण तरी पुरं केलं असतं. मनाला यील ते शीक म्हणालं असतं...

तंद्रीत गावाच्या बाहेर येऊन थांबलो. गाव संपेपर्यंत मागंपुढं माणसं होती. त्यांच्या सोबतीसोबतीनं अंतर ठेवून जात होतो. पण आता सगळं सामसूम दिसायला लागलं. चांद उगवून वरती कासराभर आला होता. अंधूक अंधूक दिसत होतं.

भुतांची वस्ती सुरू झाली होती... किल्ल्याच्या बुरुजावर जाऊन ती गावाकडं बघत बसली असतील. हिरीत पडून मेलेली चांभारीण आणि आंबी पांदीत येऊन टेहळणी करीत असतील.

अतिशय घाबरून गेलो. घराकडं जाणं शक्य नव्हतं. दादा घरात झोपला होता. कायबी झालं तरी मळ्याकडं गेलं पाहिजे. राम, राम, राम, राम, राम, राम... मनाचा धडा केला नि भिंगरीच्या पायांनी वारं होऊन पळालो. किल्ला, पांद, विहीर, उंबराचं झाड, त्याच्याखालचा काळोख मोटारीच्या गतीनं मागं सरकत होता, येऊ येऊस्तवर मागं जात होता.

खोपीसमोरच्या माळावर आलो नि जिवात जीव आला. अगदी खोपीसमोर

आलो नि मगच मागं बघितलं. हायसं वाटलं. धोतर आवरूस्तवर दम नव्हता. अर्धं धोतरात; अर्धं बाहेर मुतलो.

खोप शांत होती. गणपाची चाहूल घेतली. गणपा गाढ झोपेत असावा. तसाच चोरासारखा गुमान आत शिरलो नि धोतर, पटका, कुडतं उशाला काढून आंथरुणावर आडवा झालो... आयुष्यात केलेलं पहिलं मोठं धाडस होतं. भुतांना भीक न घालता त्यांची फळी फोडून पार झालो होतो.

सकाळ झाली. गणपानं हाक मारल्यावरच जाग आली.

"आन्द्या, ऊठ रं, हाय तेवढं पाणी उडवायला पाहिजे."

डोळं चोळत उठलो. गणपा आपल्याच तंद्रीत बैलांना वैरणी टाकत होता. मी पाण्याचा हात तोंडावरनं फिरवला नि बुट्टी घेऊन गोठ्यातल्या शेणाच्या पोवट्या उचलू लागलो. गणपा खोपीत गेला नि मोट डोईवर घेऊन विहिरीकडं चालला... आपूण सेनेमाला गेलेलो ह्येला पत्त्याच दिसत न्हाई.

सिनेमाची आठवण झाली नि पुन्हा मनातनं 'संत ज्ञानेश्वर' फिरू लागला... दिवसभर फिरत होता. गणपाला, दादाला, आईला त्याचा पत्ताच नव्हता. एक गुपित मनात दडवून मी सुखानं वावरत होतो. वाटत होतं; आता जवा कवा सेनेमा बघायला जावंसं वाटंल तवा असंच जायाचं. भुतं काय करत न्हाईत. दादाला पत्त्या लागणार न्हाई नि गणपालाबी दूम लागू द्यायचा न्हाई. देव आपल्या पाठीवर हाय...

पण माझा कट फार दिवस टिकला नाही. तिसऱ्या वेळेलाच सापडलो.

"राती कुठं गेलातास रे?"

"कवा?" माझं बिंग फुटलं वाटतं...

"मध्यान रातचं."

"हां! तवा व्हय? परसाकडंला गेलो हुतो. पोटात कळ कराय लागली हुती. म्हणून उठलो नि गेलो."

"एवढा उशीर?"

"कळच थांबंना; म्हणून परसाकडंला बसल्या जाग्यासनं उठवंना झालंतं."

"हितं माझ्या म्होरं पुड्या लावू नगंस. पुन्ना का जर गेलासबिलास तर बापूला सांगीन नि पिट्टा पाडायला लावीन."

"पण गणपा, मी परसाकडंला गेलो हुतो."

"गप गप. शाणा हाईस. मला बनीवतोस व्हय?"

तेवढ्यावरच मिटलं होतं. पण मधला एक डाव चुकल्यावर प्रत्यक्ष गणपाच मध्यंतराच्या वेळी माझ्याजवळ येऊन बसला होता... सगळं बिंग फुटलं होतं. माझ्या काळजीनं तो मला न्यायला आलेला.

न्यायला आला तरी भोवतीचं सगळं विसरून घटकाभरानंच मन पुन्हा सिनेमात

रमून गेलं... सिनेमा होता तरी त्यातली माणसं खरी वाटत होती. मनाला जवळची वाटत होती. माझ्या जिवासंगं नातं जोडत होती. जगात जगताना ती माझ्या भोवतीनं असावीत असं वाटत होतं. त्यांच्यासारखं आपणही मनापासनं जगावं, असं होऊन जात होतं. दादा, गणपा, गस्तेमास्तर, पुस्तकाचे दुकानदार शहा, गजा मुजुमदार– सगळे खोटारडे वाटत होते. सिनेमातल्यासारखी चांगली चांगली माणसं गावात असावीत, असं वाटत होतं.

रानातली कष्टं उपसत होतो. आनसाबाई किंवा हिराबाई संध्याकाळी म्हसरं घेऊन घराकडं जात होती आणि मला गणपाबरोबर मळ्यातच डांबलं जात होतं. त्याच्याबरोबर मी घराकडं जेवायला येत होतो. गणपा मला घरात सोडत होता आणि आपण आपल्या घराकडं जेवायला जात होता. मग पुन्हा परत येऊन मला मळ्याकडं वस्तीला घेऊन जात होता. मी अगदी कैद्यासारखा झालो होतो.

दीसभर कुळव हाणत होतो, पाणी पाजत होतो, बैलांना पाला कापत होतो, खताच्या बुट्ट्या विस्कटत होतो, शेणं भरून गोठा साफ करत होतो... सारखी कामं सुरूच होती. आंबून जात होतो. घर ते मळा नि मळा ते घर एवढंच माझं जग झालं होतं. सिनेमाचं जग, पुस्तकांचं जग, गल्लीतलं जग, शाळेतलं जग माझ्यापासनं तोडून टाकलं होतं. मला कंटाळा येऊ लागला. वैतागून जाऊ लागलो... जलमभरच आपल्याला आता असं मरावं लागणार. कष्ट कष्ट करतच आपूण जाणार. आईबासाठी नुसतं आपूण राबायचं. मर मर मरायचं... सारा जलम असाच या मळ्यात जाणार. घाटग्याच्या दिन्यासारखी माझी अवस्था हुणार. पंधरा पंधरा दीस मला आता आंघूळ मिळणार न्हाई. डोसक्यात उवा हुणार. अंगावर मळीचं किटान साठणार. अंगाचा तर वास ढोराच्या शेणा-मुतासारखा कायम मारतोय. हाताला कायम शेणाचा वास येतोय. आपल्या बोटांच्या नखात कायम श्याण असतंय. त्येनंच आपूण जेवतोय... पोटात आता जलमभर असंच श्याण जाणार.

अशा माझ्याच विषयीच्या पुढं घडणाऱ्या घटनांच्या अनेक कल्पना करत, मी रातचा अंथरुणावर पडलेला असे. कधी झोप लागून दीसभर आंबून गेलेल्या अंगाचा दगड होऊन जाई याचा पत्ता लागत नसे.

"आन्द्या, ऊठ रे. पाऽट झाली. बैलांस्नी मी वैरण टाकतो, तवर शेणं भरायला लाग. मागनं मी लोटत येतो." गणपा मला भल्या पहाटेच हाक मारी नि माझा डोळा उघडता उघडत नसे. शरीराला तेवढी झोप पुरीच होत नसे. तरीही एका विस्तीर्ण माळावरच्या मळ्यात मी उठून बसलेला असे. बैलांची शेणंघाणं काढून दीस उगवायला स्वत:ला कामाला जुंपून घ्यावंच लागे...

◆

१०

गणपाची नि माझी गट्टी जमत गेली. त्याच्या संगतीची गोडी लागली. मळ्याकडं जातायेता तो मला कहाण्या सांगू लागला. त्याच्याजवळ लोककथांचा साठा होता. राजाराणी, आवडती राणी, नावडती राणी, राक्षसिणी, ढोरंराख्या मुलाचे पराक्रम यांच्या गोष्टी, गुलबकावलीच्या गोष्टीसारख्या असलेल्या अद्‌भुत गोष्टी, सैतानाच्या कथा तो सांगे. त्याच कथा मी गल्लीतल्या पोरांना सांगू लागलो.

गणपानं सगळी औतं मारायला शिकवली. सापत्या, जुंपण्या कशा लावायच्या, नांगर कसा धरायचा, गाडीला बैलं कशी जुंपायची, कुळव-कोळपं, दिंड-बांडगं कसं मारायचं याची शिकवणूक त्यानं दिली.

मोट मारायचे अवघड आणि जोखमीचं काम होतं. विहीर अतिशय खोल होती. उन्हाळ्यात तिचं पाणी तळाला गेलेलं असायचं. वरनं पाणी बघताना काही दिसायचं नाही. 'तिच्यात साती आसरा हाईत. दोन-तीन वर्सांला एक तरी माणूस त्यांस्नी लागतं.' अशी तिची गावभर किनया होती. आणि आता तर तीन वर्षं होत आली होती. मनातल्या मनात त्या विहिरीबद्दल भीती वाटत होती. गावंदरीकडंला विहीर असल्यानं सासुरवासाला, नवऱ्याच्या जाचाला कंटाळलेल्या बाया त्या विहिरीत जीव द्यायच्या. चटकन जीव द्यायला ती सोपी जागा होती. आंघोळ करायला आलेले, पोहणारे एक-दोन पुरुषही त्या विहिरीत मेले होते. त्यांचं गूढ कायम होतं. त्यामुळं त्या विहिरीच्या आराला 'दोन-तीन वर्सांतनं माणूस लागतं' अशी गावभर झालेली आवई खरी वाटत होता. अशा विहिरीत उन्हाळ्यात मोट

मारायला शिकणं म्हणजे अवघड होतं.

"उगंच मोट मारायला गडबड करू नगं." दादाला कळल्यावर तो म्हणाला.

"का?"

"जीव केवढा तुझा? तुझ्या हातनं भरल्या मोटंचा नाडा तरी रेटंल काय? आतडी गळ्याला येतील आणि हीर कसली हाय ही! मोटक्याला पैल्यांदा पवायला आलं पाहिजे. मग मोट. उगंच घाई करू नगं. पालीसारखा कुठं तरी चिरडून जाशील."

दादाचं हे म्हणणं खरं होतं. त्यानं तशी गणपाला ताकीदही दिली. पण गणपानं मी विनाकारण मार खाऊ नये, माझा जीव मळ्यात लागावा म्हणून माझ्या मनात शेतकामाविषयीची आवड वाढवून ठेवली होती... "तुला कुळव माराय शिकीवतो, तुला नांगूर माराय शिकीवतो, मोट माराय शिकीवतो." असं तो म्हणत असे. आणि ते ते औत जुंपलं की मी त्याच्यामागं तो लकडा लावत असे. उसात पाणी पाजणं ही किरकोळ पोरांची कामं. मोटक्याच्या जिवावर सगळा मळा सोडलेला असतो. मळ्यातला कारभारी तोच असतो. शिवाय पाण्याकडं हातपाय चिखलात घालून ताटकळत सारखं उभं राहावं लागायचं. वरनं ऊन नि खालनं पायात चिखल आणि पाणी. पाय उखमरून पाण्यातल्या मढ्यासारखं व्हायचं. ताटकळून पाठवान आणि कंबारडं दुखायचं. तशात ऊस उंच आला की कोल्ही, रानमांजरं, ढामणी, साप यांचं भय वाटायचं. भुसुकदिशी ती एकदमच समोर यायची. उन्हाळ्यात रानाला भेगा पडल्या नि त्यात पाणी गेलं की त्यातनं विंचू निघायचे. ते पायावरनं चढून चड्डीत नि दारं मोडताना कुडत्यावर चढून अंगावर कधी जायचे पत्ता लागायचा नाही.

एकदा कुडत्याच्या हातोप्यातनं आत गेलेला विंचू मला प्रथम दंडावर, नंतर पाठीवर आणि तिथंन खाली कमरेच्या वरच्या बाजूला असा तीन ठिकाणी चावला. तो कधी आत गेला होता हे कळलंच नाही. कुडत्याच्या हातोप्यात काही तरी वळवळायला लागलंय, म्हणून दुसऱ्या हातानं मी हातोपा झाडला; तर झाटदिशी दणका बसला नि मरणाच्या कळा आल्या. मला वाटलं तेल मुंगीच कुडत्यात शिरलीय. वळवळत ती दंडावरनं पाठीवर सरकली. वाटलं तिथंच चिरडून मारावी म्हणून तिला चाचपायला हात खांद्यावरनं पाठीवर वळवला नि चाचपू लागलो तर दुसरा झटका असा बसला; की अर्धमेला झालो. काय आहे ते कळेच ना. पण पाठीवर गेलंय तर मागनं कुडतं झटकावं, म्हणून चड्डीच्या आत मागनंपुढनं खोवलेलं कुडतं काढायला लागलो. ते काढूस्तवर कमरेच्या वर तिसरा झटका बसला. हे कसं बघू बघूस्तवर होत होतं.

मी चलाखीनं, चावलेल्या तिसऱ्या जागी हात घातला नि चिमटीत काही तरी

गावल्यासारखं झालं. ते तसंच तिन्ही चारी बोटात धरून चिरडायचा प्रयत्न केला. अंगासरशी रगडताना एक पुसटसा दंश बसलाच. मग मात्र अंगाबरोबर ते न रगडता चिमटीत तसंच धरून गणपाकडं धावत धावंवर गेलो.

"गणपा, माझं मागच्या बाजूनं कुडतं उचलून चिमटीत काय हाय तेवढं हळूच काढ गा. मरणाच्या कळा यायल्या लागल्यात" मी रडत बोललो.

गणपानं कुडतं उचलून बघितलं तर माझ्या चिमटीत बरोबर नांगीच्या बुडात चिमटीत धरलेला, काळाभोर, जवळजवळ मेलेला विंचू. त्यानं तो तसाच कुडतं लांब करून झटकायला सांगितला नि चाबकाच्या कोयंड्यानं त्याला भुईसंगं चिरडला.

तो विंचू आहे असं कळलं आणि मला घाम फुटला. सुन्न होत, मुंग्या येत जाणारा दंड जास्तच कळा उठवू लागला. पाठवानभर कळा पसरू लागल्या नि माझा आकान्त सुरू झाला.

मळ्यात मी आणि गणपा दोघंच. गणपानं मोट तिथंच सोडली नि माझ्या बखोट्याला धरून तो गावाकडं निघाला. माझी वरात रडत, हंबरत गावातनं चाललेली. माणसं उभी राहून बघू लागली.

"आरं, काय झालं?"

"इच्चू चावल्यात." गणपा.

"इच्चू चावल्यात? असं किती चावलं?"

"एकच इच्चू; पर तीन चार जागी चावलाय."

"इपरीतच म्हणायचं!" माणसं माझ्या अवताराकडं डोळ्यांत दयामाया आणून बघायची.

तसाच मला मांगवाड्यात नेला. बंडा मांग विंचवाचं औषध देत होता. त्याच्या छप्पराकडं गेलो. तर तो कुठं गावात कशाला तरी गेलेला. त्याच्या बायकोनं हे तपास, ते तपास, गाडगं तपास, गठळं तपास केलं; पण तिला औषध सापडेना. तिनं एका पोराला आमच्या घराकडं नि एका पोराला बाजार पेठंत बंडाम्माला बोलवायला पिटाळलं.

आमचं घर जवळच होतं. आई धावत आली. घाबरीघुबरी झाली होती. तोपर्यंत बंडा मांगही आला. त्यानं कुठला तरी पाला हातावर चोळून मला हुंगायला दिला. तो हुंगीन तशा शिंका येऊ लागल्या. आणि शिंकेसरशी विंचू उतरू लागला. शेवटी पाठवानातल्या नि दंडातल्या मुंग्या गेल्या; पण चावलेली प्रत्येक जागा ठणकत होती. त्या जागांवर काही तरी लावलं; पण त्याचा काही उपयोग झाला नाही. मांगवाड्यात; एकच विंचू तीन चार जागी चावला म्हणून मला बघायला हीऽ गर्दी.

आईनं मला घराकडं नेलं नि उनउनीत चहा करून दिला नि निजायला सांगितलं.

तोपर्यंत दादा कुठनं तरी आला नि चौकशी करून, मलाच चार शिव्या देऊन, "एवढा काळाभोर इच्चू हातूप्यातनं आत गेला तरी दिसला कसा नाही, डोळं फुटलं हुतं काय?" म्हणून मळ्याकडं निघून गेला. गणपाही त्याच्याबरोबरच मळ्याकडं गेला.

मोट तशीच खुळांबली होती... दुपारच्या मोटा धरल्यावर तासाभरात हा प्रकार घडलेला. त्यामुळं सगळी दुपार मला इस्वाटा मिळाला. सांज करून दीस बुडता बुडता मी गल्लीत दोस्तांबरोबर खेळायला गेलो. असा दीस बुडता बुडता गल्लीत खेळायला मी किती तरी दिवसांत गेलो नव्हतो. खूप बरं वाटलं. मनातल्या मनात- इच्चू चावला हे बरंच झालं, असं वाटू लागलं.

पाण्याकडं गेलं म्हणजे दिवसभर एकटंच बसावं लागायचं. कुणी बोलायला नसायचं. कंटाळा यायचा. उदासवाणं वाटायचं. उलट धावंवर धुणं धुवायला गावातली माणसं यायची. परगावची पान्दीनं जाणारी माणसं भाकरी-तुकडा खाऊन पाणी पिऊन जायची. ढोरंराखी पोरं पाटावर येऊन पाणी पिऊन जायची. सणगर मंडळी कुच्ची धुवायला यायची. धावंवर राबता असायचा. त्यांच्याबरोबर गप्पा मारत, हसत-खेळत गणपा मोट मारायचा. धावंवर उंबराची गारेगार सावली पसरलेली. माझ्यासारखे हातपाय चिखलात नि पाण्यात घालून बसावं लागायचं नाही. नाड्यावर बसायला मिळायचं. मला हातपाय राड झाल्यानं तिष्ठत उभं राहावं लागायचं. भराभर वाकुरी पाण्यानं भरत असल्यानं नीटपणे बसायला फुरसदच मिळायची नाही. दारं मोडावी लागायची. गणपासंगं बोलता बोलता गणपाला माणसं पान खायला द्यायची; माझ्या तोंडाला पायाखाली पाणी असूनही उनातानात कोरड पडायची; पाटाचं पाणी गढूळलेलं, चिखुळलेलं असायचं. म्हणून मोट मारायला शिकावं, मोटक्या होऊन मळ्याचा सगळा कारभार हातात घ्यावा, तोंडातलं पान रंगवत, माणसांसंग बोलत, हासत बैलं दबवावीत असं सारखं वाटायचं. त्यातनंच हळूहळू मोट मारायला शिकलो.

मोट भरताना विहिरीत नीट वाकून बघता यावं, आत पडलो तर पोहता यावं, म्हणून दुपारच्या इस्वाट्याच्या वेळेला गणपा विहिरीत आंघोळीला उतरला की मीही त्याच्या मागोमाग जाऊ लागलो. पोहायला शिकवण्यासाठी लकडा लावू लागलो.

उन्हाळ्याचे दिवस होते. पाणी बरंच खाली गेलं होतं. गणपा आणि मी विहिरीत उतरलो. काठाला बसून मी बुचकुळी मारली.

गणपा म्हणाला, "बखुट्याला धरून फिरवून आणतो चल. मी कसा हात मारतोय तसं नुसतं हात मारायला शीक आदूगर."

मी कबूल झालो. गणपानं बखोट्याला धरलं. काठावरनं पाण्यात उतरलो. पाय

अंतराळी झाले तेव्हा भीती वाटू लागली. गणपा सांगत होता तरी, हातपाय हलवायचं सुधरेना झालं. त्याला मिठी मारायला धावू लागलो. गणपानं त्यातनं आपली सुटका व्हावी म्हणून किंवा माझी गंमत करावी म्हणून, क्षणभर माझं बखोटंही सोडलं नि मला एक गटांगळी खाऊ दिली. मी ओरडू लागलो नि माझ्या नाकातोंडात पाणी जाऊ लागलं.

"आरं, वरडायला काय झालं? मी हाय न्हवं? गप की, मी काय बुडू देतोय काय तुला?" म्हणून त्यानं पुन्हा बखोटं धरलं. तरी मला काय पोहता येईल असा भरवसा वाटेना. मी त्याला 'काठावर चल' म्हणू लागलो.

काठावर आलो.

"असा भागूबाईगत पळू लागलास तर जल्मात पवायला येणार न्हाई. धाडस केलं पाहिजे."

"नगं बाबा. फड्याचा एखादा गड्डा काढू या; त्यो माझ्या कमरंला बांधून मग मला पवायला शिकीव."

दुसऱ्या दिवशी गणपानं त्याची कामं मला करायला लावून आपण धाटांचा बिंडा तयार केला. बिंडा बांधून मी हात मारायला शिकलो. सुरूसुरू पोहू लागलो. विहिरीतलं पाणी हळूहळू कमीच होत होतं. त्यामुळं पंधरा दिवसांतच बिंडा न बांधता पोहायला येऊ लागलं. पाणी कमी असल्यानं धाडस करायला भीती वाटत नव्हती. बिंडा न बांधता या कडसनं त्या कडंला जाऊ लागलो. मग भोवतीभोर फिरू लागलो. खालनंच एखादी उडी मारू लागलो... पाणी ओळखीचं वाटू लागलं. त्याच्याबरोबर खेळू लागलो. मस्ती करू लागलो. विहीरही ओळखीची वाटली. वरून दिसणारा काळोख; खाली आल्यावर भर उन्हाळ्यातला गुलजार गारवा वाटू लागला. विहीर तशी गरीब वाटली. कसाही मी पाण्यासंगं हुंदडत होतो; तरी विहिरीतल्या साती आसरा काही करत नव्हत्या. भुतं काही करत नव्हती. बाकीच्या पाण्यासारखं पाणी, मातीसारखी माती नि विहिरीसारखी विहीर वाटली. तिनं मला कधी दगा दिला नाही. उलट आपलंसं करून घेतलं... मावशीसारखी ती वाटू लागली.

मृग-आडद्राचं दोन-चार चांगलं पाऊस लागल्यावर पाणी थोडं वर आलं. त्या वेळी आंघोळीला गेल्यावर गणपानं मी धाडशी व्हावं म्हणून मला अर्ध्या वाटेवरनं उचलून खाली टाकून दिलं. मी जोरकस बोंब मारली. आता आपण मेलो असं क्षणभर वाटलं.

पाण्यात खोल जाऊन आपोआप वर आलो. हात मारायला लागलो. गणपा शेजारीच हासत पाण्यात हात मारत होता. माझ्या मागोमाग त्यानं उडी मारली होती.

निम्म्या वाटंवर आलो की तिथंच कापडं काढून आम्ही ठेवत होतो. कापडं

ठेवायला तिथं चांगली जागा होती. पाणी वर आलेलं असलं की गणपा तिथनं उड्या मारत असे. त्या जागेवरनं मला त्यानं पाण्यात टाकलं. काठावर आल्यावर नव्या पराक्रमाची जागा दिसली... आपणालाबी तिथनं उड्या मारायला येतील. गणपानं तेवढ्या उच्चीवरनं टाकलं तरी आपण काय बुडालो न्हाई. आपोआप वर आलो. आता आपूणच तिथनं जपून उडी टाकायची. काय हुणार न्हाई-मनात विचार आला नि दुसऱ्या दिवसापासनं तिथनं उडी टाकू लागलो. गणपासंगं पाठशिवणीनं खेळू लागलो. कधी मोटा सुटतील नि कधी पोहायला जाईन असं होऊन जायचं.

मला पुरतं पोहायला येईपर्यंत दादाला त्याचा पत्ता नव्हता; त्यानं मला पोहायला शिकण्याची परवानगीच दिली नसती. तिसऱ्याच आठवड्यात मोटंचं चाक काढताना पाण्यात पडल्यावर दादाला मी म्हणालो; "मी काढतो. मला पवायला येतंय."

दादाला ते खरं वाटलं नाही. त्याला सरळ सांगितल्यावर गणपाला तो रागाला आला.

गणपानं ते बोलणं परतवून लावलं; "कवा शिकायचा तर त्यो पवायला? शेतकऱ्याची पोरं सातव्या-आठव्या वर्सी पवायला शिकत्यात. ह्यो अकराबारा वर्साचा झाला तरी तू काय त्येला पवायला शिकीवलं न्हाईस. वय वाढल्यावर मग कुठलं पवायचं धाडस हुतंय? कुळंब्याच्या पोराला पवाय येत नसंल तर त्येचा जलम इनारथ."

गणपा बोलला ते बरोबर होतं. दादानं कधीच पोहायला शिकवलं नसतं.

मळ्याकडनं घराकडं जाताना आणि घराकडनं मळ्याकडं येताना अर्धी राहिलेली कथा, गणपा आंथरुणावर पडल्या पडल्या पुरी करायचा. कधी गावठी विनोद सांगायचा. मनात काही तरी आलं की एकटाच खोपीच्या दारात बसे. नवा तळ बसवलेली पत्र्याची बादली घेई. तिच्यात वाटगाभर पाणी टाकी नि मग ती तो तालात डफडीसारखी वाजवी. कुठली तरी लोकगीतं म्हणे. त्यात शाहूमहाराजांचा पाळणाही असे. ही लोकगीतं त्यानं गुरं राखण्याच्या वयात, माळावर उतरलेल्या 'कोकेवाल्या' भिकाऱ्यांकडनं शिकली होती. गीताचं एक कडवं म्हटलं की तोंडानं कोक्यासारखा आवाज काढी नि हातानं बादली वाजवी. मळ्यातली कामं तासरातीला संपली की अंगाला तेल लावनू पन्नास पन्नास जोरबैठका काढी. त्याच्या बरोबर मीही घुमत राही. तो इतर काही काम करत असताना, मी बादलीत पाणी घेऊन ती वाजवण्याचा प्रयत्न करी. सिनेमातलं गाणं म्हणे. तोंडानं कोक्याचा आवाज काढण्याचा प्रयत्न करी. दिसभर त्याच्या जोडीला असे. खताच्या पाट्या टाकी, औजारांची एटकं कशी घालायची शिके, आगलीवर बसे. त्याच्या हाताबुडीच माझी नेमणूक झाल्यानं, मळ्यातली सगळी कामं मला त्यानं शिकवली. कामाविषयी प्रेम

निर्माण केलं. रात्रीचं कोणत्याही वेळी मळ्याभोवतीनं फेरी मारायला, भुताखेतांच्या माळावरनं, पान्दीतनं, वसाडीतनं जायला शिकवलं. मला त्याच्यासारखं धाडस करावंसं वाटू लागलं. बैलं धरू लागलो, एकट्या गाड्या नेऊ लागलो, तासभर मोटा मारू लागलो. कामाधामावर, गायीम्हसरांवर, पिकापाण्यावर जीव जडू लागला. मळ्याचा हिरवागार जीव वाटणारं उंबराचं जुनं जुनं झाड आज्या-पणज्यासारखं वाटायचं. कधी कधी ते; नातवाकडं ज्या नात्याच्या नजरेनं बघावं, तसं माझ्याकडं बघतंय, असं वाटू लागायचं.

◆

११

त्या वर्षी पाऊस फारच कमी झाला. दुष्काळाच्या सावल्या पडू लागल्या. श्रावण संपला तरी विहिरीत पुरुषभरच पाणी होतं. मोटा सुटल्या होत्या. अधल्या दिवशी संध्याकाळी, आईनं नि पोरांनी भरलेली शेणकुटाची गाडी घेऊन गणपा घराकडं गेला होता. गाडी मोकळी करायची नि परत घेऊन यायची नि मग जेवायचं; असा दादानं हिशेब घालून दिलेला. घर तसं मळ्यापासनं चार एक फर्लांगावर; म्हणजे गावात जाऊन, गाडी मोकळी करून परत येणं हे एका तासाभराचं काम होतं. दादाही गणपाबरोबर गावात गेला होता.

मी एकटाच मळ्यात राखणीला होतो. गाडी जुंपली तवर गणपाचा लहानगा भाऊ माझ्याच वयाचा रामा– गणपाची भाकरी घेऊन आला. त्याच्याबरोबर त्याचं कोकरूही असे. दोनतीन तास पाटाकडंच्या हिरवाटाला कोकरू चारून, ते पोरगं घराकडं जात असे. आल्या आल्या गणपा त्याला म्हणाला, ''भाकरी पेटीत ठेवून बस; तवर मी जाऊन येतो.''

''हूं.'' त्यानं होकार भरला.

मला रामा आल्याचा आनंद झाला. त्याच्याबरोबर कण्हेऱ्यांनी दोन डाव मांडता येणार होते. पाटाकडंला त्यानं कोकरू चरायला सोडलं नि आम्ही आडी पाडून कण्हेऱ्यांचा डाव मांडला. तवर आनसा माझी भाकरी घेऊन आली.

''आन्द्या, जेव ये.''

''शिक्क्यावर ठेव तवर. गणपा आला म्हंजे त्येच्याबरोबर खाईन.'' मी खेळात

गुंग होतो.

आमचे डाव सुरू झाले. आनसा इकडं तिकडं काय तरी करत होती. उसाच्या मधल्या बांधाला ती जाऊन आली. आमचा डाव रंगात आला होता. ती आली नि तिनं माझ्याजवळ धडप्यात बांधलेलं बारकंसं गठळं दिलं.

''हे ठेव.'' आनसा.

''ठेव तिथं. काय हाय ते.'' मला वाटलं आईनं शेंगा-गूळ लावून दिल्यात वाटतं माझ्यासाठी.

''भाजी हाय घुळीची.'' तिनं सांगितलं.

मग मी त्या धडप्याला हातही लावला नाही. पाटाकडंला ठेवायला सांगितलं.

ती जेवणाचं मोकळं थाबडं घेऊन विहिरीच्या दिशेनं चालली. डोळं थोडं लालसर झालं होतं. चेहऱ्यावर तासाभरापूर्वी रडल्याच्या खुणा दिसत होत्या. आईनं काही तरी निमित्तानं मारलं असेल असं वाटून मी खेळात रमलो. पोरांना आईचं दणकं बसणं नि मला दादाचं दणकं बसणं ही नेहमीचीच गोष्ट होती. म्हणून मी तिला काही विचारलं नाही. काला जिंकण्याकडं माझं लक्ष लागलेलं.

ती लगालगा विहिरीकडं जाताना मी तिला सहज विचारलं, ''कुठं चाललीस?''

''हिरीवरचं बैलाचं श्याण आणतो. घर सारवायला पाहिजे.'' म्हसरांची शेणं आई घर सारवायला वापरत नव्हती. म्हसरं हंगदारीतनं इरड करून येत होती. बैलांचं शेणही ताजं वापरावं लागायचं. शिळ्या शेणाचा वास मारतो, त्यात एखाद्या वेळेस किडेही पडलेले असतात आणि ते कोरडं झाल्यानं त्याचा कालाही नीट करता येत नाही. म्हणून वाटलं; गेली असंल बैलांचं ताजं ताजं शेण आणायला.

बराच वेळ झाला तरी ती परत आली नाही. मला एकदम शंका आली.

''राम्या, आनशी अजून आली न्हाई. शेणाचं थाबडं भरून हात धुवायला हिरीत तर गेली नसंल?... पायबीय घसरला का काय रे तिचा? चल बघू; बघू या.''

आम्ही डाव तिथंच टाकला आणि दन्नाट पळत गेलो. राम्याच्या मागोमाग त्याचं कोकरू धावत आलं. त्याला वाटलं आपला मालक त्याला सोडून पळून चाललाय.

धावंवर बघतोय तर थाबडं तिथंच धावंच्या गड्ड्याजवळ पडलेलं. मी चटकन विहिरीच्या वाटेवर जाऊन बघितलं तर, आनसा काठापासनं वावभर आत पाण्यात गेलेली. सुटलेले केस पाण्यावर तरंगत होते. पातळाच्या नेसणात हवा गेलेली. पदर वर तरंगतेला. ती पातळात हवा गेल्यानं बुडंना झाली होती.

''आई गऽऽ आनशेऽऽ'' म्हणून मी हंबरडा फोडला. झटक्यासरशी कुडतं, धोतर फेडलं नि दन्नाट वाटंवरनं खाली पळालो. राम्या काठावरनं ''पळ पळ'' म्हणाय लागलेला.

चटकन पाण्यात उतरलो नि तिचा पदर नि केसं धरून तिला काठाला ओढली. वरती वाटंवर काठाला घेऊन खालीच धरून ठेवली.

"काय करतीस हे, आनशेऽ!"

"सोड मला आन्दा. मला कट्टाळा आलाय कामाचा. मला नको आता ह्यो जीव." ती आपला हात माझ्या हातातनं सोडून घेऊ लागली नि पाण्याकडं झेपावू लागली.

मी जोरकस बोंब मारली. तिला 'पडू नको' म्हणून विनवू लागलो. रामाला रडत, आरडत, "रामा, घराकडं पळ. आई-दादाला बलवून आऽण" म्हणून सांगितलं.

त्यानं कोकरू तिथंच बांधलं नि पळाला. मी आनसाला धरून तिथंच विहिरीत बसलो. दोघेही रडू लागलो.

मोकळ्या झालेल्या गाडीवर दादा बसला नि त्यानं बैलं मळ्याकडं चौखूर पळवली. आत गणपा नि गल्लीतली दोनतीन माणसं. तोवर मागनं आई हंबरडा फोडत, "माझी लेक हिरीत पडली गंऽ बाई!" म्हणून तोंडावर हात मारत आली. तिच्या मागोमाग गल्लीतल्या असतील नसतील तेवढ्या सगळ्या बायका, ते आचीट बघायला पळतेल्या... सगळ्यांनाच वाटलं, काढायला गेलेला मीही तिच्याबराबर गटांगळलोय.

दादा पुढं धावत आला. गणपा गाडी सोडत बैलं जाग्याला बांधत मागं राहिला नि मग आला. तोवर बायकांची झुम्मड विहिरीवर पडली. माणसं येताना बघून आनसा माझ्याबरोबर वर आली. तरी मी तिचा हात सोडला नाहीच. आम्ही वरती येईपर्यंत विहिरीच्या भोवतीभोर माणसांची मुकरंड पडली. आम्हाला बघून आई-दादाचा जिवात जीव आला.

वरती आल्या आल्या आईनं मला मिठी मारली नि रडायला लागली. "माझं पोरगं हाकनाक घालीवली असतीस रांडं. तुला दोन धपाटं मारलं तर एवढा राग आला,- एवढा राग आला!" म्हणून तिला पुन्हा दोन-तीन फटकं मारलं.

"तुझ्या भणं तुझं हात अजून शिवशिवत्यात? का सारखी त्या पोरीला धारंवर धरतीस?" म्हणून दादानं आईला मारायला सुरुवात केली.

म्हातारी कल्लाआत्ती मधी पडली नि आईला सोडवून घेतलं.

"हे धर; कापडं घाल ती."

गणपा माझी कापडं घेऊन माझ्याजवळ आला. माझ्या लक्षात आलं, की आपल्या अंगावर काहीच नाही. मी लाजून चूर झालो नि कसंबसं धोतर कमरेला गुंडाळलं.

आनसा सगळ्यांच्या मध्ये ओलीचिंब उभी होती. आईचं तिच्याकडं ध्यान गेलं. रडत रडत तिनं तिचं लुगडं अंगावरच पिळलं. थोड्याच वेळात तिच्या ध्यानात

आलं, की तिच्या अंगावर एकही दागिना नाही. ‘‘अंगावरचं दागिनं काय झालं गं?’’ तिनं आनशीला विचारलं.

आनशीनं माझ्याकडं बघितलं. ‘‘आन्द्याजवळ दिलं हुतं.’’

‘‘कवा?’’ मी एकदम बावचळून गेलो.

‘‘धडप्यात बांधून दिलं हुतं ते.’’

माझ्या डोक्यात उजेड पडला नि मी पळत पळत उसाकडंच्या सारावर– जिथं आम्ही खेळत होतो तिथं गेलो. भाजीचा म्हणून दिलेला धडपा तिथंच साराकडंला पडला होता. त्याच्याकडं कुणाची नजर गेली नव्हती हे एक बरंच झालं. नाही तर आनशीचा आणि माझाही, दादानं विहिरीतनं वर काढून मुडदा पाडला असता. गाठ सोडून बघितलं, तर आत कानातली फुलं, मासोळ्या, जोडवी नि गळ्यातलं डोरलं जसंच्या तसं होतं.

गणपा सोडला तर आम्ही सगळे घराकडं गेलो. आईनं मला नि आनशीला देवाच्या पाया पडायला लावलं. देव्हाऱ्यातला धुपाटण्यातला अंगारा लावला. पोटभर जेवायला घातलं. जेवताना शिव्या देत देत आनशीला शहाणपण सांगितलं... अधनं मधनं माणसं येऊन वरचेवर चौकशी करत होती. त्यातनं कळलं, की आनशीला आईनं भाकरी करायला सांगितल्या होत्या नि आई रेशन आणायला गेली होती. तर आनशीनं अपुऱ्या भाकरी करूनच त्या करायच्या संपवल्या होत्या. ‘‘एवढ्या माणसांस्नी एवढ्याच भाकरी कशा पुरं हुतली?’’ म्हणून आईनं तिला बसल्या जागीच भिंताडाबरोबर मुस्काड गवसून थोबाडात मारल्या होत्या. आनशीला; किती भाकरी लागतात याचा अंदाज आला नव्हता. कदाचित आठनऊ जणांच्या भाकरी करताना तिचं हात दुखून आलं असणार; म्हणून तिनं त्या थांबवल्या असाव्यात. पण आईनं हे काय समजून घेतलं नव्हतं.

रात्री जेवताना दादा आईला म्हणाला, ‘‘बरं झालं गणप्यानं आन्द्याला पवायला शिकीवलं ते. न्हाईतर आज दोन्हीबी पोरं हातातनं गेली असती.’’

आईच्या डोळ्यांतलं पाणी दिवसभर खळलं नव्हतं.

चारपाच दिवसांनी आईनं मामाला बोलावून घेतलं. लग्नापासनं, अनेक ठिकाणी भटकून पुन्हा तो गुजराच्या मळ्यातच इंजनावर ड्रायव्हर म्हणून रमला होता. तशी सुखाची चाकरी होती.

आई म्हणाली; ‘‘बाबा लिंगाप्पा, ही तुझी बायकू. ही तुझ्या संसाराला चार भांडी. हे चार डबं. ह्या डब्यांत चार दिवस पुरंल एवढं तांदूळ, जुंधळं नि पिठं हाईत. तुझी बायकू आता शाणी झालीया. ती काय आता माझ्या ताब्यात ऱ्हाईल असं वाटत न्हाई. कुठं तरी रागाच्या भरात माझ्या हातनं तिला एखादा कमका बसंल नि ती उद्या आणि कुठली तरी हीर जवळ करंल. मला ढांकंला लावंल. तवा तू तुझी

बायकू संभाळ बघू आता. कुठंबी जाऊन ऱ्हावा जावा. तूबी काय आता ल्हानगा न्हाईस माझ्या जीवावर तुझी बायकू ठेवून भटकायला. तुझी उमर आता मुरत चाललीया. घर धरून ऱ्हा. गुजराची नोकरी काय वंगाळ न्हाई. आठवड्याच्या आठवड्याला पगार तर मिळंल. शिवाय मूठपसा भाजीपाला, जळाण-काटूक, पिकंल त्यातलं शेरचिपटं धान्यबी मिळंल. तवा दोघंबी तिथंच चिकटून ऱ्हावा. दाल्लाबायकू मिळवून खावा जावा.''

आईनं मामाला शहाणपण सांगितलं. मामाच्याही सगळं ध्यानात आलं. तो कोगल्याच्या घरात सोप्याला भाड्यानं राहिला.

दुष्काळाच्या कोरड्या विहिरीत गणपती पाण्यात पडले आणि आनसाचा संसार सुरू झाला. आई-दादाला हायसं वाटलं.

दिवाळीच्या टिपणाला, आईचा थोरला भाऊ रामूमामा; दर वर्षाप्रमाणं सगळ्यांना भेटायला उदगावासनं कागलला आला. पण यावेळी तो एकटाच आला होता. त्याच्या पोटाला चार पोरं होती. साताठ वर्षांचा बाबू. पाचसहा वर्षांची आकणी. तिच्यापेक्षा लहान मालू आणि अंजनी. थोरली दोन्ही पोरं शिकत होती. मामा या सगळ्यांना घेऊन एक वर्षाआड तरी येत असे. पण प्रत्येक वर्षी आपण येण्याचं चुकत नसे. दिवाळी बरोबर उरूसही करून जात असे.

त्याची सासू त्याच्या संसाराला कमी पडलं तर मूठपसा देत होती. त्यामुळं त्याला उदगावातच रस वाटत होता, तरी दोन्ही धाकट्या भावंडांना नेमानं भेटून जात असे. त्याचा चुलता, दुसऱ्या एका मेलेल्या चुलत्याची लेक, बाकीचं गणगोत कागलात होतं. त्यांनाही तो भेटून जाई.

रामूमामा स्वभावानं गरीब होता. राबून राबून त्याची हाडं नुसती जिवंत राहिल्यागत दिसत होती. जन्मभर तो एकच कोशापटका कागलला येताना वापरत होता. तो यायचा आणि आईचं हाल बघून तिच्यासमोर बसून रडायचा.

आला की आईचा जीव कावराबावरा व्हायचा. एका बाजूला; तिला आपल्या दादासंगं निवान्त बसून गोष्टी कराव्याशा वाटत. दुसऱ्या बाजूनं; तिच्या मागं रोजच्या कामांचा रगाडा लागलेला असे. त्यात कसूर झाली तर, ''रांडं, भावासंगं गुलूगुलू गोष्टी करत बसतीस.'' म्हणून दादाचा दणक बसेल असं तिला भ्या वाटायचं.

म्हणून रामूमामा आला की, आई त्याला कसाबसा एक दिवस मुक्काम करू देई. कारण दुसऱ्या दिवशी, दादाचे गरगरणारे पांढरे डोळे तिच्याभोवतीनं फिरू लागत. त्याच्या बोलण्यातनं गुरगुर व्यक्त होई. आईला ओळखे, की नवऱ्याच्या मनात; आपल्या भावाच्या पोटात ह्या घरातल्या चाललेल्या अन्नाबद्दलही राग आहे. तरी ती आपल्या भावाला; चोरून मिरच्या, शेंगा, मूठमूठभर घरात असतील त्या

डाळी, एखादा गुळाचा खडा, सांडगं-पापड यांचं गठळं करून देई. "तू नि पोरंबाळं बसून, तिकडंच खावा जावा. आलास; बरं झालं. भेटलो हे रग्गड झालं बघ." असं म्हणून प्रेमानं वाटेला लावी.

पण यावेळचं चित्र वेगळं होतं. धाकट्या मामाला आईनं संसार थाटून दिला होता. आता थोरल्या मामाला उतरायला हक्काचं घर झालं होतं. त्याला ही बातमी कागलात आल्यावर कळली होती. तो आनंदून गेला होता. वनवन करत भटकणाऱ्या आपल्या भावाचा पाय थाऱ्याला टेकला, याचं त्याला बरं वाटलं.

परत जायच्या दिवशी सकाळी रामूमामा पुन्हा आईला भेटायला आला. पुन्हा जिवाभावाच्या गोष्टी झाल्या. पुन्हा एकमेकांची दुःखं सांगून झाली.

मामा उठताना आई डोळं पुसत म्हणाली, "काय देऊ तुला आता? यंदा पाऊस तोंड काळं करून कुठं गेलाय कळत न्हाई. मळ्यात काय पिकलंच न्हाई."

"मला काऽऽय बी नगं. तुझी तू पोरं संभाळ आणि तेवढी माझ्या लिंग्याच्या संसाराची काळजी घे. त्येचा संसार रांगेला लागला की आईबाऽच्या मागं आपलं घोडं गंगंत न्हालं बघ. आज ना उद्या रत्नाप्पाची रग जिरंल. त्यो मारून मारून किती मारंल? तुझा जीव तर काय घेणार न्हाई? आणि तूबी रागाच्या भरात उगंच आपलं ही हीर जवळ कर, ती हीर जवळ कर; असं करू नगंस. पोटाला साताठ पोरं हाईत. त्येंचं कोण बघणार तुझ्या मागं? आज ना उद्या त्येला शाणपणा आल्याबगार ऱ्हाणार न्हाई. तवा सगळं सुरळीत चालंल." असं म्हणून तो उठला.

आईला बरं वाटलं. आपल्या एका भावाच्या संसाराची आपण घडी बसवली याचा तिला आनंद झाला. त्यापेक्षा आपल्या लेकीचा संसार आपल्या डोळ्यासमोर सुरू झाल्याचा आनंद तिला जास्त झाला होता.

रामूमामा निघताना तिचं डोळं पाण्यानं पुन्हा भरलं. स्वतःच्या वनवासातही आपल्या दोन पोरक्या भावांसाठी तिचा जीव तुटत होता.

जाताना मामानं आपल्या खरखरीत सुकलेल्या हातानं कुडत्याच्या खिशातनं एक आणा काढला नि माझ्या हातावर ठेवला. माझा मुका घेटला. डोक्यावरनं हात फिरवून तो "चलतो, गं तारा." म्हणून निघाला. "लिंग्याचा संसार सुरळीत सुरू झाला; ह्यातच यंदाची दिवाळी साजरी झाली म्हणायची बघ." तो पुन्हा एकदा बोलून वाट चालू लागला.

दुष्काळामुळं यंदा मामानं आईला भाऊबीजेचा खण आणला नव्हता; त्याची त्याला बोचणी लागली असावी. मी एक आण्यामध्ये खूश होऊन गेलो होतो तरी, आई-मामाचं दुःख ओळखून होतो.

◆

१२

बांधलेल्या माडीच्या घरानं दादाला गावभर एक पोकळ मोठेपणा दिला. माडीचं घर बांधलं खरं. म्हणजे माडी करण्यासाठी जाप्ता तयार केला. आडवं बरगं टाकून ठेवलं. त्यावर फळ्या घालायला जवळ पैसा नव्हता. होता तो सगळा पैसा घराच्या भिंती वर चढवण्यात गेला. या भिंतीसुद्धा बाहेरनं पक्क्या विटांच्या नि आतनं कच्च्या पांढऱ्या विटांच्या. घातलेले बरगेही निपाणीला सागावान सोट विकत घेऊन गावठी सुतारानंच तासून तयार केलेले. आत कपाटांचे जाप्ते ठेवले पण कपाटाला कप्पे आणि दारं केली नाहीत. एक मजली जुनं घर गळत होतं. म्हणून नव्या घराला इतका ढाळ केला; की शेकरणाऱ्या माणसाला बसता येईनासं झालं. आता पडतो का मग पडतो अशी त्याला भीती वाटू लागली. आढं उंचच्या उंच तर पाखाड्याकडंची भिंत इतकी लहान; की पाखाडं भुईलाच टेकलं आहे असं वाटावं. सगळ्या गल्लीत तो थट्टेचा विषय झाला. पाणी खापरीत राहता कामा नये म्हणून एवढा गडाड केला. जुन्या भिंतीवर नव्या भिंती बांधल्या होत्या. परड्याच्या सोप्याकडचे पन्हाळी पत्रे पुढच्या सोप्यावर आणून मारले होते, का?- तर माडीवरनं चढून पुढं पत्र्यावर मिरच्या, शेंगा, धान्यं वाळवता यावीत म्हणून. पण पत्र्यावर चढायला जिना नव्हता. पैसे संपलेले.

पण बाहेरून मात्र घर माडीचं दिसत होतं. लोकांना वाटू लागलं; रत्नाप्पा जकात्या जवळ किती पैसा आहे कुणास ठाऊक! दादाही हा पोकळ मोठेपणा घेत, स्वत:ला गोंजारत हिंडत होता. गावातनं इष्टमैतरांकडं गप्पा मारत बसत होता.

मळ्यात मी नि गडी.

देसायाच्या मळ्याचे मालक दत्ताजीराव देसाई. वतनदार माणूस. दादा त्याच्याकडं जाऊन बसे. काय गप्पा मारत होते कुणास ठाऊक! दादा त्यांचा जुना 'रईत' असल्यामुळं, त्या दोघांच्या तास न् तास गप्पा रंगायच्या. मळा सुटला होता, पण दादाची तिथली बैठक सुटली नव्हती.

तिकडनं दादा आला की आई अधनंमधनं दादाला म्हणायची, "किती बोलत बसायचं ते लोकांच्या घरात जाऊन? जरा मळ्याकडं जाऊन कामाधामाचं बघत जावा की."

"आगं, मोठा माणूस हाय त्यो. त्येच्या नुसत्या संगतीला जरी ऱ्हायलो तरी आपली पोल्मी वाढतीया. आज ना उद्या अडचणीच्या वक्ताला कोर्ट-दरबारची कामं हुतील माझी."

"जाता-येता घटकाभर जाऊन यायचं. का कामंधामं सोडून सगळा दीस तिथंच घालवायचा? मळ्यातली कामं कुणी करायची ती?"

"मळ्यात काय कामं हाईत ती गडी करतोयच न्हवं? पोरगं आलंय हाताबुडी; ते कामं करतंय... तुझी का चूल खुळांबलीया काय?" बोलता बोलता दादा गुरगुरू लागे.

आई गप्प बसे. ती आपली तिच्या परीनं कुरबूर करून बघायची.

चार दिसांतनं दादा दाढी करायला शंकर न्हाव्याकडं जाई. सकाळी गेला की जेवायच्या वक्तालाच घराकडं येई. शंकर न्हाव्याच्या दुकानात बरंच शेतकरी जमायचं. एकमेकांच्या पिका-पाण्याबद्दल, लागलेल्या दराबद्दल चौकशी करायचं. बाकीच्या गप्पा रंगायच्या. दुकान बाजारपेठेत होतं. त्यामुळं जाणारे येणारेही बसायचे. कोर्टात चाललेल्या गावातल्या खटल्यांची, दाव्यांची, फौजदारीची, मारामारीची चौकशी व्हायची. त्यावर चर्चा व्हायची, निकालही न्हाव्याच्या दुकानात ज्याला प्रेरणा होईल तो देऊन मोकळा होई! निकाल न पटलेली दुसरी पार्टी वाद घाली. त्यात कुणाच्या दाढ्या, कुणाच्या हजामती, कुणाची डुई, कुणाचा नुसता 'चेहरा' केला जाई. वेळ कसा जाई दादाला पत्ता लागत नसे.

घरात दादा सकाळी उठला की, चिलीम ओढून तंबाखूची ताजी राखुंडी तयार करी. ती लावत लावत बेळ्यातल्या रखमाच्या घरी जाई. तिथं दादा राखुंडी लावत लावत, रखमामावशीच्या बाजल्यावर बसून तिच्याशी गप्पा मारी. तास-तासभर गप्पा रंगत असत.

सांजचं गल्लीतला सणगर दिवाणजी येत असे. त्याची इंजिनं होती. ती गुऱ्हाळाला जात. सुगी दोन-अडीच महिने चालली की वर्षभर आराम. म्हणजे गुऱ्हाळाच्या चरकांची दुरुस्ती, इंजिनांची सफाई, त्यांना तेलपाणी, रसाची मंदाने,

हौद यांची दुरुस्ती, नव्या कायली, ढेपांची घमी तो माणसं लावून करत बसे. माणसं तिकडं कामं करत नि त्याच्यावर दिवाणजी देखरेख करी. घरावरनं जाता जाता दादा दिसला की सोप्यात येऊन गप्पा मारी. आपली मिळकत शेकड्यात किंवा हजारात सांगे. खर्चही त्याच भाषेत. अधनं-मधनं गावच्या घडामोडींचं वाचन होई. सगळी कामं जिथल्या तिथं सोडून दादा ते ऐकत बसे... मळ्याची मालकीण शिंपीणबाई होती. ती विधवा होती. दत्तकाला घेऊन ती मळ्यातच राहत होती. तिच्याकडं जाऊन दादा बसत असे.

दादाचा दिवस इकडं तिकडं असाच जाई. काही गडबडीचं काम निघालं की, आई मला दादाला बोलवायला-वेळकाळ ओळखून-यापैकी एखाद्या ठिकाणी पाठवी. दादा नेमका तिथं भेटे. देसायाच्या वाड्यात त्याला उशीच्या खुर्चीवर बसायला मिळे. त्यात आणि कपबशीतनं दिलेल्या चहात त्याला मोठेपणा वाटे. घराकडं आल्यावर तो त्याविषयी सांगे. मला त्या घरात एक पांढरंशुभ्र, झिपरं छोटं कुत्रं हिंडताना दिसे. त्याचं मला नेहमी भय वाटे. मी वाड्याच्या दरवाज्यातनंच दादाला हाक मारी. कुणीही आत घुसू नये म्हणून हे कुत्रं दारातोंडाला बांधलेलं असे.

रखमामावशीच्या घरात रंगीत रंगीत, देवादिकांची तसबिरींतली चित्रं बघत बसण्यात माझा वेळ चांगला जाई. शंकर न्हाव्याच्या दुकानातली- कोणतं पाप केल्यावर नरकात कोणती शिक्षा मिळते; याची भारंभार चित्रं मी बघत बसे... आईला वाटे गोफण नि धोंडाबी तिकडंच गेला वाटतं.

दादाच्या वागण्यामुळं, मळ्यात फक्त नेमून दिलेलीच कामं होत. तीही मनासारखी होत नसत. गडीमाणसं झटक्यानं कामं न करता रुंदावा लावत. टाळाटाळ करत. मोटा, औजारं मंद गतीनं चालत, मळ्यातलं माळवंदुळवं पत्ता नाही ते कमी होई. चार मण पिकायचं तिथं तीन मणच पिके... खाणारी तोंड वाढत चाललेली. मला वाटायचं; दादानं गावभर हिंडायच्या बदली मळ्यात कामं केली, तर सगळंच रांकेला लागंल. मीबी शाळा कराय मोकळा हुईन.

एकुलत्या एका मळ्याकडं दादाचं दुर्लक्ष होऊ लागलं. स्वत: कामं न करता खाऊ लागला. गड्याचा पगार भरावा लागू लागला नि पिकं कमी कमी येऊ लागली, घर बांधण्यात घरातला पैसा संपल्यानं, कष्टापाण्याला पैसा मिळेनासा झाला. मग मातीला खतं कमी मिळू लागली नि रानातली पिकं भरेनाशी झाली. त्यामुळं कोल्हापूरच्या दलालाकडनं भरमसाट व्याजानं, गुळाच्या नावावर आगाऊ पैसे आणावं लागू लागलं.

भरीत भर अशी की, लढाईचा परिणाम सगळ्यावर झालेला. लेव्ही म्हणून चांगलं धान्य सक्तीनं घालावं लागत असे. ते स्वस्त, सरकारी दरानं द्यावं लागे. पुष्कळ वेळा आई बाजारात मळ्यातलं चांगलं धान्य जास्त दरानं विके. आलेल्या

पैशातनं रेशनंच निकस धान्य स्वस्त दरानं आणून आम्हाला खायला घाली. अनेक वस्तूंची टंचाई होती. हातापाया पडून काड्याची पेटी दुप्पट किंमत घेऊन मिळे. आई मग चुलीत शेणकुटाचा विस्तू पुरून ठेवी नि त्यावरच दोन-दोन, तीन-तीन दिवस काडी न ओढता चूल पेटवी. मळ्यात तर कायमच विस्तू पुरून ठेवलेला असे. रेशनची साखर मिळे ती सर्वच्या सर्व आई दुकानदारला काळ्या बाजारात विके नि जादा आलेल्या पैशांसह त्याचा गूळ आणी. तो साखरेपेक्षा स्वस्त असल्यानं जास्त दिवस जाई.

मुलं वाढली तशी दादानं घरात खाण्यासाठी गूळ ठेवायचं बंद केलं. तो फक्त एखादी ढेप ठेवू लागला. ''घरात असलं म्हंजे सगळं खाऊन सपतंय. थोडं थोडं इकत आणून खाईत चला.'' असं तो म्हणे नि शेंगा, गूळ, तूर हे बहुतेक सगळं बाजारला नेई. त्यामुळं घरात कायम ओढाताण होई. आईला सगळी तोंडमिळवणी करावी लागायची; म्हणून तिनं कोंबड्या, शेरडं नि म्हसरं पाळलेली. त्यांच्या अंड्यांवर, तलंगांवर, दुधावर ती चार पैसे मिळवी नि रेशनची तरतूद करी... आई नुसती रात्रंदिवस कष्ट-कष्ट-कष्ट करत असे.

रॉकेल तर बघायला मिळत नव्हतं. गावात रेशनला रॉकेल आलंय असं कळलं की, माणसांची त्यावर मुकरंड असे. एका सकाळी अशीच रॉकेल आल्याची बातमी फुटली. प्रत्येकाला एक एक पिंट मिळणार असं कळलं. आईनं मला बाटली नि पैसे देऊन पिटाळलं. तोवर पाळी नि रांग एका गल्लीतनं दुसऱ्या गल्लीत गेलेली. मी तिच्यातच सकाळी चहा पिऊन उभा राहिलो होतो. बरोबर बारा वाजता मला रॉकेल मिळालं... किती दिवसांत माझ्या हाताला रॉकेलचा वास लागल्याचा आनंद झाला. रॉकेल मिळाल्याचा माझा आनंद गगनात मावेना. मी बाटली घेऊन धावत घराकडं निघालो. घरातल्या मोठ्या दगडी उंबऱ्याला उत्साहाच्या भरात ठेचकळून, सरळ खालच्या पायरीवर तोंडघशी पडलो. ओठ फुटले. रक्त आणि रॉकेल एकात मिसळलं. फुटलेली बाटली त्यातच. वरनं आईनं संताप करून मला लाथललं. ती कळवळली-कळवळली. किती तरी दिसांत तिला रॉकेल मिळालं होतं नि मी वाद्यानं ते घरात आणून सांडलं... पुढं पंधरा दिवस प्रत्येक माझ्या मागणीला ती, ''तेवढं सांडलेलं माझं राक्याला आणून दे मग फुडचं बोल.'' असं म्हणे.

गुजराच्या इंजनावर ड्रायव्हर म्हणून असलेला मामा याबाबतीत मदत करी. गुजराचे गावात मोठे मोठे सातआठ मळे. चांगली जमीन तेवढी त्याच्या नावावर. तिथं त्याची भरपूर इंजनं. ही इंजनं विहिरीवर, नदीवर पाण्याला बसवलेली असायची. त्या इंजनासाठी दिलेलं क्रूडॉइल मामा चोरून आणत असे. मग आम्ही त्याचेच दिवे घरात करून लावत असू. पण कंदिलासाठी रॉकेलच लागे. ते नसल्यामुळं मळ्याकडं जाता येता अंधारातनं जावं लागे. त्याचा फायदा घेऊन पुष्कळ वेळा आई

दादाला म्हणे, ''एवढ्या अंधारात आता पोरगं कशाला लावून देता? पडू दे तिकडं घरातच. सकाळनं उठून लौकर जाईल.''

''आगं, मळ्यात माणूस असलं म्हंजे मोट लौकर धराय बरं पडतंय.''

''सकाळनं जरा लौकर उठून जाईल म्हणं. ह्या अंधारात साप किर्डूक पायाखाली आलं तर दिसंल काय? पोराचा जीव केवढा? तशात मळा केलाइसा कुठला त्यो; भुताटकीच्या रिवणात. पोरगं भ्यालंबिलं तर?...'' आई चिकाटी धरी.

''मग सकाळनं उठून लौकर जाशील काय रे, आन्द्या?''

''जातो की.'' मी कबूल होई.

असं विचारणारा दादा मात्र घरात झोपे. मग मळ्याकडं एकटा गणपा जाई. ही संधी साधून गणपा पुष्कळ वेळा आपल्या भावाला बरोबर घेऊन रातचं भाराभर गवत, कडबा बांधून आपल्या स्वत:च्या घरी पाठवी. हे आईला गणपाच्या घराच्या शेजारची; मोऱ्याची किसनी सांगत असे. पण आई कळून सवरून कानाडोळा करी. कारण या सर्वांच्या बुडाशी तीच कारण आहे; असं दादा दाखवून द्यायला बसलेला. पुन्हा या सगळ्याचा परिणाम मला अंधारातही गणपाबरोबर वस्तीला जावं लागण्यात होईल, याची तिला भीती असे... तिचा जीव माझ्यासाठी-पोरासाठी-असा आतून तुटत असे. पण तिला काही बोलता यायचं नाही.

एवढी आठ मुलं झाली तरी, आईचा दादाच्या हातचा मार चुकत नव्हता. तिला एक दिवसही दादा घरात थांबू देत नसे. रोजच्या रोज तिनं साताठ मुलांचा स्वैपाक, त्यांची इतर ऊठबस बघून मळ्याकडं आलं पाहिजे, असा दादाचा खाक्या असे. गावात समाधानाच्या नाही तर गैबीच्या हौदाला जाऊन पाणी आणावं लागायचं. पोरांच्या आंघोळीसाठी गरम पाणी करावं लागायचं; हे दोन्ही हौद तीन साडेतीन फर्लांगावर होते. त्यामुळं पहाटे उठून स्वैंपाक करावा लागायचा; नाही तर पाण्याला जावं लागायचं. कळशी, घागर, तपेली ज्याला जे झेपेल ते घेऊन पाणी आणावं लागे. आईला पंचवीस तीस भाकरी थापटाव्या लागत होत्या. दूध घालून यावं लागत होतं. आणि हे सगळं आवरून, जेवणं घेऊन मळ्यात जावं लागत होतं. मळ्यात शेणं लावणं, पोरांची कापडं धुणं, रोजगाराला आलेल्या बायकांबरोबर कामं करणं, आठवड्यातनं दोन बाजार असत; त्यासाठी आधल्या दिवशी माळवं तोडून, धुऊन ठेवणं तिलाच करावं लागे. बाजारात विक्रीला तिलाच बसावं लागे.

एखाद्या दिवशी आईची घरातली कामं लवकर आवरली नाहीत किंवा तिनं सांडगं, पापाड घालण्यासाठी घरात मुक्काम केला तर, ''तुमच्या आयला तुमच्या; तुम्हांस्नी घरात बसून कुठलं खायाला घालू? वतनदाराची बायकू पडलीस घरात बसून सांडगं पापाड करायला?'' असं म्हणून मार मिळे. पण दादाला त्याच्या जेवणात सगळ्यात जास्त सांडगं-पापाड लागत. आईनं, ''पोरांनी खाल्लं, दोनच

उरल्यात तेवढं खावा,'' म्हटलं की, आईला लाथा आणि थोबाडात बसत. ''रांडं, मला उपाशी ठेवून पोरांस्नी घालतीस? खज्जाळे, मी धड तर हे सारं घर धड. अंगात जोर असला तर मी ह्यांस्नी मिळवून आणीन; नसंल तर कोण आणणार? तुला कितीदा सांगायचं?'' पैलवानी केलेल्या दादाचं मतलबी गणित हे असं असायचं. त्यात आईला पोरी पाच नि आम्ही मुलगे दोघंच. दादा म्हणायचा, ''ह्या रांडा, दुसऱ्याच्या घरात आज ना उद्या घुसणार. त्यांस्नी चांगलं चुंगलं घालून काय फायदा?'' त्यामुळं आई नेहमी दादाला प्रथम जेवायला घाली. त्यानं हूंऽ म्हणून खाऊन जे उरलेलं असेल, त्यावर आम्ही पोरं तुटून पडत असू. थोडं थोडं वाटणी करून खात असू. आई बाजारात माळव्याची विक्री करण्यात मुरलेली होती. त्यामुळं दादा माळव्याची विक्री तिच्याकडंच सोपवायचा. या विक्रीत तो स्वत: गडबडून जायचा. व्यवहार त्याला जमायचा नाही. आई मग माळव्याची विक्री करून आलेल्या पैशातनं रेशन आणत असे. कधी आम्हा पोरांना मूठमूठभर चिरमुरं मिळत असत. कधी एखादी पेरूची फोड, कधी बाजारची फुगीर एकदोन-एकदोन भजी मिळत. कधी गोडीशेव मिळे. हे सगळं दादाला चोरून आम्हाला मिळत असे. कोंबडीची अंडी विकून, दुधात थोडं पाणी घालून दूध वाढवून विकून, शेणकुटं विकलेल्यातले थोडे पैसे वाचवून, कधी माळव्याची विक्री कमी सांगून ती पैसा वाचवी; त्या पैशातनं ती आम्हा पोरांना कापडं-धडोती घेई. दादा कापडांसाठी जे पैसे देई ते फारच अपुरे आणि हलक्यापैकी, माजंरपाट कपड्यांच्या खरेदीला पुरतील एवढे देई. आई त्यात आपले पैसे घाली नि थोडी आम्हांला रंगीत, छापील फुलांची, टिकाऊ कापडं घेई.

मुलं रंगीत कपडांनी एवढी नटलेली बघून दादा उभा जळायचा. त्याला वाटायचं आपला सगळा पैसा ह्या कापडांत गेला. एवढी भारीपैकी कापडं घेऊन हिनं विनाकारण पैसा पाण्यात घातला. खर्च झालेल्या निम्म्या पैशात साधी कापडं आली असती. आणि आईलाही त्याला असंच सांगावं लागे की, दादानं दिलेल्या पैशांतच तिनं एवढी कापडं आणली आहेत. ती पदरचा पैसा घातल्याचं सांगत नसे. सांगितलं तर पुन्हा; चोरून पैसे साठवती म्हणून दादाचं दणकं खावं लागायचं. कायमचा आईवर दादाचा संशय राहायचा. ती आपली मुकाटपणे मार खाई.

आम्ही पोरं, ''दादा, आईला मारू नको की गा; मारू नको की गा'' म्हणून आडवी पडत असू. त्या वेळी आमच्याही एक एक थोबाडात बसे. किंवा लाथेनं असं ढकललं जाई, की कुठं तरी दुखायलाच सुरुवात होई. आईच्या अंगावर रक्ताचं शिंपणं होई. गल्लीतली माणसं दादाला बोलबोल बोलत. बायका शिव्याशाप देत. पण दादाला तो आपला पुरुषार्थ वाटायचा. तोंडानं तो घाण घाण शिव्या द्यायचा. 'तुला लावला घोडा, तुला लावला गाढव, अमुक अमुक' असं म्हणायचा. रागानं

त्याचा संताप होत असे. आवाज कापरा होई, पिसाळल्यासारखा वागे. त्याला घरात विचारणारं कुणीच नव्हतं.

दादाच्या या माराला आणि आडव्या-उभ्या जाचाला कंटाळून, आई तीन-चार वेळा विहिरीत पडायला गेली होती. कुठं गेली त्याचा आम्हांला पत्ताच लागायचा नाही. पण आमचं सुदैव असं की, ज्या शेतकऱ्याच्या विहिरीवर ती जाई; तिथं नेमकं कुणाच्या तरी नजरेला येई नि तो शेतकरी तिला घरापर्यंत परत आणून पोचवी. आम्हा पोरांना तिच्यावर नजर ठेवण्यास सांगे. दादाला मळ्यात जाऊन किंवा घरात असला तर घरातच चार गोष्टी समजून सांगून, प्रसंगी शिव्या देऊन जाई. दादा आईला मारतो, हे सगळ्या गावभर झालेलं, त्यामुळं एखाद्या विहिरीकडं आई जाऊ लागली की, जाणाऱ्या-येणाऱ्या वाटसऱ्याला नि त्या शेताच्या शेतकऱ्याला हमखास संशय यायचा नि तो तिला परत वळवायचा. पुढं पुढं मग आईला दादानं मारलं की, तो दिवस आम्ही कुणी तरी आईबरोबर कायम असू. दादा गेल्यावर आईच्या देखत दादाला आम्हीही शिव्या देऊन घेत असू... आईला वाटायचं पोरं आपली आहेत नि आम्हा पोरांनाही वाटायचं आईच तेवढी खरी खरी आपली. दादा आपला नाही. तो मारका आहे; आम्हाला जवळ करत नाही...

दादाच्या या जाचामुळं आईला आता मुलं नको नको वाटत होती. तरी तिला ती होत असत. तिचा याही बाबतीत छळ होत असावा. भांडणात, तिला दादा मारताना ती आक्रोशून, कंठ फोडून याचा उल्लेख करी. "नगं नगं म्हटलं तरी भसासा ही पोरं एवढी कशाला काढून ठेवतोस? ह्यांस्नी मी एकटी कुठलं कुठलं आणून घालू? जलमली तवा नखं का लावली न्हाईस ह्येंच्या नरड्याच्या घाट्यांस्नी?" असं ती एखाद्या गायीगत अनावर शोकानं हंबरून म्हणे. तरी तिला ती होतच होती. पहिलं मूल रांगतं न रांगतं तोवर आईचं पोट वर आलेलं दिसे.

आता तिला बाळंतपणं कुचंबू लागली होती. आईला सारखी मुलं होतात आणि त्यामुळं आम्हा सगळ्यांचंच हाल होतात, हे मलाही कळत होतं. पण वस्तुस्थितीही मला समजत होती. मनातला दादाविषयीचा राग वाढत होता. आईची करुणा येत होती. आणि होणाऱ्या मुलांवर माझी मायाही वाढत होती. ती आपली भावंडं आहेत, माझे बहीण-भाऊ आहेत, त्यामुळं मी त्यांच्यावर माया करत होतो. त्यांच्यात खेळायचा, त्यांना अंगाखांद्यावरनं इकडं-तिकडं न्यायचा. पण या सगळ्यात आईचे हालहाल होतात हे समोर दिसत होतं.

लक्ष्मीच्या वेळी असंच झालं. भल्या पहाटे पाच वाजता उठून कामाला लागावं लागायचं. आईनं अवघडल्या पोटानं मला आणि हिराला उठवलं. तिला चूल पेटवायला सांगून मी नि आई समाधानाच्या हौदाला पाण्याला गेलो. पहिल्या दोन खेपा अंधारातच आणल्या. तिसऱ्या खेपेला आईच्या पोटात कळा येऊ लागल्या.

ती मटाकदिशी हौदावरच बसली. विव्हळली. दात ओठ खाऊन तिनं पहिला वेणेचा फेरा थोपवला. भरलेल्या दोन्ही घागरी डोक्यावर नि काखेत घेऊन घराकडं चालली. मीही घागर भरल्याबरोबर खांद्यावर घेतली नि तिच्या मागोमाग धावलो.

तवर घागरी सोप्यातच आदळून, म्हशीच्या गोठ्यात एका कोपऱ्यात जाऊन ती बसली. खूप कळा येऊ लागल्या होत्या. हिरा घाबरून गेली. आईची चाललेली तळमळ बघून मी रडू लागलो. मला वाटू लागलं, की आई आता कळा येऊन येऊन मरणार; इतकी ती तळमळत होती.

मला म्हणाली, ''आन्दा, रडतोस का? मला काय हुईत न्हाई, गप. पळत जा नि बाळा आज्जीला बलवून आण जा. म्हणावं; आईला येणा यायला लागल्यात; नि तू झटक्यासरशी ये.''

मी तसाच पळत गेलो.

बाळा आजी आली नि तिनं सगळी तयारी करून गोठ्याचं दार झाकून घेतलं. हिरानं तोवर म्हशीला नि शेरडांना बाहेर बांधलं होतं...

आत चालणाऱ्या गडबडीकडं जिवाचा कान देऊन मी ऐकत होतो... आईचं दबकं विव्हळणं, आजीचं धीर देणं, कुंथायला सांगणं, जिवाच्या आकांतानं कुंथणं नि शेवटी काहीच निष्पन्न न होणं... शेवटी फुटलेल्या घागरीतल्या पाण्याचा सांडताना जसा आवाज होतो तसा झाला नि त्या बरोबर आईचं विव्हळणं, कुंथणं खूप उंच होऊन संपुष्टात आलं. एक अस्पष्ट टाळा फुटला नि माझा जीव इकडं भांड्यात पडला.

घटकाभरानं बाळा आजी फडकी न्यायला दार उघडून बाहेर आली.

तिला विचारलं; ''पोरगा हाय का पोरगी?''

''सगळ्या रांडाच व्हायला लागल्यात. काय नशीब तरी तारीचं!... जुनी फडकी दे लौकर, हिरे.''

मी झटक्यासरशी जाऊन आनशीला बोलवून आणली नि स्वैपाकाला जुंपली.

सकाळी घटकाभर दिसाला मळ्याकडं दादाचा चहा घेऊन गेलो. दादा मळ्यातच वस्तीला होता. चहा घेऊन धावंवर गेलो. दादा मोट मारत होता.

''अजून रं का?''

''आई बाळत झाली!''

''कवा?''

''पाटंचं.''

''काय झालंय?''

''पोरगी.'' मी.

दादा मोट ओतून बैलं मागं सारत होता. तो काहीच बोलला नाही. मी चहा

घेऊन तसाच उभा राहिलो. मोट थांबवून एरवी दादा चहा घेई; पण आता मोट सारत मागंच गेला.

“च्या ऊन करू काय?” मी काही तरी विचारायचं म्हणून विचारलं.

“ऊन कर न्हाई तर वत त्या पाटात.” म्हणून बैलं दबावताना दादानं काऽडदिशी चाबूक बैलाच्या पाठीत मारला.

मी खोपीकडं चाललो तर मला म्हणाला, “सुक्काळीच्या, पाण्याकडं जा नि गणप्याला मोटंवर लावून दे.”

मी पाण्याकडं गेलो. गणपाला मोटंवर लावून दिलं. घटकाभरानं दादा घराकडच्या वाटंवर जाताना दिसला... सातव्या बहिणीचा जन्म असा झाला.

आईला आपली दादाच्या हाणामारीची छळकथा सांगायला एक विश्वासाची जागा होती. दत्ताजीराव देसायांची आई नि बायको. आई त्यांच्या वाड्यात दादाच्या सांगण्यावरनं; कधी माळवं द्यायला, कधी म्हस व्याली तर तिचा चीक द्यायला, कधी त्यांना शेणकुटं कमी पडली तर शेणकुटं घालायला जात असे. त्या वेळी ती आपला छळ त्या घरात सांगे. दत्ताजीरावांची आई नि बायको हळहळून जात. कधी दत्ताजीरावांना त्या बोलावून, ‘तारा’ काय म्हणती ते ऐकायला लावत. दत्ताजीराव म्हणत, “’मी बोलतो हं त्या सुक्काळीच्याला.’ मग कधी कधी ही मात्रा लागू पडे. फार झालं तर दत्ताजीराव दादाला बोलत. दादाच्या मनात दत्ताजीरावांविषयी एक आपुलकी, एक आदर, काहीसा दराराही होता. त्याचा थोडाबहुत परिणाम होई.

पुष्कळ वेळा दादा परत येऊन मग आईला बोले. पण आई म्हणे,

“आईसाबांनी, ‘कपाळाला दातवाण का लावलंस ग?’ म्हणून इचारल्यावर सांगणं भाग पडलं.”

“काय तरी बडवलं, मेढकं लागलं म्हणून सांगायची हुतीस.”

“का? खोटं काय म्हणून सांगू? तुमच्या मारावर कांबरून घालून ठेवू व्हय? तुम्ही सांगा की तुम्हांला काय सांगायचं ते दत्ताजीराव सरकारांस्नी. मी का नगं म्हटलंय?” असं आई बोलल्यावर दादा मग शिव्या देऊन गप्पच बसे. “तू पुन्ना आलीयास कातीला.” म्हणून दम देई.

संसार असाच चालला होता. मुलं होत होती. घर कंगाल होत चाललं होतं.

वर्षभर पाऊस पडला नसल्यामुळं विहिरीत चौथाईही पाणी भरलं नाही. कसंबसं वाव-दीड वाव पाणी साठलं होतं. माळरान असल्यामुळं आणा-दोन आणेही पिकं आली नाहीत. जनावरांना नुसता कडबा झाला. उसाची टिकारणी गाळली. दोनतीन गाडी गूळ व्हायचा तिथं नुसत्या अठरा ढेपा झाल्या. त्या इकडंतिकडंच खर्चाला गेल्या. धान्याचे भाव जास्तच कडाडू लागले. जवळ तर दातावर मारायला पैसा नाही. होता नव्हता तेवढा, घर बांधायला अगोदरच घातला

होता. मालकाचा सगळा फाळा तटला. घरात नऊ तोंडं खाणारी. राबणारे नुसते आईबाऽच. सुगी घरात आलेली, पण कशीबशी पाडव्यापर्यंत गेली. मळा म्हणजे नुसतं पाचसहा एकरांचं तांबूळ रान होतं. पाऊस जरा जरी कमी पडला तरी, पीक वाळून वाऱ्यावर उडून जायचं. त्यामुळं रेशनचं धान्य नेहमी आणावं लागत होतं.

रेशनच्या दुकानावर ही गर्दी. माणसाला किडकंबिडकं धान्य पदरात पडलं, तरी त्या दुष्काळात आनंद होऊ लागला. तासतास, दोन-दोन तास पाळीला उभं राहून मूठपसा मिळू लागला.

सुंदरा-चंदरा दीड-पावणेदोन वर्षांच्या झाल्या होत्या. तरी त्या चालू शकत नव्हत्या. अजून रांगत होत्या. जन्मल्या त्यावेळी दोघीही लाटेसारख्या घटखंबीर दिसत होत्या. पण पुढं त्यांची वाढ खुंटली. अगोदरच आईला दूध येत नव्हतं; तशात तिच्या पोटात दुसरं पोर राहिलं होतं.

धनगर गल्लीत रामा डल्ले राहत होता. पंचवीस-तीसभर मेंढर होती. एक गाय नि एक घोडं होतं. दादानं त्याला सव्वाशे रुपये कर्जाऊ दिले होते. त्याला आता आठनऊ वर्षं होऊन गेली होती. दादा ते पैसे मागून दमला होता. पण रामाची परिस्थिती पैसे देण्याची नव्हती.

दादा म्हणत होता; "नुसतं मुद्दल तरी दे."

तो म्हणत होता; "कुठलं देऊ?" प्रत्येक वेळेला काही ना काही कारणं सांगत होता.

पण दुष्काळ पडल्यावर दादानं त्याल गाठलं. "मला आत्ताच्या आत्ता पैसे पाहिजेत. न्हाईतर तुझी मेंढरं मी माणसं लावून, ताणून न्हेणार कोल्हापूरच्या बाजारला. येतील त्यातलं मुद्दल नि निम्मं व्याज काढून घेणार. उरलेलं पैसं तुला देतो. मग माझं कोण काय करणार हाय बघू."

दादा एकेरीवर आला होता. पोराबाळांना जगवण्यासाठी त्याला दुसरा उपाय सुचत नव्हता.

शेवटी सगळा धनगर-समाज आडवा पडला. तडजोड केली. म्हतारा सिद्धू धनगर म्हणाला, "रत्नाप्पा, रामाची गाय गाभणी हाय. दर वर्साला आतापतोर तिनं पाडंच दिल्यात. म्हैनाभरात यील. न्हेऊन बांध जा तुझ्या दावणीला. त्यातच सगळं आलं म्हण. या दुखळात तुझ्या घरादारातनं दुधाची रवंदळ हुईल. तुझी पोरंबी अजून बारकी हाईत. बारक्या पोरांस्नी गाईचं दूध ते आईचं दूध असतंय. पाज जा त्यांस्नी. होऊ देत दल-दुप्पट. रामाचीबी पोरंबाळं बारकी हाईत. त्यास्नीबी तुझा आशीर्वाद मिळंल."

दादाला आणि आईला हा विचार पटला. दोन्ही पोरींना गाईचं दूध होईल नि पोरी धडधाकट होतील, असं त्यांना वाटलं.

त्यात दादानं एक अट घातली. "गाईला पाडा झाला तर सगळं फिटलं असं समजीन. न्हाईतर नुसतं याज फिटलं, असं मानीन."

"कबूल. माझ्या गाईला आतापतोर कवा पाडी झालीच न्हाई." रामा एकदम बोलला.

दादाला पाड्याची हौस होती. गाय नुसतं पाडं देत राहिली तर घरच्या बैलांची जोडी करावी, असं त्याला वाटू लागलं. शेतकरी-नात्यानं 'घरची औताची बैलं,' हे त्याला भूषण वाटत होतं.

रामाची गाय त्यानं आपल्या दावणीला आणून बांधली. महिनाभरात ती व्याली. तिला पाडा झाला. घरात आतापर्यंत गाय नव्हती; ती आली आणि तिला पाडा झाला, म्हणून सगळ्यांना आनंद झाला. दादा इतका खूश झाला, की गाईचं जवळ जवळ सगळं दूध तो त्या वासरालाच सोडू लागला. पोरी खडकावर पडल्या.

त्यामुळं गाईचं दूध आलं तरी, सुंदराचंदरांच्या तब्येती होत्या तशाच राहिल्या. चंदराला बसून माती खायची सवय लागली होती. तिचे हातपाय तुरकाटीगत बारीक झालेले. ते मऊमऊ शिळ्या पडवळागत लागत. पोट मोठ्या तपेलीगत झालं होतं. दोन वर्षं संपत आली होती, तरी अजून काहीच बोलत नव्हती. बसवील तिथं बसत होती. तिथंच हगत-मुतत होती. कुणाच्या लक्षात आलं तर तिला तिथनं उठूवन स्वच्छ केलं जाई, नि दुसऱ्या जागी बसवलं जाई. ती तिथं खुशाल बसून राही. सगळे गेले की, नखानं भुई, नाही तर भिंत टोकरून मुटूमुटू माती खाई.

हिराच्या संगतीनं, तिच्या खालच्या सगळ्या पोरांना माती खायची चटक लागलेली. त्यामुळं मी आणि आनसा सोडलं, तर सगळी खालची पोरं नाळरोगी, गालफुगरी, हातापायांत बळ नसलेली, रडकी, शेंबडी झालेली. त्यात आईला दोनदोन वर्षांनी पोर होत होतं. एकालाही कुणाला चांगलं खायला, प्यायला मिळत नव्हतं. आईच्या अंगावर दूध येत नव्हतं. स्वत: आईही खंगत चाललेली. हाडांच्या सापळ्यागत दिसू लागलेली. पोरं शरीरानं नि संख्येनं वाढतील तशी सगळ्यांचं हाल होऊ लागलेलं.

त्यात हा दुष्काळ. घरादाराला रेशनचं सातू, मिलो जोंधळा, पिवळा, किडका डुकरी मका, सजुगऱ्याची चव असलेला तांदूळ. हा तांदूळ दळून-भरडून, कण्या, भाकरी करून, उकडून आमटी बरोबर, नाही तर ताकाच्या पाण्याबरोबर खावा लागायचा.

हातात रेशनला पैसा पाहिजे म्हणून म्हसरांचं सगळं दूध रतिबाला जात होतं. शेळीचं नि गाईचं दूध घरात ठेवलं जात होतं. सजुगरं उकडल्यागत भाताची चव लागे. सातूची चपाती चमड्यासारखी वातड होई. पिवळ्या मक्याच्या भाकरीचा कुबट, कसनुसा वास मारत असे. मला कितीही भूक लागली असली तरी, ती

भाकरी पोटात घालावीशी वाटत नसे. बेचव भातात गूळ घालून मलिद्यासारखा खात असे. पोरांना हेच अन्न झाकण्या-परळात वाढून त्यांच्यासमोर ठेवलं जाई. कसाचं अन्न व्यापाऱ्यांच्या दुकानात असे; पण ते मुलखाचे महाग. भटं-बामणं, तालेवार यांच्याशिवाय ते कुणालाच घेणं परवाडायचं नाही.

त्यामुळं सगळी पोरं मेंगळी झालेली. रेशनचं कुबट अन्न खाण्यानं सगळ्यांना हगवणी लागल्या होत्या. घराकडनं मळ्याकडं येतानाही वाटेवरच ती परसाकडं बसायची. तशीच कुडती किंवा झगं वर धरून आईबरोबर चालायची. आई मग मळ्यात आल्यावर त्यांची ढुंगणं धुवायची. झाडाबुडी पोरांना बसवनू कामं करायची. शेणी लावायची, धुणं धुवायची, माळवं तोडायची, उसाची उकटणी करायची.

मातीत बसलेली पोरं मग माती खात. हिरा आणि शिवा तर मातीसाठी खूप मार खात होते. घराच्या उभ्या भिंतींची पांढरी डिवळं ते पापडागत खात. चिडून, वैतागून आईनं त्यांना तोंडाला, हाताला पुष्कळ वेळा डागलं होतं. कोडासारखे डाग उठले होते. दोघांच्याही हाताला फडक्याच्या पिशव्या आई घाली. त्याही टिकत नाहीत म्हणताना, पातळ चमड्याच्या पिशव्या करून घातल्या होत्या. चामड्याच्या पिशव्या घातल्या की त्यांना माती तर खायला यायचीच नाही, पण काहीच करता यायचं नाही. मळ्याकडं ती तशीच पिशव्या घालून यायची. त्यांच्या तोंडावर बसलेल्या माशा चावल्यावर त्यांना खाजवताही यायचं नाही.

येणाजाणाऱ्या माणसांना ते चित्र चांगलं दिसत नव्हतं. कुणी तरी वाटसरू आईला मधेच वाटेवर थांबवून विचारी,

"पोरांच्या हाताला काय बांधलंय हे?"

"माती खात्यात; काय करू?"

"आरंऽ देवा! नजरं समोर ठेवावीत. पोरांच्या जातीचं हात मोकळं असावंत. कायबी खेळत्यात, कायबी रंगीत वस्तू उचलून जीव रमीवत्यात. पोरांची जात; खांजळायला, केसं मागं सारायला, शेंबूड पुसायला, हगाय-मुतायला हात मोकळं असलं की बरं असतं." तो जाता जाता शहाणपण सांगून जाई.

असं कुणी बोललं तर आईला वाईट वाटे. पोरांची कळकळ येई. त्यांचे हात बांधलेले केविलवाणे चेहरे बघवेनातसे होई. ती हातांच्या पिशव्या सोडून टाकी. पिशव्या सोडताना मग ती दम देई. "पिशव्या सोडतो; पण माती खाल्लेली दिसली तर बघा. जीवच घेतो. न्हाई बोटं कुऱ्हाडीनं तोडली तर इचारा." असा हग्या दम देई.

हिराबाई हुशारी करी. हवी तेवढी माती खाऊन पटकन पाणी पिई. तोंड आतनं खंगळून घेई. पण परसाकडंला बसल्यावर पातळ चिखलागत झालेलं बघून, आई तिला परसाकडच्या जाग्यालाच लाथलत असे. काही काळ हिरा आणि शिवा या

दोघांना खायला काव देऊन बघितली. तरी काही उपयोग झाला नाही. काव खाऊन पुन्हा मेवामिठाईगत माती खात होती. आईला सगळी कामं सोडून त्यांना राखत बसणं परवडत नव्हतं. तशीच माती खात, रडत-रखडत वाढत होती.

त्यांच्यामुळं त्यांच्या खालच्या पोरांना माती खायची सवय लागली, ती लागलीच.

आनसाचा संसार सुरळीत चालला होता. सुखाला लागली होती. तिला आता मळ्यातली कामं करावी लागत नव्हती. पोराबाळांचं हगणं-मुतणं बघावं लागत नव्हतं. आठनऊ माणसांच्या भाकरी थापटाव्या लागत नव्हत्या. तेवढ्याच माणसांच्या भांड्यांचा ढीग घासावा लागत नव्हता. घराचे चार मोठे सोपे लोटून काढावे लागत नव्हते.

हेच तिला फार मोठं सुख होतं. आता नुसता नवराबायकोचा स्वैपाक केला, राहायला दिलेल्या दोन खोल्या लोटल्या की काम संपत होतं. मग ती घरात बसून राहत होती. सवतं राहायला लागल्यावर मामानं घराकडं जेवायचं केलं होतं. त्यामुळं सकाळी उठून लौकर गुजराच्या मळ्याकडं गेलेल्या मामाची भाकरी घेऊन ती जात होती.

गुजराचा एक मळा नदीकडंला. काळाभोर सुपीक असा वीस एकराचा मळा. नदीचं भरपूर पाणी. मळा गारेगार. त्यात कायम भाजीपाला पिकतेला. त्यातला भाजीपाला आनसा रोज येताना घेऊन येई. कधी प्रसंग पडला तर आईलाही देई. नदीच्या कुरणात हिंडून ती शेण गोळा करी. तिथंच गुजराच्या मळ्यात लावी. घराकडं येताना जळण-काटूक, वाळलेली शेणकुटं घेऊन येई.

मामानं तिला; लुगडी बंद करून, हौसेनं पातळं घ्यायला सुरुवात केलेली. ती नेसून ती कधी सांजंचं घराकडं, तर क्वचित बाजारा दिवशी, दीस बुडता बुडता मळ्याकडं येऊ लागली. आम्हा भावंडांत घटकाभर बसून गप्पा मारू लागली.

आनसाची माझी जोडी होती. ती आमच्या घरात होती तोवर बरीच कामं आम्ही जोडीनं करत होतो. एकमेकाच्या चोरट्या ठेवी एकमेकाला सांगत होतो. मला ती शेणी लावून देत होती. शाळेतनं घराकडं आलो की जेवायला घालत होती. लहानपणापासनं आंघोळ घालत होती. तिचा माझ्यावर आणि माझा तिच्यावर जीव होता.

घरात मी पहिला मुलगा. लहानपणापासनं धाकट्या मामानं माझे लाड केले होते. आनसा आता सवतं राहिली तरी, मी तिच्याकडं जाऊ येऊ लागलो. तिच्या घरातलं नीट फोडणी दिलेलं, भरपूर येशेल तेल असलेलं चवीचं अन्न, मला घास-दोनघास मिळत होतं. कधी मामा परगावी इंजीन घेऊन गुऱ्हाळाला गेला तर, तिच्या घरात कुणी बापयमाणूस असावं, तिला सोबत व्हावी म्हणून रात्री झोपायला जात होतो. मला ते विसाव्याचं घर वाटू लागलं.

आनसा सवतं राहिली नि घरात आईला नवी व्यवस्था करावी लागली. तिनं आपल्या हाताबुडी आठनऊ वर्षांच्या हिराला घेतलं. सतत माती खाण्यामुळं हिराच्या अंगात कसली ते ताकद नव्हती. तिला कोणतंही काम वाकून करता येत नसे. ती मटकन बसे आणि काम करी. घर लोटणं, भांडी घासणं, कांदा, भाजी चिरून देणं, जमतील तेवढ्या भाकरी करणं, न्याहारी पोचवणं, अशी कामं ती मातीतल्या दानव्याच्या गतीनं करत होती. त्यामुळं आईच्या शिव्या खात होती.

तिला कोणतंही ओझं न्यायला झेपत नव्हतं. भेंडाळून जात होती. मूळची सजुगऱ्या रंगाची. आईसारखा किंचित सावळा वाण. नाक नकटं. उंची नाही. त्यात माती खाण्यानं तोंडावर कायम किंचित सूज असलेली. कायम रोगट दिसत होती.

माती खाण्यावरनं मी तर तिला दिवसातनं एकदा तरी बडवत होतो. तिच्या माती खाण्याचा मला अतिशय राग येत होता. तिच्यामुळं सगळ्या बारक्या भावंडांना कीड लागली. ती रोगट झाली. त्यांनी माती खाल्ली नसती तर, ती माझ्यासारखी नि आनसासारखी धडधाकट झाली असती, असं वाटे. त्याचा राग मी तिच्यावर कळत नकळत काढी. ह्या रोगट भावंडांमुळं माझ्यावर सगळी कामं पडतात, अशी माझी समजूत झालेली.

हिरा मळ्याकडं न्याहारी घेऊन आली की, मी तिला लगेच म्हणत असे, "आऽ कर बघू."

गावाकडनं आल्याबरोबर ती पाणी पिई. ते प्यायच्या अगोदर मी तिला आऽ करायला सांगे. ती आऽ करी. तर हमखास तिच्या जिभेवर माती खाल्ल्याच्या खुणा असत. मग तिथल्या तिथं मी तिला दोन दणके देई. "आयला तुझ्या! किती खाशील माती! माती खाऊन खाऊन सारं घरदार मातीत घाटलंस की." म्हणून थोरल्या भाऊपणाचा फायदा घेऊन दादासारख्या शिव्या देई.

माती खाल्लेली असल्यामुळं तिला तो मार खावा लागे. कधी ती स्वत:शीच रडत, बडबडत मला शिव्या देई. गाईचं दूध घेऊन घराकडं जायला निघे. जाता जाता मला जास्तच शिव्या देई. "बारा बेन्याचं कुठलं! एवढी न्हारी आणून आराला घाटली तर मलाच माती खाल्ली म्हणून मारतंय. आता उद्यापासनं भाकरी आणतो का बघ." म्हणून निघून जाई.

घराकडं जाताना मनमुराद माती खाई. तिला वाटेवर विचारायला कुणीच नसे.

माझ्यापेक्षा अडीच तीन वर्षांनी ती लहान तर तिच्यापेक्षा शिवा दोन एक वर्षांनी लहान. त्या दोघांची जोडी झालेली.

सुंदरा-चंदरासाठी एक चार चाकाचा धडधडणारा गाडा केला होता. लाकडी पेटीच्या आकाराचं एक जुनं खोकं नीट करून, त्याला खाली वीतवीतभर उंचीची फळीच्या तुकड्यांची चार चाकं लावली होती. त्या गाड्यात सुंदरा-चंदराला घालून,

शिवा आणि हिरा यांना तो गाडा मळ्याकडं ओढून न्यायला आई सांगे. खरं तर हिरा-शिवाच्या काखेत एक एक पोर बसू शकत होती. पण ही दोघंही रोगट, मेंगळी असल्यानं, त्यांना पोर काखेत घेऊन चालताना दम लागे. म्हणून हा गाडा केलेला. हिरा-शिवा तो ओढत. दम लागला की उभी राहत. मग आणखी ओढत. त्यांच्या मागोमाग, आई आपलं ढीगभर पुढं आलेलं पोट आणि डोईवर जेवणाची भरलेली बुट्टी सांभाळत हळूहळू येई.

त्यांच्याबरोबर शेरडं असत. ती आपोआप; जणू आईची पोरं असल्यागत तिच्या मागोमाग येत. तीन तरी शेरडं कायम असत. एक शेळी नि तिची दोन करडं. करडं ताठर झाली की आई त्यांना विकून टाकी. तोवर शेळी दुसऱ्या दोन करडांना जन्म देई... ती करडं तशीच ठेवली असती तर, आईची नि त्या शेळीची चांगली जोडी जमली असती; असं आम्ही पोरं गमतीनं म्हणत असू.

शिवा ही शेरडं मळ्यात पाटाकडंनं चारत असे. चारता चारता माती खात असे. हिरापेक्षा शिवा जास्त नाळरोगी. त्याच्या तोंडावर खूप सूज होती. त्यामुळं त्याचं नाक दिसायचंच नाही. डोळेही गालात मुरल्यागत झालेले. रंग सावळाच. अंगावर सुजेची टुळटुळी. त्याला घरात मी, हिरा, धोंडू चिडवताना "एऽ गाडगोबा" म्हणून हाक मारत असू. गल्लीतली पोरं त्याला "नकट्या" म्हणून हाक मारत. तोंडावर खूप सूज, पोट भोपळ्यागत फुगलेलं, हातपाय एकदम बारीक; त्यामुळं त्याचा अवतार कायम बघण्यासारखा असे.

त्याला शाळेला घातलाच नाही. कुणीतरी आईला विचारी; "पोराला शाळंला घाटलं न्हाईस व्हय गं?"

"नाळरोगी हाय. कुठं घालू त्याला शाळंत? मास्तराचा मार खाता खाता कवातरी पटाकदिशी मरून गेलं तर काय करू? शिवाय शाळंत बसून बसून लईच नाळरोगी व्हायचं. मोकळ्या हवंला हिंडतंय फिरतंय; म्हणून कुडीत जीव ठेवून तरी हाय. रानामाळात हिंडून खाऊ दे तिकडं. कुटं आता शाळा शिकून धन लावणार हाय? एकानं शिकली तेवढी रग्गड झाली. शेवटाला त्योबी मातीतच आला न्हवं?" आई सांगे.

चौथी पास झालो होतो; त्यावेळी शिवाला सहावं वर्ष लागलं होतं. आईला म्हणालो, "आई, शिवाला घाल की ग शाळंला. पोरं शिकली म्हंजे शाणी हुत्यात. आणि शाळंत त्येला खायला मातीच मिळणार न्हाई."

"मळ्यात कोण राबायचं? तुझं तू शिकतोयस ते शीक. सगळी पोरं शाळंला घालून का भीक मागत हिंडू? राबायचं कोण मळ्यात?"

"शाळा शिकल्यावर नोकरी लागती. मग तुम्हांस्नी बसून खायाला मिळंल की."

"आणि वाडवडलार्जित चालत आलेला कुळंबावा कुणी संभाळायचा? का

आम्ही वतनदार हाय, समदी पोरं शाळंत घालून आयतं खाईत बसायला?... गप चाललंय ते चालू दे तिकडं.''

दोघेच असलो म्हणजे शिवाला म्हणे; ''शिवा, शाळंत घाल म्हणून दादाला सांग की रे.''

''न्हाई बाबा. शाळंत मास्तर मारत्यात. मला न्हाई जायाचं.''

''काय करणार घरात बसून?''

''घरात का बसीन? मळंकरी हुईन.'' शिवाच्या कोवळ्या मनाला मळ्यात राहावंस वाटायचं.

दादाचाही विचार तोच होता. एक पोरगा शाळंत नि एक पोरगा मळ्यात, अशी त्यानं मनोमन वाटणी केली होती.

रातचं मी गावात आलो की शिवा मला चिकटे. माझ्याबरोबर गल्लीत खेळायला येई. गल्लीतल्या एका छपराखाली रातचं बसून आम्ही पोरं पोरं गप्पा मारायचो. कधी कहाण्या सांगायचो. शाळेतली पोरं शाळेच्या गमज्या सांगायची. इतिहासातल्या गोष्टी सांगायची. शिवा त्या कान देऊन ऐकायचा. मला चिकटून बसलेला असायचा.

मला कधी सिनेमाला जायचं असेल तर, मी शिवाला काहीतरी थाप मारी नि घरात ठेवी. माझा मी एकटाच सिनेमाला निघून जाई. कधी शिवाला माझ्या थापेचा सुगावा लागे. तो माझी पाठ सोडेनासा होई. मग मला जमलं तर त्याला सिनेमाला न्यावं लागे. किंवा त्याला एखाद्या पैशाचं काहीतरी खायला घेऊन हळूच परतून लावावं लागे. ''दोस्ताकडं अभ्यास करायला जायचं हाय.'' म्हणून सांगावं लागे. कधी दमही द्यावा लागे.

त्याला घरात करमत नसे. हिरा स्वैपाकात आईला मदत करी. चार साडेचार वर्षांची धोंडूबाई सुंदरा-चंद्राला कसंबसं सांभाळत बसे. प्रसंगी शिवालाही ते काम करावं लागे. म्हणून तो घरात बसायला राजी नसे. माझ्या मागोमाग रातचा गल्लीत यायला उत्सुक असे. त्याला स्वतंत्रपणे गल्लीत वारगीच्या पोरांबरोबर खेळायला जमत नसे. तो नाळरोगी, सुजरा-फुगरा, अंगलोटानं बेडौल असल्यामुळं, पोरं त्याची टवाळी करत. म्हणून माझ्या आधारानं गल्लीत येई. पोरांच्या गमज्या ऐकी. दुधाची तहान ताकावर भागवून घेई.

शेळीपाठीमागं तो चिखलाचे बैल, चुली, संसाराची भांडी करत बसे. परट्याची मोट करून पाटाच्या तुंबलेल्या पाण्यात दुपारचा एकटाच खेळे. त्या मोटेला वाळलेली चिखलाची बैलं जुंपत असे. एकटाच गाणं म्हणे. पाटाकडंचं हिरवं दड्डु हे त्याचं पीक असे... माती खाऊन खाऊन तोही मातीचा काळा पुतळा बनला होता. त्याच मातीशी त्यानं स्वत:च्या जन्माचा खेळही मांडलेला.

सुंदरा-चंदरा ऐकेनाशा झाल्यावर धोंडू स्वतःच रडू मांडत होती. अधनंमधनं चवीला माती खात होती... ह्या पोरांना घरात मातीशिवाय दुसरं काही पोटभर खायला मिळत नव्हतं.

आताशा आनसा बाजारच्या दिशी मळ्यात येऊन, या सगळ्या पोरांच्या पुढं चिरमुऱ्याचं चारचार दाणं; कोंबड्यांना टाकावंत तसं टाकत होती. पोरं ती मिठाई खाल्ल्यागत मुटूमुटू खात होती.

दादाच्या देखत आम्हाला हे खायला मिळे. दादाला काहीच बोलता यायचं नाही. तोही मोकळ्या मनानं चिरमुरं खाई. पण त्यानं स्वत: कधी पोराबाळांना बाजारातनं आणलं नाहीत. पोटभर शिव्या मात्र सगळ्यांना देई. मात्र आईनं कधी खायला आणलं की, "चवीनं खाऊन पोटं भरत्यात काय रांडं? पैसा उगंच जिभंचं चोचलं पुरवण्यात घालत जाऊ नगं. पोटं भरून भाकरी खाईत जावा. चिरमुरं-फुटाण्यात पैसे घालण्यापेक्षा, तेवढ्याचं जुंधळं-तांदूळ आणून शिजवून खावा.''

मग आई आम्हाला कधी तरी चोरून खायला आणी नि चोरूनच देई. आमचा कामाचा उत्साह वाढे.

◆

१३

दिसाचा गोंडा फुटायला धरलेल्या मोटा, दीस डोक्यावर मधभागाला आल्यावर सुटल्या की, तास दोनतास इस्वाटा मिळायचा. मळ्यावर सगळीकडं ऊन रणरणायचं. बारक्या पोरांना मोकळीक मिळायची. त्यांच्यावर पहारा करणारं डोळं मिटलेलं असायचं. मळा ओढ्याच्या कडेला सखलात होता. एका बाजूला गाव आणि दुसऱ्या बाजूला माळच माळ पसरलेला. वरच्या बाजूला प्रचंड भुईकोट किल्ला, तर खालच्या बाजूला म्हारकीची रानं पसरलेली... ही मोकळी रानं बघितली की, जिथं जिथं गेलो नाही तिथं तिथं जाऊन यावं, काय काय आहे पाहावं असं वाटायचं. माळावर अनेक जागा अशा होत्या. किल्ला, किल्ल्याचा खंदक, तिथले चढउतार, तिथं दिसणारी भुयारं, चोरवाटा, गंजीखाना, नकटीखण, घुगूळ-घुमट, भरमकराच्या मळ्यातल्या कण्हेऱ्या, असं काहीबाही बघायची उत्सुकता उन्हाचं एकटं बसल्यावर शिगेला जाई.

... नजर जिथवर पोचेल तिथवर सगळा माळ, आणि त्याच्यावर अशा काही खाणाखुणा आणि डोईवर तसंच पसरलेलं विस्तीर्ण आभाळ. या दोन्हींच्या प्रचंड सापटीतनं मी उनातानाचा एकटाच फिरत असे. का आणि कसा फिरत होतो, काही कळत नव्हतं. फिरायला बरं वाटायचं. ते ते बघताना तिथली चित्रं मनासमोर उभी करत होतो. तोफ कशी उडत असेल, आपल्याला घुगूळ नाचवायला येईल काय, असलं काहीबाही मनात यायचं नि त्यातच मी चालत चालत खोपीकडं यायचा. तवर मोटा धरायचा वकत झालेला असे. मन माळभर आंथरलं जाई... खोलवर

काहीतरी साठत गेल्यागत वाटे.

पावसाळा आला की मळ्यात कामं फारशी नसायची. ढोरागुरांना वैरणी घालत बसावं लागायचं. नुसतं एका जागी बसून राहिलं की मनात सिनेमाचे विचार यायचे. रात्री सिनेमाला तरी जावं असं वाटायचं. जवळ पैसे नसायचे. अशा वेळी पद्माण्णाच्या शेताची आठवण व्हायची. पद्माण्णा हा आमच्या मळ्याशेजारचाच, पण वड्याच्या पलीकडं असलेला एक वाळला शेतकरी. म्हातारा माणूस. वतनाची शेती. चार माणसं कामाला लावून शेतातली कामं करायचा. त्याला मूलबाळ काहीच नव्हतं. आणि शेत कसंही पिकलं तरी नवरा-बायकोच्या पोटापुरतं येत होतं. त्यामुळं तो शेताची फारशी निगा करायचा नाही. एखादीच भांगलण करायचा. शेतात जोंधळा आणि तूरच कायम घातलेली. भांगलण नसल्यामुळं जोंधळ्याचं गचपन झालेलं. शिपाट-लपाट भरपूर वाढलेलं असायचं. जोंधळा पोटरीला यायच्या वक्ताला तर, शिपाट कोणचं नि जोंधळा कोणचा हे ओळखायचं नाही. त्यामुळं वैरण काढायला भरपूर मिळत असे. बाटूक म्हणून पोटरी नसलेला जोंधळा खुरपून काढत होतो. भरपूर शिपाटामुळं बाटकाला सांजचं बाजारात पैसेही चांगले मिळायचे. तेवढ्या पैशांत हाटेलात जाऊन एक प्लेट भजी किंवा चिवडा खाता यायचा आणि सिनेमाही व्हायचा.

पद्माण्णा सांज करून फिरत फिरत यायचा. मी चार वाजताच्या सुमारालाच वडा ओलांडून त्याच्या शेतात घुसलेलो असायचा. शिपाटबाटूक काढताना डोळं चारी बाजूंला भिरभिरायचं. चाहूल घ्यायचं. पुष्कळ वेळा पद्माण्णा अचानक यायचा. एकदा तर दोनचार मुठी काढल्या नाहीत तवरच त्याची चाहूल लागली नि मी सरपटत सरपटत वड्यात येऊन पडलो नि विळा आमच्या हद्दीत फेकून देऊन, वड्यातच काठाला परसाकडं बसल्याचं सोंग केलं. पद्माण्णा जवळ आल्यावर पाण्यानं स्वच्छता करून उठलो. त्यामुळं मी परसाकडंला बसलो होतो याविषयी त्याची खात्री झाली.

"आरं पोरा, कुणीतरी माझ्या रानात शिरून बाटूक काढतंय रं."

"खरं? मला तर काय कुणी दिसत न्हाई. आणि मी सारखा वड्याकडंला नसतो. आमची वस्ती माळावरच हाय न्हवं."

"आत्ताच कुणी तरी येऊन गेलंय बघ. चारपाच मुठीबी तिथं तशाच पडल्यात."

"मीबी आत्ताच हिकडं आलोय. आमचंबी पाचसात पेंड्या गवात कुणी तरी न्हेलेलं दिसतंय... चोराच्या पाळतीला ऱ्हायलं पाहिजे. उद्यापासनं मी हिकडं अधनंमधनं फेरी टाकत जाईन. तुमच्या रानावरबी नजर ठेवीन."

"बघ जरा. अधनंमधनं कुणी दिसलं तर हाक मारावी."

"बरं बरं."

मी वड्याकडंला गवत कापायचं निमित्त करून बसलो. आण्णा काखंत मुठी मारून हळूहळू बांधानं निघाला. चांगला गावाच्या वाटेला लागल्यावर पुन्हा घुसलो नि कचकून भाराभर शिपाट नि बाटूक काढलं.

गावात नेऊन आण्णाच्या सावत्र भावालाच विकलं. शेजारी शेजारी राहत होते. पण तवणूआण्णा कचेरीत कारकून होता. त्यामुळं त्याच्या म्हशीला विकतची वैरण घ्यावी लागायची... दसऱ्याच्या टिपणाला असा उद्योग जोरात चालायचा नि चार-दोन पैसं शिलकीला पडायचं.

घरात त्याचा कुणाला पत्ता नसायचा. कारण बाटकाचा भारा तिथंच बांधून मी आमच्या जोंधळ्यात आणून ठेवत होतो आणि खोपीकडं वड्याचं गवत घेऊन जात होतो. हरमाळ टळली की गणपाला 'घराकडं जातो' म्हणून सांगत होतो आणि बाटकाचा भारा घेऊन थेट बाजारात जात होतो. तो विकून मग घराकडं येत होतो. त्यामुळं कुणाला कळायचं नाही. निर्धास्तपणे चार पैसे साठत होते. जणू मळ्याकडनंच आलो अशा आविर्भावात घरात पाय टाकत होतो.

मळ्याच्या शेजारीच संघाची एक शाखा होती. संध्याकाळी तिथं पंचवीस-तीसभर तरुण मंडळी आणि माझ्या वयाची मुलं जमत. खाकी चड्डी, पांढरं कुडतं नि काळी टोपी असा पोशाख. माळावर ती निरनिराळे खेळ खेळत, कवायती करत, गाणी म्हणत. मला ते बघत राहावंसं वाटे. पाण्याकडं असलो म्हणजे मला तिकडं जाता यायचं नाही. पण पावसाळ्यात माळाला म्हसरं चारत असलो की, तिथं जाऊन उभा राहत असे. रोज मी तिथं उभा राहताना बघून कुणी तरी माझी चौकशी केली. शाळेला जातोस का म्हणून विचारलं. मी दडपून 'जातो' म्हणून सांगितलं.

"कितवीत आहेस?"

"पाचवीत."

"वा! छान. मग आमच्या शाखेला येत जा ना."

"आणि म्हसरं कुणी राखायची?"

"तुझ्या म्हशी चरतील की माळाला. तू शाखेत येऊन दाखल हो."

"नगं."

"का रे?"

"माझ्याजवळ तसली कापडं न्हाईत."

"नाहीत तर नाहीत. तसाच ये."

मी तसाच जाऊ लागलो. माळाला म्हसरं चरायची नि मी आपला पोरांतनं खेळायचा.

लंगडी-हुतुतूचा खेळ चांगला खेळायचा. लंगडी जोरात घालायचा नि हुतुतूत धरलेला गडी चिवटपणे सोडायचा नाही. पोरांबरोबर गाणी म्हणायचा. खरं म्हणजे

असं खेळण्यासाठी नि पोरांबरोबर गाणी म्हणण्यासाठी माझ्या जिवाला जावंसं वाटत होतं... त्यांनी 'ये' म्हटलं नि मी गेलो.

आठदहा दिवस झाले. मी नियमित येतो आहे असं पाहून, कुठल्याशा गटात माझं नाव घालून टाकलं. त्या दिवशी हळदीकर नावाच्या प्रमुखानी माझी सगळी माहिती विचारून घेतली. दोनतीन गटांची मुलं गोलाकार बसली असताना ते उभे राहिले. माझ्याजवळ आले नि मला उभे राहण्यास सांगितले. मी उभा राहिल्यावर त्यांनी माझा परिचय सर्वांना करून दिला. मी पाचवीत असल्याचं सांगितलं.

परिचय करून दिल्यावर, आसपासच्या पाचसात मुलांना ऐकू जाईल असं; पण स्वत:शीच बोलल्यासारखं; दड्डीकर नावाचा मुलगा म्हणाला, "यानं तर शाळा सोडली आहे पाचवीतनं. शाळेत असता तर हा माझ्याबरोबर सहावीला आला असता."

हळदीकरांनी काहीसं आश्चर्यानं विचारलं; "खरं?"

मी शरमल्यासारखा होऊन खाली मान घातली. क्षणभर काहीच बोललो नाही. मग म्हणालो, "मळ्यात कामं करायला कुणी नाही, म्हणून वडिलांनी शाळा सोडायला लावली."

"असं? आपण तुझ्या वडिलांना; पुन्हा शाळेला पाठवून द्यायला सांगू. आवडेल तुला?"

"हां." मी मान हलविली.

पुन्हा आठदहा दिवस गेले. मी नेमानं येत राहिलो नि खेळत राहिलो. त्या दिवशी हळदीकर आणि त्यांचे दोन मोठे मित्र माझ्याबरोबर शाखा सुटल्यावर मळ्याकडं आले. मी म्हसरं कोंडाळून खोपीकडं नेली.

नुकतीच गाईची धार काढून दादा तंबाखू ओढत खोपीच्या तोंडाला बसला होता.

"नमस्ते, रतनू आण्णा."

"रामराम." दादाला कळेना; ही भट मंडळी इकडं कशी काय काठ्या घेऊन आली. तोवर मी गोठ्यातली दावी म्हसरांच्या गळ्यात अडकून आलो.

"तुमचाच मुलगा ना हा?"

"व्हय जी." दादा माझ्याकडं संशयानं बघू लागला. त्याला वाटलं मी काही तरी भानगड करून आलोय.

"हुशार आहे. आमच्या शाखेत येतो नेहमी." असं म्हणत तिघेही घाणवडीवर शाखेतल्याप्रमाणे बसले.

"खेळाच्या नादानं येत असंल. नगं म्हटलं तर ऐकत न्हाई." दादाला अजूनही अंदाज येईना. त्यानं माझ्याकडं बघत चिलीम विझवली.

"चांगला खेळतो. त्याची शाळा बंद करू नका. त्याला शाळेला पाठवून द्या."

"हांऽ!" दादाच्या डोक्यात आता प्रकाश पडला.

"त्याला शाळेला पाठविण्यात काय अडचणी आहेत का?"

"मळ्यातली कामं कुणी करायची, दादासाहेब?"

"तुम्ही करायची. मुलांना शिकवलं पाहिजे."

"आम्हीबी कामं करतोयच की हो. आम्हाला तर काय बसून खायला मिळतंय? घरात पोरं हाईत पाचसात. मी एकटाच राबणार. एवढ्या पोरांच्या पोटाला एकट्याची राबणूक फुरं हुती व्हय? पोरंटारं हातभार लावत्यात म्हणून तर दोन वक्ताला खायला मिळतंय?"

तिघांनाही काय बोलावं सुचेना. क्षणभर शांतता पसरली. मग एकजण म्हणाले; "मुलगा हुशार आहे. शिकला तर त्याला चांगली नोकरी मिळेल. मग तुमच्या पोटापाण्याचा प्रश्न सुटेल की. उलट तो चांगल्या प्रकारे सुटेल."

दादा हसला. "आणि तवर काय खावावं? ह्येला नोकरी लागून घरात पगार येईस्तवर आम्ही जितं तरी ऱ्हायला पाहिजे."

"अहो, अशाच परिस्थितीत काहीतरी करून शिकवायचं. त्याचंही कल्याण होईल, तुमचंही कल्याण होईल. मुलगा हुशार आहे म्हणून म्हणतो."

"हुशारी काय शेतकीतबी चालविली तर फायदाच हुईलकी. चांगला शेतकरी हुईल. वाडवडलार्जित शेती चालत आलीया. तिला चांगली कळा आणंल." दादा हळूहळू तिड्यानं बोलू लागला. त्याला वाटू लागलं; हे वाटंचं वाटसरू कारण नसताना आपल्याला शहाणपण शिकवू लागले आहेत. मला येडबडल्यागत होऊ लागलं. काय करावं कळेना.

हळदीकरांना उत्तर सुचेना. ते नुसतेच हसले. दुसरे मधला मार्ग म्हणून म्हणाले; "थोडं शिक्षण झालं म्हणजे बरं असतं. बुद्धी चांगली चालू लागते. कोर्टकचेऱ्यात अडतनडत नाही. वाचायला येतं."

"लिवायवाचाय पुरतं त्येला शिकीवलंयच की हो. चांगला पाचवीपतोर गेलाय."

"आणखी दोन वर्षं घालून पाहा. सातवी तरी पूर्ण होऊ द्या. अनेक फायदे होतील."

"कसलं फायदं घेऊन बसलाईसा? तुमची पोरं फुडंफुडं शिकत जात्यात ते एक बराबरच हाय. तुम्हांस्नी शेतकी करायची नसती. लिवण्यापुसण्यात तुमचा जलम गेला. आमची पोरं अशी शिकीवली तर, ती नोकरीचाकरीत गुंतणार. मग मागचा एवढा दांडगा आटाला मोडून पडणार. त्यो मोडून कसं भागंल?"

"होय की." त्यांनी सहज होकार भरला.

“मग कसं म्हणता बरं? भटाच्या घरात लिवणं, म्हाराच्या घरात गाणं नि शेतकऱ्याच्या घरात दाणंच पिकलं पाहिजेत, का नगं?”

“खरं आहे.”

“आता जर का ह्या पोराला नुसतीच शाळा शिकीवली, तर उद्या हे पोरगं ह्या शेणामुतात हात घालंल का? आता तुम्ही बामण माणसं. शिकता सवरता. कवा गायी म्हसरांच्या शेणाघाणीत, हात तरी घालता काय?”

“...” कुणीच काही बोललं नाही.

“न्हाई, म्हंजे तुमचं चुकतंय असं न्हवं. तुमच्या तुम्ही रीतीनंच जाता हो. तसं आमच्या रीतीप्रर्माणंच आम्हांलाबी गेलं पाहिजे. शेतकऱ्याच्या पोराला उगंच हिशेबापुरतं आलं तर रग्गड झालं. त्येला शिकवून काय बालिस्टर करायचा न्हाई.” दादाचा सूर लागला होता. आलेल्या मंडळींना शहाणपण सांगायची त्याला सुरसुरी आली होती. वाडवडिलार्जित चालत आलेलं जुनंपानं शहाणपण आणि आडमुठेपण एकत्र झालेलं. ते इतकं पक्कं होतं की, आलेले तिघेही मुकाट झाल्यासारखे दिसले.

तिघेही चड्डया झाडत उठले. उठता उठता म्हणाले,“तरीही आम्हांला वाटतं की तुम्ही मुलाला शिकवावं. शिकला तर तो अधिक उत्तम शेती करील.– ”

“शेतकीतलं मी शिकीवतो की त्येला उत्तम कसं करायचं ते. त्यासाठी तर त्येला ह्या शेतकीच्या शाळंत घाटलाय.” दादा हासत हासत बोलला. त्याच्या चेहऱ्यावर काहीतरी जिंकल्याचा आनंद दिसत होता.

“बरं आहे. नमस्ते.”

तिघेही निघून गेले.

मला वाटलं होतं, दादा त्यांचं ऐकेल. ब्राह्मण मंडळी, शिकली सवरलेली, मोठी माणसं आहेत. दादा त्यांचं म्हणणं मानेल. कुरबुरत का होईना; पण ‘पोराला शाळंला लावून देतो’ म्हणेल. पण तसं काही झालं नाही. उलट हळदीकर आणि त्यांचे दोघे मित्र इतक्या थंडपणानं बोलले की दादाच्या वरचढ, मोठ्या आवाजासमोर, बोलण्याच्या अडाणी पद्धतीसमोर त्यांचं काहीच चाललं नाही.

हळदीकरांना वरचा, हक्काचा सूर काढणं अवघड झालं. त्यांची नि दादाची पहिली ओळख नव्हती. त्यामुळं दादाची चूक काढणं त्यांना जड गेलं...

मला वाईट वाटलं. दादाचा आडमुठेपणा कळून आला. पण काय करावं कळेना. मी हिरमुसून गेलो. तरीही ती स्वच्छ माणसं माझ्यासाठी धडपडली, त्यांनी मला आपल्यातला मानलं, प्रेमानं माझ्यासाठी काही करायला धजली, याचा आनंद झाला... कायबी झालं तरी त्येंच्यासारखं आपूण व्हायचं. शाळंसाठी धडपड करायचीच. कायबी करून आपूण शिकलं पाहिजे. शिकल्याबगार त्येंच्यासारखं कसं हुता येईल?

अंधार पडला होता. गायीच्या दुधाची तवली माझ्या हातात होती. दादा पुढं नि तवली घेऊन मी मागनं... वेसणीला दावं लावलेला बैल जसा मालकामागोमाग मुकाट्यानं जातो; तसा मी चाललेलो... दादा; शेतकऱ्याच्या पोरानं कशी शेतीच केली पाहिजे, वाट्टेल ती थेरं कशी करू नयेत, याचं शहाणपण मला जाता जाता सांगत होता. मी वरून नुसतं हूं हूं म्हणत होतो. कारण त्याचा आवाज डाफरल्यासारखा होता. मी नुसताच मुक्यागत मागोमाग गेलो असतो, तर त्यानं मला वाटेतच कुचललं असतं... आतून वाटत होतं, ही कासांडी अशीच दादाच्या पाठीत मारावी नि असं ह्या तिकटीवरनं वाट वाकडी करून भट गल्लीनं सुसाट कुठंतरी पळून जावं.

◆

१४

दादा कुठंतरी बाहेर गेला होता. मी जेवण केलं नि काळोखात बाहेर पडलो. गल्लीत जाऊन पोरांत बोलत बसावं असं वाटतेलं.

फरशीवर पोरं जमलेली. शाळेत समारंभ झाला होता. त्यातल्या गंमती पोरं सांगत होती. नटूनथटून गेल्याचं, नाटकात काम केल्याचं, नकला केल्याचं, गाणी म्हटल्याचं पुन:पुन्हा सांगत होती. मी नुसता ऐकत होतो. मी त्यांच्यातला नाही याचं खूप वाईट वाटत होतं... आता ह्येंचं जग न्यारं, आपलं जग न्यारं. ह्येंची कापडं न्यारी. ह्येंचं चड्डी-कुडतं तर माझा धोतर पटका. ह्येंच्या नशिबात शाळा, तर माझ्या नशिबात मळा. गुराढोरांची मी शेणं काढायची नि ह्येंनी पाटीवर लिणं काढायचं. ही सुखाच्या सावलीला बसून मजा मारत्यात ती सावली आता मला न्हाई मिळायची. जलमभर आता मळा नि मळ्यातला चिखूलच.

मन कोळशासारख करून परतलो, अंधारात एकटाच घराकडं चाललो. येता येता तुकाराम-आबाजीच्या खोलीत खिडकीतनं उजेड दिसला. दोघेही अभ्यास करत बसले होते. घटकाभर तिथं जाऊन बसावं असं वाटलं.

खोलीच्या बाहेर सोप्यात विठोबा आण्णा दिवाणजी काही तरी वाचत बसले होते. त्यांना ओलांडून खोलीत गेलो. दोघेही अभ्यासात गुंग झालेले. मग उगंचच घटकाभर बसलो. तुकारामच्या पुढ्यात पडलेला सहावीच्या पुस्तकांचा ढीग चाळू लागलो. मराठीच्या पुस्तकावरून हळुवार हात फिरवला. ते गुमान बसून वाचू लागलो... काचेपलीकडच्या लाडवाला बाहेरनं तोंड लावावं तसं, ते पुस्तक हातात

असून नसल्यागत वाटत होतं.

विठोबा आण्णा हळूच आत आले. तरीही मी आपला मन लावून पुस्तक वाचतेला.

त्यांनी सहज विचारलं, “कितवीत हाईस रं पोरा?”

“मी शाळा सोडली.”

“कितवीतनं?”

“पाचवीतनं.”

“का रं?”

“दादानं सोडायला लावली.”

“का?”

“मळ्यात पाणी पाजाय, ढोरं राखाय कुणी न्हाई म्हणून.”

“पाणी पाजाय, मळ्यातली कामं कराय, त्येला काय धाड भरली काय? गावातनं नुसता उंडग्यासारखा हिंडतोय नि.”

मी काहीच बोललो नाही.

“थांब, मीच आता त्येला सांगतो चांगलं सुधरून. जग त्येच्या आयला कुणीकडं चाललंय नि ह्येची बुद्धी बाळुगडीच्या वड्यातच चरती. नुसती चौथी शिकलो तर एवढा दरबार मी हुबा केला. ह्येच्या बाऽकडनंच पैलं इंजेन आणाय उसनं पैसं घेटलं. आता माझी तीसभर इंजनं झाल्यात. गिरण झाली. अठरा एकराचं रान घेटलं... ह्या गाढवाला बाऽ मेला तवा म्हटलं; तूबी एक इंजेन घे. तर बसला नुसता आयदी बसल्यागत शेतातलं पिकंल ते खाईत... आता पोरांस्नी तरी धड शिकू दे म्हणावं.” ... विठोबा आण्णांना अशी स्वत:शी नि दुसऱ्याशी एकदमच बोलायची सवय होती. दादाचे ते ‘अरे-तूरे’तले मैतर होते. त्यामुळं दोघांचे वादही खूप वेळा व्हायचे.

सणगर-समाज हा गावातला गरीब समाज. घोंगडी विणून पोटपाणी चालवणारा... जन्मभर यांच्या पोरांतच मी वाढत होतो. या समाजात विठोबा आण्णा केवळ चार यत्ता शिकल्यामुळं वाढत गेले. त्याच्या बरोबरीला धाडसही होतंच. म्हणून ते आपल्या पोरांना जीव तोडून शिकवत होते. त्यांना अभ्यासासाठी त्यांनी स्वतंत्र खोली करून दिली होती. पांढराशुभ्र उजेड पडणारा काचेच्या भिंगाचा दिवा घेऊन दिला होता. रॉकेलची एवढी टंचाई होती; पण पोरांच्या अभ्यासासाठी ते कुठनं कुठनं रॉकेल आणून द्यायचे... आपूण ह्येंच्या पोटी जल्माला आलो असतो तर, आपलं शिक्षेण भरपूर झालं असतं. आपल्या नशिबाला असला कसला अडाणी बाप आलाय ह्यो?... मी शिकलो तर आपल्याबी नशिबात असं दिवाणजीसारखं दीस येतील, हे दादाला कसं कळत नसंल? “दिवाणजी, तुम्ही खरंच दादाला सांगा, निदान सातवीपर्यंत तरी माझी शाळा पुरी करून घ्यायला सांगा.”

"उद्याच बोलतो मी त्येला. चांगला ऐरणीवरच घेतो. तुझी शाळा त्येनं बंद केलीय हे मला ठावं न्हवतं."

मधे दोनतीन दिवस गेले. दादा गावात होता. तासरातीला मी गाईची धार घेऊन गावात आलो. दादा उंबऱ्यात बसलेला. त्याला ओलांडून मी आत चाललो. तेवढ्यात समोरच्या बोळातनं विठोबाआण्णा दिवाणजी आपलं धोतर सावरत आलेले दिसले. मी त्यांच्याकडं बघितलं. त्यांनीही माझ्याकडं बघितलं. मी आत गेलो नि आईला चहा करायला सांगून, स्वैपाक-घराच्या दारात बाहेर कान देऊन बसलो.

दिवाणजी नि दादा दारात बसलेले.

"आरं, काय रतनू, आज गावातच दिसतोस?"

"मळ्यातबी काय काम न्हाई. सुगी घरात आली. आता नुसतं उसाला पाणी देत बसायचं. पाऊस-पाण्याचं दीस आलं की कुळवकाठी, नांगरट-फांगरट करायची झालं."

"बरं हाय बाबा तुझं. पोरंबाळं मळ्यात राबत्यात; तू आपला गावात खुशाल."

"तूबी ऱ्हाईत जा की. तुला याप वाढवायला पाहिजे, त्येला कोण काय करणार? पोरांच्या ताब्यात द्यायचं नि मोकळं व्हायचं सोडून, उगंच गाढवाचा गाडा हाकत बसलाईस."

"खरं हाय तुझं. तुझ्यासारखा असा बसलो असतो तर, माझंबी लाखाचं बारा हजार व्हायला उशीर लागला नसता. तुझ्या बाऽच्या येळचं कायतरी ठेवलंस काय रं तू?"

"आरं, बाऽच्या पोटाला आम्ही तिघंच हुतो. त्यांत दोन पोरी नि मी एकटाच पोरगा. बाऽ जायचा येपाराला, मी संभाळायचा मळा; म्हणून त्यो समरथ झाला. खाणारी नुसती आमची तीनच तोंडं. मग साठंना तर काय हुईल?"

"आरं, पर आता का साठत न्हाई ते?"

"आता कसं साठंल? साताठ पोरं हाईत पोटाला. राबणारा मी नुसता एकटा. माझं का वतन हाय व्हय? पोराटारांची पोटं भरता भरता, एवढा आटाला चालीवता चालीवता जेरीला आलाय माझा जीव– घर कशानं वर येईल मग?"

"मग हे असंच खड्ड्यात जाणार तर."

"खड्ड्यात का जातंय? पोरं येत चालल्यात आता हाताबुडी. येतील पुन्हा हळूहळू सुखाचं दीस."

"पोराची शाळा बंद केलीस म्हणं."

"रग्गड झाली की चौथीपाचवी."

"आरं खुळ्या, सगळ्या गल्लीची पोरं शिकाय लागल्यात. सणगरं नि धनगरंबी आपली पोरं शाळंला लावून द्यायला लागल्यात. हाय शाहू म्हाराजाची मर्जी म्हणून त्येनं गावात एकाला दोन शाळा बांधून दिल्यात. घेकी त्येचा फायदा."

“काय करायची आम्हा शेतकऱ्याला शाळा? शेवटाला हातात नांगराचा मिट्टाच यायचा न्हवं? भटा-बामणांनी शाळा शिकावी.”

“भटा-बामणांस्नीच काय शिक्षणाचा मक्ता दिलेला न्हाई. उलट म्हाराज सांगायचं; रयत हो, शिका नि शाणं व्हा. कोर्ट कचेऱ्यात, शाळा-हापिसात नोकऱ्या करा. पोरं-बाळं शिकवा नि जल्माचं कल्याण करून घ्या– अणि तुझं काय ज्ञान हे!– आता पोरगं पाचवीपतोर आलंय, हिकडं-तिकडं अजून दोन वर्सं शिकलं तर सातवी हुईल. कुठंबी शाळंत मास्तर म्हणून लागंल. निदान कचेरीत कारकून म्हणून थोरामोठ्याच्या हाताबुडी चिकटंल. उकाळ पांढरं हुईल की तुझं. एकाला दोन पोरं तुझ्या पोटाला हाईत, तर एक रानात घाल नि एक शाळंत घाल की. असा का खुळ्यासारखा इचार करतोईस?”

“काय नगं बघ. दोन्हीबी शेतातच घालायची. एकमेकाच्या दिमतीला असली म्हंजे बरं असतंय. बाऽच्या दिमतीला मी हुतो तर बाऽनं चारपाच वाळली रानं केली हुती. म्हणून खंडीनं दाणं घरात येत हुतं.”

दादाच्या स्वत:च्या फुशारकीच्या बोलण्यानं विठोबा आण्णा हळूहळू संतापत गेले.

“तुझी अक्कल हाय का शेणाचा पू हाय रं? तिच्या आयला, पोरांस्नी मळ्यात डांबून उंडग्यासारखं गावभर तुला हिंडायचं असतंय, ठावं न्हाई व्हय मला? मला ज्ञान सांगतोस व्हय तू? माझी पोरं तिच्या आयला, सालभर नुसती अभ्यास करत असूनबी नापास हुत्यात. तरीबी मी त्यांस्नी शाळा शिकाच म्हणतोय. एक तिथं दोन वर्सं लागली तरी मॅट्रिक तरी पार पाडा म्हणतोय. का? तर पोरांच्या जल्माचं कल्याण व्हावं. आणि तू तिच्या आयला, चालत्या गाडीला घुना लावतोयस. असं केलंस तर म्हातारपणी पोरं इच्यारतील काय तुला?”

“सुख काय शाळंतच न्हाई दिवाणजी. त्या रामा भरमकरानं बघ; आपली दैत्यासारखी चारीबी पोरं शेतकीत घाटल्यात. एकापक्षा एक जंग, रामा लोकाचं चार चार एकराचं पट्टं फाळ्यानं करायचा, तर आता पोरांनी ईस ईस एकराचं दोन सरकारी मळं फाळ्यानं केल्यात. वाड्यासारखं दगडी घर चौघांस्नी चार जाप्तं करून बांधलं. शेरतीला गाड्या न्हेत्यात कोल्हापूर इलाख्यातनं. बारक्या पोराला हुब्या कोल्हापूरच्या तालमीत जोड न्हाई... हाईस कुठं तू?– छल! जाऊ दे मला.”

बोलता बोलता दादा उठला नि सणगर गल्लीनं पुढं गेला. बहुधा तो देसायांच्या वाड्यावर गेला असावा. विठोबा आण्णा हात हलवीत निघून गेले. मी दीसभर कामं करून तोंडाला आलेली कडू खर घालवण्यासाठी; चहाचा कप मोकळा करून बसलो होतो... मन काळवंडत गेलं.

◆

१५

शाळेला जाण्यासाठी जीव तळमळत होता. पण दादासमोर उभं राहून "मी शाळंला जाणार." म्हणून सांगायचं धाडस होत नव्हतं, फोडून काढील अशी भीती वाटत होती. म्हणून माझ्या व्हात्यानं दादाला कुणी तरी सांगावं यासाठी धडपडत होतो. मळ्यात जन्म घालून काही मिळणार नाही, याची खात्री वाटत होती. आज्याच्या वेळी होतं ते दादाच्या वेळी नव्हतं. शेती त्याला जास्तच खड्ड्यात घालत होती. शिकलो की नोकरी मिळंल, चार पैसे जवळ साठतील, विठोबा आण्णाप्रमाणं काही करता येईल, असं आत आत वाटू लागलं होतं.

दिवाळी झाल्यावर महिन्याभरात घाणा झाला. घाणा लौकर लावला की उसाला धारण चांगली मिळती हा दादाचा अंदाज. तो काहीसा खरा होता. घाणं सगळीकडचं सुरू झालं की, पेठेला गूळ जास्त जातो नि धारण उतरू लागते. अशा वेळी नंबर एकचा, नंबर दोनचा गूळ पेठेला भरपूर येतो आणि आमच्यासारख्याच्या मळ्यात पिकणारा, नंबर तीनचा गूळ मग पडून राहतो. मग त्याला आणखी पाडून मागतात. बाकीचे शेतकरी नेमका उलटा विचार करत. ऊस जास्त दिवस म्हणजे त्याचे दिवस भरेपर्यंत रानात ठेवला, चार दिवस वाढ ठेवला तर उसाला उतार चांगला पडतो. म्हणजे तेवढ्याच रसात पाण्याचे प्रमाण कमी असतं नि मदनाचं प्रमाण जास्त असतं. त्यामुळं गूळ जास्त होतो. पण दादाला जास्त गूळ होण्यापेक्षा आणि त्याला कमी धारण लागण्यापेक्षा, गूळ थोडा कमी झाला तरी चालेल; पण त्याला जास्तीची धारण लागावी असं वाटे. त्यामुळं आमचा घाणा सगळ्या गावात

लौकर सुरू होई.

तसाच तो याही वर्षी झाला. आणि आम्ही त्यातनं मोकळं झालो. पुढच्या उद्योगाला लागलो.

उनाचं सगळी झोपली होती. आई त्या उन्हात शेणी लावत होती. एक एक बादली पाणी आणून मी तिला देत होतो. काही तरी गोष्टी निघत होत्या.

दोघंच असल्यामुळं जिवाभावाचं बोलावं असं वाटलं नि आईजवळ मी शाळेचा विषय काढला.

आई म्हणाली, ''आता मी तरी काय करू सांग? शाळंची गोष्ट काढली की त्यो रानडुकरागत गुरगुरतोय, तुला ठावंच हाय.''... आईच्या मनात रानडुक्कर खोल खोल रुतलेलं.

आता मळ्यातली सगळी कामं झाली होती. मला काहीच करावं लागत नव्हतं. म्हणून मी म्हणालो, ''तू दत्ताजीराव सरकारांस्नी माझ्या शाळंबद्दल सांग. आज रातचं त्येंच्याकडं जाऊ या. मीबी येतो तुझ्याबरोबर. तू सगळं त्यांस्नी समजून सांग; म्हंजे ते दादाला समदं सुधरून सांगतील.''

''जाऊ या.'' आईच्या होकाराचा सूर आतनं उदास होता. मला माहीत होतं की एवढं सांगूनही काही उपयोग होणार नाही. पण ती माझ्या समजुतीसाठी यायला तयार झाली. माझी तगमग तिला कळत होती. सातवीपर्यंत शिकू द्यायला तिची मनोमन परवानगी होती. पण तिचं दादासमोर काही चालत नव्हतं.

रात्री मी नि आई दत्ताजीराव देसायांच्याकडं गेलो. दत्ताजीरावांना आईनं भिंतीकडंला टेकून बसून सगळं सांगितलं. ते त्यांना सगळं पटल्यासारखं वाटलं. दादा बाजारपेठेतनं, रखमाकडं दिवसभर हिंडून गावात कसा राहतो, मळ्यातल्या कामाला कसा हातही लावत नाही; हेही तिनं सांगितलं. त्यांना असं आईनं पटवून दिलं, की दादाला गावातनं मोकळं हिंडता यावं, म्हणून त्यानं माझी शाळा बंद करून मला मळ्यात डांबलं आहे. यामुळं दत्ताजीराव दादावर जागच्या जागी खवळून बोलले, ''त्यो आता येऊ दे, मग त्येला मी चांगलाच भोसडून काढतो का नाही बघ.''

उठता उठता दत्ताजीरावांना मी असंही सांगितलं, ''आता जानेवारी म्हैना हाय. आता परीक्षा जवळ आल्यात. आता जर मी पाचवीच्या वर्गात जाऊन बसू लागलो नि उजळणी करून घेतली, तर दोन म्हैन्यात माझी पाचवीची समदी तयारी हुईल नि मी परीक्षाबी फास हुईन. मग माझं समदं वरीस वाचंल. आता काय मळ्यात कामं न्हाईत काय न्हाईत. आदूगरच एक वरीस माझं फुकट गेलंय.''

''बरं बरं. तुम्ही आता दोघंबी घराकडं जावा नि त्यो आला म्हंजे माझ्याकडं त्येला लावून द्या. आणि घटकाभरानं तूबी त्येच्या मागोमाग ये रं पोरा.''

''जी'' म्हणून आम्ही उठता उठता दत्ताजीरावांना सांगितलं, ''आम्ही येऊन

गेल्याचं सांगू नका. न्हाईतर आम्हा दोघांचा मुडदा पाडंल दादा. भाजी द्यायला आईच तेवढी आली हुती असं सांगा.''

''बरं बरं. मी काय करायचं ते करतो. त्येच्या देखत तुला काय मी इचारलं तर सगळं सांग. दडवून काय ठेवू नको.''

''न्हाई जी.''

मी आईबरोबर परतलो. दादा तास-रातीला आला. मी घरातच होतो.

आल्या आल्या आईनं दादाला सांगितलं, ''माळवं घेऊन मी देसाई सरकारांच्याकडं गेलो हुतो. तर म्हणालं, 'बऱ्याच दिवसांत मालक आला न्हाई तुझा. मळ्याकडनं आल्यावर जरा लावून दे!''

''काय कामबीम हाय का काय गं?'' दादा अधीर झाला.

''ते काय मला सांगितलं न्हाई.''

''जाऊन येतो मग मी. तवर भाकरी थापटून घे. गणप्या आला तर मळ्याकडं 'हो' म्हणावं फुडं.''

दादा चटक्यासरशी उठला. वाड्यावरचं बोलावणं दादाला मानाचं वाटे.

अर्धा तास गेल्यावर आई मला म्हणाली, ''जा आता. 'जेवायला बलवायला आलोय' म्हणावं.''

''बरं.''

मी गेलो. सरकार माझी वाटच बघत होते.

''का आलास रं पोरा?''

''दादाला बलवायला जी. अजून जेवायचा हाय.''

''बस-बस घटकाभर. आत्ताच आलाय त्यो माझ्याकडं.''

''जी.'' मी बसलो.

हळूहळू मग दत्ताजीरावांनी मला विचारलं, ''कितवीला हाईस रे पोरा?''

''पाचवीत हुतो जी. पर आता जात न्हाई.''

''कां रं?''

''दादा नगं म्हणाला. मळ्यात पाण्याकडं जायला कुणी न्हाई.''

''व्हय रं रत्नाप्पा?''

''जी.''

''मग तू काय करतोस?'' दादाला सरकारांनी विचारायला सुरूवात केली. सगळा इतिहास बाहेर निघाला. सरकार त्याला खूप रागानं बोलले. दादाच्या स्वभावाची चांगली तपासणी केली. देसायाच्या मळ्यात आल्यापासनं त्याचं लक्ष कसं मळ्याकडं नाही, तो कामचुकार कसा आहे, कष्टाला मागं मागं कसा राहतो, रानात मन घालून कष्टपाणी कसा करत नाही, पिकाला लागवड कशी घालत नाही,

बायकापोरांना तंगवून त्यांच्या जिवावर आपण कसा हिंडतो आणि आताही स्वत:ला मोकळेपणानं गावातनं हिंडता यावं म्हणून, पोरांच्या जन्माचा बळी कसा घेतो आहे, हेही त्याला सांगितलं.

दादाच्या प्रत्येक म्हणण्याला दत्ताजीरावांनी खोडून काढलं नि मला सांगितलं, "उद्यापासनं जात जा रे पोरा शाळंला. काय असंल ती तटलेली फी देऊन टाक त्या मास्तराची. चिकाटीनं अभ्यास कर नि एवढं वरीस पदरात पाडून घे. आणि न्हाईच ह्येनं तुला शाळंला लावून दिलं तर, तसाच ये वाड्यावर. सकाळ-संध्याकाळ काय पडतील ती कामं कर हितं नि जात जा शाळंला. मी शिकीवतो तुला. त्येला पोरं लई झाली म्हणून त्यो कुत्र्यानिपट तुम्हांस्नी वागवाय लागलाय."

"मी न्हाई म्हटलो काय जी? पर पोराला भिकारचोट नाद लागल्यात. म्हणून त्येला काढलं नि नजरंफुडं ठेवलंय."

"कसलं नाद?"

"काय वाट्टेल ते. झुगारानं खेळतंय. हिकडंतिकडं काय तरी करतंय. शेणी ईक, कुठं वैरण ईक, करतंय नि सेनेमा बघतंय. कुठंबी खेळतंय. मळ्यात नि घरात त्येचं अजाबात ध्यान न्हाई जी." दादानं माझ्यावर अवचित हल्ला चढवला.

"व्हय रं पोरा?" सरकार.

"न्हाई जी. कवा तरी उरसात एकदा पटावर पैसं लावलं हुतं. दादा कवाच सेनेमाला पैसे देत न्हाई, म्हणून माळाचं श्याण धरून मी आईकडनं शेणी लावून घेतल्या नि त्येची कापडं केली. त्या वक्ताला एकदाच सेनेमाला गेलो हुतो." मी खरं खोटं मिसळून सांगितलं.

"आता ते सगळं बंद कर नि अभ्यास कर. नापास झाला न्हाईस न्हवं कधी?"

"न्हाई जी. शाळाच बंद केली म्हणून परक्षाला बसलो न्हाई."

"बरं बरं. जा तू घराकडं. उद्यापासनं जा शाळंला."

"जी." मी उठलो.

बाहेर पडता पडता माझ्या कानावर शब्द आले. "आरं, पोराची जात हाय. एखाद्या वक्ताला सिनेमाला जायचंच, एखाद्या वक्ताला खेळतबी व्हायचंच. एवढ्यासाठी त्येची शाळा बंद करायचं काय कारण हाय?"

"जी. तुम्ही म्हणता तर लावून देतो. बघू आणि एकदोन वर्सं कसं वळाण लागतंय ते." दादा कानमनत म्हणाला. त्याचा नाइलाज झाला होता.

जेवता जेवता दादानं माझ्याकडनं बोली करून घेतली, "अकरा वाजता शाळा असती. सकाळी दीस उगवायला मळ्यात हजर व्हायला पाहिजे. अकरा वाजूस्तवर पाणी पाजलं पाहिजे. मळ्याकडनंच परस्परभारी शाळंला जायाचं. दिसाच्या गोंड्याबरोबर दप्तर घेऊनच मळ्याला यायचं. सांजचं शाळा सुटली की, घरात दप्तर ठेवून,

झटक्यानं मळ्याकडं यायचं नि घटकाभर ढोरं चारायची. कवा मळ्यात कामं असतील तवा शाळंला खाडं करायला पाहिजे... हाय काय कबूल?''

'हाय की. मळ्यात कामं असतील तर खाडं नको करायला?'' मी जणू सगळं पटल्यागत बोलत होतो. आत आनंदाला भरतं येत होतं.

'व्हय; असं असलं तर शाळंला जायाचं. न्हाई तर नगं आम्हाला ती शाळा– काय मग?''

''न्हाई; जातो की शाळंला. सांज-सकाळ मळ्यात येत जाईन.''

''न्हाई आलास तर गावात तिथं येऊन कुचलतो का न्हाई बघ तुला... तुझ्या अंगात लईचं शाळंचं याड आलेलं दिसतंय. बालिस्टर हुणार हाईस ते मला ठावं हाय.'' दादा पुन्हा गुरगुरू लागला. मी मुकाट खाली बघून जेवू लागलो.

रडत रखडत पुन्हा शाळा सुरू झाली. ऊनताण, पाऊसपाणी, थंडीवारा याचा काहीही विचार न करता, उपाशीतापाशी त्या कामाच्या चरकात जो पिळला जात होतो, त्यातनं अकरा ते पाचपर्यंत तरी सुटका झाली. त्या चरकापेक्षा मास्तरांच्या छड्या बऱ्या वाटत होत्या. त्या आनंदानं खात होतो.

भर उन्हाचा माझा वेळ शाळंच्या सावलीत जात होता, याचाच मला त्या उन्हाळ्यात दोन महिने आनंद होत होता.

◆

१६

पुन्हा पाचवीच्या वर्गात जाऊन बसू लागलो. नाव पुन्हा घालायची काही गरज पडली नाही. 'पाचवी नापास'चा शेरा नावापुढं होता. ते पाचवीच्याच हजरी पटावर शिल्लक राहिलेलं होतं. पहिल्या दिवशी वर्गात गेलो. गल्लीतली दोन पोरं सोडली तर एकही ओळखीचं नाही. माझ्याबरोबरची सगळी पोरं पुढं गेलेली. आपल्यापेक्षा लहान पोरं, कमी शहाणी पोरं म्हणून ज्या खालच्या वर्गातल्या पोरांकडं मी पाहत होतो; त्यांच्यात आता बसावं लागणार याची प्रत्यक्ष गेल्यावर जाणीव झाली. मन खट्टू झालं. उपऱ्यासारखा एका बाकाच्या टोकावर कोपरा धरून बसलो. मास्तर कोण आहेत याचा पत्ताच नव्हता. जुनी पुस्तकं, जुन्या वह्या यांचा त्या वर्गाशी संबंध नव्हता तरी, मांजरपाटाच्या पांढऱ्या पिशवीतनं ती घेऊन आलो होतो. स्टँडवर गाठोडं संभाळत एखादं पोरगं बसतंय, तसं माझी ती शैक्षणिक जुनी मालमत्ता मांडीवर घेऊन बसलो.

"नाव काय पाव्हणं? नवीन दिसताय. काय चुकून या वर्गात आलाय?" वर्गातल्या सर्वात वांड, चव्हाणाच्या पोरानं समोर येऊन, टिंगलीच्या स्वरात मला विचारलं. माझ्या लक्षात आलं की, माझा पोशाखही उपऱ्यासारखाच आहे. बाळुगडीच्या तांबूळ मातीचा रंग चढलेलं मळकट पटका-धोतर मी एकटा नेसून आलेलो.

"बघू बघू जरा पटका." म्हणून त्या पोरानं माझा पटका काढून घेतला... गेला आता माझा पटका, वर्गातनं त्यो अंतराळळे-फंतराळळे हुणार, मनात असा विचार येऊन मी रडकुंडीला आलो. पण तसं काय झालं नाही. त्या पोरानं तो पटका

आपल्या डोक्याला बांधून, मास्तरांची नक्कल करता करता टेबलावर ठेवला नि आपल्या डोक्यावरनं हुश्शऽ म्हणून हात फिरवला; तवर मास्तर आले नि ते कार्टं तसंच जाऊन जाग्यावर बसलं. माझा पटका टेबलावरच. पहिल्या दिवशी हा प्रसंग ठेपल्यानं, माझं काळीज धडाधडाधडा पुकपुकाय लागलं.

रणनवरे मास्तर वर्गात आले. त्यांनी टेबलावरच्या मळकट पटक्याकडं बघून विचारलं, ''कुणाचा रे हा?''

''माझा मास्तर.''

''कोण तू?''

''मी जकाते. मागच्या वर्सी नापास होऊन याच वर्गात बसलोय.''

''फेटा घे हा अगोदर.'' त्यांनी छडीनं तो फेटा टेबलाखाली ढकलला. मी तो आणायला गेलो. ''इथं कशाला ठेवलास मूर्खासारखा?''

''मी न्हाई मास्तर. त्या पोरानं माझ्या डुईवरचा काढून घेतला नि हितं ठेवला.''

''हे चव्हाणाचं कार्टं, सिंचं नसत्या उठाठेवी करत असतं.'' म्हणून मास्तर चव्हाणाच्या त्या पोराकडं धावले.

मास्तरांनी माझी बाकीची चौकशी केली नि वामन पंडिताची कविता शिकवायला सुरूवात केली.

मधल्या सुट्टीत माझ्या धोतराचा कासोटा दोनदा ओढण्याचा प्रयत्न त्या पोरानं केला. पण मग मी भिंतीबरोबर गच्च पाठ लावून जो बसलो; ते शाळा सुटेपर्यंत उठलोच नाही. घाबरगुंडी उडाल्यागत झाली होती. माणसानं शिवलेल्या कावळ्याच्या पिलाला, बाकीचे कावळे चारी बाजूंनी हल्ला करून टोचून मारतात, तशी माझी अवस्था झालेली. माझीच शाळा मला टोची मारायला उठलेली.

घराकडं परत जाताना विचार आला; पोरं आपली थट्टा करत्यात, धोतर वडत्यात, पटका वडत्यात; मग कसं मला निभायचं ह्या शाळंत?... नगंच शाळंत जायाला. आपूण आपलं मळा धरून गप्प बसावं. गल्लीतली दोनच पोरं वर्गात हाईत. ती तर आपल्यापक्षा बारकी. आपल्याला काय मदत करणार ती?...

मन उदास झालं. चौथीतनं पाचवीत येईपर्यंत शाळा आपली वाटत होती. पोरांतनं गप्पागोष्टी कराव्यात असं वाटत होतं. पण आता शाळा एकदम परकी परकी वाटू लागली. आपलं तिथं कुणी नाही, असं वाटू लागलं.

सकाळी उठल्यावर पुन्हा उत्साहित झालो. मग पुन्हा शाळेला गेलो. आईच्या पाठीमागं लागून एक नवी टोपी नि दोन; नाडीच्या, डफळ्या रंगाच्या, मळखाऊ चड्ड्या आठ दिवसांच्या आत मिळवल्या. चड्डी घालून शाळेला नि धोतर नेसून मळ्याला असं जाणं सुरू केलं. हळूहळू मुलांच्या ओळखी झाल्या.

मंत्री मास्तर वर्गशिक्षक म्हणून मधेच आले. ते सहसा छडी वापरत नसत.

हातानं मानगूट वाकवून पाठीत दणके देत असत. एक बुक्की पाठीत बसली की हूक भरे. मुलांच्या मनात त्यांची दहशत निर्माण झाली. त्यामुळं दंगा करणाऱ्या मुलांना फारसा वाव मिळेनासा झाला. अभ्यासू विद्यार्थ्यांचं कौतुक होऊ लागलं. मंत्री मास्तर गणित घ्यायचे. एखाद्याचं गणित चुकलं की, त्याला ते खुर्चीजवळ बोलावून समजून द्यायचे. विद्यार्थ्यांचा अगदीच कच्चेपणा किंवा मूर्खपणा दिसला की, त्याला तिथंच बुकलून काढायचे. त्यामुळं सगळ्यांना घाम फुटायचा. सगळे घरून अभ्यास करून येऊ लागले.

वसंत पाटील नावाचा, एक किरकोळ अंगकाठीचा मुलगा हुशार होता. त्याची गणितं नेहमी बरोबर असायची. स्वभावानं शांत. वाचनात गढून गेलेला दिसे. घरूनही काही हुन्नर करून आणत होता. इतरांची गणितं तपासायचा. मास्तरांनी त्याला वर्गसेक्रेटरी केलेला. सतत बाकावर प्रथम; म्हणजे मास्तरांच्या खुर्चीजवळ बसायचा त्याला मान असे.

मला हा मुलगा माझ्यापेक्षा दिसायला लहान वाटला... मी ह्येच्या आदूगरपासनं पाचवीत हाय. चुकूनच आपून मागं ऱ्हायलो. तवा आपल्याच हातात वर्गाची मालकी मास्तरांनी दिली पाहिजे, असं वाटू लागलं. दुसऱ्या बाजूनं, आपणाला थोड्या दिसांत बरीच तयारी करून पाचवीचा अभ्यास भरून काढायचा हाय, फास होऊन वरीस पदरात पाडून घ्यायचंय, असं वाटत होतं. वर्गात दंगा करणे, अभ्यासाकडं दुर्लक्ष करणं मला परवडणारं नाही, आपण उपरे आहोत, याचंही भान आलं होतं.

त्यामुळं माझं लक्ष अभ्यासाकडे जास्त लागलं. वसंत पाटील जसा वागेल; तसं वागण्याचा मी प्रयत्न करू लागलो. त्याच्या प्रमाणं माझ्या जुन्याच पुस्तकांना वर्तमानपत्राच्या कागदाचे 'पुठ्ठे घातले.' दप्तर व्यवस्थित ठेवू लागलो. काही ना काही सारखं वाचत बसू लागलो. त्यानं एखादी हुन्नर वर्गात आणून मास्तरांचं कौतुक मिळवलं, तर तसंच दुसरे दिवशी मीही करण्याचा प्रयत्न करू लागलो. मनाच्या एकाग्रतेमुळं गणितं भराभर कळू लागली. सरासर सुटू लागली.

कधी कधी वसंत पाटील या बाजूनं, तर मी त्या बाजूनं मुलांची गणितं तपासण्याचंही काम करू लागलो. त्यामुळं वसंताची नि माझी मैत्री जमली. एकमेकांच्या मदतीनं एकमेकांचे अनेक उद्योग सुरू झाले. वर्गात मास्तर मला 'आनन्दा' म्हणू लागले. माझ्या आयुष्यात 'आनन्दा' ही पहिली हाक पहिल्यांदा त्यांनी मारली. आई कधी 'आन्दा' म्हणायची; पण ते क्वचितच. मास्तरांच्या या वगणुकीमुळं आणि वसंताच्या मैत्रीमुळं शाळेतला माझा विश्वास वाढू लागला.

न. वा. सौंदलगेकर मास्तर मराठी शिकवायला यायचे. स्वत:च ते शिकवताना अतिशय रमून जात होते. मुख्य म्हणजे; ते कविता फार उत्तम रीतीने शिकवत होते.

उत्तम चाल आणि चांगला स्वर असलेला गळा आणि याच्या जोडीला रसिकता त्यांच्याजवळ होती. जुन्या नव्या मराठी कवितांचं आणि पुष्कळशा इंग्रजी कवितांचंही त्यांचं पाठांतर होतं. वृत्तांच्या सुंदर चाली त्यांना सहज येत होत्या. पहिल्यांदा ते एखादी कविता गाऊन दाखवत होते; मग बसल्या बसल्या अभिनय करत कवितेचे रसग्रहण करत होते. त्याला जुळेल अशी दुसऱ्या एखाद्या कवीची कविता म्हणून दाखवत होते. मधूनच कवी यशवन्त, बा. भ. बोरकर, भा. रा. तांबे, गिरीश, केशवकुमार यांना भेटल्याच्या आठवणीही सांगत. स्वत: ते कविता करत. आठवण झाली की, आपलीही एखादी कविता म्हणून दाखवत. हे सगळं अनुभवताना माझं भान हरपून जाई. मी कानांत नि डोळ्यांत सगळ्या शक्ती आणून ते पिऊन टाकत होतो.

सकाळ-संध्याकाळ मळ्यात ढोरं राखताना किंवा पाण्याकडं एकटंच पाणी पाजताना, मी मास्तरांनी दिलेल्या चालीवर, शिकवलेल्या सगळ्या कविता मोकळ्या गळ्यानं म्हणत होतो. त्या कवितांच्या अर्थाशी खेळत, मनात त्याला खेळवत मागं पुढं जात येत होतो. ऱ्हस्वदीर्घाचे उच्चार मास्तर करतील तसे करत होतो. ते बसल्या बसल्या जसा अभिनय करायचे तसा पाणी पाजता पाजता करत होतो. पाण्याचं वाकुरं कधी भरलं याचा पत्ता लागायचा नाही. मास्तरांच्या चालीबरहुकूम कविता म्हणता येते; याचाही शोध मला त्याच वेळी लागला.

या कवितेशी खेळण्यानं मला फार मोठ्या दोन शक्ती दिल्या. पूर्वी एकटं एकटं ढोरं राखताना, पाणी पाजताना, कामं करताना कंटाळा येत असे. कुणाशी तरी बोलत, गप्पा मारत, गमज्या करत कामं करावीत, माणसांत असावं असं वाटे. पण आता एकटेपणाचा कंटाळा येईना. मीच माझ्याशी खेळ मांडू लागलो. उलट जितकं एकटेपण मिळेल तेवढं बरं; असं वाटू लागलं. त्यामुळं मोठ्यानं कविता म्हणता येत असे, कसाही अभिनय करता येत असे, कवितेसह स्वत:लाही थुईथुई नाचता येत असे. मी अक्षरश: नाचत असे. पुष्कळ कवितांना मास्तर स्वत:च्या स्वतंत्र चाली लावत. त्यामुळंही मी पुष्कळ कवितांना माझ्या स्वतंत्र चाली लावण्याचा प्रयत्न केला. अनंत काणेकर यांच्या 'चांदरात पसरिते पांढरी माया धरणीवरी' ही पहिली ओळ असलेल्या कवितेला, मास्तरांच्या चालीपेक्षा मी वेगळी चाल लावली. ही चाल एका सिनेमातल्या लोकप्रिय गाण्याची होती. ते गाणंही 'केशवकरणी जाति' मध्येच होतं. ही कविता मास्तरांच्यापेक्षा अधिक प्रमाणात साभिनय मी म्हणत होतो. चेहऱ्यावर कवितेतील भाव आणण्याचा प्रयत्न करीत होतो. मास्तरांना तो प्रकार इतका आवडला, की त्यांनी ती सहावी-सातवीच्या वर्गात मला बोलावून, सर्व मुलांसमोर साभिनय गायला लावली. शाळेच्या एका समारंभात म्हणायला लाविली... त्यामुळं मला नवीन पानं फुटल्यागत झालं.

मास्तर स्वत: कविता करत होते. अनेक मराठी कवींचे संग्रह त्यांच्या घरी होते. त्या कवींची चरित्रं, त्यांच्या आठवणी ते सांगत. त्यामुळं ही कवी मंडळी मला 'माणसं' वाटू लागली. स्वत: सौंदलगेकर मास्तर हेही कवीच असल्यानं, कवी हा शेवटी आपल्यासारखाच एक हाडामासांचा, रागालोभाचा माणूस असतो, असं अनुभवाला आलं नि मलाही वाटू लागलं की आपणही कविता करावी... मास्तरांच्या दारातल्या जाईच्या वेलीवर मास्तरांनी एक कविता केली होती. ती कविता आणि ती वेल मी दोन्हीही प्रत्यक्ष पाहिलं होतं. त्यामुळं मनोमन मला वाटत होतं की, आपल्या भोवतीनं, आपल्या गावात, आपल्या मळ्यात, माळाला असे किती तरी विषय पडलेले आहेत; की त्यांच्यावर मी कविता करू शकेन. हे सगळं न कळत होत होतं. म्हशी राखता राखता मी पिकांवर, माळावरच्या रानफुलांवर न कळत ओळी जुळवू लागलो. त्या मोठ्यानं गुणगुणू लागलो. मास्तरांना त्या दाखवू लागलो. कविता लिहिण्यासाठी सिस्पेन्सिल कागद खिशातच ठेवू लागलो. कधी तो नसेल तर म्हशीच्या पाठीवर काटकीनं रेघोट्या ओढून किंवा माळाच्या एखाद्या कातळावर मुरुमाच्या ठिसूळ दगडानं लिहून ठेवू लागलो. पाठ झाली की पुसून टाकू लागलो. रविवारी दिवसभरात अशी कविता झाली की, कधी एकदा सोमवार उजाडेल नि मास्तरांना दाखवीन; असं होऊन जाई.

पुष्कळ वेळा अधीरपणानं रात्री मास्तरांच्या घराकडं जाई नि कविता दाखवी. ते वाचत आणि कौतुक करत. मग हळूहळू कवितांची मैफल रंगे. बोलता बोलता कवीची भाषा कशी तयार असावी, संस्कृत भाषेचा कवितेसाठी कसा उपयोग होतो, जाति वृत्तं कशी ओळखायची, त्यांचा लगक्रम कसा पाहायचा, अलंकारांत बारीक सारीक बारकावे कसे असतात, त्याचं एक शास्त्र कसं आहे, कवीला शुद्धलेखन येणं कसं जरूर आहे, त्याचे नियम काय काय आहेत, या विषयी ते सहज सांगत. मला ते आपलंसं करावंसं वाटायचं. ते पुस्तकं द्यायचे. निरनिराळे संग्रह द्यायचे. एखादी नवी चाल मला त्यांनी ऐकवली की त्या चालीवर मला कविता करावीशी वाटे. दिवसभर मग माझी झटापट चाले. या सगळ्यामुळं सौंदलगेकर मास्तरांशी जवळीक साधली नि कळत न कळत माझी मराठी भाषा सुधारू लागली. तिच्या लेखनाविषयी मी जागरूक राहू लागलो. अलंकार, वृत्त-जाति यांतील बारकावे हेरू लागलो. शब्दांचं वेड लागू लागलं. मनात सूरपेटी वाजते आहे, असं वाटू लागलं.

तु. बा. नाईक मास्तर आम्हाला भूमिती शिकवायचे. ते स्वत: बॉयस्काउटची चळवळ चालवत. बालवीरांना करता येतील अशी अभिनय-गीतं आणि 'आदर्श बालवीर' नावाचं एक पाच अंकी आणि बहुप्रवेशी संगीत नाटक त्यांनी लिहिलं होतं. त्याचे अंक किंवा अनेक प्रवेश शाळेच्या वाढदिवसाच्या वेळी ते मुलांकडून बसवून घेत. बॉयस्काउटच्या वार्षिक समारंभातही ते सादर करत. शाळेमागच्या

पटांगणात बालवीरांचे पावा आणि पडघम-झांज वाजू लागले; की आमची मनं थाऱ्यावरून उडत नि उघड्या खिडकीतनं काही दिसतं की काय हे पाहण्यासाठी धडपडत. मुलाजवळ कोणतीही हुन्नर असली तरी तिचं मास्तर कौतुक करत... भूमितीसारख्या विषयाचा कंटाळा आला की वर्गात मुलांच्या या हुन्नरी सुरू होत. कुणी गाणी म्हणत. वसंत पाटील पूर्वीपासूनच स्काऊटमध्ये होता; तो आणि मधू सणगर सांकेतिक लिपींनी एकमेकांना खुणांनी संदेश देत नि तो अतिशय अचूक असे. मला त्यांचं कौतुक वाटे. दारावर येणाऱ्या अंबेच्या गोंधळ्यांच्या खुणेच्या भाषेसारखी ती भाषा असे. मला तिच्याविषयी जिज्ञासा निर्माण झाली. पावा-पडघमच्या तालावर बालवीर पथकाची परेड सुरू झाली की, त्यांच्या पायांचा 'लेफ्टराइट'च्या शब्दांसह होणारा आवाज, रुबाबदार खाकी पोषाख आणि गळ्यातला सुंदरसा हिरवा रुमाल डोळे खिळवी. एरवी बावळट दिसणारी पोरं त्या पोशाखात; फोटो काढावा अशी डौलदार आणि आकर्षक दिसत. परेड मार्च सुरू झाली की मुलं 'मार्च साँग्स' म्हणत. ती पायांच्या नि पावा-पडघमच्या तालावर म्हणताना माझ्या अंगात झिणझिण्या येत. मनोमन मी त्या परेडमध्ये सामील होई. पाचवीच्या वर्गात नाईक मास्तरांच्या प्रेमात नकळत पडलो ते त्यांच्या भूमिती शिकवून संपल्यानंतरच्या चालणाऱ्या उपक्रमामुळं.

माझं कवितांचं पाठान्तर बऱ्यापैकी होतं. सहावी-सातवीतल्या कविताही सुंदर चाली लावून मी पाठ केलेल्या होत्या. त्याचं नाईक मास्तरांना कौतुक वाटत होतं. अनेक मराठी सिनेमातली गाणी मी चढ्या सुरात म्हणून दाखवीत होतो. त्यात अभिनय मिसळत होतो. याचा त्यांनी उपयोग करून असा घेतला; की स्काऊटमध्ये समारंभात म्हणावयाची गाणी मला पाठ करायला प्रोत्साहन दिलं. समारंभाचा दिवस जवळ आल्यावर वर्गशिक्षकाची एक विनोदी नाट्यछटा त्यांनी लिहून माझ्याकडून साभिनय बसूवन घेतली.

आमच्या शाळेत मी चौथीला असेपर्यंत आंबी आडनावाचे एक विद्यार्थी वरच्या वर्गात शिकत होते. ते स्काऊटमध्ये होते. कार्यक्रमात ते उत्तम नकला करत असत. सातवी पास झाल्यानंतरही ते स्काऊटच्या कार्यक्रमाला येत. समारंभात भाग घेत. त्यांच्याप्रमाणं आपणही नकला कराव्यात, असं वाटू लागलं.

गुराढोरांकडं हिंडता हिंडता मी अनेक प्राण्यांचे आवाज मोकळ्या गळ्यानं काढत असे. घुबडं, मांजरांची भांडणं, म्हशींचं आणि रेडकांचं एकमेकांसाठी ओरडणं, गाढवांचं, लहान मुलाचं ओरडणं, भुंगा पकडताना होणारी तिरपीट, मोटेचा आवाज इत्यादी गोष्टी मी सहज करून दाखवत असे. एक दिवस नाईक मास्तरांना या गोष्टी वर्गात करून दाखवल्या नि ते बेहद्द खूष झाले. त्यांनी माझ्या अशा करण्याला प्रोत्साहन दिलं. मग त्या दिशेनं मी अधिकाधिक गोष्टी मिळवू

लागलो. अधिकाधिक बारकावे आत्मसात करू लागलो. दिसेल त्याची नक्कल करण्याचं वेड लागलं. प्रत्येकाचे बारकावे हेरू लागलो. चालणं, बोलणं, हात हलवणं, बारीकसारीक लकबी, खोड्या यांचा शोध घेऊन नकलांमध्ये ते आणू लागलो, नाटकातील संवाद पाठ करून एकटाच म्हणून दाखवू लागलो... पाठान्तर सहज होत होतं; त्याचा असा उपयोग करू लागलो.

गल्लीत ज्ञा. बा सणगर मास्तर राहत होते. ते चित्रकला शिकवायचे. गल्लीत लहानपणापासनं मला त्यांनी खेळताना, दंगा करताना पाहिलेलं. त्यामुळं मला ते 'आन्द्या' म्हणत. वर्गात ते नसले आणि जरा कुठं तरी दारातोंडाला कुणाशी तरी बोलत उभे राहिले, तर वर्गात गोंगाट उडे. मग परत येऊन, दंगा करणाऱ्या मुलांच्या पाठीत एक एक दणका ते घालत. धमाधम मारत. त्यात प्रत्येक वेळेला दंगा केलेला नसला तरी मला दणका बसत असे. माझं काही म्हणणं आहे हे ऐकून घ्यायच्या अगोदरच दणका बसे... माझ्यात झालेला बदल मास्तरांना ठाऊक नव्हता. गल्लीत पूर्वी मी पेन्सिली, बटणं, गोट्या, कण्हेऱ्या, कोया, काड्याच्या पेट्यांवरची चित्रं यांनी भरपूर खेळलो होतो. प्रसंगी मारामाऱ्या केल्या होत्या. मास्तरांसमोर माझं तेच चित्र होतं. त्यामुळं दंगा करणाऱ्यांत मी हमखास असणार, असा अंदाज करून मला ते दणके घालत.

वसंत पाटील बऱ्यापैकी चित्रं काढत होता. मीही लहानपणी कसलीबसली चित्रं काढत होतो, पण खास असा नाद नव्हता. पाटलाचं बघून मला वाटे की, आपण त्याच्यापेक्षा कमी पडता कामा नये. म्हणून चित्रं काढायला कसून बसत असे. हळूहळू सणगर मास्तरांच्याही लक्षात आलं की माझा हात बऱ्यापैकी आहे. कधी तरी प्रसंग साधून त्यांना मी घरचं सगळं काही सांगितलं. तोपर्यंत त्यांना वाटत होतं की, मला सिनेमाचा नि खेळाचा नाद लागल्यामुळं माझी गेल्या वर्षीची शाळा बुडाली. पण आता त्यांच्या लक्षात वस्तुस्थिती आली.

नव्या पाचवीतले दिवस असे गजबजून जात असतानाच घरात एक घटना घडली. पोरं माती खातच होता. चंदरा जास्तच माती खात होती. तिला दीड एक वर्ष अफू घालण्याचा परिणाम तिच्या मेंदूवर झाला असावा. कारण ती नुसती शांत बसून राही. कितीही वेळ उपाशी असली तरी रडत नसे. तिथल्या तिथं कोमेजून जाई.

आई मग तिच्यापुढं ताककण्या, दूधभाकरी, आमटीभात किंवा दूधभात कुस्करून ठेवी. ती ते हळूहळू खाऊन तिथंच गप्प बसे. बसल्या जागी भरपूर माती खाई.

माती खाऊन खाऊन भोपळ्यागत सुजली. मग तिला हळूहळू ताप भरू लागला. खोलीच्या अंधारात ती दिवसभर झोपून असे. कधी आई सरकारी दवाखान्यातलं औषध वेळ मिळाला तर आणत असे. कधी मी वेळ मिळाला तर आणत होतो.

एक दिवसासाठी आणलेलं पातळ औषध दोन दोन; तीन तीन दिवस पाणी घालून पुरवत होतो. या अंधारातच ती एक दिवस अंथरुणात मरून पडलेली दिसली. आई ती काही खाती का बघण्यासाठी गेली होती नि तिच्या ध्यानात आलं, तो मुका जीव मरून पडला आहे.

तीन एक वर्षांची होती. मला कळतास आमच्या घरातलं ते पहिलं मरण. शांत झोपल्यासारखी दिसत होती. कोवळी कोवळी गोरी त्वचा, काळेभोर केस, मिटलेले मऊ मऊ नाजूक ओठ. वड्याकडंच्या मातीआड करत असताना मला किती यातना झाल्या त्या माझ्या मला ठाऊक. आतनं उन्मळून गेलो होतो... मातीखाली चंदराचं काय काय होईल या कल्पनेनं स्वत:ची छाती बडवून घेत होतो.

आई शांत होती. तिच्या काखेत नऊदहा महिन्यांची लक्ष्मी होती. तिला स्तनाला लावून ती रडत होती.

◆

१७

बाळगुडीचं साल पाडव्याला; म्हणजे माझ्या पाचवीच्या परीक्षेबरोबरच संपणार होतं. ज्यांचा मळा होता त्या शिंप्याला नोकरी संपून पेन्शन मिळाली होती. त्याचा एक मुलगा कणखर झाला होता. त्यांना मळा घरात करायचा होता. पुढं तो द्यायचा त्यांनी नाकारलं. कबुलायतही संपली होती. म्हणून भटाचा मळा सात वर्षांच्या कबुलायतीनं केला. दिवाळीतच आम्हाला ती बातमी लागली होता. घरात सगळ्यांना बरं वाटलं. कारण बाळुगडीचा मळा घरापासनं जवळच होता; तरी सगळं रान तांबूळ, माळाकडचं. त्यात पीक जोरकस यायचं नाही. बाळुगडीची विहीर खोल. तिला पाणीही कमी. विहीर खोल असल्यानं, एका मोटेनं पाणी उपसायचं म्हणजे तासानं एक मोट वर यायची. बैल मुतल्यागत बारीक पाणी हळूहळू पाटानं उसात जायचं. तशात तांबूळ रान. पाणी पाजलं की दुसऱ्या दिवशी रान फळफळीत व्हायचं. पाणी धरून ठेवायचंच नाही. म्हणजे चौथ्या दिवशी पाण्याचा फेर आणावा लागायचा. पण हे एक मोटंच्या विहिरीला अशक्य होतं. खर्चा-अर्चा निघण्यासाठी एकरभर तरी ऊस लावावा लागायचा. पण त्याला पाणी पुरं व्हायचं नाही. त्यामुळं उन्हाळ्यात मे-जून महिन्यात ऊस हमखास वाळायचा. वाळून मार खाल्ला की पुढं पावसाळ्यातही चांगला सुरवाडायचा नाही. त्यामुळं एकराला दुसऱ्यांच्या पाच पाच गाड्या गूळ व्हायचा, तर आमच्या दोन नाही तर अडीच गाड्याच गूळ. शिवाय माळवं दळवं थोडंही करायला पाणी पुरवठा यायचं नाही. तशात गावाशेजारी मळा. म्हणजे उन्हाळ्यात हिरवं बघून साऱ्या गावातली चुकारीची ढोरं नि कोरव्याची

गाढवं रात्री नि दिवसा पिकात शिरायची. त्याचा मुडापा करून टाकायची... म्हणून बाळुगडी नेहमीच अंदरबट्ट्यात येत होती. पोटालाही धड मिळत नव्हतं.

बाळुगडीच्या सालाबरोबरच गणपाचीही साल-गड्याची चाकरी संपली. दोन वर्षं त्यानं चाकरी करून पैसे साठवले होते. या वर्षीच्या लग्नाच्या सराईत तो लग्न करून घेणार होता. त्याचा गावातल्या एका रोजगाऱ्याच्या पोरीबरोबर 'गूळभात' झाला होता. लग्न झाल्यावर त्याला सालगडी म्हणून काम करायचं नव्हतं. मिळेल तिकडं टेंपरवारी काम करायचं, असा त्यानं हिशेब घातला होता. तसा हुन्नरी होता. त्यानं गुळव्याचं काम शिकायचा बेत केला होता. आंब्याच्या झाडावर सरासरा चढत होता.

''आंब्याच्या सुगीत आंबं उतरायचा धंदा करणार, मिळतील ते वाटणीचं आंबं अडीत घालून पिकल्यावरच इकणार. त्योबी धंदा दीडएक म्हैना चालंल. गुळव्याचा धंदा दोन एक म्हैनं चालतो. चार म्हैनं त्यात जात्यात. कुणाचं तरी वाळलं श्यात करणार पोटापुरतं. पावसुळ्यात त्यात काय तरी करत बसायला येतंय. बायकूला एखादी म्हस घेऊन द्यायचा; न्हाई तर अर्धलीनं घ्यायचा इचार हाय. त्यात तिचं दीस जातील.'' असा आपल्या जन्माचा, पोटापाण्याचा त्यानं बराच विचार केला होता. लग्न ठरल्यावर आईजवळ त्यानं बोलून दाखवलं होतं. ''बापूला आत्ताच सांगू नका. उगंच कातावत बसंल. फुडं पंधरा दीस ऱ्हायल्यावर बघू म्हणं.''

तरी आईनं दादाला हळूहळू कानगी दिली होती. दादालाही आता सालगडी ठेवावासं वाटत नव्हतं. पोटाला पोरं भरपूर झाली होती. त्यांच्यावर घरातल्या घरात मळा चालवायचा, असा त्यानं मनाशी बेत आखला होता.

तरी गणपाला बोलायचं म्हणून दादा वरवर बोलला, ''मग फुडं ऱ्हायचा इचार न्हाईच तर?''

''नगं आता. लगीन झाल्यावर अवघड हुणार ते. बारा नि बारा चोवीस तास मळ्यात बांधल्यागत ऱ्हावं लागतंय. दुसरं कायबी करता येत न्हाई, आणि आता तर मी संसाराला लागणार. नुसता माझ्या चाकरीचा पैसा फुरं पडायचा न्हाई.''

''नगं गणपा. तू ऱ्हा आमच्यात. निदान एक वरीस तरी अजून ऱ्हा.'' मला न राहवून मी बोललो. त्याची माझी मनं फार जुळली होती. तो जाणार म्हणताना मला हुरहूर लागली. सगळा मळा बेचव होईल असं वाटलं.

गणपा नुसता हसला.

''हासतोस काय.'' 'ऱ्हातो' म्हण की दादाला.''

''आन्दा, मी चाकरीला नसलो तरी गावातच हाय की. एक गल्ली वलांडली की माझं घर येतंय. कवाबी लागलं तर टेंपरवारी कामाला येत जाईन. तू रातचं माझ्याकडं अधनंमधनं येत जा.''

जायच्या दिवशी आईनं त्याला रातचं जेवायला ठेवून घेतलं. मी त्याच्याबरोबर जेवलो. जेवण झाल्यावर त्याला पाचसहा शेरांची एक गुळाची भेली दिली. पायलीभर जोंधळं घातलं.

ते सगळं गठळ्यात बांधून, "चलतो मग वैनी. बापू, चलतो गा मी.' म्हणून उठला.

माझं डोळं भरून आलं.

भटाचा मळा केला हे बरंच झालं, असं वाटलं. त्याची ख्याती भाजीपाल्याचा मळा म्हणून होती. आमच्या अगोदर रामू मान्यानं तो अनेक वर्षं केला होता. सालभर तो भाजीपालाच काढत असे. कधी तरी गाडी-दीडगाडी गूळ काढत असे. रान काळवट होतं. सहा एकर काळवट रान नि दीडदोन एकर माळ; एवढा मळा होता. रामू मान्याची शेवटची पाच वर्षांची कबुलायत अडीचशे रुपये सालाची होती. दादानं ती साडेसातशे रुपये सालाची, सात वर्षांची कबुलायत केली. शिवाय उसाची एक मोळी, रसाची एक घागर, दोन ढेपा गूळ आणि दोनदा गाडीची वेठबिगार करायची असा करार होता. बरेच लोक दादाला बोलले, "एवढा कसा काय फाळा चढवलास?"

"मालकानं हीर फोडून देतो म्हटलंय. उद्या लागंल तेवढं पाणी हुईल. दोन एकरात ऊस लावला तर आठ-दहा गाड्या गूळ हुईल. शिवाय सालभर माळवं हाईच. तीन गाड्यांचं पैसं मालकाला फाळा म्हणून जातील. उरलेलं मला हुतील." दादा म्हणत असे.

त्याच्या मनात बरंच काही तरी त्या मळ्यात करायचं होतं. मालकानं विहीर फोडून द्यायचं कबूल केलं होतं. नुसतं तोंडीच सांगितलं होतं. "रत्नाप्पा, मी ब्राह्मण माणूस, दिलेला शब्द मी परत घेणार नाही. पाळला नाही असं होणार नाही. तुला पुढच्या वर्षीच एक पुरुष विहीर खोल करून देतो. काळजी करून नको."

पण विहीर कधी फोडून देणार याचा कबुलायतीत काहीच उल्लेख नव्हता. गाळ आमचा आम्ही काढायची बोली.

त्या वर्षी बाळुगडीतलं गुऱ्हाळ झालं नि हळूहळू आम्हाला भटाच्या मळ्याची ओढ लागू लागली. त्या मळ्यात; उसाचं रान मोकळं झाल्यावर, संक्रांतीनंतर आम्ही नांगर धरला. मळ्याच्या पायशाला ओढा होता. ओढा आणि रान यांच्यामध्ये थोडंसं गवतीरान ठेवलेलं होतं. हजार दीड हजार पेंढ्या गवत निघत होतं. काळं, गुळचट, गवताचं रान. ते आता उघडं उघडं पडलं होतं. दड्ड शिल्लक होतं. बाळुगडीला तर ढोरं चरायला नुसता माळ. संक्रांतीच्या अगोदर तो हुलगलेला असायचा. त्यामुळं रोज सकाळी ढोरं घेऊन मी भटाच्या मळ्याच्या ओढ्याला जाऊ लागलो.

त्या दिवशी दुपारी मी ढोरं घेऊन भटाच्या मळ्याच्या ओढ्याला गेलो होतो. सहज संध्याकाळी गावाकडं नजर गेली, तर गावातनं धुराचे लोटच्या लोट आभाळात चढताना दिसू लागले. कुणाचं काही तरी पेटलं असावं अशी समजूत झाली. बराच वेळ धूर आभाळात चढत होता. जास्त जास्त वाढत होता. मनाला करमेना. काय झालंय गावात ते बघावं म्हणून, एरवी दीस बुडाल्यावर ढोरं घराकडं न्यायची ती घटकाभर दिसाला गावाकडं घेऊन जाऊ लागलो. म्हसरांच्या गतीनं घराकडं जायाला दीस बुडलाच.

गावात सगळीकडं धामधूम चालली होती. परड्याकडनं जाऊन मी म्हसरं गोठ्यात बांधली नि पुढच्या बाजूला दारात आलो. किनीट पडत चालली होती. दादा दारात बसला होता. जरासा चिंताक्रान्त झालेला. उंबऱ्यावर बैठक घालून बसलेला.

मी गेल्या गेल्या दादाला विचारलं, ''गावात धामधूम कसली चाललीया गा दादा?''

''बामणांची घरं पेटवाय लागल्यात.''

''का?''

''गांधी म्हाराजांचा खून केला म्हणं बामणांनी.''

मी गारच झालो... माणसं गल्लीनं इकडं तिकडं जाताना दिसत होती. आमचं घर संपलं की मांगवाडा सुरू होत होता. कागलचा मांगवाडा सगळ्या जिल्ह्यात मोठा. मांगं सारखी बामण आळीला धावत जात नि परत येत. घर पेटवायच्या अगोदर घरातल्या माणसांना तस्सं बाहेर काढलं जात होतं नि घराला आग लावली जात होती. घराला आग लावण्याच्या निमित्तानं माणसं आत घुसायची- गावंल ते पळवायची. मांगवाड्यात लहानापासनं थोरापर्यंत बामणगल्लीसनं रायधार लागली होती. कापडं-चोपडं नि धान्य विशेष आणलं जात होतं. पाठीवर धान्याची पोती घेऊन मांगाची तरणी पोरं कुंथत कुंथत येत होती. ही लूट रात्रभर चाललेली. सगळं गावच बामण आळीला पळत होतं... ''आता जळूनच जाणार हुतं, ते पोटाला तरी खाऊ या म्हणून आणलं.'' असं उत्तर विचारणाऱ्याला दिलं जात होतं. ते अगदी खरं होतं.

गावची बामण गल्ली मोठी. जुना जहागिरीचा गाव. त्यामुळं आसपासचे सगळे वतनदार कागलात येऊन राहिले होते. अनेक वकील होते. कार्यकर्ते होते. संघाची मोठी शाखा होती. बामण गल्ली तशी समृद्ध. गावातल्या गोरगरिबाला ती रात्रभर आटोपेना झाली. माणसं नुसती मिळेल ती वस्तू पळवत होती... मांगाच्या जोगत्या सख्याला काहीच गावलं नाही; म्हणून त्यानं बाजाची पेटी उचलून आणली होती.

मी दारात उभा होतो. दादा उंबऱ्यात बसलेला. मला वाटलं उंबऱ्याबाहेर जाऊन वळचणीला बसावं, म्हणजे कोण काय नेतंय ते दिसेल; म्हणून मी उंबऱ्याबाहेर

पाय ठेवला तर माझ्या पायाखाली दादाची वस्तीची फरशी कुऱ्हाड एकदम आली.

"हे काय?"

"फरशी हाय. बाहीर कशाला येतोस तू? आत हो."

"आन्द्याऽऽ" आईनं घरातनं हाक मारली. मी आल्यावर तिनं माझ्यासाठी चहा केला होता. मी आत गेलो. सगळं दबलेलं वातावरण... वर्गातली जोशी, कुलकर्णी, गुळवणी, मुजुमदार अशी अनेक नावं आठवू लागलो. दोस्तांच्या आठवणीनं पोटात गलबलू लागलं.

"आई, दादानं फरशी कुऱ्हाड कशाला काढलीया गं? जवळच घेऊन बसलाय?"

"बामण गल्लीला सगळ्या गावातली माणसं भटाबामणाची घरं जाळाय लागल्यात. बामणासंग ज्यांचा कुणाचा लागाबांध हाय, त्येंचीबी घरं मागनं जाळणार हाईत म्हणं..."

मी घाबरून गेलो.

आई-दादाला वाटलं होतं, "एखाद्या वक्ती माणसं हिकडंबी हुल्लड करत यायची." आम्ही नुकताच भटाचा मळा केला होता, तेव्हा त्यांच्याकडं दादा जाऊन गप्पा मारत होता. बामण गल्लीत हसूरकर वकिलांशी आमचा संबंध होता. त्यांच्या घरी आई दूध घालायची. मळ्यातली भाजी नेऊन द्यायची. आजोबांच्या वेळी कज्जाखेकट्याचं त्यांनी काम बघितलेलं होतं. तेव्हापासनं नुसता संबंध होता, बाकी काही नव्हतं. मीही काही दिवस संघात जात होतो. त्यामुळं दादाला वाटलं की लोक आपलंही घर जाळतील. हुल्लड उठवत येतील. एकानं 'हुर्रेऽ, चला रंऽ चलाऽ' म्हटलं की माणसं पळतच आली असती. गावात सगळीकडं तशी हवा होती. ओलीसुकी सुगी नुकतीच घरात आली होती. त्यामुळं दादाच्या पोटात संशयाचा गोळा फिरत होता. त्या दणक्यात कुणी खरंच आलं असतं तर, दादानं दोघांतिघांचे तरी मुडदे पाडले असते; असा त्याचा अवतार झाला होता. त्यामुळं दादा घर सोडून जायला तयार नव्हता. नाही तर सगळं गाव बामण गल्लीला लोटलं होतं हाताला येईल ते पळवत होतं.

बरीच रात्र झाली. गाव थोडं शांत झाल्यावर दादा हळूच म्हणाला, "आपूण जर त्या गडबडीत गेलो असतो तर पेटिवणाऱ्यांस्नी देख शिकीवल्यागत झालं असतं."

"ते कसं काय?"

"आरं, 'ह्यो बघा रत्नू जकात्या, भटाबामणांची संगत जोडून असतो. आताबी त्यांस्नी मदत करायला, त्येंचं धन दडवून आपल्या घराकडं न्ह्यायाला आलाय. चला त्येच्या घरावर...' असं पेटविणारी माणसं म्हणाली असती. मग काय घ्या? हा हा म्हणता राख झाली असती माझ्या नव्या घराची. हसूरकर वकील आदीच

सगळ्या बामणांचा म्होरकड्या, त्येची माझी वळख, हे सगळ्या गावाला ठावं हाय. त्यात तूबी त्या संघात जाऊन कवा कवा खेळत हुतास हे कुणी बघिटलं- बिघिटलं असतं तर!''

रातभर मी, आई, दादा जागंच होतो. काही बाही बोलत होतो. मलाही एक काठी काढून दिलेली होती.

सकाळी कळलं की बऱ्याच जणांची धरपकड झाली आहे. रात्री जे जळीत करत होते त्यांना पहाटे पहाटे पकडलंय नि पोलिस-कचेरीत अडकून ठेवलंय. पण नुसती नावालाच चारपाच माणसं अडकलेली. आगी लावणारी माणसं बाहेरच हिंडत होती.

शाळेला जायच्या निमित्तानं मी अकराच्या सुमाराला घराकडं आलो. शाळेला सुट्टीच होती. सगळ्या भट वस्तीतनं उत्सुकतेनं इकडं तिकडं फिरत राहिलो. गावातली तरुण मुलं जथ्याजथ्यानं हिंडत होती. रात्री पेटवलेलं रीतसर जळालं की नाही, हे चोरून टेहाळणी करत होती. मी त्यांच्याबरोबर हिंडू लागलो. त्यांची चाललेली बोलणी कान टवकारून ऐकू लागलो.

बरंच काहीबाही ऐकायला मिळू लागलं... रात्री घरं पेटवताना सगळ्यांना बाहेर काढत होते. 'आत ऱ्हाईल त्याला घरासकट पेटीवलं जाईल' असा दम देत होते. त्यातनंही एखादा आक्रोश करत उंबऱ्यात राहिला; तर त्याला साताठजणं मिळून अल्लादी उचलून लांब नेऊन ठेवत होते. त्याच घरातलं रॉकेल, कागद, कपडे घेऊन बोळे करून, दिवट्या करून, रॉकेल आढ्यावर शिंपडून पेटवलं जात होतं. कमी पडलेलं रॉकेल चौगुल्याच्या भुसार दुकानातनं डबेच्या डबे आणलं जात होतं. भ्यालेला चौगुले रॉकेलवरच भागतंय म्हणून समाधानी होता. त्यानं रॉकेल दिलं नसतं तर त्याचं दुकान पेटविलं जाणार होतं. म्हणून तो मुकाट बसला होता. इमानीपणानं आणि 'ह्या घडीला तरी घरात-दुकानात एक थेंबही रॉकेल नकोच' या मनातल्या मनात ठरवलेल्या निश्चयानं रॉकेल पुरवत होता... पेटलेलं घर कुणीही विझवण्याचा प्रयत्न केला तर, त्याला तसाच उचलून आगीत टाकला जाईल किंवा त्याचंही घर पेटवलं जाईल, कुणीही विझवायला भटाला पाणी द्यायचं नाही, अशा ताकिदी दिल्या जात होत्या. त्यामुळं रात्रभर मोकाटपणे घरं जळत, भडकत राहिली होती. राख होत होती.

मी जळणारे ढीग बारकाईनं बघत राहिलो. अनेक गोष्टी माझं लक्ष वेधून घेत होत्या. शाळेची पिशवी सावरत मी हळूहळू जथ्यातनं पाठीमागं राहून एकटाच निरखून बघू लागलो.

मोठमोठ्या ब्राह्मणांची घरं जळाली होती. त्यात वकील होते, कोल्हापुरात जाऊन नोकरी करणारे कारभारी होते, वतनदार ब्राह्मण होते, संघाचे कार्यकर्ते होते.

दिवाणांच्या वाड्यात तर तीन भाऊ-भाऊ मोठे वकील होते. वाड्याच्या एका बाजूला नारळी, पोपया, चिक्कू, पेरू यांची झाडं असलेली-गरिबाच्या शेताएवढी मोठीच्यामोठी बाग होती. त्या बागेत या तीन भावांची पोरं चेंडूफळी खेळत, झाडांखाली खुर्च्या टाकून अभ्यास करत, बाकी कशाबशानं खेळत. इथं गावातल्या कुळवाड्यांचे दुधाचे दोन-तीन रतीब असत.

त्यात आमचीही म्हसरं व्याली की रतीब असे. मी अधनंमधनं तिथं दूध घालायला जात होतो. दूध उंबऱ्याच्या आत बसूनच घालत असे. त्याच्यापेक्षा आत जायला तिथं मिळत नव्हतं. आत वाडा खोल खोल वाटत होता... कधीतरी एकदा त्या वाड्याच्या आत आत जाऊन फिरून यावं. बागेतला लगडलेल्या झाडाचा एखादा पेरू तोडून खावा असं वाटत होतं. पण कधी मिळाला नाही... आता वाड्यावरचं सगळं छप्पर जळालेलं, कोलमडून ते आत पडलं होतं. काल रात्री पेटवलेला वाडा. तरी अजून धुमसत होता. बागेत झाडाच्या सावलीत तिघे भाऊ, त्यांची मुलं, त्यांच्या बायका, सुना, लेकी, नातवंडं बसलेली दिसली, एका लग्नाचं वऱ्हाड होईल इतकी माणसं, गोऱ्यागोमट्या बायका-मुली कधी नव्हे त्या बाहेर पडलेल्या दिसत होत्या. मुलं नेहमीच्याच आनंदानं खेळत होती. मोठी मंडळी बसून काहीतरी बोलणी करत होती. साध्या पोशाखात होती.

आत गेल्याबरोबरच, मोकळ्या जागेत दारासमोरच टेबलं, खुर्च्या, खाली बसून लिहायची डेस्कं, कपाटं यांचा ढीग अजून धुमसत होता. त्यात कागदांचाही ढीग भरपूर होता. त्यात काही पुस्तकं जळताना दिसली. मी चटकन तिकडं धावलो. तात्या वकिलांचा मोठा मुलगा माझ्याबरोबर होता. तो आता सहावीत गेलेला होता. सहज माझ्या मनात विचार आला की, त्याची पाचवीची जुनी पुस्तकं ह्या ढिगात जळत असतील, मिळाली तर बघावीत. पाचवीची माझ्याकडं गणित, मराठी नि विज्ञान अशी फक्त तीनच पुस्तकं होती. विषय तर बरेच होते... मी धावलो. वकिलांच्या वृद्ध वडिलांची जळालेली अर्धवट काठी तिथंच होती. ती घेतली नि कागदांचा अर्धवट पाणी मारलेला ढीग उलथापालथा करू लागलो. त्यात अर्धवट जळालेल्या नि अर्धवट कोऱ्या असलेल्या दोन मोठ्या भिजलेल्या वह्या सापडल्या. पाचवीचं भूगोलाचं तसंच अर्धवट जळालेलं पुस्तक सापडलं. मला अत्यानंद झाला. मी टुणदिशी उडी मारली. त्या गडबडीत; नावं लिहिलेली पानं मी टराटरा फाडून तो ऐवज पिशवीत घालून दन्नाट पळालो... गणितं करण्यासाठी कोऱ्या कागदांची बेजमी झाली.

... चार मोठे वाडे आणि साताठ मोठी मोठी घरं सगळ्या भटवस्तीत जळत होती. बारकी घरं शाबूत राहिली होती. एवढी दहाबारा मोठी घरं पेटवण्यात, त्यांतलं सामान रस्त्यावर आणून रचण्यात, ते पेटवण्यात, घरादारातलं धान्य,

वस्तू, संपत्ती, पैसा-अडका लुटण्यात गावाची रात्र संपून गेली होती.

सगळ्या भटवस्तीतनं सामानांचे आणि कागदांचे अर्धवट जळालेले ढीग दिसत होते. ज्यांची घरं जळाली त्यांनी शाबूत घरवाल्यांचा आसरा घेतला होता. साकेकर भटजींचं घरही पेटवलं गेलं होतं. हे भटजी दिवसभर सोवळ्यात असल्यासारखे असायचे. त्यांचे मंत्र, जप, वाचन दिवसभर चाललेलं असायचं. राम मंदिरात पूजा करायला ते सोवळ्यानं, मंत्र म्हणत जायचे नि मंत्र म्हणत परतायचे. त्यांचं सोवळं गावात प्रसिद्ध. कुणालाच ते शिवून घ्यायचे नाहीत. 'दूर हो' हा मंत्रही त्यांच्या तोंडात सारखा होता. त्यांचं घर जळाल्याचं बघून वाईट वाटलं. आता ह्या सोवळ्या ब्राह्मणाच्या सोवळ्या घराचं, सोवळ्या ग्रंथांचं, सोवळ्या पूजेचं काय काय झालं असेल, आता तो आपल्या ह्या ओवळ्यात गेलेल्या घराचं, ग्रंथांचं, धनधान्याचं नि आपलं काय करणार असेल, याची मला नसती चिंता वाटू लागली.

निगडीकर वकिलांचं त्याहून वाईट झालं होतं. ते कागलातल्या संघाच्या शाखेचे मुख्य होते. त्यांना तीन मुली आणि एक छोटा मुलगा होता. तीनही मुली वयात आलेल्या. वर्षा-दीड वर्षाच्या अंतरांनी त्यांना त्या सलग झाल्या असाव्यात. तीनही एकसारख्या दिसत. हायस्कूलला एकदम जात नि एकदम येत. या तीनही मुलींना जळिताच्या रात्री कुणीतरी पळवून नेल्याची बातमी होती. कुणीतरी म्हणजे काँग्रेसच्या दलातील तरुण मुलांनी. ही मुलंही हायस्कूलचीच होती. या मुली हायस्कूलच्या कोणत्याही कार्यक्रमात भाग घेत नसत, त्या शिष्ट होत्या, संघाच्या मुख्याच्या होत्या म्हणून पळवून नेल्या, अशा बातम्या पिकल्या होत्या... निगडीकर वकील, त्यांची पत्नी व मुलगा त्यांच्या जळालेल्या घरापाशी मी शोधले तरी मला दिसले नाहीत... त्यामुळं रात्रीच ते पळून गेले अशी जी बातमी होती ती खरी वाटली.

फिरत फिरत स्टँडवर गेलो. तिथं कोल्हापुराहून येणाऱ्या एका वकिलाच्या तरुण मुलाची बॅग सकाळी स्टँडवरच फोडून लोकांनी जाळली होती. तिच्यात नुसत्या नोटांची बंडलं होती. ती कुणीही घ्यायची नाहीत म्हणून सगळीच आगीत टाकली होती. त्या तरुणाला स्टँडवरच मारलं होतं. अर्धवट नोटा जळलेल्या ढिगापाशी एक पोलीस शांतपणे उभा होता. ढिगातलं कुणालाही काही घेऊ देत नव्हता.

गावभर वातावरण तंग दिसत होतं. उद्योग सोडून सगळी माणसं आपाआपली घरं धरून होती. रानात कामाला गेलो तर पाठीमागं एखाद्या वक्ती आपलंही घर जाळतील, असं गोरगरीब मजुरालाही वाटत होतं.

'ज्यांचा ज्यांचा म्हणून गावातल्या ब्राह्मणांशी संबंध आलाय, त्या सगळ्यांचीच घरं जाळायची आहेत, त्यांची यादी करायचं काम गुप्तपणे चाललं आहे,' अशी

बातमी गावातनं पसरलेली. गावातली, गल्लीबोळातली वैरं या निमित्तानं डोकं वर काढू बघत होती. आपल्या वैऱ्यांचा उल्लेख लोक घोळक्यात उभं राहून करत होते, की आमक्यातमक्या भडव्याचा संबंध अमुक तमुक बामणाशी हाय. त्यो त्येचा रईत हाय, त्यो त्येचा गडी हाय, त्यो त्येचा दोस्त हाय... अशी हवा धुमसत होती. जो तो आतल्या आत भ्याला होता. पोटात भीतीचा गोळा घेऊन घरात बसला होता.

गावातलं गोरगरीब, विशेषत: गावाचा मांगवाडा नि महारवाडा घरातल्या घरात उद्योगाला लागला होता. त्यांनी भांडीकुंडी, बादल्या-घागरी, जास्त करून धान्य आणि कपडा-चोपडा आणला होता. काहींनी मिळेल ती चीजवस्तूही आणली होती. ती कुठं कशी लपवता येईल, कुणाला कशी कळणार नाही; या विचारानं काही निर्णय घेऊन ते उद्योग करीत होते... दोन वक्ताला त्यांच्या पोटाला भरपूर शिजू लागलं होतं. सुग्या नुकत्याच झाल्यामुळं धान्यं भरपूर मिळाली होती.

गांधीजींचा वध कसा झाला याविषयीच्या बातम्या वर्तमानपत्रातनं आठवडाभर येऊ लागल्या. त्या वाचून गावातलं वातावरण आणखी तापू लागलं. हुली उठू लागल्या. उरल्यासुरल्या ब्राह्मणांचीही घरं पेटवायची, अशी भाषा बोलली जाऊ लागली. गट गट तिकटीवर बसताना दिसू लागले. मग मात्र पोलीस बंदोबस्त वाढला. माणसं मग कुणाच्या तरी घरात जमून तावातावानं चर्चा करू लागले.

रात्री मळ्याकडनं नुकातच गायीचं दूध घेऊन आलो. दादा परसूमांगाबरोबर बोलत सोप्यात बसला होता. मी दूध आत देऊन चहा प्यालो नि सोप्यात येऊन बसलो.

तोवर विठोबाआण्णा दिवाणजी घरात आले. त्यांच्या हातात वर्तमानपत्राच्या एका अंकाची जाडजूड सुरळी होती. मुद्दाम; कोल्हापुरात काय काय जाळपोळ झाली, हे बघून येण्यासाठी कोल्हापूरला गेले होते. तिकडून त्यांनी हे वर्तमातपत्र आणलं होतं.

"हे बघिटलंस का रत्नू, महात्मा गांधींचा खून कसा कसा झालाय ते, ही चित्रं बघ. "

"बघू.'' दादा पुढं सरकला. परसूही जरा पुढं सरकला.

"दिवा घे रं पोरा खाली.''

मी दिवा खाली घेतला.

गांधीजींच्या खुनाच्या वेळचे छापलेले बरेच फोटो त्या अंकात होते. मग दिवाणजींनी आईलाही चित्रं बघायला बोलावलं, "तारा, ही गांधी म्हराजांच्या खुनाची चित्रं बघ. पुन्हा आता गांधी बघाय मिळायचा न्हाई नि चित्रंबी बघाय मिळायची न्हाईत.''

आई भाकरी केल्यावर, धुतलेला हात लुगड्याच्या पदराला पुसत बाहेर

सोप्यात आली. दिवाणजींनी ती चित्रं सगळ्यांना समजून दिली... आम्ही सगळे थरारून गेलो.

"आरं, हितं कायच न्हाई. कोल्हापुरात भटांची घरं, दुकानं, इस्टेटी एका कडंनं जाळल्या. पाऽर बेचिराख करून टाकलंय. आधी सगळं लुटायचं. मग मोकळं घर, दुकान जाळायचं; अशी तऱ्हा."

"खरं काय?" परसू.

"तर! काय थोडी भटं सराफी धंदा करत हुती, कुणाची घड्याळाची दुकानं हुती, कुणाची कापडाची, तर कुणाची कसली... पाऽक सगळा माल रस्त्यावर फेकला. वाट्टेल त्यानं न्यावा. उरलेला जाळून टाकावा; अशी तऱ्हा."

"आरारा!" परसू हळहळला. त्याला वाईट वाटलं. त्याला वाईट वाटलं ते रस्त्यावर पडणारा माल लुटला गेल्याचं आणि आपण मात्र तिथं नसल्याचं. "घड्याळं म्हंजे किंमती वस्तू की हो. एक घड्याळ म्हंजे शंभर रुपय तरी पडत असतील की."

"तर!"

"म्हंजे कुणीबी हात घालावा आणि धा-पाच घड्याळं पळवावीत."

"धा-पाच?...एकएकांनी तर कुडत्याच्या वट्यात नि खिशांत घालून चिरमुरं न्व्यावीत तशी न्हेली!"

"आरारा! गावात असं काय न्हाई बघा."

"सूट की मग कोल्हापूरला!"दादा हसून बोलला.

"आता हो तिथं काय असणार?" तोही हासूनच बोलला.

"भटं माजलीत त्येच्या आयला! गावात पुन्हा एक दणकून जळीत झालं पाहिजे. त्याशिवाय ती वटणीवर येणार न्हाईत." दिवाणजी.

"रग्गड बेजमी झालीय की त्येंची आता. जल्मात उठणार न्हाईत एवढी आडवी झाल्यात." दादा.

"खुळा हाईस तू. अजून त्येंचं झ्याटबी जळालं नाही. खरं म्हंजे आत्ताच येळ आलीया. ह्या दणक्यातच त्यांस्नी कायमची निजीवली पाहिजेत." दिवाणजी तावानं बोलत होते.

"शाणा हाईस! त्या बिचाऱ्यांनी तुमचं काय वाकडं केलंय? गांधी म्हाराजाचा खून काय कागलातल्या बामणांनी केला न्हाई."

"परसू, बघ हे रतन्या. 'ए खुळ्या', म्हणून हाक मारली तर ओऽ देईल, असलं हाय बघ हे– आरं दीड शाण्याऽ, जरा लिहाय-वाचायला शिकू ने हुतास? मग तुला सगळं समजलं असतं. गांधी म्हाराजाचा खून म्हंजे काय नरसू मांगाचा खून नव्हं. व्हय बाबा आपला बसला खळ्याच्या राखणीला नि रातचं येऊन मारला

चोरांनी ठार नि गेलं खळ्यावरचं धान्य घेऊन. तसा काय गांधी म्हाराजाचा पंचा पळवून न्यायसाठी त्येचा खून केला न्हाई;– गांधी म्हंजे आज सगळ्या जगातला थोर माणूस. त्या माणसाला मारायचा म्हंजे जगाची केवढी हानी झाली! आपल्या देशाचं केवढं वाटोळं झालं? ह्या संघातल्या लोकांनी कट करून मारलाय त्येला. कुणी एकानं न्हाई मारला. मारेकरी धाडून मारला ह्येंनी... थोडी माजली न्हाईत ही. महात्मा फुले, शाहू महाराज काय म्हणत्यात ते वाचाय आलं असतं म्हंजे तुला कळलं असतं... अजून त्यांस्नी पेशवाईच पाहिजे.'' विठोबाआण्णांनी जवळ जवळ एक व्याख्यानच झोडलं.

''आता कुठली येतीया पेसवाई?'' दादा.

''कुठली येती? ह्या कागलचं खरं राजं कोण ठावं हाईत तुला?''

''आपलं कागलकर बाळ म्हाराजच की हो.'' परसूला वाटलं आपणही त्यात भाग घ्यावा.

'हां! हे नुसतं नावाचं म्हाराज हाईत. आता तुला मी सांगतो. कागल गावचं खरं राजं हे घरं जळलेलं सगळं भट वकील हुतं. सगळ्या कागल जहागिरीतल्या शेलक्या जमिनी ह्येंच्या नावावर हाईत. वतनं हाईत, इनामं हाईत. वकीलबी हेच, न्याय देणारं जज्जबी हेच, कायदं करणारं बालिस्टरबी हेच. आणि तुम्हीआम्ही खुळी नुसती शेतावर राबणारी. तुम्हा-आम्हाला हे ज्यो न्याय देतील त्यो खरा. बसून चार कागदं खरडत्यात, त्यावर तुझ्यासारखी अडाणतट्टू सह्या करत्यात नि पाक जमीनजुमला, घरंदारं, शेतीभाती जाती बोंबलत त्येंच्या घशात. म्हणूनच ही तुला भिकेची पाळी आलीया नि त्येंच्या इस्टेटी अजूनबी जळता जळत न्हाईत.''

''गऽप बस, एऽ दिवाणजी. तुझा खटला तुझ्यासारखा झाला न्हाई; म्हणून तू त्या तात्या दिवाणावर दात खातोस, हे का मला ठावं न्हाई?– तसा ह्या बामणांचा गावाला काय तरास न्हाई. आपली आसपासच्या खेड्यावरची वतनं संभाळत कागलात येऊन बसल्यात– का? तर पोराबाळांस्नी शाळा शिकायला हितं मिळती, कोर्टात वकिली करता येती, कागलासारख्या गावात दूध-दुभतं मिळतं, तालुक्याचा बाजार हाय. कायबी खरेदी कराय जागच्या जाग्यावर मिळतं म्हणून ही हितं आलेली. ती काय गावाला तरास देत न्हाईत. उलट कोर्टकचेऱ्यांची फी घेऊन गावची कामं करून देत्यात. ह्यात काय चुकलं त्येंचं? ते का माळावर उतरणाऱ्या फासंपारध्यागत चोरभामटं न्हवंत गावाला लुबाडायला. काय परसू? आज चार बामणं गावात हाईत म्हणून साजंचं भटगल्लीतनं हिंडलास तर पोटाला भाकरी तरी मिळती तुझ्या. का उगंच भटांस्नी नावं ठेवायचं?''

''तुझं ज्ञान गेलंय सगळं गाढवाच्या गांडीत. तुला सुधरून सांगून काय उपयोग? तुला ना इतिहास ठाऊक ना भूगोल. वडिंग्याचं नुसतं खुळं हाईस तू.

उठतो मी आता. कोल्हापुरासनं आलोय ते अजून घराकडंबी गेलो न्हाई.'' विठोबाआण्णा वैतागून उठले.

दादा नि परसू गालातल्या गालात हासत तसेच बसले.

''ह्या दिवाणजीचं हे कायम असंच असतंय बघ. कायतरी वर्तमानपत्रकातलं वाचतोय नि तेच बडबडत बसतोय. चालत आलेला वाडवडलार्जित रूढीरिवाज काय मनावर घेतच न्हाई.''

''हांऽऽजी हां. ज्येनं त्येनं आपल्या रीतीनं चाललं तर समदं सुरळीत चालतं हो. आता बामणांनी वकिली करायची न्हाई, तर काय शेतकी करायची?''

दादाचे डोळे मिस्कील झाले. क्षणभर थांबून तो सहज बोलल्यागत म्हणाला; ''ह्या जळितात तू तुझ्या रीतीपर्माण चाललास का न्हाई रं?''

परसू हंऽ हंऽ करून हासला. ''चालंना तर. त्यो काय मी एकटाच चाललो? समदं मांग– म्हार नि गोरगरीब त्या रीतीनं गेलं. न्हाई तरी भटाबामणांच्या वतनातल्या सुग्या घरात आल्या हुत्या. आम्ही त्या न्हेल्या नसत्या तर जिथल्या तिथं जळून राख झाल्या असत्या. म्हातारं मुजुमदार काका म्हणालं; ''आरं, बघता काय. आत्ता जळंल ते. न्ह्या जावा नि पोराटारांच्या पोटाला घाला जावा.''

''खरं म्हणतोस?''

''तर हो. असा दारातच हुबा ऱ्हायला हुता. त्येला बघिटलं नि आम्ही दोघं-तिघं एकदम चरकलो. तिथंच रामराम केला नि मागं सरलो. म्हटलं मोठा माणूस. कशाला त्येचं घर बाटवा... दुसऱ्या घरात घुसावं. तवर हे काका असं म्हणालं.''

''बघ ह्यो माणूस. खरा बामण म्हणायचा बघ.''

''हाचनाळच्या देशपांड्यानं न्यारंच केलं. त्यो वाड्याच्या दरवाज्यात भाला घेऊनच हुबा ऱ्हायला. 'गांधीचा खून झाला म्हणून माझं जाळतासा तर जाळा. पर तुम्हांला ह्यातला दाण्याचा कणबी मिळणार न्हाई का दमडी मिळायची न्हाई. जाऊ दे समदं जळून. मग मात्र वर्षभर माझ्याकडं कुणी मागायला यायचं न्हाई का उधार उसनवारीला यायचं न्हाई. जो कुणी हितलं लुटंल त्याचा मुडदा पडंल' असं म्हणाला'' परसूनं शेजारच्या हाचनाळ गावची चित्तरकथा सांगितली.

''ह्यो भलताच खवाट निघाला म्हणायचा.''

''खवाट कसला. सगळ्या गावातलं गोरगरीब त्येच्या वतनावर सालभर पोटं भरणारं. गावचा कारभारीच हो त्यो. आता त्येंचं समदं जाळायचं म्हंजे गावानं आपलीच सालाची पोटापाण्याची बेजमी जाळायची.''

''मग?''

'मग काय. पाऽक सगळी गेली परत. जाळायला आलं हुतं ते शेजारच्या गावचं. त्येंच्याबरोबर गावचंबी मिसळलेलं. देशपांडे कारभारी असं बोलल्यावर,

गाववाल्यांनीच शेजारच्या गावावाल्यांच्या हातपाया पडून मागं लावून दिलं. देशपांड्याचा वाडा जसाच्या तसा शाबूत.''

''खेडेगावात हे असं तर शेरगावात तसं. लुटून पाक न्हेल्यावर मग जाळायचं.''

''कागलातबी असंच झालं की. ह्या लुटालुटीत रग्गड माणसं गडगंज झाली. कागवाड्या हवलदारच म्होरक्या. बामणाच्या घरात घुसायचा, पैसा नि दागिना तेवढा उचलायचा. दाखवायचा काय; तर 'घरात आत जाऊन बघून आलो कोण माणूसकाणूस हाय का. न्हाईतर कुणीतर आत काय तरी करत बसायचा नि बाहीरनं आग लागायची, म्हणून तपासणी केली.' वर हे असं बोलणं.''

''असं म्हणतोस?''

''तर. सगळ्या गावालाच कळलंय. पर तुझ्या गल्लीतलाच एक कांग्रेस 'म्हात्मा गांधी की जे' करत आत घुसायचा नि नुसत्या दागिन्याच्या पेट्या फोडून इजारीच्या खिशातनं सोनं पळवायचा. रातभर त्येच्या घरात सोनं इतळायला अजून सोनार येतोय. नुसती पाळत ठेवून बघ. राती बाराच्या फुडं ह्येंचा उद्योग चाललेला असतोय.''

''तू काय काय आणलंस रं?'' दादानं खाजगीत विचारावं तसं विचारलं.

''मी काय आणणार? पोटापाण्याला मिळंल तेवढं धान्य आणलं बघ. काय थोडी भांडी. पैसाअडका आमच्या हातालाच कुणी लागू दिला न्हाई. किती केलं तर बामणाची घरं. आत जावं तर देव्हारं दिसायचं. म्हटलं परमेसुरा, हे बाटवायचं पाप नगं– म्हणून सोप्यातलं, मधघरातलं दिसंल तेवढं आम्ही धान्य आणलं बघा... बऱ्याच जणांची सालाभराची बेजमी झाली. जल्मात एवढंच वरीस बसून खायला मिळंल असं वाटतंय... गांधी म्हाराजाच्या पुण्याईनं एवढं मिळालं.''

'गंगू भटजी 'मला त्या घरात घालून जाळा' म्हणत हुता म्हणं; खरं काय?'' दादाची उत्सुकता.

''तर हो! लई गरीब बामण. नुकतंच नवं घर बांधून बसला हुता. त्येचं पोरगं त्या संघात जाईत हुतं म्हणून त्येचं घर जाळलं. दुसरं काऽय कारण न्हाई.''

''बघ ते. एवढं व्हण्यार सांगणारा बामण, पर त्येचं त्येला व्हण्यार कळलं न्हाई. पेरणीपाण्याच्या येळा मातूर बरोबर सांगतोय.''

परसू घटकाभर गप्प बसला. त्याच्या मनासमोर पुन्हा एकदा गंगू भटाचं ते रडणं-भेकणं आलं असावं. जरा गंभीर होऊन तो म्हणाला, ''व्हय रत्नाप्पा, आता हे इंगरज सरकारचं राज गेलं नि गांधीबाबाचं आलं. पाचसात म्हैनं झालं न्हाईत तवर ह्या गांधीबाबालाच लोकांनी ठार मारलं. गांधीबाबा तर म्हणायचं हे लोकांचं राज हाय, मग ही लोकं आता असंच राज करणार?''

''आपली माणसं कुठली राज करत्यात परसू? गावात बघत न्हाईस? ह्या

गल्लीचं भांडाण त्या गल्लीसंगं हाय. भटं एका बाजूला तर गाव दुसऱ्या बाजूला. मांगोडा एकीकडं तर चांभारवाडा दुसरीकडं. दुसरं काय मग हुणार?''

''मोंगलाईच येणार हो... मला तर वाटतंय, पाचधा वर्सं गेल्यावर पुन्ना इंगरज सरकारच येईल बग. राज करावं तर त्येनं... काठीला सोनं बांधून त्येच्या राज्यातनं माणसं हिंडत हुती.''

... गप्पा कुठून कुठंही भरकटत होत्या. गांधीजींचा खून झाला ह्याचं दुःख कुणाला नव्हतं. खुनानिमित्तानं ज्यांची घरं जळाली त्या ब्राह्मणांच्या वाट्याला तेवढं दुःख आलं. बाकीचे सगळे कुणाच्या पोळ्या कुणाच्या घरावर कशा भाजल्या; ह्याचाच विचार करत होते. पोळ्या खाणारे बाराव्याचं जेवण जेवून सुखानं ढेकर देत आपआपल्या घरात बसले होते.

दादाला वेळ घालवायला चांगला विषय मिळाला होता. सुगीपाणी नुकतंच संपलेलं. माणसं थोडी इस्वाटा खात होती. शेतात फारशी काही कामं नव्हती. त्यामुळं रिकामा वेळ चांगला जात होता.

पुढं लौकरच कधी तरी, गांधीजींच्या प्रेतयात्रेचा सरकारी न्यूज रील थिएटरात सिनेमा सुरू होण्याच्या अगोदर दाखविला जाऊ लागला. तो पाहण्यासाठी लोक महिनाभर सिनेमाच्या खेळांना गर्दी करत होते. सिनेमा कधी न पाहणाऱ्या दादानंही तो पाहिला. 'न्यूज रील'चा बोर्डच बाहेर लावलेला होता. 'बापूजी की अमर कहानी'च्या रेकॉर्ड हॉटेला-हॉटेलात फोनोग्राफवर वाजत होत्या नि लोक त्या ऐकण्याला गर्दी करत होते. जो तो धंदा करून घेत होता.

मी 'शाहुमहाराजांचा पाळणा' वाचून 'गांधीजींचा पाळणा' या नावाचं, वहीची चारपाच पानं होतील एवढं एक दीर्घ काव्य केलं. 'पाळण्याच्या' चालीवर मी ते वर्गात म्हणून दाखविलं. मास्तरांची शाबासकी मिळवली. गांधीजींबद्दल जे वाटत होतं, ते सगळं त्यात आणलं होतं. पण हे सगळं वर्तमानपत्रात आलेले लेख वाचूनच मी लिहिलं होतं... तरीही गांधी महाराजांच्या खुनाची आठवण झाली की मनात गलबलून येई. 'असं कसं झालं, असं कसं झालं' असं मनात येई. न्यूज रील बघताना तर; मी घरातलंच कुणी तरी गेल्यासारखा घळाघळा रडत होतो, हुदंके देत होतो.

तीनचार महिने कसंबसं शाळेला जाऊन, आठवड्यातनं एक-दोन दिवस खाडा करत, मळ्यातली कामं बघत चांगले मार्क मिळवून पास झालो. दुसरा नंबर आला. वसंत पाटीलचा पहिला नंबर आला... माझा मीच माळाला नाचलो. आता का साऽवी नि मग लगीच सातवी.

दादाला म्हणालो, ''दादा, वर्सातनं तीन म्हैने शाळंला सुटीच असती. शिवाय ऐतवारच्या सुट्या पर्तेक आठवड्याला हाईतच. रोज सकाळी दीस उगवल्यापासनं

बारा वाजूपरेंत मी मळ्यात हाईच. जरा शाळंला उशीर झाला तर काय बिघडत न्हाई. दुपारच्या मोटंचं पाणी तेवढं कुणी तरी पाजा. पुन्ना पेरणी-मळणी, घाणंगुऱ्हाळ आलं तर मी शाळा बुडवून कामं करतो... आता काय नुसती कशीबशी दोन वर्सं काढली की मी सातवी फास हुतोय. मग कुठंतरी चांगली नोकरी लागंल. तंवर शिवा तुझ्या हाताबुडी येतोयच. मग मळा नि माझी नोकरी असं मिळून सगळ्याचंच पॉटपाणी चालंल. दोन वक्ताला भात खायला मिलंल.'' दादाला हे तात्पुरतं पटलं होतं. मी सहावीला जायचं मनात घट्ट करून ठेवलं होतं.

सहावीच्या वर्गात गांधीवधाच्या खटल्याची कात्रणं गोळा करत होते. गांधीवधाचा खटला चालू झाला होता. त्यातनं सगळी माहिती येत होती. वाचनाची भूक वाढली होती. शाळेची छोटीशी लायब्ररी होती. त्या लायब्ररीत ना. गोखले, टिळक, आगरकर, स्वामी विवेकानंद यांची चरित्रं होती. साने गुरुजींचं बहुतेक वाङ्मय होतं. लायब्ररीचा सेक्रेटरी वसंत पाटील होता. त्याच्यामुळं ही सगळी पुस्तकं भराभर वाचायला मिळाली. त्यांचा संस्कार मनावर खोलवर झाला. 'श्यामची आई' मधील आई आणि तशाच स्वभावाचे वडील आपणाला मिळाले असते; तर किती बरं झालं असतं, असं वाटू लागलं. त्यांच्या कथांचे तरुण, ध्येयवादी नायक वाचून आपणही तसंच ध्येयवादी व्हायचं ठरवलं. प्रतिकूल परिस्थितीतही शिक्षण पुरं करायचं असं मनात पक्कं केलं. आगरकरांपेक्षा जास्त भयानक दारिद्र्य आणि पोरकंपण आपल्या नशिबी आलंय; तेव्हा त्यांच्यापेक्षा खडतर आयुष्य जगून त्यांच्यासारखं आपण एम्. ए. व्हायचं, असं मनात येऊ लागलं. आगरकर एकच सदरा रात्री धुऊन पुन्हा घालत होते. माझ्याजवळ एकही धडसा सदरा नव्हता आणि तो धुवायला साबणही मिळत नव्हता; घरात तर कुणी 'शीक' म्हणत नव्हतं. तरी आपण शिकतोय, ध्येय गाठू बघतोय याचं आत बरं वाटत होतं.

बघता बघता दुसरा स्वातंत्र्यदिन उगवला. पहिल्या दिनाच्या वेळी मला गावातलं फारसं काही पाहायला मिळालं नव्हतं. ह्या वेळी चारपाच दिवस अगोदरपासनं तयारी करून ठेवत होतो.

"आज सकाळची शाळा हाय. दुपारी सुटी हाय.'' असं म्हणून सकाळी मळ्याकडं न जाता दुपारी जायचं कबूल केलं.

नाईक मास्तरांनी दिलेला स्काऊटचा पोशाख चारपाच दिवसांपूर्वी धुऊन काढला होता. पितळेच्या तांब्यात जळकं कोळसं घालून, तांब्या तापवून त्यानं कापडं ओलीच असताना इस्त्री केली होती. त्यांनी सांगितल्याप्रमाणं तो खाकी पोशाख नि हिरवा रुमाल घालून बाहेर पडलो होतो. ध्वजारोहणाचा कार्यक्रम झाल्यावर सगळ्या गावातनं स्काऊटच्या मुलांची फेरी काढायची होती. त्या फेरीत 'मार्च-साँग' म्हणायचं काम माझ्याकडं दिलं होतं. गाणी चारपाच दिवसांत चालीवर

पाठ करून ठेवली होती. ती मनाशी गुणगुणत शाळेकडं निघालो.

सगळं गाव ताजं ताजं वाटत होतं. माणसं आंघोळी करून बाहेर पडलेली. गांधी टोप्या ज्याच्या त्याच्या डोक्यावर दिसत होत्या. उरुसात माणसं नटावीत तसा जो तो नटलेला. पावसाळ्याचे दिवस असल्यानं शेतात कामांनाही गती नव्हती. पेरण्या नुकत्याच होऊन गेलेल्या. कोवळी कोवळी पिकं वीत वीतभर आलेली. अजून त्यांच्या बाळभांगलणींना वेग आला नव्हता. त्यामुळं माणसं मोकळी दिसत होती. गाव माणसांनी भरल्यागत वाटत होतं. कुणीकुणी गुढ्याही उभ्या केलेल्या. भट गल्लीतनं शाळेकडं चाललो; तर घराघरावर तिरंगी झेंडा लावलेला दिसत होता. दारासमोर रांगोळ्या काढल्या होत्या. तिकटीवर महात्मा गांधींचा मोठा फोटो कमान सजवून पुजला होता. गावचावडीवर मोठी गर्दी जमली होती. गावातले सरकारी डॉक्टर, वकील मंडळी, ब्राह्मण गल्लीतील बरीच मंडळी, सरकारी अधिकारी, कारभारी जमले होते. हुकूम देतील तशी पोलिसांची परेड इकडं तिकडं फिरत होती. पण तिथं थांबावं असं वाटेना. शाळेत आमचाही असाच एक कार्यक्रम होता. उशीर झाला असावा म्हणून वेगात शाळेकडं पळालो.

पोचल्यावर थोड्याच वेळात कार्यक्रम सुरू झाला. बेचाळीसच्या चळवळीत तुरुंगात गेलेल्या शिंदेसाहेबांनी काहीबाही सांगितलं. मग शाळेच्या मुख्य हॉलमध्ये गाणी, नाट्यप्रवेश इत्यादीं कार्यक्रम झाला. मी गांधीजींचा पाळणा म्हटला.

कार्यक्रम संपल्यावर मग गावातनं स्काऊटची फेरी सुरू झाली. पावा-पडधम, ढोल वाजू लागले. खाकी पोशाखातील पन्नासभर मुलांची रांग 'लेफ्ट-राईट' करत चाललेली. पहिल्यांदाच ती गावभर फिरत होती. गावातल्या बायकापोरांना नवल वाटू लागले. कौतुकानं आपल्या दारात येऊन ती बघू लागली. दारात तंबाखू ओढत बसलेली मणसं माना वळवून बघू लागली.

मी रांगेतनं बाहेर पडून मागं-पुढं होत 'हमारा भारत हमको जानसे भी प्यारा' सारखी मार्च-साँग वरच्या आवाजात म्हणत होतो. गाणं संपलं की 'लेप्ट-राईट'चा ताल देत होतो. नाईक मास्तर बरोबर होतेच. पण जणू काही मीच 'लेफ्ट-राईट'च्या तालाचा हुकूम देत ती मुलं पुढं नेत होतो. मी म्हणेन तशी ती गाणी म्हणत होती. मनातल्या एका गूढ शक्तीचा मला अनुभव येत होता. ह्या मुलांस्नी आपूण आपल्या मागोमाग न्हेऊ शकतो, आपूण म्हणू ती गाणी ही मुलं म्हणत्यात. या गावातल्या लोकांच्या साक्षीनं आता ह्यांस्नी मी एखादा हुकूम जरी दिला तर ही त्या हुकुमाचं पालन करतील. आपली केवढी ही ताकद... अंगातल्या खाकी पोशाखानं, गळ्यातल्या हिरव्या रुमालानं, छातीवरच्या स्काऊटच्या बिल्ल्यानं शरीराला एक वेगळाच ताठपणा आला होता. मन तेज झालं होतं.

आमच्या गल्लीनं ही फेरी जाताना बायका-पोरं घराबाहेर आलीच. त्यांनी मला

असं गाणं म्हणताना, 'लेफ्ट-राईट'चे हुकूम देताना बघितलं. बायकांना कौतुक वाटलं. "अंगबाई, जकात्याचा आन्द्या की गं ह्यो! फौजदारागत डरेस करून चाललाय. ढोरं राखता राखता ह्येनं असली गाणी कवा गं शिकली?" बायका एकमेकीत माझ्याकडं बघत बोलू लागल्या.

आई लक्ष्मीला काखेत घेऊन दारात उभी राहिलेली. मला असा पन्नास पोरांवरचा सायेब झालेला बघून तिलाही बरं वाटलं. अभिमानानं तिचं हृदय भरून आलं. हासऱ्या चेहऱ्यानं ती स्काऊटच्या रांगेकडं बघत होती. आसपासच्या बायका तिच्याकडं कौतुकानं बघत होत्या. त्या तिच्याकडं बघताहेत याचाही तिला आनंद होत होता. दाराजवळनं जाताना ती मला म्हणाली, "घराकडं लौकर ये. उशीर करू नगं." जणू तिनं असं म्हणून सगळ्या जगासमोर 'ह्यो माझा ल्योक हाय.' असा माय-लेकराचा संबंध अभिमानापोटी जाहीर केला.

हे सहज घडून गेलं. मीही 'बरं' म्हणून पुढं सरकलो. 'मार्च-साँग' म्हणू लागलो. अशा रीतीनं पुढं सरकलो; की माझ्यावर फार मोठी जबाबदारी पडली आहे, योग्य त्या रीतीनं पार पाडण्यासाठी आता मला पुढं गेलंच पाहिजे, जणू असं तिला मी दाखवून दिलं... आपल्या पोटी असा पोशाख घालणारा, अशा पोशाखातल्या पन्नासभर पोरांना आपल्या शब्दावर नाचवणारा पोरगा जन्माला यावा, यानं तिची मान गल्लीत क्षणभर ताठ झाली. आमची रांग वळणावरनं दुसऱ्या गल्लीत नाहीशी होईपर्यंत आई ती रांग बघत उभी राहिली.

फेरी संपवून, शाळेतला पंधरा ऑगस्टचा खाऊ खाऊन परत यायला बारा वाजून गेले. आई वाट बघत बसली होती. घरात आल्यावर तिनं बरंच काहीबाही विचारलं. माणसं काय काय बोलत होती ते विचारलं. ह्या सगळ्या गडबडीत तिच्या मनात घर करून राहिलेला एक किंतू तिनं विचारला.

"आता हे गांधी-न्हेरूंचं राज आलं. आता मग जुनं पैसे बाद हुतील, व्हय रं?"

"हळू हळू हुतीलच की. इंग्रज सरकारचं सगळं पैसे काढून टाकतील नि नवं; भारत सरकारचं आणतील."

"मग आता हे सगळं पैसे खोटं हुयाचं?" तिनं काळजीनं विचारलं.

"एकदम न्हाई खोटं हुणार. हळूहळू खोटं हुणार. ज्येच्याजवळ असलं पैसं हाईत ते पहिल्यांदा परत घेणार, त्येच्याबदली नवं पैसं देणार."

"हे कवा हुणार?"

"अजून तर काय झाईर झालेलं न्हाई. हळूहळू हुईल."

"नवं पैसे येतील ते कसलं येतील?"

"ते आता मला काय ठावं? अजून कुणालाच ठाऊक नसणार ते."

"मला ठावं हाय."

"कसं काय?" माझी उत्सुकता पराकोटीला गेली.

"थांब तुला दावतो."

ती तुळईला सिडी लावून अंधाऱ्या माळ्यावर चढली. वाशाला वासे सलग बांधून माळा केलेला. तिथं तिची एक लाकडी पेटी होती. खोक्याच्या लाकडाची केलेली पेटी. सान्याच्या अंधुक उजेडात तिनं ती पेटी उघडली.

हातात एक जुनाट फडक्याचं बोचकं घेऊन हळूहळू खाली उतरली. त्या बोचक्यात माझ्या लहानपणी कुठल्या तरी जत्रेत घेतलेली गोंड्यांची रंगीत कुंची होती. कधीतरी सणावाराचं देवाला जाताना ती आपल्या तान्ह्या मुलाला घालत असे. आनसाच्या लग्नात तिला घेतलेली ठेवणीची कापडं होती. एका लुगड्याच्या घडीतनं तिनं एक जुन्या कागदाचं पाकीट काढलं.

त्याच्यावरनं हात फिरवत, धूळ पुसत ती म्हणाली, "पाच सा वर्सं झाली बघ. बाजारातनं एक पांढऱ्या केसाचा म्हातारा हिंडत हुता. अंगावर खादीचं धोतार-कुडतं हुतं. त्येनं दोन-दोन आण्याला, चार चार आण्याला ह्या नोटा इकल्यात."

"नोटा!"

"हां! म्हणाला, 'लढाई चाललीया. लढाईत इंगरज हरणार. आपल्या देशाला राज मिळणार. आपल्या देशाला राज मिळालं की गांधी-न्हेरू आणि कोणंतरी राज करणार. त्येंचं राज आलं की दोन आण्याच्या नोटंची किंमत एक हजार, चार आण्याच्या नोटची किंमत दहा हजार.' असं म्हणून इकत हुता. नोटंसारख्या नोटा. खऱ्या नोटसारख्या दिसत हुत्या. जरा मोठ्याच खरं कमी न्हाईत. हे बघ." म्हणून तिनं नोटा काढल्या. खोट्या नोटा. रंग आकडे नोटांसारखेच. त्यावर गांधी, नेहरू, सुभाषचंद्र बोस यांची मुखवट्याच्या जागी छाप असलेली चित्रं... अडाणी माणसाला नोटेचाच भास व्हावा अशी छपाई.

मी फूसदिशी हासलो. "ह्या खोट्या नोटा हाईत, आई. ह्या कधीच चालणार न्हाईत."

"चालतील रं बाबा. नोटंसारख्या नोटा दिसत्यात."

"आगं, दोन आण्याला हजाराची नोट कुणी इकंल काय. खुळीच हाईस. काय तरी धंदं करून पैसे मिळवणारी, पोटं भरणारी माणसं असत्यात. त्येंनी केलेला उद्योग हाय ह्यो."

"लई माणसं घेत हुती रं. सगळीच माणसं कशी फसतील? बघू आणखी दोन वरसं काय हुतंय ते." म्हणून तिनं त्या नोटा पुन्हा लुगड्याच्या घडीत हळूच ठेवून टाकल्या. नि ते बोचकं हळुवार गुंडाळून बांधू लागली. निराश झाल्यासारखी दिसली.

एक रुपयात तीस बत्तीस हजार जन्मात कधीतरी मिळतील नि आपण सुखी

होऊ असं तिचं स्वप्न.

मी तिला खूप समजून सांगितलं. तरीही तिला वाटत होतं... देस सोतंतर झालाय. आपल्याला तीसभर हजार तरी नक्की मिळतील. आपून रुपाया देऊन त्या नोटा घेतल्यात. आपल्या माणसांस्नी इंगरज सरकार इरुद्ध लढायला आपूण एका रुपयाची मदत केलीया. मग ती माणसं खोट्या नोटा कशा काढतील?... तिचा भोळा विश्वास स्वैपाकघराच्या चुलीसमोर चित्रं रंगवीत बसला.

मी जेवलो नि मळ्याकडं गेलो.

नव्या मळ्यात आणि मळ्याच्या आसपास झाडं भरपूर होती. काळवट रानांचा भाग असल्यानं सगळी रानं बागायती होती. त्यामुळं पिकं गारेगार दिसत. ओढ्याच्या काठावर गवती रानं होती. ती पावसाळ्यात झुलताना दिसत. ती बघून मन हिरवगार होत होतं. गुणगुणावंसं वाटत होतं. ओठांवर ओळी जुळत असत.

कवितांचा विशेष नाद लागला होता. कवितांच्या वह्या जास्तीत जास्त भरू लागल्या. मनाला व्याकुळता बारीकसारीक प्रसंगानं येत होती नि मी हळवा होत होतो.

शाळेचा वाढदिवस जवळ आला होता. रंगकाम काढलं होतं. एक एक वर्ग मोकळा करून रंगवाले भिंती रंगवत होते. ज्या वर्गात मी शिकत होतो त्याच्या शेजारचा वर्ग रंगवाले रंगवत होते.

लघवीची सुट्टी झाली होती. मी सहज त्या वर्गात गेलो. जमिनीपासून अडीच फूट वर असा; निळा पट्टा मारला जात होता. खिडकीच्या एका बाजूला तो वर आलेला नि दुसऱ्या बाजूनं चार बोटं खाली गेलेला मला दिसला. ती चूक रंगवाल्याच्या लक्षात आणून द्यावी म्हणून मी त्याला म्हणालो, "अहो, हे बघा त्या बाजूला रंगाचा पट्टा वर सरकलाय नि ह्या बाजूला खाली झालाय."

"तुझ्या आयचा तुझ्या! कुणाचं रं बेनं तू? तुला काय करायचं खाल झालंय का वर झालंय ते?" असं म्हणून; निळ्या रंगाच्या बादलीत बुडवलेल्या ब्रशाचा तुषारपट्टा त्यानं माझ्या तोंडापासनं पायापर्यंत हवेतल्या हवेत माझ्यासमोर ब्रश वरपासून खालपर्यंत झटकून काढला. मी निळ्या चिक्ण्यावाघासारखा दिसू लागलो. टोपी, कुडतं नि चड्डी संपूर्ण पुढील बाजूनं चितारून निघाली. भोवतालची मुलं हसू लागली. मला तो प्रचंड अपमान वाटला. मी अनावरतेनं ओक्साबोक्शी रडू लागलो. कुणीतरी मला शिक्षकांच्या रूममध्ये नेलं; नि मास्तरांना काय झालं ते सांगायला लावलं. मी अनावरपणे रडत होतो. एक धडपड्या, हुशार, कष्टाळू, हुन्नरी विद्यार्थी या नात्यानं मी शिक्षकांत माहीत झालो होतो. नुकतीच बदली होऊन आलेल्या वरपे मास्तरांच्या कानांवर हे कधी तरी गेलं असावं. त्यांना डोळे पुसत पुसत मी सगळं सांगितलं.

"चल; कोण रंगारी तो दाखव मला." वरपे मास्तर धावतच माझ्यापुढं चालले. मी त्यांना तो माणूस दाखवला नि वरपे मास्तरांनी थाऽडदिशी त्याचं थोबाड फोडलं. त्याला सोडवून घ्यायला बाकीचे रंगारी धावून आले. 'सोडा सोडा' म्हणूस्तवर वरपे मास्तरांनी; एखाद्या पैलवानानं आपल्या जोडीदाराला उचलून घ्यावा तसा त्याला उचलला; "थांब; तुला व्हरांड्यातनं खाली टाकून तुझी हाडं पिशवीत भरतो का नाही बघ; शाळेच्या आदर्श विद्यार्थ्याचा तू शाळेत येऊन अपमान करतोस?" त्यांनी त्याला बाहुलीसारखा खांद्यावर घेतला होता. बाकीच्या रंगाऱ्यांनी मास्तरांची समजूत काढली. पुन्हा असं होणार नाही म्हणून कबुली दिली. मला चितारणाऱ्या त्या तरुणाला ते गुरकावले... मास्तरांनी त्याला सोडून दिलं.

"चल, जकाते खाली."

मी मास्तरांबरोबर खाली गेलो.

"नागाप्पा, हा एक आणा घे. आणि समोरच्या दुकानातनं एक आण्याचा कपड्याचा साबण आण... जकाते, तू कपडे धुऊन टाक. नाईक मास्तर, जकातेला घालायला तोपर्यंत स्काउटचा ड्रेस द्या."

मी स्काउटचा ड्रेस घालून माझे सर्व कपडे साबण लावून धुतले नि शाळेच्या जिन्याखालच्या आंघोळघरात वाळत घातले.

तेव्हापासनं मला फारसा दंगा, दांडगावा करायला नको वाटू लागलं. मी आदर्श विद्यार्थ्यासारखा वागण्याचा प्रयत्न करू लागलो. तसं वागताना जरा अवघडच वाटत होतं; पण मास्तर मंडळींच्या विश्वासाला पात्र व्हायचं; या जाणिवेनं अधिकच भारावून गेलो. अधिकच अभ्यासात मन घालू लागलो.

शाळेत माझं जसजसं नाव होऊ लागलं तसं सणगर मास्तरही मला 'आनंदा' म्हणू लागले. वसंत पाटील चित्रं अधिक रेखीव काढायचा. मलाही तशी काढता यावीत असं वाटे. एखाद्या गोष्टीत आपण कमी पडतोय असं वाटू लागलं की, मी तिचा पिच्छा पुरवी. म्हशी राखायला जावं लागलं की ड्रॉइंगची वही नि पेन्सिल घेऊन जायचा नि सुचतील ती चित्रं काढायचा. बळवंक्या, कावळे, पाण्यात बसलेल्या म्हशी, झाडं, टेकड्या, टेकडीवर बसलेला गुराखी अशी चित्रं काढली होती... सणगर मास्तराना दाखवत होतो. मास्तर कौतुक करत होते. त्या वर्षी त्यांनी मला ड्रॉइंगच्या परीक्षेची तीन रुपये फी देऊन स्वखर्चाने परीक्षेला बसवले नि मी 'ए' ग्रेडमध्ये पास झालो. माझी बरीच चित्रं त्यांनी निरनिराळ्या वर्गात लावली. त्यांतील दोन विशेष गाजली. शिवाजीची आणि अफझलखानाची भेट, आणि तानाजीच्या पुतळ्याचं रेखाचित्र. आरोग्यशास्त्राची माहिती देणं सुलभ व्हावं, म्हणून मी अनेक रंगीत चित्रं काढून निरनिराळ्या वर्गांना पुरवली. शाळेत कोणी अधिकारी आले तर मला बोलावून घेऊन माझी नि वसंत पाटीलची ओळख करून दिली जाऊ

लागली... 'मी ढोरं राखून, पाणी पाजून शाळा शिकतो' असं सांगितलं जाई. मी संकोचून जाई. मी ढोरं राखतो असं कुणाला कुणी सांगू नये असं वाटे. पण तसं बोलता येत नव्हतं. ती खरी गोष्ट होती.

पाण्याकडं असलो की कविता करायचा नाद लागला होता. एकटं असलं की कल्पनांवर कल्पना सुचत. सौंदलगेकर मास्तरांशी मैत्री वाढतच गेली. मिळेल तेवढा रात्रीचा वेळ त्यांच्या घरी जाऊ लागला. नाईक मास्तरांच्या स्काऊटमध्ये नकला, गाणी,पवाडे, नाट्यछटा म्हणून नाव मिळवत होतो. एक दिवस जरी शाळा चुकली तरी चुटपूट लागू लागली. दादाच्या सांगण्यावरनं, मळ्यातल्या महत्त्वाच्या कामासाठी मला ती पुष्कळ वेळा चुकवावी लागे. मग दादाशी थोडासा रुसून फुगून राही. नाराजी दाखवी. दादा संतापे. पाठीत धपाटे घाली. शिव्या देई. 'नकोच ती शाळा' म्हणे. मग नाइलाजानं शाळेला खाडा करून मळ्यातली कामं करावी लागत. नेमलेली कामं कमीत कमी वेळात व्हावीत, म्हणून मी जिवाच्या आकान्तानं ती ओढत असे नि त्यांच्यातनं मोकळा होत असे.

गुऱ्हाळ झालं. नुसता दोन गाड्या गूळ झाला. मालकाचा फाळाही त्या गुळात गेला नाही. उरलेल्या फाळ्याची भरपाई शेंगा विकून करावी लागली. वर्षभर कष्ट करूनही घर शेवटाला झडझडीत मोकळं झालं. पोटाला चिमटा देऊन कष्टं उपसावी लागू लागली. मालक विहीर फोडून देणार, विहिरीला खूप पाणी लागणार, गूळ बराच होणार म्हणून दादानं भरमसाट फाळा वाढवून कबुलायत केली. त्यामुळं सगळेच रडकुंडीला आलो होतो.

आनसा वर्षाच्या बाळूला घेऊन अधनंमधनं भेटायला येत होती. बाळूच्या जन्माअगोदर थोडेच दिवस ती आपल्या स्वत:च्या घरात राहायला गेली होती. चुलत्याचं कर्ज फेडून मामानं आपलं घर आपल्या ताब्यात घेतलं होतं. त्या घरात बाळूचा जन्म झाला. तिला पहिला पोरगा झाल्यामुळं मामानं बारसं जोरात घातलं होतं. आमच्या घरादाराला लाडवाचं जेवण मिळालं होतं.

आनसाची कोळपलेली कातडी घरात बसून रसरशीत झाली होती. उनातानातनं काळवंडलेला अंगाचा रंग जाऊन, मूळचा गोरा रंग वर आला होता. तिला बघून मला आश्चर्य वाटत होतं. आपली थोरली बहीण इतकी गोरी, इतकी देखणी नि इतकी राजबिंडी आहे, याचं कौतुक वाटत होतं. तिचा रंग गाजरासारखा होत चालला होता. आपल्या घरात ती आता राजाची राणी होऊन बसली होती. तिला बघून वाटू लागलं; आम्हा सगळ्याच पोरांस्नी असं सुख लागलं, पोटाला येवस्थशीर मिळालं तर आम्ही सगळीच अशी दिसू, माणसात आल्यागत होऊ... कष्टानं नि उन्हानं आमची सगळी माकडं झाल्यात.

घरात मामा आता काहीबाही गुजराच्या मळ्यातलं आणून टाकू लागला. नवीन

घेतलेली म्हस नुकतीच व्याली होती. त्यामुळं घरात दुधदुभत्याची चंगळ झाली होती. रोज रातचं गुजराच्या मळ्यातनं ओली वैरण तिला येत होती. मामाचा उत्साह वाढला होता. तो आता संसारी झाला होता.

आम्ही पोरं बाजारच्या दिवशी आनसाची हमखास वाट बघत होतो. ती आली की बाळूला घेऊन रानभर झाडं, पिकं, फुलं, गाडी, बैलं, पाखरं दाखवत होती. त्याला घेण्याची आम्हा पोरांत चढाओढ लागे. खाण्यापिण्यामुळं बाळू गुटगुटीत दिसायचा. त्याला घ्यावंसं वाटायचं. उलट आईची बारकी पोरं उपडून टाकलेल्या भाजीगत कोळमसून गेलेली वाटायची.

◆

१८

सहावीची परीक्षा देऊन मी सातवीत गेलो. पुन्हा वसंत पाटीलचाच पहिला नंबर नि माझा दुसरा नंबर आला. वसंत पाटीलची हजेरी रोज लागे. मी आठवड्यातनं दोन दिवस तरी खाडा करीत असे. पण सातवीचं वर्ष महत्त्वाचं होतं. बोर्डाची परीक्षा होती. सातवी झालेल्या तरुणाला कारकून, मास्तर, एखाद्या संस्थेत हिशोब-तपासनीस, किंवा दलालाच्या आडत दुकानात दिवाणजी म्हणून नोकरी मिळत होती. कमीत कमी एकशे वीस दिवस हजरी भरल्याशिवाय परीक्षेला बसायला फॉर्म मिळत नसे. त्याची फी असे. बोर्डाचे पेपर्स असल्यामुळं परीक्षेत प्रश्न कोणते आणि कसे येतील याचा अंदाज लागत नव्हता. त्यात परीक्षेला बसण्यासाठी जिल्ह्याच्या ठिकाणी जावं लागत होतं. अनोख्या ठिकाणी परीक्षाक्रमांक येईल तिथं बसून उत्तरपत्रिका लिहाव्या लागत होत्या. त्यामुळं सातवीत गेल्यपासनं मनावर दडपण आलं होतं. त्यात पुन्हा या वर्षी कोल्हापूर बघायला मिळणार याचा एक आनंद झाला होता. कोल्हापूर कागलापासनं बारा मैलांवर होतं, पण ते अगदी माझ्या लहानपणी– कागलकर बाळमहाराजांना पहिला मुलगा झाला होता तेव्हा 'पाणी घालायला' गाडीतनं गेलो होतो; त्या वेळी मला बघायला मिळालं होतं. पण ते आता सगळं विसरलं होतं. आता तिथं तीन दिवस राहायला मिळणार होतं. त्या तीन दिवसांत दुसरं तिसरं मळ्यातलं काही काम नाही का ढोरं राखणं नाही; सकाळ संध्याकाळ नुसता अभ्यास करायचा नि परीक्षेचे पेपर्स लिहायचे, या कल्पनेनं मी सुखावून गेलो.

पाचवीतली पुस्तकं एका मुलाकडनं निम्म्या किंमतीत त्याच्या हातापाया पडून विकत घेतली होती. आईनं मला ती घेऊन दिली होती. सहावीत मला तसलीही पुस्तकं घेता आली नाहीत. मराठीचं एक पुस्तक घेतलं होतं. पाचवीची भूमिती सहावीला चालत होती म्हणून तिचाही प्रश्न सुटला होता. बाकीची पुस्तकं ह्याची त्याचीच वापरत होतो.

सातवीत गेलो त्या वेळी सातवीची बरीच पुस्तकं बदलली होती. आणि आता हे सातवीचं महत्त्वाचं वर्ष... सगळी आपली पुस्तकं आपल्याला पाहिजेत. जुन्या पुस्तकांची पानं गेलेली असत्यात. ती निम्म्या किंमतीत इकत घेऊन वाचताना, आदूगरच जेवून गेलेल्या कुणाच्या तरी खरकट्या ताटात आपूण जेवायला बसल्यागत वाटतंय. म्हणून एकदा तरी नवी पुस्तकं घ्यावीत, त्यांस्नी पहिल्यांदा आपलाच हात लागावा. कुणी आदूगर आपलं नाव त्येंच्यावर घाटलेलं नसावं. जगात ती नुसती आपल्या मालकीची असावीत. वसंत पाटलासारखं आपूण त्यांस्नी कोऱ्या खाकी कागदांचं पुठ्ठं घालावंत नि त्येंच्या नवेपणाचा वास घेत घेत ती वाचावीत. जल्मात एकदा तरी हे भोगायला मिळावं; असं वाटे.

शाळा सुरू व्हायचे दिवस आले. दोन महिने मळ्यात रातध्याऽ काम केलं होतं. दादाला सुख दिलं होतं. मनात आलं, आत्ताच दादाकडनं कबूल करून घ्यावं. म्हणून एक दिवस सकाळी मोटंवर असलेल्या दादाला चहा तापवून देऊन म्हणालो, "दादा, सातवीचं वरीस हाय. आता मळ्यातली दिवसभराची कामं संपली की, रातचं माझा मला अभ्यास करायला पुस्तकं पाहिजेत. वरीसभर ज्येलात्येला आता अभ्यास करावा लागणार. मला कुणी घराकडं पुस्तकं देणार न्हाई. तवा मला आता नवी पुस्तकं पाहिजेत. शिवाय सातीवीची पुस्तकं बदलल्यात. आता जुनी पुस्तकं चालणार न्हाईत."

"बघू म्हणं. घेऊ कवा तरी. पाणी गेलं बघ उसात. पळ लौकर." दादा बैलाला चाबूक मारता मारता म्हणाला.

मनात जे काही होतं ते दादाच्या कानांवर घालून मी पाण्याकडं गेलो.

शाळा सुरू होऊन महिना झाला. सगळे अभ्यास जोरात सुरू झाले. तरी पुन्हा पुन्हा सांगूनही दादा पुस्तकं घ्यायचं काही नावच काढेना.

एक दिवस धाडस केलं. आईला नववं मूल झालं होतं. सहा-सात महिन्यांचा आप्पा तिच्या काखेला होता. त्या दिवशी कशानं तरी ती आजारी होती. घरात झोपून राहिली होती.

शाळेला जायच्या निमित्तानं घराकडं आलो. आईला माहीत होतं की मी दादाकडं पुस्तकांचा लकडा लावला आहे. तिनंही एकदा दोनदा दादाला सांगितलं होतं.

"घेऊन द्या की ई; पोराला पुस्तकं. सातवीचं वरीस हाय त्येंचं. चांगल्या

मार्कानं फास झालं; तर कुठं तरी चांगल्या नोकरीला तरी लागंल. सांजसकाळ मळ्यात राबतंय; त्येचा मोबदला म्हणून तरी त्येला लागतील ती पुस्तकं घेऊन द्या.''

''जवळ पैसं न्हाईत; माळवं इकल्यावर बघू.''– ''कोल्हापूरला दलालाकडं जाऊन शंभरभर आणणार हाय; मग बघू.''– असं दादा करत होता.

पण त्या दिवशी घराकडं आलो नि आईला म्हणालो, ''आई, दादानं पुस्तकं घ्यायला सांगिटल्यात.''

''आणि पैसे?''

''खोलीच्या कपाटातलं घ्यायला सांगिटल्यात''... खोलीत एक दिवळी होती. तिला एक फूटभर फळी लावून पैसे ठेवायचं कपाट केलं होतं.

''घे जा तर.''

कपाटाची किल्ली स्वैपाकघरात उंचावर टांगलेली असे. ती मला आईनं दिली. मी कपाट उघडलं. पाकिटात नुसतं दहाच रुपय होतं. आणखी काही चिल्लर होती. मी दहा रुपयांची नोट घेतली नि शाळेला गेलो.

आठ रुपये आणि आणखी काही तरी दहा आणे खर्चून, सातवीची महत्त्वाची बहुतेक पुस्तकं घेऊन आलो. पुस्तकं घरात ठेवली नि सांज करून मळ्याकडं गेलो. तास रातीला परत आलो. खाकी कागद आणायला पैसे नसल्यामुळं गल्लीतनं कुणाकडनं तरी वर्तमानपत्राचे जुने अंक आणून पुस्तकांना पुठ्ठा घालत बसलो होतो. मागोमाग तासाभरात दादाही घराकडं रातचं जेवायला आला. तोवर मी त्याला पुस्तकं घेतल्याचा पत्ताच लागू दिला नव्हता. आल्या आल्या त्यानं मला सोप्यात उभं राहून विचारलं,

''पुस्तकं कुठली ही?''

''मी नवी घेटली.''

''आणि पैसे?''

''तुझ्या कपाटातलं घेटलं.''

''किती?''

''धा रुपयची नोट हुती ती मोडली. एक रुपय साऽ आणे परत आल्यात; ते त्यात ठेवल्यात.''

''तुझ्या आयला तुझ्या पुस्तकं घेणाऱ्याच्या! घर म्हणून तेवढं पैसं ठेवलं हुतं मी, पोटाला काय खायाचं आता? व्हय; काय खायाचं? काय खायाचं?'' म्हणून दादानं मला भिंतीसंगं लाथलायला सुरुवात केली. पायात पायताण तसंच होतं, दणादण थोबाडात खात होतो नि खालनं लाथा खात होतो. तोडानं कळा सहन न होऊन 'आई आई' म्हणून ओरडत होतो.

आई मधी पडली. ''आदूगर त्येला 'घेतो' म्हणून कशाला सांगिटलं हुतंसा?

एवढं हालात ख्याल करून शिकतंय; त्येला एक डावबी पुस्तकं नगंत?'' तिनं जरा माझी बाजू घेतली.

दादा तिच्यावर धावला. पण ती आजारी होती, पदरानं तिनं डोकं गच्च बांधलं होतं. या वेळच्या बाळंतपणात तिचे हाल झाले होते; खूपच थकल्यागत झालेली. पटकन काही तरी तिला होईल, म्हणून दादानं हात न उचलता घाण घाण शिव्या देऊनच भागवंल.

''ज्या दुकानातनं ती घेतली त्याला ती परत देऊन ये उद्या; न्हाई तर मुडदा पाडतो का न्हाई बघ तुझा.''

''हं.'' म्हणून मी त्या वेळचा मार थांबवून घेतला.

दुसरे दिवशी त्या दुकानावर नुसता गेलो; पण पुस्तकांचं काही विचारलंच नाही. घराकडं परत आल्यावर रातचं दादाला एवढंच सांतिलं, ''दुकानदार परत घेत न्हाई म्हणतोय.''

पुन्हा काही दणके बसले.

''एखाद्या पोरानं घेटली तर बघ बाबा आन्दा. पर ह्यो मार नगं बाबा आता.'' म्हणून आईनं मार थांबवला.

तिसऱ्या दिवशी मार मिळाला नाही, पण मी लांब उभा असल्यामुळं फेकलेलं पायताण चुकवून कामाकडं पसार झालो. मनाशी पक्की गाठ बांधली होती. काय बसंल तो मार खायचा. आपला जीव जाणार न्हाई. मारंल मारंल नि चार दिसानं आपूणच गप्प बसंल. जरा जास्त कामं करायची. मग त्येला मारावंसं वाटणार न्हाई. आता कशीबी झाली तरी एकदा पुस्तकं आणल्यात. ती कुठं जाणार न्हाईत!

तसंच झालं नि पुसतकं माझ्या मालकीची झाली. वेळ मिळेल तसा मी अभ्यास करू लागलो.

मळ्याकडचा कामाचा रेटा वाढला होता. बाळंतपणात आईच्या अंगावर थोडी सूज आली होती. तिच्यात आता काहीच शिल्लक राहिलं नव्हतं. म्हणून... मळ्यातली कामं तिला फारशी ओढता येणं शक्य नव्हतं. आठ वर्षाच्या धोंडूबाईला ती बसून बारक्या बारक्या भाकऱ्या थापटायला शिकवत होती. आपल्या कुवतीच्या बाहेर जाऊन धोंडूबाई भाकऱ्या करत होती. कधी चटणी जास्त तर कधी मीठ जास्त घालून आमटी करत होती. हिरा दोन्ही म्हशी नि त्यांची रेडकं राखत होती. पायकूट घालून गायीलाही चरायला सोडत होती. शिवा नऊ वर्षांचा झालेला. दिवसभर तो शेरडामागं हिंडत होता. हिरा आणि शिवा दोन्हीही रोगट असल्यामुळं, म्हसरं नि शेरडं दोघांना मिळून राखायला दिली होती. शिवा उसातली शेवरी, एरंडाचा पाला आणून शेरडांना घालत होता. शेरडांवर त्याचा मनापासनं जीव होता. सकाळी शेरडांच्या धारा काढल्या की, एकटाच शेरडं घेऊन मळ्याकडं यायचा. उसाच्या

साराकडनं त्यांना चारत एकटाच बसून राहायचा. त्यांना आता मोकळं रान मिळालं होतं. आता ती; माती खाऊन झाल्यावर लगेच पाटाच्या पाण्यात तोंडं धुऊन स्वच्छ ठेवत होती. परसाकडंला लांब वावरात जाऊन बसत होती. त्यामुळं त्यांना कुणी 'माती खाल्लीस का?' म्हणून विचारत नव्हतं. आणि कालच्या दिशी खाल्ली का नाही, याची परीक्षाही परसकडंला लांब जाऊन बसत असल्यामुळं करता येत नव्हती.

भावंडांचं हाल चालूच होतं. मळ्याचा फाळा एकदम डोईजड झाला. ज्या भरवशावर फाळा वाढवला होता; ती विहीर मालक फोडून द्यायचं काही बोलेचना. विहिरीत अनेक वर्षं भरलेला गाळ नाइलाजानं आम्हाला काढावा लागला. त्यात अडीचशे रुपये घातले. तरीही विहिरीत पाण्याचा साठपा काही होईना. गाडी-दोन गाडी गुळावरच भागवावं लागलं. त्यामुळं अंदरबट्टा आला. वाळलं धान्य पोटापाण्याला कसंबसं झालं.

पेरणीच्या वक्तालाच दादा दलालाकडं कर्जाला गेला. मळ्यात प्राप्ती झाली नाही म्हणून रोजावारी किंवा सालावारी गडी ठेवणं परवडेना. घरातल्या माणसांवरच मळा चालवण्याची पाळी आली.

घरातही आईला पूर्वीसारखं पहाटे साडेचार वाजल्यापासनं उठून काम करणं आता निभत नव्हतं. आठ पोरांच्या पोटापाण्याचं करण्यात तिला दम लागत होता. त्यामुळं; उरलेल्या मला 'मोट' नाही तर 'पाणी' यांपैकी एक बघावं लागत होतं. मी मोटंवर असलो की दादा पाण्याकडं असायचा नि दादा मोटंवर असला की मला पाण्याकडं जावं लागायचं. रोज सांजसकाळ मोट धरावी लागत असल्यामुळं माझ्या शाळेची फार ओढाताण होऊ लागली. शाळेलाच जायला मिळेनासं होऊ लागलं. सहावी होती तेव्हा कसंही निभावलं होतं. शाळाच परीक्षा घेणार होती. पण सातवीचं तसं नव्हतं. त्यामुळं माझ्या मनाची कुचंबणा अतोनात होऊ लागली... आयला! भटानं आपल्याला फशीवलं. दादासंगट नुसतं ग्वाड बोलून भरमसाट फाळा वाढवून घेतला. हीर फोडायचं मातूर काय नावच काढत न्हाई. 'थोडी सूट दे' म्हटलं तर एक पैचीबी सूट द्यायला तयार न्हाई. नुसतं 'बघू, बघू'च म्हणतोय. असाच करू लागला तर आता घरदार राबून मरणार... फाळा तर दर सालाला दिलाच पाहिजे. न्हाईतर आमचं घरदार, ढोरंगुरं लिलावात काढंल त्यो. वरनं गुळावाणी गुळमाट बोलतोय, खरं आतनं खडूस हाय, असं दिसतंय. यंदा गाडीच्या येटबिगारीचं काम पडलं न्हाई; तर एका बैलगाडीचं एका दिवसाचं भाडं दादाला 'दे' म्हणाला...

... ह्येचा मामा तर वकील. पोरं- म्हंजे धाकटं भाऊ- कोल्हापूरसारख्या शेरगावात शिकायला घाटल्यात. आयती घरात बसून ह्येंची पोरं शिकायची. ह्येच्या

मळ्यात; आम्ही शाळा सोडून, उपासपोटी राबायचं. ह्येचं घर भरायचं. त्येच्यावर ह्येच्या पोरांनी शिकून वकील हुयाचं नि आमचा फाळा तटला म्हणून आमची घरंदारं लिलावात काढायची... दादाबी येडबडून गेल्यागत झालाय. माझी शाळा नक्कीच बोंबलणार आता.

शाळा बुडली की दिवसभर जीव तळमळत होता. त्या दिवशीचं वेळापत्रक मनासमोर उभं राहत होतं. आता कुणाचा तास चालला असंल, आता मंत्री मास्तर गणित कसं शिकवीत असतील, नाईक मास्तर भूगोल कसा शिकवीत असतील याची चित्रं मनासमोर उभी राहत होती. वासराला पहिल्यांदा जेव्हा दावं लावलं जातं, तेव्हा त्याची जशी मान सोडून घेण्यासाठी धडपड धडपड चालते नि शेवटी ते दमून दमून जसं केविलवाणं होऊन कोलमडून बसतं; तसं होतं होतं.

सकाळी दीस उगवायला धरलेल्या मोटा दीस डोक्यावर आल्यावर सुटायच्या. मग जेवणं व्हायची. जेवणं झाली की ती अंगावर यायच्या आत उसाची एकएक पात काढून; बैलांना पाचसहा पेंढ्या उसाचा हिरवा पाला आणावा लागायचा. पाला आणल्यावर सगळ्यांनाच तास दीड तास इस्वाटा मिळायचा. दादा बाजल्यावर घोरायचा. आई शेणं लावायची, धुणं धुवायची. बैलं वैरणी खाऊन डोळं मिटून बसायची, पोरं धावंवरच्या सावलीत खेळत, गप्पा मारत बसायची नि मी कुठं तरी झाडाबुडी जाऊन पुस्तक उघडून बसायचा. मन लावून वाचायचा. समजतंय का बघायचा. सगळं वाचून समजत होतं पण गणितं समजत नव्हती. भूमिती-भूगोल यांचे 'अभ्यास' मधील गणिती प्रश्न उकलता येत नव्हते. तिथं अडून बसत होतो. एखादा भाग समजतोय न समजतोय तवर दादाची हाक यायची; "आन्द्या, जाळ आता ती पुस्तकं. शाळा शिकून धन लावशील ते मला ठावं हाय. मोटंला बैलं सोड."

मला सारं आवरून उठावं लागायचं. भूमितीतला एखादा समजत आलेला सिद्धान्त अर्ध्यावर सोडावा लागायचा. मनाची जुळणी विस्कटायची. जमत आलेलं एकदम सगळं वाया गेलं असं वाटायचं... पण दादाला यातलं काही सांगून उपयोग नव्हता.

दादाची झोप झाली की, आम्हा सगळ्यांना कामाला जुंपण्यासाठी तो आळस देत उठवायचा. मला मोट धरायला सांगून, आपण धगटीसमोर बसून हळूहळू तंबाखू निवडून, छापी झाडून, चिलमीतली घाण खुरप्यानं खरडून काढून, खड्याचं किटान नखांनी काढून चिलीम भरायचा. हळूच इस्त्याचं खेंड खुरप्याच्या टोकानं फोडून घेऊन, चिलीमीच्या तोंडावर ठेवून अंगठ्याच्या नखानं दाबायचा नि तोंडानं झुकझुक झुकझुक करत चांगली घटकाभर चिलीम ओढायचा. तोवर मी मोट धरून मोटा मारायचा. पाणी उसात गेलं असं दादाला वाटलं, की मग तो मोटेवर यायचा

नि मला सांगायचा, "जा पाण्याकडं." म्हणजे उसात गेल्याबरोबर मला पाण्याची दारं मोडावी लागायची. कधी कधी मी उसात जायच्या आधीच वाकुरं भरलेलं असायचं.

वास्तविक मोटक्यानं मोट धरायची असती. बैलं मोटेला मांडवातनं बाहेर ओढली की, त्यांची शेणं भरून, गोठा लोटून सांजंला परत येणाऱ्या बैलांसाठी स्वच्छ ठेवायचा असतो. ते काम पाणक्याचं असतं. हे झालं की त्यानं पाण्याकडं जायचं असतं. अशा वेळी पाणक्याला थोऽडीशी फुरसद मिळत असते. पाच एक मिनिटं, पाण्यानं वाकुरं भरेपर्यंत त्याला बसता येत असतं. पण दादा एवढंही मिळू देत नसे. ते तो स्वत: भोगी. म्हणजे बारक्या पोरांना-हिराला नि शिवाला-शेणं भरायला, गोठा लोटायला लावी. मला मोट मारायला लावी नि आपण तंबाखू ओढण्याचं निमित्त काढून, धगटीपुढं आळसात, अर्धवट डोळे मिटत, अर्धवट उघडत बसे.

दादाच्या या वागण्यानं सगळी पोरं वैतागत. मोटा सुटल्यावरही जेवला की चिलीम ओढता ओढता त्याचे डोळे मिटायला लागत. मग त्यानं बाजल्यावर वाकळ टाकून झोपायचं. आम्ही पोरांनी नि आईला वेळ असेल तर आईनं उसाचा पाला कापायला जायचं. माझ्यासह सगळ्या पोरांचा संताप व्हायचा. आम्ही आईजवळ तक्रार करायचे.

"आई, आम्हीच तेवढा एवढ्या उनाचं पाला काढायचा नि दादानं तेवढं खुशाल सावलीला निजायचं व्हय? त्येला का धाड भरलीया आमच्याबरोबर कामं कराय?"

"त्येला आता मी काय करू लेकरांनू? मी हाय न्हवं तुमच्यासंगं? त्येला कुणी सांगायचं पाला काढाय चल म्हणून?" म्हणून आई गप्प बसे.

कधी कधी जेवल्यावर आम्ही सगळेच पाल्यासाठी उठायला टंगळमंगळ करत असू. जीव शिणलेले असायचे. बाहेर ऊन रटरटत असायचं. जेवणं झाल्यानं जरा हाता-पायातलं बळ गेल्यागत वाटायचं. म्हणून खुरपी हातात घेऊन वेळ काढत बसायचे.

"जावा की रे पाला काढाय." दादा.

मला वाटायचं दादानंही आज पाला काढायला यावं. आम्हांला चार पेंढ्या काढून मदत करावी. कधी कधी; तो येत नाही तर त्याला विचारून डिवचावं असं वाटायचं. मग मी विचारायचा, "तू येत न्हाईस पाला काढाय?"

"सकाळधरनं मोटा मारून मारून नि बैलं वडून वडून माझ्या हातापायाच्या खुट्ट्या मोडल्यात, आन्दू. जावा आता चार चार पेंढ्या काढून या जावा... किती राबून घालू मीच तुम्हांस्नी" असा तो गुरगुरे.

मी कधी मोटेवर असलो तर मला मात्र सुटणूक मिळत नसे. पण बोलणार कसं आणि कोण? जास्त बोललो तर दणक्यांचा धनी व्हावं लागायचं. इच्छा अशी असायची की ह्यो आपला बाऽच हाय, पोराबाळांसाठी ह्येनं राबावं, त्यांस्नी न झेपणारी कामं त्येनं करावीत. उन्हाताणाचं पोरांस्नी सावलीला बसवून आपूण उनात कष्टं करावीत.

आई तसं करत होती. पण दादा दोन वक्ताच्या मोटंशिवाय दुसरं काही काम करत नव्हता. आई नि आम्ही पोरंच राबून त्याच्या पोटाला घातल्यासारखा प्रकार होता तो... माझं असं शिक्षण बंद करून, मला अशी कामं लावून त्यानं स्वत: दिवस आळसात घालवू नयेत, असं वाटे... पण दादाच्या वागण्यात कधी खंड पडला नाही. ढोरासारखा मार खाऊन पुस्तकं घेतली होती खरी; पण ती घेतल्यावर कसंबसं आठ-पंधरा दिवस रडत रखडत शाळेला जाता आलं. महिनाभर ओढ धरलेल्या पावसानं सरत्या आडद्रात सुरुवात केली. शेतकामाची मग झुम्मडच लागली. पेरणीसाठी रानं तयार करायची होती, त्यात इरड-पाळी मारायची होती. खतं ओढायची होती, बांधावरचं काटंकुटं तोडून, वेचून टाकायचं होतं. सड वेचायचे होते. त्यात पुन्हा असेल नसेल तेवढं विहिरीतलं पाणी उपसून उसाला द्यावंच लागे आणि मळ्यात तर कुणी गडी नाही. दादा एकटा; बाकीची पोरं नाळरोगी. म्हणून दादाच्या जोडीला मला राहावं लागायचं. जोडीनं कामं ओढावी लागायची.

पेरण्या आटोपल्या. झिम्म पाऊस बसला. मळ्यातली औत-अवजाराची कामं थांबली. दीसभर जनावरांना वैरणी घालत बसण्याशिवाय नि माळाला ढोरं चारण्याशिवाय काम उरलं नाही. त्यामुळं शाळंला जायला मला फुरसद मिळू लागली. सकाळी दीस उगवायला मळ्याकडं जाऊन जेवण वक्तापर्यंत कामं करून परत येऊ लागलो. शाळेला जाऊ लागलो. थोडा थोडा अभ्यास होऊ लागला. मित्र आणि मी एकमेकांच्या मदतीनं भूमिती सोडवू लागलो. भूगोलातली नि गणितातली गणितं सोडवू लागलो. दोन अडीच महिने फारशी शाळा न चुकवता गेले.

सहामाही परीक्षा जवळ येईल तशी शाळा बुडायला पुन्हा जोरकस सुरुवात झाली. पुन्हा मोटा सुरू झाल्या. उसांना नि पिकांना पाणी देणं जरूर पडू लागलं. पावसाळी माळवं केलेलं असायचं; त्याला पाणी द्यावं लागू लागलं. पावसाळी पिकांच्या भांगलणी, खुरपणी कराव्या लागू लागल्या. गावात आठवड्यातनं दोनदा बाजार भरतो. त्या बाजारात माळवं नेण्यासाठी तोडावं लागू लागलं. शेंगा, मिरच्या, दोडकं, भेंड्या एक ना एक येतच राहायचं नि अधल्या दिवशी सांजंला ते तयार ठेवावं लागायचं. त्यामुळं शाळा बुडायची. त्यातनंच कशीबशी सहामाही सुरू झाली. सकाळी लवकर मोटा धरायच्या, दहा-साडेदहा वाजताच दादाच्या हातापाया

पडून त्या सोडायच्या नि पेपराला तसंच पळायचं. कधी भाकरी खायला मिळायची; तर कधी पाण्याची दारं मोडता मोडता, मोटंची बैलं मागं सारता सारता घास तोंडात घालायचं. कधी भाजी-भाकरी बांधून न्यायची नि पहिला पेपर झाल्यावर शाळेच्या बागेत बसून खायची. असं करून सहामाही परीक्षा दिली. कसाबसा पासही झालो.

परीक्षा दिल्यावर थोडे दिवस दिवाळीची सुट्टी पडली नि मला आनंद झाला. सुटी पडली म्हणजे बरं वाटायंच; ते त्या दिवशी मास्तर मुलांना काहीच शिकवणार नाहीत, त्यामुळं आपलं शिकणं त्या दिवशी तरी बुडणार नाही याचं.

सुटी संपल्यावर पूर्वपरीक्षा एकदमच तोंडावर आल्यासारखं वाटू लागलं. मास्तरांनी तयारीसाठी कडक सूचना दिली होती. माझे विषय काही कच्चे राहिले होते. सगळ्याच मास्तरांची मला सहानुभूती होती; पण अभ्यास मलाच करावा लागणार होता; मलाच पास व्हावं लागणार होतं. वेळ मिळेल तेव्हा अभ्यासाला बसत होतो; पण काही कळेनासं झालं की मन उदास होई. आपण कुठलं पास होतोय असं वाटे. गांगरून गेल्यासारखं होई. माझी ही परिस्थिती घरात कुणालाच कळत नव्हती.

काही झालं तरी पूर्वपरिक्षेत पास होऊन फॉर्म मिळवायचा, ही मनानं जिद्द बांधली. मळ्यात कामाचे दिवस सुरू झाले नि इकडं पूर्वपरीक्षा जवळ जवळ येत चालली होती... परीक्षांची घाई नि शेतात कामाची घाई एकदमच येतीया. शेतात कामं करून कसं शिकायचं मग? दादाला समजून सांगिटलं तर त्योबी मनावर घेत न्हाई.

"दादा, सोड की मोट. पूर्वपरीक्षा जवळ आलीया गा." मी काकुळती येऊन कधी म्हणत होतो.

"माझा ऊस वाळू दे काय? पोटाला काय खाशील? पिकं ढांकंला लागू देत काय? शाळंबगार आपलं काय नडत न्हाई, मूत त्या शाळंवर."

जीव आतोनात तळमळत होता. काय करू, काय नको असं होऊन जात होतं. एक एक दीस दादाला सांगू लागलो, "सकाळचं पाणी पाजतो अकरा वाजूपतोर. जरा पाटंचं लौकर उठून मोट धरू या. मोटा सुटल्या की मधल्या सुटीपतोर शाळा करून येतो, मग लगेच आल्या आल्या दुपारची मोट धरू या नि तास रातीपतोर मारू या."

दादा तडजोड कबूल करायचा. कारण दोन्ही वक्ताच्या त्याच्या मोटा चालणार होत्या. पण कधी कधी मी एक वक्ताला, मधल्या सुटीपर्यंत जाऊन येतो म्हणून सांगायचा नि संध्याकाळी पाच वाजता शाळा सुटल्यावरच परत यायचा. मळ्यापासनं शाळा जवळ जवळ दीड मैल लांब होती. तिथं जाईपर्यंत साडेबारा-एक वाजलेला असे. नि अडीचला मधली सुटी होई. त्यामुळं पदरात काही पडायचंच नाही. नुसती

अर्धपोटी पळापळ तेवढी करावी लागायची. वाटायचं, "आता भाकरी खाण्यात येळ नगं दवडायला. नुसता वचावचा आंब्याएवढा भात खायचा नि पळायचं. दुपारी आल्यावर पोटभर जेवू म्हणं." असं ठरवून शाळंकडं वारं होऊन मी पळायचा. पण धड पोटात अन्न नाही नि पदरात धड शिकणंही नाही, असंच पुष्कळ वेळा होई. म्हणून मग मोह होई की पाच वाजेपर्यंत शाळेत राहावं. मग मी राही.

शाळा सुटल्यावर घराकडं जाताना दादाचे डोळे मनासमोर आडव्या तरवारीसारखे उभे राहत. त्याचा आवाज, त्याच्या शिव्या कानाला ऐकू येत. मिळणाऱ्या दणक्यांची कल्पना करत घरात दप्तर टाकी नि तसाच तरा तरा मार खायला मळ्याकडं जाई.

"एवढा रं का उशीर? एक वक्ताची शाळा करून येणार हुतास न्हवं?"

"मास्तर परीक्षेच्या दृष्टीनं महत्त्वाचं सागणार हुतं म्हणून ऱ्हायलो."

"तुझ्या मास्तराच्या आयला लवला व्हलर व्हल्यो!" म्हणून कधी खांद्यावरचा चाबूक काऽडदिशी माझ्या पाठीत ओढला जाई, तर कधी हातात गावलो तर दुमता कोयंडा ढुंगणाखाली मांड्यावर बसे, क्वचित नुसतं शिव्यांवरही भागे. पण माझ्या अशा करण्यामुळं एक वक्तालाही मला शाळेला जायला मिळेनासं झालं.

वैतागून गेलो. पुष्कळ सांगून दादाला पटेनासंच झालं, म्हणून बेधडक बारा वाजता मोटा सुटल्यावर न जेवताच तिकडल्या तिकडंच; म्हणजे खोपीकडे न जाताच, शाळेला जाऊ लागलो. पाण्याकडं जाताना दप्तर बरोबरच असायचं. चिऱ्याला पाणी मोडलं की, चिऱ्याच्या मध्यावर कोरड्या जागेत अभ्यासाचं पुस्तक उघडून, त्याच्या दोन्ही बाजूंना दोन दगड ठेवत असे, नि वाकुऱ्याला पाणी मोडून वाकुरं भरेपर्यंत पुस्तक वाचत असे. वाकुरं भरलं की पुन्हा दुसऱ्या वाकुऱ्याला पाणी मोडून पुस्तकाकडं येत असे. साधारणपणे दोन दोन मिनिटांचा वेळ मिळत असे. त्या दोन मिनिटांत माझ्या फेऱ्या पुस्तकाकडनं वाकुऱ्याकडं नि वाकुऱ्याकडनं पुस्तकाकडं होत. तेवढ्या वेळात जे काही वाचून होई तेवढंच पदरात पडे. मात्र पुस्तकाला हात लावता येत नसे. पाण्याची दारं मोडताना हाताला चिखल लागे. पुन्हा दोन मिनिटांनी दार मोडावं लागे. हात धुऊन पुस्तकाकडं जाईपर्यंत वाकुरं अर्धं अधिक भरलेलं असायचं; त्यामुळं हात धुऊन पुस्तकाकडं जाणं परवडायचं नाही. म्हणून दगडांची युक्ती काढली होती. एक एक वाकुरं करत सबंध चिरा प्याला की मग मात्र; दुसऱ्या चिरंपाटाला पाणी मोडून हात धुवावे लागत नि पुस्तक उचलून दुसऱ्या पाटाला न्यावं लागे.

संतापून शाळेला गेलो की आईचा जीव तळमळत असे. दीस उगवल्यापासनं ते बारा वाजेपर्यंत काम करूनही मी उपाशीच शाळेला गेलेला असे. चहाबरोबर अर्धी शिळी भाकरी खाल्लेली असे, तेवढीच. पण तिला काही बोलता यायचं नाही.

मग माझ्या वाटणीचं पाणी दुपारचं ती पाजे. कधी हिरा पाजे. दादाला मग

उगंचच असं वाटू लागलं की, आईचीच फूस मला शाळेला जाण्याबद्दल आहे.

मी असाच पळून शाळेला गेलो की दादा आईलाच शिव्या देई. एक एक दिवस आईला पाणी पाजायला लावी नि मुद्दाम किनीट पडेपर्यंत मोट मारी. पण आई हे सगळं सोसत होती.

"रांडंऽ, तूच त्येला मोकळीक देतीस. म्हणून त्यो शाळंला जायाला सोकावलाय. असा मलाबी न जुमानता पळून गेला; तर त्येची भाकरी का बंद करत न्हाईस? आता पाज पाणी त्येच्या वाटणीचं तास रातीपतोर." दादा

"मी त्येला कायबी मोकळीक देत न्हाई. त्यो काय आता ल्हानगा ऱ्हायला न्हाई. एवढं सातवीचं वरीस पुरं करतो म्हणतंय तर तुम्ही अजाबात मनावर घेईना झालाईसा. रागारागानं रोज असं गेलं तर उपाशीच मरणार ते. भाकरी वाचती न्हवं तुमची? एवढं दिसाचा गोंडा फुटायला उठून बारा वाजूस्तवर राबराब राबतंय ते कुणासाठी? तुमच्यासाठीच न्हवं? ह्या घरादारासाठीच न्हवं? जरा तरी त्येला पोटचं पोर म्हणून माया-ममतंनं वागवू ने हुतासा?... कवा तरी डोसकं भिरमटून कुठं तरी गेलं म्हंजे बसशीला मग..."

"गेलं तर जाऊ दे बोंबलत. असलं भिकारचोट पॉर पोसून तरी काय करू?... माझा बाऽ 'बस' म्हणंल तिथं मी कुत्र्यागत बसत हुतो. त्येच्या शब्दाबाहीर कवा गेलो न्हाई. घरचा कुळंबावा सोन्यासारखा चोख राखला. आणि हे काढीव बेनं शेतातल्या कामालाच हात लावाय तयार न्हाई. सारखं कामं चुकवून शाळंच्या निमित्तानं गावात पळाय बघतयं. भिकारचोट नाद लागलाय त्येला. तू असंच त्येला पदराबुडी झाकून धरलंस; तर उद्या माझ्या डोसक्यावर मिरं वाटायला लागंल."

"पोराची जात हाय ती. एवढी कामं करूनबी दर साली फास हुतंयच न्हवं. मग त्येला कशाला गावात पळतंय म्हणून नावं ठेवायची?"

"चांगला यल्लामाचा जोगता करून सोड तर गावातनं हिंडायला. आणि आठनऊ पोरांचा संसार तू आणि मीच गळ्यात घेऊन बसू या. पोराबाळांस्नी हाताबुडी आणायचं काय बघू नगंस."

"एवढी सातवी झाली की नोकरी लागंल. मग पगार येईल तवा? पोराटारांची न्हाई का पोटं भरायची?"

"तवर काय खायाचं? एकट्यानंच मी किती राबायचं? बरोबर नगं का कुणी कणकणीत माणूस? का बसू सगळी नाळरोगी भवतीनं घेऊन शेटाला सांग्या लावत? ह्या अशा राबणुकीनं मळ्याचा पिकदावा चाललाय की खड्ड्यात. ढोरंगुरं इकून फाळा भरायची पाळी येईल अशानं. मग सगळीच हिंडशीला गावभर भीक मागत."

"नशिबातलं कुणी न्हेलंय आपल्या? आपल्या पोटाला पोरंबाळं झाल्यात

त्येंचं वझं त्येच्या डुईवर कशाला? आपलं आपूण सोसायला नगं?'' आई एक एक दिवस दादाला असं इर्षेला पडून, जिवाचं भय न राखता बोले.

फारच दिवस शाळेला खाडा पडला की, दादाला न जुमानता वैतागून मी शाळेला जाऊ लागलो. घराकडं आल्यावर मार खाऊ लागलो.

एके दिवशी सकाळी दादाला सांगितलं, ''मला आज शाळंला जायाचं हाय. मास्तर गणिताचं जुनं पेपर सोडवून घेणार हाईत.''

''दुपारचं पाणी कुणी तुझ्या बाऽनं पाजायचं? रोज रोज काय लावतोस हे शाळंचं गाणं?''

दादाच्या मनासमोर सुकून जाणारं पीक उभं राही. ते सुकलं की मिळत्यात ते चार पैसंबी हाताला लागणार नाहीत, अशी त्याला काळजी वाटे. प्रत्येक वेळेला आईला किंवा इतर कुणाला पिकात पाणी पाजायला फुरसद नसे. बाकीच्या कामात ती गुंतलेली असत. ती कामंही तेवढीच महत्त्वाची असत. त्यामुळं माझ्याशिवाय दुसरं कुणी शिल्लकच नसे. दादा त्यामुळं 'मी शाळंला जातो.' म्हणालो की माझ्यावर तावदारत होता... मला हे सगळं कळत होतं. पण कळलं तरी मनाला वळत नव्हतं. दादाचं दादानं मळ्याचं बघावं, त्येचं त्येनं काय वाट्टेल ते करावं, असं वाटत होतं. म्हणन माझा मी हट्ट सोडत नव्हतो.

दादा एवढं तावदारून बोलला तरी मी निकरावर येऊन म्हणालो; ''मी जाणार बघ.'' असं म्हणून पाण्याकडं गेलो.

मोटा सुटायच्या वक्तापर्यंत पाणी पाजलं. दीस अगदी मधासाला आला तरी दादा मोट सोडायला तयार नाही. आई जेवणाची बुट्टी घेऊन कधीच आली होती. थोडा वेळ वाट बघितली. शेजारच्या मळ्यातली औतं सुटून अर्धा तास झाला. तरीही दादा मोट सोडायचं काय बघेचना. रडकुंडीला आलो. पोटात भूक कडाडून लागली होती. तसंच शाळेला जायचं जिवावर आलं होतं... त्या क्षणी वाटलं, एवढं हाल सोसण्यापरास नि शाळा शिकण्यापरास, कुठं तरी जाऊन जीव देऊन मोकळं व्हावं.

पण तसाच हात वर केला नि आक्रोश करत ''सोड की गाऽ मोट आताऽऽ'' म्हटलं नि सरळ गावाकडची वाट धरली. दादा आरडत, हाका मारत मळ्याच्या शिवेपर्यंत पळत आला तरी मी सुसाट पुढंच पळत गेलो.

एक वाजता शाळेत जाऊन पोचलो. एक दीड महिन्यापूर्वी शाळेला नवीन हेडमास्तर आले होते. त्यांची शिस्त अतिशय करडी होती. उशिरा आलेल्या विद्यार्थ्यानं न सांगता तो तास संपेपर्यंत उभं राहायचं, अशी शिक्षा त्याची त्यानंच भोगायची रीत घालून दिली होती. पहिल्या तासालाच 'हजेरी' घेतलेली असायची. कमीत कमी एकशेवीस दिवस भरले पाहिजेत; तरच परीक्षेला बसण्यासाठी फॉर्म

मिळेल अशी एक अट असल्यानं परगावची मुलंही लौकर यायची. मी एक वाजता जिवाचा आकांत करून आलेलो. हेडमास्तर गणित समजून देत होते. त्यांच्याच तासाला मी उशिरा आलेलो.

"या या; किती वाजले? स्वागत करावं का तुमचं पायघड्या घालून?"

मला काहीच बोलता येईना. मी दप्तर पायापाशी ठेवलं नि शिक्षा म्हणून उभा राहिलो. मास्तरांनी तसं म्हटल्यावर सगळी मुलं हसली. मास्तर नवीन आलेले असल्यामुळं माझी परिस्थिती त्यांना माहिती नव्हती. त्यांना कसं सांगावं, हेही मला कळेना. मला ओक्साबोक्शी रडू कोसळलं नि अनावर हुंदके दाबत हमसू लागलो. डोळे पुसू लागलो.

माझ्या गल्लीतला माझा मित्र मधुकर सणगर जवळच होता. त्याला माझी परिस्थिती जवळून माहिती होती. तो मास्तरांना म्हणाला, "मास्तर, त्याच्या घरची परिस्थिती फार बिकट आहे. आत्ता तो शेतावर सकाळपासनं जाऊन कामं करून आलाय. त्याचे वडील त्याला नको म्हणतानाही तो शिकतोय."

मास्तरांचा आवाज एकदम बदलला.

"मला माहिती आहे ते. जकाते नावाचाच हा मुलगा ना?"

"हो."

"खरंच जकाते, तुझं खरोखर स्वागतच केलं पाहिजे. तुझ्याविषयी मला सगळं कळलं आहे. कितीही उशीर झाला तुला शाळेला यायला तरी येत जा... संध्याकाळचे चार वाजले असले तरी चालतील. पण शीक. ध्येयाची पूर्तता कर." ते जवळ येऊन माझ्या पाठीवरून हात फिरवून सांगू लागले.

मला अधिक भरून आलं. हुंदके अधिकच अनावर झाले नि मी चक्क रडू लागलो. तोंडावर कुडत्याचा पुढचा भाग घेऊन डोळे पुसू लागलो. तोंड लपवू लागलो.

"रडू नको. जातील हेही दिवस. खाली जा नि तोंड धुऊन ये... आणि हे काय? पाय एवढे कसे चिखलानं माखले आहेत?"

माझं पायाकडं लक्ष गेलं. पाण्याकडचे पाय आज तसेच राड, चिखुळलेले राहिले होते. दादा माझ्याकडं धावत येताना; मी ते न धुताच तसाच गावाकडं पळत आलो होतो आणि शाळेत येईपर्यंत ते वाळून गेले होते. त्यामुळं ते धुवायचे आहेत हे लक्षातच राहिलं नव्हतं. तसाच वर्गात गेलो होतो.

"पाण्याकडनं तसाच आलोय." मी बोललो.

मास्तरांचा चेहरा अर्थगर्भ झाला. ते किंचित हसले. कधीही विसरता न येण्याजोगे प्रेमळ वाटले. शाळेचं माझं बेभान वेड त्यांच्या लक्षात आलं असावं असं वाटलं. "जा जा. धुऊन ये जा ते."

त्या दिवशी शाळा सुटल्यावर आनसाच्या घराकडं जाऊन पोटभर जेवून आलो.

अशा गडबडीत पूर्वपरीक्षा संपली होती. दोन अडथळ्यांतनं बाहेर पडलो होतो. तिसरा मोठा अडथळा होता. विद्यार्थ्यांचे कमीत कमी एकशे वीस दिवस भरलेले असले पाहिजेत! आणि मी तर सारखा गैरहजर राहात होतो. मनोमन वाटलं होतं की, गुऱ्हाळ झाल्यावर-दादानं कबूल केल्याप्रमाणं-मला तो सलग शाळेला लावून देईल.

पण गुऱ्हाळाची पूर्वतयारी, प्रत्यक्ष गुऱ्हाळ आणि ते झाल्यावरचे उद्योग, यात पंधरा दिवस शाळेला माझा खाडा पडला होता. कामंच अशी होती की, घरातल्या बाईमाणसांकडनं किंवा पोराबाळांकडनं होणारी नव्हती. त्यामुळं मला ती चुकवताही येणं शक्य नव्हतं. रोज निकरावर येणंही अशक्य होतं. सगळ्या घराला मुकावं लागलं असतं. म्हणून जीव गुदमरत होता तरी शाळेचा खाडा करत होतो. रात्री मधू सणगरकडं जाऊन अभ्यासाची चौकशी करत होतो. त्याच्या वह्या चाळत होतो. अभ्यास जोरात चालल्याचं कळत होतं.

शेवटी दादानं गुऱ्हाळाची आवराआवर केल्यावर मला सांगितलं, "आता एवढं लावणीचं बघू. नांगूर धरून सऱ्या सोडू नि एवढं बी पेरून घेऊ. म्हंजे मग तू मोकळाच हुशील."

मला ते पसंत पडणं शक्य नव्हतं. निदान त्यात दहा-बारा दिवस आणखी जाणार होते. खरं तर; आता गुऱ्हाळ झाल्यावर एखादा तात्पुरता 'रोजगाऱ्या' सांगता येण्यासारखा होता. पण दादानं ते टाळून मलाच जुंपायचा कावा केलेला. मी बिथरलो नि शाळेची वेळ झाली की कामं तिथंच सोडून जाऊ लागलो.

सलग दोन-तीन दिवस असं केलं. चौथ्या दिवशीही तसंच केलं म्हणून दादा पुन्हा "थांब थांब, माझं ऐक." असं म्हणत शिवेपर्यंत आला. मी पुढं बघून पळत होतो.

दोन वाजायचा सुमार होता. मास्तर इतिहास शिकवत होते. दादा एकदम वर्गाच्या दारात दत्त झाला. त्याच्याबरोबर एक मधनंच शाळा सोडलेलं गल्लीतलं पोरगं होतं. बहुतेक ते कोणते वर्ग कुठे भरतात हे दादाला दाखवायला आलेलं असावं. ते बाहेरच व्हरांड्यात उभं होतं.

"आमचा पोरगा आलाय काय हो?"

"कोण?"

"मी रत्नाप्पा जकाते. पोराचं नाव आनंदा हाय बघा." दारातनं दादानं सांगितलं.

दादाचा आवाज ऐकल्याबरोबरच माझ्या शरीराचं पाणी झालं.

"हा काय इथं बसलाय."

“जरा त्याचं काम हाय. घराकडं घेऊन जायाचं हाय त्येला.” दादा शांतपणे बोलत होता. त्यामुळं मास्तरांच्याही काही लक्षात आलं नाही.

“जा रे.” मास्तर माझ्याकडं बघून म्हणाले.

दादानं मलाही आणि मास्तरांनाही विचार करायला वाव दिला नाही. माझ्याही ध्यानात आलं की, आता शाळेत तमाशा करण्यात काही अर्थ नाही. मी मुकाटपणे दप्तर घेऊन बाहेर पडलो.

दादानं माझं मोकळ्या हाताचं मनगट गच्च धरलं नि मला घराकडं घेऊन चालला.

“जरा घराकडं चल. काम हाय.” तो बोलला. तो ज्या पद्धतीनं बोलत होता त्या वरून; पुढील मार कोणत्या भयानक स्वरूपाचा असेल याची मला कल्पना येत होती. थंडीच्या दिवसांतही माझ्या सर्वांगाला दरदरून घाम सुटला. पण काही करता येण्यासारखं नव्हतं आणि बोलताही येण्यासारखं नव्हतं. मी गुमानच चटाचटा दादाबरोबर चाललो. हेतू हा की, मला दादा ओढत नेतोय असं कुणाला जाणवू नये नि माझ्याकडं गावातल्या माणसांनी बघू नये.

माझं असं चालणं बघून दादाची पकड थोडीशी ढिली झाली. राममंदिराचा चौक जवळ येत होता. चारी बाजूला चार रस्ते फुटले होते. उन्हाची वेळ असल्यानं सगळे मोकळेच दिसत होते.

चौकात आल्याबरोबर मनात काय आलं कुणास ठाऊक; पण झटकन दादाच्या हाताला हिसका दिला नि दप्तर टाकून सन्नाट पळालो. असा पळतोय न पळतोय तोपर्यंत दाण्ण करून पाठीत काय तरी आदळलं नि एकदम डोळ्यासमोर मला लाल लाल काहीतरी दिसू लागलं. कानात आवाज ऐकू येऊ लागले. तसाच पळू लागलो नि पाच-सहा पावलं गेल्यावर कोलमडलो. चक्कर आल्यासारखी झाली होती. इतक्यात दादानं जवळ येऊन हातात पायताण घेऊन माझं डोसकं, तोंड, अंग चेचायला सुरुवात केली. अंगावर दणके बसत होते. पण समोरचं काहीच दिसत नव्हतं. दादाला वाटलं असावं; मी ठेचाळून पडलो म्हणून त्याला सापडलो. त्यामुळं त्यानं नेहमीप्रमाणं टिप्पिरं द्यायला सुरुवात केलेली... पण मी जे जमिनीला आडवा झालो होतो ते मला उठताच येईना झालं होतं.

तशा अवस्थेत मला मारताना बघून, रस्त्यानं चाललेले गवंडी कारभारी क्षणभर थांबले. त्यांनी माझी अवस्था बघितली. त्यांनी दादाला विचारलं, “त्याला का मारतो आहेस तू? कोण हा?”

कारभारी अचानक समोर आल्यावर दादा एकदम गांगरला. “माझाच पोरगा हाय ह्यो सायेब. सांगिटलेलं ठार ऐकत न्हाई.”

“ठीक आहे. उद्या सकाळी अकरा वाजता कचेरीत ये.” कारभाऱ्यांनी दादाला

सांगितलं. त्यांच्यापुढं दप्तर घेऊन पुढं चालणाऱ्या पट्टेवाल्याला त्यांनी सांगितलं, "याला उद्या कचेरीवर हजर करण्याची व्यवस्था कर. कोण व्यक्ती आहे ती नीट लक्षात ठेव."

भर चौकात माझ्या भोवतीनं गर्दी झाली. तोवर मधली सुट्टी झाली होती. पुलाच्या ओढ्याकडं चाललेल्या शाळेतल्या पोरांची माझ्याभोवती ही ऽ गर्दी! चक्कर गेल्यावर मी तसाच उठून दप्तर घेऊन घराकडं चाललो. दादा मागोमाग येत होता. त्याच्या मागोमाग ते गल्लीतलं पोरगं होतं.

दुसऱ्या दिवशी दादा कारभाऱ्यांच्या कचेरीत गेला का नाही ते मला माहीत नाही; पण मला शाळेसाठी दादानं 'भर चौकात मारलं' ही बातमी शाळेतल्या सगळ्याच मास्तरांच्या कानावर गेली होती. पुढच्या आठ एक दिवसांत गल्लीतले सणगर मास्तर दादाला सांगून गेले. लहानपणापासनं दादाच्या ओळखीचे असलेले मानेमास्तर दादाला बाजारपेठेत भेटले. गावातले एक प्रतिष्ठित डॉक्टर बाबूराव घाटगे यांच्याकडं दादा काही कामानिमित्तानं गेलेला असताना, तिथं बसलेल्या नाईक मास्तरांनी दादाला सांगितलं. सौंदलगेकर मास्तर तर घराकडंच येऊन गेले. सगळ्यांच्या सांगण्याचा सूर एकच होता... पोरगं हुशार आहे. आता इतकी वर्षं त्याला शिकवलंस, तर दोन-तीन महिन्यांनी काय होणार आहे? सातवी पास झालं तर कुठं तरी नोकरी करून तुला पगार आणून देईल नि बसून खायला घालील. का उगीच त्याचा छळ चालवला आहेस? परीक्षा जवळ आलेली आहे, जरा नियमितपणे पाठवून दे. परीक्षा झाल्यावर मग सुटीच आहे.

दत्ताजीराव देसायांच्याकडं मी आणि आई पुन्हा जाऊन सांगून आलो. पण अलीकडे भटाचा मळा केल्यापासनं दादा तिकडं कमी जाऊ लागला होता. दत्ताजीरावांची मंडळीही आता कागल सोडून कोल्हापूरला जाऊन राहत होती. दत्ताजीराव अधून-मधूनच कागलाला यायचे. त्यामुळं दादाची नि त्यांची गाठभेट होईलच असं नक्की सांगता येत नव्हतं.

पण या सगळ्यांचा दादाच्या मनावर परिणाम झाला नि तो मला वार्षिक परीक्षेच्या अगोदर दोन महिने नेमानं शाळेला सोडू लागला. सकाळी दीस उगवायला जाऊन मी मोट धरायचा नि उसात पाणी गेलं की, दादाच्या हातात कासरा देऊन पाण्याकडं जायचा. मोट सुटली की शाळंला जायचा.

या गडबडीत शाळेचा वाढदिवस आला. वाढदिवसाचं कोणतं तरी महत्त्वाचं वर्ष होतं. स्नेहसंमेलनासारखा तो साजरा करायचं ठरलं होतं. सांस्कृतिक कार्यक्रमासाठी पाचवीपासून सातवीपर्यंतच्या विद्यार्थ्यांवर विशेष भिस्त होती. त्या वर्षीचा जो सांस्कृतिक कार्यक्रम होता त्यात मी गाणी, नकला, नाट्यछटा, पोवाडा आणि नाटक यांत भाग घेतला. प्रत्येक कार्यक्रमात मोक्याच्या जागी माझी नेमणूक

झालेली. पाठान्तर चांगलं होतं, गळा चांगला होता, अंगात अभिनयाच्या कळा होत्या; त्यामुळं सांस्कृतिक कार्यक्रमातला महत्त्वाचा भाग मला उचलावा लागला.

कामं इतकी चांगली झाली होती की, आलेले शिक्षणाधिकारी सूर्यवंशी यांनी प्रत्यक्ष जवळ बोलावून, पाठीवर थाप मारून शाब्बासकी दिली. नाईक मास्तर जवळ उभे होते. त्यांनी माझी ओळख करून दिली. त्यातलं एक वाक्य मनात कायमचं घर करून बसलं. ''... मुलगा हुशार आहे; पण याचं आणि याच्या वडिलांचं नातं प्रल्हाद-हिरण्यकश्यपूच्या नात्यासारखं आहे. शिक्षणासाठी याचे इतके हाल होतात; की ते बघवत नाहीत आणि ऐकवतही नाहीत.''

ते ऐकून मला सूर्यवंशी साहेबांनी खूप धीर दिला. पुढं शिकण्यासाठी प्रोत्साहन दिलं... मला फार मोठं बळ मिळाल्यागत झालं.

गणित आणि भूमिती ज्या मुलांचं कच्चं राहिलं होतं, त्यांनी नाईक मास्तरांची शिकवणी लावली होती. मास्तर नाममात्र पैसे घेत होते. रात्री आपल्या घराजवळच्या एका मोकळ्या घरात त्यांनी शिकवणी सुरू केलेली. रात्री बसून ते मुलांना शिकवायचे. पुष्कळ वेळा त्यांच्यातच झोपून, पहाटे लौकर उठवून पुन्हा अभ्यास घ्यायचे... त्या शिकवणीला मला त्यांनी ''ये'' म्हणून सांगितलं.

''पण मला फी देता येणार न्हाई, मास्तर.''

''तुझ्याकडं मी कुठं मागितली फी? वेळ होईल तेव्हा रात्री येत जा. मुलांबरोबर बसत जा नि गणितं सोडवत जा.''

वेळ होईल तसा मी अधनंमधनं जात होतो.

फॉर्म भरायच्या दिवसापर्यंत माझे कसेबसे नव्याण्णव दिवस भरले. धड शंभरही नाहीत. एकवीस दिवस कमी पडले. तरी मला मास्तरांनी फॉर्म दिला. आईनं फॉर्मचे पैसे दादाला न कळत मला दिले नि मास्तरांनी माझा फॉर्म स्वीकारला.

मास्तर म्हणाले, ''कुणाला बोलू नकोस तुझे दिवस कमी भरले आहेत ते.''

''बरं.''

कारण 'पाटील' नाव असलेल्या दोन मुलांना फॉर्म दिले नव्हते. एकाचे एकशे चौदा दिवस भरले होते आणि एकाचे एकशे सोळा दिवस भरले होते.

... मास्तरांना मी पास होईन याची मनोमन खात्री होती.

सातवीची परीक्षा दिली. परीक्षा देतानाचे चार दिवस फार सुखाचे गेले. पहाटे उठल्यापासनं ते सकाळी दहा वाजेपर्यंत सलग अभ्यास करायला मिळत होता. परत सांजंचं आल्यावर पुन्हा अभ्यासच करत होतो. पोट भरल्यागत होत होतं. या तीन-चार दिवसांत पहिल्यांदाच सलग अभ्यास करायला मिळाला. नुसता अभ्यास, दुसरं काही करायचं नाही; अशी अवस्था अनेक दिवस उपाशी असलेल्याला अचानक पोटभर अन्न मिळतं नि तो बकाबका खातो... त्याच अन्नाची अंमली गुंगी येते नि

तो गाढ झोपून जातो. परीक्षा झाल्यावरच्या शेवटच्या दिवशी मला तशी गाढ झोप लागली. सकाळी मधू सणगरानं हलवून हलवून उठवलं.

परतताना मात्र वाटत होतं... संपलं आता आपलं शिक्षण. आता मिळाली तर नोकरी करायची; न्हाई तर पुन्ना नशिबात मळा हाईच. शिक्षण संपल्याची एक रुखरुख घेऊन मी परतलो होतो.

रिझल्टची वाट बघत जोमानं शेतातल्या कामाला लागलो. पास होईन का नाही याची मनात सारखी शंका होती. पेपरात सगळे प्रश्न भराभर सुटले होते. अवघड असं काहीच वाटलं नव्हतं. पण दुसऱ्या दिवशी सकाळचा गणिताचा पेपर तीन तास होता; तो माझा दोन तासातच सोडवून झाला. आता काही सोडवायचं राहिलंय असं वाटत नव्हतं. आईनं गुऱ्हाळात नव्या चिक्की गुळात बांधलेले चिरमुऱ्याचे लाडू बरोबर दिले होते. "दोन पेपरांच्या मधल्या सुट्टीत एक एक खा नि पाणी पी." म्हणून सांगितलं होतं. त्यातला एक बरोबरच परीक्षा मंडपात घेऊन आलो होतो. पेपर सोडवून झाल्यावर त्याची सारखी आठवण होऊ लागली; म्हणून उठलो नि सुपरवायझरकडं पेपर घेऊन गेलो. त्याच्याकडं पेपर देताना माझ्याकडं तो टक लावून बघू लागला. पण मी पेपर टेबलावर ठेवून पिशवी घेऊन बाहेर पडलो.

भूक लागल्यागत झाली होती. एका झाडाबुडी जाऊन लाडू खात बसलो. तोवर सणगर मास्तर कागलहून जेवण घेऊन आले होते. ते सहज; मुलांचे पेपर्स कसे काय गेले; हे पाहण्याच्या उद्देशानं आवारात शिरले नि मी त्यांच्या नजरेला पडलो.

"बाहेर का रे?"

"पेपर सोडवून झाला मास्तर."

"गाढव आहेस, सोडवून झाला म्हणून काय झालं? तिथंच घंटा होईपर्यंत पेपर तपासत बसायचं."

"तपासूनबी झाला."

"एकदा झाला तरी पुन्हा तपासायचा. पुष्कळ वेळा तपासता तपासता नंतर चूक लक्षात येते... मूर्ख आहेस नुसता."

मी गप्पच बसलो.

"पुन्हा असं करू नको. घंटा होईपर्यंत तिथंच बसायचं."

"बरं."

"गणितासारख्या पेपराला गाढवासारखा बाहेर येऊन काय बसलास!" पुन्हा त्यांनी उद्गार काढले.

पहिल्या दिवशीही माझं थोडं असंच झालं होतं. पंधरा पंधरा मिनिटं मी अगोदरच आलो होतो. आपण लिहिलेलं कधीही चुकणार नाही याची खात्री होती; ती सणगर मास्तरांनी सगळं समजून सांगितल्यावर ढळली नि उगीचच वाटू

लागलं; तिन्ही पेपरांत आपण नक्की नापास होणार... या काळजीत परीक्षेनंतरचे दिवस जात होते.

रिझल्ट लागला. कोल्हापूरच्या 'पुढारी' वर्तमानपत्रातनं नाव छापून आलं. आयुष्यात वर्तमानपत्रात छापलेलं ते पहिलंच माझं नाव. आपलं छापलेलं नाव कसं दिसतं हे त्यानंतर दोनचार दिवस पुन:पुन्हा वर्तमानपत्र उघडून पाहिलं. त्या दिवशीच्या 'पुढारी'च्या प्रत्येक प्रतीत तिसऱ्या पानावर आपलं नाव असणार, म्हंजे ते किती वेळा छापलं असणार; याचाच मला आनंद झाला होता. सबंध तालुक्यात माझा प्रथम क्रमांक आला नि वसंत पाटील दुसऱ्या क्रमांकानं पास झाला, याचाही विशेष आनंद झाला. काही तरी जिंकल्यासारखं वाटलं.

आईला हे सगळं सांगितलं. वर्तमानपत्र दाखवलं. तिलाही खूप बरं वाटलं. रिझल्ट लागला त्या दिवशी मी घरात राहिलो. संध्याकाळी आईला म्हटलं, "आई, सणगराचा मधू पेढं वाटाय लागलाय, मलाबी पेढं वाटाय पैसे दे की."

'हं! एवढं कुठलं पैसं आणू तुला? मास्तरांस्नी, गल्लीतल्या वळखीच्या माणसांस्नी पेडं वाटायचं म्हटलं तर धडाभर पाहिजेत. हे चार आणं घे नि बारकं पेडं आण जा. कुस्करून त्येचा चुरा कर नि गावातल्या देवांस्नी चिमूट चिमूटभर ठेवून येजा. उरलेलं घरात पोरांस्नी थोडं थोडं दे म्हंजे झालं."

किनीट पडताना हातपाय धुऊन, खळणी कापडं घालून, चार आणे घेऊन बाजारात गेलो. तासरातीपर्यंत गैबीच्या तोंडाला मेवेकरी बसलेला असतो. गैबीला जाणारा माणूस त्याच्याकडनंच पेढे, ऊदबत्तीचं झाड नाहीतर धूप घेतो नि देवाला जातो. त्याच्याजवळ साखरेचे पेढे असायचे. ऐन्याएवढे मोठे ते असत.

त्यानं चार आण्याचे पेढे दिले. ते घेऊन मी गैबीच्या पाया पडलो. अर्धा पेढा माझ्याच हातानं मी धुपाटण्यापाशी ठेवला. शेजारी बसलेला मुजावर माझ्याकडं डोळे वटारून बघू लागला. ऊद नि पेढ्यांचा पुडा त्याच्या हातात द्यायचा असतो. मग तो 'देवाला' म्हणून त्यातले अर्धे पेढे काढून घेतो. ऊद धुपाटण्यावर घालता घालता तोंडानं काही तरी पुटपुटतो नि भक्ताला अंगारा लावतो. पण मी तसं काही केलं नाही. अर्धे अधिक पेढे देवाला देणं मला परवडणारं नव्हतं. मी अर्धाच पेढा ठेवला होता नि माझ्याच हातानं मला अंगारा लावला होता. मोठ्या आनंदानं उड्या मारत प्रदक्षिणा काढली नि मारुतीला गेलो.

मग नकळत राममंदिराकडं पावलं वळली. जुनी शाळा. मंदिराचा मोठा दगडी उंबरा सहज ओलांडून आत गेलो. रामाच्या संगमरवरी देखण्या मूर्तींपुढं पाऊण पेढा ठेवला. ती एकेकाळी हाताला न येणारी घंटा सहज हाताला आली. थोडा वेळ तो लोळगा तसाच हातात धरून कुरवाळला. जुन्या आठवणी चाळवल्या. मन भरून आलं. हळुवारपणे मग तो लोळगा तीन-चार वेळा घंटेवर बडवला. घंटा घणघणली.

सबंध मंदिरभर तिच्या नादाच्या लाटा भरून राहिल्या. मी पाचवीत असताना मरून गेलेल्या साकेकर मास्तरांची कृश मूर्ती डोळ्यांसमोर उभी राहिली. काळसर पट्ट्यांच्या, अंगाबरोबर असलेल्या कोटातली आणि मोठ्या जाड काचांची चाळशी घातलेली कुबडी मूर्ती... क्षणभरात मन झटकून बाहेर पडलो. तिथनं पुढं काळाराम, विठोबा-रखुमाई, उभा मारुती करून घराकडं आलो.

घराकडं येता येता त्यातल्या दोन गोट्या मीच खाऊन टाकल्या. दादा मळ्याकडनं आला होता. आईनं सांगितल्यावरून पहिल्यांदा देव्हाऱ्यातल्या देवापुढं अर्धा पेढा ठेवला नि पोरांना एक एक चिमूट दिली. आईच्याच सांगण्यावरनं दादाला एक पेढा दिला नि त्याच्या पाया पडलो. दादा खूष झाला. "बरं झालं. देव पावलाच म्हणायचा. आता उद्या रातचं जाऊन मास्तरांस्नी हे सांग नि म्हणावं, 'कुठं नोकरी असली तर बघा.' म्हंजे मग मळ्यात एखादा गडी ठेवायला यील."

"बरं."

गडी ठेवल्यावर दादा सुखाला लागणार होता.

दुसऱ्या दिवशी रातचं लौकरच जेवलो नि नाईक मास्तरांच्याकडं गेलो. त्यांच्याकडं मास्तरकीच्या नोकरीचा विषय काढला.

मास्तर म्हणाले, "शिक्षक होण्यासाठी कमीत कमी अठरा वर्षं तरी वय पाहिजे. आणि तुझं तर आता पंधराच वर्षं वय आहे. म्हणजे तुला अजून तीन वर्षे तरी थांबलं पाहिजे."

माझ्या काळजाचं पाणी झालं. शिक्षक व्हावं असं मनोमन वाटत होतं; पण आता पुन्हा तीन वर्षे मोकळीच काढायची, म्हंजे शेतातल्या राडीतच पाय घालावं लागणार.

मी नाराज होऊन परतलो.

परत आलो. दादा मळ्याकडनं नुकताच आला होता. त्याच्या कानावर ही गोष्ट घातली. दादानं सगळ्याच मास्तरांना शिव्या हासडल्या. त्याला वाटलं; मास्तरांनी 'पोराला शिकीव, त्येला नोकरी लागंल' असं खोटंच सांगितलं नि आता काखा वर केल्या.

मी मधल्या सोप्यात बसलो. दादा आतल्या सोप्यात जेवायला बसला. जेवताना तो मास्तरांविषयी आईला म्हणाला; "गॉड बोलून बोलून सुक्काळीच्यांनी पोराला शाळंच्या नादाला लावलं नि माझ्या शेतकीचं वाटूळं केलं."

'हं! वाटूळं करायचं त्यांस्नी काय कारण? पोरगं हुशार दिसलं म्हणून त्येंनी शिकवा म्हटलं. उगंच कशाला त्या बिचाऱ्यांस्नी शिवा देतासा."

"तू गप रंडे? तुला काय त्यातलं झ्याट कळतंय?– शाळंत सगळी आन्द्यानंच काढून दिलेली चित्रं लावल्यात म्हणं; सणगर मास्तरच सांगत हुता. तुला वाटतंय आन्द्याला मोठेपणा मिळतोय; पर मला आतलं पिल्लू ठावं असतंय."

"आतलं नि पिल्लू कसलं?"

"आगं, पोराटारांस्नी म्हायती द्यायला ह्या मास्तरांस्नी चित्रं लागल्यात, ती आन्द्या फुकट काढून देतंय. म्हंजे पोरानं पदरचं पैसे घालून रंग आणायचा, कागदं आणायची, मळ्यातली कामं सोडून चित्रं काढायची नि ह्या मास्तराला द्यायची. ती चित्रं बघून मास्तराला वरचा सायेब शाब्बासकी देतोय. लगीच फुडच्या वर्सांत त्येला पगारवाढ मिळती... हुशार पोरं शाळंत असली की चांगलं मारक मिळवून फास हुत्यात. त्येची शाब्बासकी मास्तरांस्नी मिळती. त्येंस्नी पगारवाढ मिळती. –असं त्यातलं इंगीत असतंय. म्हणून पोराचा मळ्यातनं काढून सत्यानास केला त्येंनी." दादा आईला समजून सांगत होता.

मी थक्क होऊन ऐकत होतो. हे अजब ज्ञान त्यानं कुठनं मिळवलं असेल याचा विचार करू लागलो... दादाला ह्या घडीला समजून सांगण्यात काही अर्थ नव्हता. मी तोंडाला मिठी मारून बसलो... मनात तिसरेच विचार हळू हळू सुरू झाले.

नोकरीवाचून तीन वर्षे कशी काढायची याची काळजी वाटू लागली. नोकरी लागेल एवढं वय वाढवूनही मिळणार नव्हतं. दाखल्यावरची जन्मतारीख बदलता येणार नव्हती. हताश होऊन अंथरुणावर पडलो... पुन्ना नशिबात चिखूलच आला आता. त्याच राडीत पोरांच्याबरोबर रुतायचं नि तीन वरसं कुजायचं. तीन वर्सांनी तरी सुटका हाय का न्हाई कुणाला दखल?... दादा म्हणंल, "राब आता बाकीच्या पोरांगतनी. कुठं नोकरी हुडकत बसतोस? मळ्यातल्या कष्टानं काय माणूस मरत न्हाई."

रातभर नीज आली नाही. उन्हाळ्याचे दिवस. पांघरूण अंगावर घेववत नव्हतं. चाण्णी उगवायला आईबरोबरच आंथरुणात उठून बसलो. एका कडंनं शेजारी सहाही भावंडं गाढ झोपलेली. सगळ्यांच्या खाली एकच जोड-ताटूक आंथरलेलं. तीन पोती उसवून ते केलेलं. पोरींच्या झिपऱ्या तोंडावर वेड्यावाकड्या आलेल्या. शिवाच्या फुगऱ्या गालावर थुंकीचा ओघळ जाऊन तसाच तो सुकलेला. लक्ष्मी सरकत सरकत निजेतच पायशाला गेलेली. तिच्या अंगावर हिराचा पाय पडलेला. सगळ्यांच्या अंगावर चिंध्या झालेली, अधल्या दिवशी ईळभर कामात घातलेली, मळकी, घामट कापडं... एकदा घातली की तीन दिसांनीच उतरायची. तीन दिसातनं एकदा आंघोळ. गडबड असली की तीही नाही. मग पुढच्या तीन दिसांनीच. मला त्यांच्याकडं बघून एकदम भडभडून आल्यागत झालं... आता आपूणबी ह्येंच्यातलं एक होऊन मरणार. नोकरी लागली असती तर; ह्येंच्या ताटकावर टाकायला एकादी वाकळ तरी इकत घेता आली असती. निदान ह्यांस्नी निजंत भुई रुतली नसती. ह्येंची अंगं अवघडून गेली नसती. एखाद्या पगारात वर्सातनं एकदा तरी ह्येंच्या अंगावर एक एक धडसं धडूतं घेता आलं असतं. तेवढंबी नशिबात न्हाई. माझंबी नशीब बुळं. त्येला ना इरं ना यारी.

परसाकडंनं येऊन आईनं चहा केला. बाजारचा वार. माळवं तोडायला दीस मोहरायला जायचं होतं. आईनं अर्धवट झोपा झालेली सगळी पोरं उठवली. पटापटा सगळ्यांनी तोंडं धुतली नि चहाचं पाणी प्याली. कुणी काय, कुणी काय केलं. शेणघाण झालं. झाडापलोटाप झालं. शेरडं-ढोरं घेऊन पोरं भगटायला मळ्याला चालली. मीही त्यातनंच.आई नि धोंडू घरात राहिल्या.

घाईचं काम होतं म्हणून आईनं धोंडूला घरात ठेवून घेतलं होतं. हिराला म्हसरांमागं ताणलं होतं... गपागपा दोघींनी मिळून शेराभराचं दळलं असणार. आई दूध घालून आली असणार. धोंडूनं चूल सारवली असणार. तवा घासला असणार. तोवर आई आली असणार. तिनं धबाधबा भाकरी थापटल्या असणार. इतक्यात धोंडून खसाखसा होत्या त्या भेंड्या चिरल्या असणार. त्या तव्यात चटणी मीठ टाकून होरपळल्या असणार. म्हणून तर दीस उगवायला दोघीही न्याहारी पुरत्या साताठ भाकरी नि भेंडी घेऊन मळ्याकडं आल्या.

दादा नि पोरं डाला घेऊन माळव्याच्या रानात गेली होती. मीही शेणं भरून मागोमाग गेलो होतो. माळवं तोडायला आलेली पोरं सोग्याला लागली होती. कोथंबीर उपटून धावंवर सावलीत आणून रचत होती. हिरा दमछाक करत केळीची सोपं चिरून कोथंबिरीच्या पेंढ्या बांधत धावंवर बसली होती. पाटात तुंबलेल्या पाण्यात चारपाच वर्षांची लक्ष्मी; आप्पाला बघत, कोथंबिरीची चिखुळलेली मुळं धूत होती. वर्षाचा आप्पा इकडं तिकडं धावंवर रांगत खेळत होता. दादा, मी, शिवा, सुंदरा माळव्याच्या रानात दोडकं, भेंड्या खुडत होतो. कोथंबिरीचं टोचं उपडत होतो. दिडक्या तोडत होतो.

आई नि धोंडू आल्यावर, आईनं धावंवरच भाकरीचं चवाडं ठेवलं. पोरांना हाका मारल्या. इकडं तिकडं हेलपाटून सगळ्यांना भुका लागल्या होत्या. सगळी धावत आली. पाटात तुंबवलेल्या पाण्यात पोरांनी हात धुतलं नि भेंडी-भाकरी आवलचावल खाल्ली. वरच्या पाटात खडकात तुंबलेलं निवळ पाणी ओंजळीनं, झाकणीनं पिऊन पुन्हा पोरं कामाला लागली.

माळवं धुऊन, झटकून कोवळ्या न्याहारीच्या वक्ताला डालांतनी भरलं. पोरं बघून ओझी केली. आई नि पोरं माळवं घेऊन बाजारात गेली. मी आणि दादा मोट धरून; होतं ते चार चिऱ्यांचं पाणी काढलं.

चार चिरं पिईपर्यंत पोरं बाजारात जाऊन माळव्याच्या बुट्ट्या ठेवून मळ्याकडं परत आली. आईनं त्यांना लगच्या लगेच उभ्या उभ्या पिटाळलं होतं. ढोरांना वैरणी करायला सांगितलं होतं. धोंडी दुपारच्या जेवणाच्या भाकरी थापटायला घरात राहिली होती.

मोट सुटल्यावर पोरांना घेऊन मी उसात पाला काढायला गेलो. "आलो

तंबाखू वडून, तवर व्हा म्होरं.'' म्हणून दादा पाठीमागं रेंगाळत होता. त्याचा नाद सोडून आम्ही पोरंपोरं उसात गेलो. आम्हा पोरांत दादा नसला म्हणजे बरंही वाटत होतं. तो असला की आम्हाला कलाकला बोलू देत नसे. बारीकसारीक गोष्टीवरनं शिव्या देई, कामातलं उणंउतार काढी. शिवाय आम्हा पोरांना तो असला म्हणजे मोकळेपणानं मनात येईल ते बोलता येत नसे. त्याची आम्हाला अडचण होई. आता तो नाहीसा बघून गप्पा मारत आम्ही उसाचा पाला काढू लागलो. मनात येतील त्या गमज्या एकमेकाला सांगू लागलो... तेवढीच जिवांची करमणूक होत होती.

दीस होईंवर आला नि धोंडू सगळ्यांची जेवणं घेऊन आली. आमचा दोन दोन पेंढ्या उसाचा पाला झाला होता. इतक्यात ती उसात बोलवायला आली.

पाला घेऊन खोपीकडं आलो. तसाच ढोरांना दोन दोन पेंढ्या टाकला. बैलांना थोडा जास्त टाकला. दादा तोवर भाकरीच्या बुट्टीजवळ बसून झाकणीत कोरड्यास घेऊन भाकरी खातही होता.

भाकरी खाता खाताच त्यानं धोंडूला विचारलं, ''माळवं इकलं काय गं?''

''न्हाई अजून. मी येतानं जाऊन आलो. आता इकंल नि भाकरी खाऊन यील मळ्याकडं.''

आईसाठी शिक्क्यावर भाकरी ठेवून धोंडू बाजारात गेली होती. तिला तसं सांगून मळ्याकडं आली होती.

जेवणं झाली नि इस्वाट्यासाठी सगळीजणं धावंवरच्या आंब्याच्या सावलीत गेलो. खोपीत बसून एकमेकांसंगं बोलायला येत नव्हतं. आता दादाची दुपारची झोप सुरू होणार होती. त्याला भोवतीनं कालवा नको होता. म्हणून धावंवरची आंब्याची सावली आम्हाला बरी वाटत होती. आम्ही तिथं जाऊन आईची वाट बघत गप्पा मारत बसलो.

भोवतीनं ऊन घुमायला लागलं होतं. त्याच्या झळा उसावरनं वाहत होत्या. उसाला पाण्याइदमान वाळीप पडली होती. सुरळ्या सुकत चालल्या होत्या. पाला काढायचं खरं म्हणजे दीस नव्हतं. तरीही ढोरांना वैरणींचा तुटवडा पडल्यामुळं तो काढावा लागत होता. वाळल्या वैरणी जवळजवळ संपल्या होत्या. महिनाभर कशीबशी पुरेल एवढी वैरण जतन करून ठेवली होती. कारण मिरग-आडद्राचा झीम पाऊस बसला की, उसात पाल्यासाठी चिखलामुळं घुसता येणार नव्हतं. आणि ओली वैरण तर आलेली नसते. अशा वेळी वाळल्या वैरणीवरच ते दोन महिने गुजराण करावी लागत होती. शिवाय पेरणी-पाण्याचं दीस. त्या दिसात पाला काढायला कुणालाच उसंत नसती. म्हणून सुरळीपर्यंत पाला काढत होतो. त्याचा परिणाम उसावर होत होता. तो हडपून चालला होता. वाळल्या वैरणीची उरली सुरली चिपाडं तीनतीनदा बैलांसमोर घालून ओढली होती. पुन्हा तीच रचून ठेवली

होती. माळवं कोळमसून खाली वाकताना दिसत होतं. काळी माती तापून रवा झाली होती. भोवतीनं हे सगळं घेऊन सावलीत आमच्या गप्पा चालल्या होत्या.

ओढ्याचं घळाण चढून आई वर येताना दिसली नि आम्ही सगळी पोरं हुशारलो... प्रत्येकाच्या तोंडाला पाणी सुटू लागलं. आईनं बाजारातनं काय काय खायला आणलं असावं याच्यावर बोलणी सुरू झाली. सुंदरा नि लक्ष्मी जिबली खेळत होती. त्यांनी ती टाकून दिली. हिरा एका बाजूला जाऊन झाडाच्या बुडक्यात बसली होती; ती हळूहळू धावंवर आली. आप्पा पोत्यावर बसून आंब्याच्या ढाळ्याबरोबर खेळत होता. शिवा नि मी शिवळेला उसं लावून पडलो होतो ते उठून बसलो... सावली जागी होऊन जास्तच किलबिल करू लागल्यागत वाटू लागली.

आई सरळ धावंवर आली. तिनं डालीतलं गठळं सोडलं. पोरं हासली. शिवा चड्डी झाडत 'आईबाई' करत पुढं आला. धोंडीचं डोळं बैलाएवढं झालं. आप्पानं रांगत येऊन हात घातला.

"थांब. सगळ्यांस्नी देतो."

"मला दोऽन लाडू." शिवाची मागणी.

आईनं बोलतबोलत चिरमुऱ्याचं लाडू वाटलं. सगळ्यांना वाटून एक उरला होता. आईनं तो दादाला ठेवला. आपल्यातला अर्धा लाडू आप्पाला दिला. पोरं मिठाई खाल्ल्यागत लाडू मटामटा खाऊ लागली.

"उसाचा पाला काढलासा काय रं?" आईनं विचारलं.

"तर. पाला काढून, जेवून आताच येऊन बसल्यात समदी." शिवा बोलला.

"आणि त्येंनी?"

"त्येंनी बसल्यात मोट सुटल्यापासनं खोपीत अंडी घालत." मी हासत हासत बोललो.

सगळ्यांचं लाडू खाऊन होईपर्यंत, एक एक अशी सगळीजणं खोपीत जाऊन पाणी पिऊन येईपर्यंत आई बसली.

घटकाभर झाला नि ती पोरांना म्हणाली, "झाला न्हवं इस्वाटा? उठा आता. कामं भरून उरल्यात. वांग्याची आळी ऊन मुडपल्यावर हलवाय पाहिजेत. माळव्याला चनचन हाय."

"हलवाय येतील. उन्हाळ्याचं दीस. चनचन असणारच."

"उसाचा एक भारा साजंचं बाजारात न्ह्यावा म्हणतो."

"आता कशाला उन्हाळ्याच्या दिसात? बैलांस्नी वैरण न्हाई. ढोरांच्या तोंडातला घास काढून पाला बाजारला न्हेतानं दादा जोड्यानं मारंल की." मी.

"ते माझं मी बघतो. वैरणीला चटका हाय. दातावर मारायला घरात पैसा न्हाई. तेवढंच साताठ आणं येतील. एका वक्ताच्या सगळ्यांच्या कण्या बाहीर पडतील."

“पाला तरी कुठं हाय उसात?” मी म्हणालो.

“पान पान काढायचं. पोटंतरी जाळली पाहिजेत ही. चला. खुरपी घ्या.” आई उठलीही.

पोरांनी एकदमच कालवा केला–

“आता आम्ही न्हाई.”

“आत्ताच आम्ही उसातनं आलावं.”

“आईबाई, उनाचं घाम येतोय. उसात गदमदतंय.”

“उसानं कापल्याल्यात आत्ताच घाम जाऊन माझं समदं अंग चरचराय लागलंय.”

“मी आता येणार न्हाई बघ. माझं दंडाचं चमडं पानं कापून कापून बाभळीच्या सालीगत झालंय.” हिरा धिम्या आवाजात शेवटी म्हणाली.

“आरं, येतील त्या पैशातनं साजंचं चवलाचं चिरमुरं आणाय येतील.” आईनं सगळ्यांचा सूर ध्यानात घेऊन त्यांच्यासमोर चवलाची गाजरं बांधली.

“आम्हांस्नी नगंत.” शिवा पाटाच्या दगडावर जाऊन बसत म्हणाला.

“कोण तरी दिसतंय काय असल्या उनात खोपीच्या बाहीर.” सुंदरानं शिवाचा सूर धरला.

“नुसती एक एक पेंडी काढा म्हंजे फुरं हुईल. तुम्हा पाचजणांच्या पाच पेंड्या. मी नि मालक दोन दोन काढतो. लक्ष्मी नि आप्पा धावंवर खेळत बसतील. चला.” असं म्हणत आईनं आधीच हिशेब करून आणलेलं चोळीच्या दंडातलं पाच पैसे काढलं. आप्पा नि मी सोडून सगळ्यांना एक एक दिला. पोरं हरखली.

“नुसती एक एकच काढणार बघ.”

“बरं.”

सगळी उठली. खुरपी घ्यायला खोपीत गेली. उसात गेल्यावर तहान लागती म्हणून पुन्हा एकदा प्रत्येकानं केळीतलं पाणी पिऊन घेतलं.

आमच्या कालव्यानं दादा जागा झाला.

त्यानं डोळं उघडलेलं बघून आई म्हणाली; “झाला का न्हाई इस्वाटा अजून?”

“झाला की.” खालच्या आवाजात तो म्हणाला.

“ह्यो लाडू खावा.” आई.

तो चटक्यासरशी उठला. चूळ भरून खात खात आईला म्हणाला, “कशाला आणायचं लाडू हे? त्येनं का पॉट भरतंय? तेवढ्याचंच जुंधळं-तांदूळ घेतलंस तर पोट-पाणी न्हाई का भागायचं?” दादाचं हे नेहमीचंच.

“पोरांस्नी आणलंतं.”

“केवढ्याचं झालं माळवं?” बोटं चाटत तो म्हणाला.

“साऽरुपयचं.”

"बरंच आलं की गं."

"उन्हाळ्याचं दीस. गावच्या हिरींची पाणी आटत चालल्यात. जे ते ऊस जपत बसलंय. मग बाजारात माळवं येणार कसं?"

"व्हय की. बाजार केलास?"

"तर. तीन रुपयचं जुधळं, दोन रुपयचं तांदूळ नि वरचा बारा आण्याचा त्याल- मिठाचा बाजार झाला."

"का करंनास. चार आणं तरी शिलकीला पडलं न्हवं?"

"व्हय."

"रग्गड झालं. खाऊन पिऊन येवढं उरलं तरी मन संतूस हाय." दादा चार आण्यात खूश झाला. पाणी पिऊन धगटीसमोर जाऊन बसला.

"उठा आता. पोरांबरूबरनी दोन दोन पेंड्या पाला काढून आणू या."

"आणला की मगाशी पोरांनी काढून." उन्हाकडं बघत दादा म्हणाला.

"आणि दोन दोन आणाय पाहिजेत. घरात नुसतं चारच आणं शिलकीला हाईत. कंट्रोलात साखार आलीया. तेवढीच आपूण दिवाणभडजीला इकली तर चार-दोन आणं जादा मिळत्यात. म्हणून उसाचा एखादा भारा बाजारात न्हेला पाहिजे. उठा."

"तंबाखू वडून आलो. चला तवर."

"चला रं."

आईसंगट सगळी पोरं उठली.

ऊन तापत होतं तरी आत घुसली. ज्यानं त्यानं पाती धरल्या. घाम पुसत पुसत पाला कापू लागली. अंगं कापत होती, त्यात घाम उतरत होता. चरचरत होतं. बोदाची, सरीची माती तापून रवा झाली होती. तरी पोरांचा उत्साह वाढला होता. आई त्यांच्या मनात शिरत होती. बोलता बोलता त्यांना हुशारी देत होती... पाचसहा पोरांच्या पायांवर संसार तुरूतुरू चालवत होती.

दादा तंबाखू ओढत शिराळशेठ देवासारखा एकटाच खोपीत बसला होता.

... आईवर ध्यान देऊनच मला ह्या मळ्यात राबलं पाहिजे. पोरं तिला जीव लावून हाईत... ह्यातल्या एकाच्याबी नशिबात शाळा न्हाई. मग आपल्याला तरी कुठनं मिळणार? आता आपूणबी ह्या भणी-भावंडांसंगं मातीचिखलात एक झालं पाहिजे. दादा असाच मागं मागं ऱ्हाणार... पाला कापता कापता माझ्या मनात विचारांच्या पेंढ्या विस्कटत होत्या.

◆

१९

सिनेमाच्या वेडाला एक वेगळा आकार येऊ लागला. स्मरणशक्ती चांगली होती. आवडलेला सिनेमा बघताना भान विसरत होतो. असला सिनेमा तीनदा बघितला की, तो अभिनयासह तोंडपाठ व्हायचा. त्यातल्या पात्रांचे हावभाव, डोळे, चालणं-बोलणं, संगीताचे आणि गीतांचे सूर-सुरावट; सगळं आठवण करीन तसं समोर दिसायचं नि ऐकायला यायचं. 'मीठ भाकर', 'जिवाचा सखा', 'माया बाजार', 'पुढलं पाऊल', 'अखेर जमलं' असे चार-पाच मराठी बोलपट पाठ झाले होते. एकान्तात ते मी एकटाच म्हणत असे. तसे सूर काढत असे, तसा अभिनय करत असे, तशी गाणी संगीतासह म्हणत असे. त्यांतले 'जिवाचा सखा' आणि 'पुढचं पाऊलं' हे दोन बोलपट, मी एक सुख देणारी वस्तू म्हणून लिहून काढले होते... गल्लीतल्या पोरांना मी ते म्हणून दाखवत असे. पोरं त्या वह्या वाचायला नेत असत.

वसंत पाटीलला हायस्कूलचं शिक्षण घेता येणं शक्य नव्हतं. तो पोरका होता... आजीजवळ-आईच्या आईजवळ राहत होता. तीही वृद्ध विधवा होती. रोजगाराला जाऊन पोट भरत होती. वसंताच्या लहानपणीच त्याची आई वारल्यानं त्याच्या बापानं दुसरं लग्न केलं होतं. तो वसंताला एका शब्दानंही विचारत नव्हता. त्यामुळं वसंतानं काहीबाही स्वतंत्र उद्योग सुरू केलेला. त्याला चित्रकलेची आवड होतीच. त्यानं ड्रॉइंगच्या दोन परीक्षा दिल्या होत्या. एका शेठजीनं आणखी एक नवीन थिएटर गावात बांधलं होतं. या दोन्ही थिएटरांतल्या स्लाइड्स् तो रंगवत

होता. विशेषत: जुन्या थिएटरशी त्याचा जवळचा संबंध आला होता. तिथं तो स्लाइड्स् देत असे. 'लौकरच येणाऱ्या' सिनेमांच्या त्या स्लाइड्स् असत. त्याखाली त्याचं नाव असे... मला वाटू लागलं आपण अशाच स्लाइड्स् रंगवाव्यात.

रात्रीचं मी वसंताच्या घरी जाऊन बसू लागलो. स्लाइड्स् कशा करतात, याची युक्ती समजून घेतली.

ती युक्ती कळल्याबरोबर; मी एक स्लाइडची काच गावातल्या एका फ्रेम-मेकरकडनं विकत आणली नि एका 'लौकरच येणाऱ्या' सिनेमाची लेटरिंग-स्लाइड करून, प्रभात थिएटरच्या मालकाला फुकट दिली. मालक एकदम खूष झाला.

मी झराझर स्लाइड्स तयार करू लागलो. संधी साधून एखादा सिनेमा फुकट पाहू लागलो... दोन एक वर्षं तरी हे चाललं होतं.

पुष्कळ वेळा दादा मला म्हणे, "जातोस का आन्ध्या वस्तीला?"

"एकटाच?"

"हां."

"जातो की." मी खालच्या आवाजात बोले. जणू एक कर्तव्य म्हणून ते करीत आहे असं आवाजातनं भासवी. मनात आनंद होई. कारण वस्तीला जातो म्हणून घरातनं बाहेर पडायचं नि सरळ सिनेमाच्या थिएटराकडं जायचं. मळ्याकडं जायलाही आता पूर्वीसारखी फारशी भीती वाटत नव्हती. एकटं मनाशी विचार करत, सिनेमाची गाणी म्हणत, गोष्टींची पुस्तकं वाचत झोपायला बरं वाटे. सोबतीला फक्त मुकी जनावरं असत. त्यांच्याशी घनिष्ठ मैत्री जडली होती.

दिवसभर मळ्यात काम करत असल्यामुळं, अधनंमधनं कंटाळा करून घरात वस्तीला राहत असे. पुष्कळ वेळा कंटाळा हे कारण नसे. बहुधा गावात काही तरी 'बघायला' आलेलं असे. दिवसभर मग आम्ही पोरं आईबरोबर काम करता करता रातचा बेत ठरवत असू. आईलाही तो बेत परवडण्यासारखा असे. गावात सणासुदीच्या, जत्रंखेत्रंच्या निमित्तानं फुकट बघायला मिळत असे. आईला कळत चाललं होतं की, दादाच्या स्वभावामुळं पोराबाळांची काहीच हौस होत नाही. रातध्याड त्यांना नुसतं कष्टच उपसावं लागतात. त्यामुळं कंटाळून जातात... पोराची जात हाय. दीसभर कामं करून रातचं तासभर बघायला जाऊन आली तर काय बिघडलं? पुन्ना त्यांस्नी कामं करायला हुशारी यील. जत्राखेत्रा गावानं तरी कशासाठी केलेल्या असतात? पोराबाळांस्नी त्या बघायला मिळाल्या न्हाईत, तर मग ती ह्या गावात असून नसल्यासारखीच की; असं मनात येऊन ती आम्हाला बघायला सोडू लागली.

दादा मळ्याकडं जायच्या आधी आम्ही सगळी जेवणं करून अंथरुणावर झोपल्याचं सोंग करू लागलो. आई जेवणं झाल्यावर उरलंसुरलं आवरत असे. दादा मग एकटाच भुतासारखा बसून राही. थोड्याच वेळात तो कंटाळे आणि मळ्याकडं

वस्तीला निघून जाई... आता तो आठनऊ पोरांचा बाऽ झालेला होता.

"जातो गंऽ मी. पोरांस्नी सकाळी लौकर लावून दे."

"बरं" म्हणून आई दार लावायला जाई.

आम्हा पोरांच्या आनंदाला आतल्या आत आंथरुणात उकळ्या फुटत... मी पोरांना मग उठवत असे.

"चला, उठा रे. दादा गेला."

वडिलधारेपणामुळं आईनं पोरांचं म्होरकेपण माझ्याकडं दिलं होतं. मला गावातली माहिती खडा न खडा होती. अनेक वेळा मी एकटाच 'बघायला' गेलेलो होतो. त्यामुळं आई मला म्हणायची, "सगळ्यांस्नी न्हेऊन इल्लंनं दाखवून आण जा."

"हं."

एकमेकाचा हात धरून हिरा, शिवा, धोंडू, सुंदरा, लक्ष्मी बाहेर पडत. दिवसभराची चिंध्यापिऱ्या झालेली अंगावर कापडं. तेच कोळमसलेले चेहरे. त्यांच्यावर पसरलेल्या झिपऱ्या. शिवाचं गाल फुगलेलं तोंड नि हिराचं दमछाक करत चालणं... पण सगळ्यांच्या मनात उत्साह ओसंडत असे. शिणवटा कुठल्याकुठं पळालेला असे.

लग्नाच्या सराईत गावात आतषबाजी दारूचं काम भरपूर असे. गावची ती परंपरा मोठी होती. गावातच उडवायची दारू तयार करणाऱ्या नि त्यांच्या अनेक वस्तू बनवणाऱ्या अब्बास आलास्करांचं एक मोठं जुनं दुकान होतं. सगळ्या कोल्हापूर जिल्ह्यात नि जिल्ह्याच्याही बाहेर वरात, वाढदिवस, बारसं किंवा अशाच प्रकारचा एखादा कार्यक्रम असला की, ही आतषबाजीची दारू जात असे. रातभर सगळ्या गावाला दारूचा रंगीत सोहळा दाखवून आलास्कर मंडळी परत येत...

गावातच बाजारपेठेचं आवार मोठं होतं. दिवसभराची गर्दी संपली की, ही मंडळी 'औट' उडवण्यासाठी लोखंडाची भक्कम नळकांडी जमिनीत खोल रोवत नि त्यांची तोंडं आभाळाकडं करत. तोफेच्या तोंडासारखी ही नळकांडी मोठी दिसत. त्यात घालून उडवलेल्या 'औट'चा आवाजही तोफेसारखा मोठा होई. सगळं गाव त्या आवाजानं जागं होई. त्या आवाजानंतर लगेच आभाळात गोळा जाऊन फुटे. त्याचा उजेड तर सगळ्या गावावर पडत असे. गोरगरिबांच्या फाटक्या-तुटक्या छपरातनं; आत गाडग्या-मडक्यावर नि आंथरुणावरही तो पडे. प्रत्यक्ष बघताना आभाळात रंगीत रंगीत कागदांचा वर्षाव झाल्यासारखा दिसे... सगळ्यांची अंगं थरारून जात. दारूकामातलं हे शेवटचं दृश्य असे. त्या अगोदर हर तऱ्हेची चक्रं, कमळं, धबधबे, झाडं, कारंजे उडत आणि फुलत... पोराबाळांची मनं हारखून जात. गावातल्या बड्या बड्यांच्या वरातीमुळं गावाला रात्री असं एका जत्रेचं रूप येई.

ब्राह्मणघरची वरात असेल तर एवढ्यावरच संपे. दुसऱ्या कुणा वतनदाराघरची असेल, तर मग वराती म्होरं टिपऱ्या, दांडपट्टे, करंड्या, लेजमा यांचे खेळ रातभर असत. चौक आला की हे खेळ आळीपाळीनं तासतासभर होत. चारी गल्लीतली माणसं झोपेतून उठून उघडीवाघडीच बघायला येत. पहाटेपहाटे वरात घरात जाऊन पोचे... लग्नाच्या सराईत याचीच चर्चा गावभर होई. कुणाकुणाच्या वरातीला काय काय आहे, हे गावकऱ्यांच्या तोंडूनच सगळ्या गावाला कळत असे. त्यासाठी काही वेगळी जाहिरात करावी लागत नसे... लग्नसराई नि पावसाळा आला की, गावाला काही दिवस फारसं काम नसे. त्याचा परिणाम असा होई, की गल्लीगल्लीत दांडपट्टे, लेजमा, टिपऱ्या यांचे गट तयार होत नि सराव करू लागत. ताज्या ताज्या आठवणी मनात घोळवत नवे नवे डाव शिकून घेत. गल्लीला रातभर तीही करमणूक असे. ज्याच्या घरात ढेकणं फार झाली आहेत, ज्याला रातभर झोप लागत नाही अशी माणसं हमखास तिथं येऊन बसत नि जिवाची करमणूक करून, मध्यरात्र उलटल्यावर झोपायला जात.

लग्नं झाल्यावर माणसं आपल्या सवडीनं 'देवाला बोलून घेतलेलं' फेडत. मग खंडोबाचा जागर घातला जाई. वाघ्यामुरळी नाचवली जाई. जोगतिणींची गाणी होत, गोंधळ होत. बहुधा हे कार्यक्रम पावसाळ्यात होत. कुणी हौशा असेल तर लग्नानंरतच्या पहिल्या आठवड्यातच ही नवसं फेडून घेत. माणसांची करमणूक होई. देवांचा मनावर दरारा बसे.

धनगर वाड्यात लगनं असतील तर, धनगरी गीतांचा कार्यक्रम तीन तीन रात्री चाले. तो बसून ऐकण्यात मजा वाटे. बिरूबाचे अनेक चमत्कार ऐकायला मिळत. त्याच्याबरोबर मन अटंग्या वनात प्रवास करी. धनगरांचं ढोल-करताळ रात्री वाजू लागलं की सकाळीच बंद होई. आसपासच्या लोकांना त्यामुळं नीज येत नसे. पण 'देवाचं' चाललेलं असल्यामुळं कुणी काही बोलत नसे. नाइलाजानं मग माणसं गाणी ऐकायला जाऊन बसत. आमच्या गल्लीशेजारी धनगर गल्ली असल्यानं, धनगरी गाणी घरादारनं भरपूर ऐकून घेतली.

गावाच्या बाहेर पाटलाच्या नव्या वाड्यापलीकडं एक यल्लमाचं देऊळ होतं. तिथं वर्षातनं एकदा जत्रा भरत असे. कागलातल्या आणि आसपासच्या दहावीस गावांवरच्या जोगतिणी तिथं येत. प्रत्येकीचा एक एक ताफा असे. त्या ताफ्याचा एक मोठा जग असे. त्या जगाच्या मध्यभागी यल्लमाचा मोठा टाक बसवलेला असे. तिच्या नाकात मोत्याची नथ, डोळे मोठे टवटवीत, नाक सरळ, नाकपुड्या घोळदार कोरीव बघून, डोळे मिटून प्रेमानं तिला नमस्कार करावासा वाटे. जगात जोगव्याचं धान्य साठवलं जाई. त्या जगाच्या भोवतीनं जोगतिणींची गाणी सारखी चालत. सगळं गाव ओला नि वाळला असा दुहेरी नैवेद्य नेई. सांजचं सगळ्या

जोगतिणींचा ओला नैवेद्य; म्हणजे भाजी, भाकरी, भात इत्यादी सुकं जेवण एकत्र केलं जाई नि सगळ्या गावाला ते प्रसाद म्हणून वाटलं जाई. रस्त्याच्या दोन्ही कडेनं लांबच लांब गोरगरिबांची पंगत बसे नि ते अन्न या पंक्तीला वाढलं जाई.

शेवटच्या रात्री जगदेवी यल्लमा पायघड्यावरनं गावात प्रवेश करी. गावाच्या मुख्य भागातनं फिरून तिचं विसर्जन होई. हे दृश्य मोठं बघण्यासारखं असे. त्या रात्री सगळ्या जोगतिणी आपला ठेवणीतला उत्तम पोशाख काढत. नटत. न्हाऊन येत. गावच्या परटाची पोरं पायघड्या आंथरत पुढं पुढं जात. त्याच्यावरनं; मूळ यल्लमाचा जग घेतलेली गावातली देखणी यल्लू जोगतीण पुढं असे. सुरेल आवाजात, ती खाली बघत शालीनपणे गाई. गावच्या तरुणांची तिला बघण्यासाठी गर्दी होई. तिच्या मागोमाग बाकीच्या जोगतिणीही गात गात येत. काळ्या-बेंदऱ्या असल्या तरी नटलेल्या असल्यामुळं, न्हाऊन नीटनेटके केस विंचरलेल्या असल्यामुळं त्या चांगल्या दिसत. या दोन दिवसांच्या जत्रेत मग सौदे ठरत. अनेक पैसेवाले, हौशी, वतनदार लोक देखण्या, तरुण जोगतिणी हेरत नि त्यांना 'ठेवत' किंवा त्यांच्याशी संबंध जोडून राहत. असे सौदे होत असल्यानं, तालुक्याच्या बहुतेक जोगतिणी आपल्या तरुण पोरीबाळी घेऊन आवर्जून येत. सगळ्या जत्रेभर त्यांचं प्रदर्शन करत...

मला त्या पायघड्यांचं दृश्य बघावंसं वाटे... यल्लू जोगतीण जणू गावदेवीसारखी, एखाद्या सम्राज्ञीसारखी; गाणं म्हणत, तरुणांची मनं झुलवत चालत असे. गर्दी खेचून घेत वेशीतनं गावात प्रवेश करीत असे... एरवी तिला गरीब जोगतिणीसारखं जोगवा मागत घरोघर कधीच हिंडावं लागत नसे. गावच्या एका प्रतिष्ठित डॉक्टरानं तिला ठेवली होती. शिवाय अधनं मधनं हौशी तरुण तिला काहीबाही देत असत. माडीच्या घरात ती वैभवानं राहत होती नि ठराविक दिवशी एखाद्या गरीब जोगतिणीला बरोबर घेऊन देवीचा वार म्हणून पाच घरं मागत होती. अशा वेळीही कुणीतरी हौशी गावकरी तिला बसवून घेई. घोंगडं आंथरून, देवीचा जग त्यावर ठेवून तिच्याकडनं गाणी म्हणवून घेई. भरपूर जोगवा वाढून मग तिची गुजराण करी.

अल्लावा नि गैबीचा उरूस हे तर सगळ्या गावाचे असत. त्यात सगळ्या जाती धर्माचे लोक सामील होत. खुद्द आमच्या नातेवाइकाच्या घरात 'पीर' बसत असे. ह्या पीराला गावात फार मोठा मान होता. बायका त्याला नवस बोलत. त्याचं नाव आपल्या मुलांना ठेवत. 'पीर' म्हणूनच त्याला ओळखलं जात असे. बाकीच्यांना 'नालसाब' म्हणून ओळखलं जाई. ह्या अल्लाव्यात सगळ्या जातीधर्माचे लोक सोंगं काढत. गावात सालभर गरीब गायीगत वाटणारा सिद्धगिरी कुंभार सोंगं काढण्यात पटाईत होता. तो दिवसात तीन तीन सोंगं काढी नि भरपूर पैसे मिळवी. सगळं गाव त्याच्या सोंगांची वाट बघे. त्याच्या सोंगा मागोमाग त्याच्या नकला बघत गावभर

हिंडे. सगळ्या गावाची कला नि हुन्नर त्यामुळं सगळ्यांना समजून येई. पाटील, वतनदार, व्यापारी, सावकार, वाणी त्यांचा योग्य तो मान राखीत... असे भराभरा पैसे मिळताना मला वाटे; आपूणबी सोंगं करावीत. मग दादा मळ्यात नसताना आठदहा दिवस भणी-भावंडांच्या घोळक्यात मी सोंगं काढून ती वटवण्याचा प्रयत्न करी. शिवा मला मदत करी.

उरुसात आमच्या अंगावर नवी कापडं असत. नुकतीच दिवाळी झालेली असल्यानं ती मिळालेली असत. थोडीथोडी पिकंपाणी घरी आलेली असत. त्यामुळं उरुसात मनाला येईल ते खरेदी करण्यासाठी, आई प्रत्येकाला दोन दोन आणे देत असे. तेवढ्यात सगळी खूश. पोरांच्या लटांबरासह रात्री मी थोरल्या वाड्यात नायकिणींचा नाच पाहायला जात असे. गैबीला पाच दिवस गलफ घातले जात. तो गावकऱ्यांचा मानाचा भाग समजला जात असे. वाद्यं वाजवत, पुढे नायकिणी नाचवत तो सन्मानानं आणला जात असे. मग बाजारातनं एखादी फेरी होई. खेळणीतील एखादं खेळणं लक्ष्मी-आप्पासाठी खरेदी होई. पोरी मग नुसती नवी काकणं घालून तेवढ्यावरच खूष होत. शिवाला बरोबर घेऊन मी एखादा तमाशा बघी; तर सगळ्यांना बरोबर घेऊन केनवडेकरांच्या वाड्यातली सोंगी भजनं बघे.

... सगळी मिळून बघायला जाताना मनाला तरतरी आल्यागत होई. पावलं लगालगा पडत. सगळ्यांच्या तोंडावर हसू आणि उत्साह उमललेला असे. पिंजऱ्यातनं बाहेर पडलेल्या पक्ष्यासारखं मोकळं वाटे... परतताना; बघितलेल्यावर चर्चा होत. गंमतीजमतीची उजळणी होई. झोप कुठल्याकुठं उडून गेलेली असे... एका वेगळ्या जगात पायीपायी जाऊन आल्यासारखं वाटे. आंबलेली मनं स्वच्छ होऊन जात.

लग्नाच्या सराईपासनं दिवाळी नि उरुसापर्यंत गावात सारखं काही ना काही बघायला असायचंच. आम्ही पोरं ते चुकवत नव्हतो. आईनंही अलीकडं; म्हणजे माझ्या सातवीच्या वेळेपासनं, कासरं ढिलं सोडलं होतं.

दिवसभर कामं करताना रात्री काय बघितलं याच्या गप्पा मारत होतो. त्या आधनंमधनं दादाच्या कानावर नकळत पडत होत्या. ह्या ‘बघायला’ जाणाऱ्यातला मीच म्होरक्या आहे, याची दादाला माहिती लागली होती. सारखं बघायला जाणं, हा भिकारचोट नाद आहे असं तो म्हणे. हा नाद मीच सगळ्या पोरांना लावतोय, असं त्याला वाटू लागलं. पण आई सामील असल्यामुळं, आणि आम्ही ‘बघायला’ सारखं जातोय, हे कुणी दादासमोर कबूल करत नसल्यामुळं दादा माझ्यावर मनातल्या मनात दात धरून होता. याचं उट्टं दिवाळीतल्या लक्ष्मीपूजनाच्या वेळी माझ्यावर निघालं.

उरूस पुढं तोंडावर आला होता. चारपाच दिवस पोरांची चंगळ होणार होती.

दिवाळीत लक्ष्मीपूजनाच्या दिवशी खासबागेच्या विहिरीत बंदुकीच्या गोळीनं

नारळ फोडले जातात. तो कार्यक्रम पाहायला सगळं गाव फुटतं... संध्याकाळी साडेचारच्या सुमाराला बंदुकी, तरवारी घेऊन वाजत गाजत सरकारी छबिना खासबागेच्या विहिरीवर येतो. पंचवीसभर बंदुकधारी पोलिस नि तांबड्या पोशाखातले धारकरी असतात. खासबाग ही कागलकर महाराजांची. तो वीसएक एकरांचा प्रचंड मळा आहे. त्या मळ्यातली विहीर खोल आणि अतिशय सुंदर रीतीनं चौकोनी बांधली आहे. छबिन्या बरोबर पोतंभर नारळ आणलेले असतात. आरंभी पाच नारळ टाकायचे, त्यांच्या वरून टाकल्यानं पाणी लाटाळत राहतं नि नारळ सारखे हलत राहतात. काठावरनं त्यांच्यावर बंदुकीनं नेम धरायचा. नारळ फोडणाऱ्याचं सगळं गाव कौतुक करी. नारळ फुटला की पुन्हा नारळ टाकत राहायचे. असे करून पंचवीसभर नारळ पाण्यात पडत नि फुटत. बघताना मजा वाटायची. पुष्कळ वेळा नारळाची भकलं वरपर्यंत उडून यायची. छबिना परतला की शंभरभर पोरांच्या उड्या त्या विहिरीत खोबरं मिळवण्यासाठी पडत. त्यातलं मिळालेलं खोबरं हा मानाचा भाग समजला जाई. दसऱ्याच्या लुटल्या जाणाऱ्या सोन्यासारखा तो मान होता.

सकाळपासनं दादाला मी बोली केली होती, ''सांजचं मला नाराळ फोडतेलं बघाय जायाचं हाय. काय असतील ती कामं भराभर करून मी जाणार हाय.''

''बरं बरं; जा म्हणं.''

रानात तण खूप वाढलं होतं. घरच्या माणसांना ते आवरेना झालं होतं. म्हणून आज दिवसभर तीन बायका कामाला होत्या. त्यांच्या बरोबर मी कामं केली. दिवस कलतीला लागला तशी माझी चुटपूट सुरू झाली. ''दादा, मी जातो की आता.''

''कुठं?'' दादानं कोरा प्रश्न विचारला. जणू मी सकाळी काय बोललो होतो हे बिलकुल त्याच्या लक्षात नव्हतं. त्यामुळं माझा थोडा धीर खचला.

''नाराळ फोडतेलं बघायला.''

''त्यात काय बघायचं? कवा फुटलेला नारोळ बघिटला न्हाईस? गऽप कामं कर फुड्यातली. तण बघिटलंस काय किती झालंय ते रानात?''

''मी जाणार. सकाळपासनं कामं कराय लागलोय. आणि सकाळी तुला मी सांगिटलंबी हुतं. सकाळी कसं मग 'हू' म्हणालास?''

''म्हणू दे, म्हणू दे 'हूं'. खुरप्याची मूठ बघिटलीस काय हातातली? सुक्काळीच्या! बघण्याबगार दुसरं काय सुचतंय काय तुला? असला भिकारचोट नाद करू नगं म्हणून कितींदा सांगायचं तुला?''

''मी जाणार बघ आता. कामं करून घ्यायपुरतं तेवढं गुळमाट बोलतोस व्हय?'' मी उठून जायला निघालो.

''आरं, जाऊ दे की रत्नाप्पा.'' कोण तरी कामाची म्हातारी बोलली. फसवाफसवीचा मामला तिच्या लक्षात आला असावा.

"आरं, अजून आवकास हाय. आत्ता दुपार झालीया. धरलेली पात एवढी लाव नि मग जा." दादा ओरडला. आपण दिलेला शब्द पाळत नाही, हे बायकांच्या लक्षात आलं असावं, हे ओळखून दादा सावरला.

धरलेली पाती लावण्यात अर्धा तास गेला.

लगालगा मी पातीच्या मुठी गोळा केल्या नि खोपीकडं कापडं बदलायला चाललो.

दादाच्या ते ध्यानात आलं. तो तिथनंच ओरडला, "मला बायकासंगट हितं ऱ्हायलं पाहिजे. बैलांस्नी सांजच्याला वैरण न्हाई. भाराभर वड्याचं गवात कापून आण नि मग जा." तो तिढं घालत होता.

माझा जीव रडकुंडीला आला. खासबागेत जायला अर्धा तास चालावं लागणार होतं. आता पुन्हा गवत कापायला अर्धा पाऊण तास तरी जाणार होता. मनोमन शिव्या देत विळा नि दोरी घेतली नि वड्याकडं गेलो.

कुठलं गवत कापावं असा विचार करतोय; तोवर बंदुकीचा पहिला बार कानावर पडला. माझी एकदम चुळबूळ सुरू झाली. काय करावं सुचेना.

... समोर पयाणचं गवत प्रचंड दिसत होतं. दादानं ते शेजाऱ्याचं विकत घेतलं होतं. आमच्या वड्याला उंच गवत दिसतच नव्हतं. दोन दोन कापण्या झाल्या होत्या. कसंबसं वीत दीड वीत गवत आलेलं. ते कापून जमवायचं नि भारा करायचा म्हटलं तर, तास लागला असता नि मला तिथंच दीस बुडला असता. म्हणून मी पयाणचं गवत खसाखसा कापून एक भारा केला नि कचकन उचलून अर्ध्या तासात खोपीकडं गेलो. बार उडतच होतं. अर्ध अधिक फुटलं असणार...

गवताकडं बघून दादा म्हणाला, "कुठलं आणलंस हे?"

"वड्याचं, पयाणातलं आणलंय."

खाली भारा टाकला न टाकला तोवर दादाच्या लोखंडी मुठीचा दणका पाठीत बसला. वळलो तवर नाकावर बसला नि माझं कुडतं; घोणा फुटून समोरच्या बाजूनं रक्ताच्या शिंपण्यागत झालं.

"ठेवलास भसका पाडून त्या पयाणाला तुझ्या आयला! नाराळ बघायची लई घाई झालीया तुला?"

मी तसाच धावंवर पळालो. माझ्या अंगावरचं रक्त बघून आई धावत आली. "जळ्ळं ते नाराळ. कशाला जीव जाईस्तवर सारखा मार खातोस?"

मग तिनं दादाशी भांडण काढलं. बंदुकीचे बार कानावर वाढत्या गतीनं येत होते नि आई माझ्या टाळूवर पाणी थापत होती... तेव्हापासनं पुढं नारळ फोडण्याचा कार्यक्रम पुन्हा कधी बघायला मिळाला नाही.

घरची परिस्थिती हळू हळू जास्त जास्तच बिकट होत चालली होती. वर्षं

जातील तसा मळा आतबट्ट्यात येत चालला होता. त्या वर्षाची दिवाळी घरात साजरी होऊ शकली नाही. आईनं नुसती काटं-खडुगळी नि चिरमुऱ्याचा चिवडा केला. सगळ्यांना एक डावच दिवाळीच्या दिवशी मूठ-मूठभर मिळाला नि संपला. दिवाळी दिवशीही शेतातली कामं थांबली नव्हती. सुरूच होती. एकाच्याही अंगावर नवं, धडसं धडोतं नव्हतं. सगळी जुनीच, ठिगळं लावलेली, वाकळंच्या दोऱ्यानं तुरपून शिवलेली, मळकी कापडं सगळ्यांच्या अंगावर. आंघोळी तेवढ्या त्या दिवशी सगळ्यांनी केल्या. बाकी रोजचंच सगळं चाललेलं. शिळ्या भाकरींच्या न्याहाऱ्या करून सकाळी सकाळी पोरांनी शेळ्या नि म्हसरं सोडलेली. मी दादाचा चहा घेऊन गेलेलो.

त्या दिवशी दुपारी आई, मी नि बाकीची पोरं झाडाखाली घटकाभराच्या इस्वाट्यासाठी बसलो होतो. त्या वेळी आई उसासून खूप खूप स्वत:शीच बोलल्यासारखी बोलली... हुतं काय नि झालं काय! सासऱ्याचं राज हात्ती झुलावंत असं नि ह्या म्हेनत्यानं हातात भिकंचं बेलं आणून ठेवलं.

भाऊबीज होती. घरात सगळ्या बहिणींनी आम्हा तिघा भावांना ओवाळलं. प्रत्येकानं आठ आण्याचं नाणं फिरवून फिरवून ओवाळणीची शोभा म्हणून घातलं. आनसाबाई भाऊबिजेला आली नव्हती. तिला कुणी बोलवायला गेलंच नाही. बोलवायला गेलं तर तिच्या लेकाला नि तिला काही तरी नवं धडोतं घ्यावं लागेल, याची भीती आईच्या पोटात होती. शिवाय मामाचा नि आईचा काही तरी कारणावरनं खटका उडाला होता. त्यामुळं मामाही आईकडं भाऊबिजेला आला नव्हता.

आम्ही सगळी भावंडं मळ्यात होतो. संध्याकाळ झाली होती. खुरपण करता करता आईला म्हणालो, "आई, आनशीला दिवाळीला, भाऊबिजंला कुणी बलीवलं न्हाई."

"तिचं तिला यायला येत न्हवतं? गावातल्या गावात हाय रांड. भावांस्नी इसरून बसली एवढ्या लौकर."

"रिवाजापर्माणं कुणी तरी बलवाय गेलं असतं तर आली असती की. घरात ही असली तऱ्हा. भाकरी हाय तर आमटी न्हाई नि आमटी हाय तर भाकरी न्हाई; मग कशी येईल ती?... मनाची न्हाई जनाची लाज म्हणून तिला काय तरी करावं लागणार आणि ते वळखून ती घरातल्या घरात गप बसली असणार." मी बोललो.

"देवाला ठावं."

आम्ही सगळीच गप्प झालो. दिवसभराची कामं केली. आई चिंतागती झाल्यासारखी दिसत होती. घराकडं जायला निघताना आई म्हणालाी, "आन्दा, तू असाच जा आनशीच्या घराकडं. जाताना वाटंवरच्या जंगमाच्या मळ्यात शंकर आण्णा असतील; त्येंच्या जवळनं एक पानाचा इडा मागून घे. 'दोन पानं नि सुपारीचं एक खांड द्या'

म्हणावं. ते घे नि जा. तिनं ववाळलं तर ववाळून घे. ताटात पानाचा इडा ठेव. म्हणावं, 'ह्या वर्सी, लंकंच्या पारबतीचं राज आलंय घरात; तेवढं गॉड करून घे...' आणि झटक्यानं परत ये.''

''बरं.''

मी गेलो. जाताना मन उदास होत होतं. एक तांबडा पैसाही बहिणीच्या ओवाळणीसाठी जवळ असू नये याचं वाईट वाटत होतं. आनसावर माझा जीव होता. मला तिच्या घराचा आधार मोठा वाटू लागला होता. ती घरी गेल्यावर काही तरी खायला देत असे. माझ्या घरात मला जे मिळत नसायचं ते आनसा द्यायची. अधनं मधनं ती लाडू, कानवले, चिवडा करून ठेवायची. हॉटेलातलं खायला आणलेलं मला द्यायची. चहाबरोबर बटर खायला द्यायची. आठ-दहा दिवसांतनं माझी फेरी त्या घराकडं चोरून का होईना असायचीच. मी शिकत होतो याचं कौतुक मामाला होतं. तो मला 'शीक' म्हणायचा. अधनं मधनं दादाला, ''शिकतंय शिकू दे की. का उगाच छळ मांडलाईस त्येचा.'' असं म्हणायचा... आनसाकडं जाण्यात मला नेहमीच विरुंगळा मिळत होता.

पण आता वेगळ्याच मन:स्थितीत जात होतो. आपणाला किती गरिबीनं दिवस काढावे लागत आहेत, या जाणिवेनं काहीसा हळवा झालो होतो. खिशातला आनसाच्या ताटात घालायला ठेवलेला विडा, अधनं मधनं बोटाला स्पर्श करत होता नि मला अपमानित झाल्यासारखं वाटत होतं. आपल्या वडिलधाऱ्या बहिणीवरचं प्रेम व्यक्त करण्यासाठी, पैशाला दहावाल्या पानांतली दोन पानं नि पैशाला एकवाल्या सुपारीचा दहावा हिस्सा होईल इतकं एक सुपारीचं खांड घेऊन भाऊबिजेच्या दिवशी चाललो होतो... कोणत्या क्षणी रडू कोसळेल याचा नेम नव्हता.

मी गेलो. आनसा एकटीच होती. बाळू मधल्या माळीत निजलेला दिसला. आनसानं बरीच चौकशी केली. मळ्याकडनं 'असाच' आलोय म्हटल्यावर तिनं चहा करून दिला. मग गप्पच बसली. कशानं तरी अधनं मधनं खोकत होती... दवाखान्यात जाऊन औषध आणलं होतं. गावात एक खाजगी डॉक्टर होता. त्याच्याकडं जाऊन इंजक्शनही घेतलं होतं. तेवढंच बरं वाटत होतं. पुन्हा कामाला लागली होती.

मला वाटलं; खोकण्यामुळं तिला बोलावंसं वाटत नसेल. जास्त खोकल्यामुळं एखाद्या वेळेस दम लागतो; तसा तिलाही लागला असावा.

ती गप्प बसल्यामुळं मीही गप्प बसलो. थोडा वेळ तसाच गेला. 'आनसा, आज भाऊबीज हाय; मला ववाळ' असं सांगावंसंही मला वाटेना. मला तो माझा अपमान वाटू लागला. बोलायचं ते बोलून संपलं होतं. नुसतेच गप्प बसून राहिलोय; असं वाटल्यावर आणि ती ओवाळणीची काहीच तयारी करत नाही; असं दिसल्यावर मी म्हणालो; ''मी जातो आता.''

"बरं." आनसा सहज बोलून गेली. त्या क्षणीही मला वाटलं होतं, "थांब ववाळून तरी घेऊन जा." असं ती म्हणेल. पण नाही. ती गप्पच उभी राहिली.

अंधारात मी बाहेर पडलो. मनात भावनेचे कढ अनावर झाले... आनसा, भाऊबीजेच्या दिवशीबी भाऊबीज हाय हे ध्यानात ठेवायला इसरलीस? का माझ्या अंगावरची मळकट फाटकी कापडं बघून तुला वाटलं नाही; की मी ववाळून घ्यायला आलोय? थोरली भण जिवंत असताना, भाऊबिजेच्या दिवशी धाकटा भाऊ तिच्याकडं गेलेला असताना भणीनं त्येला ववाळू ने! असं कसं झालं.

मी घरी गेलो नि आईच्या कुशीत एकदम शिरून हाँऽऽ म्हणून रडायला लागलो.

आई एकदम गडबडून गेली; "आरं, काय झालं? काय बोलली का ती? सांग बघू मला."

"न्हाई आई. मला ववाळलं न्हाई. आनसा भावाला इसरली. मला तसाच हिकडं लावून दिलाऽऽ."

"देऊ दे. मूत तिच्या पोलमीवर. माऽप रग्गड अजून चाऽर भणी हाईत तुला. आणि पाहिजे असंल तर ववाळून घे त्येंच्याकडनं."

तरीही माझं रडू कमी होत नव्हतं. चारीही बहिणींनी सकाळी ओवाळलं होतंच. पण आनसानं ओवाळलं नाही; याचं जिवाला फार लागून राहिलं. पाण्याबाहेर काढलेल्या माशासारखा त्या रात्री तळमळलो. पुढं कधी तरी आनसानं आईला सांगितलं, "आगं, भाऊबीज सकाळी. ह्यो आला रातचं. मला काय ठावं ह्यो ववाळून घ्यायला आलाय ते?"

दिवाळी संपली. तुळशींची लग्नं लागली नि गावात हळूहळू लग्नाची सराई सुरू झाली.

आईला हिराच्या लग्नाची रुखरुख लागून राहिली होती. हिराचं वयही तसं काय फार नव्हतं. तेराचौदा वर्षांची असावी. म्हणजे गावठी हिशेबानं ती लग्नाला आली होती. तिच्या बरोबरीच्या दोनतीन पोरींची गल्लीत लग्नं झाली होती नि त्या एकएकदा नांदूनही आल्या होत्या.

आईचा सख्खा मामा कागलात होता. आमच्यासारखीच लोकांची रानं फाळ्यानं करत होता. दुसऱ्या एका भटाचं पाच-सहा एकराचं रान त्याच्याकडं होतं. तिथं पोट भरून खात होता. वृद्ध झालेला. बायको त्याच्या आधी मरून गेली होती. दोन लेकी, एक पोरगा पोटाला. दोन्ही लेकींची लग्नं झालेली. त्यातली थोरली शेजारीच राहत होती. आपल्या बापाला भाकरी करून घाले. पोरगा सगळ्यांत धाकटा. त्याचं वय असंच सतरा-आठरा वर्षांचं. आईचा मामा तर शेवटचा आजारी पडलेला. खूप थकलेला.

तो अंथरुणावर पडल्या पडल्या आईला म्हणाला, ''तारा, मी काय आता जगत न्हाई. हिकडं तिकडं वरीस-सा म्हैन्याचा मी धनी... माझ्यादेखत एवढं माझ्या पोराचं लगीन झालं पाहिजे बघ. माझी एवढी शेवटची इच्छा हाय.''

''मामा, मी माझी लेक तुझ्या लेकाला देतो. दारात मांडव घालायला सांग.''

आईनं दादाला हे सांगितल्यावर दादा आईवर रागावला. त्याला न विचारताच आईनं हा निर्णय घेतला होता. नवरा म्हणून आईनं त्याला विचारायला पाहिजे होतं; ते एका शब्दानंही विचारलं नाही. पण आईची व्यावहारिक अडचण अशी होती की, भावनाप्रधान होऊन बोलणाऱ्या तिच्या मामाला त्याच उत्कट क्षणी वचन देण्यानं, एकमेकांचं अतूट प्रेम दिसणार होतं. आईनं ते दाखवलं. ह्या निमित्तानं हिराच्या अंगाला हळद लागून ती ताग्याला लागणार होती, हा व्यवहार तिनं ओळखला.

दादानं दुखावल्या मनापोटी हे काहीच लक्षात घेतलं नाही. डोळे वटारत तो म्हणाला, ''सगळ्या माझ्या लेकी तुझ्या गणगोतातच घालतीस काय, व्हैमाले!''

पण बाब अशी होती की, हे भांडण वाढवता येत नव्हतं.

याद्या करायच्या दिवशी त्यानं पुन्हा भांडण काढलंच. पण आई विहिरीत पडायला चालली. गल्लीतल्या माणसांनी मग आईची नि दादाचीही समजूत काढली....दादाला बाजूला घेऊन सांगताना माणसांचा एकच सूर होता; ''खुळा हाईस का रत्नाप्पा? नाळरोगी तुझी लेक. सुजरं फुगरं हाय, त्येच्या अंगाला हळद लागतीया. काय म्हणून त्या पोरीच्या जल्माच्या आड येतोस? वाटंचा भिकारी तरी 'तशीच न्हे जा' म्हटलं तर न्हेईल काय तिला? का घमेंडीत बोलतोस नुसता. जरा थंड डोसक्यानं इचार करत जा.''

दादाला हा विचार पटला. पुढं हिराचं लग्न नीटपणे पार पडलं...

आईच्या मामाचा मुलगा शंकर; शेतकरी होता. पण तोही काहीसा आजारी असल्यागत वाटायचा. अंग पिवळसर दिसायचं. गाल किंचित वर दिसायचे. हातापायांची बोटं भेगा गेलेली असायची.

मी आईला एकदा विचारलं, ''आई, शंकऱ्या आजारी असल्यागत वाटतोय काय गं? त्येचं गाल, त्येचा रंग, त्येची हातापायाची बोटं बघिटलीस का कशी हाईत?''

''न्हाई. मामाला एकुलतं एक पोरगं हाय. दूधदुभतं खातंय नि तालीम करतंय म्हणून तुला गाल वर आलेलं दिसत्यात. रंगानं गोरा हाय; म्हणून तुला त्यो पिवळा वाटतोय. हातापायांची बोटं मातीढेकळात कामं करून तशी झाल्यात. आता लगीन झालंय; वसरीसभरात बघ कसा लल्ल्याच्या लल्ल्या हुईल त्यो... लगीन झालेली त्येची भण टगी हाय. ती काय सरळ बघती व्हय त्येला?'' आई बोलत होती, पण माझ्या मनात पाल चुकचुकत होती... हिराचं लगीन झालं ह्याचंही मला मनोमन

समाधान होतं. नाही तर तिचं लगीन झालं असतं की नाही याची मला खात्री नव्हती. तोंड शिवून मी गप्प बसलो.

चार महिन्यांत आईचा मामा मरून गेला. शंकरच्या थोरल्या बहिणीनं आपला संसार आपल्या मुलाबाळांसह शंकरच्या घरात आणून ठेवला नि कारभारीपणा करू लागली. हिराला सासू नव्हती; पण ती तिची सासू झाली. हिराचा सासुरवास सुरू झाला.

कामाचे दोन हात कमी झाले. त्यामुळं सगळ्यांच्या कामात थोडा फरक झाला होता. हिराची म्हसरं आता धोंडूबाईला बघावी लागू लागली. ती आठ-नऊ वर्षांची झाली होती. पाच-सात वर्षांची सुंदरा आईच्या हाताबुडी स्वैपाकाला मदत करू लागली. लक्शी आणि आप्पा एकमेकासंगं खेळू लागली. शिवाला अधनंमधनं दादा पाण्याकडं लावून देत होता. बारीक सारीक गोष्टीसाठी गावात जायचं निमित्त काढून माझ्या नि शिवाच्या गळ्यात मळा घालत होता. आपण गावातनं फिरून येत होता. गावात सकाळी गेला की बाराला-मोटा सुटायच्या वक्ताला यायचा. मोटा सुटल्या की सगळ्यांबरोबर जेवायचा नि इस्वाट्याला म्हणून बाजल्यावर निजायचा. मग सांजचं बैलांची गंजीची वैरण काढ, कुठं घटकाभर मोट मार, असं करायचा. काहीतरी निमित्तानं शिव्या द्यायचा. मळ्यात तो इतक्या लांबनं नि मोट्यानं शिव्या द्यायचा; की शेजारी हासायचे. कधी पोरींनाही कसल्या वाट्टेल तसल्या शिव्या द्यायचा नि शेजाऱ्यांना शरमल्यासारखं व्हायचं. शेजारी मग दादाला बोलत. मग दादा प्रत्येकातलं कॉस सांगत बसे. आपण शिव्यावरच भागवतो; पायातलं काढून मारत नाही, ही पोरांवर आपली कृपाच आहे, असे तो भासवी. गरिबीनं, भटाच्या मळ्याचा फाळा न फिटण्यामुळं, एवढं राबूनही हाताला काही लागत नसल्यानं तो जास्तच वैतागून गेला होता.

पण आम्हा पोरांना हे कळत नव्हतं. आम्ही त्याच्या शिव्यांमुळं, मारामुळं नि काम न करता त्याच्या गावात वरचेवर हिंडण्यामुळं, त्याच्यापासनं मनानं लांब लांब जात होतो नि आईला जास्त जास्त चिकटत होतो... आईचं सगळं बरोबर नि दादाचं सगळं चूक असं आम्हाला वाटत होतं. आई जे करील त्याला आम्ही सामील असू. ती सगळं काही आमच्यासाठी, आपल्या चिल्ल्यापिल्ल्यांसाठीच करत होती.

पोरं हाताबुडी येतील तशी आई अनेक उद्योग करी. काही उलाढाली करताना जोखीम घ्यावी लागे, धाडस करावं लागे. दादाला ते नको असे. तो नुसतं 'शेतात राबून खावा' म्हणूनच सांगत असे. आईचे उद्योग त्याच्या लक्षात आले की, आईवर तो शिव्यांचा भडिमार करी. म्हणनू सगळे असले उद्योग दादाला न कळत करावे लागत. त्यामुळं दादापासनं आम्हा पोरांना किती तरी बारीकसारकी गुपितं लपवून ठेवावी लागत. त्यामुळं आमची नि आईची कायमची गट्टी जमलेली असे. आईला

एखादी गोष्ट पटवून सांगितली की पटत असे. ती त्या गोष्टीला पाठिंबा देई. पण दादा पटवून घेण्याच्या मन:स्थितीत नसे. त्याचा राग, त्याचा आळशीपणा, चाकोरी सोडून न जाण्याची त्याची एकमार्गी वृत्ती, या गोष्टी आईच्या उद्योगाच्या आड येत.

खूप कंटाळा आला की, मी कधीकधी कंबळा आत्तीकडं जाऊन बसत होतो. थोडा विरंगुळा मिळाल्यागत वाटे.

तिचं बरं चाललं होतं. बाबू आता ताठर झाला होता. तो नेमानं रोजगाराला जाई. आत्तीही जाई. सवतं राहिल्यावर तिनं एक जातवान म्हस पाळली होती. जवळचे होते नव्हते तेवढे पैसे घालून कोल्हापूरच्या बाजारासनं विकत आणली होती. वर्षभर तिनं भरपूर दूध दिलं. पण दुसऱ्या वर्षीच्या पावसाळ्यात, ती माळाला चरत असताना तिच्यावर वीज पडली नि जागच्या जागी मरून गेली. आत्तीचं घर एकाएकी पाण्यात बसलं. तिनं धीर सोडला. होता तो सगळा पैसा म्हशीत गेलेला.

तेव्हापासनं तिच्या नशिबाला रोजगार आला. वाळलं शेत केलं होतं तेही अंगलट आलं. म्हणून तिनं बाबूला पाचवीतनं शाळा सोडायला लावली. दोघं मायलेकरं रोजगार करून खाऊ लागली.

दरम्यानच्या काळात एक गोष्ट दादाच्या नजरेसमोर घडत होती. आत्तीकडं तरुण बेलवड्या येत होता. जातायेता आत्तीच्या घरात शेतातलं शेरपायली धान्य टाकत होता. रात्री दहादहा वाजेपर्यंत बसत होता. आईनं दादाच्या नजरेला ही गोष्ट आणून दिली. सगळ्या गल्लीच्याही लक्षात ही गोष्ट आली होती. आईच्या कानावर कुजबूज येत होती. दादानं आत्तीला सांगून बघितलं.

आत्तीच्या शेपटीवर पाय दिल्यासारखा झाला. "माझ्या पर्पंच्यात आता तू पडायचं कारण न्हाई. ज्या दिवशी तू मला सवतं काढलंस, त्यादिशी मी तुला मेलो नि तू मला मेलास. तू आता काय माझ्या नि माझ्या लेकाच्या पोटाला घालून दमत न्हाईस. माझं मी बघतो, तुझं तू बघ."

"तुझ्या आयला तुझ्या, तुझी तू इभ्रतीनं ऱ्हा की. तुला कोण नगं म्हणतंय काय?"

"माझ्या मी इभ्रतीचं बघतो. तुझ्या तू बघ."

"अशी वायद्यावर आलीस तर घरातनं हकलून काढीन नि सांगावला धाडीन. बस जा तिथं तुझ्या तू सासरात जाऊन गुवाच्या गौऱ्या वळत."

"दम देतोस व्हय मला भाऊपणाचा? तुला भिणारी मी वाघीण न्हवं. एकटीच्या जिवावर संसार कराय लागलोय. माझ्या बाऽच्या घरात मी ऱ्हातोय. तू काय घर बांधून दमला न्हाईस का घाम गाळून दमला न्हाईस–गाव काय रतनू जकात्याचं न्हवं; बाळ म्हाराजाचं हाय. तवा मला कागलातनं हकलायच्या गोष्टी तू करू नगं." ती संतापून बोलत होती.

दादाला गप्प बसावं लागलं. घरगुती भांडणं होती. गल्लीत बोलबाला झाला असता तर दादाचंच नाक कापल्यासारखं झालं असतं, म्हणून त्यानं आत्तीच्या वागण्याकडं कानाडोळा केला नि तो मुकाट बसला.

पण आताशा हे सगळं कमी झालं होतं. बेलवड्या पुढं दोन वर्षांतच टायफाइडनं मरण पावला. दादा पन्नाशीच्या आसपास आला होता. आत्ती त्याच्यापेक्षा दीडदोन वर्षांनी लहान. दोघांचंही तरुणपण ओसरून गेल्यासारखं झालं होतं. आत्तीचा ताव कमी झाला होता.

पण मधल्या काळात दोघा भावंडांचं जे बोलणं बंद झालं होतं, ते पुढं काही घनिष्टपणानं सुरू झालं नाही. फारच काही कारण पडलं तरच दोघं बोलत असत. दोघांचे संसार आपआपल्या मार्गांनी खडखडत चालले होते. आत्तीचं सोपं होतं. ती मायलेकरं सुखानं राबून खात होती. फारच गरज पडली, कुणी माणूसच गरजेच्या वेळी कामाला मिळेनासा झाला की, क्वचित बाबू आमच्या इथं एखाद-दुसऱ्या दिवसासाठी कामाला येई.

मला दादा-आत्तीच्या भांडणाचं काही सोयरसुतक नव्हतं. मी संधी मिळेल तेव्हा आत्तीकडं जाऊन बसत होतो. तिच्या तोंडून माझ्या जन्माअगोदरच्या गोष्टी ऐकत होतो. तिचा दादावर कायम राग असायचा. पैल्यापासनंच तो कसा ऐतखाऊ, लाडाचा चेटा आहे, हे ती सांगायची. अशा रीतीनं ती दादाला शिव्या देऊ लागली, त्याच्यावर संतापू लागली की मला बरं वाटायचं. मग मीही दादा माझ्यावर कसा अन्याय करतोय हे सांगत बसायचा. तिनं दिलेला चहा प्यायचा. पण याचा घरात कुणाला फारसा पत्ता नसे. अंधारात मी आत्तीच्या घरातनं बाहेर पडे.

बाबूलाही सिनेमाचा नाद होता. त्याच्या तोंडून सिनेमाच्या 'स्टोरी' ऐकायला मिळत होत्या. तो बसून तमाशातल्या लावण्या बारीक गळ्यावर गोड गायचा. त्या ऐकताना मला बरं वाटायचं. तसं गायची मीही धडपड करत होतो. त्याच्याबरोबर गप्पा मारत बसत होतो.

◆

२०

पुढं शिकत जाण्याची आशा संपली होती; तरी कवितेची संगत वाढत चालली होती. माझ्याच भावभावनांना कळत नकळत कवितेतनं वाट देऊ लागलो. अभ्यास काहीच नसल्यामुळं कविता करत बसण्यात, शब्दाला शब्द जुळवण्यात आनंद वाटत होता. एकटा एकटा राहू लागल्यानं स्वत:च्या भावभावनांतच जास्त रंगून जात होतो. अनेक कवितांच्या वाचनाचा मनावर परिणाम होई. त्यांच्या उपमान-उपमेयातच माझाही अनुभव पुढं सुरू होई. माझ्या घरची गरिबी, उपासमार, दादाचा अडाणीपणा, कुळंबावा, पोराबाळांचं लेंढार, माझं घरदार यांच्यातच मी अडकलोय. आता आपूण ह्यातच मरणार. आपल्या ह्या मळ्याच्या वड्यालाच कुणीतरी आपल्याला जाळणार किंवा पुरणार. असे विचार माझ्या मनात भळभळत राहत. मन उदास होई. मधूनच ते ठेचल्या जाणाऱ्या कुत्र्यासारखं उचल खाई.

सातवी पास झाल्यावर बक्षिसी म्हणून मामानं केलेली एक कुडतं-चड्डी बांधून ठेवली होती. दुसरी जुनी मळ्याकडं जातायेता घालत होतो. मळ्याकडं लंगोटा कसून नि वर एक मांजरपाटाचं ज्याकीट घालून कामं करत होतो. अवतार पार बदलून गेला होता.

दुपारी इस्वाट्याला वेळ मिळाला की कवितांबरोबरच कथा-कादंबऱ्या वाचत होतो. त्यातल्या माणसांची राहणी ही सुखी माणसांची वाटत होती. त्यांना पोटापाण्याचे प्रश्न पडलेले नसायचे, उपासमारीचं दुःख त्यांना नसायचं, अतिकष्टामुळं त्यातलं कुणी आजारी पडलेलं नसायचं, मुलामुलींचे आईवडील आपल्या मुलांना समजून

घ्यायचे, त्यांच्याशी सामोपचारानं बोलणी करून त्यांची समजूत काढायचे. त्यातल्या तरुणावर कोणीतरी तरुण स्त्री प्रेम करायची, त्यामुळं त्याला जगावंसं वाटायचं. यातलं एकही माझ्या वाट्याला येत नव्हतं. असं रखडत जगणं नशिबी आलेलं.

हे निसटून गेलेलं जग; कथा कादंबऱ्यांचं वाचन करताना पुस्तकात जवळ आल्यागत वाटत होतं. त्या जगातल्या माणसांशी बोलायला मिळाल्याचा भास होत होता. त्यांच्या जिवाभावाच्या गोष्टी कळल्यामुळं त्यांच्याशी मैत्री जोडल्यागत वाटत होतं. त्यांच्यात वावरल्याचं समाधान मिळत होतं.

मिळतील त्या कथा-कादंबऱ्या वाचत होतो. अंतर्मुख होऊन अबोल होत चाललो होतो. पुष्कळ वेळा; पाण्याकडं असलो की एकटाच असायचा. एकटा असलो की हे वाचनातलं जग मनात जागं व्हायचं नि त्यातच रमून जायचा. बाहेरच्या जगाशी संबंध संपायचा.

आई नि दादा माझ्या लग्नाचा विचार करू लागले. लग्नाविषयी मला पुन:पुन्हा विचारू लागले.

माझ्या लग्नाचा विचार त्यांच्या मनात घोळायला हे कारण झालं असावं. एके दिवशी दुपारी मला ते कळलं. खोपीत इस्वाट्याला सगळे बसले होते. मी खोपीच्या पाठीमागं असलेल्या पत्र्याच्या तुकड्यांकडं; खताच्याच ढिगावरचं कोळशाचं दोन तुकडं घेऊन चाळा म्हणून चित्रं काढण्यात मग्न झालो होतो.

खोपीच्या सावलीत आईचं नि दादाचं चाललेलं बोलणं माझ्या कानावर येत होतं.

"आन्दूच्या डोसक्यातनं शाळंचं खूळ काय जाईत न्हाई असं दिसतंय. सारखा चिन्नभिन्न झाल्यासारखा असतोय. नुसती पुस्तकं वाचत बसतंय. काय करावं ह्या पोराचं मला काय कळंना झालंय. त्येचं मन मळ्यात लागत न्हाई नि हातातनं पुस्तक सुटत न्हाई."

"रातचं घरात तरी नीट वस्तीला असतोय काय गं?"

"ते कुठलं? मळ्याकडनं घरात आला की बूडसुदीक भुईला टेकत न्हाई. च्या प्याला की गल्लीत पळतोय. शाळंच्या पोरांत जाऊन बसतोय."

"काय करायचं आता ह्या पोराला? मला वाटलं; आता त्याच्या मनातनं शाळंचं खूळ गेलं असंल."

"त्येचं लगीन करून टाकावं!"

"मग काय हुईल?"

"बायकूच्या निमतानं घर नि मळा धरून -हाईल तरी. वयानंबी आता त्यो काय ल्हानगा न्हाई. रानामाळातनं कुणाबुणाच्या पोरी हिंडत्यात. एखाद्या वक्ती त्येंच्या कळी काढत ह्यो हिंडायला लागंल."

"तसं कुठं केलंबिलं तर न्हाई न्हवं?"

"अजून तर काय कानावर न्हाई. म्हाराच्या येशागत हुयाला उशीर लागायचा न्हाई. साऽम्हैने झालं त्यो येशा कुठल्या पोरीला घेऊन मटमाया झालाय. लग्नाचं वय झालं म्हंजे पोरंबी अशी करत्यात नि पोरीबी अशाच करत्यात."

"लगीन करतो म्हणाला तर ब्येस हुईल. बायकूच्या नादानं मळ्यात ऱ्हाईल. जोडीनं कामात रमतील तरी. तू बघ इचारून." दादा म्हणाला. लेकाचं लगीन करावं, मिरवावं, असं त्यालाही वाटत असावं.

माझ्या लक्षात त्यांचा सापळा आला. नकळत मी सावध झालो. मी शिकू नये, दावणीच्या जनावरागत घर-मळा धरून जाग्यावर पडावं, म्हणून हा डाव रचला जातोय, हे कळलं.

थोरल्या मामाची मुलगी आक्काताई माझ्यापेक्षा पाचसहा वर्षांनी लहान. ती पाच-सात वर्षांची झाल्यावर; म्हणजे मी चौथी-पाचवीला असताना, आईचं नि मामाचं बोलणं झालं होतं. जोडा शोभेल असं दोघांनाही वाटलं होतं. त्यात मी शिकत होतो. मामानंही तिला शाळेत घातलं होतं. त्या वर्षी मामा तिला उन्हाळ्यात घेऊन कागलला आल्यावर हे बोलणं नक्की झालेलं. एकमेकाला वचनं दिलेली. त्या वचनाचा पुरावा म्हणून, आईनं मामाच्या लेकीला 'तोडं' घातलेलं. आता ती पाचवीला आली होती, दोनतीन वर्षांत ती सातवी होणार होती.

आईच्या मनात तिचं नि माझं लग्न करावं. दादालाही हा विचार पटला. माझ्या नाकात एक वेसण ओवली जाईल नि मी वळणावर येईन असा त्याचा विचार.

दुसऱ्या दिवशी मोटा सुटल्यावर भाकरी खाऊन आम्ही तिघंही उसात पाल्याची एक एक पात काढायला म्हणून गेलो.

पाल्याची एक पेंडी झाली नि आईनं प्रेमळपणानं विषय काढला, "आन्दा, दिवाळीला माझा दादा येऊन गेला."

"व्हय."

"म्हणाला, 'आन्दा आता दांडगा दिसाय लागलाय. माझी पोरगीबी दोन तीन वर्षांत न्हातीधुती हुईल. तवा आवंदा न्हाईतर फुडंला लगीन करून टाकू या. आमच्या डोळ्याम्होरं पोरांच्या डुईवर अक्षेता पडल्या म्हजे आम्ही डोळं मिटाय मोकळं."

"मी न्हाई बाई आताच लगीन करणार."

दादा ते एकून आतल्या आत भडकत चालला. राग आवरत मला म्हणाला, "आरं, येळंसरी लगीन झालं म्हंजे बरं. तुझ्या बरोबरीच्या त्या सणगराच्या दोनतीन पोरांनी लगनं केली बघ. पोरंबाळं लौकर झाली म्हंजे सुखाचं दीस लौकर येत्यात."

"काय नगं मला. माझं शिक्षेण पुरं झाल्यावर मग बघू." मी हळूच पिल्लू सोडलं.

"तुझ शिक्षेण घाल ते चुलीत; न्हाईतर पूर त्या वड्याला. सुक्काळीच्या! खोंडागत वाढत चाललाईस. गळ्यात दाढीमिशा आल्यावर लगीन करणार?"

मी गप्पच बसलो. दादा जास्तच खवळला.

"काय रं? बोलतोस का घालू खुरपं हे डोस्क्यात?" त्यानं खुरपं उगारलं.

मी सावध झालो. दादाच्या माराला काहीसा सरावलो होतो. "माझ्या लगना-इदमान ह्या घरात कुणाचं काय नडलं न्हाई. पोरांचं नवं लेंडार सुरू हुईल. हाईत त्येंच्या पोटाला घालूस्तवर आताच जीव चाललाय आमचा. पुन्ना नि दुसरा कचरा कशाला?" बोलता बोलता मी दादाच्या वर्मावर बोट ठेवलं. मला माहिती झालं होतं की, आईला मुलं आता नको आहेत; पण दादामुळं ती होत आहेत. आतापर्यंत मी धरून दहा मुलं झाली होती. आठ जगलेली.

"तुझ्या आयचा तुझ्या माझ्या लेकाच्या धरून व्हल्यो! मरू ने हुतास जलमलास तवाच. माझी साडंसाती म्हणून जगलाईस काय रं सुक्काळीच्या?" म्हणून त्यानं मी चुकवायच्या आत खुरप्याची मूठ माझ्या पाठीत धरून मारली. रुपयाएवढ्या जाग्यात मरणाच्या कळा आल्या.

मी 'आई आई' करत कळा सोसत उठलो नि "भरा की तुम्ही तुमच्या पोराबाळांची पोटं; मला कशाला त्येंच्यासाठी फासाला देतासा?" म्हणत पळून गेलो.

हळूहळू उलटं बोलू लागलो होतो. अंगात दादाच्या बाबतीत मोंडपणा येत चालला होता.

पुढं तो विषय कुणी काढला नाही... लगीन काय कवाबी हुईल. पर शिक्षेणाचं वय गेलं की गेलंच. मग दुसऱ्या जल्मातच ते भेटायचं. ते कसं मिळेल या काळजीत दिवस जात होते.

दादाचा कंटाळा येत चालला होता. बारा नि बारा चोवीस तास तो नि मी मळ्यातच आणि दोघंही एकमेकांच्या संगतीत. दादानं माझं शिक्षण बंद केल्यामुळं, त्याच्या सारख्या घाण घाण शिव्या देण्याच्या वृत्तीमुळं, सगळी कामं मलाच करायला लावून आळसात बसण्याच्या त्याच्या स्वभावामुळं तो नकोसा वाटत होता. त्यानं सांगितलेल्या कामात माझी कुचराई होत असे. मुद्दाम काहीतरी मी चूक करून ठेवी नि त्याला वैताग आणी. असा माझा कुदांडपणा चालला होता. माझ्याकडूनच कामं करवून घ्यायची असल्यामुळं, दादा आताशा आपला राग नुसता शिव्या देऊन भागवत होता. माझ्याही अंगात रग वाढत चालली होती.

जोंधळ्याच्या मळणीचे दिवस होते. पाच-सहा दिवस सारखी तंगवणूक

चाललेली. कणसं चांगली वाळल्याशिवाय मळणीच्या वक्ताला दाणा नीट सुटत नाही; म्हणून वावरताच जोंधळा कापून तसाच चार दिवस टाकलेला. त्यामुळं वावरात मधासाला वस्ती. कडाक्याची थंडी. अंगात कुडत्यावर कुडती घालून, डोईला पटका गच्च बांधून, घोंगडी पांघरून निजायचं. रान मोकळं झाल्यानं रात्री थंडीचं वारं भिरीका सुटायचं. थंडी आवरायची नाही. रातचं तासातासाला उठून, आंथरलेल्या पेंढ्यांच्या भोवतीनं फेरी मारून यावं लागायचं. चोरांचे चोऱ्या करण्याचे दिवस. रात्री उभ्या किंवा पडलेल्या जोंधळ्याच्या रानात मुकाट शिरून पोतं पोतं भरून कणसं खुडून न्यायचे.त्यामुळं पहारा जागता ठेवावा लागायचा. रातभर झोप जवळजवळ मिळायचीच नाही. रात्री खोपीतनं राखणीकडं जाताना मी कुडत्यावर दुसरं कुडतं चढवू लागलो; तर दादा म्हणायचा;

"अंगात जास्त घालू नगं रं. उबीला गडद नीज लागती. चोर वाटूळं करून जातील.''

त्यामुळं अंगात अपुरंच घालून कुडकुडत पडावं लागायचं. त्यात जरा डोळा लागतोय असं वाटतंय तवर दादाची हाक,

"आन्द्या, ऊठ रं, जरा फेरी मारून ये.''

"आत्ताच फेरी मारून आलो की मी.''

"रांडंच्या तास झाला त्येला. त्येच्यावर मी एक फेरी मारून आलो; चांगला घोरत हुतास तवा. ऊठ आता; तुझी घटकंची नीज माझा वरीसभराचा घात करून ठेवंल.''

मला उठावं लागायचं. दादाचा कावकिक्क येऊन जायचा. सुगीचं दीस. दिवसभर इस्वाटा मिळायचा नाही. खळं तयार करणं, त्याला पाणी घालणं, त्यावरनं बैलं फिरवणं, बडावण्यानं बडवून काढणं, मोटा-पाणी, दिवसभराची वैरण कापणं; काही ना काही सारखी कामं असायचीच. वैतागून जायचा.

रातची जागरणं नि दिवसाची कामं यांचा परिणाम व्हायचा. रातचं सारखी नीज यायची नि दिवसा आळसटल्यागत व्हायचं. त्यामुळं दादाच्या शिव्या रातचंही नि दिवसाचंही चाललेल्या असायच्या. दादालाही ताण पडलेला असायचाच. पण मला तो दीस बुडायला घराकडं लावून द्यायचा नि 'झटक्यासरशी भाकरी घेऊन ये' म्हणून सांगायचा. मला गावाकडं जाण्याचा उत्साह अशाही परिस्थितीत असायचा. पण तेवढ्या दोन-तीन तासांच्या वेळात दादाची खच्चून झोप व्हायची. अशा जेवणवक्तीच्या रातचं सहसा कुणी चोरीला येत नसतं. त्यामुळं निर्धास्त झोप लागे. मी मात्र ताटकळून गेलेला असे.

अशा अवस्थेत गूड खुडलं. खळ्यावर कणसं आंथरून दीस बुडताना मळणी सुरू केली; ती रात्री दहा-साडेदहाच्या सुमाराला पात सोडली.

त्या दिवशी आईनं सकाळीच भाकरी करून आणल्या होत्या. येताना दोन मुठी तांदूळ आणले होते. दादानं ते मला पात मारायला लावून शिजवले. पात सोडून जेवणं व्हायला रातचे अकरा वाजून गेले. बैलांना कशाबशा वैरणी घालून. खळ्यातच आडवं पिंजार टाकून, त्यावर पोती टाकून वर घोंगडं पांघरून निजलो.

पहाट कधी झाली ते कळलंसुद्धा नाही. दीस उगवायला उफणणीची सुरुवात व्हायला पाहिजे होती; तेव्हा कुठं दीसभर वारं देऊन संपलं असतं नि जोंधळ्याची रास भरून; दीस बुडायला घराकडं नेता आली असती. म्हणून पहाटेपासनंच थंडीत काकडत मी मदन नीट करायला सुरुवात केली. मी तरणा, त्यामुळं मदन नीट करण्याचं काम माझं.

दादा म्हणाला, "मी शेणंघाणं काढतो, तवर मदन नीट कर. तिवाटण्यावर हुबं ऱ्हाऊन वारं द्यायला बाबज्याला सांगिटलंय. 'दीस उगवाय येतो' म्हणालाय. तवर हे नीट झालं पाहिजे."

"बरं." आज कामाचा रेटा दीसभर होता. भल्या पहाटेचं उठल्यामुळं पोटभर नीज मिळाली नव्हती; तरी मी दातका हातात घेऊन मदनातल्या पिशा घोळून घोळून घेऊ लागलो. कडब्याच्या पेंढ्यांचा फड बांधला होता त्यात नेऊन ढकलू लागलो. दादा शेणं काढण्यात गुंग झाला.

दीस डोक्यावर आला होता. पिशा घोळून झाल्यावर, मी आणि दादानं मिळून; मदनातल्या उरल्यासुरल्या पिशा हात घालून वेचून काढल्या. सकाळपासनं पोटात नुसता चहाच गेलेला. वाऱ्याची झुळूक अधनंमधनं येईल तसं बाबूच्या हातातलं मदनाचं घमेलं मोकळं होत होतं. ते घेऊन मला भरलेलं घमेलं द्यावं लागत होतं. झुळूक गेली की, वाट बघत तिष्ठत उभं रहावं लागत होतं. दादा खाली पोत्याची खोळ घेऊन राशीवर हातणी मारायला बसला होता... त्याच्या मनात; जोंधळ्याची किती पोती होतील याचा अंदाज चाललेला. दोन मण जास्तच; खरं कमी नाही. मनाचा खेळ मोकळेपणानं चाललेला. हा सगळा खेळ देवावर संपूर्ण श्रद्धा ठेवून. त्याला वाटे; देवाचं आपूण काय वाकडं केलंय, म्हणून तो आपल्याला कमी दील? उलट त्येच्यावर आपली मनापासनं भक्ती हाय. मणभर त्यो आपल्याला जास्तच दील.

विचारानं त्याचं मन भारून जाई नि तो त्या क्षणी जास्तच श्रद्धाळू, रीतिरिवाज पाळणारा होई. खळ्यातलं मदन केवढं सरलं, केवढं उरलं, रास केवढी पडली याकडं त्याची सारखी नजर असे. वारं द्यायच्या अगोदर बसून मदन निवडलं की, सगळं मदन एकसारखं एका पातळीत सफय करून घेई. खळ्यातल्या सगळ्या रीती नीटपणे पाळल्या जातात की नाही; याकडं बारकाईनं आदीवासी नजर ठेवी.

पहाटेपासनं वाकून, उठून, बसून, उभं राहून माझं अंग शिणलं होतं. कुडत्यात

मदनातली खूस भरपूर गेली होती. सगळ्या अंगभर खाज उठत होती. जरा अंग खांजळू लागलो की दादा म्हणे, "अंग खांजळू नगंस रं. लक्षीमी कट्टाळती."

मला तेवढ्यावरच आवरावं लागे. तरी अंगावर खाज कधी उठू लागली तर नकळत हात खांजळण्याकडं जाई. दादा मग रागानं बोले.

उगवतीकडं तोंड करून एका कडेनं मदन भरून द्यावं लागे. भरायची जागा चंद्राच्या चौथीच्या कोरीगत ठेवावी लागे. वाकडीतिकडी ठेवली की दादा रागवे. तसा संकेत होता. चंद्राच्या कोरीप्रमाणं रास वाढत जाती, अशी त्याच्या पाठीमागची दैवी समजूत. त्यामुळं प्रत्येक वेळा घमेलं भरलं की, कोरीचा आकार करून ठेवावा लागे. तो आकार साधूनच; भरताना विस्कटलेलं मदन एका जागी आणावं लागे. मला या गोष्टीचा वैताग येत होता. असल्या गोष्टींवर माझा विश्वास नव्हता. असं नाही केलं तरी काही बिघडणार नाही, उलट; वारं येईल तसं झराझरा मदन भरून द्यावं नि ते संपल्यावर किंवा वारं येईनासं झाल्यावर उरलेल्या वेळात, भरताना मागं राहिलेलं मदन एकदम गोळा करून एका जागी आणावं, असं मला वाटत होतं. पण दादापुढं माझं काही चालत नव्हतं.

घमेलं भरताना वाकून भरावं लागे. वाकून वाकून माझं पेकाट वैकुंठाला चाललं, म्हणून नकळत मी बसून मदन भरे.

"आन्दू, बसलास काय? तुला कितींदा सांगिटलं; बसून मदन भरलं की लक्षीमी कट्टाळती म्हणून?" असं म्हणून तो मला उठवी... तो मात्र बसून हातणी मारत असे. ते काम बसून करण्याचं असे. माझं पेकाट किती दुखत असेल याची कल्पना दादाला त्यामुळं येत नसे.

मदन भरलं की माझे हात खुशीनं भरत. हातांना खाज उठू लागे. म्हणून मदनाचं घमेलं भरलं की, नकळत मी टाळी वाजवून हातावरची खूस झटकून टाकी. "वाजीवलीस काय टाळी सुक्काळीच्या. लगीच खूस चावती तुला. लक्षीमीला अशी झटकाय लागलास तर खळ्यात ऱ्हाईल का ती?... आता पुन्ना टाळी वाजीव; तुझा हात वरुट्याबुडी चेचतो का न्हाई बघ."

मी हात तसाच ठेवत असे.

वारं नसलं की वाऱ्याची झुळूक येण्याची वाट बघत बराच वेळ ताटकळावं लागे. हातात भरलेलं घमेलं. हात आणि पाय ताठून जात. मी नकळत घमेलं ठेवून खळ्यावर बसे.

"बस बस. उठवणीला आला असशील बघ. व्हैमालीच्या, तुला सांगायचं तरी किती नि काय. असा आळस केलास तर; लक्षीमी अशी खळ्याकडनंच निघून जाईल. ऊठ; मेलाबिलास तर उद्या बघू म्हणं."

"सकाळपासनं किती हुबा ऱ्हायाचं? खळ्यात तू बसलाईसच न्हवं? तवा

लक्षीमी जाईत न्हाई वाटतं? का मी बसल्यावरच जाती?''

''जीव घेईन उलटं बोलाय लागलास तर. हातणी काय हुब्यानं मारत्यात का वाकून मारत्यात? अन्नच खातोस न्हवं; का गू खातोस?'' दादाला घाणघाण शिव्या देत बोलायची जुनी सवय होती. त्याशिवाय त्याला त्याचा राग व्यक्त केल्याचं समाधान मिळत नसे.

खळ्यात तो आम्हाला बोलू देत नव्हता. आमचं बोलणं त्याला 'कलाकला' वाटे. खळ्यात कलाकला बोललं की लक्षीमी जाते; असं तो म्हणे. मात्र स्वत: आमच्याशी सतत बोलत असे. हे बोलणंही काही फार गरजेचं, महत्त्वाचं असे, असं नाही. पण 'आपण बोलतोय' हे त्याच्या लक्षात यायचं नाही. आमच्या तोंडाला मात्र त्यानं कुलपं घातलेली असत. कधीकधी त्याच्या ह्या बडबडण्याचं मला हसू येई नि तो असा बोलू लागला की, मी बाबज्याकडं बघून हसू लागे. त्याच्या ते ध्यानात येई नि तो आतून माझ्यावर संतापे. संतापे नि संधी मिळेल ती साधून माझ्यावर राग काढी. मीही संधी मिळेल तिथं नाठाळपणा करून सूड उगवून घेई. मनानं दादापासनं दूर दूर चाललो होतो. शेतावर नि शेतकीवर ह्या रागाच्या भरात थुंकत होतो.

बाबू अलीकडं आमच्याकडं वरचेवर कामाला येत होता. दुपारी इस्वाट्याच्या वेळेला आम्ही दोघं निवान्त बोलत बसत होतो. दादा मला मारायचा, शिव्या द्यायचा नि मीही कुदांडपणा करू लागायचा हे त्याच्या ध्यानात आलेलं.

''काय म्हणून आन्द्या, तू दादाच्या शिव्या नि मार खातोस? गप सागंल तसं करत जा की कामं.''

''मला हे श्यात नि शेतातली कामं नगं वाटत्यात बघ. दादाच्या तोंडाम्होरंसुदीक हुबं ऱ्हाऊ ने असं वाटतंय.''

''तसं वाटून त्येचा काय उपयोग? किती केलं तरी तू कुळंब्याच्या पोटाला आलाईस नि किती केलं तरी तुझा त्यो बाऽहाय; त्येचं तोंड चुकवून तू जाणार कुठं? हितंच कड गाठली पाहिजे.''

''मला शिकावंसं नि नोकरी करावंसं वाटतंय, बाबू.''

''इसर आता त्या गोष्टी. मर्दा, आतापतूर दोन-तीनदा तरी तुझी शाळा बंद झाली असंल. असतं दादाच्या मनात तर नसतं त्येनं तुला शिकीवलं?... आणि शेतकी करण्यात काय वंगाळ हाय? वाडवडलात उत्तम शेती, मद्दम येपार नि कनिष्ठ नोकरी असं म्हटलंय.''

''मग सगळं आमचं घरदार शेतात राबूनबी कशाला भीक लागली असती?''

''दादाच्या शेतीचं एक सोड. पर गावातला मियालाल, रामूआण्णा चौलगे, रतनू शेडजी हे शेतकरीच हाईत न्हवं? मळं पिकवूनच त्येंनी आपलं वाडंहुडं

बांधल्यात. तुला ठावं हाय.''

''त्येंची शेती घरची, आमची फाळ्याची.''

''फाळ्याची असली म्हणून काय झालं? गावात रग्गड जणांनी लोकाची रानं करून पैसा केला नि साठीवला. साठवून सोताची रानं केली. दादू जाधवाची सोताची रानं कवा हुती? आता त्येनं ईस एकराचा डाग आपल्या नावावर चढीवलाय. मनात असलं म्हंजे सगळं करायला येतंय. पाचधा वर्सं चिकाटीनं राबलास तर; उद्या कारभारी होऊन चार गडी ठेवशील नि शेती करून सुकानं ऱ्हाशील... दादाचं एक सोड; त्यो मुलखाचा आळशी नि फाटक्या तोंडाचा हाय. निदान तू तरी ही शेती उजगाराला आण नि घरादाराला सुखाला लाव की... कशाला उगंच ती शाळा करत बसतोस?...

'इंगरजी शाळा, शिकून घोटाळा, रयताचा ताळा, सोडू नकू' असं ते कोकंवालं गोसावीसुदीक गाणं म्हणत्यात ते काय खोटं न्हाई.''

बाबू मला अधनंमधनं सांगत होता. त्याच्याबरोबर कामं करताना बरं वाटे. त्याच्यामुळं शेतात मन रमू लागलं होतं. तो अधनंमधनं लागेल त्या वेळी कामाला येत असला तरी, त्याची संगत मला बरी वाटू लागली. रातचं मग त्याच्याकडं जाऊन मी बसू लागलो. आता तो शांत, संसारी गडी झालेला. कामाला वाघ होता. त्यामुळं दादाला वाटत होतं; घरातलाच माणूस हाय, भणीचंच पोरगं, मळ्यात कामाला लावून आपूण गावात गेलो तरी, कामचुकारपणा करणार न्हाई. तवा त्येला कामाला सांगावं...

तो कामाला येत होता. माझं मन समजून घेत होता. त्यामुळं तो म्हणतोय ते हळूहळू बरोबर वाटू लागलं नि शेतातला माझा उत्साह वाढू लागला. शेत उदंड पिकवावं असं वाटू लागलं. शेतातली कामं मन लावून करू लागलो... शाळंचं नावच काढलं न्हाई तर दादा गप्प बसंल, माझं ऐकंल. माझंबी वय आता वाढत चाललंय. तवा दादा मलाबी समजून घेईल, असं वाटू लागलं.

शेतकामाकडं मी दुप्पट उत्साहानं वळलो.

सुगी झाली. घाणाही झाला. गावभर शेताच्या नांगरटी सुरू झाल्या. दादा घरच्या दोन बैलांनी शेत नांगरू लागला. गेली दोन-तीन वर्षं; शेत दोन बैलांनीच नांगरलं जात होतं. बैलं अगदी किरकँव होती. त्यांना ना चंदी, ना भरडा, नुसत्या वाळल्या वैरणीवर जगत होती. त्यांचा नांगर रानातनं नुसता वरवर चालायचा, खाली दाबला की बैलं पुढं पावलंच उचलायची नाहीत. रानातनं नुसत्या रेघोट्या ओढल्यागत दिसायच्या. शेजारपाजारचं मळंकरी सहा बैलांचा, आठ बैलांचा नांगर घालायचे. हातहातभर खोल त्याचं तास पडे. रान खालचं वर नि वरचं खाली होऊन जाई. पिकं चांगली येत.

दादाला मी म्हणालो, ''दादा, यंदा निदान सा बैलांचा तरी नांगोर घालू या. तीन वर्सं दोन बैलांवरच रानं नांगरतोय आपूण; म्हणून पिकदावा नीट हुईत न्हाई. गेली दोन सालं जुंधळा कमी कमीच हुईत चाललाय.''

''पैसं कुठलं आणू मी? चार दीस तरी हे रान नांगराय लागंल. रोज दोन जोड्या; त्येंचं चार दिसाचं पैसं झालं किती? तेवढ्याच पैशाचं जुंधळं आणलं तर दोन म्हैने घरदार चालंल.''

शेवटी दोन बैलांनीच रान नांगरलं. चुकलेलं सड कुळवानं काढलं.

रान असं नांगरल्यामुळं; रानात वाढणारी हराटी नि कुंदा एकदोन पाऊस लागल्यावर तरारून वर आलं. प्रत्येक वर्षी हराटीची नि कुंद्याची ठिगळं पसरतच चालली होती. वाटलं होतं, ह्या वर्षी सहा बैलांचा नांगर लावला तर, हराटी नि कुंदा उलटा होऊन जाईल. उन्हानं ढेकळं फुटली, सैल झाली की कुंदा, हराटी वेचून काढावी नि रान न्यहार करून घ्यावं. पण तसं काही झालं नाही.

म्हणून कधी कधी पोरींना नि शिवाला माझ्या कामाच्या ताग्याला लावून, मी टिकावानं कुंदा खणायला रानात जाई. मोठा नांगर घालायची ताकद नसली की हे नशिबाला येतं. एक दिवस असाच कुंदा खणायला गेलो.

''ए ऽऽ आन्द्याऽऽ'' दादाची हाक.

''ओ.''

''हिकडं ये, हिकडं ये.''

मी गेलो. दुपारच्या मोटा नुकत्याच धरल्या होत्या.

''धर कासरा, मोट मार.'' दादा.

''का?''

''देसायानं गावात कशाला बलीवलंय. पोरगी सांगत आलीया. देसाई काय म्हणत्यात बघून येतो. कोल्हापुरास्नं आलेलं दिसत्यात.''

''आत्ताच काय घाई हाय? रातचं गावात जातोईस त्याच वक्ताला जाऊन ये की.'' मला ठाऊक होतं की, देसायाचं दादाकडं काही महत्त्वाचं काम नसतं. बऱ्याच दिवसांत भेट झाली नाही की ते बोलावतात.

''घर घर कासरा; शाणपणा सांगू नगं. मोठी माणसं बलीवत्यात तर जवाचं तवा जायाला नगं?''

''कुंद्याचं एखादं तरी ठिगाळ निघतंय का बघू या की.''

''फुडंच बोलतंस व्हय? कुंद्याच्या नावानं पोरांस्नीं ताग्याला जुपून, तुला तिकडं बसायला पाहिजे झालं असंल. भिकंला लावशील अशानं घरदार.''

मी मुकाट्यानं कासरा हातात घेतला नि त्याची सुटणूक केली. पटका बांधून दादा गावात गेला.

यंदा ऊस वरतीकडंच्या वावरात लावायचा होता. रान नांगरून पडलं होतं. हे वावर; विहीर ज्या बाजूला होती त्या बाजूकडनं दुसऱ्या बाजूकडं हळूहळू चढत गेलं होतं. त्यामुळं पाटाचं पाणी उसाला पाजता पाजता दुसऱ्या बाजूकडं जाऊ लागेल; तसं ते जास्त जास्त तुंबायचं नि हळूहळू पुढं जायचं. दोन्ही बाजूंच्या बोदांवर पाटातली माती ओढत ओढत, तुंबणारं पाणी पुढं न्यावं लागायचं. पाणी तिकडं नेता नेता पाणक्याला नाकी नऊ यायची. मागं पाणी तुंबून फुटायचं. एकदा फुटलं की, पार सगळं तुंबलेलं पाणी वाहून जायचं. एवढ्यावरच थांबायचं नाही, तर तुंबलेल्या पाण्यामुळं जोर वाढायचा नि फुटलेलं पाणी बांधणं, तिथं माती टाकून ते बंद करणं मुश्कील व्हायचं. या नादात; वरनं बैलं मोटा ओतओत ओततात नि पाणी मात्र फुटून वाया जातं, अशी अवस्था व्हायची, आणि हे काम बहुधा मला करावं लागायचं. पुष्कळ वेळा दादा असाच गावात गेलेला असायचा. शिवाकडं अधनंमधनं पाणी पाजायची पाळी यायची. ते नाळरोगी पोरगं नुसतं रडत बसायचं नि मलाच त्याला सगळं पाणी बांधून द्यावं लागायचं. या नादात पाणी कमी प्यायचं. पाणी कमी प्यालं की दादा "मोटा लवकर सोडून खेळत बसला असशीला रांडंच्या हो!" म्हणून शिव्या द्यायचा.

म्हणून विचार केला की; आयतं रान नांगरून पडलंय, त्यातली ढेकळं घेऊन बांधाकडनं एक सार तयार करावा. सारातनं पाणी दुसऱ्या बाजूला नेऊन रानात पाडावं नि कायमचं त्या कटकटीतनं मोकळं व्हावं... आता सार घालायचा म्हंजे चार माणसांचं एक-दोन दिवसांचं तरी काम होतं. घरच्याच माणसांनी घालायचा ठरवला असता; तर थोडा थोडा करून चार दिसात पुरा झाला असता.

"दादा, आवंदा ऊस ह्या आवडात येणार हाय. तवा ह्या बांधाकडनं सार घालून घेऊया; म्हंजे पाणी तुंबायची कटकट कायमची मिटंल."

"काय करायचा सार? आतापतोर बिनसाराचं, बांध घालूनच पाणी न्हेलं की आपूण. आठ दिसातनं एकदा तर पाणी न्ह्यावं लागतं तिकडं, तेबी पावसुळा आला की बंद. कशाला उगंच माणसं अडकून ठेवायची त्यात. त्येच्या बदली ते माळवं भांगलून घ्या."

पहिला वळीव लागला नि शेतकऱ्यांनी कुळवटी आटपून घेतल्या. गावात ज्याच्या त्याच्या खताला गाड्या सुरू झाल्या. आमच्या घरच्या उकीरड्यावर नुसत्या चार-पाच गाड्या खत साठलेलं असायचं. तेही नुसता राखुंडाच. संतराम सणगर, शंकर जंगम, भाऊ भरमकर, रतनू शेडजी ह्यांच्यासारखी शेतकरी मंडळी; संक्रातीपासनंच आपल्या गाड्या गावात खताला सोडत आणि गावाचं खत विकत घेऊन गावंदरीकडंला त्यांचे मोठे ढीग लावून ठेवत. एखादा वळीव पडला की मग ही खतं गाड्या-गाड्यांनी रानात ओढली जात. मळ्याकडं जाता-येता; ज्याच्या त्याच्या खतांच्या

गाड्या घाईघाईनं भरून मळ्याकडं चाललेल्या दिसत. मन उत्साहित होई... आपूणबी असं खत वडलं पाहिजे. रानाला खत घातल्याशिवाय पिकं उचल खाईत न्हाईत. आमच्या रानात तर गवतं नि पिकं एकसारखीच दिसत्यात. रानाला लागवड घाटली तर शेती, न्हाईतर हातात धत्तुराच.

"दादा, आवंदा ईसभर गाड्या गावातलं खत वडू या. रानाला चार-चार वर्सांत खतमूत कायबी घाटलं न्हाई. पिकं चांगली येणार कशी?"

"आरं, खंत वडायला पैसा नगं? हितं दातावर मारायला घरात पैसा न्हाई. आणायचा कुठनं?"

"घाणा तर नुकताच झालाय की. गुळाचं काय थोडं आल्यात त्यातनं सरकवा-सरकवी करायची."

"गुळाचा पैसा हातात झ्याटसुदीक आला न्हाई. आदूगरच दलालापासनं पैसं आणलं हुतं. ते त्येनं गुळाच्या पट्ट्या भागवताना वळतं करून घेटलं. आता फाळ्यालाच शंभर रुपये कमी पडल्यात, ते कायबाय करून जमवून दिलं पाहिजेत."

"खतं घाटल्याशिवाय रानात पिकं यायची कशी, दादा?"

"फुडंला बघू म्हणं. आवंदा गुळाला धारण लागली न्हाई तर मी तरी काय करू?"

"खतं न्हाईत म्हणून पिकं चांगली येत न्हाईत नि पिकं चांगली न्हाई आली की पैसा मिळत न्हाई. आवंदा उसाचंबी तसंच झालं. कुठंतरी धडाडी करून कर्ज काढलं पाहिजे नि पिकांस्नी लागवड घाटली पाहिजे."

"बघू; आवंदा मेंढरं बसवू म्हणं. धनगरांस्नी काय थोडं जुंधळं घालू." ढुंगणाबुडीच दादा विहीर खणू बघे.

ज्याच्या त्याच्या रानात कुळवट झाल्यावर मेंढरं बसत होती, पण आमच्या रानात काही त्यांचं यायचं चिन्ह दिसेना. धनगरांना दरवर्षी जोंधळ्याचं किराळ, कापूस हुलगल्यावर त्याच्या पळकाट्या, बाभळींना पालवी फुटल्यावर त्यांची शिरी, हे द्यावं लागायचं. त्याच्या मोबदल्यात मेंढरांचे एक-दोन तळ ते देत असत. तसं काही नसेल तर मग जोंधळं द्यावं लागत. त्यामुळं ज्यानं जोंधळ्याशिवाय इतर गोष्टी अगोदर दिलेल्या आहेत; तो शेतकरी अगोदर आपले तळ बसवून घेत असे. वर्षाला नेमानं जो शेतकरी मेंढरं बसवतो, जो आपले बांध चारायला मेंढरांना देतो तोही अगोदर मेंढरं बसवून घेई. या गडबडीत कधीतरी मेंढरं बसवणाऱ्या आमच्या वाट्याला मग मेंढरं उशिरा येत. मेंढरांची लेंडी हे उत्तम खत, म्हणून जो तो शेतकरी धनगरांना अगोदर आपल्याकडं ओढून नेण्याचा प्रयत्न करी.

या वर्षी आमच्याकडं मेंढरं आली ती मिरगाच्या पावसात. आणि ती का आली त्याची गोम मला आठ दिवसांनी कळली. रोहिणीचं नक्षत्र कोरडंच गेलं होतं. सरत्या

मृगाचे एक-दोन पाऊस सुरात झाले. त्यामुळं पेरण्या करून घेण्याची गडबड सुरू झाली. शिवाय अशा पाऊस पडलेल्या रानावर मेंढरं बसवली की, रानं त्यांच्या बसण्यानं घटलून गेली असती नि मग ती पुन्हा एकदा कुळवल्याशिवाय त्यांच्यांत पेरणी करता आली नसती. शिवाय अशा वल्लाटीत कुळव नीट चालत नाही; म्हणून मेंढरं बसवली जात नव्हती. त्यामुळं धनगरांची किंमत कमी झाली होती. त्यांना आपली मेंढरं माळावर बसवावी लागत होती. नि त्यांचं उत्पन्न थांबलं होतं. म्हणून मग त्यांनी अडल्यानडल्या दादाला "मेंढरं बसीवतोस काय गा? काय द्याचं असंल ते दे." असं विचारलं होतं.

दादाच्या तोंडाला पाणी सुटलं नि त्यानं वल्लाटीतच मेंढरं बसवली. नि सगळं रान घटलून टाकलं... त्या पावसाच्या चिटक्यात मला नि दादाला तीन रातरा मेंढरं राखावी लागली नि विकतचं रान घटलून घेटलं. पेरणीचं दाणं त्यामुळं खोल गेलं नाहीत. अर्धनिम्मं पाखरांनी खाऊन टाकलं नि उगवणी तुरळक झाली. म्हणजे यंदाची सुगी आता अर्ध्यापेक्षाही कमीच पदरात पडणार.

पावसाळा सुरू झाला. मळा धरून राहू लागलो. पावसाळ्यात एकटाच वस्तीला येऊ लागलो. बरं वाटत होतं. दिव्याच्या उजेडात; मित्रांकडनं मिळतील ती पुस्तकं वाचून काढत होतो.

यंदा गाय पावसाळ्यात व्याली. तिला दुसरा पाडा झाला होता. पहिला पाडा दोन वर्षांचा होता. माझा उत्साह वाढला. वाटलं; आपली बैलं किरकोळ अंगकाठीची आहेत; आपण घरची जोडी करावी.

गायीचं थोरलं वासरू तापट निघालं होतं... त्याच्या अंगावर तांबडे-पांढरे ठिपके होते. कपाळावर पांढराधोट चांदासारखा ठिपका. त्यामुळं ते देखणं दिसत होतं. येत्या वर्षी त्याला थोरल्या बैलाबरोबर वजवावं नि दोन-तीन वर्षांत बारकं वासरू मोठं झाल्यावर घरच्या बैलांची जोडी करावी; असा विचार करून मी मोठ्या वासराला जपू लागलो. पावसाळ्यात त्याला भरपूर ओलं गवत, बाटूक, शेवरी घालू लागलो. त्याच्या अंगावरनं हात फिरवून मळ काढू लागलो. केसं तुकतुकीत होतील तसं मनाला बरं वाटू लागलं. अंगावर नागासारखं तेज येऊ लागल. दगडी खुंट्याला साखळीनं बांधावं लागू लागलं. तरीही खुट्याला धडका देऊन मस्ती करू लागलं. दगडी खुंटंही ओढ घेऊन उपडू लागलं. परकं माणूस दिसलं की फुसूऽऽ करून नागासारखं फुस्कारू लागलं.

दिवाळीच्या टिपणाला दल-दुप्पट दिसू लागलं. बघत राहावा असा त्याचा अंडील पाडा झाला. माझं काळीज सुपाएवढं झालं.

दिवाळी संपली नि घाणं लावण्याची गडबड सुरू झाली. अगोदरची धारण जो तो आपल्याला मिळवण्याची धडपड करू लागला. दर सालाप्रमाणं दादाही या

उद्योगाला लागला.

घाणंखर्चाला पैसा पाहिजे म्हणून तो दलालाकडं गेला. पण दलालानं पैसेच दिले नाहीत. सालभर त्याच्याकडनं बरीच उचल आणली होती. दादा हात हलवत परत आला.

त्याला येडबडल्यागत झालं. फाळा भरमसाट वाढवून ठेवल्यानं, प्रत्येक वर्षी मळा गोत्यात येत चालला होता. मालक तर एक पैसा कमी करायला तयार नाही. विहीरही फोडून द्यायला तयार नाही. ''अमुक सालीच विहीर फोडून देईन; नाही दिल्यास फाळा कमी करीन; असं काही मी लिहून दिलेलं नाही. केव्हा तरी एकदा फोडून दिली म्हणजे झालं.'' अशी भाषा आता तो करू लागला होता. त्यामुळं दादाच्या काळजाचा ठाव सुटलेला.

फाळा तटवावा; तर मालक कधी जप्ती आणेल याचा नेम नव्हता. दलालाकडनं तर एवढा पैसा कर्जाऊ आणला होता की, आता त्या दलालालाच पैसा परत मिळतोय की नाही, याची काळजी वाटू लागली होती. म्हणून त्यानं ऐन गुऱ्हाळ तोंडावर आल्यावरही पैसे द्यायचं नाकारलं.

खाणारी तोंडं वाढत चाललेली, पैसा नसल्यानं रानाला लागवड कमी पडत चाललेली, मळ्यात राबणारी मोठी माणसं तर कुणी नाहीत. त्यामुळं दादा जेरीला आलेला. दलालानं एकही पैसा द्यायचं नाकारल्यावर हातपाय गाळून घरात बसला.

मळ्यात मी एकटाच होतो. शिवा सकाळी शेरडं नि माझा चहा घेऊन आला.

''दादा आला का न्हाई रे कोल्हापुरासनं?''

''रातीच आला.''

''घाणंखर्चाला पैसे आणलं काय?''

''मिळालं न्हाईत, असं वाटतंय.''

''कशावरनं?''

''दादा नि आई राती भांडत हुतं. आईच्या पुतळ्या असत्या तर, त्या कुठंतरी घाणवट ठेवून घाणाखर्चाला पैसे काढता आलं असतं, म्हणाला. मामाची परिस्थिती आता चांगली हाय, त्येच्याकडं पुतळ्याचं पैसे माग; म्हंजे ते घाणाखर्चाला हुतील, असं जेवतानं आईला म्हणत हुता.''

''मग?''

''आई म्हणाली; 'मी त्या पुतळ्या हुब्या जल्मात बघिटल्या न्हाईत. तुमच्या बाऽनं माझ्या बाऽला कवा दिल्या हुत्या, त्येचा मला पत्त्याबी न्हाई. माझ्या बाऽचं खत होऊन कवाच गेलंय. त्येच्या गोरीवर बसून त्येंच्याकडनं मागून घ्या जावा;' म्हणाली.''

''मग?''

"मग काय आणि? लई भांडणं झाली राती. दादा आता दावणीचा पाडा इकणार म्हणतोय. हळूहळू एक एक जनावर इकून काढायचं नि भटाचा फाळा भागवायचा म्हणतोय."

माझ्या काळजाचं पाणी झालं. काय करावं मलाही सुधरेना. चहा पिऊन मी आणि शिवा कामाला लागलो.

चौथ्यापाचव्या दिशीची गोष्ट. दादा रातचं गावात झोपला होता. मी सकाळी उठून शेणं काढत होतो. गोठा लोटून शेवटची बुट्टी अशी उकिरड्यात टाकायला गेलो नि दादाच्या मागोमाग दोन माणसं पटका झुलवत येताना दिसली. एवढ्या सकाळी दादाच्या मागोमाग मळ्यात दोन माणसं येताना बघूनच मी ओळखलं; की पाड्याला गिऱ्हाईक आलंय.

मला न विचारताच सौदा ठरला. पाड्याचं रंग, रूप, त्याचा ताव बघितल्याबरोबरच आलेली माणसं खूश झाली नि सौदा ठरला. दुसऱ्या दिवशी दुपारी ती माणसं पैसे घेऊन पाडा न्यायला येणार होती. मला माणसांच्या देखत दादाला काहीच बोलता येईना. दादा पुन्हा त्यांच्याबरोबर गावात गेला. जेवणवक्ताला रात्री घराकडं गेलो. दादा घरात नव्हता. दीसभर तो मळ्याकडंही आला नव्हता. घाण्याच्या तयारीत तो माणसांची जमवाजमव करण्याच्या नादाला लागला होता. आई मळ्याकडं आल्यावर मी तिला निक्षून सांगितलं होतं की, काही झालं तरी पाडं विकायचं नाही. घरच्या बैलांची जोडी दोन चार वर्षांत करायची नि औताची बैलं विकून टाकायची.

दादा आला नि सगळे जेवायला बसलो. सगळी एकाजागी येण्याची हीच वेळ. मी विषय काढला.

"पाडा इकायला काढलाय?"

"इकलासुदीक."

"पाडा इकायचा न्हाई, दादा. तापट जनावर हाय. गायीला दुसराबी पाडाच झालाय. त्योबी दोन वर्सांत वजवायला यील. तीन-चार वर्सांत घरच्या बैलांची जोडी हुईल. तरणीबांड बैलं हाताबुडी येतील. मग औताची बैलं इकून टाकू या. तवर ती दमदारबी ऱ्हाणार न्हाईत. त्येंच्याकडनं मळ्याची औतअवजारं नीट वडलीबी जाणार न्हाईत."

"आरं, ते समदं खरं. पण आता घाणा तटलाय त्यो कशानं लावू? जीव गेला तरी कुणी उसना पैसा द्यायला तयार न्हाई."

"ते तुझं तू कायबी बघ. कुठनंबी पैसा आण. पण पाडा इकायचा न्हाई. मी घरच्या बैलांची जोडी करणार हाय." मी जरा खडसून बोललो.

आईही माझ्या सुरात सूर मिसळून म्हणाली; "अई, पोरगं मळ्यात रमाय लागलंय, आणि ते म्हणतंय त्यातबी काय नुकसानीची भाषा न्हाई. फायद्याचंच

बोलतंय. घरची जोडी करतो म्हणतंय तर करू द्या की त्येला.'' ती समजुतीच्या भाषेत बोलली.

दादा एकदम चिडलेल्या हुप्प्यागत खवळला, ''रंडे, मला न्हेऊन कोल्लापूरच्या बाजारात ईक नि पैसा कर. घाण्याला पैसा आणू कुठला मी? मला कां ह्ये नगं हाय सगळं? का तूबी पोरबुद्धीनं चालाय लागलीस? भट बसलाय तिकडं रावणाचं धा हात पसरून. माकडागत गिळून टाकंल मला नि ह्या घरादाराला. भीक मागायचीच पाळी यील मग सगळ्यांस्नी. हाईस कुठं?''

त्याचंबी हातपाय बांधल्यागत झालं होतं.

तो तावातावानं बोलू लागल्यावर आमची सगळ्यांची तोंडं आवळली. पुन्हा ती उघडली असती तर त्यानं मला नि आईला; दोघांनाही फोडलं असतं.

हत्तीच्या पिल्लासारखं बाळसं असलेलं तेज जनावर; बघता बघता दुसऱ्याच्या दावणीला गेलं. माझ्या मनाची गूखाडी झाली.

सालभर राबूनही हातात कोळसं आलं. मन मळ्यातनंच उखडलं जाऊ लागलं.

◆

२१

पावसाळा सुरू झाला नि मळ्यातल्या कामाचा ताण थोडा कमी पडू लागला. मोटा बंद झाल्या. पावसाचा सारखा चिटका सुरू असला की रानातल्या भांगलणीही थांबत. मग नुसतं डोईवर पोत्याची खोळ घेऊन जनावरांना वैरणी कापून आणायच्या नि खोपीत बसायचं. वेसणी वळायच्या, मुसकी करायची, असली किरकोळ कामं करत बसायचं. घराकडनं सकाळी उशिरा मळ्याकडं आलं तर चालायचं. पुष्कळ वेळा पावसाळ्यात मी घरातही वस्तीला राहत होतो. काही दिवस दादा, काही दिवस मी, अशी मळ्यातली वस्ती असायची. मिळेल त्या पुस्तकाचं वाचन करत होतो.

जुलै महिन्यापासनं सणगर मास्तरांचे चित्रकलेचे वर्ग सुरू झाले. माझी चित्रकलेची पहिली परीक्षा अगोदरच झाली होती. ए-ग्रेडमध्ये पास झालो होतो. सणगर मास्तरांनीच फॉर्मचे पैसे भरले होते. चित्रकला माझ्या हातात बऱ्यापैकी घटली होती म्हणून मास्तरांचं माझ्यावर प्रेम. आता तर मी शाळा सोडलेली. मास्तरांचं घर आमच्याच गल्लीत.

एके दिवशी गावाबहेर परसाकडला जाता जाता मास्तर मला म्हणाले, "अरे आनंदा, तुझी शाळा बंद झाली ते झाली; निदान ड्रॉइंगची दुसरी परीक्षा तरी दे. तिच्यासाठी काही वर्षभर खपावं लागणार नाही. सकाळी मी घरात चित्रकलेचे वर्ग घेतो. पावसाळ्याचे दिवस आहेत. मळ्यात काही कामं नसतील तर तासतासभर येऊन बसत जा. सांग रत्नाप्पाला."

“बरं.”

‘अरे, दुसरी पास झालास तर कुठंही नोकरीत त्याचा फायदा होईल. चांगला चित्रकारही होशील एखाद्या वेळेस.”

मला तो विचार पटला. शाळा न्हाई निदान हे तरी करू. बसल्या बसल्या हुतंय, असं वाटलं. दादानंही मळ्यात कामं नसतील तेव्हा सकाळी तासभर उशिरा यायला परवानगी दिली. त्याला वाटलं, पोराचं शिक्षणाचं खूळ एवढ्यावरच भागत असलं तर भागू दे... अशी पावसाळ्यात सवड दिली तर काय नुकसानबी न्हाई नि पोरगंबी मळ्यातल्या कामात जीव लावाय लागंल; टंगळमंगळ करणार न्हाई.

मी वेळ मिळेल तसा पावसाळाभर चित्रकलेच्या वर्गाला जाऊ लागलो. मळ्यात ज्या दिवशी कामं असतील त्याच्या अधल्या दिवशी घराकडं जाताना दादा ताकीद देऊ लागला. “सकाळनं लौकर ये रे. न्हाईतर बसशील तिथंच चितरं काढत.”

“न्हाई, येतो लौकर.” म्हणून घराकडं जाई. दुसरे दिवशी कधी लौकर जाई तर कधी मोंडपणा करून, दुसऱ्या दिवशीच्या कामाचं महत्त्व ओळखून उशिराही जाई. चार शिव्या खाऊन गप्प बसे.

वर्गात कधी ड्रॉइंग-पेपर विकत आणलेला असे, तर कधी मास्तरांच्या कपाटात जुनी चित्रं पडलेली असत; त्यांच्या कोऱ्या बाजूंवर चित्रं काढीत असे. रंगांच्या बाबतीतही असंच होई. ह्याचा ब्रश, त्याचा रंग, असं करून चित्रं रंगवीत असे. मुलंही कुणी फारशी कुरबूर करत नसत. मास्तरांनी माझी बाजू सर्वांना सांगितली होती. शिवाय बहुतेक मुले ओळखीची होती... तीन-चार महिने असे वर्ग होत नि दिवाळीच्या सुमाराला परीक्षा होत. माझा चित्रकलेचा सराव चालू झाला.

गुजराच्या इथं असलेल्या तात्याबा नावाच्या मेस्त्रीला काढून टाकलं. काहीतरी भानगड त्यानं केली होती. तो मेस्त्री गेल्यावर मामाला ती जागा नुकतीच मिळाली होती. ही जागा तशी मोक्याची. वीसभर ड्रायव्हर हाताखाली. त्यांना मदतीला घेऊन, बारीकसारीक अनेक उद्योग करून चार पैसे मिळवता येत होते. तशात मामाकडं एका मळ्याचं कारभारीपणही सोपवलं गेलं. मळ्यातलं सर्व काही मामाला बघावं लागायचं. त्यामुळं आणखी हातात सत्ता आली.

आनसानं ह्याचा फायदा घेऊन आणखी एक म्हैस घेतली होती. ह्या म्हशी गुजराच्या मळ्यातल्या चाऱ्यावर पोसत असत. त्यांच्या दुधाचा धंदा आनसा करू लागली. सुगीच्या वक्ताला जे धान्य गुजराच्या मळ्यात पिके; त्यातलं एखादं गठळं हळूच घराकडं येऊ लागलं. वर्षाची घरादाराची पोटापाण्याची काळजी मिटू लागली. गुऱ्हाळाच्या सुगीत भेल-भेलकांडं करत बराच गूळ जमत असे. आनसा तो बाजारात नेऊन विके. घरात दोन वर्षांचं पोरगं नि नवराबायको दोघेच. त्यामुळं पगार

सगळा शिलकीला पडे. या पगारातनं आनसानं सोन्याचं दागिनं केलं.

मामा शेडजींना अनेक प्रकारांनी मदत करत होता. तात्याबा नुसताच मेस्त्री होता. दुसरं काही काम तो बघायचा नाही. इंजिन नादुरुस्त झालं की तेवढंच दुरुस्त करायचा नि मोकळा व्हायचा. गावभर मजा मारत हिंडायचा. मामाचं तसं नव्हतं. तो बंद पडलेलं इंजिन तर दुरुस्त करायचाच; पण एका मळ्याचं कारभारीपण त्याच्याकडं आल्यानं, एक कारभारी माणूस तो वाचवत होता. शिवाय त्या मळ्यात दोन विहिरींवर दोन इंजिने होती. तिथं मामा आणि एकच ड्रायव्हर अशी अवस्था होती. म्हणजे तिथलाही एक ड्रायव्हर वाचला होता. मामा असं तीन माणसांचं काम एकटा करत होता. शेडजी खूष होते. अशा वेळी; एखादा वैरणीचा बिंडा त्यानं घराकडं नेला, थोडं धान्य नेलं असं त्यांना कळलं तरी ते गप्प बसत.

आमच्या घरात दोन वक्ताला नीट खायला मिळायची मारामार व्हायची. हिरा आठ दिवस सासरला नि दोन महिने माहेरला अशी अवस्था होती. आम्ही सात भावंडं म्हणजे नुसता कच्च्याबच्च्या; कुणीही दांडग्या कामाचं नाही. मीच एकटा मोठी कामं करायचा. आईनं कधी खायला आणलं तर सात जणांना एक एक फोड वाटणीला येई. ती पेरू आणे. एक पेरू कधीच आमच्या वाटणीला आलेला नसे. कापून फोडी फोडी मिळत. तोंडात धरल्या धरल्या त्या संपून जात. एवढ्याशा फोडीनं चाळवलेल्या त्या चवीनं तोंड तसंच खवळलेलं राही. चिरमुरं-फुटाणं आणलं की ते मात्र वाटीभर मिळत. त्यात घरातल्या शेंगा फोडून आम्ही दाणे घालत असू आणि चिरमुऱ्याचे चवीनं बकाणे मारत असू. एकदा तर मिनतवारीनं तिनं गोल गोल भोकराच्या आकाराची द्राक्षं आणली होती. कागदात पुडा बांधून आणलेली. क्वचितच ती बाजारात येत. त्यातली दोन दोन द्राक्षं प्रत्येकाच्या वाटणीला आली. पहिलं द्राक्ष मी दाढेखाली फोडलं नि मला ते फारच रुचकर वाटलं. दुसरं द्राक्ष फोडायला मन धजेना. ते शेवटचं होतं. ते संपलं असतं तर माझ्याजवळची द्राक्षं संपली असती. आणि पहिलं द्राक्षं तर फारच रुचकर, नव्या चवीचं वाटलेलं; मग ते लगेच संपवायचं कसं? ती चव पुन्हा निदान वर्षभर भोगायला मिळणार नव्हती. म्हणून त्या उरलेल्या द्राक्षाला दाढेतच गोळी ठेवल्यासारखं ठेवलं नि दाढेत आहे, तोंडात आहे या कल्पनेनं तोंडाला सुटणारं पाणी सर्रसर्र करून मिटक्या मारत पिऊ लागलो, न फुटेल अशा बेतानं त्याला अधूनमधून आतल्या आत दाढेखाली दाबून बघू लागलो. बराच वेळ त्याला अशा रीतीनं तोंडात घोळवत असतानाच; ते तोंडातल्या तोंडात फुटलं नि त्याचा रस सगळ्या जिभेवर चळचळत पसरला. मग मात्र ते न चावता तसंच ठेवणं मला अनावर होऊ लागलं नि मी ते नाइलाजानं चावून, इच्छा नसताना जिभेपलीकडं घशाखाली ढकललं. बाजाराच्या खाऊच्या बाबतीत अशी आमची तऱ्हा.

त्यामुळं सारी भावंडं आनसाची; प्रत्येक बाजारी; चातकासारखी वाट बघत बसत. आनसा साधारणपणे प्रत्येक बाजारी; बाळूला काखेत घेऊन, डोईवर घमेलं नि त्यात एक धडपा घेऊन घराकडं येई. किंवा आम्ही घरी नसलो तर मळ्याकडं येई. तिच्या घमेल्यात आमच्यासाठी काही ना काही खाऊ असे. आणि तो आम्हाला वाटणी करून मिळत असे. त्याचं प्रमाण आईच्या खाऊपेक्षा जास्त असे. त्या दिवशी आईशी गप्पा मारून, काही महत्त्वाच्या गोष्टी करून, भावंडांत तासभर मिसळून ती परत जाई... ती रोज अशीच यावीशी वाटे. एरवी मी घरी गेलो तर काही ना काही खायला मिळे. निदान फोडणी दिलेली, भरपूर तेल वापरलेली, चांगल्या मसाल्याची चटणी वापरलेली तिच्या घरची आमटी नि भाकरी खावीशी वाटे. आमच्या घरची आमटी; बिनमसाल्याच्या मिरचीच्या भुकटीचं फळपाणी असे. एखाद्या वेळेस मला सिनेमासाठीही ती तीन आणे हातावर ठेवत असे. आनसा आईला कधीकधी प्रसंग पडला तर चार पैसे उसने देई. आईची नड काढी. कधी एखादं चांगल्या गुळाचं भेलकांडही मिळे. आई ते घेई नि चहाला वापरी.

हे फार दिवस चाललं नाही. आनसा अधनंमधनं क्वचित आजारी पडू लागली. पुढंपुढं तिच्या अंगात बारीक ताप येऊ लागला. खोकला वाढू लागला. मामा तिच्यासाठी औषध-पाणी बघू लागला. गावात कागलच्या सरकारी दवाखान्याचा डॉक्टर चांगला होता. पण त्याचं नि मामाचं चांगलं नव्हतं. डॉक्टरानी यल्लू जोगतीण ठेवली होती; तीच तरुणपणात मामाबरोबर एकदा-दोनदा डॉक्टरांना सापडली होती; म्हणून मामाचं नि त्यांचं वाकडं होतं. गावात दुसरे चांगले डॉक्टर नव्हते. त्यामुळं आनसाच्या आजाराचा अंदाजच नीट कुणाला लागला नाही... खाजगी डॉक्टराचा काहीच परिणाम दिसून येत नव्हता.

असेच पाच-सहा महिने गेले. आईनं आनसाला त्याच डॉक्टरांकडं नेलं. ती डॉक्टरांकडं दूध घालत होती. तिनं ती 'आपली मुलगी' म्हणून डॉक्टरांकडं आणली. डॉक्टरांना माहिती नव्हतं की, त्यांचा शत्रू आमच्या आईचा भाऊ आहे. आईनंही ते कधी सांगितलं नव्हतं.

डॉक्टरांनी सांगितलं, ''हिचा आजार इथ बरा होणारा नाही. तिला कोल्हापूरला नेलं पाहिजे. मी चिठ्ठी देतो ती घेऊन जा.''

आईनं मामाला सगळं सांगितलं नि आनसाला मामानं कोल्हापूरला लगेच हलवली. मामानंच कोल्हापुरात तिची उस्तवारी केली. तिला पाच-सहा महिने कोल्हापूरच्या सरकारी दवाखान्यात ठेवण्यात आलं. आम्हाला कुणाला तिकडं जाणं जमलं नाही. आई एकदा-दोनदा जाऊन आली असेल तेवढंच. आम्ही सगळे मळ्यात पोटाच्या पाठीमागं लागलेले... बाळूचे हालहाल झाले. अडीच वर्षांचं पोरगं; ते पोरक्यासारखं झालं.

पाच-सहा महिने गेले नि पावसाळ्याच्या टिपणाला आनसाला परत कागलला आणलं. अर्धीसुद्धा राहिली नव्हती. नुसता हाडांचा सापळा शिल्लक उरला होता. तिला कोणता रोग झाला आहे; याची कधी घरात चर्चा झाली नाही... आनशीच्या जिवाला बरं न्हाई; ठकून पांजार झालीया; एवढंच बोललं जाई. कुणीही आजारी पडलं तर त्या रोगाची चर्चा करण्याची रीत गावातल्या माणसात नव्हतीच. 'जिवाला बरं न्हाई' एवढंच सांगितलं जाई. तसंच आनसाचंही सांगितलं जाई.

तिला कोल्हापुरासनं कागलला आणल्यावर शेडजींच्या गिरणीत ठेवण्यात आलं. ही गिरण बंद झालेली. तिथं नुसते गिरणीचे अवशेष होते. भाताचे हॉलर. पिठाची चक्की, तेलाची घाणी. इंजिन आणि त्याचे सुटे भाग, पुल्या तिथं तशाच पडून होत्या. ही मोठी शेड होती. आत मोकळी जागा; भरपूर हवेशीर. प्रकाशही मुबलक येई. तिथं आनसाला ठेवण्याचं कारण; आंबी गल्लीचं घर अंधारं होतं. ते दक्षिणोत्तर आणि बैठं. त्याला एकही खिडकी नाही. सान्यातनं जो काही उजेड येई तेवढाच. अशा "कोंडत्या घरात आनसाला बरं वाटणार न्हाई. डॉक्टर म्हणाल्यात मोकळ्या हवंला ठेवा; म्हणून गिरणीत ठेवलीया" मामा चौकशी करणाऱ्या बाईला सांगे. तिथनं जवळच शेडजींचं घर होतं. शेडजींच्या घरात; मळ्यातील गड्यांची जेवणं करणाऱ्या पाच-सहा बायका होत्या. त्यातनं गरम गरम, ताजं जेवण मामाला आणणं सोयीचं होतं.

आनसाला आणल्यावर तिसऱ्या दिवशी मामा तास-रात करून घराकडं आला. आई स्वैपाक करत होती. मी तिथंच बसलो होतो. तिच्या आजारपणाबद्दल, औषधपाण्याबद्दल, खर्चाबद्दल सगळं बोलणं झाल्यावर मामा आईला म्हणाला, "आक्का, आनशीला हितं आणून ठेवावी म्हणतो मी."

"नगं रं बाबा, हितं. तिचं घरात बसून कोण करणार? तू बघतोस न्हवं; आम्हास्नी गांड खांजळायला सवड हुईत न्हाई. दीस उगवायला पोराटारांस्नी घेऊन मला मळ्यात कामाला जावं लागतंय. तिचं मग कोण बघणार? कोण माणूस मोकळं हाय व्हय हितं?"

"मी बघतो की. बाळू हितं पोराटोरांतनी खेळत ऱ्हाईल. आमच्याबरोबर त्या पोराचंबी हाल कुतरं खाईना झालंय. दीसभर बाळूला घेऊन तुमचं तुम्ही जावा कामाला; मी घरात हायच की येऊन जाऊन."

"नगं; उगंच भांडणाला कार हुईल. हितनं शेडजीची गिरण काय लांब न्हाई. घरातच हाय असं समजून तिथं ऱ्हावा. लईतर तुमच्या दोघांच्याबी पोटापाण्याचं कायतरी करून तिकडं लावून देत जाईन. मोकळ्या हवंला असू दे तिथंच. हितं आणली तर मालकाच्या पोटात एवढा मोठा काळजीचा गोळा उठंल. त्येला वाटंल; आपल्या घरातलं सगळ अन्न-पाणी फुकट चाललंय."

"आगं, काय असंल ते खर्चाला मी देतो की."

"दिलास तरी त्येचं हितं चीज न्हाई. संशेव यायचा त्यो मालकाला येणारच. पोरगी तिथंच असू दे. जमंल तेवढी सांज-सकाळ तिकडं येऊन मी तिची उस्तवारी करतो."

"मग नुसतं बाळूला तरी संभाळतीस? पोरात पोर खेळत ऱ्हाईल."

"नगं, ढोल्याची तानी बघती न्हवं त्येला? त्येच्या पोटापाण्याचं हितं हाल हुईल. पोरं भाकरीच्या तुकड्याबरोबर आमटीचं पाणी खाऊन जगत्यात माझी. एक वक्ताला भात तर एक वक्ताला जुंधळ्याच्या कण्या. आस्वालाचा खाना ह्यो; तुझ्या पोराला कुठला मानवंल? उद्या तेबी आजारी पडलं, माझ्या पोरांगत नाळरोगी झालं तर काय म्हणशील तू? ढोल्याची ताना पोराला संभाळती तर संभाळू दे. तिच्या घरात बारकं पॉर कोण न्हाई. पोरासाठी कायबाय तू न्हेऊन देशील ते पोराच्याच पोटात पडंल. हितं माझी पोरं काय खायला आणलं तर भुतागत टपून बसत्यात. त्यातनं तुझ्या पोराच्या वाटणीला काय येणार?"

आनसा महिना दीड महिना गिरणीत राहिली. अधनंमधनं आई जात होती. रोज रोज जायला कंटाळत होती. तिच्या पाठीमागं कामाचा गाडा कायम लागलेला. दादाचं भय तिच्या मनातनं वटवाघळासारखं सतत फिरायचं. रोजच्या कष्टपाण्यात, कामाधामात तिला तिकडं जायचाही कंटाळा यायचा. शिवाय तिच्या लक्षात येत होतं की मामा तिची काळजी घेतोय.

आनसा गिरणीतल्या जागेत वैतागली. पाच-सहा महिने कोल्हापूरला हॉस्पिटलमध्ये राहत असताना ती तिथंच वैतागली होती. बारा नि बारा चोवीस तास अंथरुणावर राहून तिला कंटाळा येत होता. आजारी माणसांनाच फक्त ज्या पांढऱ्या ताटल्या वापरल्या जात असत, त्यातनं ठरावीक अन्न ठरावीक वेळी मिळत असे. हिंडणाऱ्या फिरणाऱ्या तिच्या देहाला नि मनाला बांधून घातल्यागत झालं होतं. तिथं "घराकडं जाऊ या चला. तिकडं मी मेलो तरी चालंल. पर ह्या दवाखान्यात आता नगं." अशी ती सारखी मामाला बोलायची.

शेवटी डॉक्टरांचेही उपाय थकल्यावर त्यांनी तिला गावाकडं पाठवून दिली होती. इथं तिला गिरणीत राहावं लागत होतं. सकाळचं तिचं सगळं आटपून, तिच्या पोटात थोडी भर टाकून मामा मळ्याकडं, इंजनांकडं फेरी मारून यायला बाहेर पडे ते जेवायच्या वक्ताला परत येई. तोवर आनसा त्या छपरात भुतागत एकटी पडून राही. येथून तेथून ते मोकळं छप्पर होतं. ते तिला खायला उठायचं. कायमच्या शांत झालेल्या चक्क्या, घाण्या, हॉलर भुतागत शांत उभे राहिलेले दिसायचे. एकाचीही हालचाल नाही. तिला कंटाळा कंटाळा येऊन जायचा. नुसतं जन्मभर अंथरुणावर पडून राहतोय; असं वाटून ती एकटीच रडत बसायची. एकटीच स्वत:शीच

बोलायची. आईला, दादाला, मामाला, आपल्या जन्माला शिव्या द्यायची. तिला काही वाचायला यायचं नाही की तिच्यासंगं बोलायला तिथं कुणी नाही. काय लागलं-सवरलं तर द्यायला कुणी नाही. मामा येईपर्यंत तिला अंथरुणावर वाट बघत तिष्ठत पडावं लागे.

ती चिडचिडी झाली. डॉक्टरांनी लिहून दिलेली औषधं, गोळ्या पथ्यपाणी मामा वेळच्या वेळी करत होता. पण ते घेण्याची तिची इच्छा संपली. पुष्कळ वेळा ती औषधं थुंकून देई. गोळ्या दाढेत धरून मामाची नजर चुकवून अंथरुणाखाली झाकून ठेवून देई. परसाकडच्या भांड्यात नंतर टाकून देई... तिला काहीतरी-काहीतरी खावंसं वाटे. पण पथ्यपाणी असल्यामुळं मामा ते देत नसे. तिच्यावर ओरडत असे. तिनं औषध थुंकलं, गोळ्या टाकून दिल्या नि त्याला ते कळलं की तिच्यावर चिडे. मामा स्वत:च संतापून रडू लागे. "मरतीस काय तुझ्या आयला! किती मला छळतीस? आठवड्याला तीस तीस रुपये घालतोय ह्या औशिदांच्या मढ्यावर, ती थुकून टाकतीस? काय करू तरी मी?"

"मला ही औशिदं नगत बघा आता. मला आता सुखानं मराण येऊ दे. मला ती गिळवत न्हाईत."

मामाही या सर्व प्रकाराला कंटाळला होता. तो जीव लावून सेवा करू पाहत होता, तिला बरं करू पाहत होता, त्यासाठी पाण्यासारखा होता नव्हता तेवढा पैसा सोडत होता आणि त्याचं चीज आनसा करत नव्हती. तो आनसावर चिडत होता. पण चिडून तिला काही करता येत नव्हतं. "औशीद का थुकलीस?" म्हणून मारता येत नव्हतं की तिचं तोंड दाबून धरून, जबडा फाकून तिच्या नरड्यात ओतता येत नव्हतं. सगळा पैसा परसाकडच्या भांड्यात थुंकला जात होता. आनसाला उभ्या जन्माचा कंटाळा आलेला. ती स्वत:वरच चिडलेली. ऐन विशीमध्ये तिला हे सगळं भोगावं लागत होतं, त्यानं ती हैराण होऊन गेली होती. त्यात अडाणीपणाही भर घालत होता.

रोज घराकडं जाऊन आनसाच्या तब्येतीबद्दल सांगत होतो. बरेच दिवस आपण गेलो नाही, तिच्या तब्येतीत सुधारणा काहीच नाही, हे जाणून एक दिवस रात्री मी नि आई आनसाकडं गेलो... पंधरा दिवसांपूर्वी आईचं नि आनसाचं भांडण झालं होतं. आई आपल्याला घराकडं नेत नाही, याचा तिला राग आला होता. ती आईच्या तोंडावरच तिला नि दादाला शिव्याशाप देत होती. "तुमच्या पोटाला न येता, कुठल्या तरी गरीब मागतकऱ्याच्या पोटाला जरी मी आलो असतो; तर त्या घरात सुखानं तरी मेलो असतो." असं म्हणाली. आईदादाची माया कठोर झाली असं तिला वाटत होतं. या गडबडीत आईची होणारी कुचंबणा तिला समजू शकली नव्हती. म्हणून आई मुकाटपणानं निघून आली होती. आनसानं आईसाठी तसं बरंच

केलं होतं, बरंच दिलं होतं. याची जाणीव आईनं ठेवली नाही, ती परक्या बाईगत वागली, या विचारानं आनसाचं दु:ख अनावर होत होतं नि ती माझ्याजवळ तो राग काढत होती.

त्या पंधरा दिवसांत आईनं हळूच दादाजवळ एकदा विषय काढला होता,

“आनशीला घराकडं आणावं काय ई?”

“का? घरात काय धान्य उतू चाललंय?”

“लिंगाप्पा पोटापाण्याला घाटल्याबद्दल पैसं देईल की.”

“काय नको. त्या सुक्काळीच्याला अगोदर माझ्या पुतळ्याचं पैसं टाक म्हणावं.” दादाच्या मनात राग अजून होता. राहून राहून त्याला वाटत होतं की, आईच्या भावाची स्थिती चांगली होती. त्यानं त्या पुतळ्यांची भरपाई करावी. खालावलेल्या परिस्थितीत आपल्याला हातभार लावावा.

दादाच्या या बोलण्यावर आई जरा मुकाटच बसली नि मग पुन्हा बोलली, “त्या पुतळ्या जळू द्यात आता. पोट फाडून काढलेल्या लेकीचा काय इचारपाचार करणार असशीला तर सांगा. मरणाच्या वाटंला लागलीया ती.”

“तूच रांडं माझ्या लेकीचं वाटूळं केलंस. त्या कुजक्या आंब्याला देऊन टाकलीस नि माझी पोरगी नाशिवलीस.”

आनसाच्या नि मामाच्या वयामध्ये बारा तेरा वर्षांचं अंतर. ऐन तरुणपणात मामाला बाहेरख्यालीचा नाद लागला होता. त्यात त्याला गरमी झाली होती. इंद्रियावाटे पू जात होता. शेवटी दादानं दत्ताजीराव देसायांच्या माहितीचा, कोल्हापूरचा एक डॉक्टर गाठला होता नि औषधं-इंजेक्शनं देऊन तो रोग बरा केला होता. तेव्हापासनं मामाचा उल्लेख दादा अधनंमधनं ‘कुजका आंबा’ असा करत असे. त्याला वाटे, ‘गरमी’ ही वरवर बरी झाली असली तरी पोटात तो रोग शिल्लक असणारच. आनसा आजारी पडली ते त्या रोगाचा परिणाम होऊनच, अशी त्याची समजूत झाली होती.

दादा रागानं बोलू लागला नि त्याच्याकडनं काही गोष्टी करवूनच घ्यायच्या असल्या की आई अधनंमधनं गप्प बसे. राग ओसरू देत, त्याच्याशी खालच्या आवाजात बोले. तशीच आता बोलली. “लेकीला मग तशीच मरू द्यायची?”

“भोगू दे की त्यो त्येच्या कर्माची फळं. निस्तार म्हणावं आता. लेकीला हिकडं आणून बरी करायला तू काय डाक्टर न्हवंस काय बालिस्टर न्हवंस. करतोय त्येचा त्यो करू दे.” दादा आनसाचं मन समजून घ्यायच्या मन:स्थितीत नसायचा. त्याच्या रागाच्या भरात त्याला ते कोण समजून देणार?...

आई पंधरा दिवस कुचंबली नि आज आनसाला जास्त आहे; म्हणताना माझ्या बरोबर तिला बघायला आली... गिरणीच्या दारापाशी गेलो तेव्हा मामाचं तोंड ऐकू

येत होतं. तो तिच्यावर वैतागला होता नि आनसाही आक्रोश करत त्याला शिव्या देत काहीबाही बोलत होती.

"काय झालं रं, लिंगाप्पा?" म्हणत आईनं दार उघडलं. पंधरा दिवसांनी अचानक आलेली आई बघून आनसानं हंबरडा फोडला. आता तिची नुसती हाडं शिलक राहिली होती... पोट मात्र डोंगराएवढं झालं होतं. कोल्हापूरला जायच्या अगोदरच तिला दिवस गेले होते... कोल्हापूरच्या डॉक्टरांचा विचार तो गर्भ पाडण्याचा होता. गर्भ ठेवला तर जिवाला धोका उत्पन्न होईल; असं त्यांनी मामाला नि आनसाला सांगितलं होतं. पण आनसानं तो गर्भ पाडू दिला नव्हता. सगळ्या आजारपणात ती तो एखाद्या दैवी गुप्त धनासारखा सांभाळीत होती.

"रडायला काय झालं गं आनसा?" म्हणून आई तिच्याजवळ गेली. ती जवळ गेल्यावर आनसा तिच्या गळ्यात पडली नि जीव एकवटून रडू लागली. "आईऽ, आता मी जगणार न्हाई. मला ह्या जल्माचा कट्टाळा आलाय. मला माझ्या भणीभावांत न्हे. मला माझ्या बाळूला जवळ घेऊन बसू दे. मला चटणी-भाकरी खायला दे. मला या औशीद-गोळ्या नगंत, मला त्येची वकारी वकारी येतीया. अळणी खाऊन खाऊन माझा जीव चाललाय. मला तुझ्या घराकडं घेऊन चल, आईऽ" असं म्हणून ती आक्रोश करू लागली.

आईला भडभडून आलं. मलाही रडू आलं. पण मामा रागानं बोलत होता, "रांडं, तुझं खऱ्या बोड्याचं ते आई-बाऽ असतं तर तुला त्येंनी न्हेली असती. 'माझी लेक' म्हणून उरासंगं कवटाळली असती. कशाला उगंच व्हाँऽऽ म्हणून रडाय लागलीयास? काय असतील ते चार दीस हितंच जग नी जा की मरून. माझ्याबी गळ्याचं कडासनं निघंल आता."

"बाबाऽ लिंगप्पा, असं बोलू नगंस बाबा. माझी ल्येक काय मला जड न्हाई. आत्ताच्या आत्ता त्या जानू अवघड्याचा एक्का सांग नि माझ्या लेकीला माझ्या घरात पोचती कर. काय असंल तिच्या नशिबात तसं हुईल. जगली तर जगू दे; न्हाई तर मेली तर मरू दे."

मामाला कढ आले. त्यानं आपल्या दुःखाचा पाढा वाचला. आनसाच्या आजारपणात किती खस्ता खाल्ल्या त्या सांगितल्या. थोरली बहीण असूनही धाकट्या पोरक्या भावाला 'दूर केलंस' म्हणून आपल्या आक्काला दोष दिला. त्या कोवळ्या पोराचे, बाळूचे हाल बघून आक्काला काहीच वाटलं नाही; म्हणून मामा चिडला.

दोन्हीही सख्खी भावंडं. शेवटी एक झाली नि दुसरे दिवशी सकाळी आनसाला आमच्या घराकडं आणलं.

आईनं जिद्द बांधली. तिचा अहंकार उफाळून आला. अतिनिकराच्या वेळी तो

असा येई. तिनं दादाच्या रागाची किंवा परिस्थितीची तमा बाळगली नाही... काय व्हायचं ते होऊ दे; आपल्या लेकीला आपण वाचवलं पाहिजे याची जाणीव तिला तीव्रतेनं झाली नि ती तिला घेऊन घराकडं आली.

औषधपाणी नेमानं सुरू होतं. आई आनसाला खायला जे पाहिजे ते देऊ लागली. आनसाच्या जिवाला नाही पण मनाला बरं वाटू लागलं. खोलीच्या अंधुक प्रकाशात बसून मुटूमुटू खाऊ लागली. मामा सकाळ-संध्याकाळ तिची सेवा करू लागला... खाऊन धडधाकट होऊ दे म्हणून आई तिला कसाचं अन्न देऊ लागली. आनसाला सातवा महिना संपत आला होता. आठ-दहा दिवसांनी आठवा महिना लागणार होता. म्हणजे दोन महिन्यांनी ती बाळंत होणार होती. या मुदतीत तिची तब्येत चांगली झालीच पाहिजे, तिला शक्ती आलीच पाहिजे या जिद्दीनं आई तिला अन्नपाणी घालत होती.

दादाचं नि तिचं मळ्यात कडाक्याचं भांडण झालं. तशी आई वाघिणीसारखी चिडून उठली होती. दादाचा नामर्दपणा काढत होती. "एवढी पोरं काढून ठेवलीस. त्येंचं येळपर्संग पडला तर निस्ताराय नगं? पळपुट्यासारखं मळ्यात तोंड घेऊन बसता व्हय? तुम्हास्नीच राबून राबून पोरांनी किती घालायचं? त्येंचं कुणी बघायचं?" म्हणाली.

"काय करतीस ते कर जा." म्हणून दादानं पराभूत मनानं नाद सोडून दिला... आनसाचे हाल त्याच्यासमोर चाललेले त्यालाही दिसत होते. पण तिची जबाबदारी त्याला नको होती.

महिना निघून गेला. आनसाचं रडणं, किरकिरणं कमी झालं. भोवतीनं सगळी भावंडं वावरत होती. कुणाबुणाशी ती बोलत बसत होती. तिच्यासाठी आणलेली खडीसाखर, बेदाणा, मोसंबीची फोडी अधनंमधनं ह्याला-त्येला देत होती... बाळू आप्पाच्या वारगीचा होता. ते दोघे आणि लक्ष्मी एका जागी खेळत होती.

तीन दिवसांवर माझी ड्राईंगची परीक्षा आली नि घरात म्हैस व्याली. म्हशीच्या चिकाचा गिन्ना हे माझं आवडतं खाद्य. दोन दिवस तो भरपूर खाल्ला नि कोल्हापूरला परीक्षेला गेलो. तीन दिवस परीक्षा. जाताना एक दिवसाचं अन्न बांधून घेतलेलं. सणगर मास्तर परीक्षेच्या दुसऱ्या दिवशी कागलला येऊन, सगळ्यांची जेवणं घेऊन येणार होते. कोल्हापुरापासनं बारा मैलांवर तर कागल. आम्ही कोल्हापुरात जाऊन मुक्काम टाकला.

सणगराच्या आबाजीचं अडत दुकान कोल्हापुरात शाहूपुरीत होतं. तिथं आम्ही सर्व मुलं उतरलो. तेथून परीक्षा-केंद्रही जवळच. परीक्षेचा पहिला दिवस छान गेला.

संध्याकाळी सात वाजताच्या गाडीनं सणगर मास्तर कागलला गेले. दुसऱ्या दिवशी सकाळी नऊ-दहा वाजता ते सगळ्यांच्या भाकरी घेऊन परत येणार होते.

आम्हा पोरांची ती रात्र मजेत गेली. आम्ही सगळे समोरच असलेल्या थिएटरात सिनेमा बघून परत आलो; कारण मास्तर नव्हते. आणि ड्रॉइंगची ऐन वेळी पूर्वतयारी करण्यात काही अर्थ नव्हता.

दुसरा दिवसही छान गेला. रात्री मास्तर आमच्यातच झोपायला होते. दुसऱ्या दिवशीचंही जेवण त्यांनी आणलं होतं. रात्री गप्पाटप्पा खूप झाल्या. मला मोकळं मोकळं वाटत होतं. पुन्हा शिक्षणाशी संबंध आल्याचा, आपण एक महत्त्वाची परीक्षा यशस्वीपणे देत असल्याचा, घरापासनं दूर मोकळ्या वातावरणात आल्याचा भास होत होता आणि त्याचा आनंद माझ्यातनं ओसंडत होता... खूप खूप हासणं चाललं होतं. मास्तरही त्यात सामील झाले होते.

शेवटी मास्तरांनाच कुठंतरी असं जाणवलं, की पोरं फारच वाहवत चालली आहेत. आपणही त्यांच्याबरोबर वाहतो आहोत.

"गप्पा बंद करा रे आता. फार हासू नये; दुसरे दिवशी दु:ख वाट्याला येतं. फार हासलात तर उद्या तुमचा पेपर चांगला जाणार नाही." आम्ही गप्प झालो. शेवटचा एकच पेपर होता. रात्रीचे अकरा वाजून गेले होते. आम्ही झोपून गेलो.

दुसऱ्या दिवशी हॉटेलातली ऊन ऊन आमटी विकत आणून, शिळ्या भाकरीची जेवणं करून आम्ही दहाच्या सुमाराला परीक्षेला जाण्याची तयारी करू लागलो. चालत पंधरा मिनिटांची वाट. अकरा वाजता परीक्षा. ती संपली की सरळ बस-स्टँडवर जायचं नि कागलची गाडी पकडायची.

साडेदहा वाजून गेले नि अडत दुकानाच्या दारात माझा चुलत आतेभाऊ शंकर दिसला. उभ्या उभ्याच मला म्हणाला, "आन्दा, आनसाला जास्त झालंय नि तुला ताबडतोब घराकडं घेऊन यायला सांगिटलंय."

माझ्या काळजाचं एकदम पाणी झालं. शंकर हायस्कूलमध्ये शिकत होता. मास्तर त्याच्याकडं एकदम कान टवकारून बघू लागले. म्हणाले, "आता शेवटचा पेपर आहे. दोन वाजता तो संपेल. मग सारेच कागलला येणार आहोत."

"पण त्याला आत्ताच्या आत्ता घेऊन यायला सांगिटलंय."

मास्तरांनी मग त्याला इंग्रजीत प्रश्न विचारला. शंकरनं इंग्रजीतच वस्तुस्थिती सांगितली. मला ती भाषा कळली नाही; पण माझ्या मनात काळी पाल चुकचुकली. माझे हातपाय गळल्यासारखे झाले. तरीही वाटलं होतं; शेवटचाच पेपर आहे तो द्यावा. मिनतवारीनं ड्रॉइंगच्या परीक्षेला बसण्याची दुर्मीळ संधी मिळालीय. ती हातातोंडाशी आलेली असताना दोन तासांसाठी सोडू नये. म्हणून मी शंकरला म्हणालो, "शेवटचाच पेपर हाय. त्यो लौकर टाकून मी येतो. मग लगीच तू-मी जाऊ या."

"नको. तुझ्या घरातल्या माणसांनी तुला आत्ताच्या आत्ता घेऊन यायला

सांगिटलंय, तरच तुला तिच्याशी बोलायला मिळेल. तिला जास्त झालंय.''

''काय करू मग मास्तर?''

''मी काय सांगू आता? तुझ्या घरच्या माणसांचा आदेश आहे. शंकर, हा जाऊन आता तिथं काय करणार आहे? बघ तूही विचार करून, शेवटचाच पेपर आहे एवढ्यासाठी वर्ष वाया जायला नको; असं मला वाटतं.''

''नको सर. घरची सगळीजणं त्याची वाट बघत बसली आहेत. त्याला कोणत्याही परिस्थितीत घेऊनच ये म्हणून मला ताकीद आहे.''

आनसाच्या ओढीनं मी निघालो.

कागलात येऊन पोचलो. गल्लीच्या वळणावर आलो. घर शंभर-एक पावलावर राहिलं होतं नि शंकरनं मला सांगितलं, ''आनसा रात्रीच गेलीय. आता काही उरलं नाही!''

मटकन् मी खाली बसलो.

''ऊठ. ती पिशवी दे माझ्याकडं.''

मी पिशवी दिली नि भन्नाट घराच्या दिशेनं सुटलो.

सोप्यात सगळे बसले होते. मला बघताच मामानं हंबरडा फोडला, ''आन्दा तुझी आनशी गेली रेऽऽ तुला सोडून.''

मी मामाच्या अंगावर जाऊन कोसळलो.

अधल्या रात्री मी तिकडं अफाट हासत होतो नि त्याच वेळी आनसा इकडं गेलेली होती; चालली होती.

रात्री दहाच्या सुमाराला तिला आठव्या महिन्यातच वेणा सुरू झाल्या. अंगात शक्ती काहीच नाही. मूल बाहेर यायला तयार नाही. मरणाच्या यातना तिला सुरू झाल्या. ती मुंडकं चिमट्यात सापडलेल्या खारीगत तडफडू लागली.

तास गेला तरी मूल आतच घुटमळलेलं. शेवटी मिशनरी दवाखान्यातल्या मड्डम डॉक्टरला बोलावून आणलं. ती आली नि त्याच क्षणी; कुचंबणारं मूल रक्ताच्या थारोळ्यासह बाहेर आलं. आनसानं त्याही अवस्थेत विचारलं, ''काय हाय?''

कुणीतरी म्हणालं, ''पोरगा हाय.''

तिला उदंड वाटलं. नवऱ्याच्या वंशाला दोन मुलगे दिल्याचं समाधान वाटून तिने डोळे मिटले. अर्ध्या तासानं ते कायमचे मिटले. होतं-नव्हतं तेवढं रक्त जणू तिनं त्या गुप्तधनासाठी राखून ठेवलं होतं... दोन दिवसांनी तो जीवही तिच्या मागोमाग तिचे स्तन शोधत निघून गेला.

आजारपणात तिला होणाऱ्या यातना, दुःख, राग, वैताग मी समजू शकत होतो. आई-दादा-मामा या सगळ्यांनाही मी समजू शकत होतो. आनसावर होणारा

अन्याय मला कळू शकत होता. ते सगळं मी जवळून पाहत होतो; पण काहीच करू शकत नव्हतो. माझ्या दु:खाच्या, शोकाच्या, एकाकीपणाच्या वेळी आनसाजवळ मी जात होतो नि सारं सांगत बसत होतो. अडीनडीला ती दोन पैसे देत होती नि माझ्या शिकण्याच्या इच्छेला खतपाणी घालत होती. ती मला नि मी तिला जवळचा होतो. माझा महापुरातला अतिशय घट्ट आधार गेला.

महिनाभरानं बायकांसंगं बोलता बोलता आई म्हणाली, ''मी रांडनं तिला दोन-तीन दीस म्हशीचा गिन्ना दिला नसता तर असं झालं नसतं.'' तिला वाटलं; गिन्न्याच्या उष्णतेनं ती दिवस भरायच्या आतच बाळंत झाली... आनसाला माझ्यासारखी गिन्ना खायची गोडी होती. पण पुढं पाच-सात महिन्यांनी मला कळलं की, तिला टी.बी. झाला होता. टी.बी. झालेला माणूस जगू शकत नव्हता. त्याच्यावर निर्णायक उपाय नव्हते. शेवटच्या स्टेजला ती गेल्यावर डॉक्टरांनी तिला घरी पाठवलं होतं. माणसांपासनं, मुलापासनं तिला दूर, हवेशीर जागेत ठेवायला सांगितलं होतं. मामानं हे कुणालाच सांगितलं नव्हतं. संगितलं असतं तर तिची सेवा-शुश्रूषा झाली नसती. 'मला काय झालं तर होऊ दे' म्हणून धाडसानं मामा तिची सेवा करत होता. त्याचा तिच्यावर हळूहळू खूप जीव जडला होता. मरणाच्या दारातनं ती दोनदा परत आली होती. एकदा प्लेगच्या साथीत. त्या वेळी तिला प्लेगची गाठ उठली होती; पण कोल्हापूरला वेळीच नेल्यामुळं ती सुखरूप परत आली होती. नंतर ती विहिरीत पडायला गेली होती; तिला मी वाचवली होती. त्यानंतर चार-पाच वर्षांनी ती गेली; मागं मामाच्या पदरात एक मुलगा घालून नि मामाला वाऱ्यावर सोडून.

◆

२२

आनसा मेल्यावर पंधरा दिसांतच मामा कामाला जाऊ लागला. कोल्हापूरला जाताना मामानं आपल्या दोन्ही म्हशी गुजराच्या मळ्यात नेऊन बांधल्या होत्या. त्या मळ्यातला चारा खात नि त्यांचं दूध शेडजींच्या घराकडं जाई. दादाला नि आईला; मामा-आनसा कोल्हापूरला जाताना वाटलं होतं; दोन्ही म्हशी दुभत्याच्या आहेत, त्या तात्पुरत्या का होईनात; मामा इथं आणून बांधील. पण मामानं तसं केलं नाही.

आईनं सहजावारी विचारून बघितलं, ''कोल्हापूरला चाललाईस; म्हसरांची अडचण हुईत असंल तर आमच्या हितं आणून बांध. आम्ही करू निगा त्येंची.''

''नगं, आक्का. तसं बघायला गेलं तर त्या दोन्हीबी म्हशी शेडजींच्या चाऱ्यावर जगत्यात. मळ्याकडचा शेलक्या वैरणीचा रोज एक बिंडा घरात येऊन पडतोय. शेडजींच्याच नोकरीतनं वाचलेल्या पैशांची पैली म्हस घेतली. आता दोन झाल्यात. थोडं दीस शेडजीच्या मळ्यात न्हेऊन बांधतो. जाऊ दे त्येंचं दूध शेडजीच्या घराकडं. जरा त्येलाबी बरं वाटंल आणि म्हसरांचाबी संभाळ हुईल.''

''तुला सोयीचं वाटंल तसं कर.''

''आता मी कोल्हापूरला चाललोय; पर मला पगार चालूच हाय. शेडजी माझ्याबद्दल जर असा इचार करत असंल; तर मलाबी त्येच्याबद्दल तसाच इचार करायला पाहिजे.''

''व्हय की.'' पर आई मनातनं नाराज झाली होती. तिनं तो राग दादाजवळ 'त्येच्या लेकीविषयी' बोलताना काढला होता. लेकीनंच हे शिकीवलं असंल; असं

तिला वाटत होतं नि दादाला 'हे लिंग्याचं डोसकं, तुझ्या भावाचंच गू-घाण मन' असं वाटत होतं... आई-दादाची अशी भांडणं चालली की, त्यांच्या रागालोभाचं मला हसू येई. 'मामाचं अगदी बरोबर हाय' असं मला मनोमन वाटत होतं. मामा मला कधी निवान्तात भेटला की, मी त्याला हे सगळं बघितलेलं सांगत असे. मामा मला अधनंमधनं हॉटेलात घेऊन जाई. शेवचिवडा, भजी खाऊ घाले.

आनसाच्या मरणाच्या दु:खाची कळा जोवर सबंध घरावर पसरली होती तोवर सगळं व्यवस्थित चाललं होतं. बाळू आमच्याकडं होता. त्याच्यापेक्षा चार-पाच महिन्यांनी लहान असलेल्या माझ्या धाकट्या भावाबरोबर तो खेळत, रमत होता. सगळ्यांबरोबर मिळेल ते खात होता. पण मळ्याकडं नेताना त्याला कुणी काखेत घ्यायचा हा पेच पडे. दोन्हींनाही हिरा मळ्याकडं घेऊन येत होती. पण बाळूपेक्षा आप्पाच तिच्या कडेवर जास्त असे. बाळूला पाऊण मैल लांब असलेल्या मळ्यापर्यंत चालतच यावं लागे नि चालतच परतावं लागे. एक तर तो आप्पापेक्षा थोडा मोठा. त्यामुळं हिरा आप्पालाच कडेवर येई. बाळूला घ्यायला बरोबर दुसरं कोणी नसे. संध्याकाळी कामं नसली की मी कधीतरी त्याला खांद्यावर घेऊन घराकडं जाई. कधी शिवा जाई.

घरात आमचा भातापेक्षा जोंधळे भरडून केलेल्या कण्यावर जोर असे. तांदूळ विकत आणणं परवडायचं नाही. जोंधळे घरचेच असत. भाकरीही त्याच्या नि कण्याही त्याच्याच. ताकाच्या पाण्याबरोबर त्या खाव्या लागत. दूध रतिबाला जाई. उरलेल्या मापभर दुधाचं दही लावून त्याचं मोगाभर ताक केलं जाई. नुसतं पांढरं पाणी. त्याच्या बरोबर कण्या ओरपायच्या. आरंभी आरंभी; त्या खाऊन बाळूला सणकून हगवण लागली. त्यात भरीत भर म्हणजे; तो आईजवळ खायला कायतरी मागे. घरात खायला काय असणार? फार तर भुईमुगाच्या शेंगा. आई त्याला खिसा भरून शेंगा देई. त्या तो अर्ध्याकच्च्या फोडून खाई. त्यामुळंही त्याची हगवण आवरेनाशी झाली.

मामाला सगळं हे कळत होतं. रात्री झोपायला तो आमच्या घरात असे. येताना त्याला तो काहीतरी खायला घेऊन येई. आप्पाला नि बाळूला तो ते देई. दोघे बसून मुटूमुटू खात. बारकी लक्ष्मी त्यांच्या तोंडाकडं बघत बसे. मामा बारीक नजरेनं बाळूच्या तोंडाकडं बघत बसे... त्याच्या मनात अनेक किंतू येत. बाळू एकाग्र चित्तानं खातानं बघून त्याला वाटे; पोरगं सकाळपासून उपाशीच हाय जणू. कदाचित बाळूच्या पोरकेपणाची तीव्र जाणीव मामाला होत असावी. बाळूला आपली आई कायमची देवाघरी निघून गेलीय, हे माहीतच नाही; या कल्पनेनं मामाला तीव्र यातना होत असाव्यात. तो त्याला उराशी धरून आढ्याकडं उदासपणे बघत झोपून जाई.

सकाळी बाळूचं होय-नव्हं सगळं मामाच करी. त्याचं तोंड धुई, त्याला आंघोळ घाली, त्याला परासाकडंला बसवी. बाळूनं परसाकडं केली की मामा ती न्याहाळून बघी. चिंतागती होऊन त्याचं ढुंगण धुऊन परत येई. आईला कसनुसं हासत म्हणे,

"बाळासाहेब नुसता आज कण्याच हगलाय."

"कल दीसभर कण्याच खाल्ल्या त्येनं. सारखं खावखाव करतंय. मागितलं तर द्यायला नगं? पोराची जात, वाढतं अंग. तासातासाला भूक लागती त्यांस्नी."

"ते खरं गं; पर कण्या पचत न्हाईत त्येला."

"आता मग त्येला मी काय करू? ह्या घरात सगळी खात्यात तेच त्येच्या वाटणीला येणार."

मामा गप्प बसे. बाळूचे हाल त्याच्या लक्षात येत.

बाळूप्रमाणं मामाही ह्या घरात पोरका झाला होता. सकाळी उठून तो आपल्याबरोबर बाळूचं सगळं करी नि चहा पिऊन कामाला जाई; ते रात्रीचंच परत येई. दुपारची भाकरी तो शेडजींच्या गड्यांचं जे गावाकडनं जेवण येई त्यातलीच खाई. रात्रीचं जेवण मात्र आमच्या घरात व्हायचं. पण ह्या मोबदल्यात मामा आमच्या घरात काहीतरी आणून टाके. धान्य, भाजीपाला, म्हशीला नदीचं गवत असं काही आणत असे. अधनंमधनं आईला पैसेही देई.

तरीही रात्री सगळी मिळून एकत्र जेवताना; दादा आईसंगं भांडण काढत होता. भांडणाचा विषय काहीतरी वेगळाच असे. तो निमित्तमात्र असे. पण या भांडणात, मामाच्या देखत दादा आईला तिच्या आईवरनं घाणघाण शिव्या द्यायचा. मामाला त्या मुकाटपणे ऐकाव्या लागत. या शिव्या अप्रत्यक्षरीत्या मामाला– मामाच्या आईला असत. पण मामाला काही बोलता येत नसे आणि दादालाही मामावरचा राग प्रत्यक्षपणे व्यक्त करता येत नसे. अशा वेळी मामाला फारच असह्य झालं की तो म्हणे, "आता घासभर तरी जेवू का नको? का माझ्या आईचा उद्धार करता त्यो बघत बसू?"

"तू जेव गा. तुला मी काय बोललो काय? ह्या रांडंच्या गांडीतच किडा वळवळतोय म्हणून मी बोलतोय." अशी खोटी सारवासारव दादा करी. त्याला वाटे; मामा नि बाळू सगळं फुकटच खातात. वास्तविक आई दादाला सांगे की, 'अई, लिंगाप्पा काय ना काय तरी आणून टाकतोय.' ... आज हे आणलं, काल ते आणलं; ह्याची माहिती ती दादाला देई. पण दादाला ते खरं वाटत नसे. त्याला वाटे; ही सख्खी भावंडं आपल्याला फसवत्यात नि आपलं घर लुबाडत्यात.

मामाला काय करावं काही कळत नव्हतं. त्याची कोंडी झाली होती. नातवाला आजीच्या ताब्यात देऊन घर सोडणं त्याला कठीण होतं. पोराची निगा ह्या घरात होणार नाही नि तेही हातचं जाईल, त्याची त्याला काळजी होती. भाऊजी आक्काला

छळतोय नि ते केवळ आपल्यामुळं, याचीही जाणीव त्याला होत होती.

मळ्यात आई आली की दादा तिला निराळ्या तऱ्हेनं छळायचा. साताठ मुलांचं स्वैपाकपाणी करीपर्यंत तिला कधी उशीर व्हायचा. सगळं लटाबंळ घेऊन, डोईवर जेवणाची बुट्टी घेऊन ती अकरा-बारा वाजता यायची.

"उशीर का गं एवढा?"

"झाला जरा उशीर पोराबाळांचं करूपतोर."

"गावाच्या पोटापाण्याची उस्तवारी करत घरात बस; म्हंजे उशीर हुणार न्हाई." असं म्हणून दादा तिला आईभणीवरनं शिव्या देई. हे 'गाव' म्हणजे 'मामा आणि बाळू' हे आम्हाला ठाऊक होतं.

कधीकधी पोरंबाळं अगोदर जेवत, त्यामुळं दादाला दुपारची भाकरी कमी पडे. दादा वैतागे, "त्या सुक्काळीच्याला पोट भरून घालतीस न्हवं? मग न्हवरा हिकडं मेला तरी त्येची काळजी करायचं काय कारण हाय? भाऊच तुझ्या जन्माला पुरणार हाय तर जा की तिकडं माळी गल्लीला गुवाच्या गवऱ्या वळत." त्याच्या या बोलण्यावर आई गप्प बसे. तोंड दाबून तिला बुक्क्यांचा मार मिळत होता.

"तुम्ही दोघांनी मिळून मला सालगडी केलाईसा, रांडं." असं म्हणून तो तुकडा तोंडात कोंबू लागे. मामा नि बाळू घरात झोपत. दादाला मळ्याकडं वस्तीला जावं लागे. मामा घरात झोपू लागल्यापासनं दादा नेमानं मळ्याकडंच झोपायला येई. दादाला हे जाणवत असे. थंडीवाऱ्यात आपणाला रातचं मळ्याकडं झक मारत जावं लागतं नि हे दोघं बापलेक घरात उबीला निजत्यात असं वाटे.

याचा परिणाम असा झाला की, महिना-दोन महिन्यांत मामाची नि आईची भांडणं होऊ लागली. आई आपली कुचंबणा मामाला सांगू लागली. वैतागून, "जा तिकडं तुझ्या तू घरात. कुठली तरी दुसरी बायकू करून घे; न्हाईतर रांड ठेव, पर मला आता ह्या वयात माझ्या दाल्ल्याचा जाच नगं." म्हणू लागली.

यातनंच मामा बाळूला घेऊन घरातनं बाहेर पडला. बाळूला त्यानं ढोल्याच्या तानाकडं ठेवलं. ही ताना म्हणजे; मामाच्या हाताखाली जे वीसभर ड्रायव्हर होते, त्यांतल्या एकाची आई. तिला तीन ल्याकच होते. थोरला ड्रायव्हर होता. मधला मजुरी करत होता नि धाकटा शाळेत जात होता. ही शेडजींच्या इथं गड्यांच्या भाकरी भाजायला होती. हिचा नवरा धाकट्याच्या जन्माच्या वेळी 'बावा' होऊन कुठंतरी तोंड घेऊन निघून गेला होता. लहान मूल घरात कुणी नव्हतं. बाळूवर तिची माया होती. आनसाच्या आजारपणात ती आनसाला अधनंमधनं मदत करायची. तिला आंघोळ घालायची. गरम गरम शिरा-भात करून घालायची. स्वभावानं गरीब. तिचा थोरला मुलगा मामाच्या हाताखाली होता. त्याच्याबरोबर शेळीला शेवरी, नदीचं गवत, कडवळाची पेंढी तिच्या घरी यायची. त्यामुळं बाळूला ती चांगली

सांभाळत होती. त्याबद्दल तिला थोडे पैसे मिळत होते. बाळू तिथंच वाढू लागला.

मामा शेडजीकडं जेवू लागला. मळ्यात जेवणाबरोबर त्याचंही जेवण येऊ लागलं.

मामाची नि बाळूची ही फरफट मी बघत होतो. आतल्या आत आईदादांवर चिडत, संतापत होतो. मामा बाहेर गेला तरी अधनंमधनं मी त्याला भेटत होतो. बाळूला जाऊन बघून येत होतो.

◆

२३

शेडजींच्या सालगड्यांच्या भाकरी कुणीतरी एखादी बाई पोचती करून जात असे. एकएका मळ्यात चारचार, पाचपाच गडी असत. मामा कारभारी होता त्या थोरल्या मळ्यात सहा गडी होते. ते जेवायला बसले की पंगत पडल्यागत वाटे. मामा त्यांच्यात जेवायला बसत होता. त्यांच्यातलाच एक होऊन जेवत होता.

गड्यांची पोटं मालकाकडं होती तरी, गड्यांच्या बायका अधनंमधनं आठदहा दिवसांतनं काही चवीचं, दाल्ल्याच्या आवडीचं घेऊन येत. त्या दाल्ल्या- बायकांचं मग मळ्यातच एका बाजूला लांब झाडाबुडी बसून बोलणं-खाणं चाले. गड्याची बायको मग पाटीभर शेण, थोडं माळवं, थोडी जळणाची काटकं घेऊन, दाल्ल्याच्या नजरंला नजर मिटवून गावात जायला निघे. अशा वेळी मामाही गड्यांना तासतासभर सुट्टी देई.

आपण मनोमनी उदास होत जाई. त्याला आनसाची आठवण होई. एकटाच धावंवर इंजनाजवळ बसे. त्याला आठवणीनं भडभडून येई. दुसऱ्याच्या घरात वाढणाऱ्या छोट्या बाळूची अनावर ओढ लागे.

तसाच उठून मग तो गावात जाई. बाळूला भेटे. तासभर बाजार पेठेत, हॉटेलात नेऊन त्याच्या मनासारखं त्याला खायला घेऊन देई नि परते... एकटाच आनसाबद्दल रस्त्यानं बोलत जाई. आनसामुळं त्याला सुखाचे, समाधानाचे दिवस नुकतेच लाभत होते. जन्मभर तो पोरका होऊन भटकला होता. पाटलाची गुरं राखता राखताच, नदीवर बसवलेल्या पाटलाच्या इंजनाची त्यानं माहिती करून

घेतली होती. ड्रायव्हरच्या हाताबुडी कामं करता करता, त्याच्या तल्लख बुद्धीला त्यातल्या काही गोष्टी कळत होत्या. त्याच त्यानं वाढवल्या होत्या. वय वाढल्यावर गुरं सुटली आणि त्यानं शेडजींच्या मळ्यात ड्रायव्हरकी सुरू केली होती. तिथनं दोन एक वर्षांत निघून कुठं कुठं परगावी अनेक ठिकाणी-हातमागावर, पिठाच्या गिरणीवर, ट्रकवर, प्रायव्हेट सर्विस मोटारींवर क्लीनर म्हणून, इंजनाच्या कारखान्यात, बिगार कामाच्या नोकऱ्या केल्या होत्या. इंजीन हे त्याचं वेड होतं. त्या वेडातनंच ही वनवन झाली होती. शेवटी शेडजींच्या मळ्यात पुन्हा परत येऊन स्थिर झाला होता. आनसामुळं त्याला ही स्थिरता मिळाली होती. स्थिरतेमुळं मेस्त्रीपण मिळालं होतं. त्यातनं एका मळ्याचं कारभारीपण मिळालं होतं. कारभारीपणामुळं जे काही पिकेल ते थोडं थोडं घराकडं आणता येत होतं. आनसा ते व्यवस्थेनं ठेवून त्याचा पैसा करत होती. चिटूकमिटूक मिळेल ते संसाराला लावत होती. असा संसार फुलत चालला होता तोवर नशिबानं धाड घातली. आनसाच्या आठवणीनं तो मग हातपाय गळल्यागत होऊ बसे.

हळूहळू; गड्यांत बसून भाकरी खाणं त्याला नकोसं वाटू लागलं. ते हाताखालचे गडी नि हा त्यांच्यावरचा कारभारी. जवळ जवळ मळ्याचा मालक. मळ्याची सगळी जबाबदारी त्याच्यावर. मालक कधी तरी साजंचं मळ्याकडं येऊन फेरी मारून जाई. माळवं-दळवं मामालाच पिकवावं लागे. ते बाजारात नेऊन विकावं लागे. त्याचे फक्त पैसे मालकाला नेऊन पोचते करायचे. भात, ज्वारी, ऊस पिकवून आणि मळून तो गाड्या भरून मालकाच्या घरी नेऊन देई. गड्यांच्या पदरात मूठपसा आपणच टाकी. गडी कृतज्ञ होत. अशा परिस्थितीत त्याला वाटू लागलं की, आपण गड्यांत गडी होऊन बसू नये... कारभाऱ्याच्या पायरीनं कारभाऱ्यानं ऱ्हावं; न्हाईतर गड्यावर दाब ऱ्हाईत न्हाई.

काही दिवस तो आपली भाकरी बाजूला काढून, गडी जेवून गेल्यावर जेवू लागला. तेही त्याला गोड वाटेना.

गडी एकमेकात बोलत. "आमच्यागत ह्योबी सालगडीच की."

"पर नावाचा तरी कारभारी हाय का न्हाई?"

"नावाचा कारभारी; पर बाकी सगळं आमच्यागतच. ह्येचंबी पॉट मालकाकडं नि आमचंबी मालकाकडंच. आमच्या जे पोटात जातंय; तेच ह्येच्याबी पोटात जातंय."

"आरं, नुसतं पोटातच जात न्हाई; तर आम्ही जे मालकाचं खाऊन मालकाच्याच रानात हगून खत करून देतोय; तसाच ह्योबी मालकाला खत करून द्यायलाच आलाय... तरीबी सवतं जेवायचं सॉंग आणतोय."

चोवीस तास रानात पडून राहणाऱ्या मामाच्या कानावर हे पडलं नि त्याच्या

जिवाला इंगळ्या डसू लागल्या... असंच मालकाच्या रानाला खत तयार करत जलम काढायचा का काय?

रानात माळवं-दळवं येऊ लागलं नि मामाचा जीव चुटपुटू लागला. घडोघडी त्याला आनसाची आठवण होऊ लागली... ती आता असती तर तिनं माळवं-दळवं घराकडं न्हेलं असतं. मनासारखी फोडणीची चरचरीत आमटी केली असती. तिच्या हातच्या एकाच भाकरीनं पॉट भरल्यागत झालं असतं. – भातं कापली तेव्हा मामाला वाटलं; ती असती तर पोतंभर भात तिनं घरात साठवलं असतं. सालाची बेजमी करून ठेवली असती. गुऱ्हाळं सुरू झाल्यावर मामाचा जीव खालीवर होऊ लागला. त्याला घाणा नि इंजीन घाणवडीवर बसवायला शेडजींच्या प्रत्येक मळ्यात जावं लागे. घाणा चालू असताना सगळीकडं सारखी फेरी मारावी लागे. येताजाता तो गुळाचं एखादं भेलकांड घेऊन येई.

त्याच वेळी गावातल्या लोकांची नि कागलच्या आसपासच्या खेड्यांवरची इंजिनंघाणं त्याला जाग्यावर जाऊन दुरुस्त करायची बोलावणी येत. रातपाळी करून तो माळामुरडीनं सायकल तुबलत परत मुक्कामावर येई. अशावेळी त्याला गुळाची भेलकांडं भरपूर मिळत. आनसा ती दोनतीन महिने साठवून ठेवी. पावसाळा आला, थोडेसे भाव वाढले की, ती बाजारात थोडा थोडा गूळ नेऊन विकत बसे. चार पैसे साठवी. म्हसरांच्या दुधाचा ती असाच पैसा करत होती.

चार पैसे मिळवण्याचे दीस. पण आनसा नाही म्हणून मामाचा जीव कावराबावरा झाला... असाच बावागत जलमभर ऱ्हायलो तर पोटचं पोरगं भीक मागत हिंडंल. अजून फुडं लई दीस जगायचं हाय. मी असा कुत्र्यागत मालकाचा तुकडा खात मळ्यात नि पोरगं दुसऱ्याच्या घरात. अशा जगण्याला ना चव ना चोथा.

उन्हाळा आला. कष्टपाणी झाली. टिपणासरशी पाऊस लागला. पेरण्याही ओलीला लागल्या.

बेंदराच्या दिवशी मामा बाळूला नटवून आमच्या घराकडं आला. बऱ्याच दिवसांनी मामा आणि बाळू घराकडं आलेले बघून आईला बरं वाटलं. मधला काळ दोघांच्या अबोल्यात गेला होता. इकडं आईलाही आनसाच्या आठवणी होत होत्या. पाडव्याला, बेंदराला हमखास आनसा सणाचं गोडधोड घेऊन भावंडांना भेटायला येत होती. पण यावेळी नुसता मामा आणि बाळूच आलेला बघून आईलाही भडभडून आलं. तिचे डोळे पाण्यानं डबडबले.

"बरा आलास? भणीची आठवण झाली म्हणायची तुला." असं म्हणून तिनं आपल्या नातवाला मामाच्या काखंतनं काढून घेतला. "बाळू, आजीची आठवण हुतीया लेका तुला?"

दोघे अनासाच्या आठवणी काढून घटकाभर रडले. आईनं दोघांनाही "आता

आलाईसा तसं आजच्या दीस ऱ्हावा नि सणाचं जेवूनच जावा,'' असं सांगिटलं नि भणीभावंडं बोलत बसली.

बोलता बोलता मामा आईला म्हणाला; ''आक्का, ह्यंदाची माझी सगळी सुगी इनारथ गेली. एकदोन मण जुंधळं, मणभर भात गोळा झालं असतं. मूग, मिरची, डाळी मिळाल्या असत्या. साताठ ढेपा गूळ झाला असता. दोन्ही म्हशींचं दूध तर अजून शेडजींच्या घराकडंचं जातंय. त्या दुधानं घरखर्च चालला असता. सगळं वाऱ्यावर गेलं. एवढी सुगीसराई झाली तरी घर नुसतं धरमशाळंगत मोकळं पडलंय.''

''माझी आनसा असती तर भरलं असतं बाबा ते. मग तुला एकीकडं, पोराला एकीकडं भयाभया करत फिरावं लागलं नसतं.''

''नशिबात भोग हाईत तर नगं फिरायला?''

''मला रांडंला न्हवरा चांगला असता तर मी कशाला तुम्हांस्नी असं वावटुळ्यात सोडलं असतं?''

''त्येचा आता काय बोलून फायदा न्हाई. गुजराच्या अन्नाला ना चव ना चोथा. ढोरांचं अन्न नि गड्यांचं अन्न सारखंच असतंय तिथं. त्यातलंच मला खावं लागतंय. असंल त्या भाजीभाकरीचा बुकणा करून पोटात ढकलावं लागतंय. पोरगं तिकडं लोकाच्या घरात वनवाशागत ऱ्हातंय. एवढं मिळवून, रातध्याड कष्ट करून त्येचा काय उपयोग?''

''मग काय करावं म्हणतोस सांग.''

''पोराला असं घेऊन कुठंवर जलम काढू मी? पोटापाण्याची काय तरी नीट येवस्था झाली पाहिजे का नगं?''

''मग मी कुठं नगं म्हणतीया तुला?''

दोघांनाही दुसऱ्या लग्नाचा विषय काढणं जड जात होतं; दोघंही कुचंबत होती.

''तसं न्हवं; मन घट्ट करून काय थोड्या गोष्टी ठरविल्या पाहिजेत.''

''ठरीव की. काय म्हणणं हाय तुझं?''

''आनसा मरून आता साताठ म्हैनं झालं. तवर आमचं हाल कुत्रंसुदीक खाईना झालंय. माझ्यापरास पोराचं हाल मला बघवंना झाल्यात. अशा वक्ताला आनसावर माझा कितीबी जीव असला तरी; तिच्या जिवाचं आता सोनं झालंय. म्हणून मला आज ना उद्या दुसरं लगीन हे केलंच पाहिजे.''

''कर की. मी काय नगं म्हणतोय तुला?... दादाचा संसार तिकडं सुरळीत चाललाय. माझी मी कशी का असंना पर्पंच कराय लागलोयच. अशा वक्ताला मी का तुलाच एकट्याला 'अंगाला राख फासून बावा हो' म्हणणार हाय? तुझा येलइस्तार वाढाय नगं? तुझं सुख ते माझं सुख. तुम्हा बापलेकांस्नी असं परदेशी

झालेलं बघतानं माझ्या जिवाला का बरं वाटत असंल, असं वाटतंय तुला?'' आईच्या मनाला थोडासा पीळ पडल्यागत झाला.

''तसं कुठं मी म्हणतोय? आनसाला जाऊन तर आता साताठ म्हैने झालं. वर्सातलं चारपाच म्हैने नुसतं उरल्यात. म्हंजे लगीन केलं तर ह्या चारपाच म्हैन्यांत केलं पाहिजे; न्हाईतर तीन वर्सं कराय येणार न्हाई; म्हणून म्हणतो.''

'कर की. तुळशीची लगनं झाली की लगीच करून टाक. तीन वरसं थांबणार कोण? तवर एकटा ऱ्हाशील नि घराची धूळधाण उडंल. जाग्यावर कस्पाट म्हटलं तर शिल्लक ऱ्हाणार न्हाई. तवा सक्रांतीच्या आतच आटपून टाकलेलं बरं.''

''तेच मीबी म्हणतोय. त्यासाठीच मन घट्ट केलं पाहिजे. आता पावसुळा हाय. कामाचा रेटा कमी झालाय. तवा कुठं कुठं जागं असतील ते बघून येतो. कुठला बरा दिसंल त्यो ठरवून टाकायचा नि मोकळं हुयाचं.''

सणाचं जेवून मामा उठला. आईच्या सांगण्यावरनं; त्यानं बाळूला आईकडं चारपाच दिवसांसाठी ठेवलं. बाळूही आजीजवळ राहायला तयार झाला म्हणून दोघांनाही बरं वाटलं.

बेंदूर असल्यामुळं संध्याकाळी मी घराकडं तासभर दिसाला आलो. पावसाळ्याचं दीस. मळ्यात काम काही नव्हतं. आज बैलांना सुटी. गावातली हौशी माणसं बैलं नटवून गावातनं फिरवणार होती. म्हणून मी अणि शिवा गावाकडं जरा लौकरच आलो.

घरात येऊन बघितलं तर बाळू आलेला दिसला. मला नि शिवाला बरं वाटलं.

त्याला घेऊन आम्ही गावात नटवलेली बैलं बघायला बाहेर पडलो... आई गंभीर झालेली दिसत होती. पण आमचं कुणाचं तिच्याकडं ध्यान नव्हतं. शिवायला घेतलेली वाकळ सोप्यात आंथरून ती तिला टाके घालत होती. आनसा नेसत होती ते सबंध हिरवं पातळ; आईनं मधनं तुकडे करून वाकळंच्या एका बाजूला अखंड लावलं होतं. क्षणभर मला आनसाच्या घनदाट आठवणी झाल्या. पण त्या तशाच दडपून बाळूला घेऊन बाहेर पडलो.

... खरं म्हणजे; घरात कुणी वडीलधारं माणूस मेलं तर, त्याची सगळी कापडं हेळव्याला सुगीच्या दिसात दान केली जातात. मेलेल्या माणसाच्या कपड्यानं हेळव्याचा संसार सालभर तरी झाकावा नि मृताला आशीर्वाद मिळावा, अशी रीत असते. पण दिवस जिकिरीचे होते. जन-रीत मोडून; आईनं आनसाची कापडं हेळव्याला दान केली नाहीत. तिला अगोदर वाटलं होतं; पोरींना ती नेसायला द्यावीत. पावसाळ्यात पेरणी करून पोरी उभ्या पावसात चिंब भिजून आल्यावर, तिनं ती एकदा हिराला नि धोंडूला नेसायलाही दिली होती. थोरली लेक मेली नि तिची कापडं नेसून धाकटी सजली. जणू ती कवा मरंल नि आपल्याला तिची लुगडी कवा

मिळतील, ह्येची वाटच धाकट्या भणी बघत होत्या; असं तिला वाटलं.

तिनं लगेच दुसऱ्या दिवशी आनसाची कापडं स्वच्छ धुऊन, घड्या घालून पुन्हा गठळ्यात बांधून ठेवली होती. मधे जुन्या कापडाचा बाजार करणाऱ्या डवरिणीला ती विकावीत असंही तिला वाटलं होतं. पण मेलेल्या लेकीची जुनी कापडं इकून आलेला पैसा आईनं आपल्या संसाराला लावला; अशी कसाब-करणी हुईल, असंही तिला वाटलं. तोही बेत तिनं रद्द केला होता. आता पांघरुणाच्या निमित्तानं आनसाला ती आपल्या संसारात ठेवून घेत होती... त्या हिरव्या पातळाला आम्हा सगळ्यांच्या जुन्या कपड्यांच्या चौकनी ठिगळांबरोबर टाका घालताना तिला हे सगळं आठवत असावं; असा तिचा चेहरा झालेला. ती अबोल होऊन वाकळ तुरपत होती.

दोन तास 'कर' बघितली. चौगुले, पाटील, सवळेकरी यांची बैलं दैत्याच्या पिल्ल्यागत ठेवलेली. नागाच्या अंगावर असावं तसं एकेकाच्या अंगावर तेज. बघत राहावीत अशी नटवलेली. गावाचं वैभव बाहेर पडल्यागत वाटत होतं... आमचीबी बैलंच. कायम वाळून कोंज झालेली. त्यांच्या पोटापाण्याला कधी भरपूर मिळायचं नाही. आम्हा भणी-भावंडांसारखंच त्यांच्याही नशिबी भरपूर कष्ट नि उपासमार आलेली असायची... आमच्या मळ्यात 'करीची' बैलं कवा तयार हुयाची?

रुखरुखत्या मनानं मी घराकडं परतलो. गल्लीत आल्यावर बाळूला शिवाकडं दिलं नि मी गल्लीच्या पोरांत बोलत बसलो, ते घरात यायला रात्रीचे दहा वाजले. सण असल्यामुळं दुपारीच दादाचं रात्रीचं जेवण मळ्यात आणलं होतं. त्यामुळं मळ्याकडं जाण्याचं काम उरलं नव्हतं.

घरात आलो तेव्हा सगळी पोरं निजली होती. आईच्या आंथरुणावर बाळू आणि आप्पा शेजारी शेजारी झोपले होते. आईनं मला रक्शावरची उनउनीत आमटी वाढली. दोन पोळ्या, थोडा भात, ताटलीतच एका बाजूला घातला. आपणही माझ्याबरोबर जेवायला बसली. म्हणजे ती अजून जेवली नव्हती. दाराच्या चिरोंडीतनं नेहमीच्या माझ्या सवयीप्रमाणं आत बघितलं तेव्हा ती आंथरूणावरच पायावर पाय घालून, एकटीच बसलेली मिणमिणत्या दिव्याच्या उजेडात दिसली होती... माझी वाट बघत असावी.

जेवता जेवता तिनं सकाळी काय घडलं ते मला सांगितलं नि शेवटी म्हणाली, "माझ्या लेकीचा ल्योक आता पोरका हुणार बघ."

"असं कसं म्हणतीस? मामाला एखाद्या वक्ती चांगलीबी बायकू मिळंल; कुणी सांगावं?"

"मिळाली तरी पोटचं ते पोटचं नि सवतीचं ते सवतीचंच असतंय."

"आनशीला सवत आली तरी आनशी काय आता पुन्ना संसार कराय येणार

न्हाई. व्हय बा; मामाच्या नव्या बायकूला तिची सवत छळतीया म्हणून तीबी बाळूला छळंल, असं म्हणायला.''

''तसं नसतं ते, लेका. उद्या तुझ्या मामाच्या नव्या बायकूला पोरंबाळं झाली की, त्या दोघांच्या संसारात बाळू उपराच हुणार. त्येची नीट इल्लं हुणार न्हाई. मिळंल ते त्येला खावं लागंल. शिवाय तिला वाटणार; ह्यो आपल्या संसारात आगांतूक वाटंकरीच हाय. आपल्या पोटच्या पोरांच्या जिनगानीत वाटणी मागणार, असंच तिला वाटणार नि ह्येचं ती हाल हाल करणार बघ. जगलं वाचलं तर देवाची खैर म्हणायची.''

''मामा त्येचं हाल करू द्यायचा न्हाई. त्येचा लई जीव हाय बाळूवर. आनसावरबी त्येची माया हुती. येणाऱ्या आईनं बाळूचं काय कमीजास्त केलं तर मामा जीव घेईल तिचा.''

''ते आता तसं वाटतंय. उद्या ती आल्यावर दोघंबी एक हुणार न्हाईत कशावरनं?''

''झाली तरी चांगलंच हाय, काय वंगाळ न्हाई. त्येंचा संसार तरी चांगला हुईल. आणि मामाला उद्या हुणारी पोरं जशी त्येच्या पोटची असणार; तसाच बाळूबी त्येच्या पोटचा हाय. उलट त्यो थोरला पोरगा. हाताबुडी आला तर मामाला किती मदत हुईल की... आतापतोर तूच मामाचा संसार हुबा करून दिलास. हितनं फुडं त्येला आता तू असाच नारळीच्या वांझ झाडागत एकांडा ठेवणार? त्येचं हित तुलाच बघिटलं पाहिजे.''

''माझ्या भावाचं हित तर मलाच बघायला पाहिजे, लेका. त्येचं हित न बघून मला कसं भागंल? हिकडं बघावं तर माझ्या भावाचं घर, तिकडं बघावं तर ते माझ्या लेकीचं घर. तालेवाराच्या घरागत माझ्या लेकीनं राखलं, म्हशी घेटल्या, सोनं केलं, सोपा वाढवून घेटला, परड्यात गोठा बांधला, भांडीकुंडी केली, पैसाआडका केला. आता ह्या संसारात कोण येणारी बया आयती येणार. माझ्या लेकीनं मांडलेल्या संसाराची आयती मालकीण हुणार. आणि माझ्या लेकीचा ल्योक त्या संसारात परदेशी हुणार. उद्या माझ्या भावालाबी त्या बयेनं गुंडाळून ठेवलं; तर कालचं बरं खरं उद्याचं नगं; असं माझ्या भावाला होऊन बसणार... जिवाला नुसतं कोडं कोडं पडून गेलंय बघ माझ्या.''

''आता चारपाच दिसांनी बाळूला न्ह्यायला मामा आल्यावर त्येला हे सगळं सांग. ह्यातनं कशी वाट काढायची ते ठरीव, म्हणावं. त्येचं दुसरं लगीन तर झालं पाहिजे. त्येच्या हुणाऱ्या बायकूला मातूर ह्येची सगळी जाणीव दिली पाहिजे.''

कधीही नव्हे ती आई माझ्याशी इतक्या अवघड गोष्टी बोलत होती. बहीण-भावांचे संबंधही पहिल्यांदाच इतक्या मोकळेपणानं सांगत होती.

तिला कुणाजवळ तरी हे सगळं सांगून टाकावंसं वाटत होतं. मी तिला ऐनवेळी निमित्त सापडलो. आई खरंच आपला सल्ला घेण्यासाठी सांगते आहे, याची जाणीव होऊन मीही खराखुरा पुरुषासारखा बोलू लागलो. मनोमन मला मामाचं लग्न व्हावं असं वाटत होतं. आनसा मेल्यापासनं मीही पोरका झालो होतो. गावात मला कुणीतरी आसरा देणारं वडीलधारं माणूस हवं होतं. मामीच्या रूपात मी ते शोधत होतो.

चारपाच दिवस गेले. दादाची रातची भाकरी देऊन मी परत आलो. मामा बाळूला पुढ्यात घेऊन आईबरोबर बोलत बसला होता.

"कवा आलास?" मी सहज विचारलं.

"आत्ताच आलो."

मी तिथंच बसलो. मामा आईला सांगत होता की, शेडजींच्या कानावर त्यानं आपल्या दुसऱ्या लग्नाची गोष्ट घातली. शेडजीनं त्याला 'जागे' निघतील तशा पोरी बघायला गावी परगावी जाण्याची मोकळीक दिली होती. शेडजीलाही वाटत होतं की, मामानं लौकरात लौकर दुसरं लग्न करून घ्यावं; म्हणजे दोघा बापलेकांच्या पोटाला करून घालणारं कुणी तरी हक्काचं माणूस घरात येईल.

आई सगळं मनातल्या मनात काही तरी निर्णय झाल्यासारखी गप्प बसून, 'हूं हूं' करत ऐकत होती.

मामाचं सगळं बोलून झाल्यावर ती म्हणाली; "तू बघ पोरी. मला काय आता पोरी बघायला येववणार न्हाई. म्हणून तुझ्या तूच बघ... दुसरं लगीन हाय. गोरगरिबाची अडल्यानडल्याची पोरगी असावी. म्हंजे दुसरेपणावर नीट ऱ्हाईल. पसंत पडली तर तिला सऽमदं काय हाय ते सांग. पोराला पोटचा गोळा समजून सांभाळायला पाहिजे म्हणावं. घरावर खरी मालकी त्या पोराचीच हाय, म्हणून सांग. सगळा संसार पोराच्या आईनं हुबा केलाय, म्हणून सांग. हे समदं तिला परवडणार असलं तर फुडच्या गोष्टी कर. न्हाई तर दुसरी बघ. पैलारूच असावी. कुणाची उसटी इस्तारी, रांडमुंड झालेली आम्हांला नगं. उगंच गुडघ्याला बाशिंग बांधून हिंडू नगं. कुठल्याबी गोरगरिबाच्या पोरी येतील. तवा आदूगर समदं सपष्ट सांगावं. मागं एक, फुडं एक असा लांडा कारभार आम्हांस्नी नगं. मागनं त्येचा तरास हुईल."

"न्हाई. सगळं सांगतो की आदूगर. दडवून काय ठेवायचं त्यात? बाळूसाठी तर सगळं हे करायचं." आई मोकळेपणानं बोलती आहे, लग्नाला खुल्या मनानं परवानगी देती आहे, याचा मामाला मनोमन आनंद होत होता. त्याला आक्काचा आधार हवा होता. तिच्याशिवाय गावात त्याला अणि तिलाही दुसरं कोणी नव्हतं.

मोठ्या आनंदानं मुली पाहायला तो बाहेर पडला. बाळू महिन्या-पंधरवड्यातनं दोनचार दिवस आमच्याकडंही राहू लागला. मामाचं येणंजाणं सुरू झालं.

पुढं गावात तुळशीची लग्नं झाल्यावर मामानं लौकरच दुसरं लग्न करून घेतलं. आमच्याच दारात ते झालं. मामाची त्याच्या पाठीमागं एक सद्भावना होती. पहिलं लग्न आईनं आमच्या दारात केलं होतं. आता दुसरं लग्नही आपल्या थोरल्या बहिणीनं करून दिलं; असं गावाला दिसावं, असं त्याला वाटत होतं. आईला, दादाला मोठेपणा मिळत होता, म्हणून त्यांनाही बरं वाटलं. मामानं नव्या उत्साहानं नवा संसार मांडला.

मामाचं लग्न झालं नि लग्नात अवघडून फिरणारी माझी आई लौकरच बाळंत झाली. तिला मुलगी झाली. आईला वाटलं; आपल्या पोटाला पुन्हा आनसा आली. मामाचा संसार बघायला ती नव्या रूपात आली, असं तिला वाटलं.

शेडजींच्या गिरणीतनं आनसाला आमच्या घराकडं आणल्यावर ती थोड्याच दिवसात आईला म्हणाली होती; ''आई मी आता काय जगणार न्हाई. माझ्या म्हेनत्याचं तू दुसरं लगीन करून दे. माझ्या बाळूला संभाळणारी गरीब बायकू तू त्येला करून दे...''

आईला हे सगळं पोरीच्या बारशा दिवशी आठवलं. आईनं रडायला घातलं. रडता रडताच तिनं ''माझ्या लेकीचं नाव 'आनसा' ठेवा. 'आनसा'च हाय ती.'' असं सांगितलं. आईचं हे दहावं बाळंतपण आणि अकरावं मूल होतं. एक भाकरी आता आईदादासकट दहा जणात वाटावी लागणार होती.

◆

२४

दुसऱ्या वर्षाचा पावसाळा. नेमानं पाऊस पडू लागलेला. पेरण्या जागच्या जाग्याला लागलेल्या. मळ्यात नुसतं ढोरांना वैरणी घालत, त्यांची शेणं-घाणं काढून उकिरड्यावर टाकत बसलेलो. बाहेर ढोरांच्या मांडवात चिखल झालेला. गायरं नि बैलं रात्रंदिवस खोपीतच. त्यामुळं संबंध खोपभर त्यांच्या शेणा-मुताचा उग्र वास भरून राहिलेला. त्यातच पुस्तकं वाचत बसत होतो. जेवत होतो.

कामं नसल्यामुळं दादा गावात गेलेला. मला एकट्याला बसून कंटाळा आलेला. जवळ वाचायलाही काही नव्हतं. ढोरं माझ्याकडं नि मी ढोरांकडं बघत बसलेलो. सगळी जिथल्या तिथं गप्प. पाकाड्यातली उंदरं तेवढी वरच्यावर एकमेकाची पाठशिवणी खेळत चीची करत बसलेली. सगळी खोप खायला उठल्यागत झालेली... आज दीसभर पाऊस. बाहीर तोंड काढू देत न्हाई. सगळी माणसं हातापायाची घडी घालून, तोंडाला मिठी मारून बसलेली. गारठ्यामुळं ती सोडवत न्हाई... सांजचं गावात वैरणीचा एक भाराबी दिसणार न्हाई. वेरणीला चटका येईल. कवळ्या गवताचं दोन पाचुंडं बाजारात न्ह्यावंत. चार पैसे मिळतील. बऱ्याच दिसांत सिनेमा बघिटला न्हाई...

हरमाळ टळल्यावर मनाचा धडा करून मी ओढ्याला गेलो. दहाबारा पेंढ्या कापून उसात भारा बांधून ठेवला.

किनीट पडायला बाजारात भारा टाकला तेव्हा उसाचा पाला घेऊन आलेला कदमाचा शिर्प्या शेजारीच उभा राहिलेला दिसला... दुसरीतनं त्यानं शाळा सोडल्यामुळं

त्याचं दर्शन गल्लीत असूनही फारसं होत नव्हतं. वयाच्या अकराबारा वर्षांपर्यंत त्यानं कुणाबुणाची ढोरं राखली. मग आईबरोबर रोजगाराला जाऊ लागला. नुसताच उंच वाढलेला. हातपाय तशाच तुरकाट्या. ढुंगणाला भिजक्या खाकी चड्डीच्या चिंध्या लोंबतेल्या. त्याच्याच घराशेजारी राहणाऱ्या काटकर पोलिसानं त्याला ती जुनी झाल्यावर दिली होती. अंगात तसंच कातरं-बोतरं झालेलं कुडतं. पावसानं आबंट ओलं झालेलं. अर्ध्याअधिक पिंडऱ्या चिखलानं माखलेल्या. ह्या सगळ्यांमुळं अंगात गारठा फुटलेला. त्या अंगाला अंगावरच्या भिजक्या पोत्यातनं ऊब येती का काय ते शिर्प्या बघत होता. तोंड उघडं ठेवून त्यानं दोन्ही हातांनी ओढून पोतं छातीपाशी घट्ट धरलेलं. तेवढंच घुबडासारखं मोठ्या डोळ्यांचं काळसर तोंड बघून न्याहाळत म्हणालो, "शिर्प्या का काय रं ह्यो?"

"हांऽ! लाव लाव; सरळ भारा लाव."

मी भारा सरळ लावला. ओले झालेले हात अंगावरच्या पोत्याला पुसले.

"काय शिर्पतराव, वळीखलाच न्हाईस की."

"तूबी मला वळीखला न्हाईस."

"मी न वळखाय काय झालं?"

"काय झालं? तुझा ह्यो येबाव वड्याच्या पाण्यात वाकून बघ म्हंजे कळंल... अंगावरचं ज्याकीट तांबड्या मातीत रंगवून काढल्यागत दिसतंय. मांजरपाटाच्या चड्डीवर मागनं लालगांड्या हुप्प्यागत मातीचं डाग पडल्यात. पाय राडीचिखलानं कुजल्यागत दिसाय लागल्यात. हात उकमारून गेल्यात. ह्यो तुझा अवतार बघून, कोणतरी तुला 'सातवी फास झाल्याला आन्दू' म्हणंल काय? नांगरगट्ट्यागत दिसतोईस. अंगाचा वास बघ बैलाच्या मुतागत मारतोय."

मी हिरमुसल्यागत झालो. पड्या आवाजात म्हणालो,

"आता काय शाळा सुटली. मग नांगरगट्ट्या हुईना तर काय बालिस्टर हुईन?"

"मग एवढी शाळा शिकून तुझ्यात नि माझ्यात फरक काय पडला? उलट तुझ्यापक्षा आम्हीच बरं."

"ते कसं काय?"

"आता बघ की; तू सातवीतनं शाळा सोडलीस नि मी दुसरीतनं शाळा सोडली. म्हंजे माझी साऽवरसं वाचली. तवापासनं कामं करून मी पोटाला खातोय. तू साऽवरसं आई बाऽला काळ झालास नि शाळा शिकलास. शेवटाला हातात खुरपं-कासराच की. काय फरक पडला मग तुझ्यात नि माझ्यात?... शाळा शिकून नोकरी मिळाली तर शाळंचा फायदा; न्हाईतर हगलं काय नि पोट गेलं काय, सारखंच की."

"ते का रे? सातवीपत्तोर गिन्यान तरी मिळालंच की."

"काय त्येचा शेतकीत उपयोग? उलट पैलीपासनंच शाळा सोडून शेतकीत घुसला असतास तर, शेतकीचं गिन्यान तरी आतापतोर नीट झालं असतं. आता धड तेऽबी न्हाई नि धड हेऽबी न्हाई."

तोवर कुणीतरी पाल्याला गिऱ्हाईक आलं. शिर्प्यानं घासाघीस केली, पाला कसा कोवळा, हिरवागार आहे, ढोरांना तो मेव्यासारखा कसा वाटेल, हे पटवून देण्याचा प्रयत्न केला. पण सौदा पटला नाही. गिऱ्हाईक पुढं गेलं. शिर्प्याचं मन काहीसं निराश झालं. तो गिऱ्हाइकाकडं बघत तसाच उभा राहिला.

विषय पालटून सहजावारी म्हणालो; "कुणाच्यातनं आणलास पाला?"

"मकबूल पठाणाच्या मळ्यातला."

"म्हंजे कमताच्या खालतीकडचा?"

"हां."

"आरं बाबा रं! चिखूल लई झाला असंल की रं तिकडं? मधल्या पांदीत गुडघ्या गुडघ्या एवढं पाय जाईत असतील नि."

"काय करायचं? पॉट तरी जाळलं पाहिजे त्येच्या आयला! उन्हाळ्यात कामानं कामानं जीव कैंगटतोय नि पावसुळ्यात कामं नसल्यावर असं रोज एकाच्या बांधाला जाऊन कशाबशाची भीक मागायची पाळी येती. त्योबी पठाण आपला भला माणूस, सालभर उन्हाळ्यात त्येच्या हितं मी वंगतोय म्हणून त्येनं पाला तरी दिला... न्हाई तर असल्या पावसुळ्यात कोण शिरू देतंय उसात?"

"उसात लई हुदल हुईत असंल न्हाई तिकडं?"

"हुईना तर. काळवाटाची रानं. पाय घोट्यापतोर बुडत्यात. बसलं की गांडीत राड जाती. लंगोट्यावर कामच कराय येत न्हाई. म्हणून तर ह्या असल्या चड्ड्या कुणाबुणाच्या मागून घालायच्या."

मला हसू आलं.

"हासतोय काय? अजून जाऊ देत दोन वर्सं. माझ्यागत लगीन झालं की मग तुला कळंल पावसुळ्यात पोटं कशी पिसाळत्यात ते. असल्या दिसांत सगळ्यांच्या गांडीत मेखा न्हाईतर बुचं मारून ठेवावीत असं वाटतंय."

"का रे?" मी जास्तच हसू लागलो.

"नव्या पाण्यानं नि ह्या गार हवंनं हगवाण लागती. परसाकडंला सारखं पळीवतंय. पोटं मोकळी झाली की खाव-खाव हुतंय... पर खायाचं काय? कुठं कामच मिळत न्हाई तर पोटाला आणणार कुठनं? अशा वक्ताला आपलं गांडीला बुचं मारली तर खाल्लेलं बाहीर पडायचं तरी न्हाई नि भुकाबी लागायच्या न्हाईत."

"चांगली हाय हं आयडीया! बुचं घेच करून तू."

"आरं, मी तर करतोय. पर तुलाबी आज ना उद्या करून घ्यावी लागत्यात का न्हाई बघ. भाद्दरा, तू आता असाबी शेतकीत आलाईस नि तसाबी शेतकीत आलाईस."

भागवत आण्णा छत्री सावरत भाऱ्याकडं येताना दिसले. ते शिर्प्याच्या भाऱ्याला ओलांडून सरळ माझ्याकडं येऊ लागले. शिर्प्या त्यांना म्हणाला; "आण्णा, काय बिनबोलताच चाललासा? घ्या की पाला. मेव्यासारखा हाय नुसता."

"अरे, कोवळ्या गवताच्या दिवसांत पाला घेणार कोण? दुभती म्हैस आहे माझी."

"पाल्याला का दूध नसतंय व्हय आण्णा? नव्या फुटीचा गुळच्याट पाला हाय."

"असला तरी नको." आण्णांनी त्याच्याकडं दुर्लक्ष केलं नि माझ्या भाऱ्याकडं आले. मी भाऱ्याचे पैसे सांगितले. मला ओढून ताणून शिर्प्यागत एकएक पैसा काढायचा नव्हता. तरी मी नेहमीसारखी घासाघीस करून भारा आण्णांच्या पदरात टाकला.

"जातो रे, शिर्प्या" म्हणत आण्णाकडनं भारा उचलू लागून घेतला नि शिर्प्याकडं बघत हासऱ्या चेहऱ्यानं निघालो. शिर्प्याचा चेहरा बूच मारल्यागत अस्वस्थ झालेला दिसला... तासभर रात झाली होती. हळूहळू गिऱ्हाईक गवताचे भारे पहिल्यांदा घेत होतं. कुणीतरी गिऱ्हाईक शिर्प्याचा पाला पड्या भावात मागत होतं. शिर्प्याच्या दिवसभराच्या कष्टाचेही पैसे मिळत नव्हते. घरात तर तोंडं आऽवासून बसलेली. त्याचा चेहरा पावसाळी ढगागत अधिकच काळा पडत लोंबकळत असल्यागत दिसत होता.

पावसाळी गटारं तुंबून त्यातली गू-घाण रस्त्यावर आलेली. अनवाणी, खतल्या पायांनी ती कचाकचा तुडवत, मी आण्णांच्या मागोमाग बोळबोळकाडीतनं वाट काढत चाललो. डोईवर भारा झुलत होता. त्यावर पडलेलं पावसाचं पाणी खाली पोत्यावर, हाता-पायांवर ओरंगळत होतं.

आण्णांनी मोठा दरवाजा खडखडत उघडला नि मी भाऱ्यासकट आत शिरलो. आतली मोकळी जागा ओलांडून दारासमोरच ओसरीवर भारा दाण्ण करून टाकला. पाठीमागं परड्यात बांधलेल्या म्हशीनं तिथनं बघितलं नि ती आँय करून तिथनं ओरडली. खोल्यात खोल्या तीन खोल्या. चौथी परड्याकडंची. एकासमोर एक अशी चारी दारं. म्हशीला सरळ गवताचा भारा दिसत होता नि मला सरळ म्हस दिसत होती... आण्णांनी नुकतेच थिएटरच्या इंजिनावरनं विजेचे दिवे घरात घेतले होते... आसपासच्या दोनचार घरात ते दिले गेले होते.

ओसरीत आण्णांचा थोरला मुलगा मुकुंदराव; हायस्कूलच्या मुलांची इंग्रजीची

शिकवणी घेत होता. गावात तेवढीच एक हायस्कूलच्या मुलांना इंग्रजीची शिकवणी होती. दारात ओला भारा टाकल्याबरोबर त्याचे शिंतोंडे उडले असावेत. त्यातला एखादा मुकुंदरावापर्यंत गेला असावा.

ते म्हणाले; "आण्णा, भारा तिकडून पसरातून आत घ्या. भिजलेला दिसतोय. उगीच सगळ्या घरातनं पाणी गाळत पेंढ्या तिकडं न्याव्या लागतील."

"असं म्हणतोस?"

"......"

"बऽरं. धर रे पोरा, उचल भारा. पाठीमागनं आण."

पाठीमागनं आणायचा म्हणजे आणखी गू-घाण तुडवायची. भटगल्ली फर्लांगभर अंतरात रस्त्याच्या दोन्ही बाजूंनी वसलेली. सगळी घरं एकमेकाला खेटून बांधलेली. भटगल्लीची घरं ओलांडून पिछाडीला जायचं म्हणजे गूखाडीत जायचं. सगळ्या ब्राह्मणांनी आपले शेतखाने पिछाडीला बांधलेले. सगळे उघडे. बुट्ट्या ठेवलेले. त्यांच्यावर पाणी पडून गटारीत वाहणारं. त्या गटारी पावसाळ्यामुळं तुंबून रस्त्यावर आलेल्या. ते सगळं अर्धा फर्लांग तुडवावं लागायचं नि आण्णांच्या परड्यात यावं लागायचं. म्हणजे भारा डोईवर घेऊन, पुन्हा घरातनं बाहेर पडून अर्धा फर्लांग भट गल्ली आधी ओलांडायची. मग आडव्या गल्लीनं जाऊन पाठीमागल्या शेतखाना गल्लीत घुसायचं नि पुन्हा अर्धा फर्लांग तुडवत, वास घेत आण्णांच्या परड्यापर्यंत यायचं... माझ्या समोर दहाच पावलांवर आण्णांची म्हस दिसत होती. हळूच तेवढी दहा पावलं अंतराळी पेंढ्या नेल्या असत्या तर सहज चाललं असतं. पावसामुळं नि दीसभर मळ्यातही वैरण करण्यात चिखल तुडवल्यामुळं अंगात गारठा शिरल्यागत झाला होता.

आण्णांना मी काकुळतीनं म्हणालो; "आण्णा, मी पेंढ्या हितं मोकळ्या जागंत झटकून घेतो नि सरळ आत परड्यात न्हेऊन देतो."

"इथनं घरातनं?" मुकुंदरावांनी डोळे मोठे केले.

"हां."

"नको."

"नुसतं बघा तर. झटकून घेतल्या तर योकबी थेंब घरात पडणार न्हाई."

'अरे, तुझे पाय घाण आहेत. त्याच पायांनी कसा आत शिरणार तू?" आण्णा मोकळ्या जागेतल्या काळ्या घडीव फरशीवर गरम पाण्यानं पाय धूत म्हणाले.

"त्येला काय. तांब्याभर पाणी द्या की. लईच वाटलं तर पाय धुऊन घेतो... आता तिकडली गू-घाण तुडवायला मला कशाला लावता?"

"सिंच्या, तू कुणाचा कोण, ब्राह्मणाच्या घरात घुसतोस. तुला काही आहे की नाही?" मुकुंदराव तिथल्या तिथं कमर ताठ करून ताडकन बोलले. "उचल तो

भारा अगोदर नि गरज असेल तर परसातून घेऊन ये; नाहीतर जा तुझ्या घरी घेऊन.''

मी एकदम वरमलो. ''बऽऽरं! परड्याकडनं आणतो.''

मी ढेकळागत विरघळून भारा डोक्यावर घेतला. परड्याकडं नेऊन टाकला. पैसे घेऊन पुन्हा परड्याकडनं बाहेर पडलो नि घाण तुडवत चाललो... आपूण कुळवाड्याचं असूनबी त्या मुकिंदरावाला आपली शिवाशीव वाटती. या हातचा त्या म्हशीला चारा चालतो. आई तर जलमभर शेणंघाणं भरलेल्या हातानं दुधं काढती नि भटगल्लीलाच घालती. ते त्यांस्नी चालतं. त्या शिकवणीत हनबराची दोन पोरं हाईत तीबी कुळवाड्याचीच. पर त्येंच्याजवळ पैसा हाय. त्येंची शिवाशीव त्येला चालती. आपल्या ह्या अवताराकडं बघून त्येला वाटलं असंल मी 'कुणाचा कोण' म्हणून. जरा खळणी कापडं घालून, शिकवणीला फी देऊन येऊन बसलो असतो, तर त्येची सतरंजी इटाळली नसती का घर इटाळलं नसतं...

शेतकीत पडल्यावर आपलं हे असंच हुणार. पोटासाठी सगळ्या गावाचा गू पायाखाली तुडवावा लागणार. भटबामणं आपलं काम झालं की 'शिवू नको' म्हणणार. जलमभर ह्या घाणीत रुतून बसावं लागणार. एवढं करूनबी पोटाला आज हाय तर उद्या न्हाई अशी आपली दशा ठरलेली. समद्या गावच्या रोजगाऱ्यांचं, शिर्प्याचं हुतंय तेच आपलंबी... शाळंशिवाय काय खरं न्हवं.

जवळच्याच थिएटराकडं पावलं नकळत वळली होती. थिएटराच्या ओसरीच्या भिंतीवर सिनेमातल्या प्रसंगांची लावलेली छायाचित्रं बघून घेतली. घटकाभर रेंगाळलो. पुन्हा बघितली. तरी मनात भरली नाहीत. सिनेमा बघण्यासारखा नाही, असं वाटलं. घराकडं हळूहळू परतलो.

गल्लीतनं जाऊ लागलो. शिर्प्याच्या दारात; परत आलेला पाल्याचा भारा पडलेला. माजघरातल्या उंबऱ्यावर दिवा मिणमिणत होता. शाळा सोडून रोजगारी झालेला शिर्प्या भिंतीला मढ्यागत टेकून बसला होता... शाळा शिकलो न्हाई तर असा जीव जाईल आपला. कायबी करून शाळा शिकलीच पाहिजे.

गारठलेली पावलं उचलत तसाच अंधारात घराकडं चाललो. आबाजीच्या नव्या खोलीत भिंगाच्या दिव्याचा लख्ख प्रकाश पडला होता. गल्लीतली पोरं जमलेली दिसत होती. गप्पा रंगलेल्या दिसत होत्या. क्षणभर वाटलं; तिथं जावं. पण घराकडं जायला उशीर होणार होता. मळ्याकडनं मी अजून कसा आलो नाही; असा संशय दादाला येईल नि त्याच्या मनात काहीतरी भलतेच किंतू उभे राहू लागतील, म्हणून तसाच घराकडं निघालो.

घरात आलो तर, दिवसभर गावात असलेला दादा आत्ताच जेवून मळ्याकडं गेल्याचं कळलं.

''गाठ पडला न्हाई तुला?''

"न्हाई. चुकामूक झाली वाटतं. मळ्याकडनं आलो नि तसाच गल्ली गप्पा मारत घटकाभर बसलो." मी थाप लगावली.

"बरं केलंस! तू मळ्यातबी न्हाईस नि घराकडंबी आला न्हवतास. त्यांस्नी काय वाटंल आता?"

"जंगमाच्या शंकर आण्णाजवळ सांगतो. ते उशिरानं वस्तीला जात्यात. मळ्यावरनं जाता जाता सांगतील दादाला."

मी झटक्यासरशी बाहेर पडलो नि शंकरआण्णाला सांगून आलो. मगच हातपाय धुऊन जेवायला बसलो...

मनात आबाजीची खोली दिसत होती. तिथं चाललेल्या पोरांच्या गप्पा; तिकडं खेचत होत्या.

जेवलो नि कापडं बदलून खोलीवर गेलो. सणगराचा आबाजी आठवीत गेला होता. त्याचा थोरला भाऊ त्याच्यापुढं दोन वर्षं होता. दोन्ही पोरं इंग्रजी शाळेत शिकू लागल्यानं विठोबाआण्णा दिवाणजींनी एक नवीन, चांगली स्वतंत्र खोली त्यांना अभ्यासासाठी करून दिली होती.

दारात टाकलेल्या पोत्याला पाय पुसून मी खोलीत गेलो. कदमाच्या शामरावजवळ जाऊन बसलो. पण तो हळूच दूर झाला. त्याच्या अंगावर इस्त्रीची कापडं होती. तो पूर्वी माझ्याबरोबरच शिकायला होता. पण मी मागं पडलो. शामराव हायस्कूलला जाऊ लागल्यापासनं इस्त्रीची कापडं घालत होता. त्यात तो अधिक झ्याकीत दिसायचा. पावसानं चिखल झालेल्या रस्त्यावर दोन्ही हातांनी विजार वर धरून चालताना तो दिसे. माझं जवळ बसणं त्याला आवडलं नसावं. माझ्या अंगावर घरातली कापडं होती; तरी सगळ्या पोरात मळकटलेला दिसत होतो. म्हणूनही शामराव जरा बाजूला सरकला असावा. त्याचं बरोबर होतं; पण मला मात्र; दोन वर्षांपूर्वीच सातवीला खेळीमेळीनं राहणारा शामराव; माझ्याकडं नकोसलेल्या भावनेनं बघताना वाईट वाटलं. तरी मी तसाच गप्पा ऐकत धुम्म्यासारखा बसून राहिलो.

शाळेतल्या मुलांच्या, मुलींच्या, मास्तरांच्या, खेळांच्या अनेक गंमती पोरं एकमेकाला सांगत होती. एकमेकांच्या मांडीवर हात मारून हासत होती. ऐकता ऐकता सगळ्यांबरोबर मीही हासत होतो.

मन खुलत जाईल तसं मीही एकदोन गंमतीच्या जुन्या आठवणी सांगितल्या. पहिली सांगितली तरी कुणी हासलं नाही. पुन्हा ती आपल्यात रमली. थोड्या वेळानं दुसरी सांगितली तरी कुणी हासलं नाही. माझं ऐकलं न ऐकलं करून पुन्हा ती आपल्या गप्पात रंगली.

सगळ्यांनी मला मनातनं झटकून टाकलेलं होतं... मी ह्यांच्यासंगं शाळंला जात न्हाई; म्हणून माझं कुणी ऐकत न्हाई. ही सगळीच शाळंची नि आपूण त्यात

एकटंच शेतावर राबणारं... पोटाचा प्रश्न सुटला असता तर शाळा शिकता आली असती. पर घरात पोराचं लेंढार लागलंय. त्येंच्या पोटाला आईदादाची राबणूक फुरं पडत न्हाई. धा जणांस्नी कशी फुरं पडणार?... ही पोरंबी; आई किती जरी वरडली तरी हुणारच नि आपल्याला पोटापाण्यासाठी रातध्याड मळ्यातच मरावं लागणार. आपल्या नशिबात ह्या पोरांगत जगणं येणार न्हाई.

आबाजीकडनं गोष्टीचं एक पुस्तक मागून घेटलं नि उदास मनानं उठलो. घराकडं गेलो. आंथरूणावर पडल्या पडल्या मन एकटंच भरकटू लागलं... जलमभर आपल्याला असं मरमर मरणं जमणार न्हाई नि सोसणारबी न्हाई. त्येच्यापक्षा ईख खाऊन मेलेलं बरं निदान कष्ट तरी वाचतील. मनाला कायमची शांती मिळंल.

... का म्हणून जीव तरी द्यायचा? आई बाऽनं त्येंचं त्येंनी बघावं. आपूण कळून सवरून ह्या नरकात का उडी घ्यायची? कायबी झालं तरी शिकलं पाहिजे. हाय ह्याच परस्थितीतनं वाट काढली पाहिजे.

रातभर जिवात गळ अडकल्यागत तगमग होऊ लागली. कधी पहाटे झोप लागली, काही कळलं नाही.

सकाळी उठून मळ्याकडं गेलो. पाऊस चिटचिट पडतच होता. मोटा नि औतं काहीच नव्हती; म्हणून दादा घराकडं गेला. ढोरागुरांना वैरणी कापून ठेवल्या. पितील तेवढं पाणी पाजलं. हिरानं आणलेली भाकरी खाऊन घटकाभर पडलो.

उठलो नि पुन्हा खोप खायला उठल्यागत झाली. म्हणून आबाजीनं दिलेलं गोष्टीचं पुस्तक वाचायला काढलं. एकदोन कथा वाचल्या तरी त्यात मन लागेना... आपली दशा काय नि ह्या गोष्टींच्या पुस्तकात काय!... सगळ्या गोष्टी खोट्या! जल्माचा प्रश्न कसा सोडवायचा हे गोष्टीत काय न्हाईच...

जीव वैतागल्यागत झाला. रातचा विचार पुन्हा मनाचा चावा घेऊ लागला.

तासरातीला घराकडं गेलो नि जुन्या वह्या काढून त्यातली कोरी पानं काढली. एक नवी वही शिवली. सणगराच्या आबाजीकडनं 'ए. बी. सी. डी' ची पहिली नि दुसरी लिपी लिहून घेतली.

चार दिवसांत तिचं वळण कळून ओळख झाली. आठ दिवसांत मी इंग्रजी आठवीच्या पुस्तकाच्या अभ्यासाला लागलो. मनानं ठरवलं, की आठवीचा अभ्यास मळ्यात बसून वेळ मिळेल तसा करायचा नि मास्तरांना विनंती करून बाहेरून परीक्षेला बसायचे. असं दहावीपर्यंत आपल्याला करता येईल... आता काय; शिवा हाताबुडी येत चाललाय. त्येला दादानं शाळंचा वाससुद्धा लागू दिला न्हाई. त्येच्या नशिबातली शाळा कधीच गेली. एस. एस. सी.च्या वक्ताला त्यो दादाला मदत करील नि आपूण कामं बघत बघत शाळा पुरी करू. इंग्रजी नि गणित एवढीच खरी

अडचण असती. आबाजीच्या मदतीनं तेवढं शिकून घ्यायचं. गणिताच्या मास्तरांची वळख करून घ्यायची. आबाजीलाबी जे जमणार न्हाई ते मास्तरांस्नी एखाद्या रात्री जाऊन इचारायचं. बाकीचं सगळं मन लावून वाचलं की समजतं. तसं काय अवघड न्हाई.

मी उद्योगाला लागलो. आबाजीची मदत घेऊ लागलो. आबाजीला माझ्या हुशारीची कल्पना होती. अभ्यासातला वेध घेण्याची माझी कुवत त्याला ठाऊक होती. त्याचा स्वभाव मनमिळाऊ होता. त्यानं मला लागेल ती मदत करायचं कबूल केलं. मी आठवीचा अभ्यास करू लागलो, याची कल्पना माझ्या घरात मी कुणाला येऊ दिली नाही. आठवीच्या धड्यावरचे इंग्रजी शब्द, त्यांचे उच्चार वहीवर लिहून घेऊन, ते मळ्यात दिवसभर कामं करताना घोकू लागलो. त्या त्या दिवशी पाठ करण्यासाठी इंग्रजी शब्द लिहून घेतलेला कागद, दिवसभर छाटमुंड्याच्या खिशात असे. सकाळी उठलो तरी दात घासताना, परसाकडंला जाताना, जेवताना, उठताना, बसताना तोंडात एक एक शब्द ठेवलेला असे. माझ्या असं ध्यानात आलं की, कोणत्याही कामाच्या वेळी पाठान्तर करायला येतं. हातातल्या कामामुळं त्याचा खोळंबा होत नाही. दाढेत तंबाखू धरल्यासारखे शब्द तोंडात ठेवता येतात नि घोळता, चघळता येतात. त्यामुळं इंग्रजी शब्दांच्या स्पेलिंगचे पाठान्तर, त्यांचा अर्थ, इंग्रजीतले विशिष्ट शब्दप्रयोग यांची माझी चांगलीच तयारी झाली. गणितं कशी सोडवायची याच्या रीती प्रत्येक उदाहरणसंग्रहाच्या अगोदर असत. त्यांच्या आधारानं आणि आबाजीच्या वर्गातल्या वहीच्या आधारानं गणितं सोडवू लागलो. बाकीच्या विषयांची पुस्तकं वाचून कळत होती.

मामाचं लग्न होऊन घरातली भांडणं थांबली होती. मी मिळेल तेवढा वेळ जोमानं अभ्यासात घालवत होतो. वार्षिक परीक्षा जवळ येत चालली होती.

मार्च महिन्यात एक दिवस सवड काढून हायस्कूलच्या हेडमास्तरांना भेटायला गेलो. त्यांना माझं नाव सांगितलं नि म्हणालो, "सर, माझ्या घरची परिस्थिती हलाखीची हाय. माझे वडील एक गरीब शेतकरी हाईत. मळ्यात राबल्याशिवाय आमच्या पोटाला मिळत न्हाई. मी सातवीला तालुक्यात पैल्या नंबरनं फास झालो हुतो, तरी मला शाळा सोडून परिस्थितीमुळं घरात बसावं लागलंय. शेतात कामं करता करता मी आठवीचा अभ्यास केलाय. मला आठवीच्या परीक्षेला बसायला परवानगी द्या. फास झालो तर नववीत घ्या. मी माझी शाळा अशी पुरी करीन."

हेडमास्तरांना माझं कौतुक वाटलं. त्यांनी उपमुख्याध्यापकांना बोलावून माझ्या देखतच चर्चा केली नि मला तशी परवानगी दिली. परवानगी देताना त्यांनी सांगितलं, "रीतसर अगोदर शाळेत नाव दाखल कर. परीक्षा आता दोन-तीन आठवड्यांवर आल्या आहेत. उजळण्या चालल्या आहेत. दहाबारा दिवस तरी

शाळेला येऊन वर्गात बैस. शिक्षकांचा परिचय होईल, मुलांचाही थोडाबहुत होईल. मग परीक्षेला बसायला सोपं जाईल.''

''बरं.''

मी उड्या मारत बाहेर पडलो. मास्तरांना सगळी वस्तुस्थिती काही सांगितली नव्हती. खूपच फाटे फुटतील, प्रत्यक्ष वडीलच मला शिक्षणाला विरोध करीत आहेत, हे त्यांना खरंही वाटणार नाही; असं वाटलं. म्हणून आवश्यक तेवढंच बोललो नि निघून आलो.

दुपारी भाकरी खायच्या वक्ताला, दादा काही कारणानं खुषीत असलेला बघून त्याच्या कानावर घातलं, ''परीक्षेच्या आदूगर नुसतं धा-पंधरा दीस शाळंला जातो. मास्तर वरीसभराची हजरी लावणार हाईत. आठवीचा माझा सगळा अभ्यास झालाय. परीक्षेला बसून फास झालो की नववीत जाईन. नव्वी, धाव्वी, अकरावी अशीच करीन म्हणतोय.''

दादानं 'होय-नाही' करत होकार दिला. सातवीनंतर दोन अडीच वर्षं मळ्यात असल्यामुळं, शाळेसाठी भांडणं होण्याचे प्रसंग आले नव्हते. रातध्याड मळ्यात राबत असल्यामुळं कामं भरपूर करत होतो. अशा वेळी सकाळच्या मोटा मारून, नुसतं आठ-पंधरा दिवस शाळेला जाण्यानं आठवी पदरात पडणार आहे, हे मी त्याच्या ध्यानात आणून दिलं.

''पोरगं एवढं राबतंय नि त्येच्या मनातनं शाळा जाईत न्हाई; तर आठ-पंधरा दीस जाऊ दे तिकडं.'' आईनं सांगितलं.

दोन वर्षं ते दोघेही; सवड मिळेल तेव्हा माझ्या हातात असलेलं पुस्तक पाहत होते. माझी कितीही समजूत काढली तरी माझी शाळा सुटत नाही, हे त्यांच्या अनुभवाला आलेलं. आठ-पंधरा दिवसांसाठी त्यांनी मला परवानगी दिली.

एप्रिल महिन्यात आठवीची परीक्षा देऊन, मी नाव घातलेल्या 'ब' तुकडीत पास होऊन पहिला आलो. हे कसं काय घडलं याचं माझं मलाच आश्चर्य वाटलं. वर्षभर अभ्यास केलेली पोरं नुसती पास नि माझा मी अभ्यास करूनही पहिल्या नंबरानं पास.

देवाचे उपकार मानून मी मळ्यात पुन्हा कामाला लागलो. हायस्कूलच्या पहिल्या स्पर्शानं आतबाहेर मोहरून गेलो.

◆

२५

आठवी पास झाल्यावर आनंदात उन्हाळा सरला. नांगरटी कुळवटी केल्या. पाऊस वेळेसरी लागल्यानं आडद्रात घातीसरशी पेरण्या करून घेतल्या.

आषाढ संपून श्रावण सुरू झाला होता. सगळ्यांच्या पेरण्या जास्तानाला लागल्या होत्या. मोटा, औतं बंद झालेली. बैलं निवाऱ्याला आली. आषाढाच्या अतोनात पावसानं गारठा सुरू झाला नि ती मांडवातनं खोपीच्या उबाऱ्याला आली. ढोरंगुरं माळाच्या हिरवटाला दात घासू लागली. वाळली वैरण खाईत, उसाचा पाला खाईत औताची जनावरं इस्वाटा घेऊ लागली. रानांच्या पोटात गुडघागुडघाभर ओल शिरली. पिकांनी मातीच्या छताखालनं डोकशी वर काढली. माणसाकाणसाला, गोरगरिबाला बरं वाटू लागलं. माळा मुरडीच्या पेरण्याही तरारून वर आल्या होत्या... दादाच्या मनापुढं एकदम भरघोस सुगीच दिसू लागली. अशा वक्ताला तो लांबलांबची धोरणं बांधत असे. नजरेसमोरची हिरवीगार रानं बघून, सुगीत किती मण धान्य येईल याचा अंदाज करी. खोपीच्या दारात बसून सारखा समोरच्या कोंभारलेल्या रानाकडं बघे.

आता काही कामं नव्हती. बाळ-भांगलणींना अजून अवकाश होता. बांधाला अजून गवतं वाढली नव्हती. गंजीची वाळली वैरण बसून घालावी लागत होती.

मी आईला अधल्या दिवशी बोलून ठेवलं होतं. दादाबरोबर जेवायला बसलो. त्या वेळी बोलता बोलता हळूच म्हणालो, ''दादा, इंग्रजी शाळंचं हेडमास्तर म्हणालं, 'हुशार हाईस, पैल्या लंबरात फास झालास. तर सवड मिळंल तसा येत

जा शाळंला. कामं असली तर मळ्यात ऱ्हावं, कधी कामं करून यावं. एस. एस. सी. झालास तर घरदाराचं कल्याण हुईल, सगळ्यांस्नीच सुखाचं दीस येतील. चांगली नोकरी मिळंल तुला.' मी म्हटलं, 'पेरणीपाणी झाल्यावर येतो.' तर म्हणालं, 'ये'. आता मळ्यात काम न्हाईत. जाऊ मग?''

''आत्ता पावसाला उघडीप पडल्यावर बाळ-भांगलणी सुरू हुतील.''

''सुरू झाल्यावर ऱ्हाईन की मग. ह्या झिम पावसात खोपीत गळ्यात गुडघं घेऊन बसायचं ते शाळंत जाऊन बसतो. कामं सुरू झाली की मी हाईच की ताग्याला.''

''आन्दू, आता उन्हाळभर तंगलाईस; चार दीस घे की इस्वाटा जिवाला. कशाला वनवन करत त्या शाळंला जातोस?''

''शाळंतबी जाऊन बसायचंच की. नुसतं ऐकत बसायचं, एवढाच भाग कामाचा असतोय.''

''आणि आपलंच पावणेपाच सांगतंय बघ.'' दादा आईकडं बघून म्हणाला. अपेक्षा अशी की, निदान आईनं माझी समजूत काढावी. पण मीच पुढं शांतपणानं बोललो, ''तसं न्हवं गा. हितं बसायचं ते तिथं बसायचं म्हणतो.''

''आता गेल्या साली मळ्यात अभ्भेस करूनच आठवी फास झालास न्हवं?''

''झालो की. नव्वीचा अभ्यास आठवीपेक्षा जरा जास्त अवघड असतो. आठवीचं मास्तर येगळं, नव्वीचं मास्तर येगळं, त्येंची थोडी वळख हुती. मग सालभर त्येंच्या घराकडं गेलं तरी काय शंकाबिंका असल्या तर सांगत्यात. थोडं थोडं सालभर कळत ऱ्हायलं; म्हंजे ऐन परीक्षेच्या वक्ताला घरात बसून अभ्यास करायला बरं पडतं.''

''जातंय तर जाऊ दे की तिकडं. कामाचा खुळांबा हुईत न्हाई; तर त्येला कशाला आडवायचं? 'कामाच्या वक्ताला पुन्ना ताग्याला हुबा ऱ्हातोच' म्हणतोय की. '' आई.

''कायतरी कर जा तिकडं. पुस्तकबिस्तकाला पैसा योक मिळायचा न्हाई; आदूगरच सांगून ठेवतो. सकाळी तीन-चार तास मळ्याकडं आलं पाहिजे; उसाच्या चार पाती पाला काढून ठेवला पाहिजे.''

''बरं.''

एवढं सांगूनही दादा पुन्हा बोललाच.– माझी शाळा त्याला गिळायला उठलीया, मळ्याकडं माझं ठार ध्यान न्हाई, त्यामुळं लक्षीमी बरकत देत न्हाई;– असं काहीबाही जेवण संपेपर्यंत बोलला. मी, आई मुकाट बसून जेवलो. कारण आता कुचंबत का होईना होकार घेतला होता.

श्रावणाच्या महिन्यात माझी नववीची शाळा सुरू झाली. पोर्शन बरेच पुढे

गेलेले होते. आबाजीकडनं सगळी माहिती मिळत होती. पहिल्या दिवशी पहाटे उठून मळ्याकडं गेलो. दहा वाजायला दहा-बारा पेंढ्या उसाचा पाला काढला नि ढोरांच्या चाऱ्याची बेजमी करून ठेवली. दादाला शेणंघाणं काढायला सांगितलं. त्याला उसात येऊच दिलं नाही. त्याला हुदल झालेल्या रानात उभं राहून पाला कापायचं जिवावर येत होतं, हे मला ठाऊक होतं. खोपीत तो हिकडं तिकडं करीपर्यंत मी पाल्याचा दांडगा भारा जुपणीवर बांधून आणला. त्याला बरं वाटलं. त्याची दीसभराची तकतक मिटली होती. बैलांस्नी खोपड्यातली वैरण घालत नुसता बसणार होता.

अधल्या दिवशी साबण लावून धुतलेली खळणी कापडं घालून, मी अकरा वाजता शाळेत जाऊन पोचलो. नववीचा वर्ग शोधून काढला. एकच होता. भिंतीकडेला एका मोकळ्या बेंचवर जाऊन बसलो... तामगावकर पाटलांच्या नववी पास झालेल्या आप्पासाहेबानं काही पुस्तकं मला फुकट दिली होती. ती घेऊन आलो होतो. ती तिथं ठेवून दिली नि दोनच मिनिटात प्रार्थनेची घंटा झाली.

कुणाला दिसू नये अशा बेतानं मधल्या रांगेत उभा राहिलो. 'स्टाफ-रूम' मधनं सगळे सर आले. अतिशय स्वच्छ आणि इस्त्रीच्या कपड्यातील मंडळी. तरुण शिक्षकांच्या पँटा आणि मॅनेले. डोक्याला काही न घालता भांग पाडलेले, डोळ्यांना चाळशा लावलेले, हसऱ्या, गंभीर चेहऱ्यांचे. प्रौढ शिक्षकांच्या डोक्यांना काळ्या टोप्या, कमरेला पांढरीशुभ्र धोतरे, अंगावर इस्त्रीचे कोट. सगळ्या शिक्षकांच्या चेहऱ्यावर, अंगावर तुकतुकीत कांती, गुलजार कळा. सुखवस्तू अंगयष्टी. प्राथमिक शाळेतील आमची मास्तर-मंडळी कशी रोड दिसायची. गरीब चेहऱ्याची. खळणी पण मातकट रंगाची कपडं. गावच्या चालीरीती, पोशाख-पेहराव्यात मिसळून जातील अशी ती माणसं आमच्यातली एक वाटायची... पण रांगेत उभे राहिलेले ते 'स्टाफ-रूम' मधले सगळे सर बघून, माझ्या मनावर कसलं तरी दडपण आलं. मुलं रांगेत उभी होती; तरी काहीतरी गप्पाटप्पा करत होती. सगळे का खोळंबले होते; काही कळत नव्हतं. तेवढ्यात एकदम सगळं शांत झालं. सगळ्यात पाठीमागून, अगदी एकटे; 'मुख्याध्यापक' आले. गुलाबी रंगाचा घातलेला पटका, पाठीमागच्या बाजूनं शेमला फेट्यातच खोवलेला, पांढरट केतकी रंगाचा इस्त्रीचा कोट, पांढरंशुभ्र धोतर, डोळ्यावर जाड भिंगाची चाळीशी, चेहऱ्यावर दरारा निर्माण करील असं गांभीर्य. ते आल्यावर सगळे सरही गप्प झाले... माझी छाती उगीचच धडधडायला लागली. वाटायला लागलं; आपलं मेंढरू चुकीच्या कळपात आलंय... आपलं हितं कुणीच न्हाई. आवंढे गिळत घोगऱ्या आवाजात मी प्रार्थना म्हणू लागलो. तीन वर्षे बेपत्ता झालेलं 'वंदे मातरम्' पुन्हा तोंडात आलं नि अंग आतून नगाऱ्यासारखं झणझणायला लागलंय, असं वाटू लागलं.

दुसरी घंटा झाली नि वर्गावर अक्कोळकर सर आपलं दुटांगी धोतर ऐटीत नेसून काखेतला हजेरीपट, पुस्तके सावरत वर्गात आले. सगळी मुलं उभी राहिली. त्यांचं बघून मीही उभा राहिलो.

सर बसता बसता म्हणाले, "सीट डाऊन!" मी हबकलोच. आवाज करडा नि गंभीर. डोळे मोठे, तांबारल्यासारखे वाटणारे. कपाळावर आठ्यांचं त्रिशूळ... सगळं इंग्रजीतच हुणार असं दिसतंय. काय धडगत न्हाई आपली.

आडनाव अगोदर आणि नंतर एनिशिअल्स घेऊन; सर एकएकाचं नाव ऑर्डर दिल्या सारखं पुकारू लागले. मधेच माझं नाव आलं. "जकाते ए. आर." असं म्हणून झटक्यानं ते पुढं चालले होते; इतक्यात मी इतराचं ऐकून 'प्रेझंट सर' म्हणालो. माझ्या नावातलं 'ज' त्यांना 'जन्मा'तल्या 'ज' सारखं उच्चारलं होतं. त्यामुळं मला ते आणखीच उपरे वाटू लागले. वास्तविक माझ्या नावातल्या 'ज' चा उच्चार 'जप्ती'तल्या 'ज' सारखा आहे.

मी 'प्रेझंट सर' म्हणाल्याबरोबर ते चकित झाले. त्यांची मान एकदम वर झाली. अगोदर गुबगुबीत, स्थूल असलेले गाल आणखी फुगले नि आठ्यांचं त्रिशूळ अधिक स्पष्ट रोखत ते मला म्हणाले, "आर यू जकाते ए. आर.?"

"होय सर."

"स्टँड अप."

मी उभा राहिलो.

पुढे ते काहीच न बोलता प्रेझंटी घेऊ लागले. मला काहीच कळेना. मी खुळ्यासारखा उभाच. मुलं माना वळवळवून माझ्याकडं बघू लागली. दाराजवळ बसलेल्या साताठ मुलींनीही करुणेनं माझ्याकडं एकएकवार नजर टाकली. माझ्या हातापायातलं बळ गेल्यागत होऊ लागलं. मला माझा अवतार कुणाला दिसू नये अशी इच्छा होती... तपकिरी रंगाची, घामट वास मारणारी टोपी माझ्या डोक्यावर होती. डोईची हजामत नुकतीच केलेली असल्यामुळं मी ती गच्च घातली होती. उभ्या जांभळट रेघांचं, पांढरट, जाड सुती कुडतं अंगात होतं. दोन्ही कोपरांवर ते थोडं थोडं फाटलं होतं. आणि धुतलेली विजार. ह्या दोन्हीही कापडांना दोन दिवसांपूर्वी कितीही साबण लावला तरी त्यांच्यावरचे तांबूळ मातीचे, शेणाचे डाग काही गेलेच नव्हते. फिकट फिकट ते दिसत होते... ते तरी बिचारे जाणार कसे? वर्षवर्षभर कधी साबण नाही नि एकदमच मणभर साबण लावल्यावर का ते अचानक जाणार होते?... ते डाग कुणाला दिसू नयेत म्हणून मी किंचित वाकून उभा राहिलो.

प्रेझंटी संपल्यावर रोल-कॉल मिटत सर माझ्याकडं रोखून बघत म्हणाले, "कोठून उगवलात?"

मी काहीच बोललो नाही. त्यांच्याकडं गरीब चेहऱ्यानं बघत गप्पच उभा राहिलो. वास्तविक त्या प्रश्नात उत्तर द्यावं असं काहीच नव्हतं.

''तोंड आहे ना? काय म्हणतोय मी?'' त्यांचा आवाज किंचित चढला.

''सर, आठवीला मी बाहेरून बसलो होतो.'' मी चाचरत बोललो.

''मी विचारतोय गाव कोणतं आणि तू मला सांगतोयस आठवी पास झाल्याचं!''

सगळी मुलं मास्तरांचा आदर राखायचा म्हणून हासली. त्यांना वाटलं मास्तरांनी विनोद केला.

''कागलचाच.''

''असं? मग दोन महिने काय झोपा काढत होतास?''

मी काहीच बोललो नाही. मी काही वस्तुस्थिती सांगावी अशी आस्था त्या प्रश्नात मला दिसली नाही. तरीही म्हणालो, ''घरात थोडी अडचण होती.''

''येथून पुढे लक्षात ठेव. सलग पंधरा दिवस गैरहजर राहिलास; तर नाव काढून टाकलं जाईल... तत्पूर्वी; प्रथम तीन महिन्यांची फी उद्याच्या उद्या आणलीस तर वर्गात बसू दिलं जाईल; लक्षात ठेव. साडेतेरा रुपये. किती आहे?'' मलाच त्यांनी विचारलं.

''साडेतेरा रुपये.'' पडेल आवाजात मी म्हणालो नि 'बस' म्हणाल्यावर मटकन् बसलो.

घाम फुटला होता. नंतर इंग्रजी काय शिकवत होते याकडं बिलकूल लक्ष लागत नव्हतं नि अधनंमधनं कान देऊन ऐकलं तरी काही कळतही नव्हतं... आता साल कसं निघणार; या चिंतेत हातपाय गाळून, मान मढ्यागत लोंबकळती ठेवून मी बसलो.

संध्याकाळी घराकडं जाताना मनात एकच घोकणी चालली होती... आता एवढं पैसं कुठनं आणायचं मी?... म्हंजे पंधरा-सोळा दिवस मला कुठंतरी रोजगाराला जायला पाहिजे. जास्तच खरं कमी न्हाई. बारा आण्याप्रमाणं सोळा दिवसांचं बारा रुपये नि दोन दिवसांचा दीड रुपया. म्हंजे अठरा दिवस झालं. आता ह्या पावसुळ्यात कोण देणार अठरा दीस काम?... घरात गेलो तरी मनात हाच हिशेब चालला होता.

तासरातीला आबाजीच्या खोलीवर गेलो. बाहेर पावसाचा चिटका असल्यामुळं कुणीच आलं नव्हतं. नुकतंच जेवण करून आबाजी बसला होता. मला बघितल्याबरोबर त्यानं आपण होऊ शाळेतला विषय काढला.

''सकाळी अक्कोळकर मास्तरानं तुझ्यावर जरा अन्यायच केला.''

''करू देत; मास्तर हाईत. त्येंच्या तोंडाला कोण मुसकं घालणार?''

''न्हाई; पण ते मास्तरडं तसंच हाय. नंबर एकचं तिरसट आणि कडक...

इतिहास आणि इंग्रजी मात्र फर्डा हाय.''

"मला काय त्येचा उपयोग? मी हे विषय घरातच करणार.''

"शाळेला येणार न्हाईस?''

"यावं का न्हाई; असं वाटाय लागलंय आता.''

माझी निराशा आबाजीच्या लक्षात आली.

"शाळा बंद करू नको तू.''

"मी न्हाई केली तरी अक्कोळकर मास्तर बंद करणारच. ते वर्गशिक्षक हाईत. 'फी दिल्याशिवाय वर्गात घेणार न्हाई.' म्हणत्यात. मग काय करू?''

"हेडमास्तरांस्नी जाऊन भेट. त्यांना सगळी परिस्थिती स्पष्टपणे सांग. म्हंजे फी माफ करतील. अरे, चिक्कार पोरांस्नी फुल फ्रीशिप, हाप फ्रीशिप, पाऊण फ्रीशिप, पाव फ्रीशिप मिळती. तुला तर फुल फ्रीशिप द्यायला पाहिजे त्येंनी.''

मी पुन्हा एकदा हेडमास्तरांना भेटण्याचा निर्णय घेतला. दुसऱ्या दिवशी शाळेत लौकर गेलो. वर्गात गेलोच नाही. हेडमास्तरांची वाट बघत त्यांच्या ऑफिसबाहेर थांबलो. त्यांना कसं भेटायचं, काय काय सांगायचं, सुरुवात कसकशी करायची या कल्पनेनं छाती सारखी धडधडत होती. तेवढ्यात पाचएक मिनिटं घंटा व्हायच्या अगोदर हेडमास्तर आले.

ते आल्याबरोबर मी उभा राहिलो.

"काय रे?'' जाता जाताच त्यांनी विचारलं.

"थोडं भेटायचं हुतं.''

"पंधरा मिनिटांच्या सुट्टीत भेट. आता प्रार्थनेची वेळ झाली आहे.''

"सर, अक्कोळकर मास्तर 'वर्गात घेणार न्हाई' म्हणत्यात. म्हणून सर, पहिल्या तासालाच भेटायला आलोय.''

"का रे? काय भानगड केलीस?''

"भानगड काय न्हाई सर. फी तटलीय.''

"भरून टाक की मग.''

"न्हाई सर, जरा भेटायचं हुतं.''

"आता प्रार्थनेची वेळ झालीय. तास सुरू होतील. मधल्या सुट्टीत भेट.''

"न्हाई सर, अक्कोळकर सर वर्गात घेणार न्हाई म्हणाल्यात.''

"किती तटलीय फी? काय नाव तुझं?''

म्हणजे! हेडमास्तरांच्या लक्षातच नव्हतं मी कोण ते. त्यांनी आपलं नेहमीच्या एखाद्या विद्यार्थ्याला हाताळावं, तसं मला हाताळू लागले. आठवीचं सगळं विसरून गेले होते. विसरून जाणं स्वाभाविकही होतं. मधे चार-पाच महिने गेले होते. त्यांच्या या प्रश्नांनी मी एकदम गडबडून गेलो. "माझं नाव आनंदा रत्नाप्पा जकाते.

माझी तीन महिन्यांची फी तटलीय. सर, मी आठवीला तुमची परवानगी घेऊन परीक्षेला बसलो हुतो. परिस्थितीमुळं घरात बसूनच अभ्यास केला हुता. फी देणं मला शक्य न्हाई.''

''हो हो हो! जकाते नाही का तू?... तू आता असं कर; वर्गात जाऊन बैस. अक्कोळकर सरांना मी आत्ताच सांगतो. मधल्या सुट्टीत मला भेट; मग आपण पाहू.'' असं म्हणून ते आत गेले.

त्यांच्या बसण्याच्या ऑफिसला लागूनच स्टाफ-रूम होतं. त्यांनी अक्कोळकर मास्तराना बोलावून मला बोलावलं. तिथंच घाटगे क्लार्कही उभे होते. ते काहीतरी कागद घेऊन आले होते. बहुधा त्यांना त्या कागदांवर हेडमास्तरांच्या सह्या हव्या असाव्यात.

''काय हो, ह्या मुलाची काय अडचण आहे?'' हेडमास्तरांनी अक्कोळकर मास्तरांना विचारलं.

ते माझ्या चेहऱ्याकडं शोधक नजरेनं पाहत म्हणाले, ''हा कालच वर्गात उगवलाय. तीन महिन्यांची फी तटलीय. म्हटलं, 'फी घेऊन वर्गात ये आणि रेग्युलर हजर राहिलं पाहिजे' एवढंच बोललो ना रे तुला?''... त्यांनी मला अशा रीतीनं विचारलं की, जणू मी त्यांच्याविरुद्ध हेडमास्तरांकडे तक्रारच घेऊन आलो आहे. त्यांच्या ह्या प्रश्नाला मी नुसती होकारार्थी मान हलवली.

हेडमास्तर अक्कोळकर मास्तरांना म्हणाले, ''असं करा. तूर्त ह्याला वर्गात बसू द्या. फीचं काय करायचं ते आपण नंतर पाहू. त्याच्या घरची परिस्थिती फारच बिकट दिसते... जा रे, जा; जा बस जा वर्गात. आणि रेग्युलर येत जा.'' मी होकारार्थी पुन्हा मान हलवली नि आल्या दारानं निघून गेलो.

प्रार्थना झाल्यावर वर्गात जाऊन बसलो.

त्या दिवसापासून अक्कोळकर मास्तर माझ्याशी नीट वागेनासे झाले. ते अधल्या दिवशी संपवलेल्या इंग्रजीच्या धड्यावर दुसऱ्या दिवशी प्रश्न विचारायचे. दिलेल्या इंग्रजी शब्दांचे अर्थ विचारायचे. धडा शिकवताना त्यांनी ते दिलेले असत. ज्याला प्रश्नाचं उत्तर देता आलं नाही किंवा शब्दांचा अर्थ सांगता आला नाही, त्याला सप्प करून छडी मिळे. कधी ते मुलांच्या बेंचामधून फिरत फिरत प्रश्न विचारत. त्या वेळी विद्यार्थ्यांच्या पाठीत त्यांच्या मुठीचे दणके बसत किंवा मानगुटांवर चपराकी बसत. त्यातल्या त्यात त्यांचे काही आवडते विद्यार्थी होते; नाडगोंडे, देशपांडे, जोशी, तळासकर, कुलकर्णी आणि सर्व मुली. त्यांना दणके बसत नसत. त्यांची उत्तरे चुकली की, ती मग सगळ्या वर्गाला समजून दिली जात असत. त्यांना उत्तरे न येणे म्हणजे वर्गाला उत्तरे न येणे; असं त्यांना वाटे. अर्थात ही मुलं हुशार होती.

मला नेमाने दणके, छड्या, चपकारी, थोबाडात बसू लागल्या. अक्कोळकर मास्तर दोन बेंचाच्या रांगेमधून माझ्याकडं येऊ लागले की, मी दणके खाण्याची मनोमन तयारी करून ठेवी. इंग्रजीत उत्तरं देणं मला अवघड जात होतं. माझा भर इंग्रजी लिहिण्यावर होता. कुणाशी एक वाक्यही मी इंग्रजीत बोललो नव्हतो. कसला तरी अनामिक संकोच वाटत होता. त्या शब्दांच्या उच्चारविषयी मला खात्री नव्हती. स्पेलिंग आणि अर्थ पाठ करून मी फक्त ते पेपरात लिहित होतो. त्यात उच्चारांचा संबंध येत नव्हता. प्रश्न विचारल्यावर; मनोमन इंग्रजी वाक्यांची जुळवाजुळव करावी लागत होती; पण अक्कोळकर समोरच माझ्यावर नजर रोखून मारण्याच्या तयारीत उभे असल्यानं काहीच सुचत नव्हतं. त्यामुळं अक्कोळकरांशी संवाद करायचाच आत्मविश्वास मी गमावून बसलो. त्यांच्याशी मला कधीही नीटपणे बोलता आलं नाही. त्यांनीही कधी मला नीटपणे समजून घेण्याचा प्रयत्न केला नाही.

त्यांच्यामुळं माझ्या आयुष्यात एक महत्त्वाची गोष्ट घडली. मी डोक्यावर टोपी घालायची बंद केली. ते आठवड्यातनं एक दिवस; वर्गात एखाद्या विषयावर निबंधाची चर्चा करत आणि तो वर्गातच लिहून घेत. वर्गातच तो तपासत. त्या वेळी चुकीगणिक त्यांचा मार खाण्यासाठी विद्यार्थी शेजारीच खुर्चीजवळ उभा केलेला असे. मला ते नेहमी मानेवर आणि कानाच्या बाजूला हातांनी चपराकी मारत. माझी तपकिरी रंगाची घामट टोपी उडून जाई. मलाच ती उचलून आणावी लागत असे. कधी कधी ही टोपी; पुढच्या बाजूला बसलेल्या मुलींच्या बेंचाच्या पायदळी जाऊन पडे. तेथून ती उचलून आणून डोक्यावर घालणं अतिशय अपमानास्पद वाटे. रडण्याची सोय नव्हती. आता मी नाही म्हटलं तरी सोळा-सतरा वर्षांचा झालो होतो. हळूहळू मी शाळेला येताना टोपी घालेनासा झालो. टोपी न घालता शाळेला जाण्याचा संकोच वाटत होता. पण बरीच ब्राह्मणाची मुलं बोडकीच येत होती. त्यामुळं मीही धाडस करून बोडकाच जाऊ लागलो. माझं असं येणं अक्कोळकर मास्तरांना बहुधा फॅशनेबल वाटलं असावं.

वर्गात बहुतेक शेवटच्या बेंचावर बसत असे. पण कधी कधी शाळेला यायला उशीर झाला की, शेवटपर्यंत बेंच भरून गेलेले असत. मुलींच्या रांगेत पाठीमागच्या बाजूला दोन बेंच रिकामे राहत. त्यातील; मुलींना लागून असलेला बेंच मधे टाकून, मी शेवटच्या बेंचावर कित्येक वेळा एकटाच बसे. तो वर्गाचा एक खोपडा होता. तिथं बसल्यावर बरं वाटे. मुख्य म्हणजे; त्या वर्गात कुणाशी मैत्री करायला नको वाटत होतं. आबाजीही शाळेत वेळेवर येऊन मधेच कुठंतरी अगोदरच बसलेला असे. खरी गोष्ट अशी होती की, माझे मळके कपडे असत. त्यांना साबण कधी मिळत नसे. संतू सणगरच्या मळ्यातली रेठरं आणून फेस करी; पण त्यांचा फारसा

परिणाम कपड्यावर होत नसे. शेतामुताचे पिवळसर डाग तसेच राहत. मळ्यात सकाळपासनं काम केलेलं असल्यामुळं आणि आत गंजीफ्रॉक घालायला मिळत नसल्यामुळं, कुडत्यात सगळा घाम जिरलेला असे. त्यामुळं कापडांना आणि सर्व अंगालाच एक घामट, कुबट वास येई. उलट भटा ब्राह्मणाच्या मुलांच्या अंगांना सुवासिक साबणाचा, कपड्यांच्या खरपूस इस्त्रीचा वास येई. अशा चागल्याचुंगल्या मुलांजवळ आपण जाऊन बसलो; तर ती आपल्याला झिडकारतील, त्यांना आपली किळस येईल, अशी भीती वाटे. त्यांच्या गप्पांचे विषय वेगळे असत, त्यांची भाषा शुद्ध असे. मला तेवढं शुद्ध बोलता येणं अशक्य होतं. त्यामुळं त्यांच्याशी बोलतानाही संकोच वाटे. माझ्या जिभेत आणि शब्दांच्या उच्चारांतच अशुद्धता भिनली होती. भाषेचा सूरही ग्रामीण लागायचा. जाणीवपूर्वक शुद्ध बोलता बोलताच मी अशुद्ध बोलू लागायचा... मराठी शाळेत असं नव्हतं. पाचवीपासनं पुढं तर तिथं बहुतेक ब्राह्मणाशिवाय इतर जातींचीच पोरं जास्त होती. बहुतेक मराठा, चांभार, महार, कोष्टी, वाणी, लिंगायत या जातींची मुलं असत. त्यांची भाषा माझ्यासारखी, त्यांचे पोशाख, राहणी हीही माझ्यासारखी असे. त्यामुळं गल्लीत असल्यासारखं वाटे. चौथी पास झाल्यावर बहुतेक ब्राह्मणाची मुलं इंग्रजी पहिलीसाठी हायस्कूलला जात होती. त्यामुळं मराठी शाळेत ग्रामीण भाषेचं नि गावरान संस्कृतीचंच राज्य असायचं... मराठी सातवी पास झाल्यावर ह्यातली बहुतेक मुलं नोकऱ्या करत, उद्योगाला लागत किंवा नापास होऊन माझ्यासारखी शेतात राबत. हायस्कूलकडं फारसं कुणी डोकावत नसे. जी मराठ्यांची मुलं हायस्कूलला जात होती त्यांचे वडील सुशिक्षित, सरकारी नोकर, खाजगी व्यापरी-धंदेवाले असत. त्यामुळं त्यांची भाषा ब्राह्मणी वळणानं जात असे. राहणीही त्याच वळणानं जात असे... हायस्कूलमधली ही झकपक भाषेची नि पोशाखाची पोरं बघून, त्यांच्या भाषेतील इंग्रजी शब्दांची पेरणी बघून 'ही आपली नव्हंत.' असं वाटू लागलं. त्याचा परिणाम मी एकटा बसण्यात नि कुणाशी न बोलण्यात होत होता... त्या वातावरणात वावरताना जास्त जास्तच ओशाळवाणं वाटत होतं. त्यात पुन्हा अक्कोळकर मास्तरांचा मार सर्वांसमोर खाताना जास्तच अपमानास्पद वाटे. जाणीवपूर्वक मला ते जास्त मारत होते, जाणीवपूर्वक जास्त तिरस्कार करत होते; याचं वाईट वाटत होतं.

मराठी शाळेत नेमका याच्या उलट मास्तरांचा अनुभव येत होता. सहावी-सातवीला कुणी मारलं तर नाहीच; उलट माझ्या परिस्थितीची जाणीव सगळ्यांना होती. त्यामुळं सहानुभूती आणि प्रेम विशेष मिळत होतं. माझी वासरातल्या लंगड्या गायीची हुशारीही त्यांना विशेष आकृष्ट करत होती.

पंधरा-वीस दिवस गेल्यावर, कुणाला किती फ्रीशिप दिली याचा निकाल जाहीर झाला. वर्गात तो अक्कोळकर मास्तरांनी जाहीर केला. ''कुणाला किती

फ्रीशिप दिली हे मी सांगतोय.'' असं म्हणून त्यांनी जवळजवळ वर्गातल्या निम्म्या मुलांची यादी वाचली. कुणाला फुल फ्रीशिप, कुणाला अर्धी, कुणाला एक चतुर्थांश फ्रीशिप दिली होती. त्यात माझं कुठंच नाव नव्हतं... मनोमन माझ्या पायाखालची वाळू सरकू लागली. यादी जाहीर झाल्यावर धडधडत्या अंत:करणानं मी धीर करून उभा राहिलो.

''सर,मला किती फ्रीशिप मिळाली ते कळलं नाही.''

''तुझं नाव वाचलं का मी?''

''नाही.''

''मग एवढी साधी गोष्ट तुला कळत नाही? कुणाला किती फ्रीशिप 'दिली' हे सांगतो म्हणालो ना मी?''

''होय.''

''मग तुझं नाव घेतलं नाही याचा अर्थ काय होतो?''

त्यांच्या ह्या प्रश्नानं माझ्या मनाचं शेण झालं. काळवंडल्या चेहऱ्यानं मी मुकाट होऊन बसलो.

''स्टँड अप!'' अनपेक्षितपणे मास्तरांनी कडक आवाजात ऑर्डर दिली. मी लक्कन हललो नि उभा राहिलो. ''यू रास्कल! विचारलेल्या प्रश्नाचं उत्तर दिलंस का?''

मी नकारात्मक मान हलविली.

''मग बसलास का मूर्खासारखा?''

''मला फ्रीशिप मिळाली नाही; असा त्याचा अर्थ होतो.'' मी पूर्ण पडलेल्या आवाजात, गळ्यातला आवंढा गळ्यात ठेवत उत्तर दिलं. मग मला बसण्यास परवानगी दिली. सगळ्या वर्गाच्याही हे लक्षात आलं की, मास्तर माझा अकारण अपमान करताहेत. मधल्या सुट्टीत एका ब्राह्मण विद्यार्थ्याला माझ्याविषयी कणव आली नि त्यानं मला विचारलं, ''मास्तरांचं नि तुझं कधी भांडण झालं होतं?''

''नाही.''

''मग तुझ्यावर त्यांची एवढी करडी नजर का?''

''मला काही कळत नाही.'' मी मुकाट झालो. खूप खूप विचार केला. शिक्षण सोडून द्यावं असं वाटू लागलं. कदाचित सगळ्या स्वच्छ, झकपक वर्गात पडलेल्या घाणेरड्या कचऱ्यागत मी मास्तरांना दिसत असावा, असंही वाटू लागलं. आबाजी मला कँटीनमध्ये चहाला घेऊन गेला.

दुसरे दिवशी मधल्या सुट्टीत हेडमास्तरांच्याकडं गेलो.

''काय रे, का आलास?''

''सर, मला फ्रीशिप दिली नाही. मला शिकणं अशक्य होईल.''

“एक पैशाची फ्रीशिप तुला मिळणार नाही. तू नंबर एकचा मवाली आहेस. सराईतपणे खोटं बोलतोस. लेका, इथं येऊन मला फसवण्याचा प्रयत्न करतोस काय? तुझ्याविषयी सर्व काही मला कळलं आहे.”

“काय सर?” मी पुरता गडबडून गेलो होतो.

“एक शब्द बोलू नकोस. अगोदर चालता हो.”

“सर, काय झालं मला कळू द्या.”

“कळण्याचा काय संबंध? तुझी तुला वस्तुस्थिती माहीत असली म्हणजे झालं– तुझे वडील शेतकरी आहेत ना?”

“हो.”

“आप्पासाहेब उपाध्यांचा आठ एकराचा मळा तुम्ही केला आहे ना?”

“हो.”

“तुझे वडील म्हणेज रत्नाप्पा जकाते. तुझ्या आजोबांचा व्यापार आणि सावकारी होती. तुझे वडीलही काही काळ सावकारी करत होते. एकुलते एक. आता कायदे आल्यामुळं सावकारी बंद करावी लागली आहे. तू त्यांचा थोरला मुलगा. महिन्याच्या महिन्याला फी द्यायला तुझ्या वडिलांना काय धाड भरली आहे?”

“सर, पण...”

“... एक शब्द बोलू नकोस. सगळं काही तुझ्या गल्लीच्या घाटगे क्लार्कनी मला सांगितलं आहे. आणि मीही अनेक वर्षं कागलात राहतो आहे.”

“सर, पण मला थोडं बोलायचं आहे.”

“काही बोलू नकोस. तुझ्या थापा ऐकायला मला वेळ नाही.” असं म्हणून ते उठले. उठून स्टाफ-रूमकडं चहा पिण्यासाठी चालले. चालता चालता; खुळ्यासारख्या तिथंच त्यांच्याकडं बघत उभा राहिलेल्या मला म्हणाले, “आणि काय असेल ती फी आठ दिवसांच्या आत भरून टाक. मला हा बेशिस्तपणा चालणार नाही.”

माझ्या हातापायातलं बळ गेलं. मी बागेत जाऊन मटकन खाली बसलो. दुसरी घंटा होईपर्यंत तिथंच बसलो. ती झाल्यावर पेकाट मोडल्यासारखं कंबरवर हात ठेवून उठलो नि घटाघटा नळाचं पाणी पिऊन वर्गात गेलो. मराठीचा आवडता तास सुरू झाला होता, तरी माझं लक्ष कशातच लागेना झालं होतं. इथल्या इथं जीव गेला तर बरं होईल, असं वाटू लागलं.

दोन दिवस मनातला गोंधळ जाईना. मुख्य दरवाजाच बंद झाला होता. कुणाकडं जावं नि कसं सांगावं कळेनासं झालं. फ्रीशिपचा निर्णय लागल्यामुळं वर्गातलं वातावरण आनंदित होतं. मला स्पष्ट दिसत होतं की, कमी-अधिक प्रमाणात फ्रीशिप मिळालेली सर्व मुलं सुशिक्षितांची, नोकरी करणाऱ्या मध्यमवर्गीयांची

आहेत. हायस्कूलमध्ये असलेल्या दोन मास्तरांच्या मुलांना फुल फ्रीशिप मिळालेली होती. एका मास्तरांच्या भाचीला फुल फ्रीशिप मिळाली होती. नामंकित वकिलांच्या तीन मुलांना तीन चतुर्थांश फ्रीशिप मिळाली होती. घाटगे क्लार्कच्या तीन नातेवाईकाना फ्रीशिप मिळाली होती. एका वतनदाराच्या नातेवाईकाला अर्धी फ्रीशिप मिळालेली दिसत होती... यांचे निकष काय होते याची मला कल्पना येत होती. हायस्कूलमध्ये माझ्या नात्यातला कुणी शिपाईही नव्हता.

घाटगे क्लार्कनी बरोबर डाव साधला होता. मला दिल्या जाणाऱ्या फ्रीशिपमुळं इतरांच्या फ्रीशिप्स कमी होतील, अशी भीती त्यांच्या पोटात निर्माण झाली असावी, असं वाटलं. कारण नसताना या माणसानं मधेच बिब्बा घातला होता.

घाटगे क्लार्क हे आमच्या गल्लीच्या शेजारच्या गल्लीत राहत होते. आमच्या गल्लीत त्यांना 'घाटगे मास्तर' म्हणून ओळखलं जाई. पण ते 'मास्तर' नव्हते. ते ऑफिसात कारकून होते तरी ते गल्लीत 'मास्तर' म्हणून ओळखले जात. त्यांनी माझ्या वडिलांविषयी सांगितलेली माहिती बरोबर होती; पण त्यांना अर्ध्या गावाची खबर नव्हती. ती असणंही शक्य नव्हतं. त्यांचा गल्लीशी आतून संबंध राहिलाच नव्हता; मनानेही ते त्या गल्लीच्या बाहेर पडले होते. आमची गल्ली ही सगळी कुळवाड्यांची, छोट्या शेतकऱ्यांची, घोंगडी विणणाऱ्या सणगरांची, कामाला जाणाऱ्या रोजगाऱ्यांची होती. आमची गल्ली ओलांडली की गावंदर लागत असे. गावंदरीला हगणदारी होती. रोज सकाळी घाटगे मास्तर मळक्या गल्लीत उठून दिसणारे पांढरे-शुभ्र सदरा-धोतर नेसून नि हातात पितळेचा स्वच्छ तांब्या घेऊन परसाकडला जात. परसाकडला जाताना कुणाशी बोलत नसत की कुणाकडं बघत नसतं. वेड्याबागड्या गल्लीला ते आपले वाटत नसत नि मास्तरांना ती माणसं कचऱ्यासारखी वाटत. मनाने ते त्यांच्यातून कधीच निघून गेल्यामुळं, गल्लीत काय चाललंय, कुणाची काय हकीगत आहे, तरुण पिढी काय करते, याचा त्यांना त्यांच्यापुरता पत्ता नसे. त्यामुळं त्यांचं काही अडतही नसे.

माझे वडील मला शिक्षणाला विरोध करतात, याची कल्पना सगळ्या गल्लीला होती. कारण पुष्कळ वेळा त्या गल्लीनं माझ्या वडिलांच्या मला मिळणाऱ्या शिव्या ऐकल्या होत्या, दादा मारताना गल्लीनं त्याच्या हातून मला काढून घेतलं होतं. सणगर मास्तर गल्लीतच राहात होते; त्यांना ते माहीत होतं. आबाजीचे वडील 'गल्लीत शिक्षणासाठी खरं धडपडणारं जकात्याचं एकच पोरगं; न्हाईतर त्येच्या भणं आमची पोरं. सालभर अभ्यास करूनबी नापासच हुत्यात,' म्हणून मला ओळखत होते नि गल्लीत ज्याच्या त्याच्याजवळ माझ्याविषयी बोलत होते.

गेल्या सहा सात वर्षांत दादानं घर बांधल्यापासनं, भटाचा मळा केल्यापासनं नि पोराबाळांचं लेंढार लागल्यापासनं आमचं हाल कुत्रं खात नव्हतं. मला कळतास

सावकारीचे साडेनऊशे रुपये बाहेर होते; ते लाखाचे बारा हजार करून म्हणजे मुदलाचीच परतफेड घेऊन दादानं सावकारी बंद केली होती. अर्धीअधिक सावकरी मी चौथीला असतानाच बुडाली होती. खेडेगावची सावकरी; कुणाला पन्नास, कुणाला पंचवीस, तर कुणाला शंभर दिलेले असायचे. घरात सगळा पैसा घातला होता. भटाच्या मळ्याचा फाळा प्रत्येक वर्षी डोक्यावर ओझं देत होता नि भिकेला लावत होता; याचा पत्ता गल्लीला कधीच लागला होता; तरी घाटगे मास्तरांना लागण्याचं काहीच कारण नव्हतं.

सकाळी सकाळी ते दारासमोरून खाली बघत परसाकडंला गेले. त्यांना बघून त्यांच्याविषयीचा विचार पुन्हा माझ्या मनात घोंगावू लागला... ते परसाकडनं परत येईपर्यंत मी एक निर्णय घेतला. त्यांना भेटायचं नि सगळी वस्तुस्थिती सांगायची.

ते परत आले. "मास्तर, थोडं भेटायचं होतं. घराकडं कधी येऊ?"

"काय विशेष?"

"विशेष काय न्हाई, फीसंबंधी थोडं सांगायचं हुतं. आणखी काय थोडं सांगायचं हुतं."

"उद्या सकाळी ये मग."

मी त्यांच्या घरी सकाळी उठल्या उठल्या गेलो. बाहेरूनच चौकशी केली; तर बाहेरच आले. 'काय' म्हणून विचारलं; तर भडाभडा सगळी वस्तुस्थिती सांगितली नि म्हणालो, "हेडमास्तरांना तुम्हीच हे सगळं सांगा, सर. त्यांचा कुणीतरी माझ्याविषयी गैरसमज करून दिलाय." उभ्या उभ्याच बोलत होतो.

"असं होय. सांगतो सांगतो. मी सगळं सांगतो त्यांना. पण माझं किती ऐकतील शंका आहे."

"तुम्ही सांगा तरी. तुम्ही सांगितल्यावर मग मी त्यांना पुन्हा भेटतो."

"ठीक आहे. मी सांगतो." असं म्हणून त्यांनी मला बाहेरच्या बाहेर वाटेला लावलं.

चार-पाच दिवसांनी हेडमास्तरांना भेटायला घरी गेलो. मन घट्ट केलं. किती जरी रागाला आले, वाट्टेल तसं बोलू लागले, तरी त्यांचं मुकाटपणं ऐकायचं; पण आपली सगळी हकीगत सांगायची ह्याचा निश्चय केला.

गेलो तर त्यांनीही दारातच उभं केलं नि बोलू लागले.

"काय असेल म्हणणं ते शाळेत सांग. घरी मला माझे उद्योग असतात."

"सर, मुद्दाम घराकडं आलोय. शाळेत मला सांगायला जमत न्हाई. कसलं तरी दडपण येतं. मला फक्त एकदाच पाच-धा मिन्टं द्या. वस्तुस्थिती काय हाय ते सगळं मी सांगतो. मग तुम्हाला वाटेल तसं करा."

“तू सांग मला. पण त्याचा काही परिणाम होईल असं मला वाटत नाही. चल घरात.”

मी घरात गेलो. खाली सतरंजीवर बसलो. मास्तरही बसले. त्यांना सगळी वस्तुस्थिती सांगताना माझ्या असं लक्षात आलं की, त्यांना पुन्हा भेटून घाटगे मास्तरांनी काहीही सांगितलं नाही. म्हणून सगळा पाढा त्यांच्याजवळ घोकला. त्यात 'घाटगे मास्तरांना आमची अलीकडली गेल्या सात-आठ वर्षांतली परिस्थिती नेमकी माहीत नाही.' असंही बोललो. मागचं-पुढचं सर्व काही सांगितलं. सावकारी कशी फुटकळ, गल्ली-बोळातली, शेजाऱ्यापाजाऱ्यापुरती मर्यादित होती आणि ही गोष्ट माझ्या पाचव्या-सहाव्या वर्षीच कशी संपुष्टात आली होती, हेही सांगितलं. तरीही त्यांना ते खरं वाटेना.

ते म्हणाले, “तुझ्या वडिलांना का घेऊन येत नाहीस?”

“तिथंच सगळं वांदं हाय सर. त्येंची नुसती मला शिकवण्याची इच्छा असती; तरी माझ्या बऱ्याचशा अडचणी कमी झाल्या असत्या. तेबी ह्या परिस्थितीनं जेरीला आल्यात. म्हणत्यात, 'शिकू नको. मळ्यात मला मदत कर. तेवढाच मला आधार हुईल.”

“अरे, मग थोडी मदत करावी. सकाळी शेतावर जाऊन यावं.”

मी मदत कशी करतो तेही त्यांना सांगितलं. शेवटी मधला मार्ग म्हणून माझ्या गल्लीतल्या आणि प्राथमिक शाळेतल्या सणगर मास्तरांना, नाईक मास्तरांना, सौंदलगेकर मास्तरांना माझी खरी परिस्थिती विचारण्यास सांगितलं.

हे सगळं सांगितल्यावर त्यांच्या मनावर काहीसा परिणाम झाला असावा असं वाटलं. शेवटी ते म्हणाले, “हे सगळं जरी खरं असलं तरी, तुझ्या फीत मला आता काहीच सवलत देता येणार नाही. त्या त्या वर्गाचे फीचे निर्णय मागील वर्षाचा रिझल्ट आणि विद्यार्थ्यांची चालू वर्षातली एक-दोन महिन्याची प्रगती, त्याचं वळण, उपस्थिती ह्या सर्व गोष्टींचा एकत्रित विचार करून वर्गशिक्षकच घेत असतात. अर्थात ते माझ्याशी चर्चा करतात. पण आता एकदाचा तो निर्णय झाला आहे. त्यावर माझी सही झाली आहे. मात्र पुढच्या सहामाहीला तुझ्या फीत मी जास्तीत जास्त सवलत देण्याचा प्रयत्न करतो. त्यासाठी तुला सहामाहीत मार्क्स बऱ्यापैकी पडले पाहिजेत. तुझी उपस्थिती कायम पाहिजे. इतर ॲक्टिव्हिटीत तू भाग घेतला पाहिजेस...”

“पण आता मी हे पहिल्या सहामाहीचे तरी फीचे पैसे कुठले आणू?”

“ते तुझं तू पाहा. शिक्षण घ्यायचं आहे, तर तुला थोडा तरी खर्च करावा लागेल. तेव्हा काहीतरी करून तुला फी ही भरावीच लागेल.” असं म्हणून ते उठले. मलाही उठावंच लागलं.

मन चेचल्यागत झालं. पोटात काळजीचा खड्डा पडला. शिक्षण बंद करण्याकडं कल जास्त जास्त झुकत चालला... कायबी झालं तरी मास्तरांस्नी आपली परिस्थिती सांगिटली. आता काय व्हायचं ते होऊ दे.

अभ्यास करावासा वाटेना. वर्गात शिकण्याकडं लक्ष लागेना. चमत्कारिक विचार मनात येऊ लागले. संस्कृत शिकवायला देशपांडे मास्तर होते. एके काळचे वतनदार. पण परिस्थिती पूर्वीची राहिली नव्हती. खाली उतरत चालली होती... तरीही डौल मात्र तो होता. गोरापान शिडशिडीत देह. अतिस्वच्छ कपडे. खडूसाठी पत्र्याची कापराची पेटी वापरायचे. हाताच्या तीन बोटात खडू धरून फळ्यावर लिहायचे. लिहिताना खडूचे पांढरे पीठ खाली पडून अंगावर, कपड्यांवर उडू नये म्हणून हळुवार लिहायचे. म्हणजे फळ्यावर जे खडूचे पीठ अक्षरे उमटवण्यासाठी आवश्यक आहे तेवढेच निघावे, अशा बेतानं खडू हळुवार धरून हळुवार रेटायचे. लिहून झालं की खडू त्या पेटीतच ठेवायचे. मनाची रसिकता दांडगी. काळ्याभोर कोटावर गडद गुलाबी फूल असायचं. लहान मुलासारखे हातपाय निष्कलंक, स्वच्छ. इतरांनी खडू ठेवून व खडूच पीठ पडून खराब झालेलं टेबल ते वापरायचेच नाहीत. त्याला शिवायचेही नाहीत. टेबलाच्या काहीशा स्वच्छ राहिलेल्या, विद्यार्थ्यांकडच्या बाजूच्या कोपऱ्यावर पुस्तके ठेवायचे... घरातसुद्धा पायाला धूळ लागू नये म्हणून लाकडी खडावा वापरत. त्या देवघरापर्यंत सर्वत्र वापरता येत. बसायच्या गादीशेजारी काढून ठेवून ते आपला पाय गादीवर ठेवत. पुस्तकांना पुठ्ठे घालत नि मगच वापरत... अधूनमधून इंग्रजीचे शुद्ध उच्चार, संस्कृत बरोबर शिकवत. त्यांना पाहून वाटायचं की, ह्येंच्या मुलांस्नी काय करायची फ्रीशिप? त्येंनी आपल्या दोन्ही मुलाची फी भरली तर मला फुल फ्रीशिप द्यायला शिल्लक ऱ्हाईल. तेवढाच गरिबाचा फायदा हुईल. घरातबी खडावा घालून हिंडणाऱ्या या मास्तरास्नी ह्या हुब्या पावसुळ्यात माझ्याबरोबर पान्दीच्या गुडघ्यागुडघ्याएवढ्या चिखलात, कुंभारकीच्या रानातल्या निसरड्या वाटंनं, वड्याच्या कमरंएवढ्या गवतातनं शेतावर न्हेलं पाहिजे. तिथं चिखलात कामं करताना कापडं किती खराब हुत्यात, शेणं काढून काढून हातांस्नी आणि कापडांस्नी कसा जनावरांच्या शेणामुताचा वास कायमचा मारत असतो, हे दाखवलं पाहिजे... मग ते आपल्या मुलांची फ्रीशिप बंद करून नक्की मला देतील. नाडगोंडे वकिलांची दोन पोरं कायम आपल्या कापडांस्नी इस्त्री करत्यात, जोशांच्या गंगाधराचं तर गावाकडं काळंभोर रान हाय. त्यांस्नी काय करायची फ्रीशिप. ही फ्रीशिप म्हंजे त्येंच्या इस्त्रीच्या कापडांस्नी महिनाभराची सवलत किंवा कँटीनमधल्या बिलाची सवलत... त्यांस्नी नुसतं माझ्यापक्षा चार मार्क्स जास्त पडले म्हणून ही सवलत. मला जर रोज शाळेला येता आलं असतं तर, तुमच्यापेक्षा दुप्पट मार्क्स मी मिळवून दाखवलं असतं...

आठवड्यातनं एक तास शारीरिक शिक्षण म्हणजे ड्रीलचा तास असे आणि एक तास श्रमदानाचा असे. ह्या दोन्ही तासाच्या वेळी वाटायचं; मला काय करायचा व्यायाम? दीसभर मी मळयताल्या कामानं तंगून तंगून जातोय. माझी हाडं मोडायची पाळी आलीया नि हातापायांच्या खुट्ट्या निखळाय लागल्यात... त्यापक्षा एवढा तास माझ्या शरीराला इस्वाटाच मिळायला पाहिजे. इस्वाटा मिळाला तर माझं हाडकुळ्या अंगावरचं झिजणारं मांस नि आटणारं रक्त तसंच ऱ्हाईल नि माझा अभ्यास चांगला हुईल. – हे श्रमदान म्हंजे शाळंचं फुकट काम. ही शाळा मला एक पैशाची सवलत द्यायला तयार न्हाई. मग मी हिचं काम का करावं? एवढंच काम मी माझ्या मळ्यात केलं तर, माझ्या भणी-भावास्नी अन्नाचा एक एक तुकडा जास्त मिळंल. ही श्रमदान करणारी सगळी पोरं एक तासभर जरी माझ्या मळ्यात काम करून गेली; तर माझ्या जुंधळ्याची तरी बाळ-भांगलण हुईल. मला शाळंत यायला सवड तरी मिळंल... दादाबी म्हणंल, "तुझ्या शाळंचं मैतर चागलं हाईत रं. एवढी एवढीशी भटाबामणाची पोरं, मास्तर मंडळी, पर तुझं शिक्षेण व्हावं म्हणून तुला मदत करायला शेतात आल्यात"...

शाळेत एकदा न. र. फाटक यांचं व्याख्यान झालं. ते देश, स्वातंत्र्य, आपला इतिहास कसा समजून घेतला पाहिजे याबद्दल बोलले... मला वाटलं, माझ्या घरच्या परिस्थितीत माझ शिक्षण मी कसं घ्यावं; हे त्येंनी सांगितलं असतं तर बरं झालं असतं. गोरगरिबांच्या पोराचं शिक्षण होताना काय अडचणी येत्यात, त्यावर उपाय काय केलं पाहिजेत; हे त्येंनी सांगायला पाहिजे हुतं... आपली परिस्थिती या जगाला ठावंच न्हाई.

असे विचार मानत घोंगावत. शाळा आपली वाटेनाशी होऊ लागली. मराठी शाळेत उत्साह होता तो इथं पार नाहीसा झाला. मराठी शाळेला मी हवाहवासा वाटत होतो. मास्तर मंडळी मला अनेक कार्यक्रमात भाग घ्यायला लावत. वक्तृत्व, पाठान्तर, वर्गाच्या स्पर्धा, नाटकं, गाणी, नकला, स्काऊट, सजावट यात मी भाग घेत असे. मास्तर आपल्या कपाटाची किल्ली देऊन मला काहीतरी आणायला लावत; त्यामुळं त्यांचा विश्वास संपादन केल्याचा अनुभव येई नि उदंड वाटे. सणगर मास्तर, सौंदलगेकर मास्तर यांनी आपण होऊन माझ्या फॉर्मचे पैसे भरून, मला ड्राइंगच्या, मराठीच्या 'प्रवेश'च्या परीक्षांना बसवलं होतं. त्यामुळं ती शाळा मला माझी वाटत होती. खडतर परिस्थितीतही शिकण्याचा उत्साह देत होती.

हायस्कूलमधल्या वातावरणानं तो पार नाहीसा झाला. एकदा चुकून मराठीच्या जोशी मास्तरांनी वर्गात विषय देऊन डिबेटिंग घेतलं. त्यात मी भाग घेतला; तर माझ्या गावरान सुराच्या भाषेला मुलं तोंड दाबून धरून हासू लागली. मुली तर एकमेकीत माझे शब्दांचे उच्चार पुन्हा उच्चारून, पदर लावून फिसीफिसी हासू

लागल्या. दुसऱ्या दिवसापासनं 'म्हंजी आला, म्हंजी आला.' असं वर्गात मी गेलो की ऐकू येऊ लागलं. माझ्या 'म्हणजे'चा उच्चार मी 'म्हंजी' करतो; हे तेव्हा माझ्या लक्षात आलं. पण माझ्या या भाषेच्या चुका पूर्वी कुणी काढल्या नव्हत्या. नि तिकडं कुणी लक्षही देऊन माझा पाणउतारा केला नव्हता; त्यामुळं मी वर्गात 'नकोसा नकोसा' झालोय, असं वाटू लागलं. हळूहळू मी एकटा एकटा होत गेलो. अबोल झालो. इंग्रजीच्या शंका मी कधीच विचारल्या नाहीत; पण इतरही विषयांच्या शंका मी कुणाला विचारेनासा झालो. वर्गात एखादी गोष्ट 'येत' असूनही 'तासाच्या' वेळी सांगेनासा झालो. या काळात पुन्हा कवितेकडं वळून माझी अधिक दुःखं, माझा शोक कवितेतच मांडून तिच्याशी अधिकाधिक बोलू लागलो. ह्या कवितेमुळं माझी दुःखं अधिक तीव्र तर होऊ लागली. मग मी स्वतःवरच चिडे... भडव्या, हे जमत न्हाई तर मग जगतोस कशाला? काय तुझ्या जगण्याला चव हाय? जा की मरून निवांतवाणी...

असे विचार आले तरी मेलो मात्र कधी नाही. विवश मनाचा तो भर ओसरला की कुठूनतरी हत्तीचं बळ येई नि परिस्थितीवर मात करण्यासाठी ते वाटा शोधू लागे.

ऑगस्ट महिना संपला आणि या वेळी सणगर मास्तरांचे ड्रॉइंग परीक्षांचे वर्ग उशिरा सुरू झाले. माझी 'इंटरमिडिएट' परीक्षेची तयारी पूर्वीच झाली होती. आनसाच्या मृत्यूमुळं मला शेवटचा एक पेपर तसाच सोडून परत यावं लागलं होतं. म्हणून मी ती परीक्षा पदरात पाडून घ्यायचं ठरवलं. खर्च काहीच येणार नव्हता. सणगर मास्तरांची मदत होणार होती... सणगर मास्तर हे वर्ग चार-पाच वर्षांपासून चालवत असत. त्यांच्या मार्गदर्शनामुळे घवघवीत यश मुलांना मिळत होतं. त्यामुळं हायस्कूलचीही काही मुलं त्यांच्या ड्रॉइंगच्या वर्गाला घरी येत आणि परीक्षांना बसत. त्यांचं हे यश हायस्कूलचे ड्रॉइंग मास्तर पाटील यांच्या नजरेत भरलं. हायस्कूलची मुलं सणगर मास्तरांकडं जाऊन शिकतात नि परीक्षा पास होतात, हे त्यांना स्वतःला कमीपणाचं वाटू लागलं. म्हणून त्यांनी स्वतंत्रपणे हायस्कूलमध्ये ड्रॉइंग परीक्षेचा वर्ग चालू केला. ड्रॉइंगच्या तासाला आम्हाला सांगितलं, "हायस्कूलच्या कोणत्याही विद्यार्थ्यानं हायस्कूलमधूनच ड्रॉइंग-परीक्षेला बसलं पाहिजे. त्याला इतर शाळेतून ड्रॉइंगचा फॉर्म भरता येणार नाही. ज्यांना परीक्षेला बसायचं आहे त्यांनी माझ्याकडं नावं द्या. पुढच्या आठवड्यापासनं शाळा सुटल्यावर रोज तासभर ड्रॉइंगचे वर्ग चालतील." त्यांनी मासिक फी, परीक्षा-फॉर्म फी वगैरे बद्दल आणि बरोबर काय काय आणायचं याबद्दल सविस्तर सूचना दिल्या.

मी अडचणीत पडलो. पाटील मास्तरांचा माझा पूर्वीचा काहीच परिचय नव्हता. ड्रॉइंगच्या तासाच्या वेळीच मी त्यांच्या टेबलाजवळ जाऊन नम्रपणे माझी घरची परिस्थिती सांगितली नि म्हणालो, "सर, सणगर मास्तर माझ्याकडनं फीचा

एक पैसाबी घेत न्हाईत. फी द्यायची माझी ताकद न्हाई. शिवाय ते माझ्या परीक्षेचा फॉर्मबी भरणार हाईत म्हणून मी त्येंच्याकडं जातोय.''

''काही जाण्याचं कारण नाही. इथं मी तुला फीची सवलत देतो. आणि तुझ्या फॉर्मचीही व्यवस्था करतो. तू इथूनच परीक्षेला बस.''

मला नाही म्हणता येईना. शिक्षणासाठी हायस्कूलच्या कचाट्यात मी सापडलो होतो. पाटील मास्तरांचं कोरडं वागणं मला त्यामुळं स्वीकारावं लागलं.

सणगर मास्तरांना ही सगळी परिस्थिती सांगितली. त्यांचाही इलाज खुटला. ते म्हणाले, ''फॉर्म तेथून भर. सवड मिळेल तेव्हा त्यांचं मार्गदर्शन घेच. पण इथंही यावंसं वाटलं तर येत जा. तेवढाच हाताला सराव होईल.''

अशा परिस्थितीतच ड्रॉइंगची दुसरी परीक्षा दिली. बी-ग्रेडमध्ये पास झालो, पण तिचं सर्टिफिकेट माझ्याकडं अजूनही नाही. ते पाटील मास्तरांच्या कपाटात आहे. ते म्हणाले, ''फॉर्म भरल्याचे अडीच रुपये आणून दे आणि सर्टिफिकेट घेऊन जा.''

मी नववी, दहावी नि अकरावी अशी तीन वर्षे ते सर्टिफिकेट मिळवण्यासाठी धडपड केली; पण ते काही 'पैसे दिल्याशिवाय' मिळू शकलं नाही. अधूनमधून पाटील मास्तरच मला आठवण करून द्यायचे, ''अरे, ते सर्टिफिकेटचे पैसे तेवढे भर ना. माझ्याकडं उगीचच धूळ खात पडलं आहे.''

''बघतो मास्तर. पैसे जमले की लगेच न्हेतो.'' असं म्हणून हळूहळू त्यांचं तोंड चुकवू लागलो.

दिवस जातील तसा अक्कोळकर मास्तरांचा फीविषयीचा तगादा वाढत होता. त्यांची वर्गात उभं राहून बोलणी खावी लागत होती. गल्लीतल्या सणगराच्या आबाजीला हे दृश्य नेहमी पाहावं लागे. त्याच्या मनात माझ्याविषयी सहानुभूती होती.

एक दिवस तो मला म्हणाला, ''आनंदा, सहामाही परीक्षा जवळ आल्यात. मार्क्स चांगले मिळवून फ्रीशिप मिळव. माझं गणित आणि भूमिती कच्चं आहे, ते तू मला रोज रात्रीचं शिकीव. थोडा वेळ शिकीव नि बाकीचा अभ्यासबी आपून एकत्र करू या. तुझ्यामुळं माझाबी अभ्यास हुईल. तुला मी गणित-भूमितीच्या शिकवणीबद्दल महिन्याला तुझ्या फीइतके पैसे देत जाईन.''

''मग काय देवच पावला!'' मी मनातल्या मनात टुणकन् उडी मारली. मी नववीत, आबाजीही नववीत. तरी मी दोन महिने त्याची शिकवणी घेतली.

सहामाही परीक्षेच्या अधल्या दिवशी अक्कोळकर मास्तर मला वर्गात म्हणाले, ''याद राख; उद्या फी घेऊन आला नाहीस, तर पेकटात लाथ घालून वर्गातून हाकलून देईन. परीक्षेला बसू देणार नाही.''

दुसरे दिवशी आबाजीनं दोन महिन्यांची एकत्र फी दिली. तीच अक्कोळकर

मास्तरांच्या हातावर ठेवली नि म्हणालो, ''सर, ही दोन महिन्याची फी आणलीय. आता दिवाळीची सुट्टी लागली की कामं करून फीचे पैसे जमवतो नि शाळा सुरू झाल्याबरोबर देतो.''

कुरबूर करत त्यांनी सहामाही परीक्षेला कसंतरी बसू दिलं नि माझा जीव भांड्यात पडला.

सहामाही परीक्षा झाली नि दिवाळीची सुट्टी लागली. सगळा डावच चुकल्यासारखं झालं होतं. आठवीप्रमाणं नववीही घरात बसून अभ्यास करून पास होता येईल असं वाटत होतं; पण हेडमास्तरांच्या सांगण्यावरनं गुंतत गेलो नि फीचं लचांड मागं लावून घेतलं. पण त्याशिवाय पर्यायही नव्हता. घरात नववीचा अभ्यास केला असता तरी, हेडमास्तरांनी परीक्षेला बसायला परवानगी दिली असती का नाही याची शंका होती. म्हणून; झालं ते बरंच झालं असं वाटत होतं... मात्र तुंबलेल्या फीची आठवण झाली की काळजात धस्स होत होतं. सुट्टी लागली होती; तेव्हा फीपुरतं काहीतरी करून पैसे मिळवायचेच असा मनाचा हिय्या केला होता.

हिराचं लग्न झालं होतं तरी, हिरा कशीबशी एकदीडवर्षच नांदली नि परत माहेराला आली. आम्हालाही तिला सासरला लावून देण्यासाठी तोंड नव्हतं. लहानपणापासनं ती माती खात होती. तिनं माती खाऊ नये यासाठी अनेक उपाय योजले जायचे; पण त्यांना ती दाद देत नव्हती. अजूनही पंधरा वर्षांची झाली तरी माती खातच होती. तिच्या खालोखाल शिवानं माती खाल्ली. पण त्यानं सातव्या-आठव्या वर्षीच ती सोडली. धोंडू, सुंदरा-चंदरा यांनी चौथ्यापाचव्या वर्षापर्यंत खाऊन सोडली होती. हिरानं जरा काही काम केलं की तिला दम लागे. एक एक पाऊल टाकत ती चाले. तिच्या अंगात रक्तही नव्हतं. हळद लावल्यासारखा पिवळट रंगावर तिचा वाण गेला होता. अशक्तपणामुळं तिला कोणतंही घरकाम झेपत नसे. तोंड सुजल्यामुळं आईदादा तिला कधी फारसं पाण्याकडं लावून देत नसत. 'पाण्याच्या गारठ्यानं आणखी अंग सुजंल' असं म्हणत. म्हणून ती ढोरं राखत असे. सकाळी घरातली म्हसरांची शेणंघाणं काढत असे नि न्याहारी करून म्हसरं घेऊन मळ्याला येई; ते सांज करूनच परत जात असे. शिवाही गालफुगराच झाल्यामुळं त्यालाही मोठी निसाची कामं लावली जात नसत. पण तो नाळरोगी आणि गालफुगरा असला तरी, त्याला पाण्याची दारं कधी मोडावी लागत. बसून बैलांची शेणं काढावी लागत. तो गडीमाणूस होता. मी नि दादा मळ्यात वस्तीला असलो की तो सकाळी चहा घेऊन येई मग मळ्यातच राही.

धोंडूबाई घरात आईला स्वैपाकात मदत करत होती. दोघी मिळून समाधानाच्या हौदाचं पाणी भरत होत्या. बाजारच्या दिवशी; ही नऊ-दहा वर्षांची धोंडी आईला माळवं विकायला मदत करी. माळवं भरपूर असलं की आई ते उक्तं विकत असे.

एखादी बुट्टी असलं की मग धडप्यावर थोडं थोडं लावून विकलं जाई. ताजवा भाजीपाला विकायला वापरला जात नव्हता. त्यामुळं किती विकलं, केवढं राहिलं याचा प्रश्नच नव्हता. 'बुट्टीभर माळव्याचं केवढं पैसे झालं?' एवढंच विचारलं जाई. धोंडू त्यात तयार झाली होती. सांजचं येताना चहा, मीठ, मसाला काहीबाही संसार वस्तू आईनं सांगितल्याप्रमाणं ती आणत असे. साताठ वर्षांची सुंदरा नि पाच-सहा वर्षांची लक्ष्मी; लहानग्या आप्पाला नि नुकत्याच जन्मलेल्या आनसाला सांभाळत असत. मी नि दादा मोट-मळा सांभाळत होतो. स्वैंपाक झाला की दहा-साडेदहाच्या सुमाराला आई तो एका जेवणाच्या बुट्टीत घालून, सगळ्या लटांबळाबरोबर मळ्यात येई. मळ्यात जोंधळा-भुईमूग भांगलायला कामाला दोन-तीन बायका सांगितलेल्या असल्या; तर त्यांच्याबरोबर भांगलण करी. पण आताशा रोजगाराच्या बायका कामाला कमीच येत. त्यांना पैसे देण्यापेक्षा आपणच ते खाऊ नि जरा लौकर उठून कामं करू; असं आई म्हणे. आणि मग रानात दादा, आई, मी, हिरा, शिवा, धोंडू, सुंदरा अशी सहा-सात जणांची रांग भांगलणीच्या कामाला जुंपलेली असे. आप्पा, लक्ष्मी नि पाच-सात महिन्यांची आनसा आऱ्याला बसून खेळत असत.

पावसाळा संपला की कामाचा ताण वाढे. मुख्य म्हणजे भांगलणी, खुरपणी जोरात सुरू होत. जनावरांना चारणं, त्यांना गवतं कापणं, त्यांचं दिंड तंबाखूत मारणं, कोळपी मारणं, मिरच्या तोडणं, माळवं बाजारात नेणं, भाजी उपडणं, तिच्या पेंढ्या बांधणं, अशी काही ना काही सारखी कामं करावी लागत. त्यामुळं पावसाळा संपला की आई दिवाळीच्या टिपणाला मळ्यातच सगळा संसार घेऊन येई. तो असा आणला म्हणजे कचकच नसे. गावात दोन-अडीच फर्लांगावरनं पाळीला उभं राहून मिळेल तेव्हा पाणी आणावं लागायचं. ते रोज साताठ खेपा ओढावं लागायचं. पोरींच्या आंघोळी तीन तीन दिवसांनी आटपून घ्याव्या लागायच्या. पोरांच्या आंघोळी मळ्यात होत होत्या. रोज म्हसरं आणायची नि न्यायची. म्हशी दादाला धार देत नसत. त्यांची धार आईलाच काढावी लागे. नेहमी एक नाहीतर दोन म्हशी दुधाच्या असायच्या. त्यांची एक-दोन रेडकं असायची. एखादं शेरडू चहासाठी दूध कधीही पिळता यावं म्हणून असायचं. रोज एवढी जनावरं गावात न्यायची नि आणायची; म्हणजे एका माणसाचा व्याप असायचा. आईला जेवणाचं ओझं रोज बुट्टीत घालून आणावं लागायचं. बरोबर लटांबळ. जाताना पुन्हा ढोरांना वैरणी, चुलीला जळणं हा व्याप असायचाच. त्यापेक्षा पावसाळा संपल्यावर आईला मळ्यात वस्ती टाकणं सोपं जायचं. जाण्या-येण्यातला नि ओझी नेण्या-आणण्यातला सगळ्यांचाच वेळ वाचायचा. जेवणं करून लौकर कामाची जुपी करता यायची... तरी घरात बाकीचा अटाला असायचा, म्हणून रातचं दादा घराकडं वस्तीला जायचा नि मी मळ्यात सगळ्यांबरोबर राहायचा.

नववीची सहामाही परीक्षा झाली नि यंदा आमची वस्ती लौकरच रानात पडली. आतापर्यंत मी घरात कुणालाच फी तटल्याचं सांगितलं नव्हतं. ते सांगितलं असतं तर दादानं माझी शाळा पावसाळ्यातच कायमची बंद करून टाकली असती. पण आता सहामाही परीक्षा झाली होती. अर्धं काम पार पडलं होतं. आता महिनाभर तरी शाळेला जाण्याचा प्रश्न येणार नव्हता.

एक दिवस दादा घराकडं वस्तीला गेलेला बघून आईजवळ मी विषय काढला.

"आई माझी शाळंची तीन-चार म्हैन्याची फी तटलीया."

"किती हाय?"

"धा पंधरा रुपय हाय."

"धा ऽऽ पंधरा ऽऽ!" तिनं एकदम घेरी आल्यागत डोळं पांढरं केलं नि तोंडाचा आऽ केला. सगळी परिस्थिती तिला मी समजून सांगितली. तिचा भ्रमनिरास झाला. तिला वाटलं होतं; मला हायस्कूलचं शिक्षण फुकट मिळेल. तसं तिला मी शाळेला जाण्याच्या आरंभी सांगितलं होतं. पण आता तिच्या मनासमोर वेगळंच चित्र उभं राहिलं. पंधरा रुपये म्हणजे आईची वीस दिवसांची मजुरी. एवढा पैसा देणं आईला कधीही शक्य नव्हतं याची मला कल्पना होती. पण मी मनात काहीतरी ठरवूनच हा विषय आईजवळ काढला.

"तू ह्यातला योक पैसाबी देऊ नगं. माझं मी ते ह्या म्हैनाभरात जमीवतो."

"कसा जमीवणार तू आता ह्या मळ्यात बसून?"

'आसपास रग्गड गवतं आल्यात. बाटकं येतील आता... रोज एक भारा बाजारात न्हेतो. दिवसभर त्यो काढून कुठंतरी उसात ठेवून देतो. सांज झाली की बाजारात घेऊन जातो. दादाला ह्येचा ठार पत्त्या लागू देऊ नगंस. अभ्यासाचं सोंग काढून, मी रोज सांजचं कामं झाल्यावर घराकडं वस्तीला जात जाईन नि भारा इकून, गावात वस्तीला राहून सकाळनं लौकर परत येत जाईन... ह्यातलं तुलाबी काय थोडं देत जाईन."

आईला माझा हा बेत पसंत पडला. पोराबाळांना चिरमुरे, शेवचिवडा, चिरमुऱ्याचं लाडू खायला मिळणार होते. त्यांचीही मला ह्या कामात मदत होणार होती.

महिनाभर संधी मिळेल तसा मी गवतं, जोंधळ्याची बाटकं, शिपाट-लपाटंही चोरून नेण्याचा धोशा लावला.

दिवाळीनंतर शाळा सुरू झाली. दुसऱ्याच दिवशी रिझल्ट आणायला म्हणून शाळेत गेलो. जीव धोक्यात घालून जमवलेले सतरा-अठरा रुपये अक्कोळकर मास्तरांच्या हातावर ठेवले नि रिझल्ट समजून घेतला. एक एक मास्तरांकडं जाऊन मी अगोदरच माझे मार्क्स तसे मिळवले होते. फक्त इंग्रजीचे मिळाले नव्हते. त्यात फक्त काठावर पास झालो होतो. अक्कोळकर मास्तरांच्या मनातूनही मार्क्स जास्त

सुटले नव्हते. त्यांच्या कपाळावरल्याप्रमाणं मनातही माझ्याविषयी एक गाठ होती.

दुसऱ्या सहामाहीत पुन:पुन्हा हेडमास्तरांना गाठून, फी-सवलतीविषयी विनंत्या केल्या. शेवटी त्यांनी अर्धी फ्रीशिप दिली नि प्रत्येक महिन्याची अर्धी फी माझ्या डोईवर टांगत्या तलवारीसारखी ठेवली.

दुसऱ्या सहामाहीत मळ्यातल्या कामांचा रेटा जोरकस सुरू झाला. घाणा करणं, शेंगा काढणं, जोंधळ्याची मळणी करून दाणं घरात आणणं, अशी एकामागं एक कामं सारखी सुरू झाली. उसाचं बी वाळतंय म्हणून झराझरा लावणीच्या रानाची नांगरट करणं, लावणीसाठी सऱ्या सोडणं नि लावण करून घेणं सुरू झालं. पहाटे उठून कितीही कष्टं केली तरी कामं ओसरत नव्हती. रडकुंडीला येत होतो. ह्या धांदलीत आठ दिवस मळ्यात नि दोन दिवस शाळेत असं करावं लागत होतं. तरीही ओढाताण करून नववी कसाबसा पास झालो. पण ह्या पास होण्याच्या आनंदापेक्षा अक्कोळकर मास्तरांच्या वर्गशिक्षकपणाच्या चरकातनं एकदाचा सुटलो याचा जास्त आनंद झाला.

◆

२६

परीक्षा झाली. गुढीपाडव्याच्या निमित्तानं आम्ही सारी गावात आलो नि तिसरंच एक खेकटं माझ्या गळ्यात आईदादानं अडकवलं.

एखाद-दुसरं इंग्रजी-मराठी पुस्तक घेण्यासाठी, वह्या-कागदासाठी, फीसाठी गरज पडली तर, अधनंमधनं शेजारपाजारचं उघड्यावर काही पडलं असेल तर, ते चोरून विकू लागलो होतो. एखाद्यानं भुईमुगाचं रान बांडगून टाकलं असेल तर रातचं चांदण्यात; वर आलेल्या शेंगा गोळा करत होतो. कुणी कडब्याचं गूड घालून ठेवलं, कुणी गवतं रचून ठेवली तर रातचं भारा-दोन भारं पळवत होतो नि उसात ठेवून दुसऱ्या दिवशी त्याला बाजार दाखवत होतो. पावसाळ्यात राखण नसेल त्यांच्या बांधावरची गवतं नि शेतातली बाटकं चोरत होतो. आईच्या कानावर ह्या गोष्टी असल्या तरी दादाला पत्ता नसायचा.

नववीची माझी शाळा जुलै महिन्याच्या शेवटच्या आठवड्यात कधीतरी सुरू झाली होती त्या वेळची गोष्ट. वह्या-पुस्तकांना मला काही पैशांची गरज होती. गवतं काही अजून नीट कापणीला आली नव्हती. रानात सगळीकडं तंबाखू लावणं चाललं होतं. आमच्या मळ्याशेजारच्या दोन पट्ट्या टाकून पलीकडच्या रानात, पिरा बन्याचं तंबाखूचं तरू अगदी माटात आलं होतं. पण त्याला अजून तंबाखू लावायला सवड झाली नव्हती. ओढ्याकडच्या काळवट रानात तंबाखू लावायचा होता; त्यात अजून घात आली नव्हती. माळामुरडीशेजारच्या, तांबूळ रानात उत्तम घात होती. तिथं शेतकरी तंबाखू लावत होते.

पावसाचा सारखा चिटका असल्यामुळं शेतात दुसरी काही कामं नव्हती. रोजगारी माणसांचे हातपाय ओट्यात आले होते. त्यांना कुठं कामं मिळत नव्हती. गुडघ्याला मिठी मारून ती घरातच पावसाकडं बघत बसली होती. एकाएकाची जेवणखाण्याची पंचाईत झाली होती. बाबूच्या घरातही हीच तऱ्हा झालेली. बायको घरात आलेली. उपासमार होऊ लागली होती.

मी रात्री त्याच्याकडं गेलो नि त्याला बाहेर वळचणीला बोलावलं. कुणी नाहीसं बघून म्हणालो, "बाबू, एका जागी दोन-तीन हजार निघंल एवढं तंबाखूचं लंबर एकचं तरू आलंय. शेगायचं काय?"

"शेगू या की. कुठं आलंय?"

"आलंय एका अवघड जाग्याला. ते मागनं सांगतो. आदूगर एखादं गिऱ्हाईक काढ." त्याला मी तरू कुठं आलंय हे सांगितलं असतं; तर त्यानं परस्परभारी गिऱ्हाईक काढून मला पत्ता नाही ते विकलं असतं...

दुसऱ्या दिवशीच त्यानं सिद्धू माळकराचं गिऱ्हाईक आणलं. सहा रुपये हजार द्यायचं कबूल केलं. गावात सगळीकडं आठ रुपये हजार होतं... म्हणजे अतिशय महाग होतं. तंबाखू मिरचीचं तरू हे नेहमीच महाग असायचं. त्याला उसाबर बरीच करावी लागायची. खताच्या ढिगाचीच गादी करून ते वेळेसरी पाणी घालून आणावं लागायचं. नाजूक हातांनी त्यातलं तण उपडावं लागायचं. तरीही ह्या तरवांना कीड फार असायची. ह्या संकटांना तोंड देत दोन-तीन महिने ते वाढवावं लागायचं. म्हणून त्याची कायम चणचण असायची.

ही चोरी जिवावरची होती. पिरा बऱ्या ताकदीचा माणूस होता. त्याचे तरवाचे तीन ढीग होते. दोन ढिगांच्या मध्ये त्याची खोप होती. एक ढीग जरा लांबवर होता.

दादाला सांगून मी रातचं एकटाच मळ्यात वस्तीला राहिलो. दादा घराकडं गेला. रात्री दहाच्या सुमाराला बाबू आला. पटक्यानं तोंड झाकून, पोती पंघरून तरू आणायला गेलो. हातात वस्तीची काठी घेतली. विचार असा होता की, बऱ्या चाहूल लागून काठी घेऊन आलाच तर मुकाबला करता यावा. नुसताच लंगोट घाटला होता. कारण रातचं पांढरी कापडं लांबनं दिसतात. शिवाय कापडावरनं नि चालीवरनं मिळून 'कोण असावं' याचा अंदाज करता येतो. त्याचा लाग लागू नये म्हणून हा अवतार केलेला.

"बाबू, पिरा बऱ्याला चावल लागला नि धावूनच आला तर काय करायचं रे?"

"त्येची काळजी तू करू नगं. तू नुसतं तरू उपड नि लांबवर नजर ठेव. खोपीतनं नुसता बऱ्या दिसला तरी असा वड्याला पळ. मागं मी काय करायचं ते करतो... एक ध्येनात ठेव. चोरावर धावून जायाला सुपाएवढं काळीज लागतं. चोर

असा चोरी करताना फ्रेंट झालेला असतो. अशा वक्ताला त्येच्यावर हत्ती जरी धावून आला तरी त्यो भीत नसतोय. खुशाल चालून जाईल. पिरा बऱ्न्या कितीबी वाघ असला तरी आपून दोघं हाय नि त्यो एकटा हाय. अशा वक्ताला त्यो धावून येणार न्हाई; नुसता आरडावरडा करंल. तसं काय केलं तर आपूण परतू या.''

मनात धाकधूक होती, तरी तसं काहीच झालं नाही. पण ह्या चोरीच्या वेळी मन बेफाट त्वेषानं भरलं होतं. त्या दणक्यातच एक अख्खाच्या अख्खा ढीग उपडून आणला नि रातचं दोन वाजता मी सात रुपय नि बाबू आठ रुपय घेऊन बाहेर पडलो.

माळकराच्या थोरल्या पोराला बाबूनं ताकीद दिली.

''रामा, ह्येची बातमी ह्या कानाची त्या कानाला कळता काम न्हाई. तुझी गरज हाय म्हणून तुला आणून दिलंय. जिवाचं नाव लवडा ठेवून तुझ्यासाठी ह्यो डल्ला मारलाय. शिवाय जगापेक्षा तुला दोन रुपय सस्तात दिलंय. जाण ठेव म्हंजे झालं.''

''खुळा का काय? मला का एवढं कळत न्हाई. सगळ्यांस्नीच गुण्यागोविंदानं ह्या गावात ऱ्हायाचं हाय. जीव धोक्यात घालून तू माझाच फायदा केलास न्हवं?''

''न्हाई, 'जाण ठेव' म्हटलं एवढंच.''

आम्ही बाहेर पडलो.

पैसे सिनेमाला खर्च होतील ह्या भीतीनं मी चार-आठ दिसातच वह्या-पुस्तकं घेतली नि अभ्यासाला लागलो... रामाचा तंबाखू जगला. ठसठशीत तंबाखूची आळी चार चार पानांवर हिरवीगार आली नि रामाच्या धाकट्या भावानं दादाजवळ सकाळीच तंबाखू ओढता ओढता चहाडी केली, 'रत्नूदा, तुझ्या भणीचं बाबज्या एक कामातनं गेलंय. जलमल्यापासनं ते कवाबवा चोऱ्याच करतंय. पर तुझं पोरगं शिकल्या-सवरल्यालं; तेबी त्येच्या नादानं चोऱ्या कराय लागलंय. त्येला जरा ताकीद दे; न्हाईतर उद्या तेबी कामातनं जायाचं.''

''काय सांगतोस?''

''आता खोटं कशाला सांगू? माझ्याच घरात त्येनं नि बाबज्यानं अडीच हजार तंबाखूचं तरू आणून घाटलंय. मी माझ्या हातानं दोघांच्या हातावर पंधरा रुपय टिकीवल्यात.''

''बरं, त्येला बघतो आता. कुणाचं तरू?''

''अगा, तुझ्या शेजारच्या पिरा बऱ्न्याचंच.''

आग लावून किशा माळकर निघून गेला होता... शेजारी दळपाचं जोंधळं निवडत बसलेल्या हिरानं मला सगळी खडान् खडा माहिती दिली. मी सावध झालो. दादाच्या माराला कसं तोंड द्यायचं याची तयारी करू लागलो.

दादाची माझी गाठ पडायच्या आत परड्याकडनं बाहेर पडलो. अधल्या रात्री रातभर पाऊस झोडपत होता म्हणून दोघंही घरात झोपलो होतो. जाता जाता आईला

सांगितलं, "आई, मी मळ्याकडं चलतो. रातभर ढोरं दावणीला उपाशी पडल्यात. आता तिकडंच परसाकडला जाईन म्हणं. आंघूळपांघूळ तिथंच करीन. कुणाकडनं तरी च्या लावून दे. दादा आला तर दादाकडनं लावून दे." बाहेर पडलो नि सरळ बाबूच्या घराकडं सटकलो.

"बाबू, किशा माळकरानं घात केलाय. त्येनं सकाळीच दादाजवळ कागाळी केलीया. तू जरा पुन्ना रामाकडं जाऊन त्येला ताकीद दे. न्हाईतर उद्या ते बेनं पिरा बन्न्यालाबी जाऊन सांगायचं. रामाला म्हणावं, 'ही गोष्ट जर का पिरा बन्न्याला कळली; तर सगळ्या रानातली रोपं उपडून वताडात फेकून देईन नि तुझं तुला पैसं परत देईन' म्हणून सांग. – आता माझी काय धडगत न्हाई, दादा माझा आज मारून मारून जीव घेणार. त्येला मी सांगणार, 'मी काय चोरी केली न्हाई. बाबूनंच केली. त्यो 'माझ्याबरूबर नुसतं चल' म्हणाला; म्हणून मी गेलो.' असं सांगतो. तुला इचाराय आला तर तू काय सांगायचं ते सांग. न्हाईतर त्येची गाठच घेऊ नगंस. आला की दडून बस कुठंतरी. आत्ती सांगंल, 'मला काय ठावं न्हाई. कामाला गेलाय. परतल्यावर इचारतो', म्हणून. मी चलतो. मळ्याकडं जातो म्हणून सांगून आलोय." मी चटक्यानं बाहेर पडलो नि मळ्याला गेलो.

तासाभरात हिराबाई चहा घेऊन आलीच. तिनं सांगितलं; दादा नि आई माझ्या चोरी करण्याबद्दल बोलत बसलं होतं. न्याहरी करून तासाभरात दादा येणार होता. दोघंही बाबूला शिव्या घालत होते.

हिराबाईला म्हसरांसाठी दोन पाचुंडं उसाकडंला आलेलं गवत कापून दिलं, तोपर्यंत दादा आला. मी आल्या आल्या कामाला जुपी केली होती. बैलांसाठी उसाचा साताठ पेंढ्या पाला काढून ठेवला होता. हेतू एवढाच; मी सकाळी आल्या आल्या कामाला सुरुवात केलीय, बसलो नाही; हे दादाच्या नजरेला यावं नि त्याचा अर्धामुर्धा राग कमी व्हावा.

"आन्द्या, हिकडं ये."

मी सहज जावं तसा गेलो.

"पिरा बन्न्याचं तबाकूचं तरू चोरून माळकराला इकलंस व्हय रे?"

"न्हाई बा, कोण म्हणतंय?"

"खुद्द किशा माळकरानं मला सांगिटलंय."

"हां हां ! ते व्हय. ते मी न्हाई इकलं. आत्तीच्या बाबूनं इकलंय." जणू मी दादाला माहिती पुरवीत होतो.

"तूबी हुतास म्हणं बरोबर."

"मी हुतो. म्हंजे काय झालं; बाबू तरू चोरून घेऊन सरळ आमच्या खोपीकडं आला. मला म्हणाला, "दादा, कुठाय?' तर म्हटलं, 'घरात वस्तीला हाय.' तर

म्हणाला, 'येतोस का गावात माझ्याबरोबर; अशानं असं केलंय. आलास तर निम्मं पैसे देतो. नुसती मला सोबत करायची.' म्हटलं; आयतं पैसे मिळत्यात तर जावं. मलाही वह्या-पुस्तकाला पैसे हुतील म्हणून गेलो. किशा माळकराला काय ठावं हाय ह्यातलं?''

''सुक्काळीच्या कुणीतरी धरून बडीवलं असतं की. माझ्यामागं मळ्यात वस्तीला ऱ्हाऊन असलं धंदं करतंस?'' असं म्हणून दादा धावून आला. मी लांब जाऊन उभा राहिलो.

''वह्या-पुस्तकाला पैसे न्हवतं तर कुठनं आणू? मिळत्यात आयतं म्हणून गेलो.''

माझ्या ह्या बोलण्यानं दादाचा अर्धा राग उतरला. बाबू पूर्वीपासनं बारीकसारीक चोऱ्या करत होता, याची कल्पना दादाला होती. म्हणून या चोरीच्या प्रकरणात दादा बाबूकडं चौकशीला जाईलच असं मला वाटत नव्हतं; म्हणून साळसूदपणानं बोललो. पोटभरून दादाच्या शिव्या खाल्ल्या नि तेवढ्यावरच ती भानगड मिटली.

ही भानगड गेल्या वर्षीची. तिचा संबंध दादानं एका नव्याच घटनेशी जोडला.

त्याचं असं झालं–

दिवाळी झाल्यावर नेहमीप्रमाणं आमचा घाणा झाला. गूळ कोल्हापूरला गेला. त्यानंतर पंधराएक दिवसांनी दादा गुळाची पट्टी आणायला गेला; तर दलालानं गुळाच्या हिशेबाच्या पट्टीसह सतराच रुपये दादाच्या हातावर ठेवलं.

दादा बुचकळ्यात पडला; ''सतरा रुपय कसलं हे?''

''हिशोबाचं. गेलं वर्षभर तू जे आगाऊ पैसे न्हेला हुतास ते नि त्येचं व्याज वळतं करून घेतलं. उरलेलं सतरा रुपये तुला दिलं.''

''नुसतं सतराच?''

''हा. माझ्याकडं हिशोब आहे.'' असं म्हणून, दलालानं सगळा हिशोब नि त्याचं झालेलं व्याज सांगितलं. दादाला विसाच्या पुढचा हिशोब येत नव्हता. तो आपला नुसताच हूं हूं म्हणून सतरा रुपये घेऊन परत आला.

त्यामुळं घरात खर्चाला एकही पैसा नव्हता. म्हणून जोंधळ्याच्या सुगीच्या अगोदरच शेंगा काढल्या, त्या आठदहा दिवस वाळायला टाकल्या. दरम्यान जोंधळा कापून त्याची मळणी करून घेतली. तोंडं बांधून सहा गठळी झाली. ती नेऊन घरात टाकली.

शेंगा वाळल्या होत्या. त्याची पोती शिवून दलालाकडं नेऊन टाकणं गरजेचं होतं. आताच त्या विकल्या असत्या तर खर्चाला पैसे मिळणार होते. दलालानं लगेच कर्जाऊ पैसे द्यायचं नाकारलं होतं. घरात तर नुसती सहाच पोती धडशी होती. तीही जोंधळ्यात गुंतलेली. त्यामुळं दादानं नि मी खोलीत जोंधळ्याची पोती

ओतून रास केली नि पोती मोकळी केली. त्यात शेंगा भरल्या नि त्यांची गाडी कोल्हापूरला दलालाकडं दादा सोडून आला... दलालानं दीडदोन महिन्यानी पट्टीला यायला सांगितलं.

दरम्यान माझी परीक्षा झाली. पाडवा तोंडावर आला होता. म्हणून आम्ही मळ्यातलं बिऱ्हाड गावात नेलं. घरात तर खर्चाला एक पैसा नाही. पोराटारांच्या अंगावर एकही नवं कापड नाही. आई चिंतागती झाली. दिवाळीच्या ऐवजी संक्रान्तीला, पाडव्याला नवी कापडं घेणं सोयीचं जायचं. गुळाचा पैसा आला म्हणजे हातात यायचा; पण यावेळी काहीच आला नाही... दादाही येडबडल्यागत झाला. गावात चार ओळखीच्या ठिकाणी जाऊन आला; पण एकानंही कुणी उसने पैसे दिले नाहीत.

चिन्नभिन्न खाल माननं मी नि दादा मळ्याकडं वस्तीला गेलो... हळूहळू जास्तच बिकट दिवस येत चालले होतं.

रात्री दादाला दृष्टान्त पडला. सकाळी उठल्यावर त्यानं मला सांगितलं.

"आन्द्या, शेंगा इकल्यात. दलाल माझी वाट बघत तक्क्याला बसलाय."

"कसं कळलं?"

"राती दुष्टान्त झाला... मी आता कोल्हापूरला जाऊन शेंगंची पट्टी नि पैसे घेऊन येतो."

"बरं." मी पुढं काहीच बोललो नाही.

दादाला दृष्टान्त पडला की त्याबद्दल कुणी शंका घ्यायची सोय नसे. तो मग खवळून उठे. दादाला ते 'देवाचं सांगणं' असे. भटाच्या मळ्यात आमची परिस्थिती बिकट होत चालली तसे दादाला हळूहळू दृष्टान्त पडू लागले.

रात्री दृष्टान्त पडला की दिवसभर दादाला चैन नसे. दिवसभर तो त्याचा अर्थ लावण्याचा खटाटोप करी. स्वत:शीच मोठ्यानं बोलत राही. त्याला दृष्टान्तानं चेडं घातल्यागत होत होतं. संसाराचे अनेक प्रश्न त्याला पडत होते. भुईमुगाला, गुळाला, मिरचीला, तंबाखूला धारणा येईल का नाही? आली तर किती येईल? मळ्याचा मालक विहीर फोडून देईल का नाही? घाणा कधी लावावा? दलालाकडं गूळ नेऊन कधी लावावा? दलाल आगाऊ पैसे देईल का नाही? पेरणी कधी करावी?– अशासारखे हे प्रश्न होते. या प्रश्नांची उत्तरं तो दृष्टान्तावरनं ठरवत होता. दिवसभर पडलेले प्रश्न, तो देवाला साकडं घालून आपल्या उराशी घेऊन झोपत होता नि रात्रीच्या दृष्टान्तात त्याची उत्तरं शोधत होता.

दृष्टान्त म्हणजे दादाची स्वप्नं. स्वप्नात एखादा धनगर खांद्यावर धोंगडं घेऊन आला तर, दादाचा तो 'बिरुबा' असे, एखादा मांग आला तर 'खंडूबा' असे, लंगोटी नेसलेला एखादा भिकारी असेल तर तो दत्त असे, म्हातारा असेल तर तो

'हलसिद्धआप्पा' असे, तरुण असेल तर वीर जोतिबा असे. हे सगळे आमच्या भागाचं देव. धनगरवाडा, मांगवाडा, हे तर आमच्या घराशेजारीच दोन्ही बाजूंना असलेले. माळावरनं जातायेता नेहमीच भिकाऱ्याची पालं दिसत. धनगर, मांग, भिकारी, तरणी, म्हातारी माणसं दिसणं हे नेहमीचंच असे. दादाला चेहरेमोहरे बदलून दृष्टान्तात तीच दिसत असावीत.

दादा जन्मानं पायाळू. पायाळू माणसात देवाची वस्ती असती, ती देवध्यानी असत्यात, अशी आमच्या भागात खेड्यापाड्यातनं समजूत. त्यात पुन्हा दादाच्या आईवडिलांनी 'हलसिद्ध आप्पाच्या किर्पंनं पोरगा जगलावाचला नि दांडगा झाला' म्हणून दादाच्या देखत गावाला सांगितलेलं. पोरंबाळं वाढल्यानं, महागाई वाढल्यानं, मळ्याचा फाळा डोईजड झाल्यानं, मालक विहीर फोडून देत नसल्यानं दादा चारी बाजूंनी घेरल्यागत झालेला. त्यामुळं देवावरची त्याची श्रद्धा अधिकच वाढत चाललेली. अधिकाधिक घट्ट होत चाललेली. अधनं-मधनं तो 'दत्ताला' नरसोबाच्या वाडीला नि 'हलसिद्ध आप्पाला' आप्पाच्या वाडीला जाऊन येई. देवावर भार टाकून तो बऱ्याच प्रश्नांचे निर्णय घेई. स्वप्नात आलेल्या व्यक्तीच्या वागण्याचा पारोसा अर्थ काढी. स्वप्नाला तो 'सपान' वगैरे म्हणत नसे; 'दुष्टांत' म्हणे. त्याच्या मनानं आपल्या स्वप्नांना दिलेला हा वरचा दर्जा असे. 'देवानं दुष्टान्त दिला' असं तो म्हणे. स्वप्नात आलेल्या व्यक्तीचं 'देव अमक्याचं रूप घेऊन आला हुता' म्हणून तो वर्णन करी.

त्याच्या ह्या दृष्टान्तांना आम्ही सगळी पोरं हासत होतो. त्याच्या पाठीमागं दृष्टान्ताची टिंगल-टवाळी करत होतो. ह्या स्वप्नांवर विश्वास ठेवू नये, ती का पडतात; स्वप्नातलं काही खरं कसं नसतं; याबद्दल मी दादाला एकदा माझ्या वाचनात आलेलं वाचून सांगितलं होतं. पण तो माझ्यावरच खवळून उठला होता. 'तुझी शाळा खुळ्यानं झवलेली हाय.' म्हणाला होता. तेव्हापासनं त्याच्या दृष्टान्ताच्या वाटेला मी जात नव्हतो.

तासरातीला दादा कोल्हापुरासनं शेंगेची पट्टी नि पैसे घेऊन परत आला होता. त्याचा दृष्टान्त खरा ठरला होता. अगोदर दलाल पैसे द्यायला तयार नव्हता. पण दादानं त्याला दत्तानं दिलेला दृष्टान्त सांगितला. दलालाला त्याच्या दुकानातच असलेल्या दत्ताच्या फोटोची शपथ घातली नि 'शेंगाचं पैसे आल्यात का न्हाई खरं सांगा' म्हणून विचारलं. दलालानं हासत हासत, दादाच्या दृष्टान्ताचं कौतुक करत त्याला पट्टी नि पैसे दिले. सकाळी उठून दत्ताची पूजा उदबत्ती लावून करणाऱ्या दलालाला पट्टी-पैसे न देणं जड गेलं असावं. पण परत येताना दादा एका मरणातनं वाचला होता.

शेंगा विकल्यावर मोकळी झालेली सहा पोत्यांची सुरळी डोक्यावर घेऊन,

जुन्या कोटाचं खिसं सावरत तो दलालाच्या अडत दुकानावरनं मोटर स्टँडकडं परत येत होता. कोल्हापूरला पैसे आणायला जाताना तो नेहमी एक डफळ्या रंगाचा जुनाट कोट वापरत असे. तो कधी तर दहापंधरा वर्षांपूर्वी त्यानं केलेला. पैसे कोटाच्या आतल्या खिशात सुरक्षित ठेवता येतात, म्हणून तो हा कोट घालून जाई. त्या वेळी तो पिकातल्या बुजगावण्यासारखा दिसत असे. कोपरावर फाटलेला कोट तो थाटात घालून जाई. अंगात असला कोट नि डोईवर पोत्यांची सुरळी पाहून, हा नक्कीच पट्टीचे पैसे घेऊन जात असलेला शेतकरी असला पाहिजे याची खात्री होऊन, दादाला एका भामट्यानं गाठलं.

दोन्ही बाजूंनी अडत पेठेत दुकानांसमोर बैलगाड्या सुटलेल्या. घाणा गुऱ्हाळाचे, सुगीचे दिवस. त्यामुळं अडत पेठेत गाड्यांची, माणसांची, माल चढवण्या-उतरवण्याची, व्यापाऱ्यांची, परमुलखाला माल न्यायला आलेल्या ट्रकांची एकच गर्दी उडालेली. त्यात पुन्हा बैलांची शेणं गोळा करायला आलेल्या पोरी, बायका, बारकी पोरं यांची दाटी. अधनंमधनं यातलीच पोरं-पोरी; उघड्यावर पडलेल्या गुळाच्या ढेपा खुरप्यानं किंवा पत्र्याच्या तुकड्यानं तासलून त्याचा गूळ खायला, चहाला डोळा चुकवून पळवत होती. या गुळाबरोबरच शेंगांच्या पोत्यांना ती भोकं पाडत नि शेंगाही लांबवत. शेतकऱ्याची वस्तू; ना धनी, ना संरक्षण. यातनंच भिकारी-गोसावी अडत-दुकान-दारास, खरेदीला आलेल्या व्यापाऱ्यास, माल घेऊन आलेल्या शेतकऱ्यास भरघोस आशीर्वाद देऊन दोन पैसे, चार पैसे मागायला हिंडणारे. चहाच्या गाड्यांभोवतीनं पेठेतल्या हमालांची गर्दी ती वेगळीच... सुगीचे दिवस. सगळी अडत-पेठ गच्च भरल्यासारखी दिसत होती. खरेदी-विक्री जोरात चाललेली.

दादा शेंगाची पट्टी नि पैसे घेऊन बाहेर पडला. गर्दीतनं धक्के खात, खिसे नि डोईवरच्या पोत्यांची सुरळी सावरत मोटारस्टँडकडं चालला. पेठेच्या शेवटला महादेवाचं एक छोटं देऊळ होतं. त्या देवळासमोर राख फासून बसून राहिलेल्या एका गोसाव्याकडं बघत बघत दादा चालला. बघता बघताच त्यानं महादेवाला मान लववून, डोळे मिटून, मानेनंच नमस्कार केला.

ते बघून गोसावी दादाला म्हणाला; "जय शंकर, जय भोलेनाथ! बाबासाब, तू असा कसा चाललास? परमेशोरानं तुला आज रग्गड बरकत दिलीय; त्येच्या नावानं काहीतरी दान कर. देवांचा देव महादेव; त्येची कृपा हाये. त्येला नमस्कार तरी नीट कर. लगेच इसरू नको."

दादाच्या श्रद्धाळू मानाला क्षणभर थांबावंसं वाटलं. सरळपणानं तो म्हणाला, "केला की हो नमस्कार तुमच्या म्होरंच." असं म्हणत त्यानं पायातलं पायताण बाजूला काढलं. डोईवरची पोती बाजूला टाकली नि देवळाच्या उंबऱ्याला हात

लावून नमस्कार केला. आतल्या खिशातलं नोटांनी फुगलेलं पाकीट काढलं. त्यातला एक आणा काढून त्यानं गोसाव्याच्या हातावर ठेवला. "हे घ्या."

गोसाव्यानं हेरलं.

"मला देव उदंड देतो बाबा! माझी चिंता मला नाही. मला तोझी चिंता हाये. देवाच्या दारात बस दोन घटका. सकाळपासनं दमून गेलायेस. दोन गोष्टी सांगतो त्या ऐक."

गोसावी दादाला देव वाटू लागला. रात्रीचा दृष्टान्त त्याला आठवला. त्याच्या दृष्टान्तात गोसावीच आलेला नि सांगून गेलेला. दादा बसला.

"परमेशोर तोझं आज उदंड कल्याण करणार हाये. तोझ्या आजच्या लक्ष्मीचं देवाला दर्शेन दे."

दादानं पाकिटातनं पुन्हा एक चवली काढून देवासमोर ठेवली.

"उचल ती नि घाल पाकिटात. देवाला तोझा एऽक पैसाबी नोको. तोझा एक आणाबी घे. मलाबी तोझी एक पै नोको. देव मला पोष्कळ देतो. मला तोझी काळजी हाये. तू तोझी खरी लक्ष्मी दाखवली न्हाईस. खोटी लक्ष्मी दाखवलीस. तुला त्यानं आज भरपूर बरकत दिलीय. तिचं दर्शेन त्येला घडू दे. तो तुला ती दुप्पट करून देईल."

"म्हंजे काय?" दादा थोडा गोंधळला. परमेश्वरासमोर आपण काहीतरी चूक केली असं त्याला वाटू लागलं.

गोसावी प्रेमळ हासला. "अरे बाबा, परमेश्वरानं तोला आज भरपूर लक्ष्मी दिली ना?"

"व्हय!" दादा कबूल झाला.

"त्येची इच्छा जर ती दुप्पट करायची असेल; तर तू त्येला ती का दाखवत न्हाईस? तो ती काही घेणार न्हाई."

"व्हय की."

"देवासमोर ती ठेव. देवाचा प्रसाद तोला मी देतो. अंगारा तिच्यावर बांधून देतो. ती लक्ष्मी घराकडं घेऊन जा. तीन दिवसात ती तोला दुप्पट झालेली दिसेल... देवाची तोझ्यावर मर्जी हाये; तर असा पदर आखडता का घेतोस?"

"असं म्हणता?" दादानं धीरानं पाकीट काढलं. त्यातल्या दोनशे चाळीस रुपयांच्या दहाच्या नोटा काढल्या. त्या सगळ्या देवाच्या उंबऱ्यावर मनोभावे ठेवल्या.

"एवढं दिलं देवानं आज उगंच का खोटं बोलू? ठेवा ह्येच्यावर देवाचा अंगारा."

"जेय शंकऽऽर, जेय भोलेनाऽऽथ!" म्हणून गोसाव्यानं गोसावी भाषेत काही

म्हटलं नि त्या नोटांवर अंगारा ठेवला. दादाला त्यातलाच अंगारा लावला.

"ही तोझी लक्षुमी. हा देवाचा अंगारा. मी तोला मंत्तीर घालून देतो. हे सगळं तोझ्या घरातल्या देवासमोर ठेव नि मग लक्षुमी वापर. तीन दिवसात देवानं तोला ती नाही दुप्पट करून दिली; तर माला पुन्ना येऊन ह्या देवळात भेट. मी ह्या महादेवाची सेवा जलमभर करत आलोय."

दादा पैसे उंबऱ्यावर ठेवूनच गोसाव्याचं बोलण ऐकू लागला. पैसे समोरच होते. त्यामुळं दादाला काळजी नव्हती. गोसाव्यानं झोळीतनं पांढरा स्वच्छ कोरा कागद काढला. पेन्सील काढली नि त्या कागदावर एक गोल, गोलाच्या भोवतीनं एक चौकोन, चौकोनाच्या चारी बाजूला चार रेषा, त्यावर पुन्हा फुल्या असं केलं. असं करताना तो काही तरी ओठात पुटपुटत होता. त्यानं तो कागद दादाच्या हातात दिला. मनातल्या मनात देवाचं नाव घेऊन दोन्ही हातानी घ्यायला सांगितला. त्या कागदात ते पैसे ठेवायला सांगितले. त्याची पद्धतशीर घडी करून तिच्यात पद्धतशीर पैसा ठेवायला सांगितला. मग मंतरलेला एक पंचरंगी दोरा देवळाच्या गाभाऱ्यात जाऊन त्या गोसाव्यानं आणला. त्या दोऱ्यात त्यानं ती पैसे असलेली कागदाची घडी गच्च गाठी घालून दादाच्या देखतच बांधली. देवळाच्या अंधाऱ्या गाभाऱ्यात बसूनच, दोऱ्यात बांधलेले घडीतले पैसे दादासमोरच त्याने मंत्र म्हणत महादेवाच्या पिंडीवरून पाच वेळा फिरवले नि दादाच्या हातात ते दिले... गाभाऱ्यातलं अंधुक अंधुक दादाला बाहेर बसून सगळं दिसत होतं, म्हणून त्यानं निर्धास्तपणानं गोसाव्याला सगळं करू दिलं. गोसावी त्या छोट्या देवळात असल्यामुळं, तो पळून जाईल असंही त्याला वाटलं नाही.

"ही तोझी लक्षुमी आता आनंदानं घेऊन जा. देव तोझं उदंड करील."

दादानं श्रद्धेनं मान हलवली. पैसे खिशात घालून दादा देवाला नमस्कार करून उठला. पोती घेऊन चालू लागला.

"जेय शंकऽर, झेय भोलेनाऽथ!" पाठीमागून आवाज घुमला.

दादानं पाठीमागं बघितलं. गोसाव्यानं त्याच्याकडं पाहिलं. प्रेमळ हास्य केलं. दादा पुढं चालू लागला. वळणावर हॉटेल होतं. तिथं चहा घेऊन स्टँडकडं जावं म्हणून आत घुसला.

आत गेल्यावर; त्यानं पुन्हा ती पंचरंगी दोऱ्यानं मंतरलेल्या कागदात बांधलेली नोटांची घडी, खिशातनं बाहेर काढली नि चाचपून बघितली. त्याला असा संशय आला की, कागद पांढरा असला तरी काहीसा मळका आहे नि आत नोटांची घडी जशी हाताला टणक लागत होती; तशी लागत नाही. त्याच्या मनात काय आलं कुणास ठाऊक; त्यानं लगेच वरचा कागद थोडा फाडून आत डोकावून पाहिलं; तर आत नुसते कागदच होते. नोटा नव्हत्याच. दादाच्या काळजाचं पाणी झालं. पोती

काखेत मारून धाडदिशी तो बाहेर पडला नि त्यानं देवळाकडं पाहिलं. गोसावी नुकताच उठून चालू लागलेला, पंधरावीस पावलं देवळाच्या पुढं गेलेला त्याला दिसला. ते बघून त्यानं जोरानं बोंब मारली नि "चोर चोर" म्हणून तो ओरडला. "त्या गोसाव्याला धरा. त्येनं माझं पैसे पळीवलं. धरा धरा त्येला. " असं करत तो वेगानं तिकडं पळाला.

गोसावी अडतपेठेच्या गर्दीत नाहीसा होण्याचा प्रयत्न करत होता. तो पळाला असता तर लोकांनी बरोबर हेरून पकडलं असतं; अशी त्याला शंका आली असावी; त्यामुळं तो वेगानं गर्दीत घुसत चालला होता. दादानं त्याला गाठलं.

लोकांनी गोसाव्याला बेदम बडवला. झोळीतून; नोटाची कागदात बांधलेली घडी काढून दादाच्या ताब्यात दिली. तिचा दोरा अडकित्त्यानं तोडून, आत बरोबर चोवीस नोटा असल्याची खात्री करून घेतली. मग त्याला अडतपेठेच्या पोलीस चौकीवर नेऊन पोलिसांच्या ताब्यात लोकांनी दिल्यावर दादा परतला. त्यात सगळी दुपार गेली.

तासभर दिसाला तो कागलात येऊन पोचला. आम्ही सगळीच मळ्यात होतो. दादा तसाच मळ्याकडं आला. त्यानं घडलेली सगळी हकीकत आम्हाला सांगितली... आम्ही सगळी पोरं खुदूखुदू हासू लागलो. आईला मात्र दादाच्या ह्या वागण्याची चीड आली. "चांगलं केलंतासा. सालभर माझी पोरं राबली हुती; ते सगळं ढांकंला लागलं असतं. तुम्हांस्नी सगळं गोसावी-भिकारी दत्ताचंच अवतार दिसत्यात. वाटंच्या वाटसराला उद्या घरात घेऊन; असंच घरदार धुऊन द्या म्हंजे झालं."

"आगं, मी वाटंनं चाललो हुतो; तर दुर्बुद्धी झाली. अशी मान वाकवून, देवाच्या पाया पडून चाललो; तर कुठली बुद्धी आठवली नि त्या गोसाव्याच्या नादाला लागलो... तरी हाटेलात जायची नि बाकावर बसून पैसे चाचपायची बुद्धी मला देवानंच दिली. त्या गोसाव्यालाबी; घटकाभर देवळा म्होरं बसून अडतपेठंत जायची बुद्धी देवानंच दिली; म्हणून तर त्यो मला गावला. पोलीसाच्या तावडीत देऊन त्येला देवानंच पोपट केला. आता बसंल जलमभर सरकारी पिंजऱ्यात."

दोन-तीन दिवस दादा चिंतागतीच दिसत होता. त्याच्या मनात; घडलेल्या प्रसंगाविषयी उलट सुलट विचार येत होते. गोसाव्यासंगं भांडत असल्यागत; कामं करताना तो एकटाच पुटपुटायचा. सगळी जेवायला बसलो की, पुन्हा तोच प्रसंग त्याच तपशिलानं सांगायचा. "माझ्याकडनंच चुकलं. मी देवाच्या पाया पडून फुडं गेलो हुतो; तसंच फुडं जायला पाहिजे हुतं... गोसावी देवळाच्या गाभाऱ्यात गेला तवा; त्येच्या हातावर बारीक नजर ठेवाय पाहिजे हुती... त्याच वक्ताला ती घडी काढून त्येला दाखवायला पाहिजे हुती... तिथंच त्येच्या झिंज्या धरून, 'सुक्काळीच्या, देवाच्या नावावर गावाला फसीवतोस' म्हणून कुचलायला पाहिजे हुतं..." असं तो

बोलत होता. तोच प्रसंग उलट-सुलट, बदलून कसा घडायला पाहिजे होता, याची कल्पना करून तो सांगत होता. त्या प्रसंगानं दोनचार दिवस त्याला नुसतं घेरून टाकलं होतं. दुसरा विचार सुचत नव्हता.

आठ एक दिवस गेले. दादा मळ्यात वस्तीला होता. सकाळी लौकर उठून मी त्याचा चहा घेऊन मळ्याकडं गेलो. दादा चहा पितापिता म्हणाला. "आन्द्या, मी जरा घराकडं जाऊन येतो. शिव्याला पाण्याची दारं मोडायला लावून देतो... राती मला दुष्टान्त पडला. हलसिद्ध आप्पानं येऊन सांगिटलं; तुझ्या घरात चोर शिरलाय म्हणून. राती काय गडबड झाली न्हाई न्हवं?"

"न्हाई बा. झाली असती तर मी लगीच सांगिटलं असतं."

"खोलीच्या कपाटात भुईमुगाचं आलेलं पैसे ठेवल्यात; ते जाप्त्याला नीट ठेवल्यात का न्हाईत ते मी बघून येतो." दादा घराच्या वाटंला लागला.

रातची शेणंघाणं तशीच पडली होती. ती मी भरली. ढोरांना वैरणी घाटल्या. कापडं धुवायची होती; ती शिवाची वाट बघत धुतली.

शिवा थोडा उशिरानं न्याहारी घेऊन मळ्याकडं आला.

"उशीर का रे?"

"पोत्यांत जुंधळं भरू लागलो दादाला."

"भरलं का मग?"

"भरलं की."

"दादाचं पैसे जाप्त्याला हाईत न्हवं?"

"हाईत की."

"जुंधळं भरायचं ख्याट मधीच कसं काय निघालं?"

"खोलीत सगळं जुंधळं पसरलं हुतं. शेंगंची मोकळी पोतीबी परत आली हुती. दादा म्हणाला, 'हे जुंधळं एवढं भरून सरळ लावू या.' म्हणून मी नि धोंडी भरू लागलावं."

"दादा मळ्याकडं आला न्हाई?"

"आई संगट भांडत बसलाय; ते काम सपायला नगं? यील तासाभरानं. तवर मोट धराय सांगिटलीया."

शिवाला दादानं पाण्याकडं जायला सांगिटल्यामुळं तो दादावर वैतागला होता; ते माझ्या लक्षात आलं. मी तिकडं डोळेझाक करून म्हणालो, "कशापायी भांडाय लागलाय?"

"जुंधळ्याबद्दल. पोती भरल्यावर आईला म्हणाला; 'जुंधळं एवढंच कसं? साऽ गठळी आणून वतली हुती. निदान पाच पोती तरी भरली पाहिजेत."

"मग किती पोती भरली तर?"

"चार पोती भरली."

"आईनं म्हैनाभर त्यातलंच जुंधळं दळून आणलं न्हवं?"

"तेबी सांगिटलं की आईनं. पर दादा म्हणतोय; पोटाला अर्धं पोतं गेलं असलं; तरी अजून अर्धं पोतं जुंधळं कमी पडत्यात. – आई म्हणती; साऽगठळी नव्हती. तर दादा म्हणतोय; मोठी मोठी साऽगठळी जुंधळं हुतं. पोत्यांची तोंडं शिवून भरली असती तर, पाच पोती झाली असती... बसल्यात दोघंजण क्याचम्याच करत."

आम्ही दोघांनी मोटा धरल्या.

मोटा सुटायच्या वेळेला आई नि दादा बरोबरच मळ्याकडं आले. आले नि त्या दोघांनी मिळून; माझ्यावरच मी जोंधळं चोरून विकल्याचा आरोप केला. माझ्या पोटात साप गेल्यागत झालं. खरं तर; घरातल्या असल्या गोष्टींची चोरी मी कधीच केली नव्हती. आमची वस्ती मळ्यात होती तेव्हा; घराकडं कधी मी तर कधी दादा झोपायला जात होतो. वस्तीला मी एकटा गेल्यावर जोंधळं चोरून विकलं असणार, असा दोघांनी तर्क केला.

आई उघड उघड म्हणाली, "आन्दू, तू तुझ्या मास्तराची तुंबलेली फी भरायला म्हणून जुंधळं इकलेलं असणार. त्याबगार तुझा मास्तर तुला परक्षेला कसा बसू देईल?... तू त्या बाबज्याच्या नादानं चोऱ्या करायला सोकावलाईस. खरं खरं सांग, त्या बाबज्याला; घरात तू वस्तीला असताना किती जुंधळं न्हेऊन घाटलाईस?"

"खुळी का काय? देवाची शप्पत गं, मी जुंधळ्याचा एक दाणाबी न्होऊन इकला न्हाई."

"मग मास्तराची धापंधरा रुपय फी कुठनं न्हेऊन दिलीस तू?"

"सणगराच्या आबाजीनं मला मदत केली. रातचं जाऊन मी त्येची शिकवणी घेत हुतो. माझी फी मग त्यो भागवत हुता."

"तुझ्या आयला तुझ्या; त्येच्या घरात काय एवढं पैसं द्यायला ऊतू चालल्यात?– किती जुंधळं न्हेऊन इकलंस खरं सांग." म्हणून दादानं माझा बखोटा धरून थोबाडात मारली.

"मी एक दाणा न्हेऊन इकला न्हाई. वाटलंच तर आबाजीला इचार." मी थोबाडावर हात ठेवून बोललो.

दादाचा विश्वास बसायला तयार नव्हता. मी काहीतरी बनवाबनवी करतोय असं त्याला वाटत होतं. त्या दिवशी; पायातल्या पायताणासकट मला त्यानं खोपीच्या दारातच पायांनी कुचललं. नाकावर एक लाथ बसून त्यातनं तोंड भरून रक्त वाहायला लागल्यावर; मग कुठं तो थांबला. त्याचा संताप अनावर झाला होता. आईनं मला खालनं ओढून बाहेर ढकलला नि "जा की तिकडं पळून; मर जा. किती मार खातंस?" म्हणाली.

मी धावेवर निघून गेलो. रक्ताळलेलं तोंड धुतलं नि तिथंच बसलो. दादा खोपीतनंच तनतनत होता. 'तूच रांडं सैल सोडून त्या सुक्काळीच्याला चोऱ्या कराय मोकळं सोडलंस;' म्हणत होता. त्याच्या बोलण्यावरनं नि आईच्या उत्तरं देण्यावरनं; माझ्या लक्षात एक गोष्ट आली की, दिवाळीच्या सुट्टीत मी चोऱ्या केल्याचं आईनं दादाला सांगितलंय. त्या चोऱ्यांचं पैसे सिनेमाला नि मास्तराच्या फीला पुरं झालं नसतील, म्हणून मी घरातलं जोंधळं बाबूला नेऊन विकलं असतील; असं त्या दोघांनी मिळून अनुमान काढलं होतं. दादाला माझ्या गोष्टींचा दुहेरी-तिहेरी राग आला होता. फी शाळेत भरायची आहे, याचा मी त्याला पत्ताही लागू दिला नव्हता. मी शेजाऱ्या-पाजाऱ्याची गवतं, कडबं, बाटकं चोरून विकली याचा पत्ता त्याला नव्हता; पण आईला हे सारं माहीत होतं आणि तरीही ती दादाला बोलली नव्हती. आबाजीनं मला पैसे दिले; हे मी आईला कधीच सांगितलं नव्हतं आणि ते ऐन वेळी; दादा मला मारतोय म्हणून मी खोटंच सांगतोय, थापा मारतोय; असं दोघांना वाटलं होतं. त्यामुळं दादा खूप भडकला होता.... "उद्या दरोडं घालाय लागला तर माझी अब्रू ऱ्हाईल का, गतकाळे?" म्हणून आईवर धावून गेला नि तिलाही एक थोबाडीत दिली.

पुढं महिनाभर हे प्रकरण चाललं होतं. अधनंमधनं शिव्या बसत होत्या. मला तोंड वर करून बोलाय येत नव्हतं. कारण मी शेजारपाजारच्या चारपाच वेळा चोऱ्या केल्या होत्या. त्याची लाज वाटत होती. मनाची आतल्या आत खांडोळी होत होती. ते शरमून शरमून आकसत होतं.

शिव्या कमी बसाव्यात म्हणून मी खसाखसा कामं करत होतो. दादाला कोणत्याही प्रकारचा तुसास पडू देत नव्हतो...

'उद्या दरोडं घालाय लागला तर माझी अब्रू ऱ्हाईल का, गतकाळे?' ह्या दादाच्या बोलण्यानं, मनात त्याक्षणी साप डसल्यागत झालं. एका लोककथेतल्या; फाशीला जाणाऱ्या नि शेवटची इच्छा म्हणून; आईचा कान दातांनी तोडणाऱ्या चोराची मला आठवण झाली.

... माझा ह्यो नाद असाच वाढत गेला तर, माझ्या शिक्षणाचा कायबी उपयोग न्हाई. मी खरंच दरोडेखोर हुईन. सगळ्या गावाला हे कळलं तर, कुणी मास्तर मला हुंबऱ्याच्या आतबी घेणार न्हाईत. सिनेमा न्हाई बघितला, हाटेलात न्हाई गेलं तर काय जीव जाईत न्हाई. फी– पुस्तकांसाठी दुसरं कायतरी करून पैसे मिळवायचं; पर चोरी करायची न्हाई... देवा मला माफी कर. मी चुकलो. गावाला; मी चोर हाय हे कळू देऊ नगं. वाटलं तर शिक्षा म्हणून माझा एक डोळा फोड. एका डोळ्यानं मी जलम काढीन...

विवश होऊन एकटाच झाडाबुडी बसून रडलो. तोंडात दोनचार मारून घेतल्या.

डोळ्यांवर कचाकचा बुक्क्या मारल्या... सिनेमात बघितलेल्या दरोडेखोरागत; माझ्यातलाच एक दरोडेखोर माझ्या मनासमोर दिसू लागला नि माझं मलाच भय वाटू लागलं.

तेव्हापासनं कायमची चोरी बंद पडली... दादाचा दृष्टान्तावरचा विश्वास मात्र जास्त जास्त वाढू लागला. त्याच्या दृष्टांतातल्या 'तुझ्या घरात चोर शिरलाय'चा अर्थ त्यानं असा घेतला. मीच तो चोर असं त्याला वाटू लागलं. गोसाव्याच्या ठिकाणी आता मीच त्याला दिसू लागलो. तंबाखूच्या तरवाच्या चोरीचाही; त्यानं मनोमन काय लावायचा तो अर्थ लावला होता.

... देवानं त्याला आता माझ्याबद्दल चांगला दृष्टांत द्यावा, अशी देवाची प्रार्थना मीच मनोमन करू लागलो.

◆

२७

महिना-दीड महिना गेला नि गावात लगीनसराई सुरू झाली. गल्लीतल्या बायका; आपल्या लेकींच्या लग्नांची आवातणी आईला देऊ लागल्या. आई जाऊ-येऊ लागली. जवळच्यांच्या लग्नाला केळवाणं करू लागली. नांदायला जाणाऱ्या शेजारच्या पोरी जोडवी-साखळ्याच्या, नव्या लुगडं-चोळीच्या पेहराव्यात आईच्या पाया पडायला येऊ लागल्या... आईच्या मनात खोल खोल खळबळ सुरू झाली. काळजीची काळी सावली दाट दाट पसरू लागली. घरात पाच लेकी. तीन मरून गेलेल्या. हिराचं लगीन होऊन दोन अडीच सालं झाली; तरी लेक घरातच... न्हवऱ्याच्या मनात बसत न्हाई... आतापासनं हिला जलमभर अशी घरातच ठेवायची? भांडत-झगडत, एखादं-दुसरं तरी पॉर झालं तरी फुरं. बाईच्या जन्माचं चीज हुईल. कायबी झालं तरी न्हवऱ्याकडं नांदलीच पाहिजे. आपूआप मुलं हुत्यात. आज-उद्या वरीस-सा म्हैन्यात तिला न्हान येईल. न्हान आल्यावर लगोलग पोरी केळीगत फाफराय लागत्यात. देखण्या दिसाय लागत्यात... मग न्हवऱ्याच्या मनात बसायला उशीर लागायचा न्हाई... तिला अळूबाईबुळूबाई कायतरी करून न्हवऱ्याच्या घराकडं घालीवली पाहिजे... अजून चार लेकींची लग्नं करायची हाईत. हितनं फुडं अजून किती रांडा जल्माला येणार हाईत कुणाला दखल?– ती चिंतागती झाली होती.

रातचं मी, दादा जेवायला बसलो होतो. आई भाकरी करत करत वाढत होती. हळूच दादाला म्हणाली, "दीड वरीस झालं हिराच्या सासरचं हिकडं कुणी तोंडबी दाखवलं न्हाई. कशीबशी वरीसभर आली हुती. मग तिकडची तिकडं

गपगार झाल्यात.''

"मग काय करावं म्हणतीस आता?''

"तिच्या नाण्याचं कायतरी बघायला नगं? त्या पोराला जाऊन कायतरी इचारायला पाहिजे. ती एक नोडी रांड; आईच्या मागं त्येच्या घरात घुसलीया; तिचंबी पाय धरायला पाहिजेत.'' गावातच दिलेली हिराची थोरली नंणद; आपला सगळा संसार घेऊन, पोरक्या झालेल्या भावाकडं येऊन राहिली होती. थोरलेपणाचा फायदा घेऊन सगळा कारभार तिनं आपल्याकडं घेतला होता.

सगळ्या गल्लीत ती चवचाल बाई म्हणून ओळखली जात होती.

घरात घुसल्यावर तिनं सहा महिन्यांत हिराला माहेरला धाडलं होतं. तिचं नाव समा. पुरुषासारख्या आई-भैणीवरनं शिव्या द्यायची तिची खोड. शंकरची ती थोरली बहीण. आईवडिलांच्या मागं त्याला थोरल्या बहिणीच्या नि तिच्या नवऱ्याचा आधार वाटत होता.

ती घरात आली नि हिरा अधनंमधनं आमच्याकडं येऊन; समा कसाकसा जाच करती ते सांगू लागली... गावाच्या मावळतीकडंच्या बाजूला एक मोठा ओढा होता. पावसाळ्यात त्याला कायम धो धो वाहणारं पाणी असे. गाव संपलं की ओढ्यापर्यंत दोन-अडीच फर्लांगाचं काळवट रान लागे. या काळवट रानातच पांद होती. तिच्यात गुडघागुडघाभर चिखल होई. निसरडं होई. गडीमाणसंसुद्धा पुष्कळ वेळा या निसरड्यात पडत. ही पांद नि तो ओढा ओलांडून शंकरच्या मळ्याला जावं लागायचं. त्यानंही तो दिवाणाकडनं फाळ्यानं केलेला होता. पावसाळ्यात ह्या मळ्याला गडीमाणसांशिवाय कुणी जाणं शक्य नव्हतं. "जा तुझी तू देऊन ये जा न्हवऱ्याची भाकरी.'' म्हणून समा हिराला शंकरची भाकरी घेऊन लावून द्यायची. हिराला काहीच बोलता यायचं नाही. ती रडतकुढत त्या पांदीनं नि त्या ओढ्यानं कुठल्या तरी जाणाऱ्या इसमाच्या मदतीनं जायची. पुष्कळ वेळा पांदीत पाय निसरून पडायची नि कोरड्यास-बिरड्यास, पातळ-नितळ काय असेल ते सांडायचं. शंकर नुसता रागाला यायचा, पण ही नणंद तिला पाठीत धपाटं द्यायची. अगोदरच हिरा नाळरोगी, अशक्त. तशात ह्या धो धो पावसानं नि राडी चिखलातनं चालून चालून, ती जास्तच सुजरी-फुगरी झाली. तरीही तिला पहाटे उठून "तुझ्यापुरतं नि तुझ्या दाल्ल्यापुरतं तरी दळ.'' म्हणून दळायला बसवायची. दळून झालं की, तिच्या दोन्ही म्हसरांची शेणंघाणं काढायला लावायची. शेणं काढली की, समा धारा काढून जे दूध घालायला म्हणून जायची; ते तीन-चार तासांनीच, न्याहारीच्या वक्ताला, जागोजागी बसतउठत, गप्पा मारत परत यायची. आल्या आल्या, "झाल्या का न्हाई गं अजून भाकरी?'' म्हणून हिराला विचारायची. शेणं काढून, दळून हिराचा जीव मेटाकुटीला यायचा. तिला दम लागायचा. मग ती होतील तशा

मंद गतीनं भाकरी करायची. स्वैपाकला लागायची. ''अजून तुझ्या भाकरीबी झाल्या न्हाईत, रांडं.'' म्हणून ती तिला धबाधबा मारायची.

हिराचा नवरा मळ्यात नि समाचा नवरा गरीब गायीगत. कुठं मिळेल तिथं रोजगाराला जात होता. शंकरच्या घरात दोन माणसांशिवाय कुणी खाणारंच नसल्यामुळं, समाच्या नवऱ्याला थोडे सुखाचे दिवस आले होते. बायकोच्या जिवावर तो त्या घरात आयतं खाऊन काहीसा सुखावला होता. त्यामुळंही समाला तो उलटून बोलायचा नाही. तिचं कारभारीपण चालू द्यायचा. शिवाय समाचा स्वभाव तापट, कडकड्या; त्यामुळं तो आणखीनच मांजरागत गप्प बसायचा. सगळं जमून आलं होतं. तरी समा बाहेर दूध घालायला गेल्यावर तो हिराला मदत करायचा. ''तुझ्या तू भाकरी कर. मी शेणं काढतो'' म्हणायचा. समा दुपारी हिराला घुशीची बिळं लिंपायला सांगायची; ती तो लिंपून टाकायचा. कधी समा हिराला जास्तच कुचलू लागली तर, तिच्या हातातनं हिराला काढून घ्यायचा. तेवढाच त्या घरात हिराला एक दुबळा आधार होता.

हिरा हे सगळं आईला येऊन सांगायची.

''शंकरला तू हे सगळं का सांगत न्हाईस?''

''त्येचं काय चालत न्हाई तिच्या फुडं. त्येला नुसता बैल केलाय तिनं. त्येला म्हणती, 'कशाला हे सुजरं-फुगरं करून घेटलंईस? घालवून टाक जा जिकडच्या तिकडं. तुला का दुसरी बायकू मिळणार न्हाई? छप्पन्न बायका दारात बांधून हुब्या करतो. एकापेक्षा एक सरस जागं काढतो तुला. ह्या रांडंला तेवढी घालीव तिच्या आई-बाऽकडं.' असं म्हणती.''

''मग त्यो काय बोलत न्हाई?''

''काऽऽय बोलत न्हाई. घुम्यागत गुमान बसतोय. माझ्या संगट तर कवा एक शबूदबी बोलत न्हाई.''

''हळूहळू त्येच्या ध्यानात येईल की गं, ही रांड सगळं धुऊन पाणी प्याला लागलीया ते.''

''त्येच्या काय ध्यानात येणार न्हाई. भणीवर त्येचा लई जीव हाय. तू न्हाईतर थोरल्या दादानं भांडून-झगडूनच माझ्या नणंदला बाहीर काढलासा; तर ती रांड बाहीर निघंल बघ. न्हाईतर माझ्या संसाराचं वाटूळं हुणार.''

''बघू म्हणं; जाऊ दे एक वरीस. तू कसंबसं एवढं वरीस तिच्या हाताबुडी काढ. नुकतंच तिचं आई-बा मेल्यात. इतक्यात भांडणं काढली तर ते गल्लीत बरं दिसणार न्हाई.''

पण दिवाळीच्या टिपणाला हिरा खूपच सुजली फुगली. तिला श्वास घेणं कठीण होऊ लागलं. चालताना, उठताना दम लागू लागला. जरा चालली की

मटाकदिशी खाली बसू लागली... तरी तिला समा काम लावतच होती. त्या गल्लीला सगळी पांढरमाती होती. पावसाळ्यात त्या मातीत गारवा फार शिरत असे आणि हिराला तर एका पोत्याच्या पटकारावर नि एका वाकळंवर रात्र काढावी लागत होती.

दिवाळी पुढं आठ दिवस आहे म्हणताना; ती आमच्या घराकडं कपड्यांचं गठळं डोईवर घेऊन आली.

"का गं?" आईनं विचारलं.

"न्हवरा नि नणंद म्हणाली, 'दिवाळी तोंडावर आलीया; जा म्हायारला. अणि आता बरं होऊनच हिकडं यायचं. आम्ही कुणीतरी बलवायला येतो.' "

त्यानंतर हिराला कुणी बोलवायला आलं नाही. आई चौकशी करून आली तर कुणी नीट बोललं नाही. आमच्या सगळ्यांच्या लक्षात आलं की, हिराला नांदवायचा त्यांचा विचार नाही. तिला कामं लावून लावून नि हाल हाल करून मारण्याचा त्यांचा विचार आहे. म्हणूनच की काय; आजारी पडून ती अगदी मरायला टेकल्यावर त्यांनी हिराला आमच्याकडं पाठवलं होतं. आईनं मन घट्ट करून तिला आत्तापर्यंत ठेवून घेतलं होतं.

पण आता तिची तब्येत काहीशी बरी झाल्यावर आईला पुन्हा वाटू लागलं की, तिचा संसार रांगेला लावावा. तिनं दादाजवळ बोलणं काढलं.

"तिच्या नाण्याचं तुझं तूच बघ आता. रांडं, तू माझं न ऐकता तुझं गणगोत हुडकत त्या माळी गल्लीला गेलीस नि माझ्या लेकीला त्या घरात घाटलीस. किती जरी तुला घेगलली तरी तुझी तिकडची वड काय सुटत न्हाई. निस्तार की तुझं तू आता. लगनाच्या वक्ताला 'नको' म्हटलं हुतं; तर रुसून सणगराच्या घरात जाऊन बसली हुतीस." आईला अशा शिव्या देत देत दादा जेवला नि कसाबसा हात धुऊन उठून गेला.

आईचं तोंड शिवल्यागत झालं.

पुढं आठएक दिवसांनी, धाकटा मामा आईला भेटायला म्हणून सहज सांज करून आला. बोलता बोलता त्याला आई म्हणाली, "लिंगाप्पा, आता हिरीच्या जिवाला बरं वाटतंय. वरीस-सा म्हैन्यात लेक न्हाती-धुती हुईल. तिच्या नाण्याचं कायतरी बघ की. तुझ्याच गल्लीला घर हाय. शेडजीच्या नव्या मळ्याजवळ त्येचा मळा हाय. कायतरी चांगलं करायचं बघ बाबा ह्या पोरीच्या जल्माचं. जाता येता गाठ घे त्या शंकऱ्याची."

मामाच्या मनातला जुना राग उसळून वर आला. "ह्या रोज पोतंभर माती खाणाऱ्या सुजऱ्या हिरूच्या जल्माची आता काळजी लागली व्हय तुला? सोन्यासारखी थोरली लेक हुती; तिच्या जल्माचं चांगलं करायसाठी काय केलंस तू?... खड्ड्यातच

घाटलंस न्हवं तिला? तुझ्या आयला तुझ्या; माझ्या संसाराची राखरांगोळी केलीस नि माझ्या अंगाला राख फास म्हणालीस... आता या ह्या फाटक्या तोंडाच्या नि फुटक्या आवाजाच्या हिरूच्या संसाराचं मला बघ म्हणतीस व्हय?'' ...नाइलाजानं नवीन आणलेली बायको मामाच्या मनात भरत नव्हती. रंगानं सावळी, कानडी मुलखातली, रूपालाही डावी होती. पहिलेपणावर तिचं कुठं लग्नच जमलं नाही; म्हणून मामासारख्या बिजवराला तिला दिलेली. त्यामुळं मामाच्या मनात पहिल्या बायकोच्या आठवणी वरचेवर जाग्या व्हायच्या. आतल्या आत उसळत रहायच्या. वाट मिळेल तेव्हा ह्या अशा वेड्यावाकड्या होऊन बाहेर पडायच्या.

''का म्हणून मी तुझ्या लेकीचं बघू आता?''

''नगं बघायला तर? तुझ्या भणीचा न्हवरा मेला, ती रांडमुंड झाली; असं म्हण नि बापई माणूस होऊन फुडं हो. माझी लेक नि तुझी लेक काय दोन हाईत व्हय?''

''नसल्या तरी; तू जशी माझी भण हाईस; तसा शंकऱ्याबी माझ्या मामाचा पोरगा हाय. मला भाऊच हाय म्हण त्यो. त्येच्या गळ्यात ही नासलेल्या भोपळ्यागत झालेली हिरा काय म्हणून बांधतीस? असं करून त्येच्या नि हिराच्याही जल्माचं मातरंच करणार न्हवं तू? शंकऱ्या दुसरं लगीन करून घेणार हाय म्हणं. कशाला घालतीस मग त्येच्या घरात न्हेऊन बळंनं?''

शंकर दुसरं लग्न करण्याच्या विचारात आहे; हे ओळखून आईला काळजी लागली. दोन तीन दिवस ती कुठं कुठंतरी जाऊन आली. तिच्या मनात कुठल्यातरी गाष्टीचा निर्णय झाला.

एके दिवशी रात्री, दादा घरात नसताना, बाकीची सगळी पोरं झोपलेली असताना मला ती म्हणाली, ''आन्दा, ह्या लिंग्याचं काय खरं न्हवं. लई खेळ्या हाय त्यो. एखाद्या वक्ती त्या समीला ह्यो सामीलबी झाला असायचा. त्येला वाटतंय; त्येच्या बायकूचं मी वाटूळं केलं. तवा आता माझ्या लेकीचं वाटूळं करायला त्यो उठलाय. एखाद्या वक्ती हेडंपणबी करायला त्यो कमी करायचा न्हाई. समीला म्हटला असंल, 'शंकऱ्याला हिरीला सोडचिठ्ठी द्यायला लावू या. हिरी अशानं अशी हाय. मी कायबी करून सोठचिठ्ठी मिळवून देतो. मला अमुक एवढं पैसे दे.' असाबी त्या कारटखाऊनी बेत केला असंल. त्येंचा नेम न्हाई.''

''काय बोलतीस आई हे! मामा असं करंल, असं तुला कसं गं वाटतंय?''

''लई हाय त्यो. तुला त्येची खेळी न्हाई कळायची. ह्येचं त्येला, त्येचं ह्येला करायचा नादच हाय त्येला. वळखून हाय मी त्येला.'' ... तिच्या मनातला संशय बोलत होता. मामानं तरुणपणात बऱ्याच भानगडी केल्या होत्या, ही गोष्ट खरी. पण तो हिराच्या बाबतीत 'पैसे खाऊन' शंकरला सोडचिठ्ठी देईल, असं मला काही वाटत नव्हतं. म्हणून मी आईची समजूत काढण्याचा प्रयत्न करीत होतो.

"पर सख्ख्या भणीच्या पोरीचं असं कसं वाटूळं करंल त्यो?"

"ते कायतरी का असंना. नसंल त्येच्या मनात तर देव पावलाच. तुझ्या देखतच आता त्यो म्हणाला का न्हाई; हिरीला हिकडंच ठेवून घे म्हणून?"

"म्हणाला की."

"मग झालं तर. त्येच्या मानात हिराचं नाण्णं व्हावं असं दिसत न्हाई. लेकीचा बाऽ म्हणणाऱ्यानं तर अगंच काढून घेटलंय. भसासा पोरं काढायला तेवढी त्येला पाहिजे असल्यात. त्येच्या नादाला लागणं काय खरं न्हाई. तू आता काय ल्हानगा न्हाईस. शंकऱ्या तुझ्या वारगीचा हाय. गल्लीतल्या तुझ्या वारगीच्या पोरांनी लगनं केल्यात नि संसाराला लागल्यात. तू तरी आता तुझ्या भणीच्या नाण्ण्याचा काय इचार करणार का न्हाई?"

"माझं कोण ऐकणार तिथं?"

"न ऐकायला काय झालं? शिकला-सवरलाईस. शंकऱ्याला जरा दम दे. त्या रांडचं माझं मी बघतो. अजून लेकीला त्येनं दोन तीन वर्संबी नीट नांदीवली न्हाई. आजारपाजार काय माझ्या लेकीलाच तेवढा ह्या जगात न्हाई. पर्तेक माणसाला त्यो कवा ना कवा येतोच. अशा वक्ताला न्हवरा म्हणणाऱ्यानं बायकूला औशीदपाणी केलं पाहिजे. ते सोडून, त्या उळाकानं माझ्या लेकीला म्हायाराला लावून दिली. त्येचंबी काय न्हाई. किती केलं तरी ती माझी लेकच हाय. मी तिला टाकणार न्हाई. आता तिला बरं वाटतंय; तर त्येनं न्हेऊन नांदीवली पाहिजे. निदान लगीन होऊन पाच-सा वर्सं झाली, पोर न्हाती धुती झाली, ती सज्ञान झाली की, मग सोडचिठ्ठीचा इचार हुतो. तिचं काय नाण्णं करायचं 'ना म्हणणं' न्हाई. न्हवऱ्याला ती चांगलाच म्हणती. पर ती रांड, घरघुशी तिचं वाटूळं कारायला बसलीया. नवऱ्याच्या मनात तसं काय दिसत न्हाई. तवा तू जरा शिकल्या-सवरल्याचा फायदा घेऊन शंकऱ्याला सुधरून सांग. म्हणावं, 'दुसरं लगीन करायला कायद्यानं आता परवानगी न्हाई. दाबून दडपून केलंस तर, हातात बेड्या ठोकून खडी फोडायला तुरुंगात लावून देईन... पैलंचं दीस गेल्यात म्हणावं आता.' "

आईनं चांगलीच कंबर कसली होती. मी शंकरला मळ्यातच स्वतंत्रपणे गाठलं. त्यानं काय फारशी कुरबूर केली नाही. मीही त्याला दोस्ताच्या नात्यानं, दुसरं लग्न करून घेण्यातल्या अडचणी सांगितल्या. कायद्याची बाजू सांगितली. हिराची तब्येत सुधारल्याचंही सांगितलं. "माझं काय म्हणणं न्हाई. आक्काला हे सगळं सांगा." तो शेवटी म्हणाला.

समीलाही मी नि आई मिळून भेटलावं. ती आईला म्हणाली, "माझ्या भावाचं तू तुझी आजारी लेक देऊन वाटूळं केलंस. माझा बा आजारी हुता; त्येला गॉड बोलून म्हवनी घाटलीस. माझा बा गरीब हुता, त्येचं मराण जवळ आलेलं बघून

त्येनं तुझ्या लेकीला होकार भरला नि दारात लगीन केलं... तू माझ्या बाऽचा घात केलाईस. मी तुझी लेक आता ठार नांदवून घेणार न्हाई.''

आईनं तिला खूप शिव्या दिल्या. गल्लीतली माणसं जमवली. समी गावातल्या सतराजणांकडं दूध घालायच्या निमित्तानं कशी जाते; ते गल्लीला ओरडून सांगिटलं.

नवराबायकू नि दोन-तीन पोरं; रोजगारानं पोटं भरत नाहीत म्हणून धाकट्या भावाला एकट्याला बघून; लुबाडून खायला कसं घरात घुसलीया, हे सांगिटलं. ''माझी लेक हक्काची मालकीण हाय ह्या घराची. ती हिच्या आईतखाऊपणाच्या आड येती; म्हणून ही रांड तिला उपाशी मारती, ढोरागत कामं लावती, थंडीवाऱ्यात रानात घालीवती, गारठ्याला, वल्लीत निजीवती नि आजारी पाडती. वर म्हणती, 'आजारी लेक मी तिच्या भावाच्या गळ्यात बांधली.' – रांडं, माझ्या लेकीला तूच आजारी पाडून तिचा जीव घ्याया बसलीयास नि भावाच्या घरात घुसलीयास.''

आईचा हा अवतार सगळ्या गल्लीनं बघितला. समीचा आवाज तेवढ्यापुरता तरी बंद झाला होता. गल्लीच्या बायकांनी समीला चार समजुतीच्या गोष्टी सांगितल्या, ''पोरीला नांदायला आण जा, भावाच्या संसाराचं असं खोबरं करून पापाची वाटेकरीण होऊ नगं, भावाचं भाऊ बघून घेईल.'' अशी समजूत काढली.

गोपातात्या मुलखाचा वांड होता. कज्जे-खेकटी करण्यात नि कोर्टकचेऱ्यात त्याचे महिन्यातले पंधरा दिवस चाललेले असायचे. आईनं त्याला बरोबर घेऊनही एकदा समीला नि तिच्या नवऱ्याला दम दिला. 'त्यांची भांडीकुंडी शंकरच्या घरातनं रस्त्यावर फेकून देईन' म्हणून सांगिटलं. त्याचा परिणाम असा झाला की, महिन्याभरात हिरा पुन्हा नांदायला गेली. पुन्हा शंकरच्या घरात कामाला जुंपली गेली.

◆

२८

हिरा पुन्हा नांदायला गेली नि आठ नऊ वर्षांच्या सुंदराच्या हातात ढोरांकडची काठी आली. वर्षभराची झालेली आनसा; आता सहा-सात वर्षांच्या लक्ष्मीच्या काखेत बसू लागली. चार-पाच वर्षांचा आप्पा त्याचा तो दारातल्या दारात खेळू लागला, गल्लीच्या वारगीच्या पोरांबरोबर वाटेवरची माती उधळू लागला. तेरा-चौदा वर्षांचा शिवा थोडा कणखर झाला होता. त्यानं माती खायची सोडली होती. पाण्याची दारं तो सराईतपणे मोडू लागला होता. मळ्यात असलो की, मी मोटेवर आणि शिवा पाण्याकडं अशी भावा-भावांची जोडी मळ्याला सांभाळू लागली. शिवामुळं दादाला उसंत मिळू लागली होती. तो वरची कामं करू लागला होता... मळ्यात काही काम नसेल तर, अधनंमधनं मी दुसरीकडं रोजगाराला जाऊ लागलो. मळ्याच्या आसपासच कुणाच्या नांगरावर, कुणाचा सार काढायला, कुणाचा कूप घालायला, कुठं कुठं विहिरीच्या गाळाला, काशा खणायला जात होतो. सकाळपासनं न्याहारीच्या वक्तापर्यंत मळ्यात काम करत होतो आणि मग दुसरीकडं कामाला जात होतो.

दुसरीकडं कामाला जाताना बरं वाटत होतं. परक्या माणसांबरोबर हासतखेळत काम करताना शीण येत नव्हता. मन प्रसन्न होत होतं. मळ्यात असलो की दादाची कटकट वाटत होती. त्याच्या शिव्या खाण्याचा कंटाळा येत होता. कामं करायची ती करूनही मन वैतागत होतं. आईदादाची बारीक सारीक खर्चावरून भांडणं चालत होती, त्यानं मन किटत होतं. कितीही कामं केली तरी, त्याचं चीज होत नव्हतं.

उलट दुसरीकडं कामाला गेलो की, रातचं हातावर मजुरीचा रुपाया पडत होता. तेवढाच दोन किलो तांदळापुरता होत होता. मी काहीतरी मिळवून आणतोय, माझ्या आई-बाऽला ते देतो आहे, त्या पैशातून तांदूळ आणले जातात, त्यात भावंडांना घास घास मिळतोय याचा अभिमान वाटत होता. चार-पाच दिवस कामाला गेलो की, हक्कानं चार आणे मिळत होते. आई ते देत होती. शिवा आणि दादा मळा बघत होते तरीही; दादा मला कामाला फारसं जाऊ द्यायला धजत नव्हता. मी कामाला गेलो की मळ्यातली कामं त्याला नि शिवाला बघावी लागत होती. उठून मोटा धराव्या लागत होत्या. गावाकडं दिवसाउजेडी जायला सुटका होत नव्हती. मलाही रोजगाराची कामं उन्हाळ्यातच मिळत होती.

उन्हाळा संपला. पावसाळा सुरू व्हायच्या टिपणाला शाळा सुरू झाली. मला शाळेचे वेध लागू लागले. यंदा दहावीचं वर्ष होतं. दहावीचा रिझल्ट कडक लावला जाई. दोन विषयांत नापास झालेल्या विद्यार्थ्यांना अकरावीत जाण्यास सवलत मिळत नसे. मात्र एखाद्या विषयात नापास झालेल्या विद्यार्थ्यांची, पुन्हा सुट्टीत त्या विषयाचा त्याला खास अभ्यास करायला लावून; परीक्षा घेतली जाई व पास झाला तर त्याला अकरावीत प्रवेश मिळे. अकरावीचा बोर्डाचा रिझल्ट हा चांगला लागला पाहिजे, नाहीतर ग्रँटवर परिणाम होतो, शाळेचा बदलौकिक होतो, शाळेला नाव मिळत नाही; असं संस्था-चालकांना वाटे. त्यामुळे दहावीतनं अकरावीत एस.एस.सी. ला विद्यार्थी घेतानाच ते निवडक येतील याची दक्षता घेतली जाई.

मी नववीची परीक्षा पास झालो; हे कळल्याबरोबर दहावीचं मराठीचं पुस्तक प्रथम वाचून ठेवलं होतं. गणित, भूमिती आणि शास्त्र हे विषय पुस्तकातनंच समजून घेऊन सोडवण्याचा प्रयत्न करत होतो. पण कुवतीच्या बाहेर जात होते. डोकेफोड केली तरी फारसे समजत नव्हते. विशेषत: बीजगणितं आणि शास्त्रातील समीकरणं काही कळेनाशी झाली होती. घरी बसून फारसा अभ्यास करता येईल असं वाटेना. आठवी-नववीत असलेला आत्मविश्वास गमावल्यासारखं वाटू लागलं. आरंभापासून शाळेला जाण्याची गरज वाटू लागली. निदान या तीन विषयांची तरी पुस्तकं आपल्या जवळ कायमची पाहिजेत असं वाटू लागलं.

पावसानं लौकर सुरुवात केली होती; त्यामुळं मृगातच पेरण्या आटोपल्या. आमच्या पेरण्या तर लौकर आटोपल्याच; पण त्या आटोपून मी दुसरीकडं पेरणीला रोजगारानं जाऊ लागलो. दीस बुडताना मळ्याकडं न जाता; रोजगारावरनं परस्पर गावात येऊ लागलो. गावात बराच वेळ इकडं तिकडं करायला, गप्पा मारत बसायला मिळू लागलं.

गल्लीत एक नवे प्राथमिक मास्तर आले होते. पाटील हे त्यांचं नाव. पोरेले, अविवाहित होते. खोली करून राहत होते. स्वत:च स्टोव्हवर स्वैपाक करायचे.

रात्री आम्हा पोरांचं टोळकं तिथं गप्पा मारायला जमायचं. पावसाळ्याच्या दिवसात तर खोलीचं दार बंद करून उबीला गप्पा मारायला आनंद वाटे. मास्तरांना कळलं; की मी नकला करतो, गाणी, पवाडे म्हणतो, सिनेमाचे संवाद साभिनय म्हणून दाखवतो.

.... मला ते अधनंमधनं यापैकी काहीतरी करायला लावत. त्यात नव्या कल्पनांची भर घालत. भर घालून ती नक्कल पुन्हा करायला लावत. स्वत:ही करून दाखवत. एके दिवशी मी जवळजवळ तासभर नकलामागोमाग नकला केल्या. बरीच गल्लीतली पोरं जमली होती. दुसऱ्या दिवशी तासभर सिनेमाचे संवाद गाण्यांसह म्हणून दाखविले. तिसऱ्या दिवशी दिवाकरांच्या दोन नाट्यछटा करून दाखविल्या... हा सगळा कार्यक्रम माझा तोंडपाठ होता. अधल्या वर्षी प्राथमिक शाळेच्या वाढदिवसानिमित्त खास कार्यक्रम होता. त्यात मला हा कार्यक्रम करायला मास्तरांनी खास बोलावलं होतं. हा वाढदिवस महत्त्वाचा असल्यानं; तो सिनेमाचं थिएटर भाड्यानं घेऊन, कागलातील सन्मान्य नागरिकांना खास निमंत्रणे देऊन आयोजित केला होता. माझ्या कार्यक्रमानं गावाची करमणूक झाली होती. त्याचा परिणाम असा झाला की, हायस्कूलच्या वार्षिक स्नेहसंमेलनातही खास माझा तासाभराचा कार्यक्रम ठेवला... नववीला असताना मी अक्कोळकर मास्तरांसमोर त्या गॅदरिंगमध्ये अनेक हुन्नरी नकला करून दाखविल्या होत्या. नकला म्हटलं की मला स्फुरण चढत होतं. त्याच वर्षी एक नकलाकार हायस्कूलमध्ये येऊन नकला करून गेला होता. मुलं आणि शिक्षक यांनी मिळून, त्याला भरपूर पैसे गोळा करून दिले होते... त्याच्याही काही महत्त्वाच्या नकला मी उचलल्या आणि पाटील मास्तरांना त्यांच्या खोलीत करून दाखवल्या... ह्यातनं मनात एक विचार साचत गेला.

रानातल्या पेरण्या संपल्यावर आणि शाळा सुरू झाल्यावर, मनात तो तीव्रतेनं आकाराला आला. कोल्हापूर निपाणी इथल्या आणि कागल तालुक्यातल्या प्राथमिक शाळांतनं नकला-नाट्यछटांचे कार्यक्रम करावेत आणि वह्या, पुस्तकं, फी यांच्यासाठी पैसे मिळवावेत असं वाटू लागलं... आपण एक होतकरू, हुशार, कष्टाळू विद्यार्थी म्हणून शिक्षकांच्या विश्वात, मुलांत वावरतोय. त्येंच्या मनात आपल्याबद्दल जिव्हाळा हाय. आसपासच्या खेड्यापाड्यांवर कुठं कुठं तिसरी चौथीपतोर शाळा हाईत. ह्या शाळांचं मास्तर; तालुक्याचं गाव म्हणून कागलात वरचेवर शाळंत येतात. त्येंच्या वळखी आपल्या शाळंतल्या मास्तरांच्याशी हाईत. आपूण नाईक मास्तर, सणगर मास्तर ह्येंच्याकडं जाऊन त्येंची शिफारस-पत्रं घेऊ या नि गाण्यानकलांचे कार्यक्रम आसपासच्या खेड्यांवरच्या शाळांतनं करू या. त्यांतनं आपल्याला चार पैसे मिळतील. ते वह्या पुस्तकास्नी, फी-खर्चाला हुतील... रोजगाराचा सगळा पैसा

आई-दादाला द्यावा लागतोय. आणि आता पावसुळ्यात रोजगारबी कुठं मिळणार न्हाई. बाकीचीबी काय कामं घरात न्हाईत. चार पैसे मिळालं तर मिळालं...

हा विचार मी नाईक मास्तर आणि सणगर मास्तर यांना बोलून दाखवला. त्यांनी आपली शिफारसपत्रं दिली. माझ्याच प्राथमिक शाळेत, माझा पहिला कार्यक्रम मुलांकडून एक एक पैसा घेऊन घडवून आणला. शुभारंभ करून दिला. दुसरा कार्यक्रम मुलींच्या प्राथमिक शाळेत केला. दोनतीन मैलांवर असलेल्या दोन गावांतून कार्यक्रम केले.

थोडेथोडे पैसे मिळू लागले. चोरी करून शिक्षणाला पैसे मिळवण्यापेक्षा हा मार्ग बरा; असं वाटू लागलं. उत्साहानं मी खेडीपाडी पायांखाली घालू लागलो.

या कार्यक्रमांतून मिळालेल्या पैशांनी, एक छत्री आणि एक चांगल्यापैकी रंगीत पट्ट्यांची कापडी पिशवी घेतली. कागलच्या आसपासच्या खेड्यापाड्यातनं; जिथं शाळा असतील तिथं पाच-सात कार्यक्रम केले. निपाणीच्या हायस्कूलमध्येही एक कार्यक्रम झाला... खेड्यापाड्यांतल्या शाळांतनं चांगले अनुभव येत गेले. मधल्या सुट्टीच्या अगोदर जाऊन मुख्याध्यापकांना माझी सगळी परिस्थिती सांगत होतो. मधली सुट्टी व्हायच्या अगोदर, सगळ्या वर्गातनं; मी तयार केलेली खुमासदार नोटिस फिरविण्याची विनंती करत होतो व मधल्या सुट्टीत मुलांनी घरी जाऊन 'एक एक पैसा' तिकिटासाठी आणावा म्हणून विनंती करत होतो... एकूण रक्कम काही फार जमत नसे पण रोजगारापेक्षा निश्चित ती जास्त होती. अडीच रुपयांपासून सात रुपयांपर्यंत रकमा जमत गेल्या होत्या. प्रोत्साहन मिळत होतं. त्या त्या शाळेतील शिक्षक मंडळी पाठीवर थाप मारून 'शीक, शाळा सोडू नको' म्हणून प्रेमानं सांगत होती. गरीब पण ध्येयवादी मुलगा म्हणून माझी मुलांना ओळख करून देत होती. अंगावर मूठभर मांस चढत होतं.

खेड्यापाड्यातले शिक्षक सरळ. माझ्या खरेपणाविषयी शंका न घेणारे, मदतीचा हात पुढं करण्यासाठी विचार करणारे, माझी परिस्थिती समजून घेणारे वाटले... मात्र याच्या नेमका उलट अनुभव कोल्हापूर शहरात आला.

कागल निपाणी आणि आसपासच्या गावातनं साताठ कार्यक्रम झाल्यावर, कोल्हापूरला जायचं ठरवलं. निपाणी सोडलं तर हे सगळे कार्यक्रम पायी जाऊन केले. पाच-सात मैलांच्या आतलीच गावं होती. कोल्हापूर बारा मैलांवर. पुष्कळ वेळा चालत गेलो होतो. जायला तीन तास लागायचे. सकाळी सात वाजता उठून न्याहरी करून गेलो. जाताना मनात अनेक विचार उगवत होते... कोल्हापुरात चार-पाच हायस्कूलं हाईत. शेरगाव. सगळीकडं श्रीमंत माणसांची वस्ती. सगळी पोरं एक एक आणा तरी नक्की देतील. पोरांची संख्याबी भरपूर असणार. ह्या चार-पाच हायस्कुलांपैकी तीन हायस्कुलांत जरी कार्यक्रम झाला; तरी वर्षाची फी निघंल. थोडं

पैसे उरलं तर पुस्तकंबी सगळी घेता येतील. अंगावर कापडं न्हाईत, तीबी घेता येतील... उलट शेरगावची शिक्षक मंडळी माझं जास्त कौतुक करतील. ती चांगली असत्यात चार पैसे बाळगून असत्यात... देवा, ह्या कोल्हापुरात मला भरपूर मदत मिळू दे नि माझं एवढं धाव्वीचं वरीस चांगल्या तऱ्हेनं पार पडू दे.

डांबरी रुंद रस्ते. चिखलाचं तर त्यांवर नाव नाही. मोठमोठ्या रंगीत इमारती. देखणी, उंची कपड्यातली माणसं. मोटारी, टांगे यातनं जाणारी, सायकलीवरनं पळणारी... वस्तूंनी भरलेली गच्च दुकानं, सिनेमाची थिएटरं, कारखानं, कचेऱ्या... पैसाच पैसा! एक एक गिन्नी कोणबी देईल.

... एका ख्रिश्चन संस्थेनं चालवलेल्या हायस्कूलमध्ये प्रथम गेलो. दारावरचा शिपाई मला आतच सोडेना.

"काय काम हाय?"

"हेडमास्तरांना भेटायचं हाय."

"त्यांस्नी भेटायला टाईम न्हाई." तो परस्परच सांगत होता. हेडमास्तर ते आतून ऐकत असावेत.

आतूनच ते म्हणाले, "कोण आहे रे?"

"कालच्यातलाच एक जण आलेला दिसतोय."

"कोण?"

"बिगारकाम, बागकाम मागायला काल पोरं आली हुती ना?"

"हांऽ, तीस तारखेला भेटा म्हणावं."

"पण मी काम मागायला आलो न्हाई. मी विद्यार्थी हाय."

"इद्यार्थी?" त्यानं मला वर-खाली बघत विचारलं. माझ्यापेक्षा या शिपायाचा पोशाख नीटनेटका आणि इस्त्री केलेला होता. मी त्याला कोल्हापूरच्या विद्यार्थ्याच्या तुलनेनं बिगारकामवाला वाटणं स्वाभाविक होतं.

तरीही मी नेटानं त्याला म्हणालो, "मी खेडेगावचा हाय. माझी थोडी अडचण हाय; ती हेडमास्तरांना सांगायची हाय."

मला त्यानं आत सोडलं. हेडमास्तरांना शिफारसपत्र दाखवून मी माझी सगळी वस्तुस्थिती सांगितली; पण मास्तर काही कार्यक्रम ठेवायला तयार होईनात. विद्यार्थ्यांचा वेळ; शिकणं सोडून करमणुकीत जाणार होता. त्यामुळं तो वाया जाणार होता. शाळेच्या वेळी शाळा; करमणुकीची वेळ शाळा सुटल्यानंतरची... शाळा बाहेरच्या विद्यार्थ्यांला मदत करू शकत नव्हती. त्यांच्या शाळेत नाव दाखल केलेल्या गरीब विद्यार्थ्यांनाच ती फक्त मदत करत होती. "माझा कामाचा वेळ तुम्ही घेऊ नका, तुम्ही जा. मदत मिळणार नाही."

तेथून बाहेर पडलो.

अंबाबाईच्या दवेळाजवळच्या एका हायस्कूलमधे गेलो; तर त्यांनी एकाच वाक्यात सांगितले, "आम्हाला असले भाकड कार्यक्रम करण्याची संस्थेची परवानगी नाही."

मी जास्तच चिकाटी लावली.

ते म्हणाले, "तुम्ही असं करा, रीतसर मुख्याध्यापकांना उद्देशून एक पत्र अगोदर पाठवा. संस्थेच्या चालक मंडळीपुढ मी ते ठेवीन. कार्यक्रम मान्य झाला तर जरूर आपल्याला कळवीन." असं म्हणून ते तासावर निघून गेले.

खासबागेतल्या एका प्रसिद्ध हायस्कूलच्या मुख्याध्यापकांनी माझी उलटतपासणी घेतली. मला घाम फुटला. त्यांनी; शाळा सुरू झाल्यावर असं मदत मागत हिडणं हे चुकारतट्टू, ऐतखाऊ विद्यार्थ्यांचं लक्षण कसं आहे, ते सविस्तर सांगितलं नि मला वाटेला लावलं.

समोरच एक प्राथमिक शाळा दिसली. तिथं घुसलो. तिथल्या हेडमास्तरांना; मी चांगल्यापैकी नकला करू शकेन असं माझ्या चेहऱ्यामोहऱ्यावरून वाटेना. त्यांना मला मदत करण्यापेक्षा माझ्या नकलांचीच विशेष काळजी वाटत होती, असं दिसलं.

मी बाहेर पडलो. भटकून भटकून चेहरा पार शिळा होऊन गेला होता... गालफडं अगोदरच आत आत ओढून खड्डे पडलेले. डोकीचे केस वाढलेले. चालून चालून थकल्यामुळं आवाज पार आत ओढलेला. येत असलेल्या अनुभवामुळं चेहरा पार पडून गेलेला. कपडे साधे, धुतलेले. अंगावर कुठलंच तेज नाही. अशा स्थितीत मास्तरांना मी नकला करू शकेन असं कसं वाटेल?... खूपच शरमल्यासारखं झालं.

एका हॉटेलात शिरलो. चालून चालून भूक लागली होती. एक पावमिसळ खाल्ली, घटाघटा पाणी प्यालो नि वर चहा घेतला. मनातल्या मनात तरतरी आल्यागत वाटू लागलं. बाहेर पडल्यावर वाटलं की तोंड धुवावं. समोरच सार्वजनिक नळ बघून तो विचार मनात आला. तिकटीकडेच्या नळावर जाऊन खळाखळा तोंड धुतलं नि हिंडू लागलो. तो दिवस तसाच गेला. आबाजीच्या अडत-दुकानात जाऊन झोपलो.

दुसऱ्या दिवशी कोल्हापुरात होती-नव्हती तेवढी हायस्कूलं पालथी घातली. कुणी माझं म्हणणं गंभीरपणानं मनावर घेतलं नाही. जो तो आपाआपल्या रोजच्या कामात मग्न असलेला. त्या कामाच्या बाहेर मनानं नुसतं डोकवायलाही उसंत नसलेला. कसल्या तरी अनामिक दाबाखाली त्यांची मनं कायमची सापडलेली. त्यामुळं मधे येणाऱ्या प्रत्येक अवांतर गोष्टींवर ते खेकसत असत किंवा झुरळासारखी ती झटकून टाकत असत. मदत मागणारे त्या शहरात नेहमीच येत असावेत. मध्य

आणि उत्तर प्रदेशात बेवारस मुलांचे संगोपन करणाऱ्या संस्थांची मुलं, तिथं वाद्यं वाजवत नेहमी मदत मागत असावीत. कागलात ती क्वचित यायची. त्यांचं बघून मीही मदत मागायला चटावलेला विद्यार्थी आहे, तेव्हा मला पोलिसांच्या ताब्यात दिलं पाहिजे, असं एका शिक्षकाला मनापासून वाटलं. तो माझ्यावर वाघासारखा धावून आला. त्याला इतर शिक्षकांनी आवरला. मी झटक्यासरशी तेथून बाहेर पडलो.

राजारामपुरीच्या भागात मुलींचं एक प्रसिद्ध हायस्कूल होतं. तिथं एक नामांकित हेडमास्तर होते. शिक्षणातील त्यांना बरंच कळत होतं, असं मानलं जात होतं. त्यांना ''प्रिन्सिपॉल'' म्हटलं जाई. हायस्कूलची शिस्त मोठी कडक दिसत होती. प्रिन्सिपॉलच्या ऑफिसला रुबाब होता. त्याला पडदे होते. उंची फर्निचर होतं. प्रिन्सिपॉलसाहेबांचे कपडेही साहेबासारखे होते.

अशा माणसांशी बोलताना मी अगोदरच गांगरून जात होतो. त्यांच्या साहेबी पोशाखाचं, डोळ्यांवरच्या चष्म्याचं, चेहऱ्यावरच्या गंभीर भावाचं मनावर दडपण येत होतं. अशी माणसं आपल्या जगातली वाटत नव्हती. अनोख्या जगातली वाटत होती. ती आपल्याला समजून घेतील, मला आपला मानतील याबद्दल विश्वास वाटत नव्हता.

भीत भीत मी त्यांना नमस्कार केला नि शिफारसपत्रं समोर ठेवून सगळी परिस्थिती सांगितली.

''हायस्कूलच्या शिक्षणासाठी आर्थिक मदतीची काय गरज आहे? असे फी-पुस्तकाला लागतात किती पैसे? तुझ्या आईवडिलांना तेवढेही खर्च करणं शक्य होत नाही?''

''न्हाई सर.''

''मला खरं वाटत नाही. तू खोटं बोलतो आहेस.''

''न्हाई सर. माझ्या आईवडिलांचा माझ्या शिक्षणाला विरोध हाय.''

''हे त्याहून खोटं वाटतं. आपल्या मुलाच्या शिक्षणाला आईवडील विरोध करतात; हे कसं काय शक्य आहे?''

''सर, त्यांचं म्हणणं, मी शेतात काम करून राबून त्यांच्या पोटाला घालावं. भावंडांच्या पोटाला घालावं.''

''मग काय त्यांचं चुकीचं आहे? तू थोडीही त्यांना मदत करत नसशील.''

''न्हाई सर, मदत खूपच करतोय... साताठ भावंडं आहेत. त्यांच्या पोटाला कमी पडतं.''

''एवढ्या मुलांना जन्म कशाला द्यायचा? त्यांची जबाबदारी काय आम्ही घ्यायची? साताठ भावंडं आहेत म्हणून सांगतोस, शरम नाही वाटत? त्यांच्या

चरितार्थासाठी तुला त्याग करायला नको?... साध्या हायस्कूलच्या शिक्षणासाठी भीक मागत हिंडणारा लफंग्या दिसतोस.'' ...साहेब एकाएकी खवळले.

''न्हाई सर.'' चूकून माझ्या तोंडून उद्‌गार गेला.

''नाही सर, नाही सर, काय! साधं हायस्कूलचं शिक्षण घेण्यासाठी तुला एवढी यातायात करावी लागते; तर तुला आयुष्यात काही जमणार नाही. सरळ तू शिक्षण सोडून दे नि आईवडिलांना मदत कर... हुशार मुलांना आम्ही मदत करू. नुसत्या गरिबीच्या भांडवलावर शिक्षणासाठी कुणीच मदत करत नाही. चल नीघ येथून.''

''न्हाई सर, मी हुशार हाय; पण...''

''अरे मूर्खा, हुशार असतास तर तुझ्या मास्तरांनी तुला फ्रीशिप नसती का दिली? वाट्टेल त्या थापा मारतोस. शिकायचं जमत नसेल तर रेल्वेखाली जीव दे. कशाला जगतोस तू असा भीक भागत? तुला काही स्वाभिमान, अस्मिता आहे की नाही?... सातकर, ह्याला बाहेर काढ. हा माझा उगीच वेळ खातो आहे.'' त्यांच्या मनाचा झालेला स्फोट मी थक्क होऊन पाहत होतो. ह्या माणसाला कशाचाच काही पत्ता नव्हता. हा कुठल्या तरी एका अंतराळ जगात जगत होता.

मी हातापायांतली शक्ती गळल्यासारखा होऊन बाहेर पडलो. माणसांनी गच्च भरलेल्या या शहरात माझी किंमत काय आहे ते कळलं... दुसऱ्या कुठल्याही हायस्कूलात किंवा शाळेत जायला भीती वाटू लागली. आता कुणी काही बोललं; तर खरंच आपण तिथल्या तिथं मरून जाऊ, असं वाटू लागलं. मन वरवंट्याखाली चेचल्यागत झालं होतं. त्याचा चेंदामेंदा झाला होता.

काही सुचेना झालं. तरी उगीच भटकत राहिलो. कुठंही उभा राहत होतो, कुठंही जात होतो. वेड लागलेल्या माणसागत काहीही बघत निर्हेतुकपणे थांबत होतो... वि. स. खांडेकरांच्या आणि ना. सी. फडक्यांच्या कादंबऱ्या वाचून, सुशिक्षित माणसांविषयी एक चुकीचा चांगला समज मी करून घेतला होता. शहरातली, शिकली-सवरलेली माणसं मला समजून घेतील, माझ्या ध्येयवादाचं, चिकाटीचं कौतुक करतील नि मला फार नाही थोडी मदत करतील, असं वाटत होतं. ती माझी कल्पना आतूनच स्फोट होऊन उद्‌ध्वस्त झाली. मी मला नवाच काही दिसू लागलो... गरीब, दुबळा, लाचार, ऐतखाऊ, उकिरड्यावर टाकण्याच्या लायकीचा, रेल्वेखाली जीव द्यायला योग्य असा.

पाय कुठंतरी चालत होते. आईसाहेब महाराजांचा पुतळा एकदम दिसला. त्या पुतळ्याच्या नजरेत वात्सल्य दिसलं... वाटलं; हा पुतळा जिवंत झाला तर, ''आईसाऽब!'' म्हणून ह्या पुतळ्याच्या कुशीत शिरून रडलो असतो. खुळ्यासारखा त्या पुतळ्याकडं खूप वेळ बघत उभा राहिलो.

...जवळपास तीन-चार सिनेमाची थिएटरं होती. हळूहळू तिकडं सरकलो. त्यांची रंगीत पोस्टरं, आतले प्रासंगिक फोटो बघत रमलो... दुपारच्या सिनेमाला जाऊन बसलो. सिनेमा बघता बघता पुन्हा एका अनोख्या जगात गेलो. दोन-अडीच तास अंधारात बरं वाटलं.

अंधारातनं उजेडात आलो त्या वेळी; मन थोडं थाऱ्यावर आल्यासारखं वाटलं. तसाच मोटारीच्या अड्ड्यात गेलो नि कागलला जाणारी गाडी पकडली. कोल्हापुरातनं कागलात जाईपर्यंत मनात एक विचार पक्का झाला. नकला-नाट्यछटा करून भीक मागायची न्हाई. आपण वेडीवाकडी सोंगं करून, नकलांच्या जिवावर लोकांसमोर भिकंचाच हात पसरतोय. शाळंला खाडा झाला तरी चालंल; पर कामंधामं करायची नि पैसे मिळवायचे. फी-पुस्तकं घ्यायची. आईदादाला स्पष्ट सांगून टाकायचं की, माझा रोजगाराचा सगळाच पैसा तुम्हांस्नी देणार न्हाई. माझ्या फी-पुस्तकांस्नी थोडा लागंल; त्यो मला पाहिजे. थोडं तुम्ही घ्या, थोडं माझ्या शिक्षेणाला द्या. – आणि त्येंनी न्हाईच दिला तर मग मरायचंच. कुठंतरी जीव द्यायचा. जल्मभर नुसतं काबाडकष्ट करून ढोरागत जगण्यापक्षा मेलेलं बरं. या जळणाऱ्या जिवाला कायमची शांतता तरी मिळंल. आता नकला, गाणी बंद म्हंजे बंद... दोन दिवसांत अडीच रुपये जमले होते; त्यांची परत येईपर्यंत वाट लागली होती. एका शाळेच्या हेडमास्तरांनी, माझी कटकट वाचवण्यासाठी आपल्याच खिशातून आठ आणे दिले होते. दुसऱ्या एका नाईट हायस्कूलच्या हेडमास्तरांनी, एका कोऱ्या पावतीवर सही घेऊन कुठल्या तरी फंडातून दोन रुपये दिले होते.

जुलै महिन्याचा दुसरा पंधरवडा. पाऊस सारखा लागत होता. मळ्यात काही कामं नव्हती. नेमानं शाळेला येत होतो. मनात फीचा भुंगा सारखा पोखीर काढत होता. वर्गात ज्या बेंचावर खिडकीशेजारी बसत होतो तिथनं; बागेजवळचं मोकळं रान सारखं दिसत होतं. मोकळं नदी-मातीचं रान नि त्यावर पडणाऱ्या पावसाच्या धारा. शांतपणे त्या पावसाच्या धारांत ते नाहत होतं... गावात सुपीक रानाचा तळहाताएवढाबी तुकडा मोकळा न्हाई. ह्या रानाची माती तर पिकाला लंबर एकची. नुसतं वांझुट्या बाईगत पावसात भिजत पडलंय. कायतरी पेरलं तर, गरिबाला दोन म्हैन्याची पोटगी मिळंल. आपूण ह्यात कायतरी पेरलं तर?...

माझ्या मनात एकदम काहीतरी चमकून गेलं.

दोन-तीन दिवस त्या रानाभोवतीनं फिरलो. निश्चय करून हेडमास्तरांना भेटलो.

"सर, मला त्या रानात मेथी, टोमॅटो लावायला परवानगी देता काय? फी-पुस्तकाला तेवढीच मदत हुईल."

"कुठलं रान रे?"

"बागंच्या पलीकडं वावंडं पडलंय ते."

"कर कर. बघ तुला काही मदत होते का."

मास्तरांनी परवानगी दिली. मी दोनच दिवसात, शाळेतल्याच कुदळीनं रान उकरून मेथी लावली. गोपातात्याच्या मळ्यात टोमॅटोचं तरू मिळालं, ते आणून लावलं.

महिन्या दीड महिन्यात गुलजार हिरवी मेथी आली. टोमॅटोची रोपं ठोसर झाली. शाळेचा वॉचमन अब्दुल होता; त्याला सामील करून घेतलं होतं. "अब्दुल, हेडमास्तरांस्नी इचारून मेथी नि टोमॅटू लावल्यात. तू राखण कर म्हंजे झालं. तुलाबी थोडं थोडं ह्यातलं देईन."

मेथी आली नि माझं मन फुलारून आलं. गोपातात्याच्या मळ्यातनंच केळीच्या सोपाच्या नाबाट्या काढून आणल्या नि पन्नासभर पेंढ्या बांधल्या. प्रत्येक शिक्षकाला तीन तीन पेंढ्या दिल्या. सांगितलं, "सर, मी ही मेथी माझ्या फी-पुस्तकांना पैसे मिळावेत म्हणून पिकवलीय. तुम्हांस्नी त्या पेंढ्यांची काय किंमत द्यायची असेल ती द्या. मला मदत हुईल. मी उद्या पंधरा मिनिटांच्या सुट्टीत येतो पैसे न्यायला."

"गुरुजनांना भेटीदाखल भाजी द्यायची सोडून पैसे मागतोस होय रे?... कसला शेतकरी तू?" सगळ्या स्टाफमध्ये असं म्हणून जोशी मास्तर मोठ्यानं हसले.

मी काहीच बोललो नाही. फक्त हसलो.

दुसरे दिवशी गेलो नि चहाच्या वेळी दारात जाऊन उभा राहिलो. कुणी माझ्याकडं बघायला तयार नाही. मग जमेल तसं प्रत्येकाकडं पैसं मागितले. फक्त तिघांनी दोन दोन आणे दिले. बाकीच्या बारा पंधरा जणांनी 'उद्या उद्या' केलं. पण उद्या गेल्यावर पुन्हा 'उद्या उद्या' केलं... तो उद्या कधी त्यांच्या आयुष्यात उगवला नाही... विकत आणलेल्या मेथीच्या बियांचेही माझे पैसे निघाले नाहीत.

मेथी चौकोनी वाफ्यात होती म्हणून ती अब्दुलनं सुरक्षित ठेवली होती. त्यातली थोडी जरी उपटली असती तरी ते कळलं असतं. पण पुढे आलेले टोमॅटो काही त्यानं ठेवले नाहीत. रात्रंदिवस तिथंच राहत होता. गरिबीचा संसार. लागतील तसे भाजीला नेऊन त्यानं खाल्ले. रोज किती नेत होता त्याचा पत्ता लागत नव्हता... मीही उदास झालो होतो. नाहीतरी; ते माझ्या आदरणीय शिक्षकांना फुकटातच द्यावे लागणार होते. त्यापेक्षा गरीब अब्दुल परवडला.

या वर्षी शाळेत दोन नवीन मास्तर आले होते. रणदिवे सर आणि कट्टी सर. रणदिवे हे जैन होते आणि दत्ता कट्टी मागास जातीतील होते. दत्ता कट्टी सर मराठी विषय मन लावून शिकवायचे. मन चेतवून टाकायचे. गृहपाठासाठी दिलेल्या निबंधावरून त्यांचा माझा परिचय झाला नि तो वाढत गेला. त्यांनी; त्या काळात केलेल्या माझ्या कविता वाचल्या. कौतुक केलं. "छान लिहितोस. लिहीत राहा. काही झालं तरी शिक्षण सोडू नकोस" म्हणाले. मला त्यांचा फार मोठा मानसिक

आधार वाटला. मला समजून घेणारं त्या शाळेत कोणी आहे याचं समाधान वाटलं. रणदिवे सर स्वत: मराठी शिकवत नसले तरी, स्वत: गीतं लिहीत होते आणि स्वत:च म्हणत होते. त्यांच्याशीही मैत्री जमली. त्यांनीही खूप धीर दिला. दुसऱ्या सहामाहीत चारपाच वह्या वापरायला दिल्या... या दोन्हीही शिक्षकांना मी कळवळून सांगितलं की, ''माझ्या फीचं तेवढं बघा.'' पण त्यांना जमलं नाही. कडवटपणे ते म्हणाले की, ''तू जोशी-देशपांडे असतास तर नक्की मिळाली असती. निदान त्याचा भाचा पुतण्या तरी पाहिजे होतास.''

मी गप्प बसलो.

ओढाताणीत सहामाही परीक्षा दिली नि पास झालो. काही फी तटून तशीच राहिली होती. तिचं ओझं डोक्यावर घेऊन दिवाळीची सुट्टी काढली. ह्या सुट्टीत मळ्यात रातचं बसून इंग्रजीच्या आणि गणिताच्या उजळण्या केल्या. ह्या उजळण्या करताना मधूनच 'फी तटलीय' याची आठवण होई नि सळ्ळकरून एकाएकी काळजाचं पाणी झाल्यासारखं वाटे. देशपांडे मास्तरांना कबूल केलं होतं की, ''सुट्टी संपल्यावर नक्की फी देतो.'' त्यानुसार ते माझ्या मानगुटीवर बसणार होते. पण त्यातल्या त्यात एक गोष्ट बरी होती की, देशपांडे सर मनानं सरळ आणि सज्जन होते. ते विचारणा करत आणि गप्प बसत. ''फार तटवू नको. पुढं तुलाच ते त्रासदायक होईल. लौकर देऊन टाक.'' असं अधनं मधनं म्हणत. मी ''देतो सर.'' म्हणून खाली बसे. असं म्हणत होतो खरा; पण ते ओझं हळूहळू वाढतच होतं.

दिवाळीनंतर शाळा सुरू झाली. पहिल्या दिवसानासून शाळेला जायचं मनात ठरवलं होतं. कारण येणारी परीक्षा वार्षिक होती आणि तिचे रिझल्ट कडक लावले जाणार होते. आणि मला वर्गात गेल्याशिवाय गणित-शास्त्र समजणं अवघड जात होतं. पहिल्या आठवड्यात; पहिले तीन दिवस न जाता नंतरचे तीन दिवस गेलो. मास्तरांनी 'फी'चा प्रश्न विचारलाच. 'ह्या महिन्यात देतो' म्हणून गप्प बसलो.

घरी संध्याकाळी शाळेतनं परत जाताना सणगराचा आबाजी म्हणाला,

''आनंदा, आता तू नेमानं शाळेला येत जा. गणित, शास्त्र अवघड हाय. भूगोलाची गणितंबी मला समजत न्हाईत. तू नेमानं आलास तर तुझाबी अभ्यास नीट हुईल नि माझाबी अभ्यास नीट हुईल. मागच्या वर्षीप्रमाणं ह्या सहामाहीत तू-मी मिळून एकत्र अभ्यास करू या. ही माझी शिकवणीच समज. तुझी जी काय हाफ फी हाय, ती मी ह्या महिन्यापासनं भरत जाईन.''

मला फार मोठा आधार मिळाला. आभाळाला हात लागल्यागत झालं. दुप्पट उत्साहानं मी अभ्यासाला लागायचं ठरवलं. पहाटे उठून दोन दोन तास अभ्यास करायचे संकल्प दोघांनी मिळून केले.

मळ्यातली पिकं आता भराला येत चालली होती. यंदाची उसाची लावण

मागास असल्यामुळं, गुऱ्हाळाला निदान संक्रान्त-महाशिवरात्र उजाडणार होती. तोवर त्याला पाणी पाजत बसावं लागणार होतं. दिवाळीचा सण झाल्यावर आठ दिवसांतच सगळ्या कामांची गडबड सुरू झाली. पावसाळ्यानं विहिरी तुडुंब झालेल्या. पावसाळाभर बैलांनी बसून हिरवा चारा खाल्लेला. त्यांच्या अंगावर मूठमूठभर मांस आलेलं. आता त्यांना पहाटेपासनं उठून मोटा ओढाव्या लागणार होत्या नि मला त्यांचं कासरं ओढावं लागणार होतं. पहाटेपासनं कामाला खडं राहावं लागणार होतं. पावसाळाभर उसाचा पाला वाढून त्याचं सगळं किंजाळ झालं होतं. ते रान सगळं सोजळून घ्यायचं होतं. जोंधळ्याच्या भांगलणी करायच्या होत्या. आठ आठ दिवसाला तंबाखूच्या खुरपणी, दिंड-फिरवणी करायची होती. मिरच्यांची राखण करावी लागणार होती, शेंगा काढायला आल्या होत्या; त्यांच्याकडं रातचं-इरचं फेरी टाकावी लागत होती. पयाणची गवतं बांधाला वाढलेली; त्यांच्यावर नजर ठेवावी लागत होती... सगळी कामाची रणघाई सुरू झालेली. पहाटेपासनं तासरातीपर्यंत कमरेचा काटा ढिला-खिळखिळा होऊन जात होता.

असल्या कामाच्या घाईत दादाला मी रोज विचारत होतो, "दादा, मी आज शाळंला जातो."

"आज नगं. कामं किती पडल्यात बघतोस न्हवं? एवढी कामं आटोक्यात आली की मग जा."

"माझा अभ्यास मागं पडतोय. मला आता रोज गेलं पाहिजे. धाव्वीचं वरीस हाय. परक्षा कडक असती. मला शाळंला गेल्याबगार काय कळणार न्हाई आता."

"कामं कुणी करायची; तुझ्या बाऽनं? हळूहळू पाय पसराय लागलाईस व्हय आता? आदूगर मला काय सांगिटला हुतास?"

"काय?"

"कामं बघत बघत घरात बसून अभ्भेस करतो म्हणून? पावसुळाभर तरीबी गेलास. तवा काय तुला मी आडीवला न्हाई. आता शाळंला जाऊन काय मळा वसाड पाडायचा इचार हाय?"

"आधनंमधनं तरी मला गेलंच पाहिजे बघ. हिकडं तिकडं एक-दीड वर्सात माझी मॅट्रिकी पुरी हुईल. आतापतोर एवढं शिकलोय त्येचा फायदा मॅट्रिकीबगार मिळणार न्हाई." मी असा कधीकधी वायद्यावर येऊन बोलत होतो. मनात काय आहे ते स्पष्ट बोलून दाखवत होतो. माझ्या शिकण्याचा घरादाराला फायदा कसा होणार आहे, हे पटवून देत होतो.

"ही कामं आवर नि जा; मला बाकीचं शास्तार सांगू नगं." दादाही वायद्यावर येऊन बोलत होता.

दोघामध्ये तणाव येत होता. घावडाव बघून कधी मी मळ्यात राहत होतो; तर

कधी सकाळी दीस उगवल्यापासनं ते अकरासाडेअकरापर्यंत कामं ओढून, दादाला न जुमानता शाळेत जाऊ लागलो होतो. पुन्हा संध्याकाळी लगबगीनं येऊन बैलांची रातची वैरण करत होतो, बांधाचं गवत, बाटूक, शिपाट-लपाट काढून आणत होतो. शिवाला नि दादाला करता येण्याजोगी कामं असतील तर, ती त्यांच्यावर सोपवून न बोलताच शाळेला निघून जात होतो. करता येण्यासारखी नसतील; तर मग नाइलाजानं राहत होतो... पण नियमीतपणं शाळेला जाण्याची ओढ अनावर लागली होती नि मळ्याच्या कामानं मन उद्विग्न होत होतं.

हळूहळू जोंधळा हुरड्याला येऊ लागला. गोरगरीब, अडला-नडला, मांग-महार रातचं पत्ता नाही ते येऊन कणसं कापून नेऊ लागलं. कडसाराचे दिवस असल्यानं चोऱ्याशिवाय दुसरा मार्ग दिसत नव्हता. कुणी कुणी शेंगांचं वेल उपटून नेऊ लागलं. एकदा दोनदा बांधावरची पयाणची गवतं गेली. रात्रीचं उठून एक दोन फेऱ्या मळ्याभोवतीनं मारणं निकडीचं होऊन बसलं.

याच वेळी माझे शाळेचे नि अभ्यासाचे दिवस जोरात सुरू झाले. आबाजीची शिकवणी सुरू होतीच. त्याच्यासाठी रोज रात्री बसणं गरजेचं होतं. रात्रीचं जमलं नाही तर पहाटे बसावं लागायचं. शक्यतो रात्री शिकवणी नि पहाटे ज्याचा त्यानं अभ्यास करायचा, असा क्रम चालला होता.

रातचं जेवायला म्हणून घराकडं येत होतो; ते सकाळी मळ्याकडं जात होतो. दुसऱ्या सहामाहीत माझी मळ्यातली वस्ती फारच कमी झाली. जवळजवळ नाहीच. शिवा नाळरोगी असल्यामुळं घरात झोपत होता. राखण असली की मला नि दादाला वस्तीला जावं लागत होतं.

शेंगा नि जोंधळा काढायला येऊ लागला तसा दादा म्हणाला, “वस्तीला चल. तिथं बसून अभ्भेस कर; चल.”

“न्हाई. माझ्याजवळ पुस्तकं न्हाईत. आबाजीची पुस्तकं घेऊन मला अभ्यास करावा लागतोय. संगती संगतीनं अभ्यास हुतोय. मी घरात ऱ्हाणार.”

“आरं, आबाजीला एखाद्या दिवशी नगं असतील ती पुस्तकं घेऊन येत जा. दुसऱ्या दिशी परत करत जा.”

“दोघांच्या इचारानं अभ्यास हुतोय दादा. माझं अडलं तर त्याला इचारायला येतंय, त्येचं अडलं तर मला इचाराय येतंय.”

“दुसऱ्या दिशी शाळंत, न्हाईतर जेवणवक्तीला रातचं इचारायचं.”

“सगळ्या अडचणी येतात दादा. मी वस्तीला येणार न्हाई बघ. दीसभर तंग तंग तंगायचं नि रातचं पुन्ना बांधाबांधानं कमरंएवढ्या गवतानं हिंडायचं. मला काय जीव हाय का न्हाई?”

“सुक्काळीच्या, मी काय तिथं गाद्यागिरद्यावर निजतोय? मलाबी रातचं

हिंडावंच लागतंय न्हवं? तू आलास तर मी एक फेरी, तू एक फेरी करून दोघांस्नीबी थोडा थोडा इस्वाटा मिळंल का न्हाई?''

''मग माझ्या बदली शिवाला न्हे जा.''

''हां! म्हंजे आदूगरच ते नाळरोगी. त्यात पुन्ना असल्या थंडीवाऱ्यात त्याला नेतो नि एका म्हैन्यात त्याचा सळनळ दुधगा भोपळा करून ठेवतो. म्हंजे सगळा पैसा त्येच्या औशिदात घालून बसू या; न्हाईतर त्येला माती देऊन मोकळं होऊ या.''

मी वस्तीला जावं म्हणून वाद विकोपाला जात होते. कधीकधी दादा चिडून, मला पुढं घालून वस्तीला नेत होता. त्याला वाटत होतं; मी अभ्यासाला म्हणून घरात राहतोय नि रातरातभर सिनेमा बघतोय. 'मला रोज रातची आबाजीची शिकवणी घ्यावी लागती,' हे मला त्याला सांगता येत नव्हतं. कारण 'शाळंत या वर्षी फुल फ्रीशिप मिळालीय, आता चोरी-चपाटी करण्याचा प्रसंग येणार न्हाई.' असं मी त्याला भासवलं होतं. रोज रातचं बसून शिकवणी घेणं भाग होतं. आबाजीही आपल्या वडिलांना नकळत मला पैसे देत होता. वडिलांना वाटत होतं, पोरं पोरं मिळून अभ्यास करतात... जकात्याचं पोरगं हुशार हाय. ते पोराला अडलं-नडलं सांगतंय. करतायत तर करू द्यात एका जागी अभ्यास. –म्हणून माझ्या फीचा मामला गुप्तच ठेवलेला.

कधीकधी 'थोडा वेळ अभ्यास करून मी एकटा येतो; तू हो फुडं' म्हणून दादाला सांगत होतो. असं सांगून, कधी जात होतो तर कधी कंटाळा करून घरात झोपत होतो. त्यामुळं दादाचा; मी मागून नक्की येईन यावरचा विश्वास उडाला होता. पुष्कळ वेळा मी अभ्यासाला म्हणून तासरातीलाच येऊन आठ ते नऊ पर्यंत आबाजीची शिकवणी घेई नि नऊ-दहा वाजता जेवून मळ्याला जाई.

दादाची अडचणही खरी होती. मळ्यात एकाला दोन राखणीला असले म्हणजे एकमेकाला मानसिक आधार असतो. चोरीमारी झाली, चोरचिलट आलं तर एकाला दोन असले म्हणजे धावून जाता येत होतं. आळीपाळीनं विश्रांती घेता येत होती... पण मला वाटे; दादानं एकट्यानं मळ्याची राखण करावी नि माझा मला अभ्यास नीटपणे करू द्यावा. साताठ पोरांमुळं नि त्यांतलं अजून एकही कामाला नीटपणे येऊ शकत नसल्यामुळं, आम्हा दोघांवरच मळ्याचा बोजा पडला होता. मधूनमधून मनातल्या मनात वाटत होतं, दादानं आपल्या पोराबाळांचं पोट भरता येत न्हाई तर एवढी पोरं कशाला जन्माला घालावीत? निदान त्येंच्यासाठी माझं शिक्षेण का थांबवावं? मी एवढी धडपड करून शिकू बघतोय; तर त्येलाबी त्येनं खीळ घालण्याचा का इरादा करावा?... चारी दिशांनी होणाऱ्या या कुतरओढीत माझे दिवस चालले होते. जीव कैंगटून जात होता. नको नको वाटत होतं.

शाळेला जायला नेहमी उशीर होत होता. दिसाचा झेंडू फुटायच्या आत शिळी भाकरी, दही नि खर्डा खाऊन, दीस उगवायला मळ्यात जाऊन पोचत होतो. तिथनं जे कामाला लागत होतो; ते अकरा वाजेपर्यंत. आई जेवणाचं तिरडं घेऊन आलेली असायची. तिला जेवणाला जेवढा उशीर होईल तेवढं मला बरं वाटायचं. दहा-साडेदहाच्या आसपास ती यायची. अशी दहाच्या आसपास आली की, दादा न्याहारीसाठी 'मोट थांबीव' म्हणायचा. अर्धा तास मोट थांबवून न्याहारी केली की, जरा जास्त वेळ सकाळची मोट चालायची. दादाच्या पोटात भर पडलेली असल्यामुळं निदान बारा वाजायचे. अशा वेळी शाळेचा पहिला तास बुडतो आणि तो म्हणजे इंग्रजीचा बुडतो; याचं अतोनात वाईट वाटायचं. जीव सारखा चुटपुटत राहायचा, म्हणून; आई थोडी उशीरा आली की मी दादाला म्हणायचा, "दादा, आता उशीर झालाय. सलगच मोट मारू या. आत्ता अर्धा तास हुबी करायच्या बदली; आत्ता मारू या नि अर्धा तास अदूगर सोडू या. म्हंजे पाणीबी सलग पिईल. मोट हुबी केल्यावर पाण्याला आट जातोय. अर्धा तास थांबवून चालू केल्यावर, उसात पाणी जाईपर्यंत मोटा सोडायचा वकूत हुतोय; मग त्येचा काय उपयोग हुईत न्हाई." दादाला हे कधीकधी पटायचं. कधीकधी त्याच्या लक्षात माझा डाव यायचा नि तो मला म्हणायचा, "मला उपाशी मारून तू शाळाच शीक नुसती." म्हणून तो हट्टानं मोट थांबवायचा. कधी मग मी त्याच्याबरोबर न्याहारी करायचा, तर कधी शिवाला मंगळून "पाण्याकडं जा रे दादाची न्याहारी हुईपतोर; मी मोट मारतो." म्हणून सांगायचा. मग तशीच मोट मारून, अर्धा तास अगोदर मोट सोडून, जेवणात जी काय भाजीभाकरी असेल ती फडक्यात बांधून शाळेच्या पिशवीत टाकयचा नि तसाच शाळेकडं पळायचा. दुपारी पंधरा मिनिटांच्या सुट्टीत बागेत बसून खाऊन मोकळा व्हायचा. सांगाव, सिद्धनेर्ली, पिंपळगाव येथून येणारी माझ्या वर्गातली तीन-चार मुलं होती; ती अशी भाकरी घेऊन येत असत नि दुपारी खात असत. त्यांच्याबरोबर माझंही खाणं होई.

आईला माझे हे हाल बघवत नव्हते. सकाळपासनं चार-साडेचार तास राबूनही, मी कोरडी भाकरी नि कोरडी भाजी घेऊन पळत होतो. त्यामुळं मला; वाटणीला येणारा चार-पाच घासांचा भाताचा डिखळा, आमटी, ताक, आंबील जे काही असेल ते; मिळत नव्हतं. वाळून चाललो होतो. म्हाताऱ्या माणसागत गालफडं आत बसली होती. सतरा-अठरा वर्षांचं वय; पण नुसताच काटकुळा होऊन उंच वाढलो होतो. पूर्वी रोजगारातला पैसा वाचवून अंगावर कापडं घेता येत होती. पण आता तो पैसा फीसाठी चालल्यामुळं; फाटलेली, तुरपलेली, मधेच किसलेली कापडंच मला घालावी लागत होती. पण या गोष्टींची फिकीर न करता मी शाळेला जात होतो.

“आन्दा, जिवाचं किती हाल करून घेशील? एवढं जीव जाऊंस्तवर राबूनबी उपाशीच शाळंला जातोस; काय मिळतंय त्या शाळंत? पेटीव की आता ती शाळा नि जिवाला जप जरा. सारं अंगावरचं मांस कावळ्या कुत्र्यांनी वरबडून न्हेल्यागत झालंय ते. कवा धड हुणार तू?” आई कळवळून म्हणायची.

“तुझ्या मालकाला हे सगळं सांग. एवढी कामं करून मरतोय; तरी त्याला अजूनबी माझी दयामाया न्हाई. अजूनबी कामंच करावीत नि त्येच्या पोटाला बसून घालावं, असं त्येला वाटतंय.” वैतागून मी म्हणत असे.

माझे हाल फारच होऊ लागले की, आई निकरावर येत असे नि अधनंमधनं दादाशी भांडण काढत असे. जरा मोटा लौकर सोडायला सांगत असे. “काय हुयाचं ते हे वरीस-दीड वरीस ह्या मळ्याचं होऊ दे. खरं ह्या पोराचं हाल करू नका आता. असं वाळून वाळून एकदम हातचं गेलं तर, शाळंच्या वाटंवरच कुठतरी मरून पडंल ते.”

“मलाच शाणपणा सांग तू रांडं, त्या सुक्काळीच्याला शाळा बंद करून शेतात राब नि खा वाट्टेल तेवढं; म्हणून सांगू नगं... तूच त्येला फूस लावलीयास शाळंची. एवढं मरमर मरूनबी त्येला शाळाच शिकायची हाय तर शिकू दे. मीबी भाद्दर बघतोच त्येची जिद्द.”

दादा आईवर चिडून बोलायचा. पण आता पूर्वीइतकं ऊठसूट मारत नव्हता. त्याच्या बरोबरीनं मी उंच झालो होतो. त्यानं मारलं किंवा धावून आला; तर पळून जाईनासा झालो होतो. तिथंच उभा राहून; तो काही मारेल तो मार खाऊन घेत होतो नि डोळ्यात पाण्याचा थेंबही न आणता तसाच उभा राहून त्याच्याकडं नुसता बघत होतो. डोळे स्थिर करत होतो. मिनिटभर उभा राहून कामाला लागत होतो... आतल्या आत फुटून जात होतो; पण बाहेर शब्द पडत नव्हता. हळूहळू हे दादाच्या लक्षात आलं होतं. त्याला कुठंतरी माझी सूक्ष्म भीती आत आत आत वाटू लागली होती. म्हणून अगदीच संताप अनावर झाल्याशिवाय तो माझ्यावर हात टाकत नव्हता. आताशा त्यानं हातानं मारायचं सोडून दिलं होतं. चाबूक, वस्तीची काठी, हिसकी, म्हसराकडचं ठेंगं घेऊन तो उठायचा नि दणकं द्यायचा.

एवढी पळापळ करूनही, शाळेत कधी वेळेवर जाऊन पोचू शकत नव्हतो. नेहमी उशीर झालेला असायचा. शाळेला कडक शिस्त लावणारे नि मारण्यात प्रसिद्ध असलेले माने मास्तर, शाळेच्या दारात हातभर लांब छडी घेऊन उभे राहिलेले असत. उशिरा येणाऱ्या मुलाला; न विचारता हात पुढे करायला सांगून, हातावर फाडदिशी मारत. ती छडी सोसत, भगभगता हात हलवत वर्गात जावं लागायचं. माझ्या नशिबाला हे रोज येत होतं.

“सर, मला मळ्यातली कामं बघून दोन मैलावरनं यावं लागतंय. नुसता पळत

येतोय तरीबी उशीर हुतोय.''

"ते मला ठाऊक नाही. शिस्त म्हणजे शिस्त. जरा लौकर येत जा. –चल हात पुढे कर.'' मला हात पुढं करावा लागत होता. छडीचा तापलेला ढब्बू पैसा हातावर घेऊन वर्गात जावं लागत होतं.

मग कधीकधी युक्ती करत होतो. शाळेच्या पाठीमागच्या बाजूला, आत यायला दोन मोकळे पॅसेज होते. त्यातून हळूच आत येता यायचं. पण त्यासाठी अर्ध्याएक फर्लांगावरूनच शाळेचा मुख्य रस्ता सोडून आत रानात घुसावं लागायचं. शाळेला हळूच प्रदक्षिणा घालून पॅसेजच्या तोंडाला यावं लागायचं. कधीकधी फारच उशीर झाल्यासारखा वाटला तर, तसंही करत होतो नि साने मास्तरांची छडी चुकवत होतो.

पण छडी चुकली तरी अक्कोळकर मास्तरांचा इंग्रजीचा पहिला तास चुकायचाच. दुसरी सहामाही सुरू झाली नि मला; शाळेला जेव्हा जेव्हा येईन तेव्हा उशीरच झालेला असायचा. अक्कोळकर मास्तरांचा इंग्रजीचा तास हा नेहमी पहिला असायचा. ते शिकवण्यात गुंग असायचे नि मी त्यांनी झाकलेल्या दारावर येऊन टकटक करायचा. त्यांच्या शिकवण्यात त्यामुळे व्यत्यय यायचा. अगोदरच त्यांचा स्वभाव चिडका नि रागीट. मन लावून इंग्रजी शिकवण्याची त्यांची वृत्ती. दार उघडल्यावर त्यांची परवानगी घेऊनच आत जायचं, ही त्यांची शिस्त. या सगळ्यामुळं; ते उशिरा येणाऱ्या मुलावर चिडायचे. माझ्यावर तर गेल्या वर्षापासून त्यांचा राग. त्यांनी दोन-तीन वेळा मला माझी खरडपट्टी काढून आत घेतलं. मुलांच्या देखत ते सगळं सहन करून, मी मुलींपाठीमागच्या मोकळ्या बेंचवर जाऊन बसत असे.

पण एकदा त्यांनी मला आत घेऊन प्रथम माझं थोबाड फोडलं नि मोठ्यानं ओरडून "यू रास्कल गेऽट आऊट!'' म्हणाले. मला बाहेर जावं लागलं. थाडदिशी त्यांनी दार लावून घेतलं. गोरीमोरी होऊन, मुलं खांबासारखी स्थिर झाली होती. अक्कोळकर मास्तरांचा राग हे प्रकरण सगळ्यांना ठाऊक होतं.

तेव्हापासनं, अक्कोळकर मास्तराचा तास असेल आणि मला उशीर झालेला असेल तर, मी वर्गात जाईनासा झालो. वर्ग पॅसेजच्या बाजूला जवळच होता. पॅसेजमध्ये आत घुसताना लागणारी वर्गाची खिडकी उघडी असे. त्या खिडकीतून; अक्कोळकर मास्तर काय शिकवीत असत ते स्पष्ट ऐकायला येत असे... मी त्या उघड्या खिडकीच्या शेजारी इंग्रजीचं पुस्तक उघडून उभा राहू लागलो नि लक्षपूर्वक शिकू लागलो. तिथं माझं चित्त अधिक एकाग्र होऊ लागलं. अक्कोळकर मास्तर समोर नसायचे. ते वर्गात अडकलेले असायचे, त्यांचा आवाज फक्त गाळून बाहेर यायचा. जणू तो माझ्या एकट्यासाठी बाहेर येत होता आणि मला शिकवत होता. तो मला एकही प्रश्न विचारत नव्हता. सगळी मुलं माझा होणारा सर्वांदेखतचा

अपमान पाहू शकत नव्हती. मी आणि माझं पुस्तक फक्त समोर... एकलव्यासारखी माझी स्थिती झाली होती. अक्कोळकर मास्तरांना माहिती न होता त्यांचं ज्ञान मी चोरून घेत होतो.

तासाची घंटा झाली की, पुस्तक मिटून सावधपणे आडोशाला उभा राहात होतो. अक्कोळकर मास्तर गेले रे गेले की वर्गात शिरत होतो नि दुसऱ्या तासाला साळसूदपणे बसत होतो. आरंभी माझ्या या चोरट्या प्रकाराला मुलं हासत होती. जास्त हासणाऱ्या मुलांना एकएकटं गाठून मी माझी परिस्थिती सांगितली. त्यांनाही ती वर्गातून कुणा ना कुणाकडून कळत होती. अभ्यासातली माझी गुणवत्ताही त्यांच्या हळूहळू परिचयाची झाली होती. त्यामुळं पुढं पुढं कुणी हासेनासं झालं. माझं उशिरा येणं हा वर्गाला एक नेहमीचाच भाग वाटू लागला.

पण अक्कोळकर मास्तर नुसतं इंग्रजीच शिकवत नसत; ते इतिहासही शिकवत असत. इतिहासाच्या तासाला ते आले की नेहमीप्रमाणे इतिहास शिकवू लागत. प्रश्नोत्तराच्या वेळी मात्र माझ्याकडं त्यांचा मोहरा वळला की ते मधूनच विचारत, "काय रे, इंग्रजीच्या पिरिएडला तू हजर होतास?"

"न्हाई सर. उशीर झाला होता म्हणून आलो न्हाई."

"ही तर नेहमीचीच गोष्ट आहे. मग इंग्रजी कसं काय शिकणार तू?"

"सर, मी त्याचा घरी अभ्यास करतोय."

माझ्या या उत्तरानं त्यांचा नाइलाज होई. त्यांच्या लक्षात आलं; की आताशा मी त्यांचा इंग्रजीचा तास नेमानं चुकवतोय तरी इंग्रजीचा अभ्यास मी घरी करतोय; यात त्यांना आपला अपमान वाटू लागला असावा. त्यात पुन्हा इतिहासाच्या त्यांच्या तासाला मात्र मी नेहमी हजर असतोय... पण त्यांना काही करता येत नव्हतं. इंग्रजीच्या तासाचा माझ्यावरील राग त्यांना कारण नसताना इतिहासाच्या तासाला काढता येत नव्हता.

तरीपण इतिहासाच्या प्रश्नोत्तराच्या वेळी, खुर्चीवर बसूनच ते मला प्रश्न विचारताना; विनोदानं बोलल्यासारखे 'स्टँड अप यू मवाली, सांग... अमकं तमकं कधी झालं;' असं विशेषण लावून बोलत. मुलं हासत. तेही हासत. मी गंभीरच असे. त्यांच्या विनोदात सहभागी होत नसे. ते आतल्या आत संतापत; पण काही करू शकत नसत. कारण संबंध फक्त उत्तराशी असे. या वेळी ते वर्गशिक्षक नसल्यामुळं फीसाठी मला छळू शकत नव्हते.

एके दिवशी; पंधरा मिनिटांची सुट्टी संपायच्या वेळेला शिपायाकडून मला हेडमास्तरांचं बोलावणं आलं. वर्गात मी काहीतरी वाचत बसलो होतो... कशासाठी बोलावले कुणास ठाऊक; म्हणून मी भिऊन गार झालो. छातीत धडधड सुरू झाली. कोणतेही मास्तर रागानं, तावातावानं माझ्याशी काही बोलू लागले आणि ते संपूर्ण

चुकीचं असलं, तरी मला त्यांच्याशी प्रतिवाद करणं जमत नव्हतं. मी त्या अनपेक्षित आलेल्या हल्ल्यानं घाबरून जात होतो नुसतं, 'न्हाई सर, न्हाई सर' करून गप्प होत होतो. ह्या शिक्षक माणसांजवळ जिवाभावाचं काही सांगावं असा आत्मविश्वासच निर्माण होत नव्हता.

ऑफिसमध्ये गेलो नि उभा राहिलो. हेडमास्तरांच्या शेजारी अक्कोळकर मास्तर बसलेले होते. माझ्या काळजाचं पाणी झालं. मला घाम फुटला.

"काय रे जकाते?"

"काय सर?"

" 'काय सर' काय म्हणतोस? सरळ उभा राहा. तुला काय मॅनर्स वगैरे आहेत की नाहीत?"

मला काहीच कळेना, माझ्या नेहमीच्या संवयीप्रमाणं मी सरळच उभा राहिलो होतो. डाव्या पायावर भर देऊन, हात पाठीमागं बांधायची मला सवय होती. मास्तरांनी 'सरळ उभा राहा' म्हटल्यावर मी दोन्ही पायांवर भार देऊन, ते एका जागेवर घेऊन उभा राहिलो. काहीसं कृत्रिमपणे उभं राहिल्यासारखं वाटू लागलं.

"पाठीमागचे हात सोड ते. वडिलधाऱ्या माणसासमोर कसं उभं राहायचं? आल्यावर त्यांना काही नमस्कार वगैरे करावयाचा; काही तुला आहे की नाही?... का उभा राहतोस आपला रस्त्यावरच्या 'मवाल्या'सारखा?"

हा शब्द हेडमास्तरांचा नव्हता. तो अक्कोळकर मास्तरांचा होता. त्यांच्या तोंडातून हेडमास्तरांच्या तोंडात गेला होता. मी दोन्ही हातांनी मास्तरांना नमस्कार केला नि दोन्हीही हात 'दक्ष' पवित्र्यात ठेवले. आणखी कृत्रिम उभं राहिल्यासारखं मला वाटू लागलं.

"तू काय मुलींची नेहमी टिंगल करतोस, असं दिसतंय."

"न्हाई सर."

"नाही काय म्हणतोस लेका. माझ्या कानावर तक्रारी आलेल्या आहेत."

त्यांच्या या अनपेक्षित बोलण्यानं मी गांगरून गेलो. काय बोलावं सुचेना. तरी बोललो. "कधीच न्हाई सर. कुठल्या मुलीची तक्रार असेल तर तिला समोर बोलवा."

"समोर काय बोलवा, तू तर त्यांच्या पाठीशीच नेहमी बसलेला असतोस. त्यांची बोलणी, हालचाली डोळे लावून पाहत असतोस नि कान लावून ऐकत असतोस. तासाच्या वेळी शिकण्याकडं तुझं लक्ष नसतं म्हणे."

"न्हाई सर."

"नाही काय. शिक्षक इथंच बसलेत." अक्कोळकर मास्तरांकडे त्यांनी हात करून मला सांगितलं.

मला काहीच बोलता येईना. मी मुसकं घातल्यागत गप्प राहिलो.

"फॅशन काय मवाल्यासारखी केली आहेस ही. कपडे काय मळके घातलं आहेस. डोक्याचे केस काय वाढवले आहेस. वर्गात नीट बसत जा. शिकण्याकडं लक्ष देत जा– आणि हो! इंग्रजीच्या तासाला का येत नाहीस?"

"मळ्यातनं कामं करून शाळेला यायला उशीर होतोय सर." परतता परतता माझ्या डोळ्यात त्या अन्यायानं पाणी टपटपून भरलं होतं; ते पुन्हा मास्तरांकडं तोंड करताना घळघळ खाली पडलं.

ते बघून मास्तर मनात क्षणभर हलले असावेत. म्हणाले, 'जा जा. रडण्याचं नाटक करू नकोस. वेळेवर शाळेला येत जा."

मी ऑफिसबाहेर पडलो... संस्कृतचा तास सुरू झाला होता. डोळे पाण्यानं भरले होते. आतले कढ आवरत नव्हते. अशा स्थितीत वर्गात जाणं म्हणजे; वर्गाला तमाशा दाखवण्यासारखा तो प्रकार होता.

मी तसाच बागेत गेलो. नुकतीच सुट्टी संपल्यामुळं बाग शांत होती. मी आसवं गाळत माझ्याच अवताराकडं पाहत बसलो. माझं लांब बाह्यांचं कुडतं; कामं करून करून दोन्ही कोपरांवर फाटलं होतं; म्हणून ते मी घड्या करून कोपराच्या वरपर्यंत नेत होतो नि हापशर्टासारखी फॅशन करत होतो. प्रत्येक वेळेला साबण लावून कपडे धुणं आमच्या घरात कुणालाच परवडण्यासारखं नव्हतं; त्यामुळं तांबूळ मातीचा मातकट रंग नेहमीच कपड्यावर दिसे. शाळेत नि मळ्यात जाता-येता तेच घालावे लागत, म्हणून मळकट होत होते. कामानं कामानं नि 'पाण्याकडं' जाऊन हातपाय-तोंड नेहमी खरखरीत होई. त्याच्यावर एक जळकेपणा आला होता. अशा वेळी त्याच्यावरनं तेलाचा हात फिरवला की तुकतुकी आल्यासारखी वाटे. खरखरीत अंगही मऊ पडे. जरा निर्मळ वाटे. पण मास्तरांना ते ओंगळवाणं, मवाली टाईप वाटलं होतं. केस वाढवण्याची इच्छा होती; पण ते फार वाढवणं शाळेत हेडमास्तरांना आवडलं नसतं. ते स्वत: केस वाढवत नव्हते. एकदा प्रार्थनेच्या वेळी; एका हुशार मुलालाही त्याचे भुरभुरीत केस पाहून जाम ताकीद दिली होती. "जर का उद्या हे केस काढून आला नाहीस; तर शाळेतलं बागकामाचं खुरपं घेऊन सगळे केस मी भांगलून काढीन. सांगून ठेवतो." असं म्हणाले होते. तेवढंच मी लक्षात ठेवलं होतं. आपण फॅशन करतोय हे पाहिल्यावर; आपल्याला मिळती तीसुद्धा अर्धी फ्रीशिप मिळायची नाही, याची धास्ती वाटत होती. एक मात्र चुकलं होतं, गेल्या वर्षी हायस्कूलच्या गॅदरिंगमध्ये, दोन तीन मुलांच्या आग्रहाखातर नकला केल्या होत्या. वाटलं होतं; हेडमास्तरांशिवाय सगळे शिक्षक समोर बसले आहेत, त्यांना आपल्या अंगातली कला दाखवावी.त्यांचं त्या निमित्तानं प्रेम, कौतुक मिळालं तर मिळवावं. त्यात ज्या पाच-सात नकला केल्या; त्यातली एक मुलींच्या वेणीफणीची,

काजळ-कुंकू लावण्याची नक्कल होती. तिच्यात मुली-मुलींतले थोडे संवादही होते. ती केवळ; शाळेत पूर्वीच येऊन गेलेल्या नकलाकाराची मी उचललेली नक्कल होती. एरवी काजळ-कुंकू, स्नो-पावडर लावणारी मुलगी, प्रत्यक्ष तसे करताना मी कधीच पाहिली नव्हती. माझं हे निरीक्षण मुलांना फार आवडलं होतं. समोर बसलेले अक्कोळकर मास्तर ती नक्कल डोळे मोठे करून पाहत होते. त्यांनी आपल्या संशयी नजरेनं अंदाज बांधला की, मी हे मुलींच्या पाठीमागे बसून सगळं हेरलं असावं नि त्यांची टिंगल करण्यासाठी सगळं नक्कल रूपानं केलं असावं. – सगळाच विपर्यास झाला होता नि तोंड दाबून धरून मला बुक्क्यांचा मार मिळत होता. घुसमटून गेल्यासारखं होत होत. तरी एका शब्दानं कुणाजवळ सगळं सांगण्याची सोय नव्हती.

...वाटत होतं; मी एखाद्या गरीब ब्राह्मणाच्या पोटी जरी जन्माला आलो असतो, तर बरं झालं असतं. निदान मला अंगावर रोज धुतलेली कापडं मिळाली असती. घरात बसून अभ्यास करता आला असता. वेळेवर शाळेला जाता आलं असतं. शुद्ध भाषा बोलण्यासाठी मला धडपड करावी लागली नसती. मनात आहे ते धडाधडा मी बोलू शकलो असतो. आईवडिलांनी माझ्या शिक्षणाला विरोध केला नसता. मला फुल फ्रीशिप मिळाली असती. माझ्या मनासारखं शिकता आलं असतं नि यश मिळवता आलं असतं...

या रामरगाड्यातूनच दहावीची परीक्षा दिली नि मोकळ्या हवेतला एक दीर्घ श्वास आत ओढला.

◆

२१

वैशाखाचं ऊन लागलं तसा उन्हाळा जाणवू लागला. दहावीची परीक्षा देऊन मी मोकळा झालो होतो. मळ्यातली नांगरट मी आणि दादा करत होतो. आई उकटणीला आलेल्या उसातलं तण आणि त्याची बारकी बारकी पानं काढून, आपल्या दुभत्या म्हशीला घालत होती नि त्याच्या मोबदल्यात म्हशीकडनं आच्छेर, पावशेर दूध जास्त मागत होती. उन्हाळ्यामुळं दूध साडेसहा आण्याऐवजी साडेसात आणे शेर झालं होतं. म्हणून ती हा खटाटोप पोराबाळांना उसाच्या रानात घेऊन करत होती. चार पोरांनी दोन दोन मुठी जरी उसाचा पाला काढला तरी, त्यांच्या दोन दोन पेंढ्या होत होत्या नि वैरणीत भर पडत होती.

या सगळ्या पोरांच्या घोळक्यात धोंडू कधी असायची नि कधी नसायची. ती स्वैंपाकाचं सगळं सांभाळायची. संध्याकाळी चार वाजायला; आई तिला एकटीला जळणाचा बिंडा घेऊन, नाहीतर भाजीचं गठळं घेऊन घराकडं रातच्या जेवण्यासाठी लावून द्यायची. सकाळीही जेवणं झाल्यावर आनसाला घेऊन ती आईबरोबर अकरा-बाराच्या सुमाराला यायची. स्वैंपाकाचं काम तसं सावलीचं; त्यामुळं तिचं अंग मूळ रंगाचं राहिलं होंत. ते जळून बाभळीच्या सालीगत झालं नव्हतं. घरात असल्यामुळं तिला आरडाओरडा फारसा करावा लागायचा नाही. तिचं बोलणं नेहमी खालच्या आवाजात जेवढ्यास तेवढं असायचं. तिला अकरा-साडेअकरा वर्षं झाली होती. म्हणजे ती आता लग्नाला आली होती. तिच्या वयाच्या, गल्लीतल्या पोरींची लग्नं होत होती. डोळ्यासमोर होणारी लग्नं धोंडूबाई जवळून बघत होती.

मी घरात वस्तीला असलो की, धोंडूबाई नि मी समाधानाच्या हौदाला जाऊन पाणी आणत होतो. हौद लांब; दीड दोन फर्लांगावर होता. चारपाच गल्लीची माणसं तिथं पाण्यासाठी गोळा झालेली असायची. त्यातनं कधी पाण्याची पाळी मिळेल तेव्हा मिळेल. तोपर्यंत नुसतं एकमेकीसंगं बोलत उभं राहायचं. पहाटे पाच वाजल्यापासनं या हौदावर दाटी व्हायची. आई पोटुशी होती. पाच महिने झाले होते. पूर्वीसारखा हेलपाटा तिला सोसत नव्हता. आता तिनं चाळीशी ओलांडली होती. पहाटे ती घरातलं काम करत असे नि मला नि धोंडूबाईला पाण्याला लावून देत असे.

धोंडूबाईच्या वारगीच्या अनेक पोरी पाण्याला येत होत्या. यातल्या काहींची गेल्या वर्षी, तर काहींची नुकतीच लग्नं झालेली असायची. त्या नटून, नवी लुगडी नेसून आलेल्या असायच्या. लग्नाअगोदर दोन-चार महिने त्यांना घरात सावलीला ठेवलेलं असायचं. जळक्या अंगावरची मळ खपलून खाली पडल्याशिवाय अंगायर रया आल्यागत वाटायची नाही. लग्नानंतर पुन्हा महिनाभर कुणी त्यांना कामं लावत नसत; म्हणून सुखावल्यागत, अंगावर मूठभर मांस आल्यागत दिसे. ध्यायी उजळ होई. अंगावरचं डोरलं-पुतळ्या, फुलं-मासोळ्या, साखळ्या-मासंपट्टं बघून, नवी नवी चोळी-लुगडी बघून पोरी डोळ्यात भरल्यागत होत. कधी नव्हे ते त्या अशा वेळी देखण्या, नाजूक आणि सुखी, हासऱ्या दिसत... धोंडूबाई त्यांच्याकडं; हौदावर पाळीची वाट बघत; टक लावून उभी राही. तिच्या मनात एक अनोखं स्वप्न उमलू लागलं होतं.

ती लग्न झालेल्या गडणीच्या जवळ जाई. तिच्या नव्या नव्या ठळक रंगी लुगड्याचा देखणा पदर जीवभरून तळहातावर घेई नि विचारी, "लग्नातलं वाटतं लुगडं?"

"हं! आहेराचं."

"पदोर चांगला हाय." मग एखादा अलंकारही हातात घेऊन बघे. पाळीला फारच उशीर असला नि गडण अगदी रोजच्या घसटीतली असली तर, तिच्या मासोळ्या, जोडवी, एखाद्या वेळी हातातलं सोन्याचं बिलवर आपल्या हातापायात घालून बघे. आपल्याला कसे दिसतात ते डोळे भरून पाही... मनात स्वप्न अधिकच उमलू लागे.

गल्लीत तिच्या वारगीच्या एखाद्या पोरगीचं लग्न असलं तर, आवर्जून कळसात नवरीला पाणी घालायला, तिला हळद लावायला, तिची गाणी म्हणायला, रंगपाणी खेळायला ती जाई. घरातली कामंधामं विसरून दंग होई.

घरात तिला जिवापल्याड कामं ओढावी लागत होती. आईच्या अंगावरचं दूध उनातानात कामं करून, हेलपाटून हेलपाटून लवकर आटून जाई. त्यामुळं थानच्या

पोरांना वरची दुधं घालावी लागत. धोंडूबाई आनसाला शिंपीनं दूध घाली, तरीही आनसा रडे. तिची भूक एवढ्याशा पाणी घातलेल्या दुधानं नाहीशी होत नसे. तिला गप करण्याचं काम धोंडूलाच करावं लागे. एवढा स्वैपाक करून कधीकधी तिच्या वाटणीला भात-भाकरी उरत नसे. अर्धपोटी जेवून उठावं लागे. अशा वेळी ती आईवर वैतागे. "किती तुझ्या लेकांस्नीच मी करून घालू? एवढं करूनबी माझ्या पोटात घासभर अन्न जाईत न्हाई... जलमलो तवाच खड्डा काढून मला पुरू ने हुतीस?" धोंडूबाईला असलं बोलायला त्या वयातही फार सुचत असे. आसपासच्या बायाबापड्यांचं ऐकून ऐकून, तिला असलं बोलायला येत असावं. आई हिरमुसून जाई.

धोंडूच्या मनात काय आहे; हे आईनं बरोबर हेरलं होतं.

हिरा माहेरला आली ती आलीच. सुजरी-फुगरी नि अतिशय अशक्त होऊन ती पुन्हा परत आली होती. नांदायला गेली; की वर्ष सहा महिन्यांत तिची अशी दशा होई. ह्या वेळी आईनं मनाचा धडा केला नि तिला घरातच ठेवून घेतली. तिनं सुंदराची ढोरंगखणीची जागा पुन्हा घेतली नि सुंदरा आता आईला मदत करायला घरात राहू लागली. पोरीची जात म्हणजे दोन्हीकडच्या नुसत्या कष्टाच्या गायी.

भटाचा मळा केल्यापासनं सहा-सात वर्षांत घरची गरिबी आगीगत वाढत चालली होती. फाळा फिटेना झाला होता. हळूहळू दलालाचं कर्ज वाढत चाललं होतं. घरावर बँकेचं कर्ज वाढलं. व्यायला झालेली एक म्हस विकावी लागली नि वरचा खर्च करावा लागला. प्रत्येक वर्षी मळा अंदर-बट्ट्यात आणत होता नि कर्जाचा डोंगर वाढत चालला होता. विहिरीला पाणी फार कमी असल्यानं, दोन गाड्यांच्या वर गूळ होत नव्हता. उन्हाळी माळवं करायला फारशी संधी मिळत नव्हती. रानाला मोठा माळ नसल्यामुळं, दुसऱ्याच्या माळाला पावसाळ्यात पट्टी भरून ढोरं चारावी लागत होती. पोरांची तोंडं वाढत होती नि त्यांच्या वयाबरोबर त्यांचा खाण्याचा वकूब वाढत होता. उलट पैसा जवळ नसल्यानं मळ्याला नीट नांगरट मिळत नव्हती. पिकांना खताची लागवड मिळत नव्हती. रानात हळूहळू तणं वाढत जायची नि पिकं उगीच जीव धरून उभी राहिलेली दिसायची. पायाच्या पिंढरीसारखं जिथं कणीस पडायचं; तिथं हाताच्या अंगठ्याएवढं पडू लागलं. पहिल्या वर्षीच्या मानानं सुगी निम्म्यावर आली होती.

दादा या गोष्टींनी गांजून चालला होता. घर खाली खालीच येत चालल्यामुळं पिसाळल्यागत करत होता. सालभर एवढी कामं करूनही अखेरीला, दलाल हातात 'आता नुसतं एवढंच उरल्यात' म्हणून कागदाच्या पावतीवर, उरलेल्या कर्जांचा आकडा घालून देत होता नि त्याच्या अडत दुकानात सालभराची राबणूक गडप झाल्यागत होत होती.

भरीत भर म्हणून; तीन वर्षांपूर्वीपासून दादा कोर्टात गेला होता. गोपातात्यानं त्याला मळ्याच्या मालकाविरुद्ध ही वाट दाखविली होती. 'विहीर फोडून देईन' अशी जी कबुली केलेली होती ती मालकानं पाळली नव्हती. "विहीर एका वर्षात फोडून देतो म्हणाला, म्हणून मी एवढा फाळा कबूल केलाय." असं दादानं कोर्टात सांगितलं. तीन-एक वर्षं कोर्टात वकिलातर्फे दावा चालला नि मळ्याचा फाळा चालू सालापासनं कमी झाला. दादाला फाळ्याची सवलत मिळाली होती. त्यामुळं "इनाकारण ह्या खंडाचा दंड झाला. मालकानं मला पाच-सा सालं फसीवलं, म्हणून माझ्या डुईवर कर्जाचा डोंगर झाला." असं त्याला वाटत होतं. कोर्टानं दादाच्या बाजूनं निकाल दिल्यामुळं दादाचा उत्साह वाढला होता. आपल्यावर अन्याय झाल्याचं कोर्टालाही पटलंय याची त्याला खात्री वाटली नि स्वत:वर झालेल्या अन्यायाची त्याला तीव्र जाणीव झाली.

दरम्यान; सरकारचे शेतजमिनीविषयीचे, कुळाला संरक्षण देणारे कायदे लागू झाले. हे कायदे येणार याची चाहूल लागल्याबरोबर सुशिक्षित, पैसेवाल्या नि कोर्टकचेऱ्यात ओळखीपाळखी, संबंध असलेल्या हुशार शेतमालकांनी, त्या दरम्यानची कबुलायतीची मुदत संपल्याबरोबर कुळांना बाहेर काढलं. गडीमाणसं लावून स्वत: शेतं कसू लागले. ज्यांच्या कबुलायतीची मुदत संपत नव्हती; त्यांनी कुळांना एक वर्षाचा फाळा सूट म्हणून देऊन त्यांचे राजीनामे लिहून घेतले. 'मला हे शेत कसायला निभत नाही, म्हणून मी ते सोडून देतो आहे. यापुढं माझा ह्या शेतावर कोणत्याही प्रकारचा अधिकार नाही.' असे मजकूर ह्या राजीनाम्यात असत. ज्या शेतमालकांना गावात राहून शेती करणं शक्य नव्हतं, त्यांनी कुळाकडनं नोकरनामे लिहून घेतले नि त्यांच्याकडं शेती ठेवली. यातच काही शेतमालक सत्तेच्या जोरावर, गावातल्या त्यांच्या प्रतिष्ठेच्या जोरावर दुबळ्या, अडाणी शेतकऱ्यांना दमदाटी देऊन सक्तीने नोकरनामे, राजीनामे लिहून घेऊ लागले. कोर्टात जाण्याची कुवत नसलेली, भोळी कुळं मालकाचे आपल्याशी असलेले जुने संबंध लक्षात घेऊन नोकरनामे, राजीनामे लिहून देत आणि शेतावरचा गडी म्हणून, पोट भरून खाणारा रोजगारी म्हणून त्या रानात राबून खात. "ह्यो कायदा आला नि कोणचाबी शेतमालक आता नव्या कुळाला जमीन द्यायला तयार न्हाई. मग ह्यो वाडवडिलार्जित ढोरागुरांचा आटाला घेऊन जायाचं कुठल्या मुलखाला? कुठं का असंना; राबून खाल्ल्याबगार गत न्हाई. आतापतोर काय आमच्या मालकीची जमीन न्हवती; नुसत्या कबुलाती हुत्या. तवाबी राबूनच खाईत हुतो की. मग आता नोकरनामं नि राजीनामं लिवून देऊनबी राबूनच खायाचं हाय न्हवं? मग कशाला उगंच खळखळ करायची? मालक म्हणतोय 'दे नोकरनामा' तर म्हटलं 'घे'. इस्वासूक माणूस हाय. गेल्या ईस वर्सांचा त्येचा-माझा संबंध हाय. मला का त्यो फसीवणार हाय? उगंच

हे कायदं आलं म्हणून त्येलाबी नोकरनामा लिवून घेण्याची पाळी आली, न्हाईतर त्येनं तरी कशाला त्यो कागद लिवून घेतला असता?'' असं कुळं म्हणत नि नोकरनामे, राजीनामे देऊन शेतात राबत. जिकडं तिकडं हेच झालं.

गोपातात्यानं मात्र 'आपल्या फाळ्याच्या जमिनीचं 'सुरक्षित कूळ' म्हणून आपणाला मान्यता मिळावी नि योग्य तो फाळा ठरवून द्यावा.' असा अर्ज कोर्टात केला. खटला चालवू लागला. त्याचा मळा आमच्या मळ्याच्या वाटेवरच होता. जाता-येता दादा तिथं चिलीम ओढायला जाई. चिलीम ओढता ओढता गप्पा होत, बोलणी चालत. त्याचं ऐकून दादानं कोर्टात मालकाविरुद्ध पहिला खटला लावला होता आणि तो जिंकला होता. ह्याही वेळी दादाला गोपातात्यानं सगळं समजून सांगितलं. आणि कोर्टात दादानं केस चालवली नाही; तर कबुलायतीची मुदत संपल्याबरोबर त्याला हा मळा सोडून जावं लागेल, हेही पटवून दिलं. आणि हा मळा सोडल्यावर ह्या कायद्यामुळं दुसरं कोणी आता आम्हाला रान देणार नव्हतं. आणि रान असल्याशिवाय घरादाराला जगणं अशक्य होतं. म्हणून दादानंही कोर्टात अर्ज केला नि मालकाविरुद्ध दुसरा खटला जुंपला गेला. दादा पाच-सहा वर्षं छळलेल्या मालकाला नोकरनामा किंवा राजीनामा लिहून देणं शक्य नव्हतं. उलट मालकावर उट्टं काढायची ही एक नामी संधी दादाला मिळाली होती.

दहावीच्या रिझल्टच्या दिवशी शाळेत गेलो. वाटलं होतं; देशपांडे मास्तर स्वभावानं सज्जन आहेत, ते माझा रिझल्ट अडवून ठेवणार नाहीत; म्हणून उत्सुकतेनं गेलो होतो. पण त्यांनाही नियमाबाहेर जाऊन माझा रिझल्ट सांगणं अशक्य होतं. तीन महिन्यांपेक्षा जास्त ज्यांची फी तटली होती; त्यांना रिझल्ट मिळणार नव्हता. फी दिल्याशिवाय कुणालाच काही कळणार नव्हतं. त्यामुळं सगळ्या मुलांबरोबर वर्गात रिझल्ट ऐकायला, मार्क्स टिपून घ्यायला बसलो होतो; तरी काही उपयोग झाला नाही. विनंती केली तरी, ''नो नो! माझा काही इलाज नाही. हेडमास्तरांना भेटा,'' असं म्हणत देशपांडे मास्तर ऑफिसमध्ये गेले आणि त्यांनी रिझल्ट-शीट घाटगे क्लार्ककडं दिला.

मी तासभर बागेत जाऊन बसलो. सगळे शिक्षक गेल्याचं पाहिलं नि घाटग्यांकडं गेलो. त्यांनीही साफ नकार दिला. तसाच मग हेडमास्तरांच्या घरी गेलो. त्यांना माझी परिस्थिती माहीत होती. त्यांना मी विनंती केली, ''सर, मी सुट्टीत कामाला जाऊन पैसे मिळवतोय. फीची बेजमी झाल्याबरोबर आणून देतो. मला शाळेत रिझल्ट मिळावा म्हणून एक चिठ्ठी द्या.''

''तू पास झाला आहेस. मी तुला सांगतो. आणखी काय पाहिजे?''

''सर, मार्क्स किती पडले ते बघायला मिळालं असतं तर बरं झालं असतं.''

''तुला ते फी भरल्याशिवाय मिळणार नाहीत. आणि या बाबतीत मला काही

करता येईल असं वाटत नाही. एखाद्याला सवड दिली की दुसऱ्यालाही सवड द्यावी लागते. आणि फी वसूल करण्याचे हेच दिवस असतात. या वेळी मिळाली नाही तर मग पुढं वर्षभरसुद्धा मिळत नाही. माझा नाइलाज आहे. तू जा आणि फी येऊन ये. रिझल्टचे मार्क्स तुला लगेच मिळतील.''

माझं काही चालेना. पण मी पास झालोय याची हमी मास्तरांनी दिली होती. त्यामुळं तेवढाच एक मोठा आधार मनाला वाटला. मी घरी गेलो.

परीक्षेला बसलो आणि नापास झालो; असं कधी आजवर झालं नव्हतं. त्यामुळं पास होण्याचं कौतुक मनाला फारसं वाटत नव्हतं. पोटात दुसरीच एक भीती होती. इंग्रजीत नि इतिहासात अक्कोळकर मास्तर मला नापास करतील, असं वाटत होतं. शिवाय 'दहावीचा रिझल्ट कडक लावला जाईल. तेव्हा आरंभापासनंच अभ्यास करा' अशी ताकीद हेडमास्तरांनी वर्षाच्या सुरुवातीलाच दिली होती. त्यामुळं काळजी वाटत होती.

ही काळजी दूर झाली नि मी निर्धास्तपणानं मळ्यातल्या कामाकडं वळलो.

मळ्यातल्या कामांना गती आली. माझा उत्साह वाढला होता. कसातरी येऊन एस. एस. सी.त दाखल झालो होतो. आता शेवटची लढाई करायची होती. रक्तबंबाळ झालो तरी चालेल; पण हे यश पदरात पाडून घ्यायचं असं मनानं ठरवलं नि दुप्पट जोमानं कामाला लागलो. दादाला कोर्ट-कचेऱ्यातनं जावं-यावं लागत होतं. शिवा हाताबुडी आला होता. मोडकी-तोडकी हिराबाई वटकनाला का असेना पण घरात होती; म्हणून दादाची वाट न बघता शिवाच्या मदतीनं नांगरट, कुळवट करून घेतली. आमची कामं आवरून, आता जमेल त्याला रोजगाराला जाणं भाग होतं. त्याशिवाय घराचा निभाव लागणं कठीण झालं होतं. म्हणून कुळवटी लौकर आटपून घेतल्या. पहाटे लौकर उठून मोटा धरत होतो. विहिरीत असेल नसेल तेवढं पाणी उपसत होतो नि दुपारी कुळवकाठी करत होतो. सगळ्यांनी मिळून रानातलं सड वेचून घेतलं नि रानं न्याहार करून टाकली. होतं-नव्हतं तेवढं घरातलं खत आणून रानात टाकलं. मळ्याकडनं घराकडं गाडी नेताना शेणकुटं भरून न्यायची नि घराकडनं मळ्याकडं येताना खत भरून आणायचं. पावसाळ्याच्या अगोदर जळणाला शेणकुटं घरात जाणं जरुरीचं असतं; ती अशी नेली... मळ्यातली सगळी कामं आवरून रानं पेरणीसाठी अगोदरच तयार करून ठेवली. मी रोजगाराला जायला मोकळा झालो.

भीत भीत एखाद्या वक्ती शिवा मोट मारत होता. बाळ्या बैलाला तो फार भीत होता. बैल मारका होता म्हणून मी किंवा दादानं त्याला मोट धरून दिली की, तो रखडत का होईना, आपली दुबळी काया घेऊन मोट मारत होता. दादा आणि मी दोघेही मळ्यात नसलो की, औताचा खोळंबा होत होता. म्हणून त्याला युक्तीयुक्तीनं

बाळ्या बैलाला धरायला नि औताला जुंपायला शिकवलं. दावणीत प्रत्येक बैलाला दोन्ही बाजूंनी दोन दावी असत. अशा वेळी शिवा आणि आई किंवा हिरा यांनी दोन्ही बाजूंना दोघांनी बसायचं. शिवानं हळूहळू बैलाच्या अंगावर हात फिरवत फिरवत त्याला खूष करायचं, अंगावरच्या तांबवा काढत पोळीजवळ बसायचं. पोळीवरच्या तांबवा थोड्या काढायच्या. त्या काढता काढताच त्याच्या वेसणीला हात घालून कासरा लावायचा नि काही झालं तरी वेसण गच्च धरायची. वेसण गच्च धरली की, दुसऱ्या बाजूनं खुंट्याचं दावंच सोडून घ्यायचं नि दोघांनी दोन्ही बाजूला राहून त्याला औताकडं न्यायचं. दोन्ही दावी तंग करूनच जुंपायचं. पहिल्या पहिल्यांदा त्याला अशी सवय करून दिली. हळूहळू ती सवय झाली नि त्या दोन-तीन महिन्यांत बाळ्या बैलाला बिनधास्तपणानं शिवा धरू लागला नि मोटक्या झाला.

मी रोजगाराला जाऊ लागलो. आत्तीचा मुलगा बाबू गाळाची कंत्राटं घेत होता. त्याच्या पुठ्ठ्यात राहून अनेकांच्या विहिरींचं गाळ काढलं, बांध घातलं, सार खणलं, लोकांच्या गाड्यांवर खतं भरली. रोजगाराचा पैसा हिशेबांन घरात द्यावा लागत होता. त्यातनं हट्टानं आठ-बारा आणे; आठवड्या-पंधरवड्यातनं हिशेब देताना आईकडनं मागून घेई तेवढंच. पण त्यातनं काही शिल्लक राहत नव्हती. सिनेमाला, कधी हॉटेलात पाव-मिसळ खायला ते पैसे उडत. यंदा तर मला बराच पैसा मिळवून शिलकी पाडायचा होता. दहावीची तटलेली थोडीबहुत फी द्यायची तर होतीच; पण अकरावीची बेजमी अगोदरच करून ठेवणं भाग होतं. वह्या-पुस्तकं जरूर तेवढी घेणं भाग होतं. शिवाय वर्षअखेर फॉर्म भरण्यासाठी पैसे लागणार होते. त्यांची तयारी आताच करून ठेवली, तर निभावणार होतं. म्हणून काही वेगळ्या मार्गानं पैसा मिळवणं जरूर होतं.

गेल्या दोन वर्षांपासनं मांगाचा शिर्पा आमच्या इथं नडीच्या वेळी अधनंमधनं कामाला येत होता. गुऱ्हाळाच्या वेळी इंजिन-घाणा आणण्यासाठी, सुगीच्या वेळी मोठ्या कामासाठी त्याला आम्ही कामाला सांगत होतो. सुगी, गुऱ्हाळ यात नि वैरणी रचताना त्याची गरज लागत होती. एरवी कामं नसली तरी, तो रातचं आमच्याकडं येऊन अधूनमधून गप्पा मारत बसायचा. तो माझा तसा नवव्या-दहाव्या वर्षापासूनचा दोस्त होता; म्हणून रातचं येऊन बसत असे. आमच्या घराला लागूनच मांगवाडा होता. त्यामुळं संगत जमली होती. पुष्कळ वेळा पावसाळ्यात तो आणि मी कुठलं तरी गवत, कडबां चोरत होतो नि ते तो विकून टाकत होता. निम्मं निम्मं पैसे घेत होतो... चारपाच इयत्ता तो शिकला होता. सिनेमातली गाणी उत्तम रीतीनं म्हणत होता. कधी कंटाळा आला, पावसाळ्यात काम नसलं तर, तसाच मळ्याकडं येऊन मला मदत करत होता. गप्पा मारत दोघं जणं मिळून कामं करत होतो. एकादं कंत्राटी काम मिळालं तर बघ म्हणून सांगितलं. त्याच्याकडं

असली कामं येत होती. कारण बारमाही तो रोजगारी माणूस होता. माझं तसं नव्हतं. उन्हाळ्यापुरताच रोजगार करता येणं मला शक्य होतं.

त्यानं एक कंत्राटी काम आणलं. अग्निहोत्री बामणाचा पानमळा मोडला होता. त्याच्या एकरभर रानात शेवरी आणि पांगिरा होता. तो मुळात थोडा उकरून तोडून काढायचा नि एका जागी नेऊन रचायचा होता. एक दिवस जाऊन सगळी झाडं मोजली. एक झाड तोडायला किती तास लागतील, एका दिवसात किती झाडं होतील याचा अंदाज घेऊन रान खंडून घेतलं. मी, शिर्पा आणि आणखी एक जण असे तिघेजण कामाला लागलो. तिसरा होता तो रोजावारी घेतला होता. उरलेला पैसे आम्ही दोघात वाटून घ्यायचं ठरलं.

दुप्पट उत्साहानं कुदळी, टिकाव, फावडी, कुऱ्हाडी जमवून कामाला लागलो. ऊन मी म्हणतेलं. घामानं अंगं थबथबून जात होती. लंगोट नि चड्ड्या भिजून काला होत होत्या. अंगं उघडीच ठेवावी लागत असल्यानं, आठ दिवसांच्या आत मी जळक्या लाकडागत दिसू लागलो. घाव घालून, माती ओढून बावटं तुटायची पाळी आली. पहिले चार दिवस तर; सकाळी उठल्यावर हात हलवल्याबरोबर हात तुटून पडल्यागत दुखू लागले. पायाच्या खुंट्या मोडायची पाळी आलेली नि कमरेचा काटा खिळाखिळा होऊन गेलेला. आठवडाभरातच नको ते काम वाटू लागलं. पण आता ते सोडता येणार नव्हतं.

सगळा अंदाज चुकला होता. आठ-दहा दिवसांत काम संपेल असा अंदाज होता, त्याला सोळा दिवस लागले. अंदाजापेक्षा दुप्पट दिवस खाल्ले. उनातानात रक्ताचं पाणी व्हायचं ते झालंच. नुसता रोजगार पदरात पडला नि रिकामं हात हलवत घराकडं गेलो. अंदाज असा होता की, रोजगाराचे पैसे रोज बारा आण्याप्रमाणं हिशेब करून घरात द्यायचे आणि उरलेले पैसे फीसाठी वापरायचे, पुस्तकांसाठी ठेवून टाकायचे... या कंत्राटी कामापेक्षा, सरळ गाळाला गेलो असतो तर बरं झालं असतं. रोज रुपया हजरी मिळाली असती. तास-दीड तास दिसाला सुट्टी मिळाली असती. गावात येऊन कायतरी वाचायला तरी मिळालं असतं. वर आणि रुपाया हजरी. आईला त्यातलं बारा आणे द्यायचं नि चार आणे आपल्या शिलकीला टाकायचं. म्हैनाभरात; खाडं धरलं तरी पाचसा रुपये शिलकीला पडलं असतं. सगळा अंदाज चुकला आपला. माझ्या जिवाला चुटपुट लागून राहिली.

पावसानं ओढून धरलं होतं. मृग निघाला तरी दोन वळवाशिवाय पाण्याचा थेंबही गावावर पडला नव्हता. त्यामुळं गावात बऱ्याच ठिकाणी गाळ काढणं जोरात चालू होतं. जो तो आपआपल्या विहिरींचा गाळ काढून त्या सोज्ज्वळ करून, खोल करून घेण्याच्या उद्योगाला लागला होता.

चव्हाणाच्या विहिरीचा गाळ पाच-सहा वर्षं काढलेला नव्हता. त्या विहिरीला

पाणी भरपूर होतं; त्यामुळं तिचा तळ कधी उघडा पडत नव्हता. दोन वक्ताला चव्हाणाची मोट दणका चालत होती. चार-पाच एकराचं त्याचं रान होतं. आलटूनपालटून दोन-अडीच एकरात तो ऊस आणि माळवं करत होता. त्याचं माळवं बाजारात बारमाही यायचं. पण त्याचीही विहीर आवंदा उघडी पडली. त्याच्या गाळाचं कंत्राट लखबा मिसाळानं घेतलं . गल्लीतलाच माणूस. त्यानं मला 'येतोस का?' म्हणून विचारलं नि मी गाळाला गेलो.

चव्हाणाच्या विहिरीभोवतीनं मेसाचं बेट, उंबर नि जांभळं. त्यांची पानं नि उंबरं कायम विहिरीत पडत होती नि कुजून खाली तळाला जात होती. पाच-सहा वर्षांचा साठलेला गाळ. विहिरीला जिवाळं भरपूर; त्यामुळं गाळ आंबिलीगत पातळ काळा, कुजून खत झालेला. त्याचा कुजका वास भयानक येत होता. दिवसभर नुसत्या लंगोट्यावर बुट्या न्याव्या लागत होत्या नि डोईपासनं ते पायाच्या नखापर्यंत त्या कुजक्या गाळात न्हाऊत निघत होतो. वास सहन होत नव्हता. घराकडं गेलो तरी नाकाला तोच वास यायचा. संध्याकाळ होत आली की वारं सुटायचं नि दीसभर गाळाच्या आंबिलीत भिजलेल्या अंगात गारठा फुटायचा.

चार-पाच दिवस त्या गाळाला गेलो नि कनकन येऊन एके दिवशी रात्रीचंच ताप आला. नाक नि छाती गच्च झाली. जोरकस खोकला सुरू झाला. दुसरे दिवशी अंगाला हात लावता येईना इतका ताप.

आठ दिवसांनी बरं वाटलं. बरं वाटल्यावर आईनं नि दादानं शिव्या शिव्या दिल्या. आठ दिवस घरात निजून राहावं लागलं. रोजगारही नाही नि मळ्यातलं कामही नाही. ते घराला परवडण्यासारखं नव्हतं.

उन्हाळ्याची सुट्टी संपली नि हायस्कूल सुरू झालं. एक पैसा हाताला लागला नाही. मी खडकावरच पडलो.

एवढी कामं ओढत होतो, मनाची ओढाताण सारखी होत होती, तरी जिवाला एक विरंगुळा होता. प्राथमिक शाळेतल्या सौंदलगेकर मास्तरांच्या घरी रात्री जाऊन, त्यांच्या कपाटातली कवितेची पुस्तकं वाचत होतो. अनेक कविता दिवसभर मनात घोळवत होतो. गिरीश, यशवंत, चंद्रशेखर यांची जानपद कविता वाचून वाटत होतं की, या कवींना खेडेगावच्या माणसाचं जगणं काही कळलंच नाही. हे ह्या जगण्याविषयी भलत्याच कल्पना करून कविता लिहितात. आपण खेडेगावच्या माणसाचं मन बरोबर रेखाटू शकू; म्हणून मी ह्या उन्हाळ्यात कामं करता करता भरपूर ग्रामीण कविता लिहिली. 'हिरवं जग' असं नाव देऊन तिची एक वहीच तयार केली. माझी ही कविता हायस्कूलमध्ये कुणालाच दाखवण्याची इच्छा होत नव्हती. जीव लावावा, मनातलं काही सांगावं, असा कुणी शिक्षक मला तिथं दिसत नव्हता. कट्टी सर आणि रणदिवे सर एकच वर्षात नोकरी सोडून दुसरीकडं कुठंतरी गेले

होते. त्यामुळं मी कविता करतो, हे तिथं कुणाला माहीत नव्हतं. एक-दोघांना माहीत असलं तरी, त्याचं कौतुक नव्हतं. त्यामुळं माझी कविता माझ्या वहीतच पंख मिटून, अंग आकसून मुकाट बसलेली.

गल्लीत; आबाजीचा थोरला भाऊ विष्णू सणगर एका स्वतंत्र खोलीत बसलेला असायचा. विष्णोबा स्वातंत्र्य चळवळीत तुरुंगात गेले होते. त्यांना वाचनाचं वेड अतोनात होतं. तिथं कोल्हापूरचा 'पुढारी' नि पुण्याचा 'सकाळ' नेमानं येत होता. आणि रविवारची लोकसत्ता, साप्ताहिक नवयुग हे प्रत्येक आठवड्याला येत असत ते वेगळंच. अधनंमधनं विनोबा भावे यांचं वाङ्मय, 'भूदान' नियतकालिकही वाचायला मिळत होतं. माझं वाचनाचं वेड कधीमधी रातचं तिथं जाऊन मी भागवत असे. सगळं काही वाचून काढत होतो. विष्णोबांच्या इतरांबरोबर चाललेल्या गप्पा ऐकत होतो... मनात त्या खोलीचे संस्कार खोलवर रुजत होते. नेहरू, नाथ पै, जयप्रकाश, विनोबा, प्र. के. अत्रे, काकासाहेब गाडगीळ, एस. एम. जोशी, ना. ग. गोरे ह्यांच्या मतांविषयी, हालचालीविषयी, कार्याविषयी उलटसुलट चर्चा तिथं होत होत्या नि मी त्या माणसांना मनोमन पाहत होतो, त्यांच्या मोठेपणाला मनोमन वंदन करत होतो.

विनोबांच्या विचारांचा संस्कार ह्या घाईगडबडीत खोल खोल होत चालला होता. त्यांच्या व्यापक, उदार चिंतनानं भरून जात होतो... परिणाम असा होत होता की, काही झालं तरी शिक्षण घ्यायचं, या माणसांसारखं व्हायचं, अशी जिद्द मनात निर्माण होत होती. ही माणसं मला हत्तीचं बळ देत होती.

आडद्राचा दुसरा चरण जोरात लागला नि गावच्या पेरण्या होऊन गेल्या. मला देव पावल्यागत झालं. झिम्म पाऊस बसल्याशिवाय मला दादाजवळ शाळेचा विषय काढता येत नव्हता. हे माझं हायस्कूलचं शेवटचं वर्ष होतं. ह्या वर्षी अगदी पहिल्यापासनं शाळेला जाणं जरूर होतं. आता तर शाळा सुरू होऊन तीन आठवडे होऊन गेले होते. शाळा सुरू व्हायच्या अधल्या दिवशी, कशीबशी गेल्या वर्षीची उरलेली फी भरून मी मार्कांची यादी घेऊन आलो होतो. इंग्रजी आणि गणितात बरेच कमी मार्क्स होते. त्यांचा अभ्यास जोरात करावा लागणार होता.

मी एस. एस. सी. झालेल्या पोरांची पुस्तकं त्यांच्या घरी जाऊन, तडजोड करून, त्यांच्या आईवडिलांना सांगून मिळाली तर फुकट, नाहीतर अर्ध्या-पाव किंमतीत गयावया करून मिळवत होतो. जुन्या वह्यांची कोरी पानं काढून नव्या वह्या तयार करत होतो.

माझी ही चुळबूळ चाललेली बघून, जेवणं करून रात्री सोप्यात निवांत बसलेला दादा मला म्हणाला, "आन्दा, आवंदाचं वरीस तुझी शाळा ऱ्हाऊ दे. ती काय आपल्या ताटात भाकरी आणून टाकत न्हाई. एवढा केसचा निकाल झाला की

फुडंला तू रगडून शीक. मग मी नि शिवा बघतो त्या मळ्याचं. आवंदा मला जरा या कोर्टा-कचेऱ्यासाठी सवड दे.'' तो काकुळतीनं म्हणत होता.

तो असं म्हणाल्यावर माझ्या हातातलं पुस्तक जड जड झालं. गळ्यात आवंढा आला. बोलायला शब्द फुटेना. मी गप्प बसलो. नुसतं 'हूं' म्हणालो नि पसरलेली जुनी पुस्तकं आवरून दिवळीत ठेवली. कमरेतलं बळ गेल्यागत झालं होतं. दिवळीखालीच भिंतीला पाठ टेकून गुमान दाराबाहेरच्या मिट्ट अंधाराकडं बघत बसलो.

दादाचं असं बोलणं पूर्वी कधी आलं नव्हतं. त्याचा प्रत्येक वर्षी मला विरोध होत होता; पण तो जिद्दीला पडून होत होता. आता दादा अतिशय समजुतीनं, काहीसा शरण आल्यासारखा होऊन, काहीसा असहायपणा आल्यामुळं बोलत होता. त्याच्या या बोलण्याला नाही म्हणणं माझ्या जिवावर आलं. या वर्षी त्याला सगळीकडनं वेढल्यागत झालं होतं.

गेल्या वर्षांपासनं त्याचं कोर्टात जाणं-येणं जोरात सुरू झालं. दादानं जसा कायद्याप्रमाणं कोर्टात फाळा ठरवून मिळावा म्हणून अर्ज केला; तसा मालकानंही आपली जमीन आपल्या ताब्यात स्वत:ला कसण्यासाठी मिळावी म्हणून अर्ज केला. दोन्हीकडची कामं सुरू झाली. दादानं दोन्हीकडं एकच वकील दिला. वकिलानं अगोदर फी मागितली. ती दलालाकडनं येत्या गुऱ्हाळाच्या भरवशावर दादानं मागून आणली नि वकिलाला दिली. अधनंमधनं 'ह्याला एवढे पाहिजेत, त्याला तेवढे पाहिजेत' म्हणून वकील वरखर्चाला मागून घेत होता ते वेगळेच. घरात त्यामुळं पैशाची ओढाताण खूप होऊ लागली. नंतर नंतर तर आईनं गळ्यातलं नि अंगावरचं दागिनं बँकेत गहाण टाकायला दिलं.

कोर्टातल्या खटल्यानं दादाला चेडं घातल्यागत झालं. कोर्टातल्या तारखेहून तो आला की, दोन दोन दिवस विचारांच्या तंद्रीत असे. एकटा काम करीत असला की स्वत:शी बोलत राही. ह्या बोलण्यात तो कोर्टाला, मळ्याच्या मालकाला प्रश्न विचारी. ह्या प्रश्नांना ते काय उत्तरं देऊ शकतील याची कल्पना करी नि स्वत:च उत्तरं देई. या उत्तरांना मग तो प्रतिप्रश्न विचारी नि कल्पनेतील प्रतिपक्षाला निरुत्तर करून टाके. मग त्याला केस जिंकल्याचा, प्रतिपक्षाला कोंडीत पकडल्याचा आनंद होई. स्वत:शीच मग तो खदखदून हासे. तो आणि मी एका जागी कामं करू लागलो किंवा मळ्याकडं दोघं मिळून वस्तीला जाऊ लागलो, तर तो माझ्याशी एकटा बोलत राही. हे बोलणं स्वत:शी असल्यासारखं असे. मालक काय प्रश्न विचारील, त्याचा वकील काय प्रश्न विचारील, मी त्याला काय उत्तर देईन, मग मी काय प्रश्न विचारीन, माझा वकील त्यांना कोणते प्रश्न विचारणार आहे; याविषयी तो बोलत राही. मला 'हूं' म्हणण्यापलीकडं काही काम नसे... कित्येक

वेळा तर, मी अगदी यांत्रिकपणे हूं म्हणे. माझ्या मनात दुसऱ्याच विचारांचा खेळ चाललेला असे. इंग्रजी शब्दांचे अर्थ, संस्कृत शब्दांच्या विभक्त्या, इतिहासातल्या सनावळ्या, पुस्तकातील कवितेच्या ओळी रस्त्यानं जाता-येता पाठ करण्याची सवय मला लागली होती. एखाद्या प्रश्नाचं उत्तर मी मनोमन घोळवीत चालत असे. एखादी कविता रचण्यातही कधीकधी दंग झालेला असे.

माझं त्याच्या बोलण्याकडं लक्ष नाहीसं बघून दादा चिडे; ''तू सुक्काळीच्या नुसता 'हूं'च म्हणत घूम.''

''मग काय करू आता तर?''

''काय करू म्हंजे? हे समजून घ्यायला नगं तुला? आता काय ल्हानगा हाईस? चांगल्या काळ्या आंब्याएवढा उच्च झालाईस की, उद्या माझ्यामागं, माझं हातपाय थकल्यावर कवातरी ही कोर्टाची पाळी तुझ्यावरबी येणार, तवा तू हे समजून घ्यायला पहिजेस म्हणून तुला मी सांगतोय.'' हे खरं नसायचं. दादानं आपल्या मनातला विचार बाहेर काढण्यासाठी हे निमित्त हुडकलेलं असे. मी आपल्या मनातल्या मनात हासत 'हूं' म्हणून वेळ मारून नेई.

कधीकधी त्याच्याबरोबर मला कोर्टात जावं लागत होतं. मी अर्धा-अधिक तिथल्या वातावरणानं घाबरून गेलेला असायचा. आमची केस चालताना वकील, मालक, कोर्ट जे इंग्रजी संभाषण करीत, ते दादा मला विचारायचा. मला त्यातलं खरं म्हणजे काहीच कळलेलं नसायचं; तर दादा माझ्यावर उखडला, ''खज्जाळीच्या, इंग्रजी एवढं शिकलास नि अजूनबी तुला इंग्रजी कळत न्हाई? पेटवून दे की तुझी ती शाळा. कशाला शिकतोस मग इंग्रजी?''

''थोडं थोडं कळतंय गा. सगळं इंग्रजी शब्द आम्हाला गेलेलं नसत्यात. हळूहळू कळंल आता.'' अशी वेळ मारून न्यावी लागे.

पुष्कळ वेळा; 'तारीख' झाल्यावर घराकडं जाता जाता, तो तावातावानं ''ते काळतोंडं वकील काय बोललं रं?'' म्हणून विचारी. मनोमन दादा मालकाच्या वकिलावर चिडलेला बघून, मला 'काहीतरी' सांगून वेळ मारून न्यावी लागे. बहुधा ''कोरट वकिलाला जमीन मिळणार न्हाई म्हणालं. कायद्यापर्माणं कुळाला फाळा ठरवून द्यावा लागंल; असं म्हणालं.'' असं मी सांगे. या चालीवरच कोणत्याही संभाषणाची मी उत्तरं देत असे; नाहीतर मला काहीच इंग्रजी येत नाही; म्हणून माझी शाळा कायमची बंद होईल, अशी भीती वाटे.

गोपातात्या नि दादा तासतासभर बसून जाता-येता गप्पा मारू लागले. कोर्टात काय घडलं ते तपशीलवार एकमेकाला सांगू लागले. त्याचा जो मी 'अर्थ' सांगितलेला असे तोच गृहीत धरून, ''मालकाला आता ह्या वर्सात कशी टांग मारतो; नुसतं बघतच ऱ्हा तू.'' असं दादा म्हणू लागला. पावसाळ्यात आसपासची

गवतं चोरण्यासाठी संतू मांग येत असे. त्यालाही हे कोर्टप्रकरण तो सांगू लागला. तास तास, दोन दोन तास पावसाळ्यात त्याच्याशी गप्पा रंगत. तोही आसपासचे शेजारी जाण्याची वाट बघत आमच्या खोपीत बसलेला असे. ह्या सगळ्या गप्पांचा सूर अणि वळण; शेवटला आपण कसं जिंकणार आहोत, हे पटविण्याकडं असे.

ह्या नादात दादाच्या कोर्टातल्या फेऱ्या खूपच वाढल्या. ह्या काळात कूळकायद्याच्या अनेक केसीस कोर्टात चालत होत्या. दिवस दिवसभर दादा कोर्टात बसून त्या ऐकू लागला. इतर शेतकरी, मालक काय काय गप्पा मारतात ते कान देऊन ऐकू लागला नि मनाशी घोळवू लागला. आपल्या केसच्या बाबतीत काय काय प्रश्न उद्‌भवतील याचे अंदाज बांधू लागला. एकतर्फी मलाच ते समजून सांगू लागला. दुपारी जेवणं झाल्यावर तासभर तो बाजल्यावर पडून गाढ झोपत असे नि घोरत असे. पण आता तो बाजल्यावर पडून, लखलखीत डोळे उघडे ठेवून आढ्याकडं टक लावी. तासाभरानं तसाच उठी नि तंबाखू ओढत एकटाच धगटीजवळ बराच वेळ मंतरल्यागत बसून राही... मोटेवर असला म्हणजे, खड्या टिपेच्या आवाजात तो बैलांच्या नावानं गाणं म्हणे. पण आता ते गाणंही बंद झालं होतं. स्वत:शीच बोलणं चाललेलं ऐकायला येई.

त्याची देवावर पूर्वीपासून श्रद्धा असली, तरी आताशा 'देव देव' करणं फार वाढत चाललं होतं. कधी तरी स्वत: जाणारा दादा; आताशा प्रत्येक अमावस्येला मला हलसिद्धआप्पाला नारळ फोडायला पाठवून देऊ लागला. एवढ्या लांब चालायचा त्याला कंटाळा येत असावा. कागलापासनं नऊ-दहा मैलांवर हे देवस्थान होतं. मला एकटं एकटं चालत जायला नि एकटंच परत यायला आवडत होतं. आपण आपलं असल्यासारखं वाटत होतं. अठरा वीस मैल चालणं होत असलं तरी घर, मळा, कामं, दादाच्या शिव्या यांच्यापासनं दूर गेल्याचा, मोकळा झाल्याचा एक आनंद त्यात मिळत होता... नरसोबाच्या वाडीच्या दत्ताला मात्र दादानं नवस बोललेला असावा. पुनव गाठून नरसोबाच्या वाडीला तो त्या वर्षभरात पाच वेळा जाऊन आला, एस. टी. चा मार्ग कागल-कोल्हापूर-कुरुंदवाड-नरसोबाची वाडी असा असल्यामुळं; खर्च बराच येत होता. तरी काहीतरी करून पैसे गाठीशी बांधून दादा पाच पुनवा करून आला.

त्याला वारंवार दृष्टान्त पडू लागले. दिवसभर त्याला ज्या गोष्टींचा ध्यास लागलेला असे, त्या त्या गोष्टींवर तो सारखा विचार करत होता. त्याच गोष्टी निरनिराळ्या रूपांत त्याच्या मनात आकाराला येत. पुष्कळ वेळा त्यांचा अन्वयार्थ तो आपल्याला अनुकूल लावत होता. पुष्कळ वेळा; त्याचा शत्रुपक्ष काहीतरी कारस्थाने करीत आहे, आपल्या वकिलाला सामील करून घेत आहे, कोर्टाला पैसे चारून केस आपल्या बाजूनं करून घेत आहे; असे दृष्टान्तात कळे. मग तो गावात

जाई. वकिलाची चाचपणी करून घेई. वकील त्याच्या ह्या भोळसट स्वभावाला हासे. कधी संतापून त्याला गप्प बसवी, तर कधी त्याची समजूत काढे नि मग दादा परत येई.

सकाळी उठल्या उठल्या त्याची माझी पहिली भेट झाली की, मला तो दृष्टान्त सांगे. दृष्टान्त दादाच्या बाजूचा असेल तर दादा खूष असे. कधी कधी दृष्टान्तात साक्षीपुरावे, प्रश्नोत्तरे झालेली असत. कधी केसचा 'निकाल' लागलेला असे नि तो दादाच्या बाजूचा असे. हा निकाल जणू प्रत्यक्षातल्या निकालाविषयी माहिती द्यावी तसा सांगत असे. त्याला खात्रीलायक वाटे की, प्रत्यक्षात आता 'केस'चा निकाल असाच होणार. पण कधी प्रतिपक्षाच्या बाजूनं दृष्टान्त पडलेला असेल तर, दादा काळजी व्यक्त करी. मळ्याच्या मालकाला माझ्यासमोर धडाधडा शिव्या देई... दिवसभर ह्या दृष्टान्ताचा दादा विचार करत राही.

त्याच्या पोटात खोलवर कसलं तरी एक अनामिक भय आकार घेत होतं. कोर्टात तो भांबावल्यासारखा वागे. बोलताना त्याला आवंढा गिळावा लागे. कोर्टात प्रश्नाला उभं राहून उत्तरं देताना त्याचे पाय लटलटत. त्याच्या गळ्याच्या भोवतीनं घाम जमा होई... बाहेर मळ्याचा मालक आणि आमचा वकील काही बोलू लागले की, त्याच्या मनात संशयाचं भूत उभं राही. मालक तारखेच्या दिवशी स्वच्छ कपडे घालून, सिगारेट ओढत, हसतमुखानं आलेला दिसला की त्याला शंका येई. कदाचित हा अधल्या आठवड्यात कोर्टाच्या घरी, आपल्या वकिलाच्या घरी गेला असेल, पैसे चारून नुसतं आता तोंडदेखलं तारखेला आला असेल, म्हणून गालातला गालात हासतोय, असं वाटे. कचेरीत बहुतेक शेतकरी वळचणीला, पायऱ्यांवर, नळाशेजारी, झाडाबुडी बसलेले असत. त्या वातावरणात ते बहिष्कृत झाल्यासारखे वाटत. मळ्याचे मालक कोर्टाशेजारच्या मोकळ्या हॉलमध्ये खुर्च्यांवर, बाकांवर किंवा वकिलांच्या बारमध्ये आंथरलेल्या गाद्यागिरद्यांवर बसून बोलत असत. त्यामुळं शेतकरी हे आरोपी, गुन्हेगार असल्यासारखे तिथं दिसत... त्या वातावरणात आपलं कुणी नाही, सगळं शिकल्या-सवरलेल्या लोकांचं हे ठिकाण आहे, असं वाटे. दादाचा चेहरा दिवसभर त्या वातावरणात पडलेला असे... मला दादाची दया येई.

हळूहळू दादाला एक बारीकसा विकार जडू लागला. त्याच्या पोटात अधूनमधून कळा येऊ लागल्या. पोटात पित्त प्रमाणाबाहेर वाढू लागलं होतं. पोट ढम्म फुगून दीर्घ ढेकर येऊ लागले होते. जळजळ खूप होऊन उलट्या होऊ लागल्या होत्या. खाल्लेलं अन्न नीट पचेनास झालं होतं. पैलवान असलेल्या दादाच्या अंगावरचं चरबी आणि मासं झडू लागलं होत. त्याच्या गोऱ्या अंगावरची रया मंद होत चालली होती... कोर्टासाठी त्याला पाच-दहा, पंधरा-वीस रूपये सारखे उभे करावे

लागत होते. कूळकायदा आला होता तरी, शेतकऱ्याच्या अनेक अर्जांचे निकाल उलटसुलट लागत होते. शेतकऱ्यांना अपील करावं लागत होतं. शेतकऱ्याच्या बाजूनं निकाल झाला तरी, मालक वरच्या कोर्टात जात होते नि शेतकऱ्यांची कुवत नसताना फरफटत वर वर जावं लागत होतं. वकिलांची घरं भरावी लागत होती. दादा हे सगळं डोळ्यादेखत बघत होता नि आत आत खचत होता. त्यालाही तेच करावं लागत होतं.

हे सगळं माझ्या लक्षात येत होतं; तरी माझं हे एस. एस. सी चं वर्ष; म्हणजे महत्त्वाच्या टप्प्यावरचं शेवटचं वर्ष होतं. हे वर्ष काहीही करून आता पदरात पाडून घ्यायचं. एकदा का शाळा सुटळी; तर पुन्हा आपल्याला ती जोडणं कठीण होईल, असा आजवरचा अनुभव सांगत होता.

पाऊस चांगला बडवत होता. दादा कोर्टात काही कामासाठी गेला होता. मी अणि शिवा दोघंच मळ्यात होतो. बैलांची वैरण उभ्या पावसात पोती पांघरून केली नि खोपीत निवाऱ्याला आलो. अंगावरचा भिजलेला लंगोट, चिखूळलेलं छाटमुंडं काढून पिळत पावसाकडं बघत उभा राहिलो... मनात शाळेचा विचार जोरात घोळू लागला होता. तोवर हिरा 'भाकरी' घेऊन आली.

सगळे मिळून जेवलो नि मी शिवाला म्हणालो, "शिवा, आता दिवसभराची बेजमी केलीया. नुसतं बैलांस्नी वैरण घालत बसायचं. दुसरं कायबी काम न्हाई. मी शाळंला जाऊन हितं पाचसाडेपाचलाच हजर ऱ्हातो." असं म्हणालो नि पोतं पांघरून घराकडं गेलो.

रातचं दादाची नि माझी मळ्यात गाठ पडली. शाळेतून मळ्याकडं सांज करून जे परत आलो ते घराकडं गेलो नाही. शिवालाच गावात लावून दिलं. "मी आता घराकडं येत न्हाई. दादाकडनं माझं जेवण लावून दे."

"बरं." शिवा निघून गेला होता.

रात्री नऊच्या सुमाराला दादा आला. सगळं बोलणं झाल्यावर तो म्हणाला, "शाळंला नको म्हणालो तरी गेला हुतास व्हय? सगळा मळा लागू दे काय हिकडं ढान्कंला?"

"मळ्याची दादा तू काय काळजी करू नगं. मी नि शिवा मळा बघतोयच न्हवं? पासुळ्याचं दीस हाईत; हितं काय कामं न्हाईत. निघालीच कामं तर माझी मी बघतो. पावसुळा हाय म्हणून तुरूत शाळंला जातो. उघडीप पडली, भांगलणी सुरू झाल्या की, माझी मी बंद करतो नि कामाला लागतो. उगंच बसल्यापक्षा, शाळंला जाऊन काय काय चाललंय बघून जरी आलो; तरी माझा मला अभ्यास कराय येईल. तू नगं काळजी करू मळ्याची. ह्या वर्सी मळा बघत शाळा जमली तर जमली; न्हाईतर मग बघू फुडंला म्हणं." मी दादाला दिलासा दिला.

"कर तर काय करायचं ते." म्हणून दादा नाराजीनं गप्प बसला. आताशा त्याला कळलं होतं की मारून, शिव्या देऊन माझ्यावर फारसा काही परिणाम होत नाही. माझं मी करायचं तेच करतोय.

कशीबशी शाळा सुरू झाली. अभ्यास जोरात सुरू होता. अकरावीचं संस्कृत शिकवायला धर्माधिकारी सर होते. अतिशय मोजकं आणि काटेकोर बोलणारे. संस्कृत हा माझा आवडता विषय. त्यातली शब्दसंपत्ती आत्मसात करण्याची माझी जिद्द. ह्या आवडतेपणातूनच धर्माधिकारी सरांचा आणि माझा अधिक संबंध आला. तेच अकरावीचे वर्गशिक्षक असल्यामुळं, माझी फी तटत गेली तरी वर्षभर काहीच बोलले नाहीत. "फीचं काय?" एवढाच प्रश्न ते अधूनमधून विचारत होते. "जमवण्याचा प्रयत्न करतो, देतोय." असं मी सांगत होतो. त्यांनी माझी घरची परिस्थिती सहानुभूतीनं ऐकून घेतली होती. तूर्त मला तेवढं पुरे होतं. एस. एस. सी.चं वर्ष असल्यामुळं, आबाजी शिक्षकांच्या घरगुती शिकवणीला जात होता. माझं चिमुकलं उत्पन्न त्यामुळं नाहीसं झालं होतं. मी खडकावर पडलो होतो. तसेच दिवस रेटत होतो.

घरात चांगलीच ओढताण सुरू झाली होती. दातावर मारायला म्हटलं तर पैसा शिल्लक नव्हता. दादा सारखा गावभर ह्याला भेट, त्याला भेट, कोल्हापूरला जा, पैसे मिळतात का बघ, बँकेत जा; कर्ज पुन्हा मिळतं का बघ, दावे सुरू झालेल्या शेतकऱ्यांना भेटून माहिती काढ, या उद्योगात होता. अवघडलेल्या पोटानं आईनं यंदा पेरणीपाणी केली होती. माझी सहामाही परीक्षा जवळ यायला नि आई बाळंत व्हायला गाठ पडली. त्यामुळं माझी जास्तच ओढाताण सुरू झाली. रोज रात्री कावडीला घागरी लावून पाणी भरावं लागू लागलं. माझ्याबरोबर घागरीनं नि कळशीनं पाणी आणणारी कणखर धोंडूबाई स्वैपाकात गुंतलेली असे. दम टाकत टाकत, तासानं एक पाय उचलत हिरा एक एक घागर डोईवरनं आणत होती. त्यामुळं बहुतेक पाणी मलाच भरावं लागत होतं. कामानं माझा अगदी पिट्टा पडत होता. कसली ते उसंत मिळत नव्हती.

आई या वेळी खूप थकली होती. बाळंतपणात तिची कंबर गेल्यासारखं झालं होत. तरी कशीबशी बारसं होईपर्यंत बाजल्यावर बसली नि कंबरेला जुनेराचा घडीपट्टा बांधून कामाला लागली. पावसाळी गारठा मी म्हणत होता. त्यातच ती हिंडू लागली. घरातली कामं करू लागली. थंड पाण्यात हात घालू लागली. याचा परिणाम असा झाला की, लौकरच तिच्या अंगावर सूज आली नि आम्हा पोराटारांना तिची काळजी वाटू लागली. पण कुणाचाच इलाज नव्हता. सगळीच जिकडं तिकडं कामाला जुंपली होती. आनंद एवढाच होता की, आईला चौथा पोरगा झाला होता.

मळ्यात सगळ्या रानातनं तण मावेना झालं. उघडीप पडल्यावर मी, शिवा,

हिरा जमेल तसं रान भांगलून काढत होतो. पण आम्हा पोरांना ते सगळं रान भांगलून काढणं अशक्य होतं. आई, दादा अशी एकदम दोन जाणती माणसं कमी झाली होती. आम्ही नाही म्हटलं तरी पोराटकीतच जमा होतो. त्यामुळं पिकं मार खाल्ली. तण कोणतं नि पीक कोणतं याचा पत्ता लागेना; एवढं रान माजलं. रोजगारी माणसं घेऊन रान भांगलून काढण्याची कुवत नव्हती. मीही 'गणित-भूमितीचे, शास्त्राचे तास तेवढे करून येतो' म्हणून शाळेला जाई. कधी ते तास झाल्यावर, तातडीनं कामं असतील तर परत येई. नाहीतर मग शाळेतच रमून जाई. बेवारशी मळ्यात जायला नको वाटे.

यातच सहामाही परीक्षा पार पडली नि दिवाळीची सुट्टी लागली. मी कसाबसा श्वास सोडला. त्या काळात अभ्यसाची पुस्तकं मळ्यात नेऊन टाकली नि वेळ मिळेल तसं वाचन करत राहिलो.

सुट्टी संपत येईल तसा मनाचा एक पक्का निश्चय होत गेला. कायबी झालं तरी यंदाचं वरीस पदरात पाडून घ्यायचंच... आता नुसतं तीन-चार म्हैनेच ऱ्हायल्यात. खरं तर अडीच म्हैनेच. जानेवारीत फॉर्म परीक्षा झाली, फॉर्म भरला की सगळं आटीपलंच म्हणायचं. मग काय; शाळंला न्हाई गेलं तरी चालतंय. मळ्यात बसून अभ्यास केला तरी चालतंय. काय शंका असतील तर त्या लिवून ठेवायच्या. रातचं घराकडं गेल्यावर आबाजीला इचारायच्या. त्येला न्हाईच सोडवता आल्या; तर मग मास्तरांच्या घराकडं जाऊन इचारायच्या. मग काय; नुसतं चार पाच दिवस परक्षेला गेलं म्हंजे झालं... फॉर्म परीक्षा होऊपतोर चिकाटी लावली पाहिजे.

सुट्टी संपली नि मी शाळेला जायला तयार झालो. पावसाळा संपल्यामुळं कामाचा तुंबा लागला होता. यातनं वेळ काढणं शक्य नव्हतं; तरी मनाचा हिय्या करून, सगळी कामं जागच्या जाग्याला तशीच सोडून मी शाळेला जायला निघालो.

"आन्दा, तुला मिरगातच सांगिटलंय, यंदाचं वरीस शाळा बदं कर म्हणून. तरी नुसता पावसुळ्यापुरता जातो म्हणालास. आता पावसुळा सपला. कामांचा ह्योऽडोंगर हितं हुबा ऱ्हायलाय नि आता कुठं जातोस?" दादा वाटेवर उभा राहूनच माझ्याशी बोलू लागला.

"आता सगळं पदरात पडायच्या घाईला आलंय. दोन-अडीच म्हैन्यांत माझी फॉर्म परीक्षा असतीया. फॉर्म भरला की मग घरातच अभ्यास करायचा असतोय. तवर एवढं दोन म्हैने कसंबसं मारून न्ह्या. आणखी मग मी हाईच."

"तवर हे तण ऱ्हाईल का रानात? शेंगा कुणी काढायच्या? घाण्याचं काय करायचं? माझं कोर्टकचेरी सोडून दिलं तर, उद्या समदं घरदार भीक मागत हिडंल. तुझी शाळा ह्या समद्यांस्नी गिळाय लागलीया. मुकाट्यानं परत फीर."

"मी जाणार बघ शाळंला. वाटलंच तर दोन-अडीच म्हैनं गडी लाव रोजानं.

माझी परीक्षा झाल्यावर उन्हाळभर ताणाची कामं करून, मी सवाईनं रोजगार मिळीवतो. कुणाचं घाणं गुऱ्हाळ करतो नि गड्याचं पैसे फेडतो. पर मी आता जाणार शाळंला.''

''भला बघिटलाय रोजगार करून गड्याचं पैसे फेडणारा. मुकाट्यानं परत फीर नि बैलांस्नी दोन भारं गवात कापून आण जा.''

''न्हाई जाणार. मी शाळंला जाणार.'' असं म्हणून मी दादाला न जुमानता, त्याला बाजूला घालून शाळेला जाण्याचा प्रयत्न करू लागलो नि दादानं मानगूट पकडलं.

झटापट सुरू झाली नि दादाची पायताण अंगावर, डोईवर, तोंडावर पडू लागली. त्या गडबडीत माझं कुडतं पाठीवर किसलं. पळायला गेलो तर पाठीमागनं पेकटात लाथ बसली नि तोंडघशी पडलो. अतिशय चिडलेला दादा फडाफडा वरनं डोक्यात पायताणं मारू लागला. ''जा ऽ शाळंला, जा ऽ शाळंला. तुझ्या आयला तुझ्या ऽ किती सोसायचं तुझं मी? कुणीकुणीकडं मी एकटा बघू?''

जेवणाची बुट्टी घेऊन आलेली आई धावून आली. तिनं मला काढून घेटलं. ''काय म्हणून हो त्येला मारतासा आता? सकाळधरनं मोटा मारतंय, पोटात अजून त्येच्या तुकडाबी न्हाई, तसंच उपाशी चाललंय... किती राबायचं तरी त्येन?''

''तुझ्या आयला तुझ्या, तूच शाळंला चाटका केलास त्येला.'' म्हणून दादानं तिच्या थोबाडीत दिली. त्याचा सगळा संयम सुटला होता.

''पोरंबाळं घेऊन ह्या संसारासाठी किती कष्ट करू तरी नि अजूनबी किती मार खाऊ तुमचा? आग लावा की तुमच्या ह्या संसाराला; झेपत नसंल तर.'' ती संतापानं बोलली. तिलाही एवढा कुठला संताप आला होता काही कळलं नाही. अधल्या दिवशी घरात आईची नि दादाची; मळ्याकडनं मी यायच्या आधीच कशावरनं तरी भांडणं झाली होती. अडीच-तीन महिन्यांचं पोर पाटीत घालून आई मळ्याकडं येत होती. तरी दादा तिच्याशी भांडत होता. कोर्टात तारीख नसताना तो जाऊन बसत होता; याची चीड आम्हा सगळ्या पोरांना होती. मळ्यातली त्याच्या नावची कामं सारी आम्हालाच ओढावी लागत होती. थानचं मूल घेऊन आईलाही घर नि मळा सांभाळावं लागत होतं. आईचा तो संताप इथं उफाळून आला असावा.

त्या दिवशी माझी शाळा राहिली.

आठ-दहा दिवस मी शाळेला जाऊ शकलो नाही. माझी दुसरीच अडचण झाली. शाळेला जाताना घालायचा एकुलता एक शर्ट पाठीवरच किसला होता. त्याला शिंप्याकडून शिलाई मारणंही कठीण झालं होतं. बोट-दोन बोटं अंतर सोडून, तो उभा तीन जागी किसला होता. शिंपी म्हणाला, ''शिलाई मारून काय उपयोग न्हाई. तीन-चार जागी हुबी शिलाई पडंल नि एका जागी आकसून

बांधल्यागत ते दिसंल.'' म्हणून मग कामापुरतं चालू ठेवायला मी घरातच त्याला टाकं घातलं होतं.

आईन माझी ही दशा बघून, बाजारातनं साताठ दिवसांनी एक उक्तं कुडतं मला विकत घेतलं.

त्या आठ-दहा दिवसांत दादाचं नि माझं रोज खटकं उडत होतं. शाळेला जायचंय म्हणून मी जिद्दीला पडलो होतो. दिवसभर कामं केल्यावर रात्री पुन्हा वस्तीला यायचं नाकारत होतो. ''आबाजीबरोबर मला अभ्यास करायचा हाय. माझ्याजवळ पुस्तकं न्हाईत.''

दादालाही चहूकडनं घेरल्यागत झालं होतं. तो म्हणाला, ''ती शाळा पेटीव नि वस्तीला चल आदूगर.''

''मला ते जमायचं न्हाई.'' म्हणून मी सटकन् घरातनं बाहेर पडे. कधी दादा मला मोहरं घालून वस्तीला नेऊ लागला तर, सणगर गल्लीच्या तिकटीला आल्यावर सटकन् मी त्या गल्लीच्या दिशेनं पळून जाई. दीस बुडता बुडता कधी ढोरांची वैरण घेऊन घराकडं येत होतो नि लौकर जेवून जे बाहेर पडत होतो; ते दादा जेवून वस्तीला जाईपर्यंत परत घरातच येत नव्हतो. शिवाजवळ नाहीतर सुंदराजवळ सांगून ठेवत होतो. ''दादा गेल्यावर मला सणगर मास्तरांच्या घोंगडी ठेवायच्या घरात बलवायला यायचं.'' पोरं मला सामील होती. आईही 'एवढंच वरीस हाय' म्हणून मला सामील होती. ''मला नोकरी लागून, दोन गडीमाणसांचा रोजगार हुईल एवढा पगार मिळणार हाय.'' असं मी तिला सांगितलं होतं. पोरं मोठी होतील तशी दादाच्या माराला, शिव्याला, स्वत: सुखानं बसून पोरांना कामाला जुंपण्याच्या त्याच्या वृत्तीला कंटाळत होती नि आईच्या भोवतीनं घोटाळत होती. आई आम्हा सर्वांना बाजारदिशी चिरमुरं, भजी, शेव, पेरू असं कधीमधी खायला आणून देत असे. गोड बोलून सर्वांकडनं कामं करून घेत असे. कपडे खरेदी करून आम्हाला नटवत असे. हालात ख्याल करून सण ओबडधोबड साजरा करत असे नि पोराबाळांना खायला घालत असे. त्यामुळं सगळी पोरं तिला धरून असायची. दादाच्या माराच्या वेळी तिच्या मागं दडायची...

दादा या वेळी माझी शाळा बंद करायच्या जिद्दीला पडला होता. त्याला मी फसवलंय, भूलथापा देऊन खेळवतोय, ''पावसुळ्यापुरतं जातो.'' असं म्हणूनही पावसाळा संपला, डोंगरभर कामं मळ्यात उगवली तरी मी शाळा बंद करत नाही; यात त्याला त्याचा पराभव वाटत होता. त्याच्या चांगुलपणाचा मी फायदा घेतला असं त्याला वाटत होतं. कोर्टकचेऱ्यांनी जवळ एकही दमडी नसल्यानं, कर्ज कुठं मिळेना झाल्यानं नि अगोदरचाच बोजा कसा फेडायचा याच्या चिंतेनं तो हैराण झाला होता. अशा वेळी मी त्याला साथ द्यायची सोडून, कामंधामं सोडून 'शाळेला जातो'

म्हणतोय, याचा त्याला संताप येत होता.

शाळेच्या सततच्या विरोधामुळं मी वैतागून गेलो होतो. दादाच्या माराला फारशी भीक घालत नव्हतो. पूर्वीसारखं मुकाट न बसता, माझ्यावर होणाऱ्या अन्यायाविषयी बोलत होतो. 'शाळेला जाणार' म्हणून ठामपणे सांगत होतो. मनात कुठंतरी बंड करून उठत होतो. कोणत्याही परिस्थितीत एस. एस. सी. ह्याच वर्षी पदरात पाडून घ्यायची जिद्द मनात होती.

जेवताना बरीच वादावादी झाली. 'चार दिवस शाळा बंद कर नि भुईमूग काढून घे.' असं दादा म्हणाला. मी नकार दिला. पहाटे लौकर उठून, अकरा वाजेपर्यंत काम करून शाळेला जातो म्हणालो.

''दीसभर कुणी तुझ्या बाऽनं बघायचं?''

''तू बघ की. चार दीस आता काय कोर्टाची तारीख न्हाई.''

''बाकीची कोर्टाची कामं हाईत माझी.''

''चार दीस फुडं ढकल.''

''मला उलट शाणपणा सांगतोस, सुक्काळीच्या? ह्यो तांब्या बघिटलास काय?'' त्यानं जेवणाचा तांब्या माझ्यावर उगारला.

मी हात धूत म्हणालो, ''बघिटला.''

फाड्दिशी तांब्या खाली पडला, ''थांब तुझ्या आयाला, जेवल्यावर तुला दावतो.''

''बरं बरं; दाव.'' मी निघून गेलो.

काळोखात बाहेर पडलो. सणगर गल्लीतल्या फरशीवर रात्रीचं पोरं बसत होती, तिथं गेलो, पण तिथं कुणीही नव्हतं. म्हणून आबाजीच्या खोलीत जाऊन बसलो. तिथं त्याचा थोरला भाऊ अभ्यास करत बसला होता, म्हणून आबाजीला म्हणालो, ''तुझ्यासंग जरा महत्त्वाचं बोलायचंय. बाहीर येतोस काय?''

आबाजी नि मी फरशीवर जाऊन बसलो. त्याला घरातली आजची सगळी हकीगत सांगितली... हे सांगताना मनात एक अपेक्षा होती की, जेवण करून दादा मळ्याकडं जाईल नि मग आपण अभ्यास करत निवांतपणे बसावं.

पण अर्ध्या तासातच दादा; कंदील नि वस्तीची काठी घेऊन फरशीवर आला.

''आन्द्याऽऽ''

''काय?''

''मळ्याकडं चल.''

दादाचा प्रचंड राग तुंबलेला आवाज ऐकून आबाजी गांगरून गेला. खालच्या आवाजात मला म्हणाला, ''आनंदा, तू जा मळ्याकडं.''

''हं.'' म्हणून मी उठलो.

मला पुढं घालून दादा चालू लागला. मी मळ्याकडं जाणार नव्हतो. तरी त्याचा नूर बघून पोटातलं काळीज हादरून गेलं. मी मनाचा हिय्या केला. गल्लीत भांडणं नकोत. सगळ्या गल्लीसमोर आपल्याला मार नको, म्हणून दादाच्या पुढं चालू लागलो.

तिकटी आली. एक वाट मळ्याकडं जात होती नि दुसरी वाट घराकडं. मी घराकडं वळलो.

''हिकडं हिकडं! हिकडं वाट हाय मळ्याची.''

मी घरच्या वाटेनंच पुढं जाऊ लागलो.

''तुझ्या भणी, तू आलंईस मरणाला.''

मी घरात जाऊन पोचलो. दादा घरात आला. मी पुस्तकाच्या कपाटापाशी जाऊन उभा राहिलो. दादानं कंदील बाजूला ठेवला. हातातली काठी कमरेला टेकून, तिच्यावर रेलून दारातच उभा राहिला. ''येतोस का न्हाई मळ्याकडं?''

''न्हाई येत मी. फॉर्मची परीक्षा जवळ आलीया. अभ्यासासाठी घरात ऱ्हाणार हाय.''

''तुला ती शाळा पेटीव म्हणून कितीदा सांगिटलंय?''

''मी शाळा सोडणार न्हाई नि वस्तीलाबी येणार न्हाई.'' शांतपणे बोललो.

''लई जड जाईल.''

''ठार मारलास तरी पत्कारलं.''

'गतकाळीच्या, खायला घालून दांडगा केलाय तुला; तवा असं बोलतोस?'

''सगळं जग घालतंय आपल्या पोरांच्या पोटाला. तूच तेवढं घालून अपूर्वाई केली न्हाईस.''

दादानं काठी भिंतीला लावून फाडफाड मला दोन कानशिलात लगावल्या.

माझा संताप अनावर झाला. ''कशाला काढून ठेवला हुतास? जल्मल्याबरोबर नख का लावलं न्हाईस माझ्या घाट्याला? निभत न्हाई तर जलम कशाला देतोस एवढ्या पोरांस्नी? केलेलं निस्तरायचं असलं तर, भीक माग तुझ्या नि पोरांबाळाच्या पोटापायी. माझी वाट बघू नको, मी शिकणार हाय.'' तोंडाला येईल ते जिवावर उदार होऊन बडबडत होतो.

दादानं खसकन हातात काठी घेतली.

''मार डोस्क्यात. फरशी कुऱ्हाड अडक तिच्या शेंड्याला.'' मी रागानं म्हणालो.

'मला की रं उलटून बोलतंय हे कडू बेनं.'' माझ्या गुडघ्यावर दान्नकरून एक काठी बसली. ''आईऽऽ'' करत मी कोलमडून पडलो. मरणाच्या कळा आल्या नि गुडघ्यातला जीव गेला.

''मर तुझ्या आयला! माझ्या पोटचं न्हवंस तू.'' दुसरी काठी डोक्याचा नेम

धरून पडत होती. मी हात आडवा वर केला. मनगटावर खाड करून बसली. फर्रकरून फुग्यासारखं मनगट एकदम फुगलं. मी दुसऱ्यांदा मोठ्यानं "आईऽऽ" करून ओरडलो.

आई धावत आली नि तिनं दादाच्या हातातल्या काठीला हात घातला. "पोराला मारता काय?"

धाडदिशी ती भिंतीवर जाऊन आदळली. दादानं तिच्या छातीवर; आडव्या पैलवानी मनगटाचा दणका दिला होता. "आरं, धावा रंऽ. माझं पोरगं मेलं." म्हणून तिनं बोंब ठोकली.

पटापटा गल्लीतली नि रस्त्यानं जाणारी माणसं जमा झाली. जंगमाचा शंकरआण्णा नेमका दारावरनं वस्तीला चालला होता. त्यानं आत घुसून दादाच्या हातातली काठी हिसकावून घेतली. माझ्या बरगड्यांवर दादाची राक्षसी लाथ बाक्कदिशी बसली नि माझा जीव गेल्यागत झाला. "मार मार, ठार मार." म्हणून मी ठो ठो बोंबललो.

आई रडत रडत मला कवटाळून उठवू लागली. "आन्दा, तुझ्या पाया पडतो मी; निदान आजच्या दीस तर वस्तीला नुसता 'जातो' म्हण.

मी ते मनावर घेत नव्हतो. "मला आज हितंच मरायचं हाय. त्येला मारू दे."

"शंकऱ्या, सोड मला. आरं, असलं काढीव बेनं कशाला ठेवू? सोड मला." लाथा मारायला धावलेल्या दादाला दोघांनी आवरलं होतं. त्यांच्या कमरतिढ्यातनं दादा उसळून बाहेर पडू बघत होता.

"आन्दा, बाहीर चल बघू आदी." शंकरआण्णा म्हणाला.

"त्येला आता कशाला बाहीर काढता. आता त्येचा मुडदाच ह्या घराच्या बाहीर पडंल. नगं हे कुतरं माझ्या वौसाला." दादा सुटण्याची धडपड करत होता.

"मारीन कानसुलात भडव्या." शंकरआण्णा दादाला म्हणाला. "कुणीकडनं म्हातारा हुईत चाललाईस? सोन्यासारखं पॉर त्येच्या भणी रगात आटवून शिकतंय. त्येच्या का उगंच पाठी लागलाईस? घिरणा हाईस तुझा तू राबून पोरांस्नी घालाय? चल आन्दा, माझ्या घराकडं मी शिकीवतो तुला."

माणसांची मुकरंड पडली होती. दादाच्या भोवती सगळ्यांनी गर्दी केली होती.

मी रडं आवरून बोलू लागलो. "आण्णा, मला तुमच्या घराकडं यायचं न्हाई. ह्येला जर मला शाळा शिकवायला निभत नसंल; तर मी जातो कुठंतर माझं तोडं घेऊन. शिकतो माझा मी. सांगावं ह्येनं तसं."

"आरं, चऽल! हो बाहीर. तू काय करणार हाईस माझं कल्याण भिकनुशा!" दादाची जोरात धडपड सुरू झाली. आई रडून जास्तच कालवा करू लागली.

मी माझ्या कपाटाची किल्ली बघू लागलो. ऐन वेळी ती सापडेना. दोन्ही हातांनी धरून कुलूप पिरंगळून काढलं. आतल्या नकलांच्या, कवितेच्या, गाण्यांच्या,

बोलपट लिहून काढलेल्या वह्या घेतल्या. तो माझा आत्मा होता. तो घेऊन मी बाहेर पडलो. आईनं रडून योट केला. लहान पोरं एकदम चित्कारली. गर्दी हटवत मी बाहेर सटकलो. सुसाट धनगर गल्लीनं धावू लागलो.

आत्तीचा बाबू माझ्या मागोमाग धावत आला नि गावाबाहेर त्यानं मला गाठलं. नाही म्हणत होतो. तरी आपल्या घराकडं नेलं.

दोन दिवस गेले नि तिसऱ्या दिवशी रातचं दादा अचानक आत्तीच्या घरात कधी नाही ते आला. मी स्वैंपाकघरात पडदीला टेकून बसलो होतो. कधीतरी हा प्रसंग येणार याची मला अंधूक कल्पना होती.

दादानं दारातनंच आत्तीला हाक मारली. ''कंबळे, आन्द्या कुठाय?''

''मला काय ठावं?''

आत्तीनं तसं म्हटल्याबरोबर; मी शेणी रचल्या होत्या तिथं आडोशाला जाऊन गप्प बसलो. बाबूनं माझ्या अंगावर पोतं टाकलं नि दोन-तीन शेणी घेऊन आत्तीच्या पुढं टाकल्या. आत्ती भाकरी थापटत होती.

दादानं तिच्यावर आरोप केला. ''तुझ्याकडंच दोन दीस हाय त्यो. त्येला थारा देऊ नगं. किती दीस नि कुठं जाऊन त्यो शाळा शिकतोय मला बघायचं हाय.''

''मी कशाला त्येला थारा देऊ? माऽप त्येचं गावात मैतर भरल्यात. तिथं कुठंतरी असंल बघ जा.'' आत्तीनं सहजावारी बोलावं तसं बोलणं केलं. भाकरी थापता थापता ती बोलत होती.

''जर का त्यो तुझ्याकडं दिसलाबिसला तर याद राख.'' म्हणून दादा न बसताच निघून गेला.

माझ्यासाठी आत्तीची आणि दादाची भांडणं नकोत, असं वाटू लागलं. दादाचा विरोध पत्करून ती मला ठेवून घेणं अवघड होतं. मामाही दादाला तोंड देऊन मला पाठीशी घालणं शक्य नव्हतं... अणि असं चोरून चोरून कागलात किती दिवस राहायचं? राहून तरी काय उपयोग? हितनं बाहीर पडलं पाहिजे, असं मनात आलं.

''आत्ती, मी जरा बाहीर जाऊन येतो.''

''आत्ताच तर तुझा बाऽ म्हणणारा येऊन गेला की. आत्ताच कशाला बाहीर पडतोस?''

''त्यो आता घराकडं गेला असणार. मी जरा सणगर गल्लीत आबाजीकडं जाऊन येतो.''

''का? एवढी काय नड चाललीया?''

''न्हाई, जरा जाऊन आलं पाहिजे. शाळंत काय काय झालंय ते आबाजीला इचारलं पाहिजे.''

''ये जा तर. असा वरच्या बाजूनं जा.''

“हां.”

आबाजीकडं हळूच गेलो. त्याला बोलावून घेऊन भुयाच्या वळचणीला दोघेच बोलत बसलो.

तो म्हणाला; “आन्दा, तुझे वडील परवादिवशी रात्री आमच्या खोलीवर येऊन गेले. रागानं आम्हा पोरांना म्हणाले; ‘आन्द्या कुठं हाय?’ तर आम्ही म्हणालो; ‘आम्हांस्नी काय ठाऊक न्हाई.’ तर म्हणाले; ‘ठाऊक कसा न्हाई?’ तर आम्ही गप्पच.”

“मी आत्तीच्या हितं असतोय, असं कुणी सांगितलं?” त्याचं ऐकून मी त्याला विचारलं.

“कुण्णी न्हाई. सगळी पोरं गप्पच हुती. पण तू आता कागलात ऱ्हाऊ नकोस.”

“का?”

“ते तुझ्यावर लई खवळून हाईत. काल बारा-एक वाजता शाळेत आले होते.”

“शाळेत?”

“हांऽ! सरळ वर्गावरच आले. त्यांस्नी कुणी सांगितलं नि ते कसे बरोबर अकरावीच्या वर्गावर आले; कळत न्हाई. कडेकर सर सायन्सचा तास घेत होते. तुझे वडील दारात उभा राहून म्हणाले, ‘आमचा पोरगा आलाय काय?’ ‘कोण तुमचा पोरगा?’ ‘आन्दा जकाते.’ ‘हांऽहांऽ!अहो, गेले आठपंधरा दिवस तो शाळेला आलेला नाही. एस. एस. सी. चं वर्ष. तुम्ही तर त्याला शोधत आलाय. गेलाय तरी कुठं तो?’ ‘पळून गेलाय.’ ‘पळून? अरे बाप रे!’ कडेकर सर असं म्हणाले. सगळ्या पोरांना कळलंय तू पळून गेला आहेस ते. तुझ्या वडिलांनी सगळ्या वर्गावरनं दारातनंच एवढं डोळं करून नजर फिरवली नि निघून गेले. तू गावल्यावर तुला ते खूप मारतील असं वाटतंय.”

मी काळजीत पडलो. दादा हायस्कूलवर जाऊन येईल असं वाटलं नव्हतं. त्याचा राग अजून कमी झाला नव्हता, याची कल्पना आली. माझंही मन चिडलं. त्याबरोबर हेही लक्षात आलं की, वर्गातल्या अनेक मुलांनी जाणून घेण्यासाठी, माझ्या विषयीची माहिती आबाजीला विचारली. आबाजीनं सहानुभूतीपोटी मुलांना ती सांगितली. मला खूप मारल्याचंही सांगितलं... मुलांना आबाजीनं हे सांगायला नको होतं, असं वाटलं. मनोमन मी खजील होऊन गेलो. कागलात राहण्यातच आता काही अर्थ नाही, असं वाटू लागलं.

चौथ्या दिवशी मी कुणालाही न सांगता, कागल सोडून कोल्हापूरला निघून गेलो. पुस्तकं वाचून वाटत होतं; जग एवढं काही माणुसकीला पारखं नाही.

कुणाकडंही आपण जाऊन राहू, कोणतीही कामं करू नि शिक्षण तेवढं पूर्ण करू.

चालत चालत अकराच्या सुमाराला कोल्हापुरला येऊन पोचलो. बारा मैलांचं अंतर तोडताना, पायांच्या खुंट्या ताटकळून गेल्या होत्या; तरी डोक्यात वादळ घोंगावत होतं. काय करावं, कुठं जावं, काहीच सुचत नव्हतं. मात्र आता त्या घराकडं; मेलो तरी वळायचं नाही, अशी मनाशी गाठ बसली होती.

अर्धवट वेड लागल्यागत अवस्था झालेली. काही म्हणता काही विचारच सुचेनासा झाला. मनाला बधिरपणा आल्यागत झालं होतं. ऊन, थंडी, अनवाणीपणा, सकाळ, दुपार, रात्र यांचं काहीच वाटेनासं झालं. तीनतीन, चारचार तास कुठं तरी गावाबाहेर झाडाबुडी बसून काढत होतो.

'टाऊन हॉल'च्या बागेत रात्री कंपाउडंवरनं उडी टाकून झोपत होतो. थंडीचे दिवस सुरू झाले होते. अंगावर नुसतं एक कुडतं नि एक विजार होती. रात्रभर झोप लागत नव्हती. डास-चिलटं भरपूर चावत होती. तोंडावर वर्तमानपत्राचा कागद घेऊन झोपत होतो. उघड्या पायांना नि हातांना डास चावत होते नि खूप खाज उठत होती. गांध्या उठत होत्या. कधी तरी डुलकी लागल्यागत होई, पण चमत्कारिक स्वप्नं पडत नि जाग येई. वरच्या झाडांवर घुबडं ओरडत होती. वटवाघळा फडफडत येत-जात होत्या नि ओरडत होत्या. भुतासारखा एकटाच त्या झाडकांडात झोपत होतो.

पहाट झाली की लौकर उठून, रखवालदार यायच्या आत बाहेर पडत होतो. नळावर हातपायतोंड धूत होतो. आंघोळ नाहीच.

दुसऱ्या दिवसांपासनं सगळ्या कोल्हापूरभर वनवन हिंडत होतो. भल्या भल्या व्यक्तींच्या घरी गेलो. उद्योगधंदेवाल्यांच्या ऑफिसात गेलो, शिक्षणसंस्थांच्या चालकांना भेटलो, पण कुणीही मला नोकरीला ठेवून घेईना. घरगडी म्हणून ठेवेना की बिगार काम देईना. पडतील ती कामं करण्याची मी तयारी दाखवली, पण कुणाला माझी गरज नव्हती.

कुणाचा माझ्यावर विश्वासच नव्हता. मी लफंगा वाटत होतो. त्या सहासात दिवसांत मी आंघोळ करू शकलो नव्हतो. कपडे खूप मळले होते. केसांना तेल नव्हतं. वाळून वाळून सुकलेल्या खारकेसारखा झालो होतो. भुकेनं आवाज आत ओढला होता. अंगावर कसलं ते तेजं नव्हतं. काठीच्या तडाख्यानं गुडघा भयंकर दुखत असल्यामुळं लंगडत चालत होतो– अशा माझ्यावर कुणाचा विश्वास बसणार?... दिवसभर कामं करून रात्रीच्या शाळेत शिकण्याची माझी आशा हळूहळू पार धुळीला मिळाली.

दोन दिवस भुकेचा अग्नी कसातरी सांभाळता आला. पाणी पिऊन पिऊन तो विझवायचा प्रयत्न केला. मग मात्र हातापायातलं बळ गेल्यागत झालं. त्या

अवस्थेत कागलकर 'बाळ महाराज' ज्या भागात राहत होते तिकडं चाललो होतो. त्यांचा नागाळा पार्कमध्ये असलेला बंगला गावाबाहेर होता. 'कागलचा आहे.' म्हणून सांगायचं, नोकरी किंवा इतर काम मिळतंय का बघायचं, असा इरादा होता.

शहराबाहेर पडल्यावर उसाची रानं दिसली. हरभरा घाट्याला आलेला दिसला. उन्हाची वेळ. मी हळूच तारा फाकून उसाच्या फडात घुसलो नि आत जाऊन पोट भरून ऊस खाल्ला. हरभरा उपटून तसाच 'आंबी'सह खाल्ला. पुन्हा ऊस खाल्ला नि बाहेर पडलो.

नागाळ्यात गेलो; पण माझा हा अवतार बघून कुणी मला महाराजांची भेटच घेऊ देईना. दोन तास तिकडनं हिकडं नि इकडनं तिकडं हेलपाटलो. पण कुणीही रखवालदार, अधिकारी आत सोडायला तयार नाही. शेवटी काही तरी निमित्त सांगून मला पार्कच्या बाहेर काढलं.

मनाची खांडोळी झाल्यागत वाटलं. दीसभर मग मुख्य फाटकापाशी बसून राहिलो. वाटलं होतं, महाराज एखाद्या वेळेस काहीतरी निमित्तानं बाहेर पडतील. त्यांच्या पायावर स्वत:ला घालून घ्यायचं नि सगळी परिस्थिती सांगायची. –पण कुणीच बाहेर आलं नाही. पेकाट मोडल्यागत गुडघ्यावर हात ठेवून उठलो नि वाटेला लागलो.

संध्याकाळी टाऊन हॉलच्या दिशेनं आलो. तोवर रस आणि हरभरा यांचं पार पाणी होऊन गेलं होतं.

टाऊन हॉलच्या रोडवर दोनतीन गाडीवाले संध्याकाळी केळी विकत होते. तिथंच उभे राहून अनेकजण केळी खाऊन जात होते. केळीच्या साली गाड्यालाच बांधलेल्या एका डब्यात टाकत होते.

रात्री नऊच्या सुमारास सगळा रस्ता शांत होऊ लागला. तिन्ही गाड्या; सालीचे डबे हॉलच्या एका कोपऱ्यात असलेल्या कचराकुंडीत उलटे करून, हळूहळू निघून गेल्या.

पोटात इतकी भूक कडाडली होती की, मनातनं काही केल्या केळीच्या साली जाईनात... काय हुतंय ह्या साली खाल्ल्या तर? चिक्कार वेळा; पिकलेल्या आंब्याच्या साली आपूण खाल्ल्यात. त्येनं काय हुईत न्हाई नि केळीच्या सालीनंच काय हुणार हाय? वांगी, दोडकं, भेंड्या ह्येंच्या साली आपूण खाईतच असतोय. त्येनं कुठं काय हुतंय. खरं म्हंजे; केळीच्या साली मऊसूत असत्यात. त्या शेरडांस्नी ते पचत्यात. मग माणसाला पचायाला काय हुतंय?... वेचून, निवडून काढायच्या नि चावीबुडी न्हेऊन धुवायच्या. बघू या कशा लागत्यात ते.

मी सगळं शांत झाल्यावर कचराकुंडीवर गेलो. दोन ओंजळी होतील एवढ्या वरवरच्या साली निवडल्या. कुडत्याच्या ओट्यात घेतल्या. चावीवर जाऊन त्यातली

एक पाण्याखाली धरली. झटकली नि खाल्ली. चांगली लागली. मग बकासुरासारख्या सगळ्या बकाबका खाऊन टाकल्या. पोटाला तडस लागेपर्यंत खाल्ल्या. सहा-सात दिवस हेच चाललं होतं. सकाळी ऊस, हरभरा नि रात्री केळीच्या साली, असं पोटात ढकलत होतो... पोट असल्याची जाणीव सारखी होत हाती.

सगळं कोल्हापूर धुंडून संपलं. बसला जागा उठवत नव्हता, तरी परत कागलला जाण्याची इच्छा होत नव्हती. तसंच बिनातिकिटाचं रेल्वेनं पुण्याला जायचं ठरवलं नि सातव्या दिवशी अकराच्या सुमाराला स्टेशनकडं चाललो. कोल्हापुरात नाही; निदान पुण्यात तरी कुणी भलं माणूस भेटेल, असं वाटलं.

अचानक पाठीमागनं कुणीतरी येऊन हात धरला. मी मागं बघितलं. गोपातात्या हसतमुखानं माझ्याकडं बघत होता. त्या अवस्थेतही माझ्या डोळ्यांत राग आणि अश्रू एकदम भरले. श्वास वेगानं जाऊ लागले. नाकपुड्या फुगल्या.

"सोड मला. आता आई-बाऽचं तोंड बघायचं न्हाई." मी हात सोडून घेण्याचा प्रयत्न करू लागलो.

तात्या शांतपणानं म्हणाला, "जरा कुठंतरी निवान्त बसू या चल. सगळं सांगतो तुला. पाठीमागं नाना तऱ्हा घडल्यात. रत्नाप्पाला तुझ्यापायी खूळ लागायची पाळी आलीया. त्यो नि तुझी आई थानच्या पोराला घेऊन सारखं वनावना भटकाय लागल्यात तुला हुडकत."

"हुडकू द्यात. मला त्येंची आता तोंडं बघायची न्हाईत बघ. सोड मला." मी पुन्हा हात सोडून घेण्याचा प्रयत्न करू लागलो.

पण माझ्या हातात बळ नव्हतं. आवाज पार खोल ओढला होता. डोळे त्याहून खोल गेले होते. गालफाडं दाढवणाबरोबर चिकटली होती.

माझा अवतार बघून तो म्हणाला; "त्या समोरच्या खानावळीत घटकाभर चल. मला भूक लागलीया. माझ्याबरोबर तूबी चार घास खा; चल उपाशी असशील पाच-सात दिसांचा. तुला तिथं सगळं रामायण सांगतो; तरीबी तुला जावंसं वाटलं; तर मग जा." मला त्यानं खानावळीत नेलं. सगळी हकीकत सांगितली.

... आईनं नि दादानं पहिल्यांदा कागल धुंडाळून काढलं होतं. मी कागलात कुठंच नाहीसा बघून, त्यांच्या जिवानं ठाव सोडला होता. आई रोज रात्री घरात बसून रडू लागली. माझ्या नावानं आक्रोश करू लागली. तिच्या भोवतीनं बसून माझी सगळी भावंडंही रडू लागली.

ती रडताना सगळी गल्ली जमू लागली. वडिलधारी माणसं दादाला बोलू लागली. "सुक्काळीच्या! एवढं दांडगं अठरा-एकोणीस वर्सांचं पॉर झालंय. तुझ्या पायाचं पायताण त्येच्या पायाला येऊ लागलंय. बरोबरीला आलेल्या पोराच्या अंगावर वाघासारखा हात तरी कसा टाकतोस तू? हातातोंडाला आलेलं पोरगं आज

ना उद्या तुझ्या घरादाराचा आढंमेढीसारखा आधार हुईल. तू असं वैर मांडलंस तर, तुझ्या जाचाला कट्टाळून परमुलखाला कायमचं तोंड घेऊन निघून जाईल. मग काय धत्तूरा घेणार त्येचा? आतापतोर अठरा-एकोणीस वर्सं त्येच्या पोटाला घाटलंस; तसं आणखी चार-सा म्हैनं घाटलंस तर काय धाड भरणार हाय तुला? एवढी मॅट्रिकी झाली तर तुझं सगळं पांग फिटंल की. अशा वक्ताला का म्हणून तरी अन्न सोडून श्याण खातोईस?'' सगळी वारगीची माणसं येऊन शहाणपण सांगून जात होती.

हळूहळू दादाची चूक दादाला कळत गेली.

तिसऱ्या दिवशी तो उठला नि आईला म्हणाला; ''चल गं, पोरगं कुठं तरी कोल्हापुरातच असंल. त्येला हुडकून आणू या.'' त्याचा सूर मवाळ झाला.

''तुमच्या नजरंलाबी न्हाई पडायचं ते आता.''

''पडंल! दुष्टान्त पडलाय मला. तू-मी येण्याची वाट बघत बसलंय ते कोल्लापुरात. 'चुकलं' म्हणू या. 'मॅट्रिकीपतोर शीक' म्हणूया नि त्येला आणू या. चल.''

आई थानच्या दौलाला घेऊन उठली.

दोन दिवस रोज जाऊन येऊन त्यांनी माझा शोध घेतला. रातचं आई परत आली की पोरं पहिल्यांदा विचारत,''आई, दादा गावला?''

''न्हाई बाबा.'' म्हणून ती घरात येऊन मटकन बसत होती. तिसऱ्या दिवशी सगळीच दुचित होऊन घरात बसली. दोन दिवसांचा दोघांचा जाण्यायेण्याचा खर्च, थानच्या पोराचं हाल, मळ्यातली कामं पाठीमागं जिथल्या तिथं पडलेली. तिसऱ्या दिवशी आईनं माझी घरातच चातकासारखी वाट बघितली. संध्याकाळ झाली तरीही मी आलो नाही म्हणताना, तिनं तोवर आवरलेले कढ मोकळे केले. पोरांनीही तिच्याबरोबर सूर लावला. घरात सगळा योट उठला. कागलातनं नाहीसा होऊन माझा पाचवा दिवस होता... कागलात दोन दीस उपाशीच होतो.

दादा सोप्यातल्या भिंतीला टेकून मुकाटपणे बसलेला. त्याला वाटत होतं; तिसऱ्या दिवशी मी परत येईन. फार तर चौथ्या दिवशी नक्की येईन. पण आजचा कोल्हापुरातला पाचवा दिवस असल्यानं त्याची खात्री झाली; की पोरगं कुठं तरी भडकून गेलं... पोराला छळल्याची जाणीव त्याच्या जिवाला सुया टोचू लागली होती.

आई-दादाचे रोजचे हेलपाटे आणि आक्रोश गोपातात्या रोज बघत होता. योट चाललेला बघून तो पुन्हा घरात चौकशी करायला आला.

''कुठं कुठं जाऊन आलासा?''

दादानं कोल्हापुरातल्या सगळ्या जाग्यांची नि ठिकाणांची नावं घेतली.

तात्या म्हणाला, ''उद्या मीच जाऊन येतो. कसा गावत न्हाई बघू. तुम्ही आता रडं आवरा नि गप्प बसा. पोरं येडबडून गेल्यात. मी आन्दाला हुडीकतो; पर मला एक वचन देणार असशीला तर हुडकाय जातो.''

''काय?''

''पोराला निदान त्येची मॅट्रिकीची परक्षा होईपतोर कामं लावणार न्हाई का हात लावणार न्हाई, असं वचन रत्नाप्पा, तू द्यायला पाहिजे.''

''वचन दिलं म्हणून समज. आता तीनचार दीस बघतोस न्हवं घरात काय चाललंय ते. माझी चूक मला कळून आलीया.''

गोपातात्या उठला नि दुसरे दिवशी सकाळी मला हुडकायला कोल्हापूरला आला. दिवसभर सगळ्या हायस्कूलातनं चौकशी करत हिंडहिंड हिंडला. मुक्काम करून कोल्हापूरला राहिला. रात्रीचं मी झोपण्यासारख्या सार्वजनिक जागा धुंडाळल्या.

अनपेक्षितपणे मी त्याला स्टेशनरोडवर दुसरे दिवशी अकराच्या सुमाराला सापडलो.

– तो सगळं सांगताना माझ्या मनासमोर; आई-दादानं दोन दिवस केलेल्या वनवनीची नि घरात रडणाऱ्या भावंडांची चित्रं मनासमोरून सरकू लागली.

मला घराकडं जावंसं वाटू लागलं. आईच्या कुशीत शिरून रडावंसं वाटू लागलं. भावंडं माझ्यासाठी आठवणी काढून रडत होती, त्यांना जाऊन कवळ्यात घ्यावंसं वाटू लागलं. तरी मनात दादाचा भरवसा वाटत नव्हता.

मी म्हणालो, ''आणि दादानं न्हाईच शिकीवलं तर?''

''तर मी शिकीवतो तुला. ह्या ताटातल्या भाकरीची शप्पत घेऊन सांगतो. कवाबी मॅट्रिक झाल्यावर, नोकरी लागल्यावर माझा खर्च फरत फेड म्हणं.'' तात्या जिद्दीचा होता.

कागलात परत आलो. दुपार झाली होती. तात्याच्या घरात चहा घेतला नि मग घरात गेलो. आईला भडभडून आलं नि ती हूंऽ करत 'कुठं गेलतास रं माझ्या आन्दाऽ' म्हणून मोठ्यानं रडायला लगली. दादा भिंतीला टेकून मुकाट्यानं बसला होता.

त्याच्या डोळ्यांत पाणी भरलं. आईचं मोठ्यानं रडणं ऐकून गल्लीतल्या बायका पुन्हा जमा होऊ लागल्या. मी आईसमोर मुकाट बसलेला. त्या मला ''कुठं गेलातास रं बाबा तोंड घेऊनशान?'' म्हणून विचारू लागल्या. ''कुठं न्हाई.'' म्हणून मी घुम्म्यागत बसलो होतो. ''पोरगं आलंय आता! आता काय म्हणून रडतीस? उपाशी असंल पाच-सात दिसाचं, त्येच्या पोटाला कायतरी घाला आधी उठून.'' म्हणून सांगू लागल्या.

दादा आता नेमानं वस्तीला जाऊ लागला. मी अभ्यासासाठी घरात वस्ती राहू

लागलो. सकाळी दीस उगवायला मळ्यात जाऊन मोटा मारू लागलो. मोटा मारत मारत हातावर घेऊन भाकरी-भाजी खाऊ लागलो; पण सकाळी धरलेली मोट अकराशिवाय बंद करत नव्हतो. अकरा वाजता दादाच्या हातात कासरा देऊ लागलो. शिवा मग पाण्याकडं जाऊ लागला.

थोडा उशीर झाल्यासारखं वाटलं की दादा हळूच येई. ''जा शाळंला उशीर हुईल. मास्तर छडी मारत्यात त्येच्या भणं छम्मदिशी; मी बघिटलंय.''

दादानं मला मारल्यावर दोन-तीन दिवस मी गावात होतो. माझा माग घेत एक दिवस तो शाळेत गेला होता. उशिरा येणाऱ्या मुलांना दारात उभा राहून माने मास्तर छड्या मारत असताना त्यानं पाहिलं असावं.

एक दिवस तो गावात होता नि मी आणि शिवाच मळ्यात होतो. अकरा-साडेअकराच्या सुमाराला गावातनं लगालगा येऊन मला म्हणाला, ''मोट सोडायची न्हाई? तुझ्या तू वक्ताला शाळंला जाईत जा. कायतरी होऊ दे दोन-तीन म्हैने ह्या पिकाचं. तुझी परक्षा झाल्यावर मग हाईच मोट नि मळा.'' तो काळजीनं बोलला. मी पुन्हा दुखावेन, माझा पुन्हा त्याच्याविषयी गैरसमज होईल; म्हणून त्यानं माझा धसका घेतल्यागत वाटलं.

त्यामुळं त्याचं हे बोलणं ऐकून क्षणभरानं गदगदून आलं.

मला शाळा सोडायला लावण्याची त्याची जिद्द त्यानं सोडून दिली होती नि मला कुठंतरी असं बोलून शरणागतासारखं गोंजारत होता... मला ते आवडेना. जन्मभर रगीनं जगू बघणाऱ्या दादानं; असं मऊ मांजरासारखं माझ्यसमोर वागायला नको, असं वाटलं... दादा, तू असा शिंगं मोडलेल्या बैलागत गरीब होऊ नगं. माझ्या बाबतीत का होईना, पर माझा बा असा झालेला मला न्हाई खपायचं.

फॉर्मची परीक्षा झाली नि माझी फॉर्म भरायची वेळ आली. एवढं करून; माझ्यासाठी धडपडणाऱ्या आबाजीला फॉर्म मिळालाच नाही. फार वाईट वाटलं. मास्तरांच्या खाजगी शिकवण्या लावूनही अनेक विषयांत तो नापास झाला. ''आनंदा, मला फॉर्म मिळाला न्हाई; त्याचं वाईट वाटलं खरं. पर तुला मिळाला. तू आता मॅट्रिक झाल्यातच जमा हाईस. तू सुटणं गरजेचंबी हुतं. माझं काय; यंदा न्हाई; पुढच्या वर्षी मी मॅट्रिकला बसणार हाईच.''

मग आबाजीची पुस्तकं घेऊन मी अभ्यास करू लागलो.

मला फॉर्म मिळाल्यामुळं आनंद झाला; पण फॉर्म भरण्याच्या शेवटच्या दिवसापर्यंतही माझ्याजवळ फॉर्मसाठी पैसे जमा झाले नाहीत. तटलेली फी आणि फॉर्मचे मिळून पस्तीस रुपये भरायचे होते. म्हणजे मला कुठंतरी दीड महिना खाडा न करता रोजगाराला जावं लागणार होतं. वार्षिक परीक्षा झाल्याशिवाय ते शक्य नव्हतं.

दादा म्हणाला, “माझ्याजवळ एक पैसा न्हाई. शेवटची पुनव माझ्या तोंडावर आलीया.कायबी करून मला नरसोबाच्या वाडीला गेलंच पाहिजे. मलाच पैसे न्हाईत, तर तुला देऊ कुठलं? तुझं तू कायबी कर जा तिकडं.”

दादाला देवाचीच काळजी. माझ्या जन्माच्या कल्याणापेक्षा त्याला वाडीला जाणं महत्त्वाचं वाटत होतं. त्याच्या मतानं ते बरोबर होतं. आतून मी देवावर चिडून गेलो. मात्र काही बोलू शकलो नाही. त्यानं अभ्यासाला दिलेली सवड मला उदंड वाटत होती.

आईजवळही एक पैसा नव्हता. घरातलं किडूकमिडूक सोनाराकडं कधीच गहाणवट पडलं होतं. मामानंही काखा वर केल्या.

हेडमास्तरांच्या घरी जाऊन हातापाया पडलो. पण ते म्हणाले, “हे बघ जकाते, याचा काहीही उपयोग होणार नाही. शाळेचे पैसे असते तर काहीतरी केलं असतं. पण हे पैसे एस. एस. सी. बोर्डाकडं पाठवायचे असतात. तेव्हा त्याची हमी कोण घेणार? बोर्ड काही सांगून ऐकणार नाही. आणि लेका, तुला अगोदरच कळायला पाहिजे होतं; की फी अणि फॉर्मची काहीतरी तजवीज करून ठेवली पाहिजे. फार फार तर मी तुला एक दिवसाची सवलत देतो. तेवढ्यात काहीतरी करून पैसे जमव जा. नेहमीच तुझी रड असते.”

सवलत दिलेल्या दिवशी मी आणि आईनं खूप धडपड केली; पण पैसे जमले नाहीत. ... “एवढं पैसं एकदम आणायचं कुठनं, आन्दा?” आई म्हणाली.

तिचंही खरं होतं. शेवटी धर्माधिकारी मास्तरांच्या घरी रात्रीचं मी आणि आई गेलो. ते वर्गशिक्षक होते. संस्कृतमुळं त्यांचं माझ्यावर थोडं प्रेम होतं. त्यांना विचारून काहीतरी मार्ग काढता आला तर पाहावं, असा विचार केला.

मास्तरांच्या समोर सगळी परिस्थिती, सगळ्या अडचणी मांडल्या. त्यांनी एक तडजोड सुचवली, “ताराबाई, तुम्हाला तुमच्या मुलासाठी एक गोष्ट करता येईल का?”

“तुम्ही सांगशीला तसं करतो.”

“आनंदाचे मी पस्तीस रुपये भरतो; मात्र ते एका अटीवर. तुम्ही उद्यापासनं रोज एक शेर दूध घालायचं मला. सहा आण्याप्रमाणं माहिन्याचे अकरा-बारा रूपये होतील.असं जवळ जवळ तुम्हाला तीन महिने दूध घालावं लागेल. दूध मात्र चांगलं मिळालं पाहिजे.”

“चालेल की. माझी म्हस जाफराबाजी हाय. चिखलागत तिचं दूध येतंय. उद्यापासनं मी पोराबाळांची तोंडं शिवून, कायबी करून तुम्हांस्नी तीन म्हैनं शेरशेरभर दूध घालतो. पर एवढा पोराचा फारम भरा. न्हाईतर रागाच्या भरात पुन्ना कुठंतरी तोंड घेऊन जायाचं.”

सात-साडेसात आणे शेराचं दूध; आईनं सहा आणे शेरानं घालायचं लगेच कबूल केलं. धर्माधिकारी मास्तरांचे पुनः पुन्हा पाय धरले.

परत येताना माझा आनंद त्या गल्लीत मावेना.

तरी आई धनगर गल्लीला आल्यावर हिशोब करत म्हणाली; ''म्हैन्याला तीन रुपय खोट बसती बघ. साडेसात आण्याचं साऽ आणे शेर; म्हंजे शेरामागं दीड आणा कमी पडतोय. असं म्हैन्याचं तीन रुपय हुत्यात.'' आईचा महिना बत्तीस दिवसांचा.

''होऊ द्यात. तेवढंच पस्तीस रुपय म्हैना तीन रुपय येजानं काढलं म्हणायचं मनाला. मग पाहिजे तर तीन म्हैन्यांनी दूध बंद करू. पर ह्या घडीला ह्यो इचार करू नगंस.''

''न्हाई रं बाबा. मी कशाला तसा इचार करू? आता जलमभर एवढं सोसतोय; त्यात हेबी सोसायचं. मास्तर पर्संगाला देवावाणी धावून आलं, हे का थोडं झालं!''

''व्हय! माझं सगळं वरीस फुकट गेलं असतं. आता परक्षा झाल्यावर तुझं पैसे कुठंबी रोजगार करून मी दोन म्हैन्यांत फेडतो का न्हाई बघ.'' मी उत्साहानं बोललो. मनावरचं डोंगराएवढं ओझं, मास्तरांनी करंगळी लावल्याबरोबर एकदम कमी झाल्यासारखं वाटत होतं.

सुखानं अभ्यासाला लागलो.

आठ दिवसांतच दादा नरसोबाच्या वाडीला जाऊन आला. नुकत्याच काढलेल्या अर्धं पोतं ओल्या शेंगा घेवऱ्याला विकून त्यानं नरसोबाची वाडी केली होती... त्या मोबदल्यात आम्हा पोरांना खोबऱ्याचा पै-पैएवढा एक एक तुकडा आणि एक एक गोल पेढा मिळाला. देवानं दादाला दिलेला विकतचा प्रसाद.

दोन अडीच महिने डोकं घास घास घासलं, गेल्या पाच वर्षांचे सगळे अवघड विषयांचे पेपर्स सोडवले, पाठांतरं केली. तरी परीक्षेत गणिताचा पेपर अवघड गेला. एकही गणित ओळखीचं वाटेना. तरी झटापटी केल्या. उलट्यासुलट्या अनेक रीतींनी प्रत्येक गणित सोडवण्याचा प्रयत्न केला. तरी निरनिराळी उत्तरं निरनिराळ्या रीतींच्या वेळी येऊ लागली. चूक कोणतं नि बरेबर कोणतं हे काहीच कळेना. गणिताच्या मास्तरांनी एक कानमंत्र दिला होता. तेवढा मात्र पाळला. कोणत्याही प्रकारानं केलेलं गणित खोडायचं नाही. तसंच ठेवून द्यायचं, अशी त्यांची सूचना होती ती पाळली.

सगळे पेपर्स बरे गेले होते तरी, गणिताच्या पेपरामुळं माझ्या पायाखालची फळी पडली होती नि जीव टांगणीला लागला होता. रिझल्ट लागेपर्यंत दोन-तीन महिने, गणिताच्या पेपरची आठवण रोज झोपताना निवान्त पडलो की व्हायची नि छातीत जोरानं धडक धडक वाजू लागायचं. रातभर झोप यायची नाही. कधीकधी

गणितात नापास झाल्याची स्वप्नं पडायची. एका विषयात जरी नापास झालो; तरी पुन्हा सगळ्या पेपरांना बसावं लागणार; या कल्पनेनं मी हातपाय गळाटल्यागत होऊन बसायचा.

नंतरच्या तीन महिन्यांत मिळेल तिथं रोजगाराला गेलो नि आईला पस्तीस-चाळीस रुपये मिळवून दिले. पण त्याचा आनंद झाला नाही. रिझल्टचा दिवस जवळ येईल तसं निराशा, अशक्त वाटत होतं. आतापर्यंत केलेल्या धडपडीवर पाणी पाडणार म्हणून पार गांगरून गेलो होतो.

एवढं झालं तरी पास झालो. सेकंड क्लासमध्ये पास झालेल्यांच्या यादीत माझा नंबर होता. तो पुन:पुन्हा वाचून, माझा नंबर ताडून खात्री करून घेतली नि मगच शाळेकडं गेलो. दोन दिवस अगोदर निकाल नि गुणपत्रिका आणायला गेलेले मास्तर आदल्या दिवशी रात्रीच कागलात येऊन पोचले होते.

हायस्कूलच्या विद्यार्थ्यांत तिसऱ्या नंबराने पास झालो होतो. दोन मार्कांनी पहिला वर्ग हुकला होता. गणितात पहिला वर्ग मिळाला होता. तीन विषयांत डिस्टिंक्शन मिळालं होतं. मराठी भाषाही अशुद्ध बोलणाऱ्या मला कुणबटाला, संस्कृतमध्ये सर्वांत जास्त मार्क्स होते... माझं मलाच ते खरं वाटेना. फुल फ्रीशिप मिळालेले मास्तर मंडळीचे सगळे गणगोत खाली होते. तीन वर्षं खोल खोल दडपले गेलेले माझे मार्क्स; एस. एस. सी. च्या गुणपत्रिकेत वरती आले होते. अन्यायाला वाचा फुटली होती. पण आता त्याचा मला फ्रीशिपसाठी काहीही उपयोग नव्हता. तीन वर्षं जे कष्ट नि फरफट सोसावी लागली ती सोसलीच.

पैसे भरून गुणपत्रिका घेतली नि हायस्कूलच्या कंपाउंडबाहेर पडलो. त्या कुंपणाबाहेर पडलो नि हायस्कूलकडं परतून पुन्हा पाहावंसं वाटेना.

बेडकासारखा उंच उंच उड्या मारत घराच्या दिशेनं धावलो. मनातून अनेक बेडूक विहिरीबाहेर पडले होते. त्यांचं आकाश आता मोठं झालं होतं. कष्ट, उपासमार, ओढाताण, अज्ञान, जुलूम यांच्याबाहेर त्यांची उडी गेली होती. नवी विस्तीर्ण क्षितिजं दिसू लागली होती. काय करायचं नक्की नव्हतं. पण एकदम मोकळ्या हवेत आल्यासारखं वाटत होतं.

◆

परिशिष्ट – १

'झोंबी'मधील कुटुंबातील माणसांची जन्मसाले.

(ही साले अंदाजाने दिलेली आहेत. त्यांचे ऐकीव संदर्भ लक्षात घेऊन नोंदवली आहेत.)

१. दादा (रतनू)   इ.स. १९०४
२. आई (तारा)   इ.स. १९१२
३. धाकटा मामा (लिंगाप्पा)   इ.स. १९१७
४. अनसा (बहीण)   इ.स. १९३२
५. शेवंता (बहीण)   इ.स. १९३४
६. आनंद (झोंबीतील 'मी')   इ.स. १९३५ (नोव्हेंबर)
७. हिरा   इ.स. १९३८
८. शिवा   इ.स. १९४० (जानेवारी)
९. धोंडूबाई   इ.स. १९४२
१०. चंद्रा   इ.स. १९४५
११. सुंदरा   इ.स. १९४५
१२. लक्ष्मी   इ.स. १९४७
१३. आप्पा   इ.स. १९४९
१४. अनसा   इ.स. १९५३
१५. दौलत   इ.स. १९५५

◆

परिशिष्ट – २

'झोंबी'तील आनंदची ('मी'ची) शैक्षणिक साले.

बिगरी	(जून) १९४० ते (मे) १९४१
इन्फंट्री	१९४१ ते १९४२
पहिली	१९४२ ते १९४३
दुसरी	१९४३ ते १९४४
तिसरी	१९४४ ते १९४५
चौथी	१९४५ ते १९४६
पाचवी	१९४६ ते १९४७
पाचवी मधूनच शाळा सोडली.	१९४७ ते १९४८
सहावी	१९४८ ते १९४९
सातवी	१९४९ ते १९५०
शाळा सोडली.	१९५० ते १९५१
आठवी	१९५१ ते १९५२
नववी	१९५२ ते १९५३
दहावी	१९५३ ते १९५४
अकरावी (एस. एस. सी.)	१९५४ ते १९५५

◆

*ग्रामीण दरिद्री भारतीय समाजाच्या संघर्षाचे, उत्कट भावविश्वाचे दर्शन घडवणाऱ्या जागतिक परिमाण लाभलेल्या **आनंद यादव** यांच्या 'झोंबी'नंतरच्या तीन अभिजात कलाकृती.*

नांगरणी

व्यक्तित्त्वाचं रोपटं बहरावं म्हणून परिस्थितीच्या मातीची मशागत करताना, संकटाची तण उपटून फेकताना आलेले कडू-गोड अनुभव, सहज सुलभ शैलीत नांगरणीत मांडलेले आहेत.
प्रतिकूल परिस्थितीच्या विरोधात उभा असलेला नायक
हा नांगरणीचा गाभा आहे.
सहज सुलभतेने उलगडत जाणारे हे आत्मकथन.

घरभिंती

जन्मप्राप्त, अटळ, जीवघेण्या आर्थिक हालाखीचा चक्रव्यूह भेदून बाहेर पडण्यासाठी केवळ काही शैक्षणिक सुविधांच्या
तुटपुंज्या आधारावर एका तरुण, संवेदनशील मनाने दिलेला निकराचा पण यशस्वी लढा, हा या घरभिंतीचा गाभा.

काचवेल

हा जीवन संघर्षाचा उत्तरार्ध आहे. त्यात जीवनस्थिरता आहे
आणि भविष्याचा वेधही!
जे आपण बघितले, अनुभवले ते नेमके काय
याचा आनंद देणारे हे लेखन आहे.
ग्रामीण भागातून आलेल्या 'आनंद यादव' यांनी आपल्या स्वकहाणीबद्दल
हे असे 'मनोहर' काम केले आहे.